ĐẠO, TÂM HỒN và THIỀN

BẢN THỂ HỌC và KHOA HỌC NÃO BỘ

Bác Sĩ MAI TRUNG KIÊN

Với sự tham khảo và cộng tác
Bác Sĩ NGUYỄN CẦM,
Bà LÊ TUYẾT MAI
(Tái bản và sửa chữa bản in thứ nhất:
KHOA HỌC NÃO BỘ TRONG THIỀN VÀ
TÂM HỒN, NXB THÁI HÀ tháng 01, 2024)

Cảm tạ
Tác giả cảm ơn các Bác Sĩ Nguyễn Cầm, Trương Ngọc Thạch,
Nguyễn Tiến Cảnh, Trần Công Bảo đã góp ý và xem lại bản thảo,
và các học giả và Tu sĩ của các bài viết tham khảo trong thư viện
Hoa Sen, Google,
các kinh sách Phật giáo & Thiên Chúa giáo

Mai Trung Kiên
Tác giả sách :
THE MEDITATION and THE SOUL
in NEUROSCIENCE
Amazon Publishing agency, USA, 2024)

Cựu Giáo Sư Bịnh Lý học Y Khoa Đại Học Ottawa, Canada
Y Khoa tổng quát trên 30 năm.
Thực hành Thiền trên 30 năm
Tác giả trên 150 báo cáo trong tạp chí Khoa học
và trên 100 lần trình bày tại hội nghị quốc tế và Canada

ĐẠO, TÂN HÔN VÀ THIỀN

ISBN: 979-8-3492-6495-5

Gởi đến ba con Ann L.Mai, David D.Mai, Tina N.Mai
và Các cháu Daniel M.Lê, Justin A.Lê, Khiêm T.Mai, Khánh T.Mai
Mylène T.Nguyễn, Callie X.Nguyễn và Ariane T.Nguyễn
với lòng yêu thương và ước vọng
Quyết Tâm hướng về Tâm Linh của Các Con
và Các Cháu.

ĐẠO, TÂM HỒN và THIỀN

BẢN THỂ HỌC và KHOA HỌC NÃO BỘ

Bác Sĩ MAI TRUNG KIÊN

Với sự tham khảo và cộng tác
Bác Sĩ NGUYỄN CẦM,
Bà LÊ TUYẾT MAI
(Tái bản và sửa chữa bản in thứ nhất:
KHOA HỌC NÃO BỘ TRONG THIỀN VÀ
TÂM HỒN, NXB THÁI HÀ tháng 01, 2024)

Cảm tạ
Tác giả cảm ơn các Bác Sĩ Nguyễn Cầm, Trương Ngọc Thạch, Nguyễn Tiến Cảnh, Trần Công Bảo đã góp ý và xem lại bản thảo, và các học giả và Tu sĩ của các bài viết tham khảo trong thư viện Hoa Sen, Google, các kinh sách Phật giáo & Thiên Chúa giáo

Mai Trung Kiên
Tác giả sách :
THE MEDITATION and THE SOUL
in NEUROSCIENCE
Amazon Publishing agency, USA, 2024)

Cựu Giáo Sư Bịnh Lý học Y Khoa Đại Học Ottawa, Canada
Y Khoa tổng quát trên 30 năm.
Thực hành Thiền trên 30 năm
Tác giả trên 150 báo cáo trong tạp chí Khoa học
và trên 100 lần trình bày tại hội nghị quốc tế và Canada

MỤC LỤC

LỜI NÓI ĐẦU .... *v*
LỜI NÓI ĐẦU v
CHƯƠNG I 16
KHOA HỌC TRONG ĐẠO TÂM HỒN VÀ THIỀN 16
    I) Định nghĩa và nhận diện Tâm Hồn (Hồn)   16
A) Định nghĩa 16
    B. Hệ luận của quan niệm trên: *17*
C. Thí dụ về Hồn 19
D. Đặc tính của Hồn 19
    II. SÁNG THẾ VÀ SIÊU HÌNH TRONG VẬT LÝ, ... 20
A) Theo Khoa học Thuyết Big Bang (H1.2) 20
    B. Tìm kiếm thể vật chất và lực tương ứng cho hồn   22
    a) Vật chất: Baryonic Matter: 24
    b) Thể tối (xem B1.1)   24
    c) Năm lực cơ bản trong vật lý là: 25
    d. Chất tối trong giải ngân hà và địa cầu   26
    e. Thể tối của con người   28
    f. Chất tối nóng, lạnh và ấm   28
    g. Vật chất khác của vũ trụ   29
                                  C. Đề nghị Giả Thuyết Cầu
    D. CHÂN KHÔNG   32
    1. Trong thế giới của vật lý   32
    2. Trong não bộ   32
    3. Cái không của Lão Tử   32
    4. Trong Dịch lý của cổ học Viễn Đông   33
    5. Trong Thiên Chúa giáo   33
    6. Baruch Spinoza (1632-1677) và quan niệm siêu hình   33
    E. CHÂN KHÔNG DIỆU HỮU LÀ MỘT ĐỊNH ĐỀ CHÂN KHÔNG   35
    1. CHÂN KHÔNG LÀ PHẬT TÁNH   35
    2. QUAN NIỆM VỀ CHÂN KHÔNG, BIG BANG   36
Chân Không được đề cập bởi các triết gia như Lão tử 36
Trong quan niệm thông thường 36
Trong Trung quán Luận của Bồ Tác Long thọ, ... 36
Trong kinh Lăng Nghiêm , Đức Phật bảo với Ngài A Nan: 36
Kinh Phật không mô tả nhiệt độ khủng khiếp 37
    3. Đặc tánh của CHÂN KHÔNG   37
a) Trích ra đây vài câu nói của cổ nhân. 37
b) Sự kết hợp trên là tình cờ/ngẫu nhiên. 38
c) Sự kết hợp trên là từ THBN 38
d) BA TỰ TÁNH CỦA CHÂN KHÔNG   39
    Trung Quán Luận đặc ra ba tự tánh của Chân Không là 39
    và tám phép Không: 39
    ☐Thêm nữa Đức Phật nói Chân Không và Sắc là như   40
e) KHÔNG TỨC THI SẮC, SẮC TỨC THI KHÔNG,   41
    i. Sắ tức thị không   41
    ii. Chân Không diệu hữu   41
    iii. Cần làm rõ thêm về Chân Không: Chân Không tạo ra Lực   42
    iv. Chân Không không có nghĩa là không có   42
    BA LA MẬT VÀ VÔ NGÃ   44
    Chân Không là Trí Huệ Bát Nhã/Toàn Giác và Đại Lực/Toàn Năng 44
    e) TÁNH KHÔNG ÁP DỤNG TRONG   *48*
Chân Không là Trí Huệ Bát Nhã/Toàn Giác và Đại Lực/Toàn Năng7 44

4. VO MINH va BA PHAP AN	45
a) Pháp Tứ Niệm	45
b) Dựa lên bản thể luận	46
c) Hệ luận của Vô Ngã và Vô Sở Hữu1	46
e) TÁNH KHÔNG ÁP DỤNG TRONG	68
f. PHẬT PHÁP, PHI PHẬT PHÁP LÀ VÔ THƯỜNG.	*70*
G. HIỆN TƯỢNG CHUYỂN TIẾP GIỮA	*50*
H. TRIẾT LÝ CỦA NHỊ NGUYÊN TIÊN KHỞI	*50*
e) Ý và Lời, Đức Phật nói Chữ và lời không thể diễ tả hết Ý	54
f) SU PHÂN CHIA MÔN PHÁI PHẬT GIAO phát xuất từ	54
BẢNG TÓM LƯỢC TIẾN TRÌNH PHẬT PHÁP	55
I. CHÂN KHÔNG VÀ BIG BANG /SÁNG THẾ	55
Kinh Phật cũng như Cựu Ước không nói gì về vụ nổ	58
Từ những nhận biết trên, quan niệm về Sáng	58
Big Bang không là vụ nổ đơn thuần (Singularity)	59
J. TRÍCH DẪN KINH PHẬT MINH CHỨNG VỀ CHÂN KHÔNG	59
1. Hoanh tráng của Vu Trụ quaTHBN	60
2. Không Đồng Dị	63
3. Bằng chứng cho Chân Không diệu hữu	68
Tính K hông	69
K. PHÂN BIỆT CHÂN KHÔNG DIỆU	69
L. Trí huệ bát nhã (THBN)	72
1. Vô niệm và trí huệ bát nhã	75
2. Sát na vô niệm	76
III. THỜI GIAN và KHÔNG GIAN TRONG PHẬT GIÁO	76
A. TRONG KHOA HỌC	76
B. VẬN TỐC DI CHUYỂN CỦA HỒN	77
C. VẬN TỐC CỦA SUY NGHĨ VÀ TƯ TƯỞNG	78
D. THỜI GIAN TƯƠNG ĐỐI TRONG KINH PHẬT	78
E. KHÔNG GIAN THỜI GIAN Trong Thiền Định	*80*
IV. NGOẠI CẢNH LÀ PHẢN ẢNH CỦA TÂM (NỘI THỨC)	81
V, MỤC ĐÍCH CỦA SÁNG THẾ	*85*
VI. VẤN NẠN CỦA VẬT LÝ VÀ CHÂN KHÔNG DIỆU HỮU	85
1. Các vấn nạn của thuyết Big Bang	86
a) Vũ trụ bành trướng với gia tốc	86
b) Vấn đề là chỉ có một Big Bang hay nhiều Big Bang trụ.	86
2. Hiện tượng Entanglement của các hạt.	88
HIỆN TƯỢNG NÃO BỘ XẺ ĐÔI VÀ NGHỊCH LÝ EPR	89
VII. Thuyết Darwin	*93*
1. Lý thuyết	93
2. Thuyết Social Darwinism (tiến hóa xã hội	94
3. Bình luận	94
VIII. Quan điểm cận đại về nguồn gốc sự sống trên địa cầu	95
A. Tổng hợp hữu cơ từ vô cơ	95
B. *Thuyết tế bào*	*96*
C. *Khoảng cách trong tiến hóa khi vượn và người*	*96*
D. Hiện tượng Dòng Tế Bào (TB) Mầm Giống: Đấng Tạo hóa)	*97*
Hiện tượng trên cũng làm ý nghĩa của việc ăn chay:	102
- Sinh vật thấp như vi trùng có Tế bào Mầm Giốngy.	102
THẦN QUYỀN VÀ NGẪU NHIÊN	103
KẾT LUẬN	104
IX. SÁNG THẾ	105
A. Thiên Chúa Giáo và Sáng thế	*105*
B. Phật giáo và Sáng thế	*105*
1. THBN và Sáng thế	105

2.Tứ Đại và Ngũ Hành 109
3. VỌNG NIỆM, TRÍ HUỆ, VÔ MINH VÀ SỰ TẠO 110
Chất tôi/Dark Matter trong Vủ giải Ngân hà và Địa cầu. 110
Chất Đen cũng được ghi nhận trong kinh Đại Bản 110
  4. SỰ TẠO RA MUÔN LOÀI 112
5. Phật Giáo Vô thần hay Hữu thần?.. 112
a) Quan niệm Hữu Thần : một cách phổ 112
 b) Quan niệm Vô Thần 112
c) Phi Thần /Vô Thần (Atheism). 113
d) Đối với Phật giáo không có hình ảnh 113
 X. . QUANTUM MECHANIC (H1.19,20)........................... 117
Vì TR có tính cách Siêu hình và vì Phật giáo có quan niệm. 117
  1.Cơ Lượng Tử Bohr và Einstein 117
  2. Quan điểm nhiều thế giới Hugh Everett 120
  3. Quan niệm quan niệm Dịch lý của Phương Đông 120
  4.Trong kinh Hoa Nghiêm 120
XI. CƠ LƯỢNG TỬ, NÃO BỘ, TRI THỨC, VÀ PHẬT TÁNH 123
  A. Tổng Quát1 123
  B. . Khoảng cách giữa Cơ Lượng Tử/CLT và Tri Thức/TR 125
Phương pháp không thể áp dụng cho mô hình Não bộ là máy v 126
Phương pháp cos thể áp dụng cho mô hình Não bộ là máy vi126
C. NB CÓ PHẢI LÀ HÌNH THỨC CỦA MÁY VI TÍNH KHÔNG?127
  DMÔ HÌNH HỒN, DẠNG VI TÍNH ĐẶC BIỆT 151 130
  E. THBN, Tâm Hồn,TR và CLT 131
   Cơ Sở NB của TR và Kết Luận 132
  Sự liên hệ Đổi Não với các thể như Mạng Mặc 133
  Tóm lại NB cũng như TR chỉ là công cụ D). 134

CHƯƠNG 2 TRI NHỚ

 I. Quan niệm phổ thông trong 134
  A. Su tao thanh TN 136
   1. Tổng quát 137
   <u>3</u>. Cơ chế Sinh Hóa kết nối (KN) Thần kinh (TK) 138
  a) Lý thuyết Hebbian 139
- Kết nối Hebbian.. 139
- Long Term Depotentiation 139
  b) Sự kết nối TK 139
   4. Synapses điện . 141
   KN TK cũng là nơi KN với Hồn
II. Phan loai TN theo tánh chat cua thong tin 142
1. Trí Nhớ cho thông tin cá biệt của mỗi ngũ giác (H3.3)............ 142
VN Thị giác V1-V6, Inferior Temporal Cortex/Thái dương............ 142
Thính Giác Superior Temporal Cortex/Thái dương Trên............... 142
Xúc Giác: Đính.. 142
a)TN Tổng quat thi du y nghia nhu Tham San........................ 142
b). TN thủ thuật như may và nấu nướng, mổ xẻ................... 142
  2. Phan loai TN theo thoi gian 142
a) TN gan (truoc bien co/antegrade va sau bien co/retrograde)............ 142
b) TN xa co the xep theo tanh chat cua TN nhu trong 1) 143
   3. Trí Nhớ Tự ký sự (của TR tổng quát) 143
   4. TRÍ NHỚ TIỀN KIẾP 143
  a) TN Tiền kiếp, thường là người trẻ gồm: 144
    b) TN xa. 144
  5. TRÍ NHỚ CỦA VÔ THỨC VÀ TIỀM THỨC................... 144
   6. Áp chế TN 145

vii

7. Su Bảo Tồn, Thu hoi TN Tai bao tri va Tieu huy TN 145

CHƯƠNG 3: SỰ CHÚ TÂM

I. Ý Nghĩa của sự Chú Tâm trong Thiề đnh 149
II. Các Hệ thống Chú Ý 149
   A. Chú Tâm là do sự quan sát dùng ngũ giác và TR (lục căn 149
   B. Sự Chú Ý thường được đi trước bởi sự Tiền Chú Ý 149
     1. Tánh chất 150
     2, Hóa chất: 150
     3. Đường dẫn truyền cảm giác 151
     C. LÝ THUYẾT HAI ĐƯỜNG DẪN TRUYỀN TRONG NB151
     D) Tri Thức Thị giác 173.. 152
  IPS NƠI GIAO DIEM CUA HAI DUONG DAN TRUYEN 152
    b) IPS NƠI GIAO DIEM CUA HAI DUONG DAN TRUYEN 152
    3. Hình tưởng tượng 175.. 154
    4. Đề nghị cơ chế Thấy không cần Mắt nhìn 177............ 156
     i. Phản xạ không điều kiện 152
     ☐Đường dẫn truyền *Thị giác* trên 152
     ii.Chú ý 153
    ☐Đường dẫn truyền dưới chiếm vùng................................ 153
     Phân biệt cơ chế Hình Thấy và Hình Tưởng 155
          5.Di hành 177 156
III. CÁC TRƯỜNG HỢP ĐẶC BIỆT VỀ SỰ CHÚ Ý 157
   A. Sự chú Tâm Vô Thức... 157
     B. Hemispatial neglect (thiếu nửa khoảng không gian 157
   Hơn thế nữa sự chú Tâm vào hoạt động của toàn cơ thể................ 157
    v. Trong thiên định 257
    iv. TR không gian 156
IV. NB LÀ HỘP TIÊN ĐÓAN 158
A) Thuyết Dự đoán (Predictive Mind) Jacob Hohwy (H4.10,13)........ 158
Phần đọc thêm.   i. Hiệu quả Bayesian:.................................. 159
ii. Nhận Thức hành động Tình cảm Nhập thể vào NB 159
iii. Từ thân thể Nhận Thức con người................................... 159
B) Não Bộ Bayesian và Phantom perception / Ảo giác........ 159

CHƯƠNG 4: TRI THỨC

   TÓM LƯỢC 161
I. TỔNG QUÁT 164
A. Phần siêu hình dễ nhận biết:.. 164
B. Phần Siêu hình khó nhận biết 165
   C. Định nghĩa của Hồn/Tâm 188...................................... 167
1. Bàn về câu nói của Mạnh Tử: 168
i. Bản chất cấu tạo NB và Nghiệp như tnh bày trên. 168
ii. Mọi người đều có chung Bản Tâm là Phật Tánh. P. 168
iii. Theo Barrett (Barrett 2017), t.. 168
Tóm lại,... 168
C. Bản chất (mới sinh ra đã.. 169
D. Học tập kinh nghiệm 169
II. NOI THUC 173
2. TN xa.. 175
B. Vai Trò 175
1. TR là những thông tin được hội nhập cần được đối chiếu 175
   2. Thông tin không đồng dạng với Nội Chuẩn Thức........ 177
C. CƠ SỞ NỘI THỨC/N... 180
1. .Thí nghiệm... 182

viii

2. Vùng Não Mặc Định Tri Thức /Nội TR...... 182
3. Giải Bao Trước /ACC/Anterior Cingulate Cortex..... 184
4. Anterior Insular Cortex/AIC 185
Những hiện tượng trên chứng tỏ AIC 185
D. NÃO BỘ GÓP PHẦN TẠO RA NỘI THỨC hay NỘI TÂM   186
Không phải NB mà là Bản Giác/*Phật Tính*   186
IX. MÀNG "VÔ MINH"/DẠI ĐÁN.. 187
ĐỊNH LÝ BẤT TOÀN CỦA KURT GODEL VÀ MÀNG VÔ MINH 193
CHÂN THẬT, PHÁP ẢO, THỰC TẠI và THỰC TẾ của Khoa học CHÂN THẬT
.... 197
V. TRI THỨC là CHỦ QUAN và CỤC BỘ LÀ SỰ HIỂU, ... 193

CHƯƠNG 5 TÂM HỒN, HỒN HAY NGHIỆP THỨC Não Bộ   205
A. Bằng chứng gợi ý sự hiện hữu của Tâm Hồn (Hồn)......... 206
 1.Thể nghiệm chia hai bán cầu Não   206
 2. Não xẻ đôi và EPR nghịch lý   209
B. Hồn người nhập bào thai. (H5.3).. 210
 1. Theo quan niệm Thiên Chúa giáo   211
 2. Trường hợp Song sanh Đồng bào/Identical Twins   211
 a. Mỗi tế bào gốc của thai nhi   211
 b. Chỉ có một Hồn cho mỗi trứng thụ thai. h.   212
 3. Theo Phật giáo   212
 4. Không ngộ nhận Hồn liên hệ đến Tim và Tuyến Tùng.   212
 5. Đề Nghị quan điểm nhập Hồn bào thai   213
 Hồn nhập Thai .   213
 Hồn chỉ hiện hữu nếu có cơ thể được tạo ra thích hợp   215
 VI. Hồn của phần thân thể không NB 230 216
IV. Nội Tâm khi đề cập đến Tình Cảm 231 216
A. Theo Barett, thể hiện tình cảm 231........   216
Tình cảm (TC 231 217
B. Vi Diệu Pháp 232   218
 VI. HỒN HIỆN HỮU VÀ CÂN NẶNG KHÔNG? 234 220
 Cơ Chế rửa Nghiệp trong Thiền định 239 227
 A. HỒN CÓ LÀ MỘT THỰC THỂ HAY KHÔNG? 220
 B. CẤU TẠO CỦA THỂ VÔ HÌNH.................................221
 C. CẤU TẠO CỦA HỒN VÀ KẾT LUẬN.......................221
 CHỖ Ở CỦA HỒN   222
 VII. VAI TRÒ CỦA HỒN TRONG NB Dan truyen TK 222
Vai trò của Hồn trong thu hồi TN 225
(Chú ý: Quan niệm về bịnh chia cách Nhân thể: Không.... 226
 A. Quan niệm Đa Tạng Thứ   228
XI. THUYẾT ĐA HỒN TRONG CÁC BỊNH LÝ CHƯA RÕ 228
B. Bịnh Chia cách Nhân thể (DID), Nhiều Nhân thể 230
 C. Giả thuyết để giải thích bịnh DP/DR(Depersonaliza   231
a. Thuyết Hình Ảnh Cơ th. 231
b. Các Thuyết khác như: (chỉ áp dụng trong một ít trường hợp)........... 232
 D. Cơ chế của Chia cách Nhân thể.   232
a)Hiện tượng Chia Cách Nhân Thể với Janet và Freud........ 232
 ▢ Pierre Janet: 232
 ▢ Freud: Dùng quan niệm Áp chế (Repression) 233
 ▢ Quan niệm phổ thông và đề nghị 233
Hội chứng hậu chấn thương PTSD,. 233
Hiện tượng nhiều Hồn trong DID cũng không loại trừ 234
Biện luận: của Thai nhi. Tất cả Hồn đều có cùng chung. ... 234
-TN Ẩn ngầm là TN chung không đặc thù. 234

E. Mộng du (MD) hay là Miên du.. 234
Biện luận... 236
1. Quan niệm về sự hiện hữu của Hồn nhập Thân (HNT)................. 237
2. Giả thuyết về Hồn của Sinh vật đẳng cấp thấp............................. 238
3. Hồn của Thực vật, Sinh vật một tế bào và Vật chất không tế bào...... 239
4. Hồn Sông Núi, Xã hội, Quốc Gia 239
   VI. Hiện Tượng Xuất Hồn và Siêu nhiên về Hồn 240
  1.CẬN TỬ và XUẤT HỒN   240
  2. XUẤT HỒN.. 241
  3. SỰ TỰ THẤY 241
   4. Hiện tượng Cận tử không phải là hiện tượng Siêu nhi 242
  5. HIỆN TƯỢNG CẬN TỬ VÀ THUỐC GÂY HOÁN TƯỞN 259
  6. KINH PHẬT và HIỆN TƯỢNG THẤY   245
  7. Cơ chế đề nghị trong Khoa học Não Bộ.   246
Biện Luận 247
VII Hồn người, súc vật 249

CHƯƠNG 5: THIỀN ĐỊNH 252
  I. Tổng quát   253
  II. Ý chí trong Thiền Định là rất quan trọng   254
III. SỰ CHÚ TÂM/ Ý 257
           A. Tổng quát 257
   B. Tại sao cần Chú Tâm Ý trong TD?........................... 257
C. Trong thiền định   257
  i. Hệ thống Trên hay Trên xuống Khi chú ý....................... 258
  ii. Hệ thống Dưới lên là hệ thống 258
  ☐Thị giác: 259
  ☐Xúc giác tương t hệ thống trên là Ý căn, và dưới 259
iii.Các phần bộ hỗ trợ: 260
   C) Các Hệ thống Chú Ý của NB.............................. 260
  1. Vai trò của AcetylCholine từ PPT LDT và Bas 260
  2. Đồi Não và Lưới Đồi Não/LDN (H7.1A,B)..................... 260
  3. VÕ NÃO dorsolateralPFC/lPFC-IntraParietal Sulcus/IPS.......... 263
  IV. Thiền Định.. 263
   A. Pháp Thiền Định 263
  *C. Lục Căn (gồm Ngũ Căn và Ý Căn): Lục mở Nhất tiêu.*265
   D) /Kinh Lăng Nghiêm quán Âm thanh,. 267
   E. TAM SAT HY LAC trong Thien dinh284 269
   E. Phương pháp Thiền Quán Âm thanh và Ánh sáng...... 269
  F) Phương pháp Vipassana/Minh Sát hay Tứ niệm xứ, Tâm 271
H. CƠ CHẾ CHÁNH NIỆM TRONG PHÁP TU MINH SÁT ĐỂ PHÁT HIỆN TUỆ
                     289
   NÃO BỘ HỌC: Nhận biết sự kiện trên trong Tứ Niệm xứ 291
  - PHUONG PHAP DUNG Y THUC DE THANH 274
   Trong quan niệm Tri Thức Nhập thân/Embodied. 296
   G. Nội Âm và Ánh sáng Khai ngộ. (H7.5,6)................... 277
Cơ chế tao ra Âm thanh vá Ánh Sáng 287   281
    CÁC YẾU TỐ ẢNH HƯỞNG THIỀN ĐỊNH 302
  H. Định và Tuệ/Quán.. 285
  KHÁC BIỆT GIỮA PHÁP QA VÀ TNX/VP   291
   Tiến trình của Định Tuệ LỤC DIỆU PHÁP MÔN 291
   Tiến trình của Định Tuệ LỤC DIỆU PHÁP MÔN 291
   I. TINH THỨC, CHÚ TÂM. VÀ HIỂU BIẾT................. 292
   KN TK cũng là nơi KN với Hồn. 142............................ 142
   a) Liên hệ giữa Thức /Tinh Tuệ và Định 293................ 294

x

b) Thiền Đốn ngộ và Tiệm Tu. 293 294
c) Đi Đứng, Nằm, Làm việc và Thiền 294 295
d) Liên hệ giữa sự Chứng ngộ và Công phu 294 295
e) Khả năng Tâm linh.295 296
f) Định thiếuTuệ **297**
Chỉ Định Quán được đi trước bốn cấp 313 299
Quân bình ngũ Quyền 299
J. DIỆT TẬN ĐỊNH (DTD) (H6.8AB.9) 301
K. Tri Thức Nhập Thân Và Tri Thức 304
a) Thở Hô hấp và NB 304
ii. Kích thích VN 304
iii. TR/Tri Thức: thở chậm kiểm soát được tình cảm, 305
iv. Sóng Gamma (30-200Hz) 305
b) Thần kinh ngoại biên khác 306
c) Khí hay Hồn Nhập Thân ngoài NB trong TD 306
L. THIỀN CÔNG ÁN 306
M. Pháp môn Niệm Phật, Tịnh độ tông 307
Phần đọc thêm 307
Phật A Di Đà là giáo chủ cõi cực lạc Tây phương: 307
Phật A Di Đà 308
1. Nguyên tắc gồm: 308
2. Cơ chế Não Bộ niệm ADDP 308
3. Quan niệm trái chiều 308
4. Quan niệm Phản lại Quan niệm Trái chiều 309
a) Kinh Phật nguyên thủy 309
b) Tây phương cực lạc hay Thiên đường 310
c) Niệm ADDP 310
d) Kinh Phật A Di Đà 310
e) Các kinh khác của Đại thừa như Hoa Nghiêm, Lăng 311
- Tây phương cực lạc 312
- Bồ Tác Long Thọ đã hơn một lần nhắc đến Phật A Di Đà. 312
Trái lại trong Trung Quán Luận 313
- Trung Hoa hóa Phật A Di Đà. 313
5. Hiện tượng Chư Phật 313
6. Tự lực và Tha Lực 314
7. Ý nghĩa của sự Cầu Nguyện 316
8. Thí dụ về Tha lực: 317
9. Kinh Phật là gồm kinh PGNT, i. Kinh Vi diệu Pháp . 317
ii. Kinh Lăng Nghiêm 317
iii. Tánh Không 318
Lăng Nghiêm là KHÔNG THỂ do Tổ "CHẾ " 319
Tóm lại và Nhận xét 319
thấu suốt vạn pháp của Phật Bồ Tác. Sự 319
Thế giới Tịnh Độ và Thế giới Ta Bà là hai thái cực 319
N. Tọa Thiền bao lâu? 319
Cần ghi chú là Mạng Mặc Định ít bị làm bình yên bằng 321
VI. MẮT TRÍ HUỆ/HUỆ NHÃN/HN 321

Chương 6: THỂ NGHIỆM THIỀN TRONG THIỀN ĐỊN 325
I. CƠ CHẾ CỦA THỂ NGHIỆM TRONG THIỀN 326
TRẠO CỬ HAY VỌNG NIỆM Với ý nghĩ chạy lung tung. 327
II. THỂ NGHIỆM KHONG ĐẾN TỪ NỘI THỨC 329
A. Hiện tượng Thể Nghiệ 343 331
B. Phân biệt 332
☐Mộng Mị 332

xi

☐ *Hiện Tượng Ma* : 332
Do Hồn nhập vào NB trong lúc VN vẫn Thức Tỉnh TR. 332
C. PHÂN BIỆT PHẬT VÀ MA hay CHÂN /GIẢ 333
D. Cảnh giới trong kinh Phật   333
     III. HIỆN TƯỢNG MA   334
A. Cơ chế của Hiện tượng/HT Ma (Hallucination) (H7,2)335
B. HT Ma khác hoán tưởng trong bịnh tật hay do thuốc 335
IV. BỊNH TRONG THIỀN ĐỊNH : HÔN TRẦM và các Bịnh khác.... 335
i. - Bịnh tật hay chuyện bất thường xảy ra. 335
- Thoái chí. 335
- Đau Mỏi Tê chân, lưng. 335
ii. Hôn Trầm 335
A. Bênh Tật thông thường 336
1, Bịnh và chuyện bất thường trong đời sống cần được 336
2, Thoái chí: TD là quyết định có lựa chọn giữa Vô minh 336
3. Cảm giác Đau, Mỏi Tê chân, lưng. 336
a. *Thói quen*: có thể khắc phục với thời gian, kiên nhẫn/ý chí. 336
Khi TD có chút công phu, Thông tin. 336
b. *Hồn Nhập thân* 336
c. Gối thiền không nên cao quá hay thấp quá, ... 337
d. Mỏi chân có thể coi như tình trạng nhẹ của 337
e. Lưng cổ thẳng để tránh buồn Ngủ 337
B. Hôn Trầm 337
a. TD khác với Ngủ ở chỗ Tỉnh/Wakefullness v 337
-Tỉnh là do hệ thống LKT/Lưới Kích Thượng 337
Nor-epinephrine. 338
- Thức là có hệ thống Thức của Acetylcholine 338
b. Hôn Trầm hay buồn Ngủ là do các nhân Thức không 338
Thiếu Ngủ, ... 338
Quá mỏi mệt do làm việc hay bệnh tật cũng làm hôn trầm. 338
C. Trạo cử hay Vọng Niệm 339
Vọng niệm cũng là thể nghiệm TD. 339
Mộng mị : các hiện tượng 339
Vọng tưởng: sự kiện hợp lý hơn. 339
Vọng tưởng cũng có thể kết hợp với Hôn trầm và Mộng 339
    D.Bản Ngã trong Thiền Định   340
Tóm lại: 340

CHƯƠNG 7: GIẤC NGỦ 342
TÓM LƯỢC 342
     I. Tổng quát   344
    II. Đặc Tính của Giấc Ngủ   345
A. EEG la dien đồ NB *345*
EOG la dien do ghi dien the cu dong cua cac co bap mat345
B. Năm giai đoạn Ngu cua mot chu ky Ngu *345*
Năm giai đoạn trong giấc Ngủ *347*
C. Cơ Chế Ngủ và Tỉnh 348
DMH kích động LHA/Lateral Anterio   349
PVH: paraventricular nucleus 350
Melatonin 351
   1. Lưới Kích Thượng 364-7 .... *352*
2. Trung tâm làm Tỉnh kích động VN để làm Thức, ... 353
3. SCN kích hoạt Orexin từ LHA> kích đông các nhân thức 353
VI. Các hiện tượng trong khi Ngủ 356

1 Nhũn 356
2. REM Intrusions tương ứng với Ngủ gục 356
3. RBD= REM Sleep Behavior Disorder 357
4. Thiếu Ngủ REM (REMSD=REMS deprivation 357
5. Ngủ cục bộ Não Bộ (Local sleep) 357
    5b. BUỒN NGỦ   357
6. Thiếu Ngủ 358
        a) Nguyên Nhân   359
            i. Melatonin   359
            ii. Suy kém động cơ làm nên giấc Ngủ: GABA n   359
            iii. Quá tải động cơ làm Thức: 359
            iv. Rối loạn chu kỳ Ngủ Thức   360
        b) Rối loạn gây ra do Thiếu Ngủ   360
            i. Làm giảm đi sự chú ý.   360
            ii. . Khô Miệng do giảm bài tiết nước miếng   360
iii. Bịnh Thiếu Ngủ : Rối loạn Nội tiết và Viêm trong NB 360
h) Ngoài ra bịnh thiếu Ngủ làm tăng lên sự viêm sưng đường,............ 362
i) Trong đường ruột giảm lượng vi trùng, mất vi trùng ky.................. 363
j) Brain Derived Neurotrophic Factor (BDNF) 363
        k) Trong khi Ngủ thời kỳ REM, EEG với cọc điện
j) Mất Ngủ áp chế hệ miễn nhiễm 363
iv. Bịnh Thiếu Ngủ và Bịnh Suy thoái Thần kinh 364
    a. Bịnh Parkinson   364
RBD/REM sleep Behavior Disorder, ... 364
Thiếu Ngủ, Tiểu tiện ban đêm. 364
Restless legs syndrome , ... 364
Nhiều Mộng Mị, Ác mộng. 364
Nhiều mồ hôi. 364
b. Bịnh Progressive Supranuclear Palsy/PSP 364
c. Bịnh Alzheimer 364
    7. Bipolar disorder (Vui buồn Lưỡng Cực),   365
    Phần đọc thêm KHNB   365
    VII. Bịnh Thần Kinh Thoái hóa /NeuroDegenerative   365
        A. Amyloidosis : Protein bị thoái hóa thành chất bột. 365
        B. Taupathies   366
            C. Synucleinopathies, bịnh Parkinson's disease PD 366
    Kết luận   367

Chương 8: MỘNG MỊ 369
I. TỔNG QUÁT 369
Freud cho Mộng Mị 369
Carl Jung 370
TheoFritz Perl 370
II. CƠ CHẾ (H11.1)   370
III. VÙNG NÃO   371
A)Vùng Vỏ Não tăng hoạt động để làm ra Mộng Mị gồm: 372
B) Kết nối Vỏ Não hoạt động từng phần và yếu: *(H6.2)*.................... 372
Vỏ Não kém hoạt động 373
Mạng Mặc Định (MMD/DMN) và Mộng Mị 373
Trong MM , thu hoi TN khong dung ke khi so voi suy nghi nen MMD giam hoat dong... 373
D Thông tin trong MM 373
Bán cầu Trái ghi TN như hiện thực.. 373
Bán cầu bên Phai thay đổi TN muộn v chiều làm thay đổ 373
Vì vậy MM có nội dung từ bên Trái thường đơn giản và buồn tẻ.......... 373

xiii

A. MM từ bên Phải cho ra cảnh tượng kỳ lạ, hoành tráng kèm theo 373
IV. Phân loại 374
A) Mộng Mị và Mộng Tưởng (Mind wandering). 374
B) Mộng Mị và các hóa chất dẫn truyền thần kinh 374
1. Acetylcholine: Cao trong Ngủ REM và Thức, thấp trong Ngủ NREM Thức nhưng yên lặng (quiet). 374
2. Serotonin: thuốc làm ức chế Reuptake hay 374
C) Mộng du (MD) hay là Miên du và Nói Mớ................. 374
1. Nói Mớ/Sleeptalking 374
2. Mộng du (MD) hay là Miên du 375
Biện luận 376
D) Hội chứng Peduncular Hallucinosis (Cuống Não 377
E) Bịnh Cuống Não Điên Loạn................. 378
F) Hội chứng Charles Bonnet 378
G) Cảm thấy Tê Liệt trong Mộng Mị (Miên Liệt=Sleep Paralysis) 379
H) Lucid dream (LD) (Mộng Mị như Tỉnh) (H11.1) 379
Dược phẩm và hóa chất liên hệ đến LD(Lucid Dream) 382
I) Ác mộng................. 382
J) Các hiện tượng khác về mộng 382
K) Hồn báo mộng 383
L) Hồn nhập vào người đangThức 383
Câu chuyện chỉ có 384
M) Quan Niệm phổ thông và cận đại về Hiện tượng j 384
N) Tóm lại................. 384

CHƯƠNG 9 : SỰ SÁNG TẠO VÀ TUỔI GIÀ 386
Tính Hiếu kỳ 387
Trí Tưởng tượng 388
Cơ chế NB 390
Sáng Tạo trong tuổi già. 390
Kết luận................. 390

Chương 10: TỰ DO HÀNH ĐỘNG VÀ NGHIỆP 391
I. Quan niệm về Tự do Hành Động và Thí nghiệm Libet................. 391
1. Đã từ lâu con người thường tự ai nói là quyền 391
2. Không Tự do Hành động/No Free Will Khởi đầu 392
3. No Free will và Hình Sự 394
4. Vật lý: Cơ Lượng Tử và Free Will: EPR. 394
II. NGHIỆP 397
III. CÂM BẤT ĐỘNG AKINETIC MUTISM 398
Cơ chế Bịnh Lý: (H18. 2,3) 398
III. CHI NGOẠI LAI/ ALIEN LIMB (H18.4)................. 400
IV. Bản Ngã Cao: Tính Gia Trưởng và Sở hữu chủ (H18.5)>>> 400

Chương 10: ĐỒNG CẢM/EMPATHY VÀ VỊ THA, TỪ BI HỶ XẢ 402
Đồng cảm được ghi nhận trong lịch sử Tâm lý học 402
Vùng kích động................. 403
Phân biệt với 403
Vị tha418 406
Vo Ngà và Bản Nga 421 403
5. BẢN NGÃ, THAM SÂN SI, Mạn, Nghi và TỪ BI HỶ XẢ 409
6. BUÔNG BỎ................. 413
7. ĐẠO ĐỨC 415
8. FALSE TAGGING THEORY (TRIẾT LÝ VỀ SỰ DỄ TIN421
9. Vi Kỷ 421

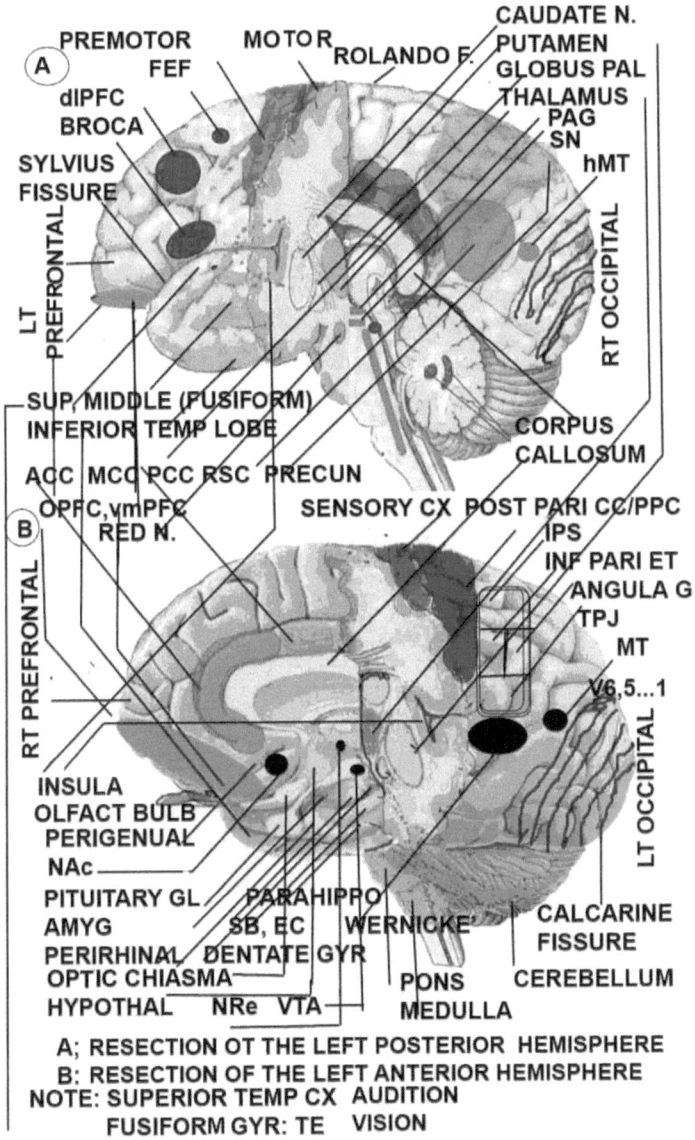

A: RESECTION OT THE LEFT POSTERIOR HEMISPHERE
B: RESECTION OF THE LEFT ANTERIOR HEMISPHERE
NOTE: SUPERIOR TEMP CX AUDITION
       FUSIFORM GYR: TE   VISION

IMPORTANT GRAY NUCLEI AND CORTICES.

Fig 1

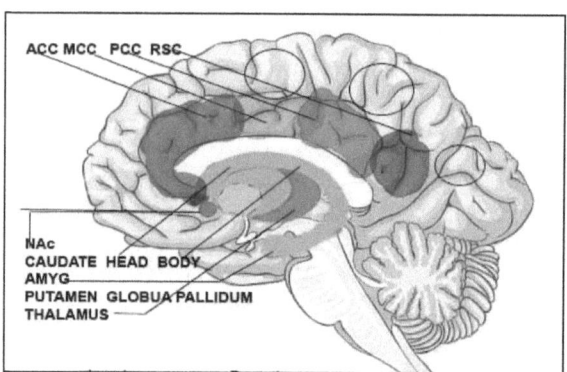

Fig 2: Medial view Cortices and large nuclei

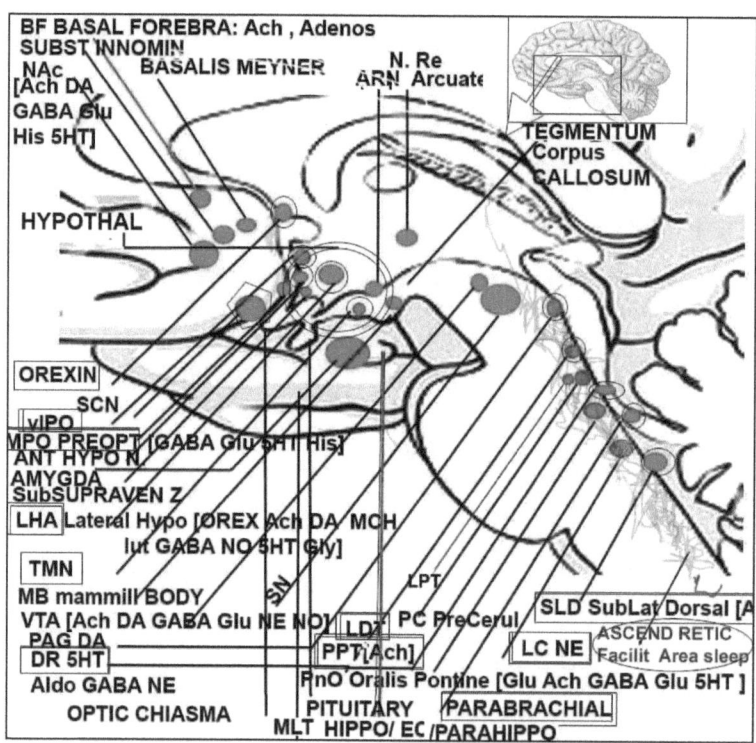

ACC: Anterior Cingular Cx, ARAS :Ascending Reticular Network, dlPFC: dorsolateral PFC, DR: Dorsal Raphe, EC Entotrhinal cortex, FEF: Frontal Eye Field, Fusi: Fusiform gyrus, LC: Locus Ceruleus, LDT: LateroDorsal Temental, LHA : Lateral HypoT Area, LPT: Lateral Pontine N. M: Motor, MTL: Medial Temporal Lobe, MT Special visual Cx, N.Re: N Reuniens, NAc: N. Acumbens , OCC: Occipital, PAG: PeriAqueductal Gray, PFC: PreFrontal Cortex, PM: Premotor, PPC: Posterior Parietal Cx, RSC RetroSplenial Cx, SCN: Suprachismati N. SN: Substantia Nigra, MCC: Middlle CC, PCC Posterior CC, Striat: Striatm, TEMP: Temporal, Thalam:Thalamus/DN, TMN:TuberoMammillary N. TPJ:

Fig 3: Medial view: Small Nuclei

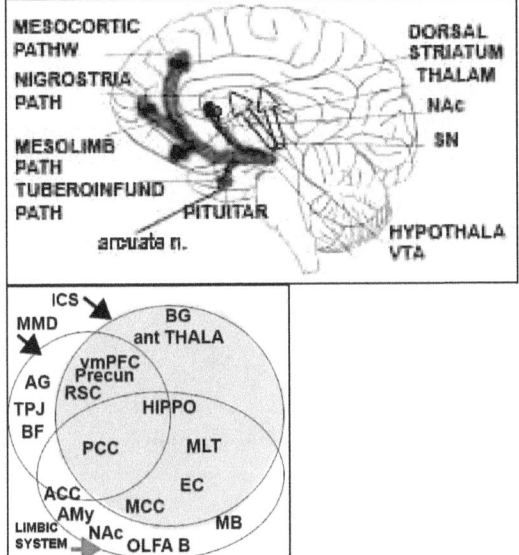

DOPA Pathway **Inner CS**
Fig 4 Fig 5

AREAS FREQUENTLY MENTIONED IN THIS BOOK.

Areas	Features/ Function
vmPFC,	Consolidation of episodic MM, social interaction, Morality
OPFC	Emotions, Theory on Mind.
dlPFC	Connected with IPS: Management network
MedialTemporal L	HIPPO+EC+PER+AMYG
PCC	Semantic MM, Visual MM. CS store (PCC+MCC)
Precuneus	DMN, TN MM store, environment perception, mental imagery strategy, cue reactivity, MM retrieval Chakra 12
Temporal Lobe	Ausiovisual MM (external aspect Temporal)
TPJ	General integration of sensory input, OBE
Insula	Anterior Insula: deep emotion. Pain Feeling Connected with ACC:Salient network, Ultimate commandment of the Brain
Anterior Thalam	Sensory
Amygdala	Fear, Anxiety, Agressions, Pavlov reflex, Learning
NAc (Ventral Stria=NAc+Olfact)	Joy, Reward, connected with Ventral Tegmental Area, Ventral Striatum

PAG:Periaqueduc		Automatic reactional emotion expression, related to nerve X
VTA		Joy, impulses
ACC		Error detection, critical role in CS formation by comparing new input to store MM
Basal Gangl Composed of:		-Ventral Striatum=**NAc**+Olfact Bulb: CS, Rewards
		-Dorsal **Striatum**=**Caudate** (GABA movt, (jerky in Hungtinton), attention,working Memory, cognitive , emotion)+Putamen decision making, -Globus Pallidus /DOPA or Dorsal **Pallidium**, SN, SubThalMovements with or without volition, hyperactivity Cerebral palsy:,Chorea,Dystonia, EpilepsyVentral Pallid (below NAc) reward

- **Diencephalon** = EpiThalamus (Pneal gland and Habenular nuclei), Thalamus, SubThalamus (Zona Incerta and Reticular nucleus), MetaThalamus (geniculate bodies); HYPO, MB
- **Midbrain=mesencephalon** colliculi, Tegmentum, (ARAS)

NEUROTRANSMITTER SYSTEMS.

Acetylcholinergic System: Consciousness, MM.
Serotonergic system (DR of midbrain, Pons, Medulla): pleasure, depression, MM, new CS.
Noradrenergic System: (LC): alertness, wakefulness, fight-flight, MM, CS.
DOPAnergic system:
  Nigro-Striatal: SN→Striatum: manner of movements
  Mesolimbic : VTA→ limbic areas (HIPPO, AMYG, Nac, Ventral Striatum/ reward)
  Mesocortical: VTA→ PFC: MM, CS in psychosis

ABREVIATIONS

ACC: Anterior Cingulate Cortex
ADHD: Attention Deficit Hyperactivity Disorder.
AI: Artificial Intelligence
AG: Angular Gyrus.
AHN: Anterior Hypothalamic Nucleus 365.
AMGD/AMYD/ AMYG/ Amyg: Amygdala
AMPAR: DL-alpha-amino-3-hydroxy-5methylisoxazole-propionic acid.
APRA: Anterior Paralimbic REM Activation Area
ARAS: Ascending Reticular Activating System.
AS: Autoscopy
ATL: Anterior Temporal Lobe.
ATN: Anterior Thalamus Nucleus
AUD: Audiotory Cortex.
BB: Big Bang
BBB: Blood Brain Barrier
BDNF: Brain Derived Neurotrophic Factor.
BF: Basal Forebrain
BG: Basal Ganglia
BNST: Bed Nucleus of Striata Terminalis
BOLD: Blood Oxygenation-Level-Dependent
CCC: Conformal Cyclic Cosmology.
CMB: Cosmic Microwave Background.
CREB: cAMP Response Element-Binding Protein
CS: Consciousness
Cx: Cortex.
dACC: Dorsal Anterior Cingulate Cortex.
DESNOS: Disorders of Extreme Stress not otherwise specified DID: Dissociative Identity Disorder, Divided I D
DIDNOS: Dissociative Identity Disorder not otherwise specified dlPFC: dorso-lateral Prefrontal Cortex
DM: Dark Matter
DMN: Default Mode Network
DMH: Dorso-Medial Hypothalamus
DOPA: Dihydroxyphenylalanine
DP: Depersonalization
DR: Derealization.
DR: Dorsal Root (Ganglion)
dSPZ: Dorsal Sub-Paraventricular Zone.
DVC: Dorsal Vagal Complex.
EC: Entorhinal Cortex
EEG: Electro Encephalogram.
EOG: Electro-Oculogram
EP: Emotional Part of Personality..
EPR PAR: Einstein-Podolsky-Rosen Paradox
EPSP: Excitatory Post Synaptic Potential.
ESP: Extra Sensory Perception
FEF: Frontal Eye Field.
FEP: Free Energy Processing.
fMRI: Functional Magnetic Resonance Imaging.
FTT: False Tagging Theory.
FTT: Fuzzy Trace Theory
FG/ FUSI: Fusiform Gyrus
GABA: Gamma -Aminobutyric Acid.
GPe and GPi: Globus Pallidus External and Internal:
GWS: Global Work Space Theory of Consciousness.
HAA: Hypothalamus-Adrenal Axis
HI: Hjgh Order for Inhibition 202
HIPPO: Hippocampus
hMT: Special Visual Cortex
HOT: High Order Perception Theory
HPA: HIPPO-Pituitary-Adrenal Axe
IBD: Inflammatory Bowel Disease.
IC: Inner Consciousness, Inferior Colliculi
ICS: Inner Consciousness System
IEG: Immediate early Gene.
IFG: Inferior Frontal Gyrus
IIT: Integrated Information Theory.
IMC: Intermediolateral Column of spinal cord.
IPFC: Inferior Pre-Frontal Cortex IPS: Intra-Parietal Sulcus:
IPL: Inferior Parietal Lobule
IPS: Intra-Parietal Sulcus.
IPSP: Inhibitory Post Synaptic Potential.
ITC: Inferior Temporal Lobe.
KH: Khoa học
LC: Locus ceruleus.
LD: Lucid Dream.
LDT: Latero-Dorsal Tegmental
LHA: Lateral Hypothalamus Area.
LGN: Lateral Geniculate Body.
LT: Left.
LTD: Long Term Depotentiation
LTM: Long Term Memory.
MACHO: Massive Compact Halo
MB: Mammillary Body
MB: Mid Brain
MC: 202
MCC: Middle Cingulate Cortex
MCH: Melanin Concentrating Hormone
MeV: Megaelectron Volt
MGN: Medial Geniculate Body
MLT
MM: Memory
MnPO: Median Preoptic Nucleus
MPAR:
MPOA: Median Preoptic Area
MPD: Multiple Personality.
MPFC:
MPO: Myeloperoxidase
MS: Multiple Sclerosis.
MST: Motor Simulation Theory.
MST: Medial Superior Temporal
MT: Melatonin.

MT: Special Visual Cortex
MTL: Medial Temporal Lobe.MTT: Multiple Trace Theory
MUM: Minimal Unified Model.
MVPC: Multi-Voxel Pattern Classification
MWI: Many World Interpretation
N: Nucleus
NAc: Nucleus Accumbens.
NB: Não bộ
NDE: Near Death Experience
NMDAR: N-Methyl-D-Aspartate Receptor
NCC: Neural Correlate of Consciousness.
NO: Nitric Oxide (Nitrogen Monoxide)
NRe: Nucleus Reunion
OBE: Out of Body Experience
OCC: Occipital
OFC: Orbital Frontal Cortex
OPFC: Orbital Pre-frontal Cortex
p: Pali
PAG: Peri-Aqueductal Grey.
PB: Parabrachial Nucleus
PC: Pre-Ceruleus
PCC: Post-Cingular Cortex.
PD: Parkinson Disease
PER:
PFC: Pre-frontal Cortex.
pgACC: pre genuos Anterior Cingular Cortex.
PGO: Ponto-Geniculo-Occipital (wave)
PKC: Protein-Kinase C.
PM: Premotor.
PnO: Nucleus Pontis Oralis
PPA: ParaHIPPO Place Area.
PPC: Posterior Parietal Cortex.
PPN: Pedunculopontine Nucleus.
PPT: Pedunculopontine Tegmentum
PULV" Pulvinar
PVH/ PVN/ PVA: Preventricular Nucleus

QM: Quantum Mechanics
RAS: Reticular Activating System
RBD: REM Sleep Behavior Disorder
REM: Rapid Eye Movement
REMSD: REMS Deprivation.
RM: Rostral Medial.
RMPFC: Rostral Medial Pre-Frontal Cortex
ROS: Reactive Oxygen Species.
RPFC: Rostral Pre-Frontal Cortex
RSA: Respiratory Sinusal Arrhythmia.
RSC: Retro-Splenial Cortex.
RT: Right.
SB; Subiculum
SB: Somnambulism.
SC Superior Colliculi.
SCG: Superior Cervical Sympathetic Gland
SCN: Suprachiasmatic Nucleus
SDAM: Severely Deficient Autobiography
sgACC: Subgenual Anterior Cingulate Cortex
sgPFC:: Subgenual Pre-Frontal Cortex

SI: Substantia Inominate
Skt: Sanskrit
SLD: Sub-Lateral Dorsal.
SMA: Supplementary Motor Area.
SMC: Standard Memory Consolidation..
SMH: Somatic Marker Hypothesis.
SN: Substancia Nigra.
SPL: Superior Parietal Lobe
SPZ: Sub-Paraventricular Zone
SSRI: Selective Serotonine Reuptake Inhibitor
STRIAT: Striatum.
SWR: Sharp Wave Ripple.
SWS: Slow Wave Sleep
TE, TEO: Special Visual Cortex.Areas of Temporal Lobe for Form TEMP: Temporal.
Thalam: Thalamus.
TK: Thần kinh
TLE: Temporal Lobe Epilepsy.
TMN: Tubero-Mammillary Nucleus
TOE: Theory of Everything
TPJ: Temporo-Parietal Junction.
TRN: Thalamic Reticular Network
UO: Ultimate Omniscience
vBST: ventral Bed Nucleus of the stria Terminalis 365
VIP: Vasoactive intestinal peptides
vlPAG: Ventrolateral PeriAqueductal Gray
vlPO:Ventro-lateral Pre-Optic (Nucleus).
VMH: Ventromedial Hypothalamus
vmPFC: ventro-medial Prefrontal Cortex
VN: Võ Não
vOT: Ventral Occipito-temporal Cortex
VP: Ventral Pallidum.
VPC: Ventral Prefrontal Cortex
vSPZ: Ventral Sub-Paraventricular Zone
VTA: Ventral Tegmental Area
VVC: Ventral Vagal Complex.
VWFA: Visual Form Word Area.
WM: Working Memory.
ZI: Zona Incerta.

blood oxygenation-level-dependent (BOLD

LỜI NÓI ĐẦU.

Sau khi in cuốn sách **TỔNG QUAN VỀ THIỀN** và **TÂM HỒN TRONG KHOA HỌC NÃO BỘ,** với thời gian và phản ảnh của độc giả, bài viết trong sách này là để bổ khuyết những bất cập và khó hiểu về cơ chế về KHNB, Tâm hồn, Thiền, và cách trình bày vấn đề.

Đức Phật cũng như Lão Tử đều nói lời nói không thể diễn tả Đạo và sự kiện: Đạo khả Đạo phi thường Đạo, cho nên, tác giả chọn giải pháp đi tìm căn nguyên của hiện tượng trong Đạo và Thiền để trình bày Đạo và Thiền. Vả lại Hiện tượng học của Phật giáo đã được viết quá nhiều và đầy đủ trong văn hóa Phật giáo và Thiền định.

Đạo bắt đầu bằng Chân Không, tự khởi lên Vọng Niệm/Big Bang tạo nên Vũ trụ ngày nay. Trong tiến trình trên, Đạo, Thái Cực Phật tánh Thánh linh Bản tâm, Hồn, thực tại Vi mô cho đến Vĩ Mô được phân tích và bàn luận. Xác định để tránh Quan niệm thiếu quán triệt về Đạo Phật như Vô thần, thế giới quan về thực tại vọng tưởng cũng như sự tôn vinh khoa học kỹ thuật không xứng đáng.

Hiểu biết hơn về cơ chế NB, và Tâm lý học và kinh Phật lớn như Lăng Nghiêm, Hoa nghiêm, Pháp Hoa thường bi hạn chế ở một số lớn học giả kể cả Tây phương và Đông phương, các hiện tượng tâm linh được nghiên cứu có hệ thống đã có thể nhìn vào đặc tính và cơ cấu, không với tinh thần chấp trước của Tri Thức mà đại diện là Khoa học gia. Thí dụ ở phạm trù Vi mô, khoa học gia phán quyết rằng người ta không thể nào xác định vị trí của hạt lượng tử như electrons hay photons bởi vì chúng quá nhỏ nên vị trí và tốc độ không thể đo lường chính xác. Nên kết luận là thực tại Vi mô là không thực. Quan niệm này là đối nghịch với Phật giáo rằng hiện thực là thường hằng thì không thể có hình Sắc, có nghĩa là tình trạng Vi mô của nhà vật lý là tương ứng nhiều với thường hằng và sự thật hiện tiền.

Hồn là một thực thể khó chối cãi. Hơn thế nữa vì là sản phẩm sau Big Bang nên Hồn phải được cấu tạo bởi chất liệu sau Big Bang. Một mô hình về Hồn có thể giúp nhà nghiên cứu Khoa học và Tâm linh hiểu biết về các hiện tượng Tâm lý, các bệnh thần kinh những hiện tượng tâm linh và cơ chế của các dược chất làm hoán tưởng ở thời nay cũng như thời xưa.

Thực tế hơn, hiểu rõ cơ chế của Thiền định là quan trọng trong đời sống tâm linh. Đức Phật hiện thân trên bán đảo Ấn Độ để gởi một thông điệp quan trọng rằng con người đã chìm đắm qua muôn ngàn kiếp sanh tử luân hồi. Tu hành thiền định là con đường giải thoát. Pháp tu Chỉ, Định, Quán, Tuệ qua pháp môn như Tứ niệm Xứ, Niệm Phật, Công Án, Đốn Ngộ, Quan Âm từ lâu đã làm nên sự lựa chọn gần như tình cờ cho người muốn tu hành hơn là dựa trên cơ chế tu hành phù hợp cho từng người. Đối với đại đa số thiền nhân, cơ chế Não bộ về Thiền là không khi nào được căn cứ để luận đoán kết quả tu hành. Người tu thiền thì ít biết về Khoa Học Não Bộ/KHNB, rất ít KHNB gia tu thiền, cho nên Thiền và KHNB có khoảng cách rất lớn. Hiện tượng tâm chạy lăng xăng, Tâm định, phát triển chánh kiến, chánh tư duy, chứng các thể nghiệm là những hiện tượng xảy ra theo quy trình, vì vậy có cơ chế trong NB,

Sau hết cơ chế của màng Vô Minh/Dại đần che mờ Trí Huệ.
Rất mong cuốn sách nhỏ này là bước đầu của cuộc hành trình dùng Tri Thức Khoa học để dự đoán cơ chế hoạt động của cõi Tâm linh siêu vật lý.

KM

LỜI NÓI ĐẦU của cuốn sách TỔNG QUAN VỀ THIỀN và TÂM Hồn TRONG KHOA HỌC NÃO BỘ

Cuốn sách **TỔNG QUAN VỀ THIỀN và TÂM Hồn TRONG KHOA HỌC NÃO BỘ** chỉ là để góp phần vào việc chuyển thông tin Khoa học Não Bộ xuyên qua tra cứu sách vở và tường trình khoa học cận đại nhất, kinh nghiệm sống và kiến thức đông tây với bạn đọc nói chung, với các bạn độc giả muốn tìm hiểu về hoạt động tinh thần của con người, với bạn đồng nghiệp ở mỗi chức năng và trình độ, và nhất là các bạn đang học hay thực hành Thiền Định. Khoa học Não Bộ là một bộ môn mới xuất phát từ Tâm lý học, Bệnh Tâm lý học và Thần kinh học, được phát triển không quá 30 năm nay nhưng có những khám phá ra nhiều bí ẩn mà trước kia thuộc về siêu hình. Tuy hiểu biết về Não Bộ là đồ sộ, nhưng cũng nằm trong cốt lõi Dịch lý của Kinh Dịch, nhất là của Tôn giáo. Nhiều nhà nghiên cứu Não Bộ học đã được giải thưởng về Y khoa, khoa học, đáng kể nhất là giải Y khoa Sinh lý Nobel như Golgi, Cajal về Kết nối thần kinh, Spermann về Embryonic organizer đưa đến sự tạo thành Thần kinh hệ, Kandel về hệ di truyền kiểm soát kết nối thần kinh, Sperry khảo sát bán cầu Não Bộ, David H. Hubel và Torsten N. Wiesel về thần kinh thị giác, Carlsson về các chất kết nối thần kinh DOPAmine áp dụng điều trị bệnh Parkinson, O'Keefe, Edward Moser và May-Britt Moser về bản đồ di hành ở Hippocampus Jeffrey C. Hall, Michael Rosbash and Michael W. Young về đồng hồ chu kỳ thời gian, Richard Axel, Linda Buck về khứu giác. Ngoài ra còn phải kể đến Francis Crick khám phá về DNA (Giải Nobel 1962) và Gerald Edelman về miễn nhiễm (Giải Nobel 1972) học cũng chuyển hướng nghiên cứu sang Não Bộ học.

Khoa học Não Bộ đã lần lượt khám phá kết nối thần kinh giữa đuôi và râu thần kinh, qua dòng điện truyền theo màng tế bào với kết nối thần kinh kiểu Hebbian và là cơ chế tạo thành Trí Nhớ (TN). Thêm nữa rất nhiều hóa chất kết nối thần kinh, hóa chất thần kinh nội tiết (neuro-hormones) và genes di truyền liên hệ đã được khám phá. Trí Nhớ đã được nghiên cứu với phân tích ra Trí Nhớ gần, xa, vai trò của Hippocampus, bảo tồn Trí Nhớ, thu hồi Trí Nhớ và tái bảo tồn Trí Nhớ; Trí Nhớ tự ký cùng những tình trạng đặc biệt như Trí Nhớ nơi chốn, mặt người; Trí Nhớ siêu phàm; Trí Nhớ thấu niệm (Eidetic -Trí Nhớ đặc biệt của các em bé). Những hiện tượng thông thường như giấc Ngủ mộng mơ, giấc Ngủ và bảo tồn Trí nhớ, hiện tượng siêu nhiên về giác quan thứ sáu, linh tinh, nhìn thấy mà không cần mắt, Xuất Hồn, Thôi Miên..., hiện tượng Cận tử cũng được khai mở cơ chế. Các nhà Não Bộ học cũng đã thành công để trả lời câu hỏi Francis Crick đã đặt ra là: Tương ứng thần kinh của Tri Thức là gì ? Nhờ những phương pháp chụp hình Não Bộ, Tri Thức đã được hiểu biết như là sự tập hợp những thông tin liên hệ đã được hội nhập trong các vùng Vỏ Não khác nhau. Thí dụ như khi bạn đến một thành phố lạ và muốn tìm hiểu về đời sống của một sắc dân. Nếu bạn không tiếp xúc với những người khác nhau của sắc dân đó, sự hiểu biết coi như không đáng kể. Trái lại bạn tiếp xúc với nhiều người để họ phản ảnh về thông tin liên hệ thì bạn có đủ hiểu biết về vấn đề liên hệ. Đặc biệt hơn nữa nếu bạn là người có kinh nghiệm về khảo sát dân tình, tức là bạn có những khuôn mẫu về Tri Thức dân tình thì sự hiểu biết hay Tri Thức có giá trị cao.

    Hiện tượng siêu hình thường không khác nhiều với sự hoán tưởng đó, nhưng thay đổi bên trong Não Bộ thí dụ như Xuất Hồn có thể được kích thích Não Bộ bằng kim điện hay u bướu và hóa chất. Nhưng vẫn còn nhiều hiện tượng tâm linh không thể giải thích bằng cơ chế trong Não Bộ, thí dụ như người có Trí Nhớ về tiền kiếp, nghe nhìn mà không cần tai mắt....Thay vì phủ nhận hiện tượng trên, con người có nên chấp nhận thực tế về khả năng siêu nhiên không thể giải thích được bằng sinh lý và vật lý học hiện nay?. Quan niệm của tác giả là khoa học Não Bộ đã giải thích được một phần đáng kể cơ chế về những hiện tượng Não Bộ khó hiểu trong quá khứ và một phần những hiện tượng siêu nhiên. *Dẫu vậy phần lớn hiện tượng siêu nhiên vẫn là phần nối dài của các hiện tượng Não Bộ*. Phần nối dài đó vượt quá tầm hiểu biết về các biểu hiện của các cơ chế của khoa học Não Bộ hiện nay. Cũng như vậy, các nhà Não Bộ học, triết gia đã mất rất nhiều công sức và của cải để tìm ra cơ chế Não Bộ tạo ra Tri Thức, nhưng chỉ để tìm ra chân lý mà Đức Phật đã nói hơn 2500 năm trước. Có lẽ việc làm lợi ích là tái xác nhận chân lý. Vì vậy khi đặt Thiền và Tâm Hồn trong Khoa học là để đưa ra một nghịch lý mà tác giả muốn biện luận.

    Cuốn sách này dựa trên một Tiền đề/Định đề quan trọng đó là: Big Bang là thể hiện sự khởi động còn gọi là Vọng Niệm hay Ý chỉ của Đấng Sáng Thế từ thể Chân Không Diệu Hữu/Thái cực. Chân Không Diệu Hữu là Vô Sanh Diệt là Tự Ngã và là Nhất nguyên. Từ Tiền đề trên, Tư tưởng, Vật chất và Sinh vật trong vũ trụ sau Big Bang là do nhân duyên (Vọng Niệm), là Nhị nguyên và Đa nguyên, có Sanh Diệt nên Vô thường không có tự Tánh và không có quyền hành động. Cụ thể hơn mọi thể đều có phần Xác và phần Hồn (=Tâm Hồn=Tâm Thức=Nghiệp). Phần Xác bị hủy hoại đi theo chu trình sinh tử, phần Hồn là phần khó xác định bằng vật lý, trường tồn lâu dài hơn. Phần Hồn (cũng như phần xác) là một thực thể, nhưng thực thể của phần Hồn không thể chứng minh bằng cách xác nhận cấu tạo vật lý như hạt Photons cấu tạo ra ánh sáng. Trọng lượng hay lực hấp dẫn tuy không biết cấu tạo là gì vì không thể chứng minh hạt căn bản gì nhưng khác với Hồn vì nó luôn luôn liên hệ đến vật thể ta có thể thấy được qua hạt Photons. Tác giả tin là Tiền đề trên là cần thiết vì chúng ta vẫn còn ở giai đoạn phôi thai của khoa học và vì chỉ hiểu biết không quá 5/100 Vũ trụ bao la này. Chấp nhận tiền đề trên, những thông tin trong bài viết là thu lượm từ tra cứu sách vở Khoa học được ghi trong phần "tham khảo" cập nhật nhất. Sau khi đọc qua cuốn sách nhỏ này, độc giả sẽ không còn bâng khuâng với câu hỏi rất cơ bản: tại sao tôi biết cái này là Trái táo, Tế bào (tế bào) nầy là tế bào ung thư, cơ chế giúp Não Bộ phân biệt các hạng người tốt xấu và hành động như vậy là không Đạo đức, cơ chế yêu ghét giận hờn, sợ sệt, tham lam.... *Nhất là độc giả có thể chấp nhận với Tác giả Hồn là một thực thể như trọng lượng hay lực hấp dẫn tuy không thấy được, nhưng trọng lượng gắn liền với vật thể. Hồn cũng vậy vì không thấy được nhưng Hồn gắn liền với phần Não Bộ lưu giữ Trí nhớ xa và cũng là chỗ ở của Mạng Não Mặc Định Nội Tri Thức.*

Hiểu biết những cơ chế cơ bản hoạt động của Não Bộ cũng chỉ ra được chỗ dính liền Hồn với Não Bộ, giải thích cơ nguyên sinh lý bịnh học một cách khoa học các triệu chứng lâm sàng khó hiểu như: bệnh Mộng du, bệnh Chia cách Nhân thể, bệnh Mất nhân thể/Thực thể, hội chứng Cotard (=cái Tôi đã chết) bệnh Tự kỷ, bệnh Thiếu chú Tâm Náo động,...Sprague syndrome, Bonnet Syndrome, Câm bất động,...Hiện tượng Xuất Hồn, Báo Mộng, Tiếp cận với cõi Vô hình....

Những vấn đề nóng bỏng như Nghiệp, muốn Tự ý làm hoặc Tự ý Không làm (Free Will, Free Won't), Đạo Đức, khả năng nhận biết, khả năng làm quyết định, khả năng điều hành, *rửa sạch chùi bỏ nghiệp*, khả năng nhớ lại tiền kiếp, khả năng điều hành hay khả năng sáng tạo, tính chất nghệ sĩ cao của một số người. Trị bịnh Tâm lý, giải thích cơ chế các hiện tượng siêu nhiên, hiểu biết các chức năng phức tạp của Não Bộ: Não Bộ đã xử dụng cơ chế gì làm việc mà không cần vay mượn đến những khái niệm quá siêu hình? Để mở rộng sự biện luận về cấu trúc của Hồn cơ chế của Thiền, Tác giả thường đề cập những vấn đề tưởng như không liên hệ gì đến Tâm Hồn và Thiền Định, như Kết nối thần kinh, tái tạo hủy bỏ kết nối, Ngủ, Mộng Mị, thần kinh nội tiết..., nhưng độc giả sẽ lần lượt thấy sự liên hệ đến chủ đề của cuốn sách.

Cuối cùng mục đích chính của cuốn sách là để góp phần vào nghiên cứu về Thiền Định (TD), học Thiền và thực hành Thiền, biết được cơ chế Thiền Định và những thể nghiệm siêu hình của TD. Thiền Định đã có từ hơn 2500 năm, trước cả Đạo Phật và là một phương pháp tu học có giá trị nhất định. Căn bản TD tuy không thay đổi *nhưng với đà tiến bộ khoa học ngày nay, cơ chế TD cũng như thể nghiệm trong TD cũng cần phải được giải mã* hơn là Thiền sinh đặt hết niềm tin vào vị Thầy về TD, một điều kiện cho tới nay là gần như tuyệt đối cho môn đệ tu hành. Không hiểu biết cơ chế mầu nhiệm của Thiền định và khoa học Não Bộ dễ đi vào mê tín và lầm lạc và cũng dễ giúp các bạn tu Thiền chọn cho mình một phương pháp thích hợp. Tu học không những để có một cuộc sống tốt đẹp hài hòa với đời sống này mà mục đích tối thượng là Định Huệ để giải thoát luân hồi. Kho tàng Phật học đồ sộ cũng để cho mục đích trên. Thiết nghĩ những tiến bộ về hiểu biết khoa học về Tâm linh là góp phần vào mục đích trên và giúp người học hiểu sâu sắc hơn kinh điển tôn giáo. Lại nữa, hiểu rõ huyền bí của hiện tượng siêu nhiên cũng có mục đích thiết yếu là không quá tin vào khoa học thực nghiệm để phủ nhận đời sống Tâm linh. Từ đó có thể tạo nên thái độ ngạo mạn đối với các đấng chân tu hay sứ giả của cõi Tâm linh. Cuốn sách này cũng dùng để giới thiệu với bạn đọc về Thiền Định ở phần sau, cùng thay đổi cơ thể sinh lý do TD và lợi ích để có cuộc sống vui khoẻ và dài lâu, giúp đỡ Trí Nhớ, cách học hỏi và yếu lược về Thiền Định.

Dầu được sắp xếp lại *và bình luận theo quan điểm cá nhân*, cuốn sách này vẫn chỉ là tạp ghi những hiểu biết trong lúc tra cứu về Não Bộ học với nhiều thiếu sót quan trọng và *phản ánh sự hiểu biết hạn chế của tác giả trong kho tàng Tri Thức nói chung và của Não Bộ học hiện đại*. Với số lượng thông tin quá lớn lao về môn học này, số lượng những sách và tài liệu tham khảo ghi trong sách (hơn 2000 bài báo khoa học) chỉ là một phần của tra cứu mà tác giả đã đọc qua. Trong phần đầu của sách tác giả ôn lại cơ thể sinh lý học của Não Bộ không những phức tạp về cách dẫn truyền, luồng thần kinh, mà có vô số các cơ cấu bộ phận Vỏ Não và các nhân chất xám cùng kết nối chằng chịt của hầu hết các vùng trong Não Bộ lại với nhau thường là hai chiều. *Vì vậy đối với bạn đọc không chuyên về Não Bộ, thời gian tìm hiểu hay ôn lại là rất cần thiết cho căn bản để hiểu hoạt động của Não Bộ. Cho nên thỉnh thoảng tác giả tự tiện chia ra hai phần: một phần cho Độc giả muốn tìm hiểu tổng* quát và *phần đọc thêm KHNB chữ nhỏ và đóng khung. Phần nầy đi sâu vào chuyên môn hơn với tham khảo để các bạn cần nhiều thì giờ để tìm hiểu và kiểm chứng hay có thể bỏ qua không đọc.*

    Độc giả sẽ nhận thấy trong sách này, chủ đề và cách trình bày là hơi khác với các sách về Phật giáo và Thiền đang được ham chuộng. Sách dễ đọc, dễ hiểu thường gồm những dữ kiện phổ thông có giá trị Tri Thức hạn chế trong kiến thức phổ thông. Bằng mọi hiểu biết về khoa học hiện tại, bài viết trong sách có chủ đích, đi đến tận bản chất của sự kiện, để đưa ra ánh sáng cơ chế tạo lập và vận hành của Trí nhớ, Tri Thức, Thiền Định và các tình trạng tình cảm khác nhau. Mẫu giả thuyết về Hồn cũng được đề nghị trong bước sơ khởi để tìm hiểu về thể siêu hình của con người. Căn bản của nhiều cơ chế về Hồn và mẫu giả thuyết về Hồn là không dựa trên huyền thoại, mà dựa trên kinh nghiệm có kiểm nghiệm trong sách báo chung của Đại chúng và một số cơ sở nghiên cứu Khoa học. Vì vậy kiểm chứng thực nghiệm bằng khoa học là cần thiết.

    Tác giả chân thành cảm ơn vị Thầy đã dạy pháp môn Thiền quán Ánh sáng và Âm thanh, các bạn thiền đã chia sẻ kinh nghiệm. Các Thầy ở Saigon đã trồng tỉa Đạo lý và khoa học, hạt giống Y khoa, các bạn ở gần xa, các bạn Y khoa và cùng khóa YK như BS Nguyễn Cầm và BS Trương ngọc Thạch với cảm tình nồng nhiệt đã đặc biệt lưu tâm góp ý về chuyên môn, chuyển ngữ và coi bản thảo nhiều là BS Nguyễn Kim Hưng. BS Nguyễn Kim Hưng là người bạn cùng lớp Y khoa mà Tôi biết nhiều như một người uyên bát về chuyện đời trong khi học, nhưng là BS xuất sắc khi hành nghề. Khi tham khảo viết sách nầy, Tôi ngạc nhiên khi anh nói anh không đọc nhiều kinh Phật chỉ vỏn vẹn Kinh Bát Nhã Ba La Mật có mấy chục trang, kinh Kim Cang và sách khảo cứu, nhưng Đạo Pháp thì thậm thâm. Cảm ơn BS John P. Veinot, Chairman of Pathology of University of Ottawa đã cố tình giữ tác giả lại sau khi từ chức Professor ở Department of Pathology (để chuyên tâm học Thiền), để Tôi tiếp tục công trình nghiên cứu Y khoa sau khi về hưu nhờ vào kho sách ebooks và ejournals của Viện Đại Học Ottawa. Tác giả cảm nhận may mắn được tiếp cận rất sớm với Dịch học, Triết học và Y lý Đông phương qua các bản dịch của nhiều học giả cận đại trong đó gồm các Cụ Ngô Tất Tố, Phan Bội Châu, Bác sĩ Nguyễn văn Thọ.... nhất là từ học giả Nguyễn Hiến Lê và nhiều Tu sĩ, học giả khác. Hơn thế nữa là kinh sách Thánh Kinh và kho tàng đồ sộ về Kinh Phật Đại Thừa và Phật Giáo Nguyên Thuỷ như Hoa Nghiêm , Pháp Hoa, Lăng Nghiêm, Lăng Già, Kim Cang, Bát Nhã Ba la Mật, cốt lõi kinh A Hàm, Trung Bộ (Nikaya), Trung Quán Luận, Luận Đại Trí Độ, Thanh Tịnh Đạo, Vi Diệu Pháp .., một số kinh sách Thiền Tông Bắc truyền và Đông truyền chuyển ngữ bởi các Hòa Thượng,

Thượng tọa và Cư sĩ, cùng các tài liệu trong Thư viện Phật Giáo cũng như nhiều bài viết, tài liệu từ Google search. Những học hỏi và kinh sách và tài liệu trên đã gần như trở thành Tri Thức riêng của Tác giả nên đã không ghi vào phần tham khảo. Cuốn sách này để tưởng niệm ơn nghĩa sanh thành của Ông Bà Nội Ngoại của Con Chúng Tôi. Cuốn sách không thể viết xong nếu không được thừa hưởng gương cần cù làm việc của Mẹ tôi, người đã dìu dắt tôi đi học trường Làng và chỉ cho tôi lối vào nghề nghiệp, sự bền bỉ và truyền thống học tập trong gia đình; và nhất là sự góp ý về kinh nghiệm sống và Thiền Định với Tâm Hồn trong trắng của Nhà tôi và cũng là người bạn đồng hành Thiền cùng với tình yêu thương và triù mến chăm sóc.

Cẩn bút.

KM

TÓM LƯỢC MỤC ĐÍCH VÀ ĐIỂM CHÍNH

Phật pháp là Thế gian Pháp, Giáo chủ Đại Tôn giáo có đại cương về lời thuyết giảng như nhau. Đức Phật sau 45 năm hoằng pháp cũng nói **đã không nói gì**. Vì Phật pháp là tự nhiên, đã sẵn có trong mỗi người, là Vô thường tuy có nhưng vốn là Không, và Đức Phật nói Pháp không phải từ Vọng niệm, cho nên nói Pháp mà cũng như không nói Pháp. **Trong kinh Tương Ứng Phật nói:** *"Ta nói những điều mà chúng sanh chưa hiểu được, như vậy là Ta nói láo. Còn chúng sanh hiểu được thì Ta nói và như vậy là Ta không có nói láo"*. Đọc giả cần tin tưởng tuyệt đối lời nói của Đức Phật là không hư vọng, nhưng sự ghi chép trong kinh sách có thể không trung thực. Vì vậy, kinh sách phải phù hợp với cốt lõi của Đạo Phật.

Trái ngược những gì mà một ít nhà khảo cứu Phật học nói, Đức Phật giải thích con đường tu hành bằng cách đi từ khởi nguyên Chân Không sanh ra Vọng niệm làm nên Vô minh để tạo ra Sáng thế. Takakusu, một học giả tiếng tăm nói: Phật giáo không coi trọng ý niệm về Nguyên lý Căn nhân hay Nguyên nhân Đệ nhất như ta thường thấy trong các hệ thống triết học khác; và cũng không bàn tới quan niệm về vũ trụ luận. Đương nhiên, một ngành triết học như thần học không phát triển trong Phật giáo. Lời nói trên chỉ phản ảnh một phần của lời dạy của Đức Phật trong kinh sách đồ sộ Phật giáo. Lời giảng của Đức Phật không là là sản phẩm của Não bộ như các ngành Triết học, Triết học luôn luôn bị giới hạn của Tri thức mà Đức Phật coi như màng vô minh che mờ Trí Huệ Bát Nhã. Lời giảng của Đức Phật là sự chứng nghiệm trong Thiền định là Trí Huệ bát nhã vì vậy thông suốt mọi vấn đề. Cho nên nhiều triết gia Phật giáo đã bị Tri thức Triết học hạn chế sự hiểu biết về Đạo nên quan niêm hạn hẹp về Phật giáo. Cao điểm của những quan niệm hạn hẹp trên là không coi Phat giáo là một Tôn giáo vì thiếu Vị Giáo chủ Thần quyền. Đúng là Phật giáo không vẽ ra một Giao chủ duy nhất Sáng tao ra Vủ tru, và đúng là Phật giáo phủ nhận ni giáo chủ thượng quan niệm bởi các tôn giáo khac. Nhưng Phật giáo đã chỉ ra một thế lực Sáng Tạo (gọi là Đấng Sáng Tạo/ Chân Không) tư tại khong sanh diet, duy nhất, siêu nhiên toàn năng toàn giác bao gồm mọi thiện xảo và quy luật mầu nhiệm và thần quyền. Quan niệm như vậy thì Phật giáo là một Đạo có đủ moi đặc tính của Đạo và Tôn giáo, trong đó không còn mê tín bắt buộc con người chấp nhận hơn là hiểu để có niềm tin.

Ngày nay sau hơn 2500 năm, con người đã tiến bộ về mặt vật chất với hiểu biết về Big Bang, khoa học lượng tử thiên văn, cơ thể sinh hóa học, bệnh lý và nhất là Não Bộ học. Phật pháp là gồm cả Kinh sách Nam Bắc tông luôn luôn thể hiện nền tảng chân lý. Ba tạng kinh sách và cảnh giới Phật không những cho chúng sanh cõi người, mà còn cho chúng sanh cõi sắc giới khác như của A tula, cõi Trời và Vô sắc giới như trong Kinh Hoa Nghiêm, Pháp Hoa là bất khả tư nghi. Nhưng với ánh sáng của khoa học, con người cũng có nhiều phương tiện để hiểu rõ ràng hơn về lời giảng dạy của các vị Giáo chủ, nhất là không hiểu sai, để có thể áp dụng hữu hiệu hơn trong con đường tu học. Tuy vậy triết học, lý luận, khoa học Tâm lý, Thần kinh, Não Bộ cho đến nay còn nhiều giới hạn, người ta vẫn chưa có thể hiểu hết lời Đức Phật chỉ giúp đỡ nhưng cũng cần Tinh tấn Ba La Mật để vạch định tu hành và đời sống.

Bài viết trong sách nầy phân tách các cơ chế làm ra Sáng thế gồm các Pháp, vật thể và con người với Trí thức. Bài viết chỉ ra Trí thức hạn chế cái BIẾT của khoa học và các bộ môn Tri Thức khác. Gạt bỏ những giới hạn truyền thống của Trí thức sẽ giúp độc giả biết được Chân lý Chán như của Sáng thế.

A) Mục đích : Trả lời những vấn nạn cơ bản trong giới hạn của một số kiến thức Khoa học tới nay.

Hiểu biết tin tưởng Kinh sách của Đại Tôn Giáo như Thiên Chúa giáo. Lý giải và đề nghị cơ chế dựa trên Khoa Não Bộ học..., như về: Thiền thì rửa được nghiệp ?, Cảnh giới bất khả tư nghì, các hiện tượng Siêu nhiên khác. Tác giả cố tình không lặp lại các đề tài hay bài viết phổ thông đã có trong sách báo và mạng Internet. Biết cơ chế vấn đề trong lời dạy của Phật thì mới hiểu lời Phật dạy và thực hiện đúng Đức Tin *để phát Niềm Tin/Tâm Bồ đề*: Tự thắp Đuốc lên mà đi. .. theo Chánh Pháp. Không tin ở bất cứ vị Đạo Sư nào.

B) Điểm chính của sách.

Sách là tạp ghi nhưng cũng được xếp lại theo chương mục.

- Số lượng tham khảo sách và tài liệu rất lớn vì thông tin của môn học mới là đồ sộ nhưng được gom ghép lại trong 1 cuốn sách. Vì vậy sách không là bài viết để giải trí trong 1, 2 ngày mà cần đọc giữa dòng trong nhiều ngày tháng.

- Ngoài hai quan điểm dễ chấp nhận là:

    - Những gì cốt lõi của Đại Tôn giáo là phù hợp với Khoa học.

    - Khoa học chỉ biết một phần nhỏ của thực tại, nhưng Đại Tôn giáo thì biết toàn thể. Khoa học chỉ hiểu một phần nhỏ của Phật giáo. Nhưng khoa học đã cải thiện đời sống vật chất rất nhiều, và giúp đỡ rất nhiều để hiểu lời Phật dạy. *Mục đích của lời Phật là diệt Khổ và bẻ gãy vòng Luân hồi Sanh Tử. Sanh thì luôn luôn phải Tử. Đó là định luật.*

Trong vấn đáp giữa Đại đức Nagasana và Vua Milinda, Nagasan chỉ vào bánh xe Luân hồi và nói rằng khi tìm ra đầu mối của vòng tròn Sanh Tử thì sẽ có chấm dứt. Điểm bắt đầu của vòng tròn đó là Chân Không đã được chỉ ra bởi Đức Phật.

1) Quan niệm về sự toàn vẹn của mọi sự vật. Thái Cực/Chân Không/Bản Tâm/Phật tánh/Thánh Linh là duy nhất có Tánh **Vô sanh Vô Diệt và Toàn Giác/Toàn Năng (Trí Huệ Bát Nhã/ Thiện xảo, Tinh Khôn và có Lực Vô Biên)**. Vì Vô sanh diệt nên Thường hằng và có Tự Ngã. Ngoài ra mọi sự vật khác, sanh ra từ Chân Không Diệu Hữu là Có sanh diệt nên Vô Thường , Vô Ngã và không có quyền tự quyết ngoại trừ việc làm Đạo đức theo Bản Tâm. Mọi sự phân chia quan sát là nghịch lý vì chia cắt một sự vật mà chưa hiểu rõ cái tự tính hay toàn vẹn của sự vật. Vì vậy Hồn và Xác là không thể tùy tiện chia cắt. Khi cố tình chia cắt, phần Xác cũng còn chứa một ít phần siêu hình và

phần Hồn cũng chứa một chút phần Xác làm môi giới để nhập Xác trong tương lai. Vì vậy khi chết, phần Xác bị tiêu hủy, sự tiêu hủy đó là không toàn vẹn. Phần Trí nhớ (TN) thường được biểu hiện qua ký ức vẫn còn sống với nhiều người thân thương liên hệ đến người đã mất.

Hồn gồm Trí nhớ, Tri Thức. Tạng Thức và Phật Tánh. *Thông tin từ Lục căn (ngũ quan và tư tưởng) trở thành Tri Thức sau khi được tra cứu ở Hồn nằm trong Nội Thức. Không cần NB, Hồn vẫn thấy, nghe, suy nghĩ, ngửi, nếm... Tri Thức/TR, Trí Tuệ/BIẾT với Thiện xảo, Tinh Khôn. Sau khi Hồn lìa xác thì khả năng trên tăng lên hơn là khi có NB hay Ngũ quan.*

Vì sự vật/hiện tượng trong thiên nhiên, xuất phát từ Chân Không/Bản tâm nên liên kết với nhau trong một thể toàn vẹn, nên kết nối nhau tỉ như các hạt lượng tử dù ở đây đó cách xa nhau nhưng vẫn kết nối nhau. Vật lý gia gọi là Non-Locality và Interconnectedness (Không Cục Bộ -Kết Nối nhau).

2) Hồn là một thực thể như Âm thanh, Trọng lượng: Ba thực thể rất gần với con người nhưng đều không rõ về sự cấu tạo, khác với Ánh sáng có sự cấu tạo được biết rõ. Hồn là những gì của con người không kiểm nhận được bằng vật lý như Tri Thức và Tạng Thức. Hồn phải được cấu tạo từ vật thể của Vũ trụ sau Big Bang, rất có thể là từ Chất Đen và Neutrino là chất có thể xuyên thấu vật chất cảm nhận bởi Vật lý. Neutrino vì vậy có thể là hạt cơ bản của TR.

Hồn dính vào Não Bộ tại các kết nối thần kinh vân độngtừ VN Nội thức lan tỏa đen đôi não va tủy sống va kết nối TK voi cơ quan ngoai biên. Nhưng vị trí chính va quan trọng của Hồn là vùng lưu giữ Trí nhớ như **Vùng não Mặc Định**+ Thái Dương Giữa= **Vùng Não Nội Thức** và cũng là Não làm nên Bản Ngã/Cái Tôi.

Nội Thức là quan niệm của Duy Thức học Phật giáo. Nội Thức là cuốn tự điển toàn khoa để NB dùng Giải Bao Trước/Anterior Cingulate Cortex so sánh đối chiếu với thông tin mới. Thí dụ: Thông tin mới trùng hợp với thông tin trong Nội Thức của quả cam thì NB dán nhãn quả cam lên thông tin mới. Phần thông tin mới chưa có trong Nội Thức được ghi thêm vào Nội Thức để cập nhật. Có ba loại Nội Thức tương ứng với ba thể Tri Thức: Biến Sở Chấp (Tự điển thiên lệch), Y tha sở Tánh (Tự điển thông dụng nhưng Vô minh) và Viên thành Thật (Tự điển của Phật Tánh). Biến sở chấp và Y Tha Sở Tánh cần phải dựa lên Phật tánh mới có THỨC. Nội Thức còn bao gồm cả phần tình cảm thường gọi là Nội Tâm.

3) Vì vậy sinh vật nghe, nhìn... hay hiểu biết cần có Bản Tâm/Phật Tánh (là thành phần để Hồn dựa lên làm căn bản) và không cần NB. Trái lại NB làm khúc xạ, mờ nhạt thông tin. Nhưng Hồn lại cần NB để vận động =phản xạ có điều kiện. Vì phản xạ là đơn giản hơn, nên vận động đi trước Tri Thức.

4) Hồn nhập thân là Khí công trong võ thuật và Châm cứu, Nhân điện, Cảm nhận khi Thiền. Kéo dài quan niệm Hồn nhập Thân đến các vật thể sinh vật lớn nhỏ: tất cả vật chất đều có Hồn. Nhưng đặc tính của Hồn thay đổi tùy theo Sinh vật và vật thể.

5) Hồn nhập vào Bào Thai khi mới tượng hình hệ thần kinh và "Sao y bản chính" Tạng Thức/Nghiệp vào NB thai nhi. Đó là cơ chế bảo tồn Nghiệp tiền kiếp.

6) Thế giới là Nhị nguyên hay Đa nguyên: con người có thể chỉ có một Hồn nhưng cũng có thể có nhiều Hồn, Vì vậy Quan niệm về Phân Tâm học của Freud (chỉ có một Hồn) là không phù hợp với thế giới này. Cũng vậy hiện tượng Mộng du không thể nào giải thích thỏa đáng bằng kiến thức Neurology hay Psychology nếu không có quan niệm Đa Hồn.

7) Trí nhớ không khác gì lắm khi so sánh đường dây điện kết lại với nhau đến các bóng đèn, máy móc... để câu thông với ổ điện. Ổ điện như là Nội Thức, cần câu thông với nhà máy điện (tương tự như Phật tánh). Trong Thiền, Tri Thức bị ngăn chận, nên để bù vào khoảng trống Tri Thức, Trí Nhớ từ vùng Nội Thức bị kích động và thu hồi về hiện tại nên dễ bị tẩy xóa nếu không được tái bảo tồn: đó là cơ chế chùi bỏ Nghiệp xấu cũng như là cơ chế của thể nghiệm trong Thiền Định.

8) Trong vũ trụ không thể có khoảng không gian mà không có gì. **Chân Không không phải là không có gì mà là hàm chứa thể không biết được bởi ngũ quan** (thí dụ: chứa chất đen và lực đen). Chân Không là không đồng dị, nên trong cơ lượng tử, các hạt riêng biệt nhau nhưng có đặc tính giống nhau tựa như liên kết nhau. Chân Không là không Thời gian Không gian nên là Như Lai. Chân không tạm ví dụ như mặt hồ yên tĩnh. Tuy thường hằng vì không sanh diệt nhưng là trạng thái mong manh dễ bị phá hủy bởi một chấn động nhỏ. Vì vậy khi Vọng Niệm tự khởi lên, vọng niệm làm mất thế quân bình và tức thì lan tỏa cùng khắp như Như lai. Kết quả là Big Bang được nhìn thấy từ mọi hướng, thiên thể bay **nhanh** hơn vận tốc ánh sáng nhưng không vi phạm định luật tuyệt đối của vận tốc ánh sáng. Sự lan tỏa Vọng Niệm trong Chân Không bị thoái hóa, trước Big Bang làm nên sự bành trướng của vũ trụ (nên được coi là khác biệt với sự bay xa rời của Thiên hà).

Vũ trụ được tạo ra từ Chân Không với ba tự tánh là vô sanh diệt nên thường hằng, chân Ngã và duy nhất nên là đấng tạo hóa. Vọng niệm khởi lên là từ Tự tánh, **không phải tự nhiên hay nhân duyên**, làm nên Diệu Minh gọi là Niết bàn và Vô Minh và Big Bang tạo ra Nghiệp. Từ đó tạo nên màng Vô Minh làm Tâm mất đi sự trong sáng. Gạt bỏ đi màng Vô Minh là thấy được cái Tôi Phật tánh của Nội Thức. Như đã thấy văn minh khoa học kỹ thuật cũng đã trả giá rất đắt : đó là sự kiện làm con người đi xa giá trị Đạo đức với xung đột tội ác chiến tranh và bịnh hoạn. Cho nên con đường Tâm linh trở về Bản Lai Diện Mục hay Phật tánh /Thánh Linh là không cho Tri thức về Khoa học kỹ thuật che mờ Phật Tánh vốn là Trí Huệ Bát Nhã., và không cần học hỏi. *Tri Thức chỉ cần cho Khoa học, và Tri Thức Tham Sân Si ngoài Khoa học thì cần bỏ đi.*

9) Nghiệp làm mất đi Đặc quyền tự do hành động nguyên thủy của Bản Tâm/Phật Tánh. Bản Tâm mới thật sự là Ông Chủ nên có Ý chí và quyền tự do hành động. Hành động của Bản Tâm là luôn luôn Đạo đức, Bình đẳng. Khoa học Não Bộ chứng minh là con người không hoàn toàn tự chủ để hành động trong thế giới đảo điên này. Hành động theo Nghiệp (xấu) càng tạo nên Nghiệp mới. Con người chỉ có quyền tự do hành động theo Đạo đức và Vô Ngã: Đem oán báo oán thì oán chồng chất, làm nên bạo loạn chiến tranh. Trong Thiên Chúa Giáo, luận sư quan niệm rằng Chúa tạo ra con người thích hợp cho cuộc sống trên địa cầu, và cho con người quyền tự do hành động. Đúng là con người quyền tự do hành động, nhưng chỉ đối với người nghe theo 10 điều răn (tức là sống đạo đức)!

10) Thiền Định là nhìn vào Nội Thức. Thể nghiệm trong Thiền Định có cơ sở trong NB ở Nội Thức: Định và Tuệ là song hành trong Thiền Định, nhưng có thể có Định mà không Tuệ như người Fakir. Những hiện tượng Siêu Tri Thức, Tâm Linh vi tế khác cũng phát xuất từ Nội Thức. Nối dài vọng tưởng từ Nội Thức là các hiện tượng Tâm linh khó giải thích: như thấy Ma, Hoán tưởng, Xuất Hồn, hiện tượng Ngoại cảm,...vmPFC/Pre Frontal Cortex là mắt Trí Huệ hay mắt thứ ba, là Võ Não của Đạo đức có thể là nơi tiếp nhận các hiện tượng Tâm linh như thấy Ma, hiện tượng Ngoại cảm. RetroSplenial Cortex/RSC *có thể* là chỗ của Tạng Thức. Tạng Thức rất khó được thu hồi về hiện tại.

11) Khoa học cho thấy thế giới ghi nhận bằng ngũ quan chỉ chiếm 5% Vũ trụ và là thế giới của Người, Súc vật và các vật khác/baryonic matter. Còn lại của Sắc Giới và Vô Sắc Giới chiếm 95% Vũ trụ.

12) Khoa học dựa lên Tri thức và Trí Tuệ. Trí Tuệ được phát triển nhiều trong Thiền định với quán chiếu và suy tư . Trí Tuệ là gần với Trí Huệ Bát Nhã và góp phần vào Trí Sáng tạo. Tri thức cần sự chú tâm, là màng Vô minh và tạo nên sự hư vọng về thế giới và thực tại. Tu hành và Thiền định giúp nhận ra sự hư vọng không tự tánh, vô thường của sự vật và nhận ra cái chân như tự tánh, Chân không của vạn hữu. Đời sống của thân thể sanh vật là ngắn ngủi

của Tâm và vật vô tri. Đạo Tín đời Tống nói: Trước khi gặp vị Thượng Trí Thức, tôi thấy sông núi là sông núi, sau khi gặp thì nghĩ là sông núi không phải là sông núi. Ba mươi năm sau mới thấy lại sông núi là sông núi. . Bởi vì khi mới tu, biết rhé giới la ảo giác không thực, nhưng khi đã khai ngộ biết sư vật nhưng qua tâm chân như.

Con người hiểu biết thiên nhiên qua môi trường, giác quan và não bộ. Đó là mạng lọc thông tin làm cho thông tin bị hạn chế và lệch lạc. Sinh vật cần nào bộ để tiếp xúc với nhau và với thiên nhiên nhưng cũng làm thông tin như thị bị sai là. Vì vậy não bộ tạo ra Trí thức là màng vô minh. Sự Vô minh không những lây truyền giữa các sinh vật mà còn truyền từ kiếp này sang các kiếp sau. Từ đó tạo nên màng Vô Minh ngày càng dày đặc. Các bộ môn Tri thức từ Triết học, Khoa học và Toán học đều không ngoại lệ. Định lý Godel phát biểu về sự bất toàn của Toán học, môn học thường được coi là thuần lý và chính sát phản anh thực tế nhất. Tâm mất đi sự trong sáng. Gạt bỏ đi màng Vô Minh là thấy được cái Tôi Phật tánh của Nội Thức. Như đã thấy văn minh khoa học kỹ thuật cũng đã trả giá rất đắt : đó là sự kiện làm con người đi xa giá trị Đạo đức với xung đột tội ác chiến tranh và bịnh hoạn.

Tu Thiền là đi ngược dòng đời để tìm về Bản Lai Diện Mục. Con đường đáng lẽ là tự nhiên như người đi chơi trở về nhà, nhưng vì thế giới là Đảo điên nên người Thiền lúc đầu cảm thấy bị ép buộc . Vậy yếu tố quan trọng bậc nhất của Thiền là PHÁT TÂM BỒ ĐỀ, là sự quyết tâm tuyệt đối biểu hiện qua tinh tấn, giới luật, tư thế ngồi thiền, ... Trong quan niệm nhị nguyên của đời sống, Thiền/Tu hành và Khoa học Kỹ thuật/Xã hội học không triệt tiêu nhau mà hỗ tương để cùng phát triển Đạo Đức và Văn Minh .

C) *Lời Cáo Lỗi và Thỉnh Nguyện.*
Đạo Phật đã được truyền đến Trung hoa nhưng vẫn chưa phát triển, bằng chứng là Lương Võ Đế bị Sơ tổ chê là cho đến lúc ấy "việc làm của nhà Vua là không có công đức gì". Phải chờ đến Sơ tổ "Giáo Ngoại biệt truyền bất lập văn tự" Đạo Phật mới phát triển, nhất là sau khi Đường Tam Tạng thỉnh kinh về Trung Hoa. Cuốn sách này *Không* dễ đọc được nên cần sự bổ khuyết nhiều từ chính Tông Chính Giáo *về sự kiện, quan niệm cũng như về cách trình bày và sai sót. Kính bút.* KM

MỘT SỐ NGUYÊN TẮC CẤU TẠO NB.

Đức tin vào Chúa Phật phải là Tuyệt đối
Vì lời giảng của Các Ngài là Chân Như
Nhưng chỉ hành động khi hiểu ý chỉ của các Ngài.

1. Kết Nối Giữa các Trung Tâm và Vỏ Não
Một cách tổng quát kết nối TK/Thần kinh giữa các trung tâm Não Bộ/NB và Vỏ não/VN thường là hai chiều và giống như đường giao thông trong thành phố. Cho nên từ một trung tâm này đến một hay nhiều trung tâm NB khác có nhiều đường dẫn truyền thần kinh. Sự lựa chọn đường kết nối là do sự chú ý, tập luyện thành thói quen cũng như sự chọn lựa đường đi cho mỗi người khi giao thông.

2. Các vùng Não Bộ
Đều có chức vụ đặc thù riêng giống như Bộ Ngành trong chính phủ. Có chất kết nối thần kinh riêng : như Đạo đức, tình cảm vui, lo sợ, thúc dục, Ngủ thức, ăn uống, huyết áp....

3. Thông tin có nhiều kết nối:TR/Tri Thức càng chuyên sâu.

4. Hệ thống dẫn truyền Trên xuống (Lưng) Dưới lên (Bụng)
Áp dụng cho các chức vụ then chốt như chú ý nghe nhìn.
Đường Lưng qua Vỏ Não vận động -đến PreFrontal cortex/PFC
Đường Bụng đi qua VN Temporal Thính thị và Tình cảm rồi đến PFC và làm nên TR/Tri Thức.
Sở dĩ có hai đường dẫn truyền là để làm ra TR và cũng để tạo ra phản xạ nhanh chóng hơn không cần TR vì không dùng hệ thống Bụng (hành động vô thức, nghe nhìn vô thức). Thí dụ nghe tiếng động thì giật mình, thấy ruồi bay vô mắt thì nhắm mắt trước khi biết là cái gì.
Dùng hai hệ thống thần kinh là nguyên tắc tạo nên cơ chế phổ cập trong cơ thể và tinh thần. Đó là nguyên tắc của thế giới nhị nguyên/đa nguyên. Trong Thiền Định khi chú tâm dùng hai hệ thống (để ý thở vô ra và để ý sự vận chuyển của các bắp thịt) giúp Tâm không chạy bậy bạ. Sự chú tâm để hiểu biết là cơ bản cho Trí Tuệ.
Một nguyên tắc khác để lý giải thích sự lập ra hai hệ thống:
Như sẽ thấy ở phần biện luận trong sách: Hồn sinh vật không cần NB để nghe, nhìn... hay hiểu biết, mà trái lại NB làm khúc xạ, mờ nhạt thông tin. Nhưng Hồn cần NB để vận động /phản xạ. Cũng vì vậy phản xạ đi trước Tri Thức.

5. Phối Trí các vùng NB.
Vùng NB càng ở phía Trước và ở Trên có chức vụ cao về Đạo đức, Giao tế Xã hội và Môi trường chung quanh.
Vùng NB ở phía dưới chuyên về Nội tâm để sinh tồn cơ bản.
Vùng về TN/Trí Nhớ và TR/Tri Thức ở phía dưới và phía giữa (Midline).

NB là một hộp riêng biệt với phần cơ thể. NB chia cách bởi rào cản Máu -NB (Blood-Brain Barrier), trừ một vài cơ quan đặc biệt như nhân Cong /N. Arcuate/ARC ở vùng giữa đáy/mediobasal Hypothalmus liên hệ đến các hormones như NPY, Kisspeptin, và chất giúp giải thể hormones cho tuyến chủ Nội tiết Pituitary gland (Release hormones).
NB sản xuất ra hầu hết các hormones sản xuất từ các tế bào nội tiết ngoài NB. (hormone: chất nội tiết).
Ngoài điều hành các cơ cấu ngoài NB, Tình cảm, TR, TN là công việc gần như không làm được bởi cơ thể ngoài NB.

6. Mạng Não Bộ.

NB thường dùng nhiều liên kết với nhau để thực thi một số việc làm cơ bản quan trọng nhất là ba mạng sau:

a) **Mạng Chính** (Salience Network) gồm kết nối giữa:

- Insular Cortex: nằm sâu dưới rãnh Sylvius VN chuyên về suy tư thấu triệt (deep thinking), tình cảm sâu đậm, thẩm thấu, cảm giác nội tạng, đau đớn. Đặc biệt kết nối với các vùng não BA44, 45,46,47 là vùng chuyên về quyết định có ý nghĩa, ngôn ngữ, âm nhạc.

- ACC/Anterior Cingulate Cortex VN chuyên về TR, so sánh thông tin mới với Thông tin sẵn có trong Nội Thức để khám phá sự khác biệt. Vai trò khác của ACC trong bịnh Câm bất động là phù hợp với chức năng Tâm Lực giao hợp. Trong chức năng đó, Tri thức giao hợp với PFC để điều khiển vận động bị hư hại.

b) **Mạng điều hành**

-dlPFC/dorsolateral PFC: chức vụ cao về điều hành.

-IPS biên giới của Parietal (xúc giác) Temporal và Occipital về Thính thị. Đặc biệt kết nối với PFC về điều hành về thính thị và với cơ quan Vestibular về cân bằng cơ thể. Đặc biệt kết nối với MMD về Trí nhớ.

c) **Mạng Mặc Định (MMD):** liên hệ đến lưu trữ/thu hồi Trí Nhớ và là nơi nghi ngờ kết nối Hồn với Não Bộ. Khi Thiền, MMD giảm hoạt động.

CHƯƠNG I
KHOA HỌC TRONG ĐẠO, TÂM HỒN VÀ THIỀN
I) Định nghĩa và nhận diện Tâm Hồn (Hồn).
A) Định nghĩa.

Một cách phổ thông trong đại chúng và trong Internet Google, Hồn là phần Linh thiêng, Bất tử *(trái với Đạo Phật là Hồn cũng sanh khi tạo Nghiệp và diệt khi hết Nghiệp)* và siêu hình của con người khi sống, tạo nên nhân cách cá biệt bao gồm cả tư tưởng, sẽ rời thân xác con người sau khi chết để tự tồn tại ở Thiên đường, Cõi trên hay Cõi vô hình hay trong Sáu nẻo luân hồi.

Trong Ấn Độ Giáo /Bà La Môn, Linh Hồn là biểu hiện cho Tiểu Ngã/Atma đối nghịch với Đại Ngã/Brahma của Vũ Trụ. Linh Hồn trong quan niệm nầy là trường tồn vĩnh cửu, và khác với Hồn chất chứa Nghiệp trong bài viết này. Hồn trong sách này là phù hợp với quan niệm Phật Giáo là Vô thường, sẽ tiêu mất đi khi không còn Nghiệp để trở về với Chân Như /Bản Tánh/Niết bàn. Vì vậy để tránh ngộ nhận từ Linh Hồn không được dùng vì Linh Hồn trong Phật học không thể hiện hữu, nên không dùng trong bài viết ở sách này khi nói về thể Siêu hình của Sinh Vật trong đạo Phật. Thiên Chúa Giáo quan niệm không có Luân hồi, nên Linh Hồn là phần Siêu hình. Lại nữa, Nghiệp tác dụng bằng hiệu quả như hạt sanh ra cây trái, ít dùng đến năng lượng mà do nẩy mầm. Năng lượng làm hạt thành cây trái là từ đất, nước. Vì vậy lực của Nghiệp cũng như của hạt mầm là nhỏ và không đáng kể. Từ "Lực" trong Nghiệp"Lực" là không đồng nghĩa với Lực như Lực điện từ. Tuy nhiên Hồn cũng có thể kết hợp với Lực tối. Lực nầy là rất mạnh.

- Như sẽ phân tích ở phần Tri Thức, Hồn là phần Siêu hình *có sanh diệt nhưng trường tồn dài hơn thân thể rất nhiều*, bao gồm /hay dựa vào Phật tánh, tạo nên nhân cách cá biệt tư tưởng và chí khí.

Tuy có rất nhiều nghiên cứu về chức năng của Não liên quan đến Trí Nhớ và sự hiểu biết, nhưng khoảng trống ngăn cách giữa thực tại cơ thể và Tâm Hồn vẫn còn rộng lớn (Damasio 1999, Ravel 1997, Trimble 2007). Đó là chưa bàn đến Tâm Hồn, một lãnh vực còn nhiều nghi vấn về sự hiện hữu, bản chất khoa học và vị trí trong đời sống. Penfield ở Montreal, Canada là nhà giải phẫu thần kinh nổi tiếng thế giới, khi Ông mổ trên bịnh nhân bị động kinh và khi mổ bịnh nhân chỉ gây tê nên còn tỉnh, ông đã tìm ra các vùng Vỏ Não có chức phận khác nhau. Ông viết ra cảm tưởng là Tâm Hồn không nằm trong Não Bộ nhưng lại lệ thuộc vào Não Bộ để biểu hiện. Trước Penfield, Descartes, cho Tâm Hồn là một thể riêng biệt với thể xác nhưng có chỗ ở trong Não Bộ tại tuyến Tùng (hình tr xv).

Mọi sinh vật và mọi vật thể là một thể toàn vẹn. Quan sát vật thể hay sinh vật tức là phân tách, chia cắt ra làm hai, bốn .... Cũng như trong Dịch học, chia Thái cực làm hai thì có Lưỡng Nghi gọi là Âm và Dương. Hai phần nầy thường khác nhau và không đối xứng. Hệ thống cân bằng va đối xứng la một hệ thống có năng lượng cao nên dễ bị đổ vỡ ha thấp xuống thành năng lượng thấp nên bền vững hơn Phần Thể Xác, xác định được với Vật lý thì quy ước là phần Dương. Phần không xác định được bằng Vật lý, hay Siêu hình (Siêu Vật lý) thì quy ước là phần Âm. Tất cả vật thể đều theo quy ước có hai phần đã nói như trên, bất kể là khoáng chất, thực vật, động vật, súc vật hay con người. (H1.1)
Tóm lại Hồn gồm Trí nhớ, hiện đời và tiến kiếp,
                Tri thức và
                Suy nghĩ.

B. Hệ luận của quan niệm trên: (H1.1)
    i.   Tất cả các tế bào hay các bộ phận của cơ thể đều có Hồn liên hệ. Hồn là khác biệt nhau tùy theo mỗi cá nhân, mỗi giống loài và thể chất (khoáng sản, vi thể, thực vật, động vật và người).
    ii.   Hồn của mỗi cơ quan /bộ phận của cơ thể gồm Hồn của những tế bào hay những phần khác nhau của cơ quan như mạch máu, dây thần kinh, máu, nước và khoáng sản.
    iii. Hồn của tế bào/bộ phận cùng một một cơ thể kết nối với nhau thành một thể riêng biệt cho cơ thể. Vì vậy :
         - Hồn Não Bộ (HNB) thường được gọi là Hồn kết nối với tất cả Hồn của các bộ phận không thần kinh như tay chân, thân, nội tạng...làm nên Hồn toàn vẹn của con người.
         - Hồn của NB kết nối với Não Bộ (NB) ở các vùng lưu giữ Trí nhớ (TN) lâu dài, Ý nghĩa và các Trí nhớ không cần sự bảo tồn. Đó là vùng Não của Mạng Mặc Định (MMD = ghi TN Hiển hiện, Thu hồi TN xa xưa) + Đồi Não/Thalamus (TN và nhận thông tin ngoại biên+Nhân Đáy/Basal Ganglion (vận động tay chân)+Medial Temporal Lobe (Trí nhớ tổng quát).
         - Hồn của Thân và Tay Chân, Đầu Cổ: Trái với Hồn của NB (hay Hồn=Tâm Hồn=Tâm Thức), Hồn của thân thể rất ít được nói đến cho đến gần đây, các nhà Tâm lý học đưa ra quan niệm Tri Thức (TR) nhập thân (Embodied Consciousness) (xem phần nầy ở chương Tri Thức). TR là thành phần của Hồn của NB vì vậy trong bài viết này, Tác giả đề nghị quan niệm Hồn nhập thân gồm cả Hồn của Thân thể. Hồn hay Hồn của NB gồm Tạng Thức, Mạc Na Thức, TR và TN. Đó là những thể trạng có ảnh hưởng

gián tiếp hay trực tiếp đến đời sống của sinh vật/con người nhưng rất khó để chứng minh được sự hiện hữu bằng phương tiện vật lý học.

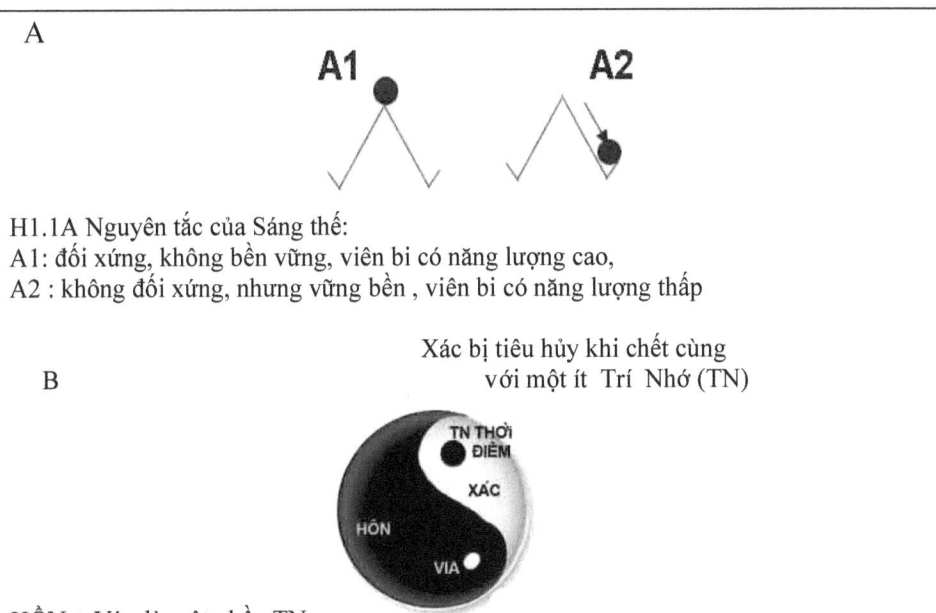

H1.1A Nguyên tắc của Sáng thế:
A1: đối xứng, không bền vững, viên bi có năng lượng cao,
A2 : không đối xứng, nhưng vững bền , viên bi có năng lượng thấp

HỒN + Vía là một phần TN

H1.1B: mọi vật thể, và pháp trong tế giới Nhị nguyên đều chia ra it nhất hai thể không giống nhau. Hai thẻe càng đối xứng càng làm cho vật thể bất ổn định (dễ thay đổi)

Hồn không hoàn toàn là một thể vô hình vì Hồn có TN dính với NB, nên khi rời thân xác của kiếp trước Hồn mang theo một chút ít phần thân xác tạm gọi là Vía. Vía biểu hiện bằng kết nối thần kinh.
Sau những tiến bộ về hiểu biết về Trí Nhớ và Tri Thức, người ta thường đặt câu hỏi về Tâm Hồn. Tuy hiểu biết về Tri Thức gần đây đã đạt được nền tảng để trả lời cho vấn nạn về "Cơ sở vật chất thần kinh liên hệ đến Tri Thức" mà Francis Crick đã đặt ra từ thập niên 1960 (xin xem chương 4). Tâm Hồn vẫn còn là vấn đề của lãnh vực siêu hình và Tâm linh, không được nghiên cứu bởi các nhà khoa học Não Bộ vì hiện nay các nhà khoa học vẫn chưa tìm ra sự móc nối giữa Não Bộ và Tâm Hồn (Queenan 2017). Francis Crick giải Nobel 1962, Sperry giải Nobel 1990 và Kandel giải Nobel 2000 là những Neuroscientists nổi tiếng không thể nào tìm được bằng chứng của Hồn khi nghiên cứu về Não Bộ, Trí nhớ và Tri Thức.

Nhắc lại: Trong sách nầy Hồn là phần không thể nhận biết bằng ngũ quan của Sinh vật, nhưng nhận biết được bằng Tri thức và nhất là sự BIẾT. Vậy Hồn gồm Nghiệp thức (Trí nhớ, Tri thức, Mạc Na thức/suy nghĩ), Tạng thức), Chất Tối (Dark Matter), Lực Tối (Dark Force) và Phật Tánh/hay Chân Không là các thể chất không thấy trong Vũ trụ.

Như vậy Nghiệp thức (có người gọi là Hồn) chỉ là một phần của Hồn. Vì Nghiệp Thức là không thường hằng và che mờ Phật tánh, nên Hồn không thường hằng, sau khi mất đi Nghiệp Thức, Hồn nhập lại vào Chân Không/Phật tánh. Khi còn Nghiệp Thức thì Hồn đi vào vòng luân hồi.
Chất Tối, Lực Tối làm nên phần cấu tạo cho Hồn, thể chuyển tiếp giữa Nghiệp Thức--Chân Không/Phật Tánh.

Hệ luận là:
    i.   *Hồn là thể siêu vi-diệu hơn Tri thức, cho nên khi nhà Khoa học dùng Kỹ thuật khoa học và Tri thức để khảo sát Hồn là vô nghĩa. Việc làm chẳng khác gì thợ cắt kính <u>không</u> dùng đá kim cương mà dùng thủy tinh để cắt kính, việc làm cho tới nay tỏ ra không hiệu quả cho nên chưa thể hiểu hết Tâm Hồn/Mind.*
    ii.   *Định nghĩa làm rõ ra cấu tạo của Hồn ngoài Nghiệp còn có Chất Tối / Lực tối và Chân Không.*

Sự Hiểu Biết có sẵn trong Hồn vì có Phật tánh. Phật Tánh có Trí Huệ Bát nhã, nên Tri thức không cần Não bộ. Trí Huệ cũng không cần được nhân cách hóa ở dạng Chúa Trời hay Phật.

C. Thí dụ về Hồn

Lấy một thí dụ sau: *Khi nhìn cảnh người ngồi ở đường phố Tết ngày nay vẽ câu đối. Người trẻ ngày nay nhìn và ghi nhận hiện thực như vậy. Nhưng những người Hà nội năm xưa thấy hình ảnh hôm nay gợi lại ký ức năm xưa: "Những người muôn năm cũ, Hồn ở đâu bây giờ" trong bài Ông Đồ già lấy từ câu thơ của Vũ đình Liên. Như vậy Hồn là kỷ niệm hay nói một cách tổng quát hơn là Trí Nhớ ghi lại Tri Thức, đã biến thành ký ức của một số người. Kỷ niệm đó không tìm thấy ở hình ảnh thực tại mà phải nhờ đến khả năng thâu hồi ký ức qua kích thích bởi hình ảnh hiện tại.*

    Thí dụ trên gợi ý quan niệm thông thường là Tri Thức là nguồn cung cấp thông tin cho Tâm Hồn. Hơn thế nữa, Tri Thức kích động Tâm Hồn để nó làm việc sát với hiện trạng của con người. Tâm Hồn của " những người muôn năm cũ không còn ở Hà nội" không hoàn toàn nằm trong, hay lệ thuộc hoàn toàn trên Não Bộ.

D. Một số Đặc tính của Hồn.
    i. Hồn là một thể riêng biệt cho mọi người và mọi sinh vật, nhưng Hồn có biểu hiện nhiều ở động vật phát triển cao.
    ii. Khả năng xuyên thấu vạn vật

iii. Không tác động hay rất ít tác động đến âm thanh ánh sáng (sóng điện từ). Không thể giao tiếp với xã hội loài người đang sống nếu không nhờ đến Não Bộ.

iv. Có thể có trọng lượng và sức hấp dẫn vạn vật.

Trong khảo cứu của BS Duncan MacDougall 1901, Hồn có trọng lượng cân nặng 21.3 g nhưng khảo cứu bị cho là phản khoa học đối với những người có thể có định kiến. Nếu Hồn có trọng lượng thì dĩ nhiên có sự hấp dẫn vạn vật.

v. Có khả năng dính hay tiếp xúc với các mô và tế bào, nhất là Não Bộ và tế bào thần kinh.

II. SÁNG THẾ VÀ SIÊU HÌNH TRONG VẬT LÝ, THIÊN CHÚA GIÁO VÀ PHẬT GIÁO.

Đây là vấn đề muôn thuở của loài người đi tìm nguồn gốc của mình để từ đó tìm ra cách xử sự đúng đắn trong đời sống.

A) Theo Khoa học Thuyết Big Bang (H1.2)

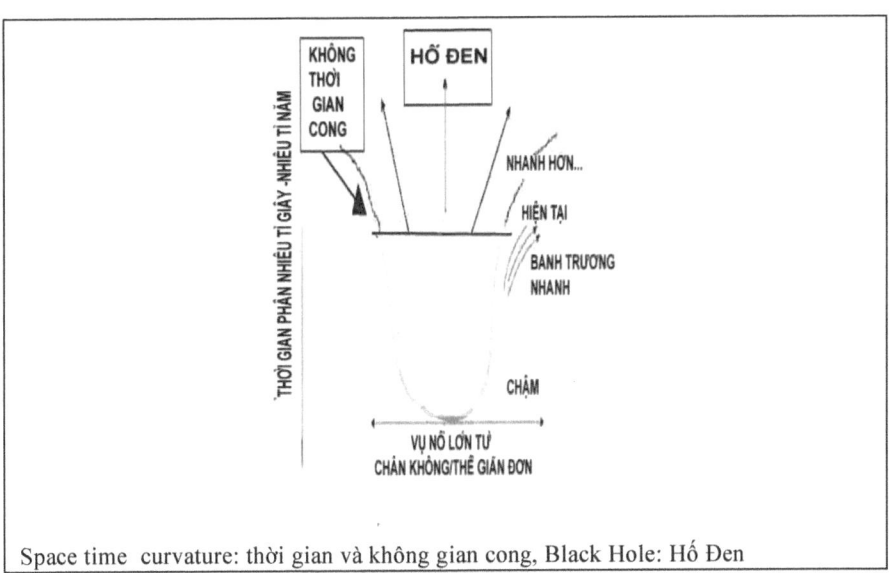

Space time curvature: thời gian và không gian cong, Black Hole: Hố Đen

Hình H1.2: Vũ trụ sau lần nổ Big Bang theo quan niệm của Georges Lemaitre như một cái chảo cứ bành trướng mãi cho tới ngày diệt vong. Nhiều nhà vật lý học tin rằng kết cục cả Big Bang sẽ là Big Rip (banh ra) hay Big Chill (lạnh cóng). Điều này trái ngược với quan điểm của Penrose cho rằng sau khi có sự nổ lớn của Big Bang, thiên hà bay chậm lại, rồi co rút lại trong Black Hole, nóng trở lại và thành điểm nhỏ cực nóng rồi làm ra Big Bang sau đó, và tiến trình cứ lặp lại vô cùng tận. Theo Phật giáo, quan niệm là Sáng thế chỉ là Vọng Niệm, và Chân Không mới chính là vụ nổ lớn/ BigBang). (xin xem tr 73)

Theo giả thuyết, vũ trụ khởi đầu là một năng lượng vô cùng lớn nằm trong một điểm nhỏ. Sau 1/1000 tỉ giây thì bắt đầu có kết tinh lại thành Photons (một loại bosons), là hạt của ánh sáng. Tiếp đến sau Photons sinh ra Lepton biểu hiện bằng Electron (một loại Fermions), Quarks (thành phần chính cấu tạo ra Proton va Neutron) và Antimatter tương ứng.

Quarks không ở một mình mà phải đi cùng với Quarks khác. Càng chia cách Quarks ra thì Quarks càng kéo lại mạnh hơn. Khởi đầu, Matter và Antimatter gần bằng nhau, nhưng sau đó antimatter suy giảm thành rất ít tương ứng cho cơ chế làm sự bất cân xứng để tạo ra vũ trụ. Sự bất cân xứng là nguyên lý của sáng thế. Cơ chế giảm bớt antimatter chưa được hiểu, nhưng có lẽ là tự nhiên của Sáng thế. Sự bất cân xứng matter-antimatter là rất phù hợp với nguyên tắc bất cân xứng trong thế giới nhị nguyên

Sau 1/1 triệu giây, Quarks không được làm thêm nữa, nên Quarks kết nhau lại để thành Hadrons. Hadron gồm Proton = (+) và Neutron = (0). Kế đến, vũ trụ bành trướng ra thành một cái chảo cực nóng, lớn hơn và rồi nguội dần. Photon trở nên bất lực để tạo thêm hạt cơ bản và đơn thuần chỉ còn là ánh sáng. Sau một giây, vũ trụ lớn gần bằng một nửa thái dương hệ, năng lượng của vũ trụ chỉ còn khả năng làm Electrons khuấy động để kết hợp với Neutron/Proton Hydrogen, một ít Helium và một chút Deuterium và Tritium. Khi nhiệt độ xuống đến 3000^oC khoảng 400.000 năm thì không còn tạo ra được nguyên tử nào nữa. Trước khi Electrons bị buộc vào các nguyên tử, vũ trụ đặc sệt và đục. Photons không thể bay theo đường thẳng vì bị ngăn cản bởi nhiều Electrons ở lung tung. Khi chảo vũ trụ nguội dần, các nguyên tử tạo thành vũ trụ trong như hiện tại và Photons có thể bay theo đường thẳng như hiện nay. Cosmic Microwave Background (CMB) để chỉ tình trạng của Photons tạo ra Electromagnetic Radiation (Waves) trước khi nguyên tử xuất hiện, CMB ngày nay vẫn còn sót lại là bằng chứng của Big Bang.

Cùng với thời gian, trên vật chất tụ lại thành đốm lớn nhỏ để tạo ra các hành tinh thiên hà và giải ngân hà cùng mặt trời. Quả đất có vị trí đắc địa không bị mặt trời làm nóng quá hay bị lạnh quá. Vì vậy mà có nước, khởi đầu là vi thể Anaerobic, rồi sau đó là vi thể ky khí Anaerobic phân hủy CO_2 thành O_2, rồi bắt đầu là các vi thể hiếu khí Aerobic.

Quan điểm về khởi nguyên của Big Bang sẽ được bàn như sau đây (Bảng 1.1, 1.2) (H1.2CC)

Năm 1964 Peter đặt ra vấn đề về thể khối của vật chất đặc biệt cho các hạt lượng tử. Xem hình H1.1A: Vật chất trong một thể như viên bi ở A1 là ở thể cân bằng, vì vậy vật thể biểu hiện như không có khối thể và trọng lượng. Tình trạng trên vững vàng nhưng khó duy trì. Khi vật thể A rơi xuống như trong hình A2, hệ thống trên trở thành bất cân xứng nhưng lại dễ duy trì hơn hơn ở A1. Bởi vậy sự cân bằng luôn luôn kết hợp với tính cách nhất thời và dễ bị phá vỡ, trái lại bất cân xứng thường bền vững gây ra bất ổn và nhưng dễ duy trì hơn Hơn thế nữa, vì cân xứng gần với đồng nhất thể nên hình khối không thể hiện ra được..

Cho nên khối thể chỉ có ở trạng thái bất cân xứng.
Cần phân biệt khối thể (mass) với trọng lượng (gravity). Thông thường trong thế giới đại thể, Khối thể và trọng lượng thường kết hợp nhau và đồng hòa nhau. Thí dụ bong bóng to lớn nhưng nhẹ và viên đạn nhỏ nhưng nặng. Trong Cơ Lượng Tử/CLT, là hai tình trạng khác nhau: Photon không khối thể và không trọng lượng, hạt W có khối thể nhưng không trọng lượng, neutrino, electron, quark, có khối thể và trong .Chất Đen có khối thể có trọng lượng nhưng lại không nắm bắt được.

Từ đó Higgs đề nghị một môi trường bắt đầu hiện hữu ở những phần tỉ giây đầu tên sau BigBang, nay gọi là Higgs Field (tạm dịch Khối trường Higgs). Môi trường nầy khác với không khí thuộc về phạm trù của Photons làm ra hình dáng màu sác âm thanh. Higgs field thẩm thấu khắp vũ trụ từ CLT đến vũ trụ bao la. Cũng như những môi trường khác (thí dụ như điện từ trường thì có photons), Higgs field cũng phải có hạt riêng của nó. Nhưng chỉ gần 50 năm sau hạt Higg boson mới được tìm thấy ở CERN năm 2012 và xác nhận lý thuyết Higgs field là chính xác. Hạt Higgs boson to gấp nhiều lần proton Spin=0), điện tích=0.

Hạt Higgs Boson liên hệ đến tất cả các hạt khác có thể khối *trừ photon và Gluon vì chúng không có thể khối*. Hạt Higgs Boson không phải là Graviton vì không đo được trọng lượng. Graviton hiện vẫn chưa được biết là gì, nhưng Higgs Boson có thể có liên hệ đến DM vì DM được biết có thể có thể khối. Vật thể di chuyển trong Higgs field bị chậm lại làm nên nên khối của vật thể ấy. Quan niệm về Higgs field gần với quan niệm THBN khi so sánh với TR: thông tin cần THBN để có TR, Hạt cần Higgs field để có thể khối

.B. Tìm kiếm thể vật chất và lực tương ứng cho hồn
Vì hồn là một thể của người/động vật, nên cũng được cấu tạo bởi vật chất và lực của Big Bang. Với sự phát triển của vật lý hạt nhân, Hồn có thể tạo bởi các thể không vượt ngoài những thể vật chất và lực đã được khám phá của vũ trụ. Nhìn lại tất cả khoảng 200 hạt/loại vật chất cơ bản tìm được của vũ trụ trong bảng 1 và 2.

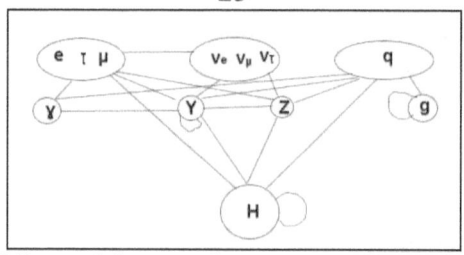

H1.2BC E: electron, T:Tau, μ: Muon, γ: photon, v: Neutrino và Muon, Tau, Electron flavors, q: Quark, g: Hạt Gluon, Z: hạt Boson, H: Hạt Higgs Đường thẳng và cong: Hạy Higgs trong môi trường Higg làm ra thể tích. Các đường vẽ thẳng và cong chỉ ra ảnh hưởng của môi trươngf/fielf Higg

Bảng 1.1: Các Lực Trong Thiên Nhiên

Lực quan cảm nhận được	Lực/Thể	Hạt/vật chất	Lức kết nối	Tầm xa	Lực
	Weak force,	Quarks, leptons	W,z radioactive decay)	Gần	Yếu
	.Strong force (kết nối quarks)	Quarks, gluons	Gluon (nuclear binding)	Ngắn	Rất mạnh
	Electromagnetism	Điện (molec binding)	Photon (Gamma)	Vô hạn	Mạnh
không cảm nhận được gần như Chân Không	Trọng lượng (mass binding)	Tất cả các khối vật	Graviton chưa xác định	Vô hạn	Rất yếu
	Lực tối, Lực số 5	Vũ Trụ giản ra	? Dark photons	Vô hạn	Mạnh

Bảng 1.2 Hạt căn Bản

Eleme ntary	Fermi ons	Quarks	Up, down, charm, strange,top, bottom
		Leptons	(- charge) **Electron, Muon, Tau,** (+charge) **Positron,** (no charge) Neutrino composed of three flavors corresponding to electron, muon, tau
	Bosons Integer spin	Gauge	**Photon, Gluon, W, Z boson** (W- ,W+,Z hạt của weak force)
		Scalar	Higgs boson
C o m p o si te	Hadrons	Baryons/ Hyperons	Nucleon:(**Proton, Neutron**),Delta baryon, Lambda baryon, Sigma baryon, Xi baryon, Omega baryon
		Mesons/ Quarkonia	Pion, Rho meson, Eta meson, Eta prime, Phi meson, Omega meson, J/ψ, Upsilon meson, Theta meson, Kaon
	Others		Atomic nuclei, Atoms, Diquarks, Exotic atoms: Positronium, Muonium, Tauonium, Onia), Superatoms, Molecules
Hypo thetic al			Gravitino, Gluino, Axino, Chargino, Higgsino, Neutralino, Sfermion, Axion, Dilaton, **Graviton,** Majoron, Majorana fermion, Magnetic monopole, Tachyon, Sterile neutrino

Ghi chú: Nếu có nhiều hạt căn bản, điều đó là tạo ra nghịch ly. Vì khi gọi là căn bản thì chỉ có một hạt nguyên tố. Đi tìm một nguyên tố như vậy đưa đến giả thuyết superstring (dây nho chiều dài 10^{-34} cm). Lý thuyết Supersring chỉ được chấp nhận bởi mộ số lớn khoa học gia, nhưng khong không phải tăt cả. Quan điểm Superstring là khó co thể chấp nhận với quan niệm về Chân không. CK sanh ra tất cả: Lực, vật chất và Trí Huệ

Có ba loại vật chất có một số đặc tính tương tự như hồn: Lực Tối, Thể tối và Neutrino.
Trở lại quan niệm Hồn là một loại thực thể.
Đặc tính của thực thể của Hồn là:
a). Vật chất: Baryonic Matter: Chất thấy được : không tương ứng với đặc tính của Hồn, ngoại trừ Neutrino (nhẹ hơn và xuyên thấu vật chất thấy được).
Dark Matter /Chất đen không thấy được: tương ứng với đặc tính của Hồn.

b) Thể tối (xem B1.1)
Có thể gọi Thể tối (Dark Matter - DM) là thể trong suốt vì không thể thấy được hay là thể tối lạnh. DM di chuyển chậm chạp vì sức nặng gấp năm lần chất thấy được. DM chiếm 27% vũ trụ.

Mạnh Tử (nho giáo 372-289 TCN) **và Trang Tử** (Lão giáo 369-286 TCN).
Theo Trang Tử: *"Người ta sinh ra là do khí tụ. Khí tụ thì sống, khí tán thì chết. Cho nên nói rằng khắp cả gầm trời chỉ là khí mà thôi."* (Trích trong *Ngoại thiên*); *"Lẫn lộn trong cõi lù mù, biến hóa mà có khí, khí biến hóa mà có hình"* (Trích trong thiên *Chí Lạc*) (tương tự như sau BB nguội lại thi tu lại thànhvật chất). Trang Tử nói như vậy giống như vì có Big Bang mà có vật chất, vật chất biến hóa (tụ lại) mà có thiên hà, ngân hà và sinh vật.
Mạnh Tử có khuynh hướng thiên về tâm hồn tạo nên chí khí (thức thứ bảy = mạc na thức = tư tưởng). Mạnh Tử viết trong chương *Công Tôn Sửu, thượng, bài 2*: *"Cái gì không nhận thấy trong lòng mình thì đừng cầu khí lực của mình, nói vậy là đúng. Còn cái gì không nói rõ ràng được thì đừng tìm ở lòng mình, nói vậy là sai."* Ở đây, Mạnh Tử muốn nói rằng cái gì không nói rõ được có nghĩa là có nhưng không diễn tả được thì không thể nói là không có. Điều này đã vượt lên trên thực nghiệm/thể nghiệm để biết rằng trong cái Không, *không thể tìm thấy, đó là tâm, là đạo*. Hơn nữa, từ cái Không của Đạo sinh ra muôn loài và vật.
Trở lại với vũ trụ, các tinh thể/thiên hà/ngân hà ở trong chảo vũ trụ và giữ được vị trí như vậy là nhờ lực vạn vật hấp dẫn của Newton. Einstein với thuyết General Relativity mô tả vũ trụ theo đường cong gây ra do

sức hấp dẫn của tinh tú, ngân hà. Trên tầm thể to lớn Không gian **bị** hấp lực của tinh tú nên bị bẻ cong.

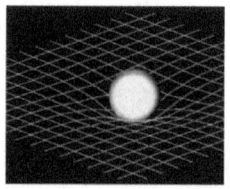
H1.3

Tia sáng với Photons, tuy không có trọng lượng, bay gần đến các tinh tú lớn thì bị tinh tú lớn bẻ cong lại vì đi theo chiều hướng của không gian (H1.3). Đó là hiện tượng Gravitional Lensing, giống như hiện tượng khúc xạ khi ta thấy chiếc đũa trong tô nước như bị gãy khúc. Vào thập niên 1930, nhà thiên văn học, vật lý học Fritz Zwicky đã nghiên cứu chùm sao Coma Berenices và thấy các hành tinh bay quá nhanh tương ứng với một trọng lượng rất lớn, lớn hơn tổng số trọng lượng các tinh tú. Hiện tượng trên chứng tỏ có một lực đẩy khiến các tinh tú bay nhanh. Điều này cũng được kiểm nhận như vậy ở các thiên hà khác. Cuối cùng, mọi người đều gần như chấp nhận là có Chất Tối/Dark Matter/DM.

- Hiện tượng "Gravitional Lensing": Ánh sáng bị bẻ cong do lực hấp dẫn của các tinh tú.
- Các tinh tú nói chung bay quá nhanh so với thể tích của nó. Theo định luật vạn vật hấp dẫn, các hành tinh xa trung tâm ngân hà sẽ di chuyển nhanh hơn các hành tinh gần trung tâm ngân hà. Tuy nhiên, khi đo vận tốc của các hành tinh, các nhà vật lý học nhận thấy các hành tinh gần trung tâm ngân hà cũng di chuyển nhanh như những hành tinh ở xa trung tâm. Như vậy, ngoài lực hấp dẫn trọng lượng còn có lực hấp dẫn từ một DM (hay không thấy).
- DM không ảnh hưởng đến các vật chất khác ngoài trọng lượng. DM nặng hơn năm lần.

c) Bốn lực cơ bản trong vật lý ca Lực Đen là:

Vũ trụ này được cấu tạo nhờ bốn lực căn. Hiểu bốn lực này, các nhà vật lý có thể thấy, đo lường và cảm nhận thế giới vật chất của vũ trụ.

- **Weak Nuclear Force** giữ Particle khỏi bị hư, dùng hạt w và z, yếu, ở tầm ảnh hưởng xa nhưng mạnh ở tầm gần.
- **Strong Force** nối Quarks trong nhân của nguyên tử. Đây là lực mạnh nhất, tầm ảnh hưởng gần. Lực này dùng để chế bom nguyên tử.
- **Electromagnetic Force** dùng Photons ít mạnh hơn, nhưng tầm ảnh hưởng xa vô hạn.
- **Gravity** là trọng lực (như lực hút trái đất) dùng hạt Graviton là

tên chỉ định nhưng chưa tìm ra, yếu hơn nữa, nhưng tầm xa.
- **Lực tối (Dark Energy)(chưa được khẳng định)**

Lực tối được nghĩ ra khi chất tối (23%), chất Baryonic (4%) và Neutrino (<1%) chỉ chiếm có 27% tỉ trọng của vũ trụ. Lại nữa, vũ trụ càng ngày càng tăng tốc bành trướng, mà phương trình General Theory của Einstein không thể giải thích được nếu không có khái niệm về lực tối.

Kiểm soát lại tính chất của 5 lực trên: Lực yếu tìm thấy trong sự thoái hóa các hạt nguyên tử. Lực mạnh là lực làm nên bom nguyên tử tạo ra phóng xạ nên không thể là Khí lực được. Lực Trọng lượng hấp dẫn vạn vật thì yếu trong khi đó Hồn người nếu có trọng lượng cũng chỉ cân nặng 21.3 g và không là vật chất thấy được. Lực điện từ có thể giữ vai trò vì Hồn có ít nhiều liên hệ đến Lực điện từ qua giả thuyết Hồn là sự kết hợp của Chất tối và Neutrino,.. Neutrino rất nhẹ và có điện lực rất yếu so với Electron. Các huyệt châm cứu đã được chứng minh có điện thế thấp. Ngoài ra người ta đã chứng minh Khí công có thể tạo nên một dòng điện yếu.... Lực Tối, tuy nghi ngờ là rất mạnh làm bành trướng vũ trụ nhanh hơn là dự đoán bởi thuyết Theory of General Relativity của Einstein. Tuy nhiên thông tin về Lực Tối vẫn còn là một nghi vấn lớn cho các nhà Thiên văn học.

Tóm lại, HNT/ Hồn Nhập Thân cũng như HNB/ Hồn Não Bộ có cơ cấu không rõ ràng nhưng sự hiển hiện của HNB cũng như HNT là gần như khó phủ nhận qua các hiện tượng Tâm linh ở NB và Khí lực của Thân thể qua các bằng chứng về Khí công và Châm cứu. Cấu tạo Hồn có thể gồm:

Lực Đen
Chất Đen
Neutrino

Khi Hồn nhập NB hay thân thể không NB vì khi nhập thân Hồn có đặc tính điện từ để dính vào synapses, điện thế ở các huyệt châm cứu và nhân điện trong trị liệu /khí công. (xin xem **Giả Thuyết HỒN NHẬP/RỜI NÃO BỘ, tr 51**).

d. Chất tối trong giải ngân hà và địa cầu.

Nếu Hồn cấu tạo bằng Chất Đen/DM, thf DM phải hiện hữu ở địa cầu va cần chứnhg minh sự hiện hữu đó.

Quan sát qua hiện tượng Gravity Lensing có thể thấy chất tối có khuynh hướng kết tụ lại, đặc biệt xung quanh các hành tinh trong các nhóm từ thiên hà và ở giữa những thiên hà trong khi chất tối lại được tìm thấy ở cả ngân hà và thiên hà. DM/chất tối đã bị loại trừ là không ở trong Black Hole. Khi hai cụm thiên hà đụng nhau, chất tối xuyên qua hành tinh mà không bị cản trở. Ngược lại, hành tinh bị lôi cuốn theo chất tối.

Năm 1992, một đề án có tựa đề MACHOs hay tên đầy đủ là Massive Compact Halo Objects đã được tiến hành để tìm "Một miếng chất tối" to bằng trái đất cho đến to bằng 10 lần mặt trời, nhằm vào vùng "Large Magellanic Cloud" ở ngoài giải ngân hà nhưng vẫn không đem lại kết quả gì. Một đề án khác "EROS" chỉ thấy có 1 MACHO trong 17 triệu hành tinh, quá ít so với dự đoán là 42 MACHO. Tuy không tìm ra được bằng chứng khả dĩ thuyết phục, các nhà nghiên cứu vẫn tin tưởng là có chất tối trong thái dương hệ, quanh quả địa cầu và cả trong lòng đất. https://www.nasa.gov/feature/jpl/earth-might-have- *hairy-dark-matte*r, Monthly Notices of the Royal Astronomical Society, Volume 468, Issue 2, June 2017, trang 1962–1980, *https://doi.org/10.1093/mnras/stw3385*, (https://academic.oup.cóm/mnras/article/468/2/1962/2970349, https:// physics.aps.org/synopsis-for/10.1103/PhysRevD.98.103006, https://www. *scientificamerican.com/article/does-dark-matter-encircle-earth/*, *https:// www.newscientist.cóm/article/dn13726-dark-matter-may-have-been- found-on-earth/).*

Cũng có thể chất tối hiện diện trong địa cầu nhưng với số lượng rất ít, không đủ để gây ra hiện tượng vạn vật hấp dẫn nên không thể chứng minh sự hiện hữu của chất tối.

Axions là hạt được biết đến từ năm 1970, có spin gần bằng zero, hình thể (mass) rất nhỏ (có lẽ thuộc về loại beson là vì vậy có người nghi là hạt của Chất tối.

Chất tối cũng được ghi nhận trong kinh Đại Bản (trong T r ư ờ n g B ộ kinh bộ Nikaya hay A Hàm hay trong kinh Trung Bộ **KINH HY HỮU VỊ TẰNG HỮU PHÁP,** *(Acchariya-abbhùtadhamma Sutta)*). Kinh mô tả sự đản sanh của Đức Phật khi ngài nhập thai xuống từ cung Trời Đâu Suất ánh sáng vô lượng chiếu khắp vũ trụ và vũ trụ bị rung chuyển cực độ.

Kinh Nikaya viết: Khi vị Bồ-tát từ bụng mẹ sanh ra, khi ấy một hào quang vô lượng thần diệu, thắng xa oai lực của chư thiên hiện ra cùng khắp thế giới, gồm có các thế giới trên chư thiên, thế giới của các ma vương và phạm thiên, và thế giới ở dưới gồm các vị Sa-môn, Bà-la-môn, các vị hoàng tử và dân chúng. Cho đến các cảnh giới ở giữa các thế giới, không có nền tảng, tối tăm, u ám, những cảnh giới mà mặt trăng, mặt trời với đại thần lực, đại oai đức như vậy cũng không thể chiếu thấu. Và các chúng sanh sống tại những chỗ ấy, nhờ hào quang ấy mới thấy nhau mà nói: "Cũng có những chúng sanh khác sống ở đây."

Và mười ngàn thế giới chuyển động, rung động, chuyển động mạnh. Kinh mô tả cảnh giới, giữa (không có nền tảng, u ám) các thế giới, cũng có chúng sanh (vô sắc). Cảnh giới đó (tương ứng với chất tối), ánh sáng mặt trời (electromagnetic energy/lực điện từ) không thể chiếu thấu (đến được).

Ý Kinh: Hào quang rất sáng khi Bồ tác sanh rọi thấu vùng tối đen tương ứng với Chất đen. Trong ấy cũng có chúng sanh. Có thể chất Đen là thành phần của Địa Ngục và Nghiệp

e. Thể tối trong khoa học của con người.

Thể tối hay thể tối lạnh, hay thể trong suốt của con người mới đây cũng đã được đề cập đến. Kinesin-1 là chất chuyên chở các bọc nhỏ (Vesicles) trong râu thần kinh. Vận tốc chuyên chở trong tế bào nhanh hơn khi so sánh với vận tốc chuyên chở trên kính đặt dưới kính hiển vi, trong cùng điều kiện về hóa học và vật lý học, dù trong tế bào người ta có thể tưởng tượng được sự chuyên chở do bị cản trở bởi nhiều chướng ngại vì tế bào chất thì keo dẻo và có nhiều cấu trúc. Vì sự kém hiểu biết về môi trường trong tế bào, người ta thường đổ lỗi cho đo lường gây nên sự kém chính xác dù rằng các dụng cụ đo lường có thể không phải là nguyên nhân gây nên sự chênh lệch đáng kể trên..

f. Chất tối nóng, lạnh (và ấm= Chất Tối+Neutrinos).

Cho đến nay, mới chỉ có quan sát qua hiện tượng Gravitional Lensing là đưa ra khẳng định về sự tồn tại của chất tối. Nhiều lý thuyết về chất tối nóng, lạnh và ấm được đưa ra, không phải tùy theo nhiệt độ mà tùy theo vận tốc di chuyển. Chất tối lạnh nặng với tỉ trọng gấp năm lần thiên hà, ngược lại nếu chất tối nóng làm bằng Neutrino thì vận tốc gần như ánh sáng. Sự hiện hữu của chất tối ấm là một trường hợp khả dĩ biểu hiện thể trung gian giữa chất tối lạnh và chất tối nóng. Tuy vậy, sự hiện hữu của chất tối nóng, lạnh, ấm vẫn chưa được khẳng định.

Neutrino, năm 1930, Pauli Wolfgang đã nghi ngờ Neutrino là một thực thể trong vũ trụ, dựa trên hiện tượng: $p + e + v \rightarrow n$ (p: proton, n: neutron, e: electron , v: là ẩn số để cân bằng phương trình) Neutrino được khám phá và xác nhận vào năm 1998).

Neutrino là hạt căn bản rất nhẹ, không có điện tích, nên không gây nên điện trường và có lực yếu nhất trong các hạt của vũ trụ. Hạt được tạo ra nhiều nhất trong vũ trụ, nhưng vì không phản ứng với các vật chất khác nên Neutrino rất khó khám phá. Neutrino có thể xuyên qua các vật chất khác. Antineutrino không khác gì với Neutrino và có lẽ là một với Neutrino. Neutrino có năng lượng 0,32 eV và nhẹ bằng 1/108 của Electron. Cho nên, Neutrino cũng có lực hấp dẫn vạn vật và có vận tốc nhanh gần tương đương với vận tốc ánh sáng vì rất nhẹ. Neutrino gần giống như Electron vì không liên hệ đến Strong Nuclear Force như trong bom nguyên tử. Nhưng Neutrino và Electron liên hệ đến Weak Nuclear Force. Vì liên hệ này mà cũng trong nhóm này còn có các hạt Muon và Tau. Electron, Muon và Tau thường kết hợp với Neutrino làm nên Electron - Neutrino, Muon - Neutrino và Tau - Neutrino và Antimatter Electron - Antineutrino.

Neutrino Hiện diện trong giây đầu tiên sau Big Bang, 10^{-4} giây. (H1.4)

và còn được tiếp tục sinh ra từ các hành tinh và Trái đất co thê là hạt nhiều nhất.
Xuyên qua mọi vật chất kể cả thân thể và Trái đất mà không gây nên phản ứng.

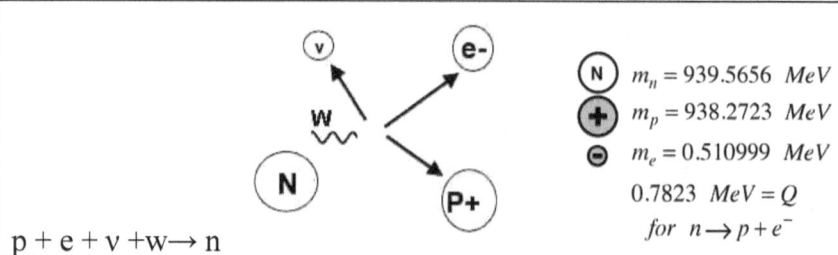

H1.4 Sơ đồ chỉ ra hạt Neutron (N) bẻ ra thành hạt proton (p+), hạt electron (e-) và hạt neutrino (v)

- Có thể chuyển từ flavor này sang flavor khác. Hiện tượng này được gọi là oscillation.
- Có Weak Nuclear Force ở tầm ngắn.
- Có mass rất nhỏ, spin ½ thuộc về loại hạt Fermions.
- Hạt Tau nặng hơn Muon và Electron. Tau và Muon (cũng kết hợp với Neutrino) có đời sống rất ngắn, nên khác nhiều với Electron.
- Đặc tính xuyên thấu, nhẹ, bay nhanh, không gây phản ứng với sự vật và sự hiện hữu của ba loại Neutrino có thể là minh chứng cho thấy Neutrino có thể là hạt cơ bản cấu tạo nên tri thức. Một mẫu nhỏ tri thức có thể biểu hiện bằng sự kết hợp của một số hạt Neutrino. Mẫu tri thức này ở trong hồn có thể xem là tri thức như thị, vì không qua nhiễu loạn của não bộ.

g. Vật chất khác của vũ trụ.

Ngoài DM, lực tối và Neutrino (một loại Lepton) có khoảng 200 hạt căn bản (Elementary Particle) và chúng có thể được phân loại như sau:

- Hạt Fermions (Spin 1/2) gồm:
    - Quart/Antiquart (Up, Down, Charm Strange, top, bottom);
    - Lepton (Electron - Antielectron: Positron, Electron - Neutrino, Muon, Muon - Neutrino, Tau, Tau - Neutrino).
- Boson gồm:
    - Gauge Boson (Spin 1): Photon, W và Z Boson (W+, W- và Z Boson), Gluon (types), Graviton (giả định, spin=2 nếu hiện hữu).
    - Scalar (Spin 0): Higgs Boson (H=0)

C. Đề nghị Giả Thuyết Cấu tạo Hồn (H1.5)

Dựa trên đặc tính của Hồn (Xem trang 184-189), Hồn có thể được cấu tạo bằng Lực Đen, Chất Đen làm nền cho Neutrino. Khi nhập vào sanh vật, Neutrino có thể được gắn thêm electron. .

Ngoài cơ thể Hồn cảm nhận thông tin bằng cách thay đổi cấu trúc xếp đặt của Neutrino.

Trong NB, Electron bám vào các synapses, cấu trúc của Neutrino thay đổi theo cấu trúc của electron khi dính vào synapses.

Khi ghi TN, màng Synapse trở nên âm tính (-) nên eletrons không bám vào synapses. Sự kiện dính và tách rời Hồn với Synapses có thể được điều khiển bởi THBN của Hồn.

Khi NB chết hay trong xuất Hồn, synapses mất điện thế, Hồn tách ra khỏi Não Bộ/NB.

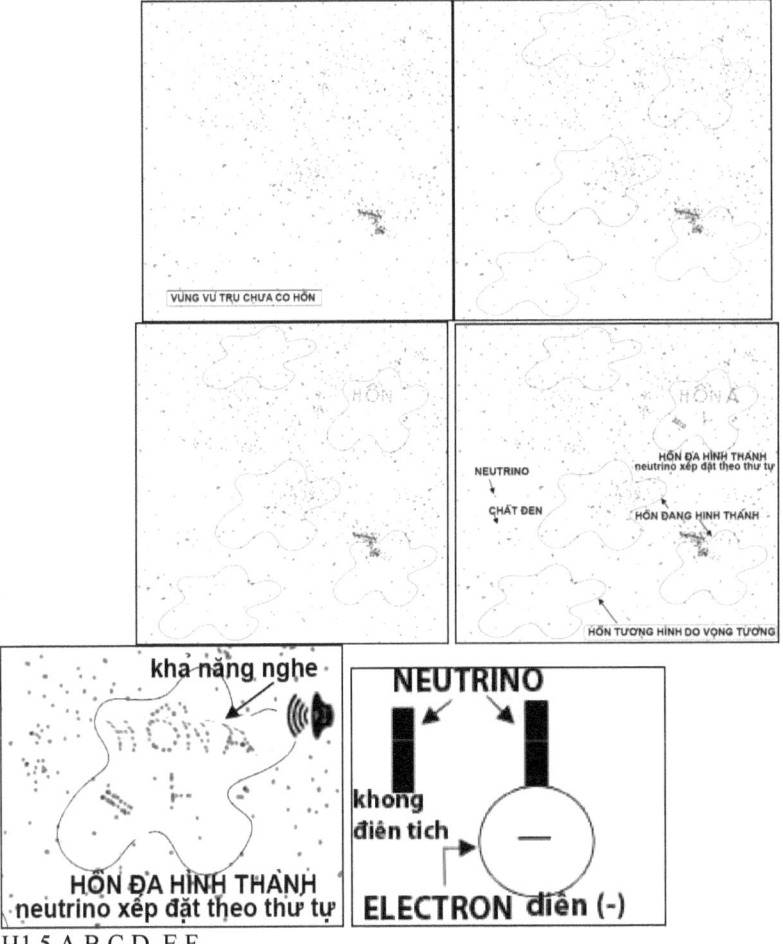

H1.5 A,B,C,D, E,F

Dùng sự tương tự với Memory Computer Disc (Dĩa trí nhớ) gồm hàng tỉ transistors (tương đương với nút điện đóng mở) xếp thành nhiều lớp để ghi lại thay đổi điện trường:

Mỗi Neutrino có thể dính hay không dính với một Electron, cho nên Hồn có thể có từ trường yếu để ghi và in lên Não Bộ. Đối với Âm thanh, Ánh sáng hay Trọng lượng sự xê dịch của Neutrino có thể biểu hiện sự thay đổi. Cấu tạo của Hồn tăng lên với cấu tạo của Não Bộ.

A: Vũ trụ mới phát sanh trong đó có Neutrino rải rác trong chất Đen.
B, C: Hồn Sinh vật đơn giản: Neutrino có sắp xếp theo thứ tự.
D: Hồn sinh vật cao hơn.
E: Hồn bị tác động bởi âm thanh (cái loa), nhưng không cần có Não Bộ.
F: Neutrino có thể gắn với Electron nên có điện tích (-).

Giả Thuyết HỒN NHẬP/RỜI NÃO BỘ. (H1.6)

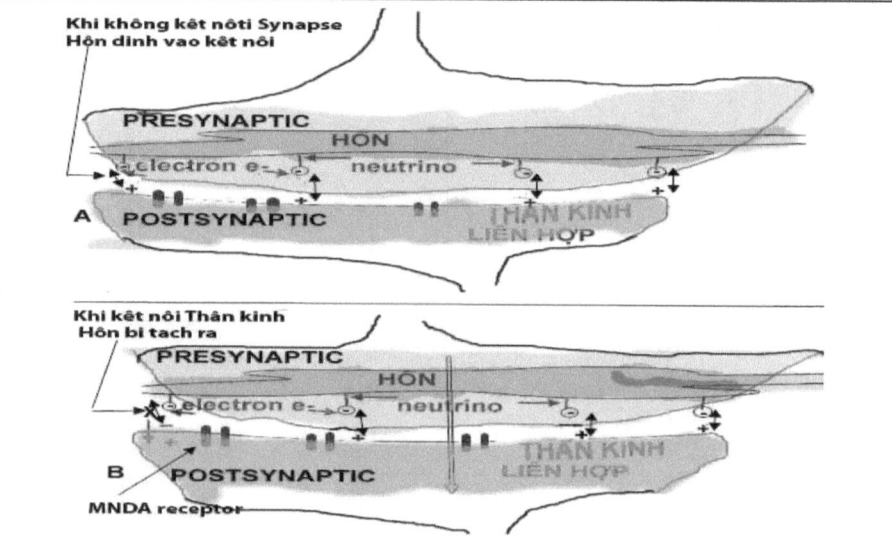

H1.6
A: Hồn nhập thân gồm chất Đen và Neutrino gài thêm Electrons nên có điện thế (-), nên có thể dính với màng thần kinh (Liên hợp Thần kinh/synapse) có điện thế (+).
B: Khi dây thần kinh (TK) bị kích động do dẫn truyền thông tin, màng liên hợp thần kinh trở nên (-). Cùng thời gian điện thế cũng được tạo ra trên mặt Hồn: Electron không còn dính với dây thần kinh nên tăng lên điện thế (-) làm ra điện thế nhưng rất yếu khi so sánh với điện thế của synapses.
Khi dây TK mất điện thế như sau khi NB chết, Hồn tự nhiên không còn dính với liên hợp TK /synapses nữa và tự mất đi Electrons. Cho nên sau khi Não Bộ chết, Hồn có thể tự tách ra khỏi Não Bộ dễ dàng hơn khi còn sống. Tình trạng Long term Depotentiation/LTD làm nên tình trạng điện thế tương tự.

Như vậy hạt Neutrino có thể chính là hạt của Tri thức (particle of Consciousness). Tuy Neutrino không phản ứng với các vật chất

Baryonic, nhưng khi được gắn với electron thì lại có phản ứng như TR. Tánh xuyên thấu là đặc trưng của TR. Neutrino không là hạt của THBN vì THBN vi diệu hơn TR và THBN chỉ phản ứng với vật chất qua trung gian của TR. Lại nữa, TR không phản ứng với các thể siêu lượng tử kể cả Chất Đen Lực Đen và Chân không. THBN gần như Phật Tánh thì bao gồm và phản ứng tất cả mọi thể trong vũ trụ.

D. CHÂN KHÔNG.

1. Trong thế giới của vật lý.

Chân Không là khoảng trống không, không chứa những gì ngũ giác nhận biết. Nhưng ngũ giác đã làm con người sai lạc rất nhiều. Big Bang khởi đầu là một điểm không hay gần như không, không ai chứng minh được chỉ do tư tưởng suy nghĩ bằng tri thức luận đoán. Vũ trụ có khoảng trống chiếm 95%, nhưng khoảng trống đó nghi ngờ có chứa lực tối và chất tối. Chân Không tạo ra khi hút không khí, có thể chứa tri thức (và nhờ đó tri thức biết được là Chân Không). Chân Không làm ra chất tối, lực tối mà con người chưa biết làm sao để xác định được.

2. Trong não bộ.

Ngoài cơ cấu đã nhìn thấy hay đo lường với kỹ thuật tinh vi, còn có hồn. Như vậy, Chân Không có chứa vật mà người ta không biết. Nhưng cái không trong hai phân đoạn trên không hội đủ tiêu chuẩn của Chân Không.

3. Cái không của Lão Tử (Lão giáo/Vô vi 571 TCN - 471 TCN)

Lão Tử nói: Đạo sinh ra vạn vật. Đạo là không, thể lù mù, không thể diễn tả được, và tự nhiên sinh ra vạn vật.

"Có" ấy hỗn độn, sinh trước trời đất
Yên lặng trống không. Dùng riêng mà không đổi. hay
Đạo sinh ra vạn vật, thấp thoáng mập mờ
Trong đó có hình. Trong đó có vật.

hay

Vạn vật dưới trời, sinh nơi "có", "có" sinh nơi "không" Đến chỗ cùng cực hư không, là giữ được trong cái tịnh. Vạn vật cũng đều sinh ra, đều trở về cội rễ của nó.
Ấy gọi là phục mạng (trở về gốc).

Lão Tử chỉ ra: cái "Không" sinh ra cái dụng/vạn vật, nhưng dừng ở đó. Tuyệt nhiên không nói gì đến Vọng Niệm là khởi nguyên của tiến trình Sáng thế. Nhưng Lão Tử cũng chỉ ra tiến trình là tự nhiên không do lý nhân duyên. Trong vấn đề trên, Phật chỉ ra sự Sáng thế sau khi có thể nghiệm và tri kiến, nhưng có lẽ Lão Tử chỉ dùng trí huệ để nói về cái Không trong Sáng thế. Lão Tử dùng chữ *huyền đức* để chỉ tiến trình của cơ nguyên:

Muôn vật tôn đạo, quý đức, đâu phải là một phận sự Mà là một chiều hướng tự nhiên.Thế nên đạo sinh đó.

(Ý nói Đạo tự nhiên sinh ra đức/cái dụng của Đạo hay là cái có.)

Trang Tử và Mạnh Tử hay nói về thể lù mù của thái cực. Đạo là không thể mô tả được. Đạo ví ngang với thái cực và Chân Không. Vì vậy, bản năng là thể Không, là tương đương với thái cực hay thể lù mù của Lão Trang, là không tên.

4. Trong Dịch lý của cổ học Viễn Đông va Ấn Độ giá.Upanishad

Chỉ định Chân Không là thái cực, từ đó (do quá trình quan sát bởi tâm phân biệt) sinh ra lưỡng nghi, tứ tượng... cũng như Lão Tử, Dịch lý không nói đến yếu tố Vọng Niệm như Phật giáo và Thiên Chúa giáo. Tuy nhiên, tâm quan sát cũng là Vọng Niệm.

Trong Ấn Độ giáo/Upanishad, cái Không đượcthay the bằng cái Tràn Đầy:

Cái nầy là đầy, cái kia là đầy
Từ Tràn đầy, Tràn đầy sanh ra,
Khi Tràn đầy lấy ra từ Tràn đây,
Tràn đầy vẫy y nguyên.. và

......

Ngài được tôn vinh trong mọi trái tim
Ngài là Đấng Hiện thực Tối cao
Vui sướng trong Ngài khi buông bỏ,
Không ham thich gì vi tât cả thuộc về Ngài...

...

Upánishad lại viết:
Ai chối bỏ Bản Ngã, sẽ tái sanh
Không thấy Bản Ngã, thi chìm trong bóng tôii
Hoàn toàn mất tình thươngThương đế

5. Trong Thiên Chúa giáo.

Đức Chúa Trời tạo ra thế giới từ khoảng trống không vô hình và dưới là nước. Thánh linh lướt trên mặt nước, rồi với lời phán của Ngài phải có sự sáng, rồi phán rằng phải có khoảng không là trời bao trùm trên nước. Biết rằng Thức sinh ra nước.

6. Baruch Spinoza (1632-1677) và quan niệm siêu hình.

Quan niệm của Spinoza về sự phát sinh vũ trụ và God (Đức Chúa Trời) là hoàn toàn đi ngược lại quan niệm đương thời, nhưng lại rất gần với quan niệm Đạo gia của phương Đông. Spinoza đồng hóa God với Substance (chất liệu) dựa trên triết lý về sự cần thiết (Necessitarianism) với nguyên tắc về lý do cần và đủ (Principle of Suficient Reason). Ông phủ nhận sự tình cờ hiện hữu của Substance trong thiên nhiên.

Sự hiện hữu của Substance có nhiều điều kiện nhưng tóm lược trong ba điểm sau:
- Mọi Substance có được khi sự hiện hữu là cần thiết (Every possible substance necessarily exists).
- Substance là tự tại (tự làm ra chính chất liệu) (conceived through itself and self-creating/active nature/nurturing nature). Spinoza rút ra hệ luận là Substance chứa mọi thứ trong thiên nhiên (giống như Phật tánh) để giải quyết vấn đề về sự hiện hữu của các vật thể khác nhau trong thiên nhiên. Không có Substance, các vật thể trên không thể tồn tại. Substance vì vậy là vô giới hạn và vĩnh cửu.
- Mọi sự hiện hữu đều có lý do. Theo Spinoza, Substance hiện hữu phải có lý do, và Substance không hiện hữu cũng phải có lý do. Đi xa hơn, Substance tự kèm theo nhân sinh ra và tự cho quả sẽ có được và chỉ vừa đủ (không thiếu không dư) là Tự tại.

Với quan niệm trên, Spinoza kết luận chỉ có Substance/God là duy nhất có thể thỏa mãn (God is the only possible substance), (tạo nên lý thuyết nhất thể, Monism), Substance là không giới hạn (Infinite). Người đương thời nói có thể có nhiều hơn một Substance. Descartes cho là có hai Substance: tâm hồn và thể xác. Nhưng với Spinoza, tâm hồn và thể xác là thuộc thể của Substance.

Có lẽ để giải quyết sự sinh ra vũ trụ, Spinoza đưa ra quan niệm Attribute (thuộc thể) và Mode (thể hiện). Mode là thể hiện của Attribute. Substance/God là "cần phải có" nên Mode sinh ra từ Substance/God cũng có tính chất "cần phải có" và là không giới hạn (ví dụ như tâm hồn, suy nghĩ, vũ trụ của Big Bang là không giới hạn).

Khi đã có thực thể vô hạn/bất khẳng định thì cũng có thực thể khẳng định (Finite Mode) như: bàn, ghế. Thực thể khẳng định xuất phát từ những thể khẳng định khác như: cây cối, khúc gỗ... để làm thành bàn ghế. Attribute và Mode là tương đương với ngũ ấm (sắc, thọ, tưởng, hành, thức) trong kinh Phật.

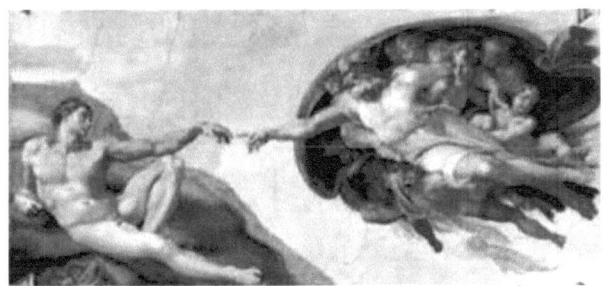

Bức tranh của Michelangelo về God và Adam

Quan niệm Substance/God bao gồm tất cả, nên giải quyết được sự tự tại và cùng khắp là phù hợp với quan niệm của Phật giáo về Phật tánh. Hình ảnh God mà Michelangelo vẽ ra có thể là không phù hợp với quan niệm "Con người là hình ảnh của Chúa trời". Trong đó, hình ảnh của God là Thánh linh được biểu hiện trong Hồn của con người, chứ không phải thể xác của Đức Chúa Trời/God thể hiện qua hình ảnh thể xác của con người. Đức Chúa Trời chỉ có Thánh linh mà không hề có Xác Hồn của con người khi mới khởi đầu là Thánh linh chưa có tội nguyên thủy do tâm phân biệt tạo ra Nghiệp. Thân xác của con người được Đấng sáng thế làm ra để *tạm che chở Thánh Linh/Phật Tánh và Hồn* trong một thời gian ngắn hơn so với đời sống của Hồn trong thế giới của địa cầu/Ta bà. Vì vậy không nên quan trọng hóa thân xác.

Quan niệm của Spinoza cũng giải thích được hiện tượng của các hạt lượng tử liên kết với nhau và cùng khắp trong vũ trụ. Dịch lý nói về thái cực và Mạnh Tử và Lão Tử nói về thể lù mù là rất phù hợp với Substance/God của Spinoza. Phật giáo với Chân Không Diệu Hữu đã đi xa hơn một bước nữa để giải thích sự tự tại của thể Không/Đấng Sáng thế: Vì là thể không nên không cần có nguyên do sinh ra, và vì không sinh nên không bị diệt. Substance/God theo quan niệm của Spinoza từng bị kẹt vì cái "có" cần được sinh từ cái "có" nguyên thủy hơn.

E. CHÂN KHÔNG DIỆU HỮU LÀ MỘT ĐỊNH ĐỀ CHÂN KHÔNG (EMPTINESS POSTULATE) HAY KHÔNG TỨC THỊ SẮC, SẮC TỨC THỊ KHÔNG, TRÍ HUỆ BÁT NHÃ.
1. CHÂN KHÔNG LÀ PHẬT TÁNH

Đức Phật giải thích: khi chia vật ra nhỏ dần đến lúc không còn thấy được thì gọi là Lân Hư trần, rồi tiếp tục chia ra có thể nhỏ như superstring hay nhỏ hơn nữa, thì gọi là Hư không,. Ngài nói với A Nan: "ngươi có khi nào nghe nói Hư không bị hoại không?". Gom Lân Hư trần lại thì ra vật. Vậy là Có thành Không , Không thành Có/
Lão Tử nói:
Cái gì Khuyết thì lại Toàn, Cái gì Cong thì lại Ngay.
Cái gì Sâu thì lại Đầy, Cái gì Cũ thì lại Mới, Cái Ít thì Được.
Bởi vậy khi Vật lý gia tạo ra Chân Không trong phòng thí nghiệm khi hút không khí ra gọi đó là Chân Không. Chân Không ấy không chứa thể vật ngũ quan biết được. Nhưng khi nói về Lực Đen và Chất Đen là hai thể mà người ta không thể biết được vẫn có thể tồn tại trong Chân Không của Vật Lý gia. Đó là chưa kể Chân Không ấy có chứa Tri Thức, thành phần của Hồn (vì có Tri Thức trong khoảng Không nên mới nói là Chân Không!).

Cho nên với quan niệm của Lão Tử, Vũ trụ nầy, thế gian nầy không thể có Chân Không theo nghĩa đen: Chân Không chứa thể vật mà ngũ quan không biết được.

Vì là Chân Không/CK nên nó chỉ có thể sanh ra từ Chân Không, có nghĩa là tự nó sanh ra hay nói đơn giản hơn là không sanh không diệt cho nên thường hằng. Cho nên không thể có Đấng Sáng tạo ra CK.
Chân Không thì không gây nên biến đổi cho ngũ quan của con người (ngũ giác). Vì vậy Chân Không có thể có cái gì đó mà ngũ quan không cảm nhận được. Nhưng Chân Không có thể gây nên các hiệu quả gián tiếp mà con người có thể cảm nhận qua Tri thức.
Chân Không là Phật tánh/Niết Bàn/Diệu Tâm/Bản Tâm: không cảm nhận bởi ngũ giác nhưng Tri thức nhất là Cái Biết cảm nhận được, vì vậy Lực Tối và Trọng lượng cũng thuộc về Chân Không. Lại nữa trong quá trình chia cắt trong thí dụ chia cắt từ thể vật thấy được ra Chân Không của Đức Phật, năng lượng sẽ được tạo ra. Hiện tượng tương tự như chia cắt hạt nguyên tử thành lượng tử để tạo ra bom nguyên tử vậy. Thêm nữa, theo nguyên tắc Nhị Nguyên, khi tạo ra năng lượng, thì cũng sẽ tạo ra Trí Huệ. Đó là Trí Huệ Bát Nhã.

2. QUAN NIỆM VỀ CHÂN KHÔNG, BIG BANG VÀ VỌNG NIỆM.

Chân Không được đề cập bởi các triết gia như Lão Tử (thể lù mù), Spinoza Substance: Bản Chất). Trong Cựu Ước Vũ trụ bắt đầu từ cõi vực đen.

Trong quan niệm thông thường cũng như Đạo giáo của Lão Tử luật trời là: *bớt đi chỗ thừa lấp vào chỗ thiếu,* v**ậy thì Vũ trụ này không thể có Chân Không theo nghĩa đen.** Biết rằng ngũ quan không cảm nhận được Chất Đen và Lực Đen.

Trong Trung quán Luận của Bồ Tác Long Thọ, Chân Không được biển diễn bằng câu nói *Không tức thị Sắc*. Đức Phật diễn giải bằng thí dụ chia nhỏ một vật thể nhiều lần đến Lân Hư trần, rồi chia nữa (hàng tỉ tỉ tỉ... lần) (tương tự như phản ứng chế bom nguyên tử, bắn bể hạt nhân, thì tạo năng lượng khủng khiếp). Lân Hư trần (Lân: gần, Hư: không, Trần: bụi). Cho đến khi không cách gì chia được thì gọi là Chân Không! Đơn giản như vậy đó: có cái Không là Không Có. Nhưng Chân Không có Lực, có Trí Huệ. Trong kinh Lăng Nghiêm, Đức Phật bảo với Ngài A Nan:

- Ngươi xem tánh ĐỊA, thô là đại địa, tế là vi trần, cho đến cực vi là Lân Hư trần, là sắc tướng nhỏ tột, nếu phân tách nữa thì thành tánh hư không.
- A Nan, nếu cái Lân Hư trần đó tách được thành hư không, thì hư không cũng sanh được sắc tướng. Nay Ngươi hỏi rằng, do hòa hợp mà sanh các tướng biến hóa trên thế gian, thì Ngươi hãy xét, cái Lân Hư trần này phải dùng bao nhiêu hư không hợp lại mới có? Chẳng lẽ Lân Hư trần hợp thành Lân Hư trần? Lại Lân Hư trần đã tách thành hư không, thì dùng bao nhiêu sắc tướng hợp lại mới được thành hư không? Nếu lúc hợp sắc, sắc chẳng phải hư không; nếu lúc hợp không, hư không chẳng phải là sắc, sắc còn có thể tách ra được, chứ hư không làm sao mà hợp?

(Ý kinh: Chia nhỏ vật thì thành Lân Hư → Chân Không như đã nói trên. Ghép Lân Hư /Chân Không lại thì thành cái Có, chứ chẳng lẽ quá trình biến đổi hư không lại thành hư không, <u>vì sắc có thể biến đổi thành sắc khác biệt nhau, nhưng hư không chỉ có thể biến thành sắc vì nếu thành hư không thì coi như không có quá trình biến đổi</u>).

Như vậy quá trình Sắc→Không, Không→ Sắc là bất cân xứng: Sắc có thể biến thành Sắc hay Không, nhưng Không chỉ có thể biến thành Sắc mà thôi.
Hiện tượng bất đối xứng trên là phổ cập trong thế giới nhị nguyên như trong hình thái cực đồ H1.1B. Thí dụ như giết gà làm ra thịt, các dịch và lông, nhưng khi ghép thịt, lông và dịch không làm ra con gà được, vì trong quá trình chia cắt, đã làm mất đi thể HỒN và THBN.

Kinh Phật không mô tả nhiệt độ khủng khiếp ở khoảng một phần tỉ tỉ giây khởi đầu sau Vọng Niệm/Big Bang, vì có nói ra lúc ấy cũng chẳng ai hiểu, dễ bị hiểu lầm là nói láo. Biết rằng Đức Phật đã nói trước như vậy khi bảo rằng lời giảng chỉ như nắm lá trong tay mà tri kiến Phật nhiều như lá trong rừng và lời Chư Phật là chân như và không hư vọng. Lại nữa BB mô tả trong vật lý chỉ thể hiện 5% vũ trụ. Còn lại 95% không được hiểu hiện trong BB, cho nên đó là lý do BB đã không được đề cập đến trong các tôn giáo. *Biết rằng thời gian không gian cũng như nhiệt độ, áp lực là tương đối với người quan sát. Cho nên ở thời điểm của BB, Phật tánh không có cảm nhận bề sự thay đổi trên.* Nhưnng sự thay đổi trên lại được cảm nhận bởi moi sanh vật sau BB

Cần nhắc lại Chân không biểu hiện bằng vực thẳm trong Cựu Ước, thể Lù mù trong Đạo giáo va cái Tràn đầy trong Ấn Độ giáo

3. Đặc tính của CHÂN KHÔNG.
a) Trích ra đây vài câu nói của cổ nhân.
Parmenides (triết gia Hi Lạp thế kỷ 5 TCN) nói: Cái gì hiện hữu thì Vô Sanh Vô Diệt vì đó là nguyên thể, bất biến và toàn vẹn (what exists is uncreated and imperishable for it is whole and unchanging and complete). (thế giới do sanh ra nên không thường hằng và không thật).
Lão Tử nói Đạo sanh ra vạn vật. Đạo là KHÔNG, Thể lù mù, không thể diễn tả được, và tự nhiên sanh ra vạn vật.
Có ấy Hỗn Độn, Sanh trước Trời Đất.
Yên lặng Trống Không. Dùng riêng mà Không đổi, hay

Đạo sanh ra vạn vật, Thấp thoáng mập mờ Trong đó có Hình. Trong đó có Vật, hay

Vạn vật dưới Trời, sanh nơi Có, Có sanh nơi Không. Đến chỗ cùng cực hư Không, Là giữ được trong cái Tịnh. Vạn vật cũng đều sanh ra, Đều trở về cội rễ của nó.

Cho nên khi nói Vũ trụ này là thường hằng thì Einstein đã rất bối rối phải bỏ đi. Vì vũ trụ là thể sanh bởi Chân Không nên có sanh có diệt nên không thường hằng, cũng hợp với chân lý có sanh có diệt nên vô thường. Và vì trái với luật thường hằng yên tĩnh của Chân Không.

Trong kinh Lăng Nghiêm, Đức Phật nói: *A Nan, ngươi hãy xem các pháp có thể tạo ra, có cái nào chẳng hoại chăng? Nhưng chẳng bao giờ nghe nói hư không biến hoại. Tại sao? Vì hư không chẳng phải là vật sở tạo, cho nên chẳng thể biến hoại.*

Chân Không là thể đồng nhất, không nhận thức được bằng tâm phân biệt, nên không chia cắt được vì vậy không có Chân Không trước sau. Ngụy biện Chân Không có sanh diệt có thể gây nên nghiệp chẳng khác khi Ông Bà Adam Eva gây tội tổ tông.

b) Sự kết hợp trên là tình cờ/ngẫu nhiên. Tuy nhiên trong vũ trụ rộng lớn và có nhiều chất cơ bản để kết hợp, tuổi của vũ trụ chỉ có 14 tỉ năm không đủ để cho vũ trụ tình cờ có thể làm ra một quy trình trật tự người và thiên nhiên hiện nay.
Toán học cho thấy phải cần ít nhất 3/2 thời gian trên mới hy vọng và may mắn để có thế giới như hiện nay. Nói một cách khác nếu không là do tai nạn may mắn thì không thể có vũ trụ nầy. Đó là lý do , cho đến nay, thuyết Hữu thần của Tôn giáo là cần thiết.

c) Sự kết hợp trên là từ THBN sự xếp đặt và cấu tạo là do một ý chỉ thiêng liêng làm nên. Từ đó ý niệm về Thượng đế, Thiên Chúa và Thần quyền rất khó bị chối bỏ (Xin xem tiếp Thiên Chúa Giáo và Phật Giáo).

Tóm lại, từ quan niệm tôn giáo và khoa học, vũ trụ được tạo ra từ sự chấn động làm nên mâu thuẫn.
Đối với Thiên Chúa Giáo đó là sự vận hành qua lại của Thánh linh từ vực thẳm hố sâu tượng trưng Lực Đen và Chất Đen làm ra photon /ánh sáng....

Đối với Phật giáo là Niệm từ Chân Không tạo nên: 1) Chánh Niệm tạo ra Niếy Bà, cõi Siêu hinh Tuyệt đối; và Vô Minh biến Chân Không trở thành tương đương với Lực Đen. Có Lực Đen thì có Chất Đen theo phương trình

Einstein E=mc2 hay m=E/c2 trong đó m là vật chất, c là vận tốc ánh sáng 300.000km/sec và E là năng lượng. Vật chất khởi đầu là Lân Hư/ tiểu Lượng tử/superstring.

Trái với Vật lý học, Big Bang trong Đạo có lẽ không là vụ nổ mà là sự biến đổi của Chân Không gây nên sự mất trật tự, cân bằng để có Lực Đen, Chất Đen và từ đó làm nên Vật chất m=E/c2.

Tương tự như Superstring Theory, theory khởi nguyên từ thập niên 1960s với Gabrielle Veneziano tương đương ra một lực kết nối trong Hadron như sợi dây thun. Sau này mới biết là Hadron cấu tạo bằng những hạt Quarts. Sau một thời gian thất sủng, String theory được sống lại, đổi tên thành Superstring theory còn gọi là TOE theory of Everything, TOE liên kết các hạt kể cả Graviton, hạt nghi là căn bản cho Gravity/trọng lượng.
Superstring thường là một vòng tùy theo chiều không gian rung động mà làm ra các vật chất như Quart chẳng hạn, tương tự như dây đàn violon vang tiếng khác nhau. Superstring rất nhỏ khoảng 10^{-34} cm, (bằng con số chiều dài giới hạn của hằng số Plank h chỉ định đơn vị năng lượng nhỏ nhất có thể đo được), không trọng lượng nhưng có năng lượng nên cũng có gốc là Chân Không. Các vật lý gia như John Schwartz, Edward Witten,, Michael Green, David Gross, John Ellis, Abdus Salam, Sheldon Glashow đều tin vào Superstring Theory nhưng Richard Feyman thì không tin tưởng bao nhiêu.

d) BA TỰ TÁNH CỦA CHÂN KHÔNG.

- Trung Quán Luận đặt ra ba tự tánh của Chân Không là:
  i. Vô Sanh Vô diệt nên trường tồn mãi mãi, Trường Sanh
- Một nghĩa nữa là: Chân Không là không có hình sắc. Vì không có hình sắc nên trường tồn mãi mãi. Cho nên Phật nói : *"ai tìm ta bằng hình sắc hay âm thanh là hành tà đạo".* Lão tử: *Ta sở dĩ có lo lớn là vì Ta có thân. Nếu Ta không có thân, Ta sao có lo.*
  ii. Tự Ngã (tự sanh ra) nên là chủ và sở hữu chủ muôn loài.
  iii.   Độc tôn Duy nhất).
- và tám phép Không:
  - Không sanh- diệt.
  - Không đến- đi (như lai)/vận tốc di chuyển *là siêu ánh sáng.*
     Không thời gian không không gian
  - **Không đồng- dị:** không phân biệt, đồng dạng, tất cả là một, một là tất cả, nên ở nhiều chỗ khác nhau, vĩ mô đồng dạng với vi mô, và vi mô vĩ mô hàm chứa lẫn nhau, trong vi mô có vĩ mô và ngược lại.
  - Không thường -đoạn) chia cắt như không chia cắt (thí dụ có thể cắt nước, nhưng chia ra cũng như không chia).

- Thêm nữa Vi Đức Phật nói Chân Không và Sắc là như nhau vì mọi sự vật từ Chân Không mà ra.
- **Có sức mạnh/Lực vô biên**
- **Trí Huệ Bát Nhã/THBN.**

Theo nguyên tắc Nhị Nguyên, khi CK sanh Lực (và lực sanh ra vật chất) thi CK cũng sanh ra THBN, THBN làm ra tuyệt xão, kiến trúc vi diệu cho vũ trụ. Chính THBN làm ra khái niệm về một Đấng Sáng thế/ĐST. Bởi vì ở những giây khắc đầu tiên của Sáng thế, chưa có hình dáng mà chỉ có khái niệm về Trí Huệ - sáng tạo va Lực, nên quan niệm ĐST là một thể như sinh thể là rất khó quan niệm. THBN có trước hình sắc là sự khả dĩ về quan niệm và thỏa mãn nhu cầu về một ĐST vừa có trí huệ và quyền lực

- Vì Chân Không là cân bằng đối xứng (ngược lại với Nhị Nguyên luôn luôn bất đối xưng), đồng nhất thể nên có năng lượng rất cao và dễ bị thay đổi đổ vỡ để cho ra tình trạng bất cân bằng nhưng lại trường tồn dài lâu hơn! (chú ý: Chân Không là thường hạng vì không sanh diệt vì chân không không có liên hệ đến thời gian và không gian). Cho nên Vọng niệm xảy ra từ Chân không là tự tánh của Chân Không.

- A Nan! Như Ngươi đã nói, tứ đại hòa hợp sanh ra các thứ biến hóa trên thế gian. A Nan, nếu thể tánh của tứ đại chẳng phải hòa hợp thì chẳng thể lẫn lộn nhau, cũng như hư không, chẳng thể hòa hợp với các sắc tướng; nếu là hòa hợp thì đồng như biến hóa, đầu đuôi duyên nhau, sanh diệt tương tục, sanh rồi diệt, diệt rồi sanh, sanh sanh diệt diệt như vòng lửa quay tròn. A Nan, cũng như nước thành băng, băng lại thành nước, chẳng hề ngừng nghỉ.

....

Ngươi vốn chẳng biết, trong Như Lai Tạng (Tự tánh), tánh Sắc chơn Không (thể tánh của Sắc chẳng phải thật, tức là Chơn Không), tánh Không chơn Sắc (thể tánh của Không chẳng phải thật, tức là Chơn Sắc), tự tánh vốn thanh tịnh, đầy khắp mười phương pháp giới, tùy theo mức độ hiểu biết của tâm chúng sanh tạo thành nghiệp, và nương theo nghiệp ấy biến hiện các cảnh giới hiện hữu. Người thế gian chẳng biết những hiện tượng đó chỉ là mở mắt chiêm bao, lại mê lầm cho là nhân duyên và tự nhiên, ấy đều là do tâm thức phân biệt suy lường. Phàm là lời nói đều chẳng phải nghĩa thật.?

Ý kinh: Hư không và sắc tướng là khác nhau nên không hòa hợp, nước và băng là cùng một thể nên hòa hợp. Đất nước gió lửa là khác nhau nên không hòa hợp.

Tánh của sắc là Chân Không và tánh của không là sắc. Sự kiện ấy là cùng khắp và là tự tánh, **tự tánh không phải tự nhiên hay duyên**. Đó là sự kiện rất quan trọng không nên nhầm lẫn.

e) KHÔNG TỨC THỊ SẮC, SẮC TỨC THỊ KHÔNG, TRÍ HUỆ BÁT NHÃ.

i. Sắc tức thị không Không tức thị Sắc rất quen thuộc với những người học Phật, và ít khi nghe thấy ở các tôn giáo khác. Câu nói hàm chứa cái "không" thể hiện cái "có"; trong cái "có" có mầm mống đi về không, tỉ như người nghèo không có tiền bạc, mai sau có thể giàu có và ngược lại, người giàu có cũng có thể trở nên nghèo. Hiểu như vậy cũng tạm được nhưng ý nghĩa thật sự hàm chứa trong câu nói đó là về TR: cần suy nghĩa lâu dài và sâu sắc hơn. Vấn đề trên được bàn luận nhiều nhất trong Thư viện hoa sen với bài viết xuất sắc của Nguyễn Tường Bách *(https://thuvienhoasen.org/a15337/chan-khong-dieu-huu)* và Nguyên Thảo *(https://thuvienhoasen.org/a13083/tinh-khong-trong-dao-phat)* dựa trên kinh Lăng Nghiêm, dựa trên cuốn truyện Đại niết bàn của Ao Nhĩ Lương Khảo Tầm Ngư Bảo và tham luận của các đại sư cận đại và hiện tại. Tuy vậy, vì là thể của Đạo nên nói bao nhiêu cũng khôn cùng.

Như đã trình bày trước đây, trong biến đổi **Sắc tức thị không, không tức thị sắc,** sự tương quan hai vế là không cân bằng. Vì C<u>ó</u> biến dịch có thể thành cái C<u>ó khác</u> hay thành Không, nhưng Không biến dịch thì bắt buộc thành Có, vì lý do Không là thể đồng nhất. Hiện tượng trên thể hiện tánh BẤT ĐỒNG của Nhị nguyên: con đường đi ngược lại không giống đường xuôi: Con gà bị giết làm thành thịt gà, nhưng ghép thịt gà lại không cho ra con gà. Tại sao vậy?: tiến trình giết gà đã làm mất đi THBN,. Muốn tái tạo con gà phải cần THBN.

ii. Chân Không Diệu Hữu.

Là cốt lõi của kinh Bát Nhã Ba La Mật và cũng là cốt lõi của Đạo Phật, cũng như lời dạy của Đức Phật. Không ít lần người học Phật nghe giảng về ý nghĩa, chân lý của câu nói này. Song song với đức tin và cố gắng tìm hiểu về chân lý đó, không ít người, kể cả người chú tâm học Phật lại tỏ ra hoài nghi nếu không muốn nói là họ cho rằng câu nói trên là nghịch lý.

Nhưng "không" sinh ra "có" nên phải có từ "diệu" kèm theo.

Vì vậy, trong câu trên ngoài từ "không/hữu", từ "diệu" cần được phân tích: Diệu là vi diệu, huyền diệu. Trong *Tự điển Phật học* của Đoàn Trung Còn, "Diệu là: tinh tế, nhiệm màu, đức của diệu nói ra khôn xiết, nghĩ khôn cùng, và trái ngược với thô, trược" (Thô, trược có thể là cái con người làm ra).

Cho nên cái hữu sinh ra từ thể không là tự sinh ra từ thể không (còn gọi là lý duyên khởi = Vọng Niệm), tuyệt đối không do lý nhân duyên. Vì lẽ đó, chữ "diệu" được dùng để chỉ sự mầu nhiệm của tiến trình lý duyên khởi để có cái hữu từ Chân Không Diệu Hữu.

Lục Tổ nói: Bản lai vô nhất vật là cùng nghĩa với chân tâm phi tất cả tướng/cái, không tuyệt nhiên không có cái gì có thể *phân biệt* được. Sau Sáng thế, vật có là kết hợp với lý nhân duyên, cho nên có sinh có diệt. Bởi vậy con người ta mới nói: *Phàm sở hữu tướng, giai thị hư vọng* (tướng là có, là ảo). Vũ trụ sau Sáng thế là vô thường, có bản chất cái nắm bắt được là hư ảo, là không thật.

iii. **Chân Không không có nghĩa là không có gì vì Phật Tánh bao gồm tất cả,** *nhỏ cũng không ngoài mà lớn cũng trong.*

iv. **Cần làm rõ thêm: Chân Không tạo ra Lực và THBN.**
Sau Vọng Niệm/Big Bang, tiên khởi Chân Không sanh ra hai thể (phải khác nhau) là Lực và THBN (Thức). Thức thành tốt hay xấu.

- Lực: Chân Không tự tạo ra sức mạnh vô hạn dù bị tiêu dùng. Như thí dụ nghiền nát vật chất ra nhỏ thành Lân Hư, rồi nhỏ hơn superstring, tương tự như cơ chế làm bom nguyên tử, nên tạo ra năng lượng khủng khiếp, vô hạn thì chia ra:
  -Lực tạo ra Chất Đen (Dark matter) và Lực Đen.
  - Lực tạo ra chất nắm bắt được (baryonic matter) và các lực như Lực yếu, Lực mạnh (bom nguyên tử), lực điện từ và trọng lực.

Vì Chân không là trật tự và hòa hợp không nhiễu loạn nên Chân Không tương ứng với Entropy thấp nhất, bằng zero (entropy tạm dịch là độ nhiễu loạn/vô trật tự nội tại của một hệ thống như máy móc. Entropy tỉ lệ nghịch với hiệu suất năng lượng mà hệ thống có thể làm ra. Khi Entropy thấp có nghĩa là hệ thống làm việc điều hòa nhịp nhàng nên có hiệu suất cao)

- **Chân Không tự tạo ra Trí Huệ Bát Nhã/THBN. Khi tạo ra năng lượng, thì phải tạo ra Tri huệ theo thuyết Nhị nguyên.**
Trí Huệ nầy là không thể diễn tả, có thể tạo ra vật chất. Kết hợp các nguyên tố cơ bản thành nguyên tử, các vật chất, tạo ra sự hoành tráng, huy hoàng, mỹ miều, tạo ra sóng từ chất vô cơ, tạo ra ánh sáng âm thanh, hương thơm… Các đặc tính trên có tính cách xuyên thấu lẫn nhau như Âm thanh Ánh sáng trao đổi nhau giống như tri thức nghe và tri thức thấy thông thương nhau/ví dụ khi nghe giống như là thấy.

Đặc tính trên biểu hiện bằng khả năng bất tư nghì của Phật trong kinh Hoa Nghiêm/Avantamsaka được biết như vua của các kinh vì nội dung hùng vĩ nguy nga tráng lệ siêu việt về cảnh trí, khả năng bất khả nghĩ bàn của Bồ Tát, nhất là của Phật gấp hàng tỉ lần Bồ tát làm cho người có niềm tin vui mừng, phấn khởi, người thiếu niềm tin khiếp sợ, người ngoại Đạo có thể thành u muội thêm.(H1.17).

v. Không Đồng Dị:

Chân Không là đồng nhất thể. Cá thể sau Chân Không tuy có khác biệt nhau (Dị hay không Đồng) nhưng có các đặc tính của Chân Không là tánh đồng nhất thể (không Dị) . Thí dụ:
Hai người thân /vợ chồng, anh em chia xẻ nhiều suy nghĩ, hành động như nhau.
Trong Cơ lương tử hạt cơ bản như photons hay electrons dù xa nhau tận chân trời góc biển, trên cùng một đường thẳng từ gốc có biểu hiện vật lý như nhau.

Hiện tượng trên cho thấy sự kiện hay vật thể có nhiều tánh của chân Không thì có nhiều tánh chất kết nối cùng khắp, không phân biệt. Điều đó cho cảm tưởng như có thông tin truyền đi với vận tốc siêu ánh sáng (**supraluminal communication**)
Hiện tượng của Chân Không tự tại và cùng khắp, là thể hiện qua tính Entanglement và Non-locality trong lượng tử. (Cần ghi thêm là hiện tượng sóng và hạt không thể hiện cùng nhau, là do vấn đề về quan sát khi chú ý, tức là dùng tri thức để thấy hạt thì chỉ thấy sóng vì tri thức che mờ hạt nên cái BIẾT sẽ nhân ra sóng, và ngược lại) (xem hình TR và sự BIẾT).

Quan niệm cũng tương tự như của David Bohm chủ trương vật thể là cái toàn thể (wholeness) gồm nội hàm (implicate order) và ngoại hàm (explicate order) lập ra Hologram trong đó mỗi phần của Hologram thể hiện toàn thể của phần lớn hơn. Và đó cũng là quan niệm về Fractal (kỹ thuật đồng dạng). Chân Không cũng có Implicate Order/Nội Hàm và từ đó sanh ra cái Có.

Hình 1.7 Fractal (kỹ thuật toán học đồng dạng). Đồng dạng của các thể dù lớn hay nhỏ.

Hiện tượng trên cũng chỉ ra rằng vật thể dù lớn hay nhỏ đều có cấu tạo như nhau.

.Không thời gian: thị hiện tức thì,

.Không không gian, nên không đến không đi mà như đến như đi (Như Lai) và thông thương với thời gian Không chiều hướng hay còn gọi là muôn chiều (10 chiều).

Áp dụng phương trình của Einstein:

$ds_2 = dx_2 + dy2 + dz2 - -c2dt2$, d biểu hiện sự thay đổi; x,y,s, số đo Không gian; t: thời gian; s là số đo, trong trường hợp nầy, liên hệ đến tri thức.

Phương trình cho thấy tri thức tỷ lệ thuận với vật chất (không gian) và tỉ lệ nghịch với khoảng thời gian. Khi nói đến Chân Không là đề cập đến THBN. Với THBN, TR là không có (zero) nên t và chỉ số không gian x,y,z là không (zero) theo phương trình trên.

f) BA LA MẬT và VÔ NGÃ.

Ba La Mật là vượt qua bờ bên kia, ý nói bên nầy là chưa chứng ngộ hoàn toàn. Bờ bên kia chứng ngộ hoàn toàn của Phật Bồ tát tức là thuộc về Chân Không, và biểu hiện bằng Vô Ngã (và Vô Thường và Độc tôn) va rất khó đến cho kẻ phàm nhân. Ba La Mật được dùng nhều nhất trong pháp bố thí, hay tứ vô lương tâm. Để dễ hiểu và thực dụng, trong các trường hợp nầy Ba La mật là gần đồng nghĩa với Vô Ngã. Bố thí yêu thương mà không có bản Ngã, không cầu mong đền đáp lại, vì của bố thí, hay tình yêu thương là của Đấng Sáng Thế, ông chủ của muôn loài. Cho nên trong Đạo Đức của bố thí của ngươi cho không có người cho hay kẻ nhận, nhưng Đạo của người nhận là Đạo Đúc của sự biết ơn. (quy luật bất đối xứng của Nhị Nguyên)

Chân Không là Trí Huệ Bát Nhã/Tòan Giác và Đại Lực/Toàn Năng 67

Chân Không là Trí Huệ Bát Nhã/Tòan Giác và Đại Lực/Toàn Năng 67 (là Phật tánh/Diệu Tâm/Bản Tâm/ Thánh Linh:Thương Đế/Đấng Sáng Tạo):
Không cảm nhận bởi ngũ giác nhưng Tri thức nhất là Cái Biết cảm nhận được, vì vậy Lực Tối và Trọng lượng cũng thuộc về Chân Không.

Lại nữa trong quá trình chia cắt trong thí dụ chia cắt từ thể vật thấy được ra Chân Không của Đức Phật, năng lượng sẽ được tạo ra. Hiện tượng tương tự như chia cắt hạt nguyên tử thành lượng tử để tạo ra bom nguyên tử vậy. Thêm nữa, theo nguyên tắc Nhị nguyên, khi tạo ra năng lượng, thì cũng sẽ tạo ra Trí Huệ. Đó là Trí Huệ Bát Nhã.

Khi chia cắt vật thể thành hạt Lượng tử và nhỏ hơn nữa: ngoài sự chế ra cá hạt, còn có hai thành phần khó nhận biết và quan niệm, đó là
- Lực

- Cơ chế- luật lệ và Thiện xảo kết hợp các hạt. Đây là phần THBN kết nối các hạt. Cho nên THBN tự nhiên đã có trong cấu của vật chất hay CK vì Sắc tức thị Không.

THBN là Trí huệ tột cùng, biết mọi sự trong Đa vũ trụ. Tri huệ có thể hiện bằng câu: Lớn cũng ở trong và Nhỏ cũng không ngoài. Đứng trên quan niệm duy lý hay khoa học, THBN là tập hợp của tất cả quy luật của vũ trụ: Ba tự tánh của CK, bát Bất của Long thọ, Trật tự nội tại của Bohm (Implicate order), siêu đối xứng trong nhất nguyên, bất đối xứng trong nhị nguyên, luật Âm Dương, Sức đẩy Archimede, định đề Euclid, luật hấp dẫn vạn vật Newton, Thuyết tương đối của Einstein, Định lý bất toàn Godel, quan niệm Lượng tử của Bohr và Heisenberg, M theory, 11 dimension theory (10 dimension [3 dimension, time, posibilities, probability...] and spacetime). Vậy thì tổng hợp các luật lệ quy tắc thích hợp là THBN, và các luật lệ chưa biết được nhất là luật lệ cõi Siêu hình, là một thành phần của Thượng đế Phần kia là Lực Toàn Năng.

4. VÔ MINH và BA PHÁP ẤN.

Chân Không là không sanh diệt, bình đẳng và siêu đối xứng. Tuy là thường hằng nhưng lại dễ bị mất cân bằng (xem hình 1.1A). vì vậy khi có biển chuyển có thể là chánh niệm thì CK giữ nguyên Tánh hay vọng niệm tức là Vô minh, CK bị phá vỡ làm nên Sáng thế ra thế giới vật chất. Vậy là sáng thế, vũ trụ là sản phẩm của CK. Từ đó suy ra Vụ trụ sáng thế không có Tự Tánh (Vô Ngã), Có sanh nên bị diệt (Vô Thường) và vì Vô minh nên là Biển khổ (sự Khổ được tạo ra do ĐST để làm giáo cụ cải tạo chúng sanh có tội được sanh ra ở Địa cầu).

Ba pháp ấn: Vô thường, Vô Ngã và Khổ là ấn tượng nhất trong Phật pháp và là mục tiêu của Đạo pháp gồm 37 phẩm trợ Đạo (Tứ niệm xứ, Tứ chánh cần, Tứ thần túc, Ngũ căn, Ngũ lực, Thất giác chi và Bát chánh Đạo) để phụ vào con đường tu tập, để thoát khổ.

Kinh sách Phật học thường thiên về hiện tượng mô tả tình trạng và sự kiện để minh chứng Ba Pháp Ấn là đúng:
- Đời là vô thường, sanh lão bệnh tử, có sanh có diệt.
- Khổ là một chân lý vì ai ai cũng hơn một lần cảm thấy khổ.
- Vô Ngã thì khó quan niệm hơn, cần sự suy tư để nhận ra cái Tôi mà mình thấy từ khi trưởng thành là không thật và gây ra nhiều hệ lụy khổ đau. Hiểu biết như vậy là dựa lên phép quy nạp. Phép quy nạp có những sai sót. Tuy nhiên đối với ba Pháp Ấn, phép quy nạp trong trường hợp nầy đã dựa lên dữ kiện từ muôn ngàn kiếp.

Khổ là Pháp Ấn nổi bật nhất cho mọi sanh vật. Đức Phật nói khi chưa nhận ra Đời là bể khổ thì con người còn trầm luân trong sáu nẻo luân hồi (Thiên nhân, Thần, Người, Súc sanh Ngạ quỷ Địa ngục). Tứ Diệu Đế là bốn chân lý cần ghi nhớ (Đời là biển khổ, Khổ có nguyên nhân (tập đế) là do Vô minh tạo ra Tham Sân Si, Diệt là có thể diệt được Khổ và Đạo đế là con đường tu hành với 37 phẩm trợ Đạo, quan trọng nhất là Bát Chánh Đạo gồm: Chánh: Tinh Tấn, Nhữ, Nhiep, Mạng, Tư Duy, Mạng, Niệm và Định.

Định có được do tu hành Thiền Định, Bất cứ pháp từ nào cũng được nhưng được ưa chuộng nhất hiện nầy là môn Tứ Niệm xứ đẻ phát triển TUỆ.

a) Pháp Tứ Niệm Xứ dùng thiền Quán để có chánh Niệm

Chánh Niệm để Chánh Tư Duy và Chánh Kiến về các trạng thái của bốn XỨ để thể nghiệm ba pháp Ấn. Đó la sự gạt bỏ phiền não/Nhiệp để lam thể hiện TUỆ.

    i. Tâm:
- Nội tâm nhất là để gột rửa 14 Tâm bất thiện và hoàn chỉnh 25 tâm Sở hữu Tịnh Hảo.
- Các thể hiện của Tâm bất thiện.

    ii, iii, iv. Thân (Hình Sắc), Cảm Thọ và Pháp và quan niệm rằng Pháp và Phi Pháp là Vô thường, vọng tưởng.

b) Dựa lên bản thể luận.

(Căn nguyên của vấn là một cách khác để đạt đến tình trạng trên không thông qua thiền định bằng cách truy cứu nguồn gốc của các pháp trên (Thân Thọ Tâm Pháp).

Đấng Sáng Thế/DST, như đã trình bày, Vũ trụ được tạo ra từ Chân Không /Bản Tâm /hay DST. Vì Vô minh, con người lầm tưởng có quyền năng và Trí Tuệ vô biên. Nhưng thật ra DST là chủ tuyệt đối, là hữu Ngã/Tự Ngã và sở hữu toàn vũ trụ. Sau DST mọi sự vật là Vô Ngã và vô sở hữu. Và vũ trụ vì được sanh ra nên phải bị hủy diệt.

Cho nên con người kể cả tứ đại và các pháp là Vô Ngã vô thường. Vì Vô minh nên nhận lần chấp Sai thành Đúng gây nên đau khổ. Đơn giản khi hiểu biết như vậy, cho nên có cần phải Quán không ? Vì thiền Quán là dùng Tâm tập trung vào từng mỗi vấn đề Chánh Kiến. Nhưng khi đã hiểu tường tận thì không cần Quán lại vấn đề đã được sáng tỏ làm gì. Như vậy thì giai đoạn kế tiếp của thiền là để Định và Tuệ/và Huệ. Ngày xưa, Đức Phật không thể giải thích như vậy vì có nói chẳng ai có thể tin hiểu. Nhưng ngày nay tiến bộ kỹ thuật đã giúp đỡ con người, nhất là không cho TR che mờ Trí Tuệ/Huệ.

c) Hệ luận của Vô Ngã và Vô Sở Hữu.

Vì chỉ có DST là tự Ngã/Hữu Ngã nên con người chỉ là công bộc của DST làm theo ý chỉ của DST là Tứ Vô Lượng Tâm (trong tinh thần Vô Ngã).

Và cũng vì vậy tâm Ác và Nghiệp xấu thuộc về Vọng Niệm của thế giới Ma vương. Từ bỏ sở hữu chủ cũng là từ bỏ Ác tâm và Nghiệp xấu trong tinh thần **hỉ xã**. Điều nầy rất cần thiết trong Thiền QUÁN đã được Đức Phật giảng cho Ngài La Hầu La trong kinh La Hầu La 61 và 61 Trung Bộ .

d) LÝ NHÂN DUYÊN VÀ 12 NHÂN DUYÊN, DUYÊN KHỞI và DUYÊN HỆ (H1.8)

Lý nhân duyên,cũng như Duyên Khơi (Nhân→ Quả) và Duyên Hệ (yếu tố **phụ**, giúp Nhân→ Quả) la Pháp cũng cần được Quán để có TUỆ ma rửa NGHIỆP)

H1.8

1. Vô minh, tiên khởi do Vọng niệm. Ở sinh vật, vô minh do Nghiệp biểu hiện qua hình Sắc và Não bộ.

2. Hành: cơ chế Biến Nghiệp thành TR. Trong tái sanh : Hành chính là sự Nhập Thai của Hồn (Nghiệp tiền kiếp) vào bào thai kiếp kế tiếp. Nhiều Luận sư chế ra tiếng Nghiệp Tái sanh phân biệt với Thường Nghiệp (Trí nhớ đang khi sống). Có lẽ Nghiệp Tái sanh là lựa chọn các Nghiệp sẽ được thể hiện trong kiếp sống mới. Phần còn lại Nghiệp là Nghiệp tồn kho, Tạng thức gần như không được thể hiện trong lần tái sanh nầy). Ngoài Nghiệp và ước muốn của mỗi cá nhân cho kiếp kế tiếp thích hợp với Nghiệp, Đức Phật chỉ ra là sự tái sanh cần phải hợp với ý nguyện của Bố Mẹ. Như vậy sự tái sanh là rất chọn lọc và khó khăn như câu chuyện con rùa mù gặp được khúc gỗ trong biển khơi bao la.

3. Trong hiện đời Hành tương ứng với sự hội nhập Thông tin vào não bộ để thành Tri Thức/TR: Nghiệp Tái sanh được ghi vào trong Mạng Mặc Định/MMD của Não bộ, Với tiến triển của bào thai, sự trưởng thành của mỗi cá nhân, sẽ tạo ra 52 Tâm Sở.

Trong hiện đời, Tri thức này được tạo ra, TR mới chưa có trong NB /được cập nhật trong Nội Thức / MMD.

4. Danh Sắc Nội Thức trong NB được lập thành với 52 Tâm sở, và lập thành ngũ quan.

5. Lục Nhập: Cơ chế để thông tin mới được Ngũ quan và TR tổng quát thu nhập.

6. Xúc: tiến trình tiếp cận với thế giới bên ngoài.

7. Thọ: Ghi nhận thông tin.

8-12: Tiến trình TƯỞNG HÀNH làm ra phản xạ tức thì với thông tin và tiến trình hội nhập thông tin làm ra Trí nhớ/Nghiệp/TR.

Sau Sáng thế Vòng 12 nhân duyên theo chiều kim đồng hồ di chuyển không ngừng và không có bắt đầu hay kết thúc theo lý duyên khơi. Lý duyên hệ là tổng kết cả tất cả các nguyên nhân như gạo cần hạt hạt giống đất nước ,thời tiết, nhân công..... Còn Lý duyên khởi chị kể đến nguyên nhân chính: gồm là nhân là hạt thóc, hay như Vô mình duyên Hành, Hanh duyên Thức....

Vòng 12 Nhân duyên là quy luật trong Sáng thế, Sáng thế khởi đầu là Vọng Niệm làm ra Vô minh. Trong Sáng thế vòng 12 nhân duyên chính là Màng Vô minh (IX. MÀNG "vô MINH"/ĐẠI ĐẦN hay NGỚ NGẨN/VEIL

OF IGNORANCE/STUPIDITY (H2.12). 12 khuen có thể thu gọn lại trong năm uẩn như biểu diễn trong hình, bởi vì ngũ uẩn cũng là biểu hiện của Sáng thế và Vô minh. Bẻ gãy màng Vô minh có thể ở bất cứ khuen nào, thí dụ: Vô minh, Ái thủ....

Trong Khoa học NB, Sự ham muốn dục vọng khởi từ Insula, và các nhân Amygdala, Nac thương ức chế Vỏ não đạo đức PFC nhất la vmPFC là nguyên nhân cho Tham Sân Si.

e) TÁNH KHÔNG ÁP DỤNG TRONG ĐỜI SỐNG

Sự liên tục của các khoen trong vòng nhân duyên trong quay vong liên tục tạo nên hiện tượng "trùng trùng duyên khởi " khiến cho con người không thể liên hệ Nhân- Quả một cách trực tiếp. Làm cho con người có cảm tưởng "Quả" đến là tự nhiên không có nguyên nhân nào. Trong kinh thánh khi Chúa Jesus trả lời câu hỏi tại sao người mù bẩm sinh Lazrus bị mù:

Đó chẳng phải tại người hay tại cha mẹ đã phạm tội; nhưng ấy để cho những việc Đức Chúa Trời được tỏ ra trong người (ghi chú: Việc Đức Chúa Trời là Vòng nhân duyên)

Thanh Tịnh Đạo nói:Không có người làm nghiệp, cũng không người gặp quả báo,
Chỉ có hiện tượng trôi chảy: thấy khác thế la không đúng

Sự vận hành của Nghiệp biểu hiện bằng Luật nhân quả tóm lược như sau,

- Vòng 12 nhân duyên, xoay vòng cho đến khi hết nghiệp. Vì vậy Nhân và Quả nhiều khi khó được liên hệ với nhau
- Duyên Khởi: kết nối trực tiếp Nhân Qủa
- Chân Như Duyên khởi nói về nạn pháp/vạn vật trong Sáng thế khởi từ CK
- Lục Đại Duyên Khởi: con người sanh ra đó Thức, Không gian và Tứ đại
- Duyên Hệ: Những yếu tố phụ góp phần vào Nhân Quả.. thí dụ hạt thóc cần nước phân bón người chăn sóc mới ra cây lúa
- A lại Đa Nghiệp : Nghiệp tồn kho có thể cho ra quả khi thuận tiện theo vòng nhân duyên, thí dụ theo luật Duyên Hệ, Mac na Thức Duyên khởi hay Nghiệp cảm
- Mac Na Thức Duyên khởi: ý muốn có thể điều khiển sự vận hành của Nghiệp. Cho nên ý muốn sanh lên cõi Tịnh độ là khả dĩ
- Nghiệp cảm: Tâm (Hoặc) Thân (Nghiệp) và Khổ (kết qủa), ý nói rằng Tâm khởi lên làm ra Nghiệp chuyển thành Quả
- Giã định Duyên khởi: sự vật là giã duyên quy định ảo tưởng không thực

Pháp giới Duyên khởi: Pháp là cơ chế tạo ra cốt lõi của sự vật có thể chia ra : Lý, Sự và vô Ngại

Sau đây sơ lược các Pháp tổng quát tương đồng chồng chất nhau và liên kết nhau cấu tạo ra vạn vật

- Đồng thời cụ túc tương ứng môn: cùng nhau tương ứng
- Quảng hiệp tự tại vô ngại môn tạo nên sự vật
- Nhất đa tương dung bất đồng môn: Một thể hiện đa nguyên, Đa nguyên giống như một (hiện tượng Fractal, bất đồng dị),
- Vi tế tương dụng an lập môn, Thác sự hiển pháp sinh giải môn: Vạn pháp hay tất cả sự lý của sự vật
Tướng Ẩn và Hiện hay nhỏ và Lớn kết hợp nhau
Liên kết cùng khắp
- Thập thế cách pháp dị thành môn: Mười đời gồm: 3 (Quá khứ Vị lại Hiện tại) x 3 (Quá khứ Vị lại Hiện tại) +1 ngay lúc này
- Chủ bạn viên minh cụ đức môn (Các hiện tượng duyên khởi, đưa ra một thời liền trở thành chủ, còn tất cả những hiện tựng khác tức trở thành khách),

Tóm lại vạn vật là hợp thể của nhiều yếu tố/Nghiệp. Quy trình thể hiện Nghiệp có thể hiểu được và hiểu được khi nào và làm cách nào có thể quản lý sự xuất hiện Nghiệp thành Quả, tuy rằng Tâm không thể phá huy được Nghiệp

f. PHẬT PHÁP, PHI PHẬT PHÁP LÀ VÔ THƯỜNG.
Đức Phật nói Pháp còn phải bỏ, huống là Phi Pháp.

- Quy luật tạo ra thế giới từ Chân Không, được diễn tả trong kinh Phật, nhưng cũng có thể áp dụng trong Đại tôn giáo. Thí dụ Phật pháp cũng có tướng, vì nó là pháp nên nó có tướng của pháp như vô thường, vô ngã, Bát Chánh Đạo. Pháp thường được ví dụ với chiếc bè qua sông. Phi pháp là pháp không làm ra tác dụng có ý nghĩa nào. Kinh trung bộ va kim cang, Phật nói: Pháp còn phải bỏ huống là phi Pháp để chỉ sự buông bỏ
- Các tiến trình về sự vật sau sáng thế, và
- Tình trạng giao thoa (interface) giữa Chân Không và Vọng Niệm. Đó là tình trạng vừa thuộc về Chân Không (đồng nhất thể, tĩnh lặng, không thời gian/không gian) và Vọng Niệm (xáo trộn, phân biệt), vừa có vừa không, vừa Vô Ngã vừa hữu Ngã, vừa chân vừa giả

Có khuynh hướng chia ra

Phật giáo Nguyên Thủy phân chia ra hai loại Pháp Hữu vi Vô vi
Pháp là cơ chế làm nên sự vật của thế giới hữu hình : Pháp hữu vi và
Pháp Vô vi (khác với phi pháp), là cơ chế làm nên thế giới của Niết Bàn có thể chia ra thêm:

Từ CK có Chánh niệm làm ra Niết Bàn bình đẳng (Niết Bàn Vô dư), vô sắc của Phật

Từ CK có Vọng Niêm làm ra cõi Hữu hình, nhưng trong thời kỳ tiên khởi của Nhị nguyên, nên vẫ la Niết Ban, đò la Niết Bàn Hữu dư có Sắc. Pháp năy cũng có thể gọi la Vô vi, nhưng cần phải bỏ

Pháp Hữu vi chủ quan, do mình tạo ra nên gây Nghiệp

Pháp Hữu vi khách quan không do mình tạo ra nên không gây Nghiệp

Vọng Niệm (tư tưởng) chính là Pháp. Pháp là đã lìa khỏi Đạo rồi và vì vậy không tốt nên phải bỏ đi. Huống hồ Vọng Niêm là tư tưởng sai lầm làm ra thế giới đảo điên, thi không nên giữ lại thường hằng làm chi.

Lão Tử nói: Mất Đạo mới có Đức, Mất Đức mới có Nhân, Mất Nhân mới có Nghĩa, Mất Nghĩa mới có Lễ. Lễ là cái vỏ mỏng của lòng trung tín, là đầu mối của Hỗn loạn (ĐẠO ĐỨC KINH < CHƯƠNG 38).

g. HIỆN TƯỢNG CHUYỂN TIẾP GIỮA CHÂN KHÔNG-SÁNG THẾ NHỊ NGUYÊN. VA NIẾT BÀN

Chân Không là nhất nguyên, không đồng dị. Sáng thế là Nhị nguyên/đa nguyên và phân biệt. Vì vậy tình trạng chuyển tiếp có thể mang đặc tính của cả hai: vừa Nhất nguyên vừa Nhị nguyên, vừa dị biệt vừa đồng dị. Tiêu biểu tình trạng trên là Chúa và Phật sống ở thế gian này.

Chúa Phật vừa là Đấng Sáng Thế vừa là một người bị hạn chế bởi thân xác và lục quan, vừa có khả năng làm ra phép màu, vừa có bệnh tật và ràng buộc khác của thân xác, vừa có Trí Huệ Bát Nhã (THBN) vừa có THBN hạn chế bởi lục quan. Trong thí dụ Đức Phật và Ngài Kalâma khi thiền định không còn nghe thấy trời mưa giông bảo sấm sét đánh chết bốn con bò và người chăn bò và cả đoàn xe rầm rầm chạy qua trước mặt. Lý do là các thông tin trên không đi trực tiếp đến THBN mà phải qua năm màng lọc của NB (Sắc thọ tưởng Hành Thức) và không được chú ý nên đã đi vào tiềm thức.

H. TRIẾT LÝ CỦA NHỊ NGUYÊN TIÊN KHỞI. (H1.9)

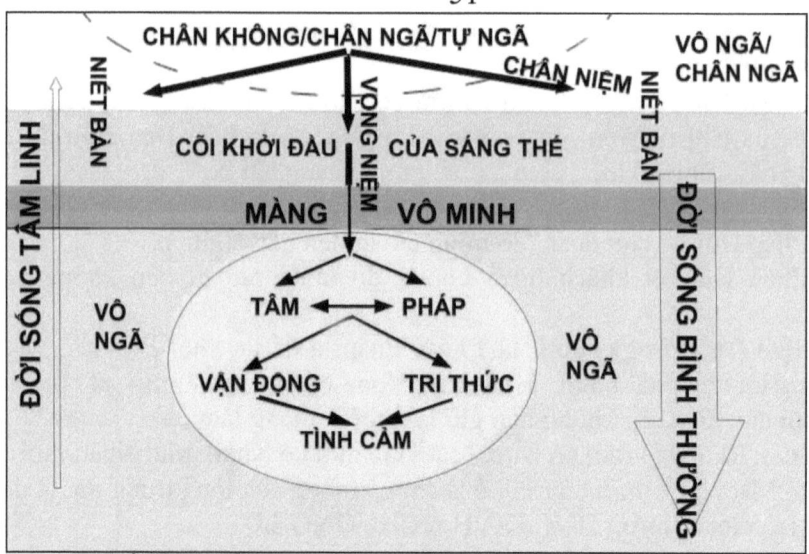

H1.9 Sơ đồ chỉ ra tiến trình từ Chân không (có Tự Ngã/Ego) làm ra Sáng thế do Vọng Niệm/False Thought (nếu do Chân Niệm thì không có Sáng thế. Sáng Thế tạo ra màng Vô minh/Veil of Ignorance. Từ đó theo chiều xuôi đi xuống tạo ra Pháp và Tâm phân biệt/TR/Mind.. Tâm Pháp sanh thành TR, vận đông và Tình cảm. Chiều dưới đi ngược lên Chân không là tu hành và thiền định

Sự tiến triển từ trên xuống hay dưới lên phải nhất thiếc là liên tục không đứt đoạn ngoại lệ về thế giới tâm linh /Vô sác hay hữu hình /sắc giới. Cho nên khi nói Quantum/ Lượng tử/siêu vi mô làm nên một thế giới riêng biệt là chỉ thể hiện sự bất lực của TR trong lãnh vực Quantum.

Lại nữa thời gian giao thoa giữa Chân Không/Nhất Nguyên và Nhi nguyên của Sáng thế, ít đuoc để ý và phân tách. Tạm gọi là thế giới Nhị Nguyên Tiên khởi/Primordial Duality (tạm cho la trong thời gian $0-1.10^{-43}$ sec.

Như đả trình bày, Nhị Nguyên Tiên khởi có đặc tính của Nhất nguyên và Nhị Nguyên. Trong thực tại. Nhị nguyên Tiên khởi chính là Niết Bàn. Cho nên, tu hanh thành chánh quả không về lại Chân không Hư vô, hoàn toàn tỉnh lặng mà là về với Trí Huệ Bát Nhã tỉnh lăng với quyền biến vô biên (lực vô hạn như đề cập trong kinh Hoa Nghiêm , Pháp hoa...)

Trong Sáng Thế chỉ có Chân Không là độc nhất. Sau Chân Không, tất cả, kể cả tình trạng Giao thoa giữa Chân Không và Nhị nguyên, có thể là độc nhất hay nhị nghuyên và đa nguyền. Đặc tính của Nhị Nguyên tiên khởi là vừa có tự tánh của Chân Không và tánh của Nhị Nguyên.
Thí dụ:
   a) Pháp:

- Thường và vô thường vừa nhất nguyên và Nhị nguyên, vừa được tạo ra và vừa tự có (Tự có để chỉ tình trạng Vọng Niệm tự sanh ra).
- Tự Ngã và Vô Ngã.
- Thật và hư.

b) Phật:
- Duy nhất và nhiều như cát sông Hằng.
- Không được sanh ra/ hiện hữu, nên không hiện hữu, vì không hiện hữu nên không phải là không hiện hữu (vì khi hiện hữu thì không thể nắm bắt được (Ai cầu thấy Như Lại là người ấy hành Tà Đạo nên không thể thấy Như lai).
- Thường và Vô thường, không sanh Không diệt.
- Tự Ngã và Vô Ngã.

Đoạn kinh sau minh chứng:

Đại huệ! Đức Như lai ứng chính đẳng giác, do nơi bí mật tứ bình đẳng mà nói với đại chúng những lời như vầy: Ta thuở xưa làm Phật câu lưu tôn, Phật câu na hàm mâu ni, Phật ca diếp. Sao gọi là bốn? ấy là 1. Tự bình đẳng, 2. Ngữ bình đẳng, 3. thân bình đẳng, 4.pháp bình đẳng. Sao gọi là tự bình đẳng? Ấy là: Ta gọi là Phật, tất cả các đức Như lai cũng gọi là Phật. Danh tự không khác nên gọi là tự bình đẳng. Ngữ bình đẳng là, ta nói được 64 phạm âm, chư Như lai cũng vậy, phạm âm như tiếng Ca lăng tần già không tăng không giảm không sai biệt, nên gọi là ngữ bình đẳng. Thân bình đẳng là ta với chư Phật, pháp thân sắc tướng cùng các tướng tốt tướng phụ đều không khác, chỉ trừ khi vì điều phục các loài chúng sinh mà thị hiện các loại than khác nhau, ấy là thân bình đẳng. Pháp bình đẳng là, ta và chư Phật đồng chứng 37 pháp bồ đề phần. Cho nên Như lai Ứng chính đẳng giác nói với đại chúng những lời như vậy. Khi ấy Thế Tôn nói bài tụng: Ca diếp, Câu lưu tôn Câu na hàm là ta Do bốn thứ bình đẳng
.....

Đại huệ nói:
Vâng, bạch Thế Tôn! Đấng Như lai, ứng cúng chính đẳng giác là được tạo thành hay không được tạo thành, là quả hay nhân, là tướng (predicating) hay là sở tướng (predicated), là thuyết hay sở thuyết (an expression or what is expressed), là giác (knowledge) hay sở giác (that which is knowable...) tất cả những điều ấy, Như lai đều như thế hay đều không như thế? Phật dạy:

Đại huệ! Đấng Như lai ứng chính đẳng giác không phải tác (created) cũng không phải phi tác, không phải quả không phải nhân, không phải tướng không phải sở tướng, không phải thuyết không phải sở thuyết, không phải giác không phải sở giác. Vì sao? Vì những điều như thế đều bị mắc vào lỗi Nhị nguyên. Này Đại huệ! Nếu Như lai là được tạo thành (tác) tức là vô thường, nếu vô thường thì hết thảy pháp được tạo tác đều là Như lai cả, điều ấy ta cùng chư Phật không chấp nhận. Nếu Như lai không được tạo tác tức là không có thể tính, thì hóa ra tất cả những phương tiện tu hành (để chứng quả) thành không, vô ích, giống như sừng thỏ, con của thạch nữ, vì không do nhân tạo thành. Nếu không phải nhân không phải quả tức không có không không; nếu không có không không tức vượt ngoài tứ cú. Nói tứ cú nghĩa là chỉ thuận theo thế gian mà có ngôn thuyết. Nếu vượt ngoài tứ cú, chỉ có ngôn thuyết mà thôi thì khác nào con của thạch nữ. Đại huệ! Con của thạch nữ chỉ có ngôn thuyết không ở trong tứ cú, vì không ở trong tứ cú nên

> *không thể suy lường. Những người có trí tuệ nên biết như vậy đối với nghĩa của tất cả những lập luận về Như lai. Này Đại huệ ! Như lai có nói "các pháp là Vô Ngã" (niràtmànah sarvadharmàh), vì trong các pháp không có tính Ngã nên nói là Vô Ngã, chứ không phải là không có tự tính các pháp. Nên biết những cú nghĩa về Như lai cũng thế. Này Đại huệ ! Thí như trâu không có tính ngựa, ngựa không có tính trâu, chứ không phải là không có tự tính. Hết thảy các pháp cũng vậy; không có tự tướng, không có mà có (phi phi hữu tức hữu ?), không phải là chỗ phàm phu có thể biết. Vì sao không biết? Vì phân biệt vậy. Hết thảy pháp không sinh, hết thảy pháp không tự tính, tất cũng như vậy. Này Đại huệ ! Như lai và uẩn không khác, không không khác. Nếu không khác tức vô thường, vì các uẩn là được tạo. Nếu khác thì như hai sừng trâu có chỗ khác và cũng có chỗ không khác vậy. Vì hai sừng trông giống nhau nên không khác, cái ngắn cái dài nên có khác. Như sừng bên phải khác sừng bên trái, sừng trái khác sừng phải, ngắn dài không đồng sắc tướng cũng khác, nhưng cũng không khác. Uẩn, giới xứ v.v.. cũng vậy, hết thảy pháp đều như vậy. Đại huệ! Như lai ấy là y chỗ giải thoát mà nói, Như lai và giải thoát không khác cũng không không khác. Nếu khác, thì Như lai tức tương ưng với sắc tướng, mà tương ưng sắc tướng tức là vô thường. Nếu không khác, thì lẽ ra không thấy các sai biệt trong những người tu hành nhưng thật thì có sai biệt, nên không phải là không khác. Trí và sở tri (cái biết và pháp được biết) cũng thế, không khác cũng không không khác. Nếu không khác không không khác tức là không phải thường cũng không phải vô thường, không phải tác, không sở tác, không phải hữu vi cũng không phải vô vi, không phải giác không phải sở giác, không phải tướng không phải sở tướng, không phải uẩn không phải khác uẩn, không phải thuyết không phải sở thuyết, không phải một không phải khác, không phải cùng nhau không phải không cùng nhau. Vì nghĩa ấy nên siêu việt hết thảy suy lường. Vì siêu việt suy lường nên chỉ có trên danh tự, vì chỉ có trên danh tự nên không có sinh, vì không có sinh nên không có diệt, vì không có diệt nên như hư không. Này Đại huệ! Hư không không phải tác (nhân) cũng không phải sở tác (quả). Vì không phải nhân không phải quả nên xa lìa phan duyên (Niràlambya), vì xa lìa phan duyên nên vượt ra ngoài hết thảy những pháp hí luận. Vượt ngoài hết thảy pháp hí luận ấy là Như lai. Như lai chính là thểChính đẳng giác. Chính đẳng giác ấy là viễn ly tất cả căn, cảnh giới."*

c) Hạt và Sóng, (Hạt nhỏ trong thời kỳ tiên khởi của Big Bang) là hai mặt của một thực thể Chân Không Lân Hư như trong thí dụ về Chân Không của Đức Phật.

- Hạt là một thực thể và vừa đồng thể với các hạt khác (Entanglment phenomenon).
- Tại chỗ và không tại chỗ Local and Non-local).
- Sức mạnh và Trí Tuệ.
- Hữu hình và Vô hình (làm điên đầu nhà Vật lý học như Bohr đã nói về Lượng tử nếu không làm điên đầu tức là bạn chưa hiểu về Cơ Lượng tử).

d) Thế giới Vi mô.

Vì là chuyển tiếp giữa Chân Không và Vũ trụ, thế giới Vi mô thể hiện Chân như và hư ảo (xin xem tr 69, phần G, H).

e) Đạo và Đức.

Như Đức Phật và Lão Tử nói : Đạo không thể diễn tả bằng lời. Nhưng Đạo có thể cảm nhận qua Đức. Đức là thể hiện của Đạo qua Đức Tánh Thanh tịnh trong Tứ vô lượng Tâm với Vô Ngã.

e) Ý và Lời, Đức Phật nói Chữ và lời không thể diễn tả hết Ý.

f) **SỰ PHÂN CHIA MÔN PHÁI PHẬT GIÁO** phát xuất từ Tình trạng Tiên khởi Nhị Nguyên.

Khi Đức Phật còn hoằng Pháp cho đến các Tổ đầu tiên như Ma Ha Ca Diếp, A Nan thì Phật giáo còn nguyên thủy đi theo đúng lời thuyết Pháp của Phật. Dần dần giáo pháp bị hiểu khiếm khuyết có thể vì không đọc hết kinh sách và hiểu sai
 Phật Pháp. Hiểu sai bị sửa lại, hiểu đúng bị hiểu sai bài bát, lý do là đứng trên vị thế Nhị nguyên mà không biết là mình đã bị thiên lệch. Trong Kinh 72. KINH VACCHAGOTTA VỀ LỬA, Aggivacchagotta Sutta/Trung Hàm.

Thế giới là thường hay là vô thường/hữu biên
Sinh mạng và thân thể. là một hay khác nhau"...
Như Lai có hay không tồn tại sau khi chết
Phật nói câu trả lời nào cũng sai vì Chân Không không có thời gian không gian hay nắm bắt được, nên không thể diễn tả bằng lời nói được. Thấu triệt hư Không khác nhau đã nảy sinh ra các học thuyết như:
(1)Nhất thiết Chủng Bộ/ Nhất thiết hữu Bộ (Sarvastivadah)/Thuyết Nhân Bộ (Hetuvadah):Ngã không Pháp hữu
(2)Thành Thật luận (Hảuvaâma Cưu ma la thập)/Nhất thiết bô (Ekavyavaharikah): Ngã không Pháp không .(PháP VÀ CHỦNG TỬ Tuy chẳng phải một, chẳng phải khác, nhưng mà chủng tử là thật có, còn nếu là giả pháp thì như pháp không, nó chẳng phải là nhân duyên của các pháp.
(3) *Độc tử Bộ (Vātsīputrīya) *Ngã hữu Pháp hữu. Do Trưởng lão Độc tử người tổ chức kết tập lần thứ ba, có trước Nhất thiết Hữu Bộ.*
(4) *Kinh lượng bộ (skt. Sautrāntika) (tương tự như Nhất thiết Hữu Bộ/ Saivàstivàdàh, đề cao Luận tang: tất cả đều có trong hiện tại cực ngắn sadt na) đặt nền tảng trên kinh bộ, bài bác luân tạng
(5) Kê Dận bộ (Kankkutikàh) cho rằng Luận tạng mới là giáo lý chân thật vì nó giải thích ý nghĩa của Kinh và Luật. Kinh tạng và Luật tạng là do Đức Phật thuyết tùy căn cơ. Nhưng nên biết rằng Luận tang do Tổ chế co thể không đúng
(6) *Thuyết Xuất Thế bộ, hay Chế Đa Sơn bộ (Lokuttaravàdinàh)hiện tượng là do vọng tưởng. Bộ phái này thừa nhận các sự vật, hiện tượng là thật có
(7) Đa Văn bộ (Bàhusrutiyàh), do Yajnavalkya :có ngũ uẩn (vô thường, khổ, không, vô ngã và Niết Bàn) và Bát chánh đạo mới là pháp xuất thế; lời dạy khác của Thích Ca là thế gian pháp.
(8) Duy thức tông (yogācāra)la nề tảng của duy thức học va tạng thức

(9) Nhất thiết Hữu Bộ trung dung giữa Nam Bắc tông

Chú thích:
(1) Trên quan điểm Tiểu Thừa Nhị nguyên nên Vô Ngã.
(2) Trên quan điểm Đại Thừa, Chân Không/Nhất nguyên. Phật nói Pháp và Phi Pháp cần phải bỏ.
(3) Trên quan điểm Đa nguyên phủ nhận Chân Không/Nhất Nguyên.
(*) Nam truyền

BẢNG TÓM LƯỢC TIẾN TRÌNH PHẬT PHÁP.

45 năm Hoằng Pháp Thời kỳ Nguyên Thủy I
Thời Hoa Nghiêm: 21 ngày "Nhất Tâm Chân Như, Pháp Giới Duyên Khởi", tức thuyết minh về sự hình thành vũ trụ vạn hữu, độ cho hàng thượng thừa Bồ tát.
Thời Lộc Uyển (cũng gọi là thời A Hàm): 12 năm, các bộ kinh A Hàm, pháp môn Tứ Diệu Đế, Thập nhị Nhân Duyên, 10 Độ, 37 Đạo Phẩm để độ cho hàng nhị thừa: Thanh Văn, Duyên giác.
. **Thời Phương Đẳng:** 8 năm, kinh Duy Ma Cật, Lăng Già, Lăng Nghiêm, Kim Quang Minh, Thắng Man... xiển dương giáo nghĩa Tính Không (Duy Ma Cật) Như Lai tạng (Lăng già), Diệu Chân Như Tính (Lăng Nghiêm) để độ cho hàng đại thừa sơ cơ phát tâm Bồ tát.
. **Thời Bát Nhã:** 22 năm, Đức Phật giảng các bộ kinh Bát Nhã và Kim Cương, tức thuyết minh về chân lý "Không" của vạn Pháp để độ cho hàng quyền thừa Bồ tát.
Thời Pháp Hoa và Niết Bàn: 8 năm, kinh Pháp Hoa - Niết bàn, cho hết thảy trời, người, chúng sinh, kể cả hàng xiển đề (Icchantika).

Tóm lược bốn lần huân tập sau khi Đức Phật nhập Niết Bàn
Xem sau

Sau Phật Diệt Độ 600 năm
Thời kỳ Nguyên Thủy II: 200 năm kể từ khi Phật Niết Bàn
Thời kỳ phân chia ra 18 -25 môn phái gom thành ba khuynh hướng
 -Nguyên Thủy:Trưởng Lão Bộ (Nguyên Thủy III).
 -Tiểu Thừa: Nhất Thiết Hữu Bộ (Luân Tông và Thiền Tông) và nhiều chi nhánh khác
 -Đại Thừa: Đại Chúng Bộ
ờ đây phát ra ít nhất 10 tông phái: Luận hay Tụng của ngài Ưu Ba ly, Tịnh Độ,Thiền, Duy Thức, Mật, Thiên Thai hay Pháp Hoa, Hoa Nghiêm, Tam Luận hay Tánh Không, Câu Xá,Thành Thật tông,

Phát Triển Đại Thừa 400 năm
i. Mã Minh, ii. Long Thọ, iii.Vô Trước/Thế Thân và Pháp Xứng.

Thiên Tông: Bồ Đề Đạt Ma đến Lục Tổ
- **Sáu Tổ**
- **Sau Lục Tổ**
            phái Nam Nhạc:
 -Lâm Tế: phương pháp đánh và hét (Hòa Nhượng, Đạo Nhứt,Bách Trượng và Huynh Nghiệt
  - Quy Ngưỡng/Bách Trượng→Linh Hựu→ Quy Ngưỡng (đắc đạo)
            phái Thanh Nguyên.Tào Động:
            Thanh Nguyên, Hy Thiên,Dược Sơn, Vân Nhâm,Lương Giới, Bổn tịch
            Vân Môn: Thạch đầu, Long Đàm,, Đức Sơn, Tuyết PhongVân Uyển

- Pháp Nhản: Tuyết Phong, Huyền Sa, Xa Hán,Vân ích

(Chú Thích: **Nhất Tâm Chân Như: Tâm nguyên thủy là một hay là Chân Không/Phật Tánh./Thánh Linh, Duyên khởi: Sau Sáng thế, Phương Đẳng: Bốn phương bình đẳng**, ý nói Đại thừa bao quát tất cả. Bát Nhã: vượt qua bờ bên kia, ý nói thực hiện Vô Ngã tuyệt đối).

SỰ BẤT ĐỒNG QUAN ĐIỂM VỀ CHÂN KHÔNG (CK)TRONG PHẬT GIÁO

Từ sau lần huân tập thứ hai, sự phân chia mỗi ngày thêm rõ nét. Bắt đầu băng sư tuân hành giới luật, cụ thể là nhận đồ cúng dường vừa đủ cho thân mỗi ngày như Đức Phật đã chủ trương. Nam Tông do các vi trưởng lảo thủ cựu còn gọi là Thượng Tọa Bộ/Nguyên thủy giữ nguyên truyền thống. Phái đông hơn gọi la Đại Chúng Bộ, trẻ hơn muốn thay đổi quan niệm về nhận bố thí, có the lưu trữ của bố thí để dùng sau/nhận vàng bạc. Có lẽ sự phân chia Nam Bắc Tông càng nặng nề hơn do sự bất đồng quan điểm về CK. Sự bất đồng là không phải vì giáo lý và lời giảng Đức Phật không rõ ràng, mà do trình độ TR của Tăng sĩ bị ràng buột bởi quyền lợi và địa vị.

Huân tập thứ hai, mầm mống cho sự chia rẽ Nam Bắc Tông. Bắc Tông chia ra nhiều môn phái. Phía Nam Tông cũng chỉa ra nhiều môn phái, nổi bật nhất là Nhất thiết Hửu Bộ Mūlasarvāstivāda subgroup dựa trên lý luận các Pháp là có với quá khứ hiện tại và Vị lai. Giáo lý được biên soạn thành Abhidharma jnānaprasthāna sàstra (vn: A-Tỳ-Đạt-Ma-Phát-Trí-Luận. Ngoài ra còn có sáu A Tì Đạt Ma khác sau:

(Abhidharma Sanjitiaparyàpàdá Sàstra (vn: A-Tỳ-Đạt-Ma-Tập-Dị-Môn-Túc-Luận) 20 quyển đó Xá-Lợi-Phất trong thời DP.

ii. Abhidharma dhamaskandhapàda Sàstra (vn: A-Tỳ-Đạt-Ma-Pháp-Uẩn-Túc-Luận) 12 quyển bởi Xá-Lợi-Phất hay s Mục-Kiền-Liên.

iii. Abhidharma prajnàtipàda Sàstra (A Tỳ-Đạt-Ma-Thi-Thiết-Túc-Luận) gồm 18. 000 bài tụng do Mục-Kiền-Liên hay Đại-Ca-Chiên-Diên.

iv. Abhidharma vijnànakàyapàda Sàstra (A-Tỳ-Đạt-Ma-Thức-Thân-Túc-Luận) 16 quyển, by Devasarman (vn: Đề-Bà-Thiết-Ma - Thiên-Tịch, Thiên-Hộ) sauDP.

v. Abhidharma prakaranapàda Sàstra (A-Tỳ-Đạt-Ma-Phẩm-Loại-Túc-Luận) 18 tomes, by Thế-Hữu and Kê-Tân La-Hán.

vi. Abhidharma dhàtukàyapàda Sàstra (A-Tỳ-Đạt-Ma-Giới-Thân-Túc-Luận) 3 quyển bởi Phú-Lâu-Na tạo hay Xá Lợi-Phất.

Tông lại làm ra Abhidharmamahàvibhàsà.

Từ sau lần huân tập thứ hai, sự phân chia mỗi ngày thêm rõ nét. Bắt đầu băng sự tuân hành giới luật, cụ thể là nhận đồ cúng dường vừa đủ cho thân mỗi ngày như Đức Phật đã chủ trương. Nam Tông do các vi trưởng lảo còn gọi là Thượng Tọa Bộ/Nguyên thủy giữ nguyên truyền thống. Phái đông hơn gọi là Đại Chúng Bộ, trẻ hơn muốn thay đổi quan niệm về nhận bố thí, có thể lưu trữ của bố thí để dùng sau/nhận vàng bạc. Có lẽ sự phân chia

Nam Bắc Tông càng nặng nề hơn do sự bất đồng quan điểm về CK. Sự bất đồng là không phải vì giáo lý và lời giảng Đức Phật không rõ ràng, mà do trình độ TR của Tăng sĩ bị ràng buột bởi quyền lợi và địa vị.

Quan niệm trên bị chống đối bởi phái Đại Thừa phát triển bắt đầu với Ngài Mã Minh Avaghosa 80- 150 CE coi như tổ đầu tiên của Đại thừa, đề ra thuyết Nhất Như/Chân Như (Bbutatathata), đứng ngoài các Pháp. Sau Sáng thế/Vọng niêm, tất cả hễ cả các Phap là không tự tánh, không thật, tương đối và giã đinh nhưng vốn có bản chất là CK (Sunyata). Kế đến là Nagarjuna (Long thụ) 150-250, Tổ 14, Phật giáo Ấn độ, có khả năng tâm linh đến Long Cung học và biên lại kinh Hoa Nghiêm, Vô Trước (Asanga) 300- 377, là A La Hán khi theo học Nam Tông và khai ngộ thêm với Ngài Bồ Tác Di Lặc Maitreya ở Cung trời Đâu suất(Tusita Heaven -the Delightful Realm), và em cùng cha khác Mẹ Thế Thân (Vasubandhu)/Duy Thức Tông /vijnavdin) 316-396, Tổ thứ 21 Phật giáo Đại Thừa Ấn Độ. Ngài Dharmakirti (Pháp xưng) thế kỉ thứ 7 (600-650) tại Nam Ấn Độ và là môn đệ của Hộ pháp (sa. dharmapla) tại Na-lan-đà (Thập đại luận sư), có nhiều ảnh hưởng ở Tây tạng (kinh sách của Ngài không được chuyển ngữ ở Trung hoa).

Căn bản của Đại thừa là Tánh Không và Chân Không (CK) là nguồn gốc của sáng thế, là có Tự Tánh. Các Pháp vũ trụ ,vật chất đều được sanh ra từ CK , nên không có tự tánh và là Vô Ngã. CK thì không phân biệt vật chất và tinh thần, nằm ngoài Tri thức. CK tự biến thành Vô minh nên có Vũ trụ ngày nay với A Lại Da Thức. Vì vậy <u>vạn pháp</u> là giả hiệu nhưng vốn có tư tánh CK.

Đến Ngài Long Thọ có quan điểm nhẹ nhàng hơn (Trung Quán) tuy vẫn chấp nhận thuyết Hư Vô (Sunyata) của Mã Minh, và không chấp nhận và phá trừ thuyết Nhất Thiết Hữu Bộ/Tiểu Thừa; Thuyết nầy nói rằng cái gì cũng không thì ai tạo Nghiệp ai Luân hồi. Biện luận chống lại là rất đơn giản: Khi tạo Nghiệp thì tác nhân lãnh Nghiệp và luân hồi cho đến khi rửa hết Nghiệp

Theo Ngài Pháp Xứng tái xác nhận sự học thuyết CK là một chân lý tuyệt đối, nhưng sự vật có thật trong một thời gian nào đó. Hơn thế nữa CK là biểu hiện sự không biết được cái có trong CK. Như vậy TR bị ngưng hoạt động trong CK. Quan niệm này là phù hợp với định nghĩa CK của ĐP.

Trong các quan niệm trên Hồn (còn gọi là Nghiệp thức, còn có khi gọi là Linh Hồn là đương nhiên gĩa tạo, có sanh diệt nên giã tạo)

H. CHÂN KHÔNG VÀ BIG BANG /SÁNG THẾ. (H1.10)
Các nhà vật lý thiên văn kể cả Stephen Hawking hầu như đồng quan niệm là Big Băng là khởi đầu của Vũ trụ. Phủ nhận câu hỏi là trước Big Bang là gì ?,

vì theo Stephen Hawking khi đã nói không có không gian và thời gian thì không thể có cái trước đó. Tuy nhiều vấn nạn nầy vẫn thường đặt ra. Vấn đề là Big Bang xảy ra từ nhiều hướng chứ không từ một chỗ đơn thuần (Singularity).

Kinh Phật cũng như Cựu Ước không nói gì về vụ nổ hay năng lượng khủng khiếp khó tưởng tượng của thuở ban đầu của sáng thế Big Bang hay Vọng Niệm. Nhưng Cựu Ước nói về khởi đầu của Vũ Trụ khi Thánh Linh lướt trên mặt Vực Đen. Kinh Phật đề cập đến Chân Không hay Bản Tâm từ đó Vọng Niệm khởi lên. Tóm lại có sự khuấy động của thế tĩnh lặng của Chân Không/Vực Đen để bắt đầu Vũ trụ.

Từ những nhận biết trên, quan niệm về Sáng thế là như sau:
Chấn động, từ Chân Không, không thể giới hạn trong một điểm. Khi chấn động/Vọng Niệm khởi lên là bao trùm cả Chân Không vì tánh cách bất đồng dị của Chân Không. Biết rằng Chân Không là không có Không gian và Thời gian, nhưng khi có Vọng Niệm thì Chân Không đã biến thể làm mất đi sự quân bình của Chân Không. Sự kiện là xảy ra tức thì và trước Sáng thế/ Big Bang. *Vì vậy khi Vọng Niệm, toàn thể Chân Không đều có Vọng Niệm, cho nên Vọng Niệm /Big Bang được thấy ở mọi hướng. Cũng vì sự đồng khởi nầy, sự bành trướng của Big Bang nhanh hơn ánh sáng. Giống như hiện tượng không tại chỗ (non-Locality) và kết nối cùng khắp (interconnectedness) làm thành dẫn truyền siêu ánh sáng (supraluminal transmision).* Big Bang /Vọng Niệm tạo ra Không gian, thời gian và vật chất ngũ quan biết được. (Tương đương như một cuộc tổng nổi dậy của con người bị áp bức, tuy khởi đầu từ một điểm, nhưng lại thành ra cùng khắp mà không phải do lan tỏa vì con người trong sự kiện đồng khởi lên.). Sự kiện của Chân Không khởi đầu cho Sáng thế. Chân không tự có năng lượng vô cùng lớn. Như đã đề cập khi CK sanh ra lực thi cũng sanh ra Trí Huệ Bát Nhã làm giữ vai trò kiến trúc sư cho Sáng thế (xem tr 60). Chân Không là độc lập với Big Bang và làm nên sự bành trướng của Chân Không ngay trước Big Bang tạo ra Vũ trụ. Hiện tượng giống như ngòi nổ cho quả bom. Quả bom có được năng lượng để nổ, chỉ cần ngòi nổ kích động (H1.10, H1.11).

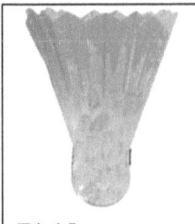 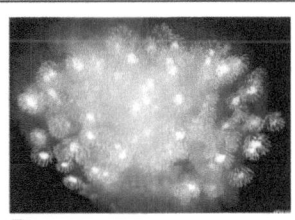

F1.15 F1.16A B

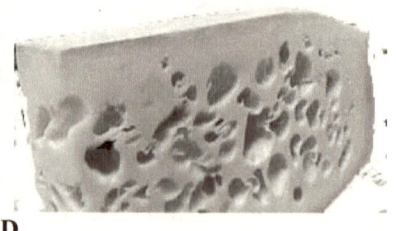

C　　　　　　　　　　D

F1.10 Theo Stephen Hawking, Hình thể Big Bang có phần dưới cùng lan tỏa như hìn phần đầu của quả cầu lông.
F1,16A: Big Bang không là vụ nổ đơn thuần (Singularity) như một vụ nổ
BC: Big Bang là hiện tượng bành trướng cùng khắp tạo nên vũ trụ bao quanh bởi Big Bang.
D: Khoảng không gian được tạo ra bao quanh bởi nhiều Big bang là cùng khắp: có rất nhiều vũ trụ như hang lỗ trong miếng Cheeze Gruyere. Hiên tượng nầy tương tự như trong bịnh Ung thư tuyến Tiên Liệt: Khi khám phá ung thư, người ta thường thấy có nhiều chỗ ung thư khác nhau khắp mọi nơi trong tuuyến. Các ổ ung thư và tiền ung thư không kết nối nhau và không có thay đổi gợi ý lan truyền mà có tánh cách đồng khởi và liên tục. Bệnh lý học thường gọi là "Hiệu Ứng Vùng" (Field effect).

Chân Không hiện hữu trước Big Bang là cần thiết để hiểu được vì sao Vũ trụ **bành trướng với gia tốc, với vận tốc nhanh hơn ánh sáng**. và vì sao Big Bang xẩy ra trong mọi hướng của Vũ trụ. Chân Không cũng giải thích tại sao có muôn ngàn tỉ Vũ trụ và trong mỗi Vũ trụ có muôn ngàn tỉ Ngân hà và muôn ngàn tỉ Đức Phật như sẽ thấy trích dẫn sau đây các đoạn kinh Hoa Nghiêm và Pháp Hoa.
Chân Không cũng biểu hiện bằng khả năng bất tư nghì của Phật trong kinh Hoa Nghiêm/Avantamsaka được biết như Vua của các kinh vì nội dung hùng vĩ nguy nga tráng lệ siêu việt về cảnh trí khả năng không thể nghĩ bàn của Bồ Tát nhất là của Phật gấp hàng tỉ lần Bồ tát làm cho có niềm tin vui mừng, phấn khởi, người thiếu niềm tin khiếp sợ người ngoại Đạo có thể thành u muội thêm.

Trong thập niên vừa qua Sir Roger Penrose, Vật lý gia Oxford, được coi chỉ đứng sau Einstein, đã thay đổi quan niệm Vật lý về Big Bang, căn cứ trên nghiên cứu về Hố Đen. Quan niệm nầy bị coi là cần phải được tranh luận và kiểm nghiệm. Big Bang bung ra, vật chất thoái hoá tan rả và gần như biến mất (trong giã thuyết về quan niệm thoái hóa, thí dụ như biến thoái Proton/Proton decay và ngay cả electron cũng thoái hóa. Sau đó Vũ trụ biến thành Hố đen khổng lồ, có thể bốc hơi, nuốt chửng những Hố Đen khác, và trở thành như cái máy hút bụi quét dọn sạch sẽ Vũ trụ để tạo nên một trật tự mới (? tạo ra Chân Không mới), rồi làm nên Big Bang mới, Chu trình được gọi là một Đại Kiếp (aeon). Tiến trình trên Penrose gọi là Conformal Cyclic Cosmology/CCC (Vũ trụ học theo Chu kỳ Thích hợp/VCT). Thêm vào quan niệm trên, Big Bang không là duy nhất mà trái lại có rất nhiều, Vũ trụ này không là tiên khởi mà còn có Vũ trụ trước đây và sau đây. Phù hợp với quan niệm này là, ngoài Bức xạ Vi sóng Nền /Cosmic Microwave Background, còn có Hawking's points có thể là tàn dư của Hố Đen đã bốc hơi. Ý kiến ngược chiều là người ta không thấy dấu hiệu Vũ trụ trước Big Bang

Quan niệm CCC của Penrose là phù hợp với triết lý Phương Đông, rằng chỉ có Chân không là duy nhất, Vũ trụ có sanh thì phải có diệt không thể thường hằng mà phải theo chu kỳ luân hồi tái sanh. Phật nói nếu chia vật chất thành cực nhỏ thì thành Chân Không. Từ Không thành Có, thì lại trở về Không, Sắc ←→Không, hay trong câu nói của Mạnh tử; Khí tán thi Chết. Trong kinh Phật Nikaya, **Kinh Trường Bộ**, (27): **KINH KHỞI THẾ NHÂN BỔN**, *(Agganna Sutta)*, cũng có đoạn kinh nói về thế giới trước kia bị hủy diệt rồi hồi sanh trở lại, các chúng sanh tự chuyển đến thế giới khác rồi lại quay về thế giới cũ khi Vũ trụ cũ tái sanh (xem tr 106). Vũ trụ quan của Phật giáo không thể nghĩ bàn, Vũ trụ rất rộng lớn, nhiều như cát sông Hằng. Các Vị Phật rất cổ xưa và cũng nhiều như cát sông Hằng!.

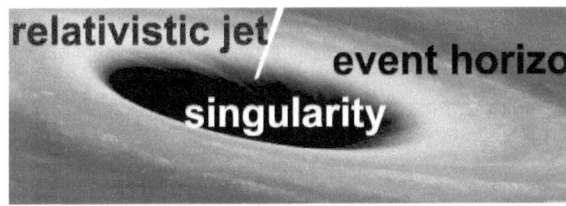 H.17

Hình biểu diễn Hố Đen bao quanh bởi chân trời sự kiện. Chính giữa là điểm nhỏ nhiệt độ âm, có năng lượng rất lớn không còn có thời gian không gian thu hút mọi vật chất. Ở chân trời vật chất hơn lần trước khi bị hút vào tròn họ Đến (H1.17). Điểm nhỏ Sinularity và tia Tương đối (relativístic jet), vận tốc vật chất có thể nhanh hơn vẫn tốc ánh sáng. Điểm Singularity có đặt tính của Chân Không

Trong quan niệm thông thuờng, CK còn được thể hiện bởi SÁT NA vô niệm và hiện tiền , trong đó không gian va thời gian đồng nhất. Cũng trong Sat NA vô niệm nầy con người cảm nhận được Niết Bàn hạnh phúc và tự tai (xem trang 96)

I. TRÍCH DẪN KINH PHẬT MINH CHỨNG VỀ CHÂN KHÔNG
1. Hoành tráng của Vũ Trụ quaTHBN
Sau đây là hai đoạn kinh trích từ kinh Hoa Nghiêm và đoạn trích từ

kinh Diệu Pháp Liên Hoa. Đây là hai kinh lớn nhất của kinh Phật tả những cranh trí bất khả tư nghì. Kinh Hoa Nghiêm chỉ nói cho Bồ Tác. Kinh Pháp hoa nói thời kỳ sau cùng của hoằng Pháp. Khi nói kinh Pháp Hoa hàng hữu học nhị thừa không thể tin nổi, rời bỏ pháp hội đến 1500 người. Cảnh giới là ở cõi Vô sắc giới không phải trên địa cầu này. Biêt rằng Đức Phật thường nói rằng lời nói của **chư Phật là không hư vọng**, chúng sinh vì ngu si nên không hiểu không tin!

PHẨM THẾ CHỦ DIỆU NGHIÊM THỨ NHAT KINH HOA NGHIÊM

(1)Như vậy tôi nghe, một lúc Phật ở nước Ma Kiệt Đề, trong Đạo tràng bồ đề, ban đầu thành Vô thượng Chánh giác. Nơi đó đất cứng chắc, bằng Kim Cang. Có các luân báu, hoa báu, châu ma ni thanh tịnh, dùng trang nghiêm. Các châu ma ni sắc tướng hải làm tràng, thường phóng quang minh, luôn vang ra tiếng vi diệu. Các mành lưới báu, chuỗi hoa hương thơm, bủa giăng rủ bốn phía. Châu ma ni bảo vương biến hiện tự tại, mưa vô tận châu báo và những hoa đẹp rải khắp mặt đất. Cây báu giăng hàng, nhánh lá sum sê sáng rỡ.Do thần lực của Phật làm cho Đạo tràng này ánh hiện tất cả sự trang nghiêm. Cây bồ đề cao lớn lạ

thường: thân bằng Kim Cang và Lưu Ly, cành cây bằng nhiều chất báo tốt đẹp, lá báu giăng che như mây, hoa báu nhiều màu đơm sáng các nhánh, trái bồ đề bằng châu ma ni chiếu sáng, như lửa ngọn xen lẫn trong hoa.Quanh cây bồ đề đều phóng quang minh, trong quang minh rưới ma ni báo, trong ma ni báo có các Bồ Tát xuất hiện, đông nhiều như mây. Lại do thần lực của Như Lai, cây bồ đề này thường vang ra tiếng vi diệu, nói các thứ pháp

môn vô cùng vô tận. Cung điện lâu đài của Đức Như Lai ở, rộng rãi trang nghiêm, tốt đẹp khắp đến mười Phương. Lâu đài này do châu ma ni nhiều màu hiệp thành, các thứ hoa báu đơm đẹp, những đồ trang nghiêm trong lâu đài tuôn ánh sáng như mây. Từ trong lâu đài chói sáng kết thành bảo tràng, vô biên Bồ Tát và Đạo tràng chúng hội đều hợp nơi đó, vì có thể xuất hiện quang minh của chư Phật. Ma ni bưu vương bất tư nghì âm kết lại thành lưới. Thần thông tự tại của Như Lai làm cho tất cả cảnh giới đều hiện trong lưới,báu. Tất cả chúng sanh, cùng nơi chỗ nhà cửa của họ, đều hiện bóng trong đó. Lại do thần lực của chư Phật, trong khoảng một niệm, cả pháp giới đều bao gồm trong lưới. Toà sư tử cao rộng tốt đẹp: đài bằng châu ma ni, lưới bằng hoa sen, vòng quanh bằng bảo châu vi diệu thanh tịnh, hoa đẹp nhiều mầu kết thành chuỗi. Cung điện, lâu đài, cửa nẻo, thềm bực, tất cả đều hoàn toàn trang nghiêm. Cây báu, nhánh lá, bông trái xen nhau rực rỡ. Châu ma ni chiếu sáng như mây. Chư Phật mười phương hoá hiện nơi châu vương. Bảo châu vi diệu trong búi tóc của tất cả Bồ Tát đều phóng quang minh chói sáng lâu đài. Lại do oai thần của chư Phật, chư Bồ Tát diễn nói cảnh giới rộng lớn của Như Lai, tiếng đó vi diệu, vang xa khắp đến tất cả chỗ. Lúc đó Đức Thế Tôn ngự trên tòa sư tử này thành vô thượng chánh giác: trí Phật chứng nhập thời gian ba đời đều bình đẳng, thân Phật khắp đầy tất cả thế gian, tiếng Phật thuận khắp cõi nước mười phương. Ví như hư không bao gồm các sắc tướng, đối với các cảnh giới

không chỗ phân biệt. Lại như hư không khắp cùng tất cả, bình đẳng vào trong tất cả quốc độ. Thân Phật thường khắp ngồi trong tất cả Đạo tràng của chúng Bồ Tát, oai quang của Phật chói rỡ như mặt trời mọc lên soi sáng thế giới. Phước đức của Phật rộng lớn như biển cả, đều đã thanh tịnh, mà luôn thị hiện sanh vào quốc độ chư Phật. Vô biên sắc tướng, đầy đủ ánh sáng, cùng khắp pháp giới, bình đẳng không sai khác. Diễn thuyết tất cả pháp như giăng bủa mây lớn. Mỗi đầu sợi lông đều có thể dung thọ tất cả thế giới mà vẫn không chướng ngại. Đều hiện vô lượng thần thông giáo hóa điều phục tất cả chúng sanh. Tân Phật khắp mười phương mà không có tướng qua lại. Trí Phật vào tất cả tướng mà rõ thấu các pháp đều không tịch. Tất cả thần biến của chư Phật ba đời đều thấy cả trong quang minh. Tất cả sự trang nghiêm của tất cả Phật độ trong kiếp số bất tư nghì đều làm cho hiển hiện.

Cảnh giới của Phật bất tư nghì Tất cả chúng sanh chẳng lường được Khiến chúng sanh kia đều tin hiểu Ý nguyện rộng lớn không cùng tận. Nếu có chúng sanh kham thọ pháp Thần lực của Phật dìu dắt họ. Khiến họ thường thấy Phật hiện tiền Nghiêm Hải Thiên Vương thấy như vậy. Tất cả pháp tánh vô sở y Phật hiện thế gian cũng như vậy Khắp trong các cõi không chỗ nương Nghĩa này, Thắng Huệ quan sát được. Theo lòng chúng sanh chỗ mong muốn hần lực của Phật đều hiện được Mỗi mỗi sai khác bất tư nghì Huệ Tràng Thiên Vương đã được chứng. Bao nhiêu cõi nước thưở quá khứ Trong lỗ chân lông hiện đủ cả Đây là chư Phật đại thần thong Tịch Tịnh Thiên Vương tuyên thuyết được. Tất cả pháp môn không cùng tận Hội trong Đạo tràng của một pháp Pháp tánh như vậy Phật nói ra Môn phương tiện này Trí Nhãn biết. Bao nhiêu cõi nước ở mười phương Xuất hiện trong đó mà thuyết pháp Thân Phật không đến cũng không đi Đây, cảnh giới của Nhạo Truyền Huệ. Phật xem thế pháp như vang bóng Vào chỗ rất sâu của pháp kia Nói các pháp tánh thường lặng yên Thiện Chủng Thiên Vương hay thấy biết. Phật khéo rõ biết các cảnh giới Theo cơ chúng sanh rưới pháp mầu Dạy môn xuất yếu bất tư nghì Tịch Tịnh Thiên Vương hay ngộ nhập. Thế Tôn thường dùng từ bi lớn Vì độ chúng sanh mà hiện thân Bình đẳng thuyết pháp đều được nhờ Quảng Đại Thiên Vương đã chứng được.

PHẨM "HIỆN BẢO THÁP" THỨ MƯỜI MỘT DIỆU PHÁP LIÊN HOA

1. Lúc bấy giờ, trước Phật có tháp bằng bảy báu, cao năm trăm do-tuần, ngang rộng hai trăm năm mươi do-tuần, từ dưới đất nổi lên trụ ở giữa hư không; các món vật báu trau giồi, năm nghìn bao lơn, nghìn muôn phòng nhà, vô số tràng phan để nghiêm sức đó, chuỗi ngọc báu rủ xuống, muôn nghìn linh báu treo trên tháp. Bốn mặt đều thoảng đưa ra mùi hương gỗ lycầu chiên-đàn khắp cùng cả cõi nước. Các phan lọng đều dùng bảy thứ báu, vàng, bạc, lưu ly, xa-cừ, mã-nảo, trân châu và mai-khôi hợp lại thành, cao đến ngang cung trời Tứ-thiên-vương, trời ......

2. Bấy giờ, bốn chúng thấy tháp báu lớn trụ trong hư không, lại nghe trong tháp vang tiếng nói ra đều được pháp hỷ, lấy làm lạ chưa từng có, liền từ chỗ ngồi đứng dậy cung kính chấp tay rồi đứng một bên. Lúc đó, có vị đại Bồ-Tát tên Đại-Nhạo-Thuyết biết lòng nghi của tất cả trời, người, A-tu-la, v.v... trong thế gian mà bạch Phật rằng: "Bạch Thế-Tôn! Do nhân duyên gì mà có tháp này từ đất nổi lên, lại ở trong tháp vang ra tiếng như thế?" Lúc đó, Phật bảo ngài Đại-Nhạo-Thuyết Bồ-Tát: "Trong tháp báu này có toàn thân Như-Lai, thời quá khứ về trước cách đây vô lượng nghìn muôn ức vô số cõi nước ở phương đông có nước tên Bảo-Tịnh, trong nước đó có Phật hiệu là Đa-Bảo, đức Phật đó tu hành Đạo Bồ-Tát phát lời thệ nguyện lớn rằng: "Nếu ta được thành Phật sau khi diệt độ trong cõi nước ở mười phương có chỗ nào nói kinh Pháp-Hoa, thời tháp miếu của ta vì nghe kinh đó mà nổi ra nơi trước để làm chứng minh khen rằng: "Hay thay!" Đức Phật đó thành Phật rồi lúc sắp diệt độ ở trong đại chúng trời, người bảo các Tỳ-kheo rằng: "Sau khi ta diệt độ muốn cúng dường toàn thân của ta thời nên dựng một tháp lớn." Đức Phật đó dùng sức nguyện thần thông nơi nơi chỗ chỗ trong mười phương c.i nước, nếu có nói kinh Pháp-Hoa, thời tháp báu đó đều nổi ra nơi trước, toàn thân Phật ở trong tháp khen rằng: "Hay thay! Hay thay!" Đại-Nhạo-Thuyết! Nay tháp của Đa-Bảo Như-Lai nghe nói kinh Pháp-Hoa nên từ dưới đất nổi lên khen rằng: "Hay thay! Hay thay!"

3. Bấy giờ, ngài Đại-Nhạo-Thuyết Bồ-Tát do sức thần của đức Như-Lai mà bạch Phật rằng: "Bạch Thế-Tôn! Chúng con nguyện muốn thấy thân của đức Phật đó". Phật bảo ngài Đại- Nhạo-Thuyết Bồ-Tát Ma-ha-tát: Phật Đa-Bảo đó có nguyện sâu nặng: "Nếu lúc tháp báu của ta vì nghe kinh Pháp-Hoa mà hiện ra nơi trước các đức Phật, có Phật nào muốn đem thân ta chỉ bày cho bốn chúng, thời các vị Phật của Phật đó phân thân ra nói pháp ở các nước trong mười phương đều phải nhóm cả một chỗ, vậy sau thân của ta mới hiện ra". Đại-Nhạo-Thuyết! Các vị Phật của ta phân thân nói pháp ở các cõi nước trong mười phương nay nên sẽ nhóm lại". Ngài Đại-Nhạo-Thuyết bạch Phật rằng: "Thưa Thế-Tôn! Chúng con cũng nguyện muốn thấy các vị Phật của Thế- Tôn phân thân để lễ lạy cúng dường." 4. Bấy giờ, Phật phóng một lần sáng nơi lông trắng giữa chặn mày, liền thấy năm trăm muôn ức na-do-tha hằng-hà sa nước ở phương Đông. Các cõi nước đó đều dùng pha lê làm đất, cây báu, y báu để làm đồ trang nghiêm, vô số nghìn muôn ức Bồ-Tát đầy dẫy trong nước đó. Khắp nơi giăng màn báu, lưới báu phủ trên, đức Phật trong nước đó đều dùng tiếng lớn tốt mà nói các pháp, và thấy vô lượng nghìn muôn ức Bồ-Tát khắp đầy trong nước đó vì chúng sanh mà nói pháp. Phương Nam, Tây, Bắc, bốn phía, trên dưới chỗ tướng sang lông trắng chiếu đến cũng lại như thế. Lúc đó, các Phật ở mười phương đều bảo chúng Bồ-Tát rằng: Thiện-nam-tử! Ta nay phải qua thế giới Ta-Bà, chỗ của đức Thích- Ca Mâu-Ni Phật, cùng để cúng dường tháp báu của Đa-Bảo Như- Lai." 5. Lúc bấy giờ, cõi Ta-bà liền biến thành thanh tịnh, đất bằng lưu ly,

cây báu trang nghiêm, vàng ròng làm dây để giăng ngăn tám đường, không có các tụ lạc làng xóm, thành ấp, biển cả, sông ngòi, núi sông cùng rừng bụi. Đốt hương báu lớn, hoa mạn-đà-la trải khắp cõi đất, dùng lưới màn báu giăng trùm ở trên, treo những linh báu, chỉ lưu lại chúng trong hội này, dời các trời người để ở cõi khác. Lúc đó các đức Phật đều đem theo một vị Bồ-Tát lớn để làm thị giả qua cõi Tabà đều đến dưới các cây báu, mỗi mỗi cây báu cao năm trăm do-tuần, nhánh lá hoa trái thứ lớp rất trang nghiêm. Dưới các cây báu đều có tòa sư-tử cao năm dotuần cũng dùng đồ báu tốt mà trau giồi đó.Khi ấy, các đức Phật đều ngồi xếp bằng trên t.a này, như thế lần lượt đến khắp đầy cả cõi tam-thiên đại-thiên mà ở nơi thân của đức Thích-Ca Mâu-Ni Phật phân ra trong một phương vẫn c.n chưa hết. Bấy giờ, đức Thích-Ca Mâu-Ni vì muốn dung thọ các vị Phật của mình phân thân, nên ở tám phương lại biến thành hai trăm muôn ức na-do-tha cõi nước, đều làm cho thanh tịnh, không có địa-ngục, ngạ-quỷ, súc-sanh cùng A-tula, lại cũng dời các hàng trời người để ở cõi khác. Những nước của Phật biến hóa ra đó cũng dùng lưu ly làm đất, cây báu trang nghiêm cao năm trăm do-tuần, nhánh lá hoa trái đều có thứ lớp tốt đẹp, dưới cây đều có tòa báu sư-tử cao năm do-tuần, dùng các thứ báu để trau giồi. Những nước đó cũng không có biển cả sông ngòi và các núi lớn: Núi Mục-chân-lân đà, núi Thiết-vi, núi Đại thiết-vi, núi Tu-di v.v... thông làm một cõi nước Phật, đất báu bằng thẳng, các báu xen lẫn nhau làm màn trùm khắp ở trên, treo các phan lọng, đốt hương báu lớn, các hoa trời báu trải khắp trên đất. Đức Thích-Ca Mâu-Ni Phật vì các Phật sẽ đến ngồi, nên ở nơi tám phương lại

(Chú giải: đoạn kinh trên mô tả cảnh giới Phật có vô số Phật Bồ Tác từ khắp Phương. Tháp Đa Bảo nhiệm màu, thần thông, trong cảnh giới Phật không thể mô tả bằng lời. Nghe đọc để BIẾT và tin là đúng và thật như vậy, không nên dùng Tri thức phàm phu để tìm hiểu. Trí óc con người quá hạn chế, như so sánh dùng lửa đom đóm mà soi núi Tu Di. Biết rằng trong thế giới Phật, mọi sự vật từ ánh sáng hương thơm, cây cối đồ vật đều có thần thông biến hóa vi diệu. Lý do là vì mọi sự (pháp) đều do TÂM tạo ra).

2. Không Đồng Dị
Một ít trích dẫn sau để minh chứng:

Kinh Hoa Nghiêm, phẩm Bất tư nghì quyển 5 trang 411
Phật tử! Tất cả chư Phật đem tất cả núi Tu Di, núi Thiết Vi, núi Đại Thiết Vi (chú thích: núi thấy trong thiền định), đại hải, núi rừng, cung điện, nhà cửa trong những thế giới khắp pháp giới để vào một lỗ lông đến suốt kiếp vị lai mà các chúng sanh chẳng hay chăng biết. Chỉ trừ người được thần lực của Đức Như Lai gia bị. Bấy giờ, nơi một lỗ lông, chư Phật giữ lấy tất cả thế giới suốt kiếp vị lai, hoặc đi đứng ngồi nằm chẳng hề biết mỏi nhọc. Ví như hư không khắp giữ gìn tất cả thế giới khắp pháp giới mà không mỏi nhọc. Chư Phật giữ lấy tất cả thế giới suốt kiếp vị lai nơi một lỗ lông không mỏi nhọc cũng như vậy. Đây là tràng đại kim cang dũng kiện pháp thứ hai của chư Phật.Phật tử! Tất cả chư Phật có thể trong khoảng một niệm bước được bất khả thuyết bất khả thuyết thế giới vi trần số (nhiều như hạt bụi) bước. Mỗi mỗi bước đó bất khả thuyết bất khả thuyết Phật sát vi trần số quốc độ. Đi mãi như vậy trải qua tất cả vi trần số kiếp. Giả sử có một tòa núi đại kim cang lớn bằng tất cả quốc độ mà Đức Phật đã bước quan trên kia. Có bất khả thuyết bất khả thuyết Phật sát vi trần số núi đại kim cang như vậy, chư Phật có thể đem tất cả để vào một lỗ lông. Số lỗ lông nơi thân Phật bằng với số lỗ lông của tất cả thân chúng sanh trong pháp giới cộng lại. Nơi mỗi mỗi lỗ lông trên thân Phật đều để số núi đại kim cang như trên rồi giữ lấy mà du hành khắp thập phương tất cả thế giới, từ tiền tế suốt đến vị lai tế tất cả kiếp không ngơi nghỉ. Thân Phật không tồn cũng không mỏi nhọc. Tâm Phật luôn trụ đại định không tán loạn. Đây là tràng Như Lai đại kim cang dũng kiện pháp thứ ba của chư Phật.

Kinh Hoa Nghiêm phẩm 23 Thăng Đâu suất quyển 3 trang 79

Mỗi thân của chư Bồ Tát này đều hiện ra bất khả thuyết trăm ngàn ức na do tha (nhiều đếm không hết)Bồ Tát đầy khắp pháp giới hư không giới. Tâm của chư Bồ Tát này đồng với tam thế chư Phật, bởi từ pháp không điên đảo khởi lên, vô lượng Như Lai gia hộ, khai thị đạo an ổn cho chúng sanh, đầy đủ bất khả thuyết danh vị cú, vào khắp vô lượng pháp trong tất cả môn đà la ni, sanh tạng biện tài chẳng cùng tận, lòng không e sợ, rất hoan hỷ, dùng bất khả thuyết vô lượng vô tận pháp tán thán như thật để ca ngợi Đức Phật không mỏi nhàm. Lúc đó, tất cả chư thiên, và tất cả Bồ Tát thấy Đức Như Lai vô thượng chánh giác thân vô lượng không thể đếm lường, hiện bất tư nghì thần biến, khiến vô số chúng sanh lòng rất vui mừng.

Kinh Hoa Nghiêm phẩm 37, Như Lai xuất hiện quyển 6 trang 171

Lại nữa, chư Phật tử! Lúc Đức Như Lai Đẳng Chánh Giác thị hiện Niết nàn, bèn nhập bất động tam muội (định tâm). Nhập tam muội này rồi, ở mỗi mỗi thân Phật đều phóng vô lượng trăm ngàn ức na do tha đại quang minh (ánh sáng Phật). Mỗi mỗi quang minh đều hiện vô số hoa sen. Mỗi mỗi hoa sen đều có bất khả thuyết nhị hoa diệu bửu. Mỗi mỗi nhị hoa đều có tòa sư tử. Trên mỗi mỗi tòa đều có Đức Như Lai ngồi kiết già. Số thân Phật bằng với số tất cả chúng sanh, đều đủ mọi sự công đức trang nghiêm thượng diệu, từ bổn nguyện lực mà sanh khởi.

Kinh Hoa Nghiêm phẩm 26 Thập Địa, quyển 4

Bấy giờ đại chúng được thấy sự chưa từng có cho là rất đặc biệt lạ lùng, ngồi yên lặng nhất tâm chiêm ngưỡng Kim Cang Tạng Bồ Tát. Giải Thoát Nguyệt Bồ Tát bạch Kim Cang Tạng Bồ Tát rằng: "Thưa Phật tử! Nay tam muội này rất là hi hữu, có thế lực lớn, tên gọi là gì?"
Kim Cang Tạng Bồ Tát nói: "Tam muội này tên là Nhất thiết Phật độ thể tánh."
Lại hỏi: "Cảnh giới của tam muội này thế nào?"
Đáp: "Nếu Bồ Tát tu tam muội này thời tùy tâm sở niệm, có thể ở trong thân mình hiện ta hằng hà sa thế giới vi trần số cõi Phật, lại có thể hiện hơn số này vô lượng vô biên. Chư Phật tử! Vì Bồ Tát trụ nơi bậc Pháp Vân Địa này được vô lượng trăm ngàn môn đại tam muội như vậy, nên thân và thân nghiệp, ngữ và ngữ nghiệp, ý và ý nghiệp của Bồ Tát này đều chẳng thể lường biết được. Thần thông tự tại quán sát tam thế, cảnh giới của tam muội, cảnh giới của trí huệ, du hí tất cả môn giải thoát. Biến hóa làm ra, thần lực làm ra, quang minh làm ra, lược nói nhẫn đến cất chân, hạ chân tất cả việc làm ta, dầu là bậc Pháp Vương Tử Thiện Huệ Địa Bồ Tát cũng đều chẳng biết được. Chư Phật tử! Cảnh giới của Pháp Vân Địa Bồ Tát lược nói như vậy, nếu nói rộng ra thời dầu nói suốt vô lượng trăm ngàn vô số kiếp cũng chẳng hết được."
Giải Thoát Nguyệt Bồ Tát hỏi: "Thưa Phật tử! Nếu Bồ Tát thần thông cảnh giới như vậy, thần thông của Phật lại thế nào?"
Kim Cang Tạng Bồ Tát nói: "Thưa Phật tử! Ví như có người lấy được cục đất nơi bốn châu thiên hạ rồi nói rằng cục đất này là nhiều hay là đất của vô biên thế giới là nhiều?Tôi xem lời của ngài vừa hỏi cũng như vậy. Trí huệ cảnh giới của Đức Như Lai vô biên vô đẳng, thế nào lại đem so sánh với Bồ Tát.
Lại như lấy chút ít đất nơi bốn châu (phương) thiên hạ, thời đâu có thể đem so sánh với cả bốn châu. Thần thông trí huệ của bậc Pháp Vân Địa Bồ Tát, dầu nói suốt vô lượng kiếp cũng chỉ được một ít phần, huống là Như Lai địa.
Thưa Phật tử! Nay tôi đem sự chứng minh để ngài được rõ cảnh giới của Như Lai. Giả sử

mười phương, mỗi phương đều có vô biên thế giới vi trần số Phật độ, mỗi Phật độ đều có đông đầy bậc Pháp Vân Địa Bồ Tát này như mía, tre, lau, lúa, mè, rừng rậm. Tất cả Bồ Tát đều tu hạnh Bồ Tát trong trăm ngàn ức na do tha kiếp phát sanh trí huệ, đem so sánh với cảnh giới trí huệ của một Đức Như Lai, thời không bằng một phần trăm nhẫn đến không bằng một phần ưu ba ni sa đà.

Kinh Hoa Nghiêm phẩm 39 Nhập Pháp giới, quyển 7 trang 41
Vì thiên căn của Đức Như Lai bất tư nghì. Vì bạch pháp của Đức Như Lai bất tư nghì. Vì oai lực của Đức Như Lai bất tư nghì. Vì Đức Như Lai có thể dùng một thân tự tại biến hóa khắp tất cả thế giới bất tư nghì. Vì Đức Như Lai có thể dùng thần lực làm cho tất cả Phật và Phật quốc trang nghiêm đều nhập vào thân mình bất tư nghì. Vì Đức Như Lai có thể ở trong một vi trần hiện khắp ảnh tượng tất cả pháp giới bất tư nghì. Vì Đức Như Lai có thể ở trong một lỗ lông thì hiện quá khứ tất cả chư Phật bất tư nghì. Vì Đức Như Lai tùy phóng mỗi một quang minh đều có thể chiếu khắp tất cả thế giới bất tư nghì. Vì Đức Như Lai có thể ở trong một lỗ lông phát ra tất cả Phật sát vi trần số biến hóa vân đầy khắp tất cả chư Phật quốc độ bất tư nghì. Vì Đức Như Lai có thể ở trong một lỗ lông hiện khắp tất cả thế giới mười phương: thành trụ hoại kiếp bất tư nghì.

Kinh Hoa Nghiêm quyển 1 phẩm 1 Phẩm Thế chủ diệu nghiêm
Thân Phật thường khắp ngồi trong tất cả đạo tràng của chúng Bồ Tát, oai quang của Phật chói rỡ như mặt trời mọc lên soi sáng thế giới. Phước đức của Phật rộng lớn như biển cả, đều đã thanh tịnh, mà luôn thị hiện sanh vào quốc độ chư Phật. Vô biên sắc tướng, đầy đủ ánh sáng, cùng khắp pháp giới, bình đẳng không sai khác. Diễn thuyết tất cả pháp như giăng bủa mây lớn. Mỗi đầu sợi lông đều có thể dung thọ tất cả thế giới mà vẫn không chướng ngại.
Như Lai dạy cho pháp tịch tịnh, Là đèn trí huệ sáng soi đời.....

Thinh âm của Phật vô hạn ngại, Kẻ đáng được ngộ đều được nghe ......
Bao nhiêu cõi nước thuở quá khứ Trong lỗ chân lông hiện đủ cả....

Bao nhiêu cõi nước ở mười phương, Xuất hiện trong đó mà thuyết pháp Thân Phật không đến cũng không đi ....

Như Lai thường phóng đại quang minh, Trong mỗi quang minh vô lượng Phật Đều hiện Phật sự hóa chúng sanh, Diệu Âm Thiên Vương đã chứng nhập. ....

Trong mười ức Phật sát vi trần số thế giới hải như vậy có mười ức vi trần số đại Bồ Tát, mỗi Đại Bồ Tát có thế giới hải vi trần số chúng Bồ Tát đồng đến tập hội. Mỗi Bồ Tát đều hiện thế giới hải vi trần số mây, các thứ đồ trang nghiêm cúng dường đều khắp hư không mà chẳng tan mất. Hiện những mây như thế rồi, chư Bồ Tát đồng hướng Phật kính lễ, cúng dường. Tùy theo phương hướng của mình đến, chư Bồ Tát đều hóa làm các thứ bửu tòa sư tử trang nghiêm rồi ngồi kiết già trên bửu tòa đó. Sau khi ngồi xong, trong chân lông nơi thân của chư Bồ Tát, mỗi mỗi đều hiện mười thế giới hải (rộng như biển) vi trần số các thứ bửu sắc quang minh.Trong mỗi quang minh đều hiện mười thế giới hải vi trần số chư Bồ Tát đều ngồi tòa sư tử liên hoa tạng.Chư Bồ Tát này đều có thể vào khắp trong tất cả vi trần của tất cả pháp giới hải. Trong mỗi vi trần đó đều có mười thế giới vi trần số những cõi rộng lớn. Trong mỗi cõi này đều có tam thế chư Phật Thế Tôn....

Ma ni làm lưới tràng đẹp thơm Đèn sáng chói rực như mây bủa
Che trên dùng những vật trang nghiêm Đấng Chánh Biến Tri ngồi nơi đó. Hiện mây biến hóa khắp mười phương Mây ấy diễn thuyết khắp thế gian.......

Tất cả nhánh cây phát diệu quang Chiếu khắp đạo tràng đều sáng rỡ
Quang minh thanh tịnh sáng vô tận Hiển hiện như đây do Phật lực.....

Tia sáng kết vừng đầy hiện ra Tiếng lạc tiếng linh trong mây phát. Mười phương tất cả các quốc độ
Những cây trang nghiêm màu sắc tốt Trong cội bồ đề hiện rõ rang, Phật ngự nơi đây sạch cấu (dơ) nhiễm. Đạo tràng rộng lớn do phước thành Cây nhánh mưa báu luôn vô tận Trong báu xuất hiện các Bồ Tát
Đều đến mười phương cúng dường Phật. Chư Phật cảnh giới bất tư nghì
Khiến khắp cây báu vang tiếng nhạc Như đạo bồ đề tu thuở trước'
Chúng hội nghe tiếng đều được thấy.

Kinh Hoa Nghiêm quyển 3 phẩm 7 Phẩm Như Lai danh hiệu trang 236
Trong hội này gồm mười phương chư Phật và Bồ Tát, ở mỗi phương Đức Phật có nhiều danh hiệu khác nhau, trích dẫn sau về Phật Thích Ca Mâu Ni (được Phật Nhiên Đăng thọ ký).
Bấy giờ, Văn Thù Sư Lợi Đại Bồ Tát thừa thần oai lực của Phật quan sát tất cả chúng hội Bồ Tát mà nói rằng: "Chư Bồ Tát này rất hi hữu".
Chư Phật tử! Phật quốc độ chẳng thể nghĩ bàn. Phật trụ, Phật sát trang nghiêm, Phật pháp tánh, Phật sát thanh tịnh, Phật thuyết pháp, Phật xuất hiện, Phật sát thành tựu, Phật vô thượng bồ đề đều chẳng thể nghĩ bàn.
Tại sao thế?
Chư Phật tử! Tất cả chư Phật trong mười phương biết rằng chúng sanh ưa thích không đồng, nên tùy chỗ thích nghi mà thuyết pháp điều phục họ, nhẫn đến khắp pháp giới, hư không giới.
Chư Phật tử! Đức Như Lai nơi thế giới ta bà này, trong những tứ châu thiên hạ, thị hiện nhiều thân, nhiều hiệu, nhiều sắc tướng, nhiều dài ngắn, nhiều tuổi thọ, nhiều xứ sở, nhiều căn, nhiều chỗ sanh, nhiều tiếng lời, nhiều quan sát, khiến chúng sanh đều thấy biết khác nhau.
Chư Phật tử! Đức Như Lai ở trong tứ châu thiên hạ này, hoặc hiệu Nhất Thiết Nghĩa Thành, hoặc hiệu Viên Mãn Nguyệt, hoặc hiệu Sư Tửu Hống, hoặc hiệu Thích Ca Mâu Ni, hoặc hiệu Đệ Nhất Tiên, hoặc hiệu Tỳ Lô Giá Na, hoặc hiệu Cù Đàm Thị, hoặc hiệu Đại Sa Môn, hoặc hiệu Tối Thắng, hoặc hiệu Đạo Sư, có mười ngàn hiệu như vậy, khiến chúng sanh thấy biết riêng khác...

Đại phương Quảng Phật Hoa Nghiêm kinh trang 829 Đức Thế Tôn vì Tâm Vương Bồ Tát mà nói kệ rằng:
Bất khả ngôn thuyết bất khả thuyết...

Các cõi Phật thảy đều nghiền nát làm vi trần.
Trong một trần, bất khả thuyết cõi như một, tất cả đều như vậy... Mỗi niệm nghiền nát cũng như vậy. Suốt bất khả thuyết kiếp luôn nghiền. Mỗi trần có bất khả thuyết cõi....

Kiếp ấy xưng tán một Phổ Hiền Không hết được lượng công đức đó. Nơi trên một đầu

lông rất nhỏ Có bất khả thuyết những Phổ Hiền Tất cả đầu lông đều cũng vậy
Lần lượt nhẫn đến khắp pháp giới. Nơi đầu một lông có những cõi Số đó vô lượng
bất khả thuyết Khắp lượng hư không những đầu lông Nơi mỗi lông số cõi cũng vậy.
những cõi nước nơi đầu lông kia Vô lượng chủng loại trụ sai khác Có bất khả thuyết
cõi các loại Có bất khả thuyết cõi đồng loại...

Ở trên mỗi mỗi đầu lông kia
Diễn bất khả thuyết danh hiệu Phật
Mỗi mỗi danh hiệu có Như Lai...

Ở trên thân mỗi Đức Như Lai Hiện bất khả thuyết lỗ chân lông Trong mỗi mỗi lỗ chân lông kiaHiện những sắc tướng bất khả thuyết. Bất khả ngôn thuyết lỗ chân long
Đều phóng quang minh bất khả thuyết Ở trong mỗi mỗi quang minh kia
Đều hiện liên hoa bất khả thuyết. Ở trong mỗi mỗi liên hoa kia
Đều có những cánh bất khả thuyết Trong cánh của bất khả thuyết hoa Đều hiện sắc tướng bất khả thuyết. Trong những sắc bất khả thuyết kia Lại hiện cánh hoa bất khả thuyết Trong hoa quang minh bất khả thuyết Trong hoa sắc tướng bất khả thuyết. Trong sắc tướng bất khả thuyết này Mỗi mỗi hiện quang bất khả thuyết
Trong quang hiện nguyệt bất khả thuyết Nguyệt lại hiện nguyệt bất khả thuyết. Trong bất khả thuyết những mặt nguyệt Mỗi nguyệt hiện quang bất khả thuyết. Ở trong bất khả thuyết mặt nhật.
 Mỗi mỗi hiện sắc bất khả thuyết Ở trong mỗi mỗi những sắc kia
Lại hiện quang minh bất khả thuyết. Ở trong mỗi mỗi quang minh kia Hiện bất khả thuyết tòa sư tử
Mỗi tòa trang nghiêm bất khả thuyết Mỗi nghiêm quang minh bất khả thuyết. Trong quang diệu sắc bất khả thuyết Trong sắc tịnh quang bất khả thuyết
Ở trong mỗi mỗi tịnh quang kia Lại hiện các thứ diệu quang minh. Quang này lại hiện các thứ quang
Bất khả ngôn thuyết bất khả thuyết Trong các thứ quang minh như vậy Đều hiện diệu bửu như Tu Di.
Trong mỗi quang minh hiện diệu bửu Bất khả ngôn thuyết bất khả thuyết Một diệu bửu như Tu Di kia
Hiện những cõi nước bất khả thuyết. Hết bửu Tu Di không còn thừa
Thị hiện cõi nước đều như vậy Đem mỗi cõi nước nghiền làm trần Mỗi trần sắc tướng bất khả thuyết. Những cõi làm trần, trần có tướng
Bất khả ngôn thuyết bất khả thuyết... Đều phát quang minh bất khả thuyết. Trong quang hiện Phật bất khả thuyết Pháp của Phật nói bất khả thuyết Trong pháp diệu kệ bất khả thuyết Nghe kệ được hiểu bất khả thuyết. Hiểu bất khả thuyết trong mỗi niệm Hiểu rõ chơn đế bất khả thuyết
Thị hiện vị lai tất cả Phật

Thường diễn thuyết pháp không cùng tận. Mỗi mỗi Phật pháp bất khả thuyết
Các thứ thanh tịnh bất khả thuyết Xuất diệu âm thanh bất khả thuyết... Trong trần cõi Phật bất khả thuyết Cõi Phật như vậy đều qua đến
Thấy chư Như Lai bất khả thuyết. Thông đạt nhứt thật bất khả thuyết Khéo vào Phật chủng bất khả thuyết Chư Phật quốc độ bất khả thuyết Đều hay qua đến thành Bồ đề.
Cõi nước chúng sanh và chư Phật Thể tánh sai biệt bất khả thuyết Tam thế như vậy không biên

Tóm lại, từ Chân Không tự khởi Vọng Niệm hay do ý chỉ của Thượng đế sinh ra cái có. Từ cái có bắt đầu do duyên hợp sinh ra muôn pháp/vật và loài.

3. Bằng chứng cho Chân Không Diệu Hữu chỉ có thể thấy qua sự tạo ra vũ trụ được Phật giảng giải trong kinh Lăng Nghiêm, và là bằng chứng duy nhất:

Ở trong chẳng đồng dị, vọng chấp thành dị, khác với cái dị nầy, do sự dị mà lập sự đồng, tướng đồng dị đã sinh, từ đó lại lập ra cái chẳng đồng chẳng dị. Nhiễu loạn như thế, đối đãi nhau sinh ra mỏi mệt, mỏi lâu thành trần, tự hỗn tạp lẫn nhau, do đó sinh ra trần lao phiền não, khởi dậy thành thế giới, tịch lặng thành hư không; hư không là đồng, thế giới là dị, do đồng dị lập ra chẳng đồng chẳng dị, ấy là pháp hữu vi, **cái vốn chẳng đồng dị của Bản Giác, mới thật là pháp vô vi.**
Bản giác tính không, chẳng minh chẳng vô minh, tùy theo nghiệp thức biến hiện nên vô minh bắt đầu; một niệm vô minh bỗng khởi, thì Bản Giác lìa tính không mà sinh vọng minh, tính không cũng lìa Bản Giác mà sinh ám muội. Bản Giác sinh vọng minh thì phát ra thức, chỗ trong lặng chẳng lay động của thức Tinh (nguồn gốc của thức) tức là THỦY, tính "không" sinh ám muội, kết tụ thành sắc, tức là ĐỊA (trái đất), ĐỊA và THỦY nhiễu loạn nhau thành PHONG (Bầu khí quyển bao phủ trái đất). Vì tính "không" bị ám muội, cố chấp cái năng minh thành chướng ngại, nên vọng cho Bản Giác là sở minh, năng sở nhiễu loạn, nên có tính biến hóa của HỎA, ngọn HỎA xông lên, nên có hơi THỦY khắp cả mười phương hư không. HỎA bốc lên, THỦY chảy xuống, giao lộn vọng lập thì THỦY ướt thành biển cả, đất khô thành lục địa. Do nghĩa nầy, nên trong biển cả HỎA thường phun lên, trong lục địa sông ngòi thường chảy. Thế THỦY kém thế HỎA thì kết thành núi, nên khi đập đá núi thì có tia lửa; thế ĐỊA kém thế THỦY thì mọc lên thành cỏ cây, nên đốt cỏ cây thì thành đất, vắt ra thì có nước. Tứ đại giao lộn lẫn nhau vọng sinh nhân quả, do nhân duyên nầy nên thế giới tương tục.

- Lại nữa, Phú Lâu Na, cái minh hư vọng nầy chẳng phải gì khác, do giác minh thành lỗi lầm; sở minh đã vọng lập, thành lý minh có ngằn mé. Vì vậy, nên nghe chẳng ra ngoài tiếng, thấy chẳng vượt khỏi sắc, sáu thứ sắc, thanh, hương, vị, xúc, pháp đã vọng lập, do đó chia ra KIẾN, VĂN, GIÁC, TRI. Cộng nghiệp ràng buộc lẫn nhau mà có hợp, lý, thành, hóa; do kiến chấp của sở minh nên sinh khởi sắc tướng, do năng minh của kiến chấp thì thành tư tưởng, ý kiến khác với mình thì thành ghét, tư tưởng đồng với mình thì thành yêu, gieo cái yêu thành hạt giống, thu nạp tư tưởng thành cái thai, giao cấu phát sinh, hấp dẫn cộng nghiệp, nên có nhân duyên sinh ra bào thai.
(ghi chú ở cõi SH, không có thân thể, tư tưởng giao hợp nhau là có thai) - Các loài thai sinh, noãn sinh, thấp sinh, hóa sinh, tùy theo sự cảm ứng mà thành: noãn do tưởng niệm mà sinh, thai do ái tình mà có, thấp sinh do hợp mà cảm ứng, hóa sinh do tách lý mà hiện. **Tình, tưởng, hợp, lý** thay đổi lẫn nhau, các loài thọ nghiệp theo đó mà thăng trầm, do nhân duyên nầy nên chúng sinh tương tục.- Phú Lâu Na, do tư tưởng thương yêu liên kết thành nghiệp, yêu mãi không rời thì những cha mẹ con cháu trong thế gian sinh nhau chẳng ngừng, ấy đều từ gốc DỤC THAM sinh khởi.
- Lòng tham ái giúp nhau tăng trưởng, tham mãi không thôi thì các loại thai, noãn, thấp, hóa trong thế gian, tùy sức mạnh yếu, ăn nuốt lẫn nhau, ấy là đều từ gốc SÁT THAM sinh khởi.
- Người ăn thịt dê, dê chết làm người, người chết làm dê, như vậy cho đến mười loại chúng sinh, chết sống sống chết, ăn nuốt lẫn nhau, ác nghiệp lan tràn cùng tột đời vị lai, ấy đều từ gốc ĐẠO THAM (trộm cắp) sinh khởi. - Ngươi nợ mạng ta, ta trả nợ ngươi, do nhân duyên nầy trải qua trăm

ngàn kiếp, thường ở trong dòng sinh tử; ngươi yêu tâm ta, ta ưa sắc ngươi, do nhân duyên nầy trải qua trăm ngàn kiếp, thường ở trong dòng ràng buộc, ấy đều từ gốc SÁT, ĐẠO, DÂM sinh khởi. Do nhân duyên nầy nên nghiệp quả tương tục.

Phú Lâu Na, ba thứ điên đảo kể trên tương tục như vậy, đều do sự lỗi lầm của giác minh, cho là có tính liễu tri của năng minh rồi biến hiện sắc tướng, từ vọng kiến đó sinh khởi các tướng hữu vi như núi sông đất đai, theo thứ tự dời đổi, vì hư vọng nầy nên xoay chuyển chẳng ngừng.

Bản giác tính không, chẳng minh chẳng vô minh
Chân Không là gốc nên gọi là Sở, Giác là Tri Giác hay cái Biết là cái hình tượng/cái dụng của Sở
Sở/CK là bất đồng dị không minh hay minh. Khi có giác thì tưởng lầm (vọng niệm) là minh giác nhưng có thể là ám muội nên làm nên lỗi lầm, giống như Ong Bà Adam ăn lầm trái cấm thành ra có tâm phân biệt. Vọng Niệm từ Chân Không tạo nên Vô Minh. Do Niệm, Chân Không biểu hiện trở thành tương đương với Lực Đen. Có Lực Đen thì có Chất Đen và Vọng Niệm làm ra Chất thấy được. Vọng Niệm là lỗi lầm nên mới có thể giới hữu hình. Thế giới SH trong sach hơn không lỗi lầm hay ít lỗi lầm

Tóm lại, Chân Không *bỗng có vọng niệm* sinh ra tánh giác, sở và thế giới ngày nay. Như vậy, không có lý nhân duyên tham dự. *Sự sanh ra Niệm (tư tưởng) là bản tánh của Chân Không. Niệm có thể tốt hay xấu, Tốt thì sanh ra Chân Không/Niết Bàn. Xấu là Vọng Niệm Chân tự làm ra Vọng Niệm và từ đó có sáng thế.* Sau đó, giác minh/vô minh sinh sở rồi năng tạo nên cái hư vọng để rồi bắt đầu bằng sự tiến hóa qua thuyết Darwinsm. Chân Không là tương đương với thái cực, là Đạo. Đạo thì không thể diễn tả bằng ngôn từ; vì vậy, nói không là không diễn tả được gì và trái với Đạo. Lão Tử nói *Đạo khả Đạo vô thường Đạo*. Đạo đã nói ra là không còn là Đạo nữa, cho nên phải tạm nói Chân Không diệu hữu để chỉ ra đức của Đạo là diệu hữu vậy. Chân Không diệu hữu là vô sinh vô diệt nên thường hằng. Vọng Niệm là duyên khởi không có nhân, khác với lý nhân duyên sinh ra vô minh, vì lý nhân duyên có nhân là Vọng Niệm. Trái lại, lý nhân duyên sinh ra hữu minh/niết bàn cũng là Chân Không nên niết bàn cũng là vô sinh vô diệt nên thường hằng.

Tính Không ít được đề cập trong các Kinh Bộ Nam Truyền (Trường, Trung Tương Ứng, Tăng Chi, Tiểu Bộ). Tại sao vậy? Từ xưa nay không có câu trả lời chính xác. Cũng có thể là khi *chuyển kinh về Nam truyền (về Tích Lan)*, phần tinh túy đã bị quên mất hay bị ai đó giấu kín mà ngày sau Phật giáo Đại thừa được hưởng. Tục ngữ Việt Nam có câu: "Một lần dọn nhà bằng ba lần nhà cháy" (nghĩa là: không thể nào dọn đi hết đồ đạc trong nhà). Tuy nhiên, Đức Phật không thể nào không giảng phần Chân Không này vì nó là gốc rễ của sáng thế, căn cơ của vũ trụ, là Đạo. Cho đến nay, những vấn đề căn bản, gốc rễ của sự sống đều được Đức Phật khai giảng.

J. PHÂN BIỆT CHÂN KHÔNG DIỆU HỮU VÀ CHÂN

KHÔNG NHÂN DUYÊN HỮU.

- Để phân biệt Chân Không diệu hữu và Chân Không nhân duyên hữu, chúng ta hãy xem những ví dụ đơn giản sau: Một mảnh đất tháng trước còn trống, tháng sau đã thấy người ta xây một căn biệt thự hay căn nhà lá.
- Con người sinh ra với hai bàn tay trắng, sau 30 năm trở thành một người giàu có hoặc chỉ là một người nghèo có chút ít của cải.
- Đại đế Alexander (Hoàng đế xứ Marcedonia, Hi Lạp) chinh phục từ Tây sang Đông bỗng nhiên bị bệnh rồi chết. Trước khi chết, ông di chiếu cho hầu cận để ông vào quan tài đục hai cái lỗ để dang hai tay "không" ra ngoài, với mục đích chỉ cho thế nhân rằng: ông đến với thế giới tay không để rồi có tất cả và rời thế gian cũng với tay không.

Nhiều người cho những ví dụ trên là minh chứng cho Chân Không diệu hữu và sắc tức thị không, không tức thị sắc.

(Khó tin được Đạo lại có thể diễn đạt dễ dàng như vậy! Vì Đạo rất khó diễn tả bằng ngôn từ.)

Tuy những ví dụ trên có gợi lên một chút hình ảnh của chân lý của Chân Không diệu hữu nhưng phân tích kỹ thì những ví dụ đó hoàn toàn phản lại chân lý. Sự có hay cái hữu trong ba ví dụ trên là do duyên hợp của cái không + công sức của con người + vật chất của thế gian (hợp thành nhân = nguyên nhân). Nếu hết duyên (tức là sự tình cờ trong khoa học thực nghiệm) hay không có duyên thì không có gì cả. Cái gì do duyên thì có sinh có diệt, có hữu có vô, có thị có phi và vô thường. Đức Phật thường nói lý lẽ dựa trên lý nhân duyên, đó là là hí luận (chuyện để cười), có thể đúng, có thể sai. Parmenides cũng nói: "Cái gì hiện hữu thì vô sinh vô diệt vì đó là nguyên thể, bất biến và toàn vẹn."

Vì vậy, ba ví dụ trên tuyệt đối không thể dùng để minh họa cho chân lý Chân Không diệu hữu mà chỉ là ví dụ minh họa cho Chân Không nhân duyên hữu vì hiện tượng Chân Không diệu hữu chỉ mình.

Đức Phật giải thích rằng, nếu có một viên đất, chia viên đất đó thành những viên nhỏ hơn, rồi lại chia những viên nhỏ hơn đó thành những viên nhỏ hơn nữa, tiếp tục làm như vậy tới khi không còn gì để chia nữa, thì khi đó chúng ta gọi đó là *Hư không*.

Phật dạy trong kinh Lăng Nghiêm:Ngươi xem tính địa, thô là đại địa, tế là vi trần, cho đến cực vi là Lân Hư trần, là sắc tướng nhỏ tột, nếu phân tách nữa thì thành tính hư không.

- A Nan, nếu cái Lân Hư trần đó tách được thành hư không, thì hư không cũng sinh được sắc tướng. Nay ngươi hỏi rằng, do hòa hợp mà sinh các tướng biến hóa trên thế gian, thì ngươi hãy xét, cái Lân Hư trần này phải dùng bao nhiêu hư không hợp lại mới có? Chăng lẽ Lân Hư trần hợp thành Lân Hư trần? Lại Lân Hư trần đã tách thành hư không thì dùng bao nhiêu sắc tướng hợp lại mới được thànhhư không?

Nếu lúc hợp sắc, sắc chẳng phải hư không; nếu lúc hợp không, hư không chẳng phải là sắc, sắc còn có thể tách ra được, chứ hư không lm sao mà hợp?

Chân Không là thể không tưởng vì không thể dùng ngũ quan để quan sát, cho nên theo quan điểm của Kant, tính chất của sự vật là kinh nghiệm và sự vật cho con người biết qua kinh nghiệm. Kinh nghiệm mà con người có được với Chân Không là tính không của Chân Không. Tính không sinh được mọi sự vật được gọi là tính diệu hữu. Sự vật sinh gồm danh sắc, trong đó bao gồm thức, không gian và thời gian. Vì thế, ba yếu tố trên có mối liên hệ với nhau, và được diễn tả bằng phương trình thời gian và không gian của Einstein như sau:

Tóm lại, trong cơ học lượng tử có không ít vấn đề khiến các nhà vật lý phải đau đầu. Niels Bohr từng nói: "Nếu cơ học lượng tử không làm bạn choáng váng quá đỗi thì bạn chưa hiểu nó" (nguyên văn tiếng Anh: "If quantum mechanics hasn't profoundly shocked you, you haven't understood it yet"). Như đã trình bày, thể trạng lượng tử vừa là hạt, vừa là sóng nhưng không bao giờ thể hiện cả hai cùng một lúc, giống như ảo tưởng, màu nhiệm và vi diệu. Nhưng có lẽ hiện tượng ảo tưởng không bằng không có, có không trong Chân Không Diệu Hữu.

Như đã trình bày trong phần viết về Tri thức và sẽ được đề cập tiếp trong phần viết về Trí Huệ Bát Nhã, Phật tính là nơi làm ra thức của sinh vật. Não bộ chỉ là máy chụp hình hay màng che lọc thông tin ngoại biên. Ngoài ra, não bộ còn tạo thành trung tâm hành động phản xạ không điều kiện và có điều kiện từ thông tin ngoại biên. Màng che lọc của não bộ là nội thức. Máy chụp hình làm ra hình ảnh, hình ảnh chỉ có ý nghĩa khi người thợ chụp hình nhìn vào. Người thợ chụp hình là tương đương với Phật tính trong trường hợp này. Nội thức biến đổi tùy theo mỗi người, thời gian và môi trường sống. Nhưng Phật tính thì hằng thường, bất biến. Chẳng hạn như nội thức của một người hiện tại được cập nhật để có thông tin về xe hơi Tesla. Vì nội thức không làm ra tri thức, nên sau khi nhận diện được xe Tesla lần đầu tiên, nội thức cập nhật thông tin và liên hệ đến Phật tính. Vì Phật tính bất biến như vậy nên cơ chế nào giúp Phật tính dán nhãn hiệu Tesla vào nội thức? Câu hỏi hoàn toàn mới và không thể đưa ra đáp án nếu không dùng đến cơ chế Chân Không diệu hữu: Từ Chân Không sinh ra tất cả.

Chân Không diệu hữu nên được coi là một định đề (tương tự như định đề đường song song của Euclid) vì không thể chứng minh mà chỉ cần chấp nhận.

Bất cứ vật, lực gì khi dựa lên Phật tính là Chân Không được thì sẽ trở thành vĩ đại và được biểu diễn bằng phương trình: $F/\varepsilon = \infty$, tương ứng với câu nói trong kinh Kim Cang: "Ưng vô sở trụ nhi sinh kỳ tâm" (Tâm không dính mắc thì viên mãn).

Tương tự như vậy, sức mạnh dựa vào quần chúng nhân dân sẽ mạnh hơn mọi loại vũ khí trong hầu hết các cuộc chiến tranh. Tâm hồn mở rộng có khoảng trống để đón nhận tình yêu thương và cả sự đố kỵ. Cho nên, khi Lão Tử nói về khoảng trống của cái chén, của buồng the hay khoảng trống của cái trống hay cái đàn làm nên công dụng là gần nhưng chưa diễn tả hết Chân Không của Phật tính.

Vọng Niệm, các hiện tượng là Nhị nguyên/lưỡng cực, có đối nghịch (có không, đúng sai...). Tuy là một định đề nhưng khác với định đề Euclid và khác với giáo điều tôn giáo ở chỗ không áp đặt mà là tự nhiên, thường hằng. Einstein từng nói: "Phật giáo có đặc tính của tôn giáo tương lai, là tôn giáo của vũ trụ vượt lên trên Chúa trời với nhân cách, không có giáo điều và thần học" (Nguyên văn tiếng Anh: Buddhism has the characteristics of what would be expected in a cósmic religion of the future. It should transcend a personal God and avoid dogmas and theology). Không sai, hiểu được Chân Không diệu hữu, người ta có thể tưởng tượng gần đến tôn giáo lý tưởng kết nối các đại tôn giáo lại với nhau.

QUAN NIỆM KHÁC VÀ TRÁI CHIỀU VỀ CHÂN KHÔNG Như Đức Phật nói lời giảng là không thể diễn tả hết ý. Pháp như là lá trong rừng và tâm chúng sanh là không đồng nhất. Từ sau khi Phật nhập Niết Bàn, có bốn lần kết tập gồm hàng Thánh Tăng để đọc lại kinh điển và giới luật. Tuy vậy sự phân chia môn phái sau khi vị Đạo sư ra đi là lẽ đương nhiên.

Lần kết tập 1, gồm 500 vị A La Hán kể cả Ngài A Nan, 7 ngày sau Phật diệt độ, chủ trì bởi Ngài Xá Lợi Phất, bảo trợ vua A-xà-thế chủ thành Vương xá.
Lần kiết tập thứ 2, 100 năm sau, vào năm 383, chủ trì bởi 8 người phía Tây khuynh hứng bỏ thủ và 4 người phía Đông cởi mở, bảo trợ là Vua Kalasoka tại thành Taxa li (Valshali). Đại hội đồng ý là các Tu sĩ Phương Đường không cấp đủ giới luật. Từ đó bắt đầu chia ra phái Thượng Bộ (Theravada) giữ giới nghiêm nhắc hơn phái Đại chúng Bộ (Mahayana) đông hơ. Giới luật đáng nói là về nhn phẩm vật cúng dường vagan với quần chúng.Lần kiết tập thứ 3 vào năm 250BCMục Kiều Liên Tử Đế Tử), the patronage of Emperor Ashoka (A Dục) (favoring Hinayana) at Pataliputra Abhidhamma
Pitaka (vn: Vi Diệu Pháp) được hoàn thành. Dịch kinh A ty Đất Mà ra tiếng Sankrit.
Các giáo phái được gởi đi khắp nơi lan truyền Phật pháp
Lần kiet tập thứ 4 tai Ālokalena vùng Matulajanapada xứ Sri Lankā, khoảng thời gian 450 năm sau khi Đức Phật tịch diệt Niết Bàn 1.000 bậc Thánh Arahan đắc Tứ Tuệ Phần Tích, đó Ngài Đại Trưởng Lão Mahādhammarakkhita làm chủ trì, công cuộc kết tập được thực hiện suốt một năm mới hoàn tất việc ghi chép trọn bộ Tam Tạng, Chú giải bằng chữ viết trên lá buông.
Sau đó, chư bậc Thánh Alahán kết tập Tam Tạng bằng cách khẩu truyền một lần nữa, hoàn toàn y theo bản chánh của ba kỳ kết tập Tam Tạng lần trước.
Kỳ kết tập Tam Tạng lần này là lần đầu tiên ghi chép bằng chữ viết
Lần kiết tập thứ 5,6 ở Miền Điện làm nên bộ Tam Tạng mẫu mực cho Theravada

Còn phái Đại thừa chỉ có một lần kết tập ở A Phú Hãn lâm nền kinh A Hàm 500 sau Đức Phật

Sau là kết tập thứ hai sự chia rẽ PGNT và Bắc tông càng rõ rệt, ban đầu là giới luật sau đến là kinh điển. PGNT chỉ dựa lên kinh Nikaya, kinh luận Aty Đạt Ma, Vi diệu pháp và giới luật. Thường có khuynh hướng ít công nhận kinh điển Đại thừa là do Phật thuyết pháp. Lý do là các kinh Đại thừa không được lưu giữ ở Tích lan. Các lần kết tập chỉ đọc các bài giảng ngắn của Đức phật, không đọc lại các bài kinh dài trong các Hội lớn như Pháp Hoa, Lăng già Lăng Nghiêm Bát Nhã, A Dì Da. ….Lý do khác các kinh Đại thừa không đề cập đến đời sống thiên về hữu hình và thường nhật, mà nói nhiều về thế siêu hình với thế giới Phật quá tráng lệ hùng vĩ khó tưởng tượng nổi bởi những đầu óc thủ cựu thiên nhiều về vật chất thực tại.

Thí dụ như trong PGNT, phái bộ có ảnh hưởng nhiều nhất và có kinh sách nhiều nhất là Nhất Thiết Hữu Bộ dựa trên căn bản Aty Đạt Ma Phát-Trí-Luận Abhidharma jnànaprasthàna sàstra

(và sau bộ A tỳ Đạt Ma khác) có khuynh hướng chấp nhận thế giới vật chất hiện thực cũng như các Pháp. Vấn đề ở chỗ nhận thức về kinh sách ghi lời Phật giảng. Biết rằng lời Phật giảng để cho chúng sanh hiểu, nhưng vì chúng sanh có nhiều trình độ Tri thức, với lại lời Phật trong thế giới Nhị nguyên lúc nào cũng có thể hiểu ít nhất hai cách khác, cho nên dễ bị thiên lệch theo tư duy của mỗi cá nhân. Cách duy nhất có thể là phải hiểu lời giảng theo cốt lõi Đạo cơ bản của Đạo.

Thí dụ như sau trích dẫn trong một bài luận của PGNT/Phật Giáo Nguyên Thủy:
Ananda! Tất cả các pháp đều bất sinh và bất sinh; sinh và diệt chỉ là những ý niệm của nhận thức mà thôi. Các pháp không có, không không, không sinh, không diệt, không dơ, không sạch, không thêm, không bớt, không tới, không đi, không một, không nhiều. Tất cả các ý niệm có không, sinh diệt, dơ sạch, thêm bớt, tới đi, một nhiều … đều là những ý niệm phân biệt. Nhờ quán chiếu về tự tính không của các pháp, các vị có thể vượt thoát những ý niệm phân biệt ấy để chứng nhập được thực tại của vạn hữu.
Ananda! Thực tại của vạn hữu là không có cũng không không, không sinh cũng không diệt, không thành cũng không hoại. Nếu không có thực tại ấy làm cơ bản thì làm gì có cái thế giới có sinh có diệt, có có, có không, có thành có hoại của nhận thức phân biệt? Nếu không có thực tại ấy thì thì làm gì có lối thoát cho thế giới sinh diệt, có không và thành hoại?
Ananda! Có khi nào đứng trên bờ biển thầy nhìn ngắm những đợt sóng nhấp nhô sinh diệt trên mặt đại dương không? Thực tại bất sinh bất diệt có thể đem so sánh với nước trong đại dương, và thế giới sinh diệt có thể được đem so sánh với nước trong đại dương, và thế giới sinh diệt có thể được đem so sánh với những đợt sóng lô nhô trên mặt biển. Ananda! Sóng thì có cao có thấp, có lớn, có bé, có sinh có diệt, nhưng nước trong đại dương thì không cao không thấp, không lớn không bé, không sinh không diệt. Nếu không có nước thì làm sao có sóng? Và sóng đi về đâu nếu không là trở về với nước?
Ananda! Sóng là nước, nước là sóng. Sóng tuy có sinh có diệt, nhưng một khi sóng nhận biết được rằng mình chính là nước thì tự khắc sóng vượt thoát được sinh diệt và không còn sợ hãi, âu lo và khổ đau vì sinh diệt. Các vị khất sĩ! Phép quán chiếu về tự tính không của vạn pháp là một

phép quán chiếu mầu nhiệm có thể đưa các vị vượt thoát sợ hãi, vượt thoát lo lắng, vượt thoát khổ đau. Phép quán chiếu nầy có thể đưa quý vị vượt thoát thế giới của sinh tử. Các vị hãy nỗ lực mà thực tập phép quán chiếu này. Nói tới đây Bụt lặng im. Người đã chấm dứt pháp thoại.

Cái bất sinh diệt là thường hằng duy nhất chỉ có thể là Chân Không/Đấng Sáng thế. Tính Không là Pháp của Đệ Nhất nghĩa không phải là các Pháp của thế giới nhị nguyên (là đệ nhị nghĩa), Tính Không là thực tại của vạn hữu làm nên vạn hữu. Cũng như bọt biển, nước biển vốn là tính không, CK mới là Thực. Thực là có thật sanh ra vạn vật, cái được sanh ra là giả tạm không bền. Nhất là không nên nghĩ hạn hẹp Tính không chỉ là Vô ngã, làm mất đi tánh bao quát và sáng thể của tính Không.

Như đã trình bày Tính Không được khai triển một cách chân chính nhất trong các kinh Đại thừa như Lăng Nghiêm, Lăng già, Bát Nhã Ba La Mật và bởi Ngài Long Thọ trong Trung quán luận. Ngài Vô Trước từ Nhất thiết Hữu Bộ sau khi đạt quả vị A La Hán cũng gia nhập Duy thực Luận của Đại Thừa cùng với Em Ngài là Thế thân, tổ 21 Thiền Tông Ấn Độ. Chandrakirty Pháp Xưng vị Đại sư và Triết gia Ấn Độ và Tây tạng, có quan niệm khoan dung và chấp nhận thực tại hiện hữu trong một lúc của thời gian và rằng CK là thế mà Tri Thức dừng lại tức là thế mà không thể biết được, (Emptiness in Buddhism is not knowing the object. Therefore, all mind and mental factors (Omniscience) have ceased in Emptiness)

K. Trí huệ bát nhã (THBN)

Trong giới định tuệ, giới định là để gột rửa tâm bất bình đẳng, thiên kiến để phơi bày viên thành thật của Phật tính/Thánh linh. Đó là trí huệ bát nhã. Cũng như vậy, quán không là thấy được cái không Phật tính, thực hiện Vô Ngã. Cái không đó là viên thành thật, là Vô Ngã, là cái thật nguyên vẹn của sự vật không phân chia, không phân biệt và bình đẳng. Trên thực tế của thế giới đa nguyên, muốn quán không không phải là việc làm trên lý thuyết mà là thực hành. Cái không hiện diện trong tâm nhưng không dễ thấy, giống như biết có mỏ vàng, kim cương dưới đất, nhưng cần công phu để đào, tìm kiếm. *Biết đích xác mỏ vàng dưới đất là khởi đầu của tri thức bát nhã:*

- Trí tuệ bờ kia (paññā pāramitā): Là trí tuệ có được khi xóa bỏ vô minh, giúp chấm dứt luân hồi sinh tử.
- Trí tuệ bờ trên (paññā upapāramitā): Là trí tuệ vượt khỏi trầm luân.
- Trí tuệ bờ cao thượng (paññā paramattha pāramitā): Là trí tuệ vượt thoát vô minh, ái dục mà một vị A la hán Chánh Đẳng Giác phải có.
- Trí huệ Phật là rốt ráo về chiều rộng (tri kiến/ Awareness) bao trùm cả vũ trụ và về bề sâu (trí tuệ/Mindfullness) đến tận cùng nơi sinh diệt diệu minh.

Bản tính tĩnh lặng diệu minh là nơi khởi lên vạn vật tóm gọn trong

Phật tính Chân Không diệu hữu.

Trong thực tế khi tiếp xúc với sáu trần, sáu căn để "lục nhập" mà thành ra tri thức. Một người bình thường với đủ màng vô minh, (biến kế sở chấp và y tha khởi tính) có thể nào gạt bỏ màng vô minh để có được viên thành thật/trí huệ bát nhã không?

Dĩ nhiên là có thể, khi biết thế giới hiện tại là điên đảo, vô minh để rồi ý niệm rằng sự vật như hoa đom đóm hư ảo, thực chất là không vì do nhân duyên... *Điều này chứng tỏ trí huệ bát nhã cần được kích động. Nó không tự nhiên vì từ lâu ngủ quên.* Đức Phật giảng giải cho ngài A Nan Đà trong kinh Lăng Nghiêm (quyển 4) như sau:

> *"Nếu có sự chẳng sinh, chẳng diệt gọi là tự nhiên, thì tâm tự nhiên này là do sinh diệt đã sạch mà hiện, ấy cũng là pháp sinh diệt, chẳng phải bồ đề. Cái lý chẳng sinh diệt kia gọi là tự nhiên, cũng như các tướng lẫn lộn thành một thể của thế gian, gọi là tính hòa hợp; cái chẳng hòa hợp thì gọi là tự nhiên. Tự nhiên chẳng phải tự nhiên, hòa hợp chẳng phải hòa hợp, tự nhiên và hòa hợp đều lìa, có lìa có hợp đều sai, đến chỗ này mới được gọi là pháp chẳng lý luận.*

(Ý nói sự tự nhiên do tâm sinh diệt thì không phải là tự nhiên. Sự tự nhiên chỉ có khi Chân Không khởi Vọng Niệm tạo nên vũ trụ này, và ngược lại tự nhiên khởi tâm niệm để đi trở về bản lai diện mục, còn lại những tiếng tự nhiên khác là tiếng dùng không đúng).

Và Đức Phật nói tiếp:

> *Nếu dựa vào chỗ này để thủ chứng vô thượng bồ đề và niết bàn thì quả Phật vẫn còn cách xa lắm. Tại sao? Vì chấp do dụng công tu chứng mà có sở đắc vậy. Kỳ thật, bồ đề niết bàn vốn sẵn đầy đủ, chỉ có thể sát na ngộ nhập, chẳng do nhiều kiếp siêng năng tu chứng mà được, dẫu cho nhớ hết diệu lý thanh tịnh như cát sông Hằng trong mười hai bộ Kinh của Mười phương Như Lai, chỉ càng thêm lý luận."*

(nếu tự nhiên do chấp công tu hành thì chứng ngộ còn rất xa vì Phật tánh là tự tánh đã có sẵn, cho nên phát tâm bồ đề phải từ bản tâm là rất quan trọng. Nếu chỉ dựa vào công tu hành thì không làm Phật tánh mau đạt được mà chỉ thêm lý luận. Thí dụ người cả đời tu hành, nhưng sự tu hành không do phát tâm bồ đề từ bản tâm, thì chỉ có công tu hành mà thiếu đức tu hành từ bản tâm nên hiệu quả không bao nhiêu)

1. Vô niệm và trí huệ bát nhã

Niệm là kích động của tâm/thức. Bản tâm hay tự tính là bình đẳng, chân như, vì vậy bản tính cũng là Phật tánh, là trí huệ bát nhã.

Thật ra tự tính có khác với bát nhã vì tự tính là nguyên khởi và bát nhã thì dựa trên tự tính. Hiện tượng cũng tương tự như mặt hồ phẳng lặng khởi lên làn sóng bởi gió nhẹ. Nếu không có mặt nước thì không có gợn sóng. Ngược lại, không có gợn sóng thì có thể không biết đó là mặt hồ. Gợn sóng khi trở về yên lặng trở thành mặt nước bát ngát, đồng dạng với toàn thể mặt nước dù là ở đâu, tương tự như bát nhã: Đó là vô niệm hay vô thức của bản tính bình đẳng và là trí huệ bát nhã.

Khi gợn sóng cao lên một chút sẽ trở thành sóng lan tỏa ra hay có bọt nước, như vậy nghĩa là một hay nhiều hiện tượng đã xảy ra, không còn là vô niệm nữa mà trở thành hữu thức, có giác tri, tri kiến. Trí huệ dần dần bị thu hẹp lại trong vòng lan tỏa của đợt sóng và là khác biệt bởi trí huệ bát nhã của vô niệm bao trùm cả vũ trụ.

2. Sát na Vô niệm Sát na hiện thực

Sát na là một đơn vị thời gian ngắn nhất để cho một động tác cơ thể hay tâm linh cơ bản được hoàn thành, như một cái nháy mắt, co ngón tay hay một thoáng tư tưởng. Sát na dài từ 8-16 msec (xem sau). Sát na vô niệm là rất ngắn, tỉ như trực giác là cơ hội để có thể bất cứ ai cũng có kiểm nghiệm về chân như. Vì ngắn quá nên không đủ cho ai thực hiện được ý nghĩ hay việc gì. Nhưng sát na vô niệm gợi lên khả năng của con người trở về trạng thái vô niệm của Chân Không nguyên thủy, (không Thời gian không Không gian) trước khi có Vọng Niệm/Big Bang, tức là khi chưa có thời gian va không gian và Vô Ngã.. Thiền định cũng là để thêm nhiều sát na vô niệm sau sát na đầu tiên. Tuy vậy, trong thiền định, và khi nhập định thường chỉ thấy được nội tâm/thức của thế giới vô minh chứ không có cơ hội đi sâu xa hơn để thấy Phật tính khi màng vô minh chưa được rửa sạch. Tình trạng thấy cảnh giới tâm linh, đó vẫn là hữu niệm, tuy không còn tâm lăng xăng. Vì vậy, vô niệm là đại khai ngộ nghĩa là không tâm thức, suy nghĩ.

Sát na hiện thực cũng cùng một ý nghĩa,. Trong thời điểm đó, Danh Sắc hiện ra chân như có tthể nắm bắt được. Trái lai quá khứ và tương lai thì không thể nắm bắt được

IV. THỜI GIAN và KHÔNG GIAN LÀ TƯƠNG ĐỐI
A. TRONG KHOA HỌC

Thời gian là một phần của đời sống vì nó định nghĩa được Quá khứ, Hiện tại và Tương lai. Thời gian hợp với không gian và Tri thức là tất cả những gì con người đang sống. Nhưng biết rằng con người đang sống trong đảo điên.

Năm 1915 Einstein đề xuất thuyết tương đối kết hợp vật chất với vận tốc trong phương trình $E=mc^2$ trong đó **E** là năng lượng , **m** là trọng lượng vật di chuyển và **c** là vận tốc ánh sáng. Đến năm 1915 Ông khám phá ra thuyết Tương đối Tổng quát kết hợp thời gian và không gian trong phương trình: $ds^2=dx^2+dy^2+dz^2-c^2t^2$ trong đó xyz là số đo không gian 3 chiều, t là thời gian c và s là hằng số cho người quan sát. Như vậy s là Space-Time biểu diễn cho Tri thức vì TR là Hồn là cá biệt cho mỗi người.

Trong không gian rộng lớn, sự có mặt của vật chất làm cong đường đi của ánh sáng, không gian trở thành cong.

Lại nữa người di hành với vận tốc nhanh gần về ánh sáng, thời gian, không gian bị ngắn đi.

Đó là nguyên tắc thấy được trong thuyết Tương đối.

Đối với Phật giáo hay các Tôn giáo lớn, khởi đầu Đấng Tối cao tạo nên Vũ trụ nầy. Trước đó là sự bình yên đồng dạng không phân biệt của Chân Không, *nên không có thời gian và không gian*. Cũng vì vậy trong Chân Không, thuyết tương đối hạn hẹp hay tổng quát của Einstein không thể áp dụng được. Nói một cách khác, những Thể có thể di chuyển tức thì như Như Lai, Bồ tát, Vọng Niệm tiên khởi (làm nên Sáng thế /Big Bang) có khả năng di chuyển tức thì hay nhanh hơn ánh sáng. Trong kinh Phật Đại thừa như Hoa Nghiêm, Pháp Hoa, các vị Phật, Bồ tát từ các vũ trụ xa khi biết Đức Phật Thích Ca giảng đại kinh liền thường xuyên đến dự để hỗ trợ. Trong thiên văn học, các tinh tú ở càng xa càng bay nhanh hơn và có thể bay nhanh hơn vận tốc ánh sáng. Người ta giải thích là vận tốc vũ trụ giãn nở+ vận tốc di chuyển của tinh tú sau Big Bang làm nên hiệu quả trên. Như vậy sự giãn nở của vũ trụ là độc lập với Big Bang. Điều đó chỉ có thể hiểu được nếu quan niệm rằng một điểm nhỏ làm ra Big Bang, tự nó lan tỏa cùng khắp. Sự kiện tự lan tỏa cùng khắp và tức thì chỉ có thể có trong Chân Không, vi Chân không là **bất đồng** (hai sự kiện riêng rẽ) **nhưng bất dị** (lại giống nhau) làm nên hiện tượng Như Lai (như đến như đi). Tóm lại sự bành trướng của vũ trụ là Big Bang và sự nổ văng ra là hai sự kiện khác nhau, và sự bành trướng vũ trụ đi trước Big Bang một chút.

Ngược lại, thuyết tương đối chỉ áp dụng trong vũ trụ nầy của chúng ta là tương đối vì giải ngân hà, thái dương hệ, quả đất liên tục di chuyển: Trong thí dụ người hành khách đi với vận tộc v trên xe lửa đang di chuyển với vận tốc V, thời gian di chuyển cảm nhận được bởi hành khách t là nhỏ hơn thời gian T cảm nhận bởi quan sát viên đứng ngoài xe. Cho nên khoảng cách di chuyển của hành khách là như nhau đối hành khách hay quan sát viên. Đó là nguyên tắc của thuyết tương đối.

B. VẬN TỐC DI CHUYỂN CỦA HỒN

Hồn của sanh vật là gồm các thể gần như Chân Không (là Lực Đen chất Đen và Neutrino). Lực Đen thì rất mạnh, chất Đen có trọng lượng nặng gấp năm lần chất thấy được, còn Neutrino thì rất nhỏ và rất nhẹ, xuất hiện rất sớm trong Big Bang. Nhìn một cách khác, Hồn gồm Phật Tánh và Nghiệp, như vậy chỉ khác với Phật Bồ tác là có Nghiệp. Vì vậy Hồn không thể là như lai (tức thì) nhưng có thể nhanh gần bằng ánh sáng.

Dĩ nhiên không có bằng chứng khoa học về vận tốc di chuyển của Hồn vì Hồn không là thực thể trong khoa học hiện nay. Trong các giai thoại về Hồn người chết báo mộng, gọi hồn của Đồng tử gợi ý Hồn di chuyển rất nhanh hơn là các phương tiện di chuyển trong thế giới ngày nay.

VẬN TỐC CỦA SUY NGHĨ VÀ TƯ TƯỞNG

Suy nghĩ tư tưởng là thành phần của Hồn. Khi suy nghĩ về địa danh nào hay sự vật nào dù ở xa, cũng hiện ra tức thì. Hiện tượng trên không phải tư tưởng hay Hồn bay về nơi chốn đó, vì người bình thường không thể xuất Hồn dạo chơi được. Sự kiện có được là do sự thu hồi TR /TN từ nội thức ở MMD trong não bộ. Theo Vi Diệu Pháp tiến trình của Tâm là 9 sát na (Hành :7 sát na và TR 2 sát na)

Sau đây là đoạn vấn đáp giữa vua Milinda và Tì kheo Na Tiên

51. Thần thông chẳng quản xa gần Vua hỏi: -- Bạch Đại Đức, từ mặt đất lên tới cõi trời Phạm Thiên (1) đường dài phỏng độ bao xa? -- Tâu Đại Vương, rất xa. Giả sử có người cầm một tảng đá lớn bằng tòa cung điện của nhà vua đây mà đứng nơi tảng trời ấy rồi buông tay ra cho đá rơi xuống thì phải mất sáu tháng đá ấy mới rơi tới mặt đất. -- Mặt khác các sa môn trong hàng ngũ Đại Đức lại dạy rằng những ai chứng đắc đạo quả A La Hán đều có phép thần thông, bay từ mặt đất lên tới cõi trời Phạm Thiên, mau bằng khoảng thời gian của người lực sĩ co duỗi cánh tay. Quả thật trẫm không thể nào tin được điều đó. Vượt qua cả ngàn muôn ức dặm, sao lại có thể lẹ đến như thế được? -- Thưa, Đại Vương quê quán ở đâu? -- Ở ốc đảo A Lệ Tán nước Đại Tân (2) -- Từ đây đến đó bao xa? -- Hai ngàn do tuần (3) -- Có khi nào Đại Vương tưởng nghĩ đến những sự việc xảy ra ở quê cũ không? -- Có. Trẫm tưởng nhớ đến luôn. -- Bây giờ, Đại Vương thử nhớ lại một việc đã làm tại đấy. -- Trẫm nhớ lại rồi. -- Sao Đại Vương vượt qua tám vạn dặm vừa đi vừa về, mà lại mau đến thế?

Bàn luận: Na Tiên Ti kheo chỉ đạt đẳng cấp A La Hán nên đã có sự nhầm lẫn đáng tiếc Hồn của Vua bay về quê (thấy cảnh hiện thời), khác với hồi tưởng không là thần thông mà là thu hồi ký ức từ nội tâm (thấy cảnh quá khứ mà thôi).

C. THỜI GIAN TƯƠNG ĐỐI TRONG KINH PHẬT

Trong kinh Hoa Nghiêm, quyển 5, phẩm 31 Thọ Lượng tr 325
Bây giờ Tâm Vương đại Bồ Tát ở trong chúng hội bảo chư Bồ tát rằng: *Chư Phật Tử! Ở Ta Bà Thế giới cõi Thích Ca Mâu Ni Phật đây một kiếp, nơi Cực Lạc Thế giới, cõi của A Di Đà Phật là một ngày đêm.*
Một kiếp của Cực Lạc thế giới là một ngày đêm nơi Ca Sa Tràng thế giới, cõi của Kim Cang Kiên Phật.

Một kiếp của Ca Sa Tràng thế giới, là một ngày đêm noi Bất Thối Chuyển Âm Thanh Luân Thế giới, cõi của Thiên Thắng Quang Minh Liên khoa Khu Phu Phật.
Ly cấu thế giới của Pháp Tràng Phật
Thiện Đăng thế giới của Sư Tử Phật
Diệu Quang Minh thế giới của Quang Minh Tạng Phật
Nan Siêu Quá thế giới của Pháp Quang Minh Khai Phu Phát
Trang Nghiêm Huệ thế giới của Nhật Thiết Thân Thông Quang Minh Phật
Cảnh Quang Minh thế giới của Nguyệt Trì Phật
Có đến quá trăm vạn a tăng kỳ thế giới chờ để thế giới cuối ùng là Thắng Liên Hoa của Hiền Thắng Phật ,Phổ Hiền Bồ Tát.

Tóm lại thời gian không phải tự nhiên hiện hữu, nên có sanh có diệt và vì vậy có thay đổi. Phật giáo quan niệm Vũ trụ là Vô thường và biến thể theo quy trình Sanh Trụ Hoại Diệt. Người Cực Đông cũng cùng quan niệm về biến dịch của Vũ trụ biểu hiện trong Kinh Dịch. Cũng như vậy thời gian là tương đối và thay đổi vô thường như thế giới vật chất. Ở hành tinh khác trong Vũ trụ, vận tốc của hành tinh làm thay đổi thời gian dài hay ngắn đi. Tuy Thời gian hiện tại dường như hiện hữu nhưng thực chất là ảo giác, vì do Vọng Niệm. Cho nên Quá khứ, Hiện Tại, Vị lai là không thực thể: Quá khứ thì đã qua, không thay đổi được. Hiện tại thì mất đi sau mỗi Sát na. Còn Tương lai thì chưa đến và tuỳ thuộc vào Nghiệp của quá khứ.

Thời gian cũng như không gian là những Pháp (luật lệ) vô thường, do sanh ra nên sẽ bị diệt vong và thay đổi vì phụ thuộc vào các Pháp khác như không gian hay ngũ Ấm. Sự thay đổi được biểu diễn bằng phương trình của thuyết Tương đối của Einstein như trên..

Trong kinh Phật, từ Sát na thường được Đức Phật dùng để chỉ khoảnh khắc cho một Niệm, là một sự kiện ngắn nhất. Niệm là Tư tưởng/Tâm rồi từ đó biến thành Hành động. Vậy Niệm tự nó là Vô thường nhưng Vô Ngã. Nghi vấn thường đặt ra là Sát na dài bao lâu so với thời gian của con người hiện nay. Câu hỏi là đầy bất cập và mâu thuẫn vì câu hỏi đặt ra trong một phạm trù không cố định và giữa khách thể và chủ thể bất tương đồng.

Tuy vậy trong Tương đối ai cũng biết Sát na là một đơn vị thời gian rất nhỏ. "Kinh Nhân Vương" : một khảy móng tay có 60 Sát na, một Sát na có 900 lần sanh diệt của một hiện tượng.
Có khi kinh nói một niệm có 90 Sát na.
Nhiều người viện dẫn Kinh Phật Nguyên thủy Kinh bộ để đưa ra một số đo (Louis de la Vallée Poussin, Documents dAbbhidharma: la controverse

du temps Melanges chinois bouddhiques 5, p.140) theo Thuyết Nhất Thiết Hữu Bộ thì 120 Ksaṇa (Sát na) = 1 tatkṣaṇa, 60 tatkṣaṇa = 1 lava, 30 lava = 1 muhūrta. Vì thế, 1 ksana = 0,013333 giây hay 13ms.

Trong một Phân tích khác (https://www.chuonghung.com/2013/04/dịch-thuật-một-sát-na-là-bao-lâu.html) Phạm điển cổ đại tìm ra được đáp án rõ ràng. Trong *Tăng chỉ luật* :
Nhất sát na vi nhất niệm.
Nhị thập niệm vi nhất thuấn.
Nhị thập thuấn vi nhất đàn chỉ.
Nhị thập đàn chỉ vi nhất là dự.
Nhị thập la dự vi nhất tu du.
Nhất nhật nhất dạ hữu tam thập tu du.
    Từ đó: 1 Sát na là 1 Niệm. 1sát na chỉ có 0,018 giây. Cho nên 60 sát na= 1 giây, 60 giây= 1 phút.....
    Trong Nhân Vương Kinh 90 sát na là một niệm, còn Vãng Sanh Luận : 60 sát na là một niệm.

Nhìn lại các kinh trong Phật giáo Nguyên thủy hay Đại Thừa, Sát Na, là đơn vị thời gian tương đối khi Đức Phật đề cập đến để chỉ một sự kiện, một niệm xảy ra tức thì.
THỨC của Ngài là từ Bản Tâm không qua cơ chế NB. Cơ chế NB chỉ làm chậm lại và lệch lạc thông tin. Thông thường NB cần 1/60 séc hay 16 mséc để phân biệt hình liên tục nhau trong Video (Video hay dùng 30 - 60 frames séc để làm hình không bị gián đoạn. Như vậy một Sát na phải hiển nhiên nhỏ hơn 16 mesc vì Bản Giác của Đức Phật nhạy bén hơn NB của một người bình thường. Có thể an toàn hơn để quy ước 1 sát na là 1 2 x 16 ms 8 msec.

Trong thí nghiệm nổi tiếng của Libet về Free Will Tự ý muốn
hành động NB biểu hiện thay đổi điện trường 400 msec trước khi người thí nghiệm ra chỉ thị về ý muốn và cần 200 mséc nữa để thực hiện một ý muốn đơn giản như có ngón tay.

E. KHÔNG GIAN THỜI GIAN Trong Thiền Định
Thế giới nầy tạo ra bởi Vọng Niệm. Trước khi khởi nên Vọng Niệm, không có năng lượng hay vật thể (mass). Thời gian và không gian là không /zero. Tình trạng tương đương như *"Ở đây, Bây giờ"* và *Vô Niệm*. Từ đó Thiền nhân phải biết rằng mình hành thiền trong hiện tiền và tại chỗ nầy, quên đi quá khứ vì đã qua, vị lai vì chưa đến và là *quả của nhân* quá khứ, Thân bất xê dịch để đạt được Vô niệm. Hành thiền=Thiền+Đi) sẽ làm giảm đi rất nhiều hiệu quả triệt tiêu Niệm khởi của Thiền đang làm.

Trong TD Thiền nhân có nhiều thể nghiệm TD, có thể có thể nghiệm sai lầm về thời gian và không gian như : mất cảm nhận về thời gian, mất không gian kế cận, mất tiêu chuẩn thời gian. Cảm nhận thấy không gian bành trướng, hay không gian chung quanh khó nhận biết vì tê dại da thịt. Thời gian không gian trở thành không quan trọng.

Ý niệm mất không gian trong Thiền Định cũng có chung cơ chế với sự xuất Hồn trong Thiền Định (Ataria 2014), và không liên hệ gì đến các cách Thiền khác nhau. Vì khi tiến gần đến Chân Không thời gian càng ngắn lại, vận tốc tăng lên và không gian co hẹp lại để không còn phân biệt sự lớn nhỏ của không gian (hiện tượng tại chỗ và không tại chỗ/non-locality thường đề cật trong cơ lượng tử.

Cảm nhận trên dễ hiểu hơn khi người bình thường chú ý một việc gì như đọc sách mổ xẻ, tâm ý chỉ giữ ở trang sách hay vết mổ ở đầu dao kéo.

X. NGOẠI CẢNH LÀ PHẢN ẢNH CỦA TÂM (NỘI THỨC) NÊN LÀ HƯ VỌNG, KHÔNG THẬT VÀ THIÊN LỆCH.

TR của sanh vật được tạo ra, bị thay đổi qua nhiều quá trình phân chia thông tin và thay đổi qua các cơ chế của Ngũ Uẩn Sắc Thọ Tưởng Hành Thức, nên không là nguyên thủy. Nội thức là huân tập của vô số tiền kiếp nên mang nhiều tánh thiên lệch. Bởi vậy ngoài cảnh mà sanh vật cảm nhận là phản ảnh Nội tâm của sanh vật, không thể được coi là ngoại cảnh nguyên thủy . Cho nên Đạo phật gọi nó là hư vọng ảo ảnh không khác gì người đau mắt nhìn ánh đèn như bông hoa sáng lòa.

Trong đoạn kinh Lăng già Tâm Ấn, Đức Phật trả lời câu hỏi của Bồ Tát Đại Huệ: Tâm phàm phu biến cảnh giới bên ngoài thành hư vọng.Tâm Phát thì không làm hư vọng cảnh giới.

Bấy iờ Đại huệ Bồ tát ma ha tát lại bạch Phật rằng: Bạch Thế Tôn ! Xin vì con nói tướng "hư vọng phân biệt" (Abhùtapariokalpa), hư vọng phân biệt này vì sao sinh? Làm sao sinh? Cái gì và do ai sinh? Sao gọi là hư vọng phân biệt?

Phật dạy: Đại huệ, hay thay ! hay thay ! Ông vì thương xót thế gian, trời, người mà hỏi nghĩa ấy, vì lợi ích cho nhiều người, vì an lạc cho nhiều người. Ông hãy lắng nghe kỹ, khéo suy nghĩ. Ta sẽ nói cho ông. Đại huệ bạch: "Xin vâng!"

Phật dạy: Này Đại huệ ! Hết thảy chúng sinh đối ngoại cảnh, không hiểu rõ tự tâm hiện, lại chấp năng thủ, sở thủ, chấp trước hư dối, khởi các phân biệt, sa vào các kiến chấp có và không; tăng trưởng tập khí vọng kiến của ngoại đạo. Khi tâm và các tâm sở tương ưng nhóm khởi, họ liền chấp các nghĩa bên ngoài đều có; chấp Ngã, Ngã sở; đó gọi là hư vọng phân biệt.

> *Đại huệ bạch Phật:* Bạch Thế Tôn, nếu quả như Thế Tôn dạy, các pháp bên ngoài tính vốn lìa có không, siêu việt các quan niệm (kiến chấp), thì đệ nhất nghĩa đế cũng vậy, lìa các hạn lượng tông, nhân, dụ. Bạch Thế Tôn ! Vì sao với các pháp khác thì nói khởi phân biệt, mà với đệ nhất nghĩa thì lại không? Phải chăng lời Thế tôn dạy có trái lý, vì một nơi nói khởi, một nơi không nói khởi. Thế tôn lại nói
> cái thấy hữu, vô là sa vào hư vọng phân biệt. Ví như huyễn sự, không thật có; phân biệt cũng thế, lìa các tướng hữu vô. Sao nói là đọa vào hai kiến? Thuyết này lại không đọa vào kiến chấp của thế gian đó sao?
>
> *Phật dạy:* Đại huệ ! Phân biệt không sinh không diệt. Vì sao? Vì không khởi tướng phân biệt có, không, vì các pháp thấy bên ngoài đều không có, vì hiểu rõ tự tâm hiện. Chỉ vì ngu phu phân biệt các pháp của tự tâm, bám vào các tướng, mà nói như thế, khiến họ biết những gì thấy đó đều là tự tâm, đoạn trừ các kiến chấp đắm trước Ngã, Ngã sở, lìa các ác nhân duyên năng tác sở tác, giác ngộ duy tâm, chuyển được ý lạc (?) (cittàs'raya), hiểu rõ các địa vị, vào cảnh giới Phật, xả bỏ các kiến về pháp, 3 tự tính. Do đó ta nói do hư vọng phân biệt chấp trước mà sinh các pháp tự tâm hiện và các cảnh giới. Nếu biết rõ "như thật" liền được giải thoát.

Bồ Tát Đại Huệ cầu xin Phật giải thích sự khác biệt giữa cảnh giới hư vọng trong quan niệm Phật giáo và Bà La Môn, nếu không có khác biệt và không độc đáo, thì hóa ra Đạo Phật chỉ sao chép kinh điển của Bà La Môn vì Đạo Phật phát khởi sau này. Đức Phật giải thích Giáo lý của Bà La Môn còn bất cập chưa đạt được Trí Huệ Bát nhã nên toàn thể vẫn còn là Trí Tuệ Nhị Thừa chưa là chân như. Niết Bàn của họ là hư ảo, không thật (cho nên vẫn còn trong vòng luân hồi sanh tử).

Lại nữa Bồ Tát Đại Huệ biện bạch với Phật:

> Đại huệ bồ tát đại hữu tình nương thần lực Phật mà bạch:
> Bạch Thế tôn! Như lai diễn nói bất sinh bất diệt không có gì là kỳ lạ đặc biệt. Vì sao? Hết thảy ngoại đạo cũng nói đấng "Tạo tác tác giả" không sinh không diệt; Thế tôn cũng nói hư không Niết bàn cùng phi sát diệt (Amatisamkhyànirodha) là bất sinh bất diệt. Ngoại đạo nói đấng tác giả làm nhân duyên sinh ra thế gian, Thế tôn cũng nói vô minh ái nghiệp sinh ra các thế gian. Cả hai thuyết đều nói nhân duyên sinh, chỉ khác trên danh từ. Vì nhân duyên của các vật bên ngoài cũng thế. Cho nên thuyết của Phật và của
> ngoại đạo không có sai biệt. Ngoại đạo nói : "Vi trần, thắng diệu (pradhàna) Tự tại (Isvara), Sinh chủ (Prajàpati) v.v.. 9 thứ (Navadravya) như vậy là bất sinh bất diệt. Thế tôn cũng nói hết thảy pháp không sinh không diệt; có hay không đều bất khả đắc. Bạch Thế tôn! ác đại chủng không hoại, vì tự tính của chúng không sinh không diệt, lan khắp các cõi mà vẫn không mất tự tính. Bạch Thế tôn! Tuy phân biệt thì có biến đổi chút ít, song hết thảy những điều Như lai dạy không có gì là ngoại đạo không đã nói rồi. Cho nên Phật pháp cũng giống như ngoại đạo. Nếu không giống thì xin Phật diễn bày cho con thuyết của Phật hơn ngoại đạo ở chỗ nào. Nếu không có sai biệt thì ngoại đạo tức là Phật; vì họ cũng nói bất sinh bất diệt vậy. Thế tôn thường dạy trong một thế giới không có nhiều Phật, nhưng theo đây thì có.
> Phật dạy:

Đại huệ! Chỗ ta nói không sinh không diệt không đồng với bất sinh bất diệt của ngoại đạo, cũng không đồng với luận của họ về sinh và vô thường (dịch theo Sz.) Vì sao? Thuyết của ngoại đạo là có thật tính không sinh không biến đổi. Ta không sa vào hữu, vô như vậy. Pháp ta nói không hữu không vô, lìa sinh lìa diệt. Sao là phi vô? Vì như thấy các hình sắc huyễn mộng. Sao gọi là phi hữu? Vì tự tính của sắc tướng không phải có, nhưng nó đồng thời vừa được thấy vừa không được thấy, vừa được nắm giữ vừa không được nắm giữ. Cho nên ta nói hết thảy pháp không phải có không phải không. Nếu biết rõ tất cả chỉ do tự tâm thấy, thì liền an trú tự tính, không sinh phân biệt, các việc tạo tác ở thế gian sẽ đều chấm dứt. Phân biệt ấy là việc của phàm phu,, không phải hiền thánh. Đại huệ! Vọng tâm phân biệt cảnh giới không thật,, như người huyễn cùng người huyễn buôn bán ra vào trong thành Càn that bà, tâm mê phân biệt cho là có thật. Những chuyện kẻ phàm ngu thấy như sinh bất sinh, hữu vi vô vi cũng thế, như người huyễn sinh, người huyễn diệt. Người huyễn thật ra không sinh không diệt. Các pháp cũng vậy, lìa sinh diệt. Này Đại huệ! Kẻ phàm phu hư vọng khởi quan niệm sinh diệt, thánh nhân không vậy. Nói hư vọng nghĩa là không như pháp tính, khởi kiến chấp điên đảo. Điên đảo kiến là chấp pháp có thể tính, không thấy được chỗ vắng lặng. Vì không thấy vắng lặng nên không thể xa lìa hư vọng phân biệt. Cho nên, này Đại huệ! Cái thấy vô tướng là thù thắng, không phải cái thấy có tướng. Tướng là nhân của sinh, nếu không có tướng tất không có phân biệt. Không sinh không diệt ấy là Niết bàn. Đại huệ! Nói Niết bàn ấy nghĩa là thấy chỗ "như thật" xa lìa các pháp tâm và tâm sở phân biệt, được thánh trí nội chứng của Như lai. Ta nói đấy là Niết bàn tịch tịnh

Đoạn kinh trên là rất khó đọc vì nhiều quan niệm về Sanh Diệt, Thường hằng , Vô thường Chân như và Hư vọng trong nguyên tắc được các Tôn giáo và Triết gia chấp nhận: *Chân Như là không sanh Diệt và không thể nắm bắt.* Nhưng kinh là rất hứng thú cho độc giả khi xem vì BT Đại Huệ thách thức Phật:

    i. Phật đã đi hàng hai khi nói cùng một thể ngoại cảnh mà phàm phu thì làm ngoại cảnh hư vọng còn Đấng khai ngộ thì không làm hư vọng. Như đã trình bày trên, Tâm phàm phu có Nội thức thiên lệch là nguyên nhân của hư vọng. Tâm Phật như gương sáng ngoại cảnh được thấy là chân như. Dễ dàng như vậy đó.

    ii. Theo BT Đại Huệ Ngoại đạo và Phật đều nói như nhau Cái không sanh diệt là thường hằng, là Niết Bàn (tuy từ ngữ nói có khác nhau nhưng ý như nhau) nên BT Đại Huệ nói Ngoại Đạo cũng là Phật (!) và như vậy cùng một lúc có nhiều vị Phật, điều này là trái ngược với lời Phật rằng không thể có nhiều Phật cùng một lúc (ý nói ở một nơi chỉ có một vị Phật).

    Đức Phật giải thích là Ngoại đạo lầm tưởng Hư Vọng là Niết Bàn /Chân Không. Hư vọng làm cho người ta lầm tưởng là nó cũng không sanh Diệt (cũng như người nằm ngủ có mộng đâu biết mộng là hư ảo thị dụ Trang Châu không biết mình là Trang Châu đang mộng thành bướm hay mình là bướm đang mộng là Trang Châu)

CHÂN KHÔNG SAU BIG BANG /VỌNG NIỆM

Sau Vọng Niệm/BB thể yên tĩnh cân bằng không thời gian, không không gian bị phá hủy và Big Bang lan tỏa cùng khắp. Sau BB, CK bị biến thể và tự mất đi, để sanh ra THBN, Lực, Thời gian, Không gian, Vô minh và Ánh sáng cùng vật chất thấy được. Thể CK tuy bị mất đi, nhưng vẫn giữ được một số đặc tính của CK như THBN, lực không vô giới hạn, yên tĩnh của thể Nhị nguyên tiên khởi hay Niết bàn. Vì vậy Niết Bàn không hư ảo, có thật, yên tĩnh, có THBN..... trái ngược với quan điểm ngoại đạo rằng Không là hư vô không có gì và yếm thế buồn chán.

Tiến trình từ CK biến thể có thể là tiến trình lần lượt tạo ra các hạt "siêu lượng tử" làm nên THBN, Thời gian, Không gian, Trọng lượng và có thể cả Chất Đen và Lực Đen; trước khi tạo nên photons của Ánh sáng và neutrino (có lẽ là hạt của TR). Các hạt của THBN, Thời gian và Không gian (? Kể luôn hạt của các Lực, Trọng lượng và Chất Đen) được tạo ra trước photons vì tính cách lan truyền nhanh hơn ánh sáng.

Cảm tưởng:
Thế giới này là Vô thường không những người tin Phật hiểu như vậy mà ngay cả Khoa học gia hàng đầu cũng nói như vậy. Heisenberg khi nhận giải Nobel năm 1932 nói trong bài thuyết giảng trong buổi lễ như sau: *Nguyên tử không ngay trực tiếp có tính chất vật lý. Nếu thể căn bản làm ra Vũ trụ là không phải là thể vật lý, thì cái toàn thể (Vũ trụ) trong một cách nào đó cũng như vậy (The atom has no immediate and direct physical properties at all..If the Uninverses building block isnnt physical, then the same most hold true in some way for the whole).* Chú ý rằng Khoa học hay nói ngược lại Đạo Phật trong một số vấn đề như cái Không có hình sắc là ảo tưởng Không Thật đối với khoa học, thì là có thể (Chân Không) là Thật và thường hằng vì không bị hủy hoại. Trái lại cái có hình dáng là Vô thường đối với Phật học thì được coi là thật trong Vật lý. Nhưng màu nhiệm thay, cả Khoa học và Đạo Phật đều coi thế giới nầy là hư vọng và vô thường):

Vì bị màng vô minh làm thế giới quan thiên lệch, nhận lầm của cải chung của nhân loại là phần riêng của mình/ quên rằng con người chỉ là công bộc của Thượng đế. Của cải là của Người, nhưng cho mình quản lý như một thủ kho. Xóa bỏ đi định kiến sai lạc ấy và nhiều định kiến sai lạc khác từ muôn thuở với mình là phương cách để có cuộc sống của bậc chân Như. Vũ Trụ và Thế giới này là vô thường, nhưng nó còn lâu lắm mới bị diệt vong. Tâm hồn nầy thuộc về Chân Không, vẫn còn khi vũ trụ nầy diệt vong, để tái sanh ở Vũ trụ khác, cho đến khi nó được thanh lọc hết Vô minh thì trở về với Bản tâm/Phật tánh Chân Như/Chân Không. Mạng sống con người thì ngắn ngủi so với vũ trụ và Tâm hồn. Cho nên, không cần chối bỏ hiện tại mà chỉ cần thanh lọc tâm hồn, gột rửa màng Vô minh/Định kiến thì hiện tại nầy vẫn đáng sống và hơn thế nữa đáng sống hơn.

V, MỤC ĐÍCH CỦA SÁNG THẾ.

Sự hiểu biết về Sáng thể sẽ không toàn vẹn nếu không tìm hiểu mục đích của Sáng Thế.

Theo Đạo Islam Hồi giáo. Sáng thế là không có mục đích gì. Quran mô tả Vũ trụ được thành hình thiên đường và địa giới để giúp đỡ con người (Quaran 2:22, 2:29) và thể hiện Ý chỉ của Thượng đế. Tạo ra con người để có trí Huệ, yêu thương và tôn kính và thờ phụng Ngài (=ibaadah). Công việc của Ngài vẫn còn đang tiếp tục.

Thiên Chúa Giáo: Sáng Thế là sự thể hiện của Thiên Chúa. Quan tâm đến môi trường của con người là cách thể hiện tình yêu Chúa và tôn vinh Ngài. Trong Ephesian 1: 5-9:

> *bởi sự thương yêu của Ngài đã định trước cho chúng ta được trở nên con nuôi của Ngài bởi Đức Chúa Jêsus Christ, theo ý tốt của Ngài, 6 để khen ngợi sự vinh hiển của ân điển Ngài đã ban cho chúng ta cách nhưng không trong Con yêu dấu của Ngài! 7 Ấy là trong Đấng Christ, chúng ta được cứu chuộc bởi huyết Ngài, được tha tội, theo sự dư dật của ân điển Ngài, 8 mà Ngài đã rải ra đầy dẫy trên chúng ta cùng với mọi thứ khôn ngoan thông sáng, 9 khiến chúng ta biết sự mầu nhiệm của ý muốn Ngài, theo ý định mà Ngài đã tự lập thành trước trong lòng nhân từ Ngài.*

Kinh Phật Giáo không đề cập đến mục đích của Vọng Niệm, và các nhà luận giải Phật giáo rất hiếm khi để ý đến vấn đề. Sự kiện nói lên rằng mục đích của Vọng Niệm là hiển nhiên phơi bày trong kinh Phật. Đó là Vọng Niệm là đặc tính nội tại của Chân Không, không là tự nhiên mà cũng không là duyên khởi. Khi đã có Chân Không là có Niệm. Niệm có thể Đúng (tạo ra Chân Không, tức là không tạo ra cái gì mới) và Vọng, tức là tạo ra Vũ trụ nầy. Biết rằng thể Chân không là đồng nhất, siêu đối xứng nên có năng lượng rất lớn vì vậy dễ bị phá hủy để thành bất đồng, bất đối xứng và triệt tiêu năng lượng (xem hình H1.1A). Trong Nhất thiết Bô: Niêm ấy gọi là Chủng tử như đoạn văn sau: *Chủng tử"– Nghĩa là công năng sai biệt trong bản thức, chính nó đích thân sanh ra tự quả của nó*

VI. VẤN NẠN CỦA VẬT LÝ VÀ CHÂN KHÔNG DIỆU HỮU

Vật lý nói Big Bang là khởi đầu từ một điểm hay một trạng thái có năng lượng và nhiệt độ khủng khiếp và cứ bành trướng với gia tốc. Đó là một giả thuyết dựa trên quan sát và sự hiểu biết về năng lượng và nhiệt độ kết tạo vật chất (khi nguội lại thì vật chất kết tụ), bành trướng (các ngân hà càng xa càng tách rời nhanh hơn, vận tốc bành trướng nhanh hơn vận tốc tuyệt đối của ánh sáng (dường như vận tốc được thêm vào do sự bành trường nào đó) và phóng xạ tàn dư (Cosmic Microwawe Background/ CMB) hậu duệ của Big Bang.

Lại nữa CMB đến từ tứ phía chứ không từ một hướng nào, và khi nhìn Viễn vọng kính (có thể thấy hiện tượng sau Big Bang 300.000 năm, so sánh với tuổi của Big Bang là 13.7 tỉ năm) thì cũng thấy dấu hiệu tàn dư của Big Bang ở mọi hướng.

Khoa học: Khoa học đã tỏ ra còn nhiều thiếu sót về sự hiểu biết về Sáng thế qua Big Bang:
1. Các vấn nạn của thuyết Big Bang (xin xem ở phần trên)
   a) Vũ trụ bành trướng với gia tốc.
Năng lượng từ Chân Không là vô hạn, không thể cạn được vì Chân Không không có không gian nên vô biên giới. Năng lượng của Chân Không phát sanh nên Lực Đen và Chất Đen. Theo nguyên tắc Nhị Nguyên, khi phát sanh ra Lực Đen và Chất Đen không nhận biết được với ngũ quan, thì phải có Chất và Lực mà ngũ quan biết được. Vì sự phân hóa Nhị Nguyên, nên sẽ không có thể trung gian giữa hai loại thế trên.
   b) Vấn đề là chỉ có một Big Bang hay nhiều Big Bang và số phận của Vũ trụ.
 Cái gì có trước Big Bang để sinh ra Big Bang. Như đã biện luận đó là Chân Không. Nếu nói rằng Chân Không sanh ra Big Bang thì đó là giáo điều của tôn giáo.
Có nhiều quan niệm về số phận của Vũ trụ, đó là Big Crunch, Big Rip, Big Chill, Big Bounce.
Năm 1998. Saul Permutter (Lawrence Berkeley National Laboratory and University of California, Berkeley, CA, USA) (Brian Schmidt Australian National University, Weston Creek, Australia.), Adam Riess (Johns Hopkins University and Space Telescópe Science Institute, Baltimore, MD, USA.) (Nobel Prize 2011), trong cố gắng định vị supernovas (sao biến dạng trong giai đoạn cuối làm nó sáng để trở thành white dwarf. White darf có thể tích bằng trái đất, nặng như mặt trời) trong bản đồ của Vũ tru. Ba nhà Vũ trụ học dẫn đầu hai toán nghiên cứu đều đưa ra cùng một kết luận là Vũ tiếp tục bành trướng mãi mãi để thành Big Chill (Lạnh cóng).

Mặt khác máy vi tính xây dựng mô hình Vũ trụ cho ra hình ảnh Vũ tru biến chuyển theo chu kỳ. Điều này lại phù hợp với kinh Phật trong đó Đức Phật chỉ ra sự biến chuyển từ bành trướng sang thời kỳ có nhỏ lại, rồi bành trướng trở lại như trong kinh Kinh Trường Bộ.

(27): KINH KHỞI THẾ NHÂN BỔN, *(Agganna Sutta)*

10. Này Vàsettha, có một thời đến một giai đoạn nào đó, sau một thời hạn rất lâu, thế giới này chuyển hoại. Trong khi thế giới chuyển hoại, các loại hữu tình phần lớn sanh qua cõi Abhassara (Quang Âm thiên). Ở tại đây, những loại chúng sanh này do ý sanh, nuôi sống bằng hỷ, tự chiếu hào quang, phi hành trên hư không, sống trong sự quang vinh, và sống như vậy một thời gian khá dài. Này Vàsettha, có một thời đến một giai đoạn nào đó, sau một thời hạn rất lâu, thế giới này chuyển thành. Trong khi thế giới này chuyển thành, một số lớn chúng sanh từ Quang Âm thiên thác sanh qua tại đây. Những chúng sanh này do ý sanh, nuôi sống bằng hỷ, tự chiếu hào quang, phi hành trên hư không, sống trong sự quang vinh và sống như vậy một thời gia khá dài.

11. Này Vàsettha, lúc bấy giờ, vạn vật trở thành một thế giới toàn nước đen sẫm, một màu đen khiến mắt phải mù. Mặt trăng, mặt trời không hiện ra; sao và chòm sao không hiện ra; không có ngày đêm; không có tháng và nửa tháng; không có năm và thời tiết; không có đàn bà đàn ông. Các loài hữu tình chỉ

được xem là loài hữu tình mà thôi. Này Vàsettha, đối với các loài hữu tình ấy, sau một thời gian rất lâu, vị đất tan ra trong nước. Như bọt nổi lên trên mặt cháo sữa nóng đang nguội dần, cũng vậy đất hiện ra. Đất này có màu sắc, có hương và có vị. Màu sắc của đất giống như đề hồ hay thuần túy như tô, vị của đất như mật ong thuần tịnh.

12. Này Vàsettha, có loài hữu tình, có tánh tham, nói: "Kìa xem, vật này là gì vậy?", lấy ngón tay nếm vị của đất. Khi lấy ngón tay nếm vị của đất, vị ấy thấm vào thân và tham ái khởi lên. Này Vàsettha, các loài hữu tình khác, theo gương hữu tình kia, lấy ngón tay nếm vị của đất. Khi lấy ngón tay nếm vị của đất, vị

ấy thấm vào thân và tham ái khởi lên. Rồi các hữu tình kia bắt đầu thưởng thức vị của đất, bằng cách bẻ từng cục đất với bàn tay nhỏ của họ, thời ánh sáng của họ biến mất. Khi ánh sáng của họ biến mất, mặt trăng mặt trời hiện ra. Khi mặt trăng, mặt trời hiện ra, thì sao và chòm sao hiện ra. Khi sao và chòm sao

hiện ra, ngày và đêm hiện ra, khi ngày và đêm hiện ra, thì nửa tháng và tháng hiện ra. Khi nửa tháng và tháng hiện ra, thời tiết và năm hiện ra. Như vậy, này Vàsettha, thế giới này bắt đầu thành trở lại.

Ý nghĩa: Kinh cho thấy sau một thời gian rất lâu, thế giới bị hủy hoại có lại, nhưng vẫn có thế giới khác nên chúng sanh (Hồn) di chuyển về đó. Sau một thời gian thế giới này lại lập thành, chúng sánh lại quay về.

Theo kinh, còn có vũ trụ khác với vũ trụ nầy, và các vũ trụ theo chu kỳ sanh thành hoại diệt. Nhắc lại Chân Không là đồng nhất thể, nên nói một cách khác:

-Vũ trụ đã được sanh thì phải bị diệt theo quy luật chung.

-Chỉ có Chân Không là duy nhất (phù hợp với Trung Quán Luận của Bồ Tát Long Thọ), vũ trụ nầy không là duy nhất.

- Big Bang không là từ một điểm duy nhất như Lemaitre hay S Hawking mà là vùng rộng lớn của Chân Không sau Vọng Niệm.. Vọng Niệm tạo nên Thời gian và Không gian : đó là sự khởi đầu lập nên mới có vũ trụ.

Tóm lại, Vũ trụ không là duy nhất (Đa vũ trụ), có sanh nên có diệt, diệt rồi sẽ được sanh trở lại nên phù hợp với quan niệm Conformal Cyclic Cosmology/CCC (Vũ trụ học theo Chu kỳ Thích hợp/VCT) của Penrose (xem tr 77). Như vậy vũ trụ là vô thủy và chung, vì BB nầy là nối tiếp của BB trước và sẽ có BB kế tiếp và vì không còn có CK vì CK đã bị BB phá hủy/thay đổi. Cần phân biệt vũ trụ với Bản tâm/Phật tánh là thể hiện Đức của Đạo/CK. Bản tâm la cùng một thể với CK nma chỉ là biểu hiện cia CK chứ khong phai sanh ra từ CK. Vì vậy Bản tâm /Phật tánh và hằng thường sau khi CK biến thể tuy là cùng một thế về CK. Cho nên Hồn (THBN+ Nghiệp) không bị tiêu huỷ khi vũ trụ hư hoại mà đi chuyển đến Vũ tru khác đã thành hình, tương tự như trong kinh Phật **KHỞI THẾ NHÂN BỔN,** *(Agganna Sutta).*

2. Hiện tượng Entanglement/kết nối cùng khắp (H1.18)của các hạt: hai hạt cùng một hệ thống dù xa nhau chân trời góc biển vẫn ràng buộc nhau. Hạt và sóng: khi thấy sóng thì không thấy hạt và ngược lại.

Một thí dụ gợi ý là Chúa Phật có ba thân, nhưng mỗi lần người ta chỉ thấy một trong ba thân! Nhưng đây chưa đủ là cách giải thích cơ chế của hiện tượng hạt và sóng.

Hiện tượng Entanglement/Intercónnectedness/Non locality/không tại chỗ và hiện tượng hạt - sóng làm đau đầu vật lý gia vì họ không tìm ra lý luận hợp lý. Vì sao vậy cho một vấn đề gần 100 năm? Vì chìa khóa cho câu trả lời cho đến nay không nằm trong vật lý và toán học. Chìa khóa là ở ngoài khoa học hiện nay và nằm trong tôn giáo hay đúng hơn trong Chân Không đồng nhất thể.

Nhưng trong sách Tri thức và Vũ Trụ (2017) (Consciousness and the Universe), Sir Penrose viết theo hàm ý của Heisenberg:"*Vũ trụ cho thấy bề mặt khi được nhìn, và hiên ra mặt khác khi quan sát gia nhìn vào chỗ khác". (In keeping with Heisenberg's implication, the Universe presents the face that the observer is looking for, and when she look for a different face, the Universe changes its mask".*

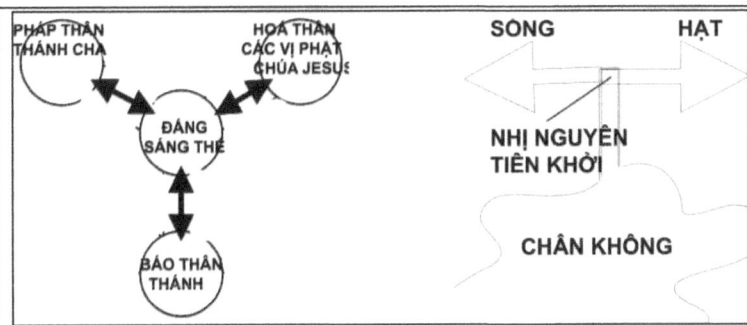

Hình 1.18 A: Ba ngôi hay ba thân, B: Ánh sáng trong thế giới Nhị nguyên nên gồm hạt và sóng, nhưng rất gần với Chân Không (photons là thể vật chất baryonic matter đầu tiên xuất hiện sau bigbang/Vọng Niệm/ý chỉ của Đức Chúa trời
GOD LÀ ĐẤNG SÁNG THẾ LÀ CHÂN KHÔNG
Vì ĐẠO là một nên dù là khác nhau về thời gian và không gian quan niệm đều như nhau; ba thân tương tự như ba ngôi.
Theo hình vẽ ba ngôi là khác nhau nhưng đều là thể hiện của Đấng Sáng thế nên không hiện diện cùng lúc mới là hợp lý.

Hiện tượng này tương tự như hạt và sóng không thể hiện cùng một lúc, cùng một chỗ Nhưng báo thân hay tánh linh có thể thị hiện ở các chỗ khác nhau cùng một lúc.

> *John10: 30: Ta (chúa Jesus) với Cha (Chúa Trời là một*
> *Matthew: 16:18 Còn ta, ta bảo ngươi rằng: Ngươi là Phi-e-rơ, ta sẽ lập Hội thánh ta trên đá nầy, các cửa âm phủ chẳng thắng được hội đó*
> *16:19 Ta sẽ giao chìa khóa nước thiên đàng cho ngươi; hễ điều gì mà ngươi buộc dưới đất, thì cũng sẽ buộc ở trên trời, và điều gì mà ngươi mở dưới đất, thì cũng sẽ được mở ở trên trời.*

c) HIỆN TƯỢNG NÃO BỘ XẺ ĐÔI VÀ NGHỊCH LÝ EPR (EINSTEIN PODOLSKY ROSEN) (H1.19)

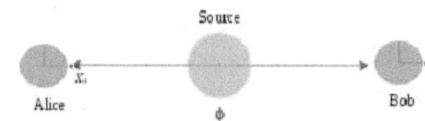

H1.19A: Thí nghiệm tưởng tượng EPR nghịch lý, khoảng 50 năm sau Alain Aspect làn thí nghiệm thực sự: Hai hạt electrons trong cùng một hệ thống "đồng cảm nhau" nên cùng quay tròn theo cùng một hướng. Phù hợp với quan niệm Non-Locality và Interconnectedness của Hồn.

Trường hợp não xẻ đôi có nhiều điểm tương đồng với hiện tượng nghịch lý EPR (Einstein, Podolsky, Rosen Paradox) trong cơ học lượng tử. Hiện tượng được tạo ra từ sự tưởng tượng của ba nhà khoa học Einstein, Podolsky, Rosen trong thập niên 1930 để phản biện về quan niệm của trường phái Copenhagen đại diện là Nielson Bohr về cơ học lượng tử: Cơ Lượng tử quan niệm hạt lượng tử không có momentum và vị trí trước khi được quan sát (được coi như không thật). Người quan sát làm cho hạt lượng tử biến thành có số đo như vị trí và tốc độ (trở nên thật). Einstein không tán thành quan điểm trên, vì hệ luận của quan điểm ấy là mặt trăng sẽ không có khi không có ai quan sát (thường gọi là Einstein's moon). Đó là sự phi lý về lập luận về Cơ lượng tử mà Einstein muốn chống lại trường phái Copenhague.

Hai hạt electrons hay photons trong một hệ thống được bắn ra từ hai phía khác nhau theo hình trên. Mỗi Electron được quan sát chiều quay (spin) cùng chiều hay nghịch chiều với chiều z bởi hai quan sát viên Alice (trái) quan sát.
Electron thứ nhất quan sát bởi Alice và Bob (phải) quan sát Electron thứ hai. Kết quả là Electron thứ nhất và thứ hai lúc nào cũng cùng một chiều trên trục z (Kết luận là hạt đi về phía Alice và hạt kia đi về phía Bob luôn luôn liên lạc với nhau. Sự liên lạc đó thật sự là tự nhiên vì hai hạt cùng trong một

hệ thống và là một, gần như Chân Không). Cho nên trái với Einstein dự đoán, hiện tượng chứng tỏ cơ học lượng tử _không có ẩn số điều khiển hạt_ (ám chỉ ẩn số làm hai Electron dù chúng đã tách rời mà vẫn liên lạc với nhau). Einstein chủ trương hạt trong cơ học lượng tử có trị số nhất định độc lập với quan sát viên, bởi quan niệm của thuyết định mệnh: "God doesn't play dice" (Thượng đế không chấp nhận may rủi. Nhưng Nielson Bohr bảo vệ quan điểm của trường phái Copenhagen với thuyết nghi ngờ của nguyên tắc của Heisenberg. Theo Heienberg Quan điểm đó là vị trí và vận tốc không thể có được số đo cùng một lúc vì bị ảnh hưởng bởi người thí nghiệm.

$\Delta x.\Delta p \geq \hbar/2$ trong đó Δx là khoảng cách di chuyển, Δp là momentum và $\hbar$ là hằng số Plank la so đo năng lượng nhỏ nhất $h = 6.625 \times 10^{-34}$ Js
Phương trình cho thấy vận tóc (v=p/m) tỉ lệ nghịch với khoảng cách (vị trí)

Thế giới Vi mô theo Bohr là thế giới không thật. Thực tế được định nghĩa là cái gì không phụ thuộc vào người quan sát. Theo định nghĩa nầy, thế giới vi mô là không thật. Quan niệm này gần giống với Phật giáo : _cái gì có hình tướng là không thật._ Không thật theo Phật giáo là không trường tồn mãi mãi và có nghĩa là Vô thường chứ không phải là không nắm bắt được. Nếu Hạt và Sóng không thể đo lường được cùng một lúc là không có hình sắc theo Vi mô là thật và trường tồn . Nếu vậy thì cùng quan điểm Khẳng định/Determinism của Einstein. _Nói tóm lại, lý luận bằng cách nào Vi thể cũng vừa là thực thể và cũng vừa là hư thể (không thật)_.

Tóm lại, với quan điểm trong thời kỳ giao thoa giữa Chân Không/Nhất nguyên và Sáng thế/Vọng Niệm/Big Bang/Nhị nguyên (tạm gọi là Nhị nguyên tiên khởi) áp dụng trên các hạt căn bản lượng tử, thế giới Vi mô là vừa Thật và không Thật /hư thể, tùy theo quan điểm người quan sát. Ẩn số cho sự đồng dạng chính là Chân Không và ẩn số cho sự không đồng dạng là Nhị nguyên. Hiện tượng là tương tự với Phật là vừa Vô Ngã vừa là Tự Ngã (H1.5A).

Trở lại hai nhà khoa học hàng đầu, họ tiếp tục biện luận nhưng hình như họ không lắng nghe người kia nói gì. Einstein sau đó cũng không thể tìm được thí nghiệm nào hoàn chỉnh hơn để chống đỡ quan niệm khẳng định về Vũ trụ. Hiện tượng EPR sau đó được chứng minh bằng thí nghiệm thực sự bởi vật lý gia John Clauser, Alain Aspect and Anton Zeilinger. Quan điểm của các nhà khoa học khác là khi nói về lý thuyết thì người ta tin vào Bohr, nhưng trên thực nghiệm thì người ta lại tin Einstein. Điều đó cũng phản ảnh sự đối nghịch giữa thế giới đại thể là khẳng định và thế giới vi thể là hoài nghi. Thực chất của nghịch lý EPR là chứng minh lượng tử cũng nhưTri thức hay Hồn có đặc tính *không cục bộ và kết nối cùng khắp*. Có thể đó là ẩn số "Local Hidden-Variables" cho nghịch lý EPR.

Thí nghiệm trên chứng tỏ hai Photons/Electrons riêng rẽ hay hai bán cầu não riêng rẽ nhưng cùng một hệ thống vẫn còn liên lạc với nhau vì cùng xuất phát từ một hệ thống, nên có lẽ có đặc tính giống nhau và lý thuyết hiện thực tại chỗ "Local Reaslism" vẫn được áp dụng dù hai Photon ở "đó hay đây". Đó là giả thuyết cơ học lượng tử chưa toàn vẹn vì còn có ẩn số Local Realism (chưa xác định được).

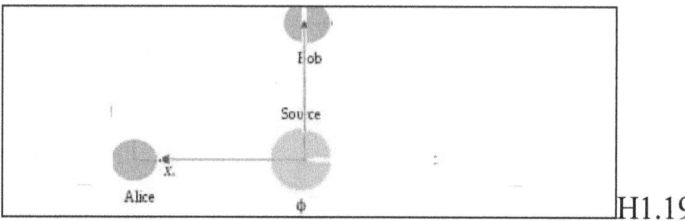
H1.19B

Đi xa hơn nữa là định lý Bell (Bell's Theorem) trong đó hai hạt
Photon không cho đi trên đường thẳng và đối chiếu nhưng đi trên hai đường có góc độ θ thí dụ 90^0 thì độ đồng điệu là 0%, ở độ 60^0 chỉ còn 50% theo phương trình: $C = \cos\theta$.

Khi nghịch lý EPR và định lý Bell được xác nhận bởi Alain Aspect thì thiên nhiên ở dạng **vi** mô kết nối cùng khắp và không tại chỗ. Vậy thực tại tại chỗ của Einstein chính là cơ chế nào đó làm ra hiện tượng trên. Giới vật lý hiện nay không trả lời được nếu không nhờ đến tôn giáo giải thích bằng Chân Không có bản tâm không phân biệt và trí huệ bát nhã. Ẩn số "local hidden-variables" cho nghịch lý EPR được Einstein đặt ra thành vấn đề vì Einstein tin tưởng ở thế giới là khẳng định/Deterministic/God Doesn't Play Dice/Hạt không có Free Will phải xoay theo chỉ định sẵn có trước đó đã được lập ra. Như vậy, theo EPR nghịch lý, trước khi rời xa nhau theo đường thẳng, hạt đã được chỉ định chiều quay rồi tùy theo điều kiện của thí nghiệm. Điều kiện thí nghiệm ở đây là tương đương với Nghiệp. Trước đó, hạt chưa được chỉ định chiều quay. Giống như con người phải chấp hành nghiệp. Nhưng con người được tự do làm việc Đạo đức. Và chỉ có tự do ấy thôi. Định lý Free Will của John H. Conway và Simon B. Kochen là: If we have a certain amount of free will, then, subject to certain assumptions, so must some elementary particles/Nếu chúng ta có chút tự do theo mặc định nào đó, thì hạt cũng phải có. Vậy thì hạt làm theo chỉ thị của Chân Không là bình đẳng/đồng dạng và kết nối
cùng khắp. **Có lẽ đó là ẩn số cho vấn đề của Einstein.**

Hiện tượng trên là cùng khắp được mô tả trong kinh Hoa Nghiêm:
Phật Bồ Tát có thể hiện thân nói pháp ở vô lượng nơi, tầng và thế giới, vũ trụ khác nhau (kinh Hoa nghiêm, quyển 3, phẩm Thăng Đâu Suất Thiên Cung, trang 60).

*Bây giờ, do thần lực của Đức Phật, (*Thần lực: **có thể** tương tự như thuốc uống hay tiêm chích làm hoán tưởng, dựa trên cơ chế tách rời Hồn khỏi não bộ để xuất Hồn) *thập phương tất cả thế giới trong*
mỗi Diêm Phù Đề (các đại lục thường mọc cây Diêm Phù /Jambo) *đều thấy Đức Phật ngự dưới cây Bồ Đề , đều có Bồ Đề Tác thừa oai lực của Phật mà thuyết pháp, không ai chẳng cho rằng Đức Phật luôn ở bên mình.Đức Thế Tôn lại dùng thần lực chẳng rời các chỗ: cây Bồ Đề, Tu Di sơn (*núi trong cõi không nắm bắt được Dục giới và Sắc giới*), Dạ Ma thiên cung, mà qua đến Đâu Suất Dạ thiên nổi điện Diệu Bửu Trang Nghiêm.*
*Đâu Suất Thiên Vương thấy đức Phật đến, liền dọn tòa.(*Đâu suất: cung trời trong cõi Dục Giới,không nắm bắt được rất gần cõi Ta bà. Theo Na Tiên tì kheo,vật rơi từ đây xuống trái đất phải cần sáu tháng*)*
Cũng như vậy, người ta không thể đoán trước được đặc tính của hạt Electron hay hạt Photon cho đến khi đo lường chúng. Hạt lượng tử vì vậy chỉ được biết qua người đo, chứ người ta không thể biết "như thị" hạt lượng tử là gì. Đó là tính toàn vẹn/không cục bộ (nhưng không tự tính) của mọi vật chất trong thiên nhiên. Đặc tính khác của hạt lượng tử trong cùng một hệ thống là luôn luôn liên hệ với nhau và biết lẫn nhau (qua tính chất kết nối cùng khắp/interconnectedness). Khi đo ánh sáng theo dạng hạt thì ánh sáng trái lại biểu hiện bằng dạng sóng, làm cho các nhà vật lý học điên đầu.

Tóm lại, hiện tượng Entanglement của các hạt, EPR nghịch lý, là biểu hiện cho sự đồng nhất trong Chân Không (và có thể các hiện tượng gần với Chân Không). Hiện tượng sóng và hạt không thể hiện đồng thời cùng một chỗ là biểu hiện cho hiện tượng KHÔNG ĐỒNG DỊ: không giống nhau nhưng cũng không khác nhau. Xin xem Chương 4 phần Trí thức và Sự Hiểu Biết

Trong trường hợp NB xẻ đôi, hai bán cầu vẫn tiếp tục liên lạc với nhau (xem Chương TÂM HỒN),. Lý do đơn giản là NB gồm vật chất thần kinh và Hồn. Người ta có thể chia đôi NB nhưng không thể chia Hồn ra làm hai.

d) Cơ chế làm ra sự sống không thể được khoa học giải thích toàn vẹn (toán học cho thấy sự tình cờ kết hợp các các hạt cơ bản để làm thành người cần nhiều hơn tuổi của vũ trụ, trừ phi sự kết hợp kỳ diệu xảy ra như một tai nạn ngẫu nhiên. Tuy nhiên, vũ trụ này cần rất nhiều sự kết hợp kỳ diệu, cho nên rất khó có nhiều ngẫu nhiên xảy ra cho một tiến trình.

Sự sống không thể do sự ngẫu nhiên được mà phải bắt đầu bằng sự sống. Cho nên thần quyền của các tôn giáo là cần thiết, (thần quyền= siêu nhiên kể cả thánh linh hay trí huệ bát nhã) vì không thể có sự ngẫu nhiên nào lại xảy ra rất nhiều lần trong một sáng thế (xin xem mục quan điểm cận đại).

e). Lựa chọn kết nối thần kinh ở các synapses. Cho mọi thông tin có nhiều cách (hàng trăm, ngàn cách) để kết nối thần kinh khi bảo tồn cũng như khi thu hồi trí nhớ /Trí thức. Sự lựa chọn ấy là đặc thù cần có sự điều khiển theo Trí Huệ Bát Nhã (Xin xem sau).

Không ai có thể phản biện là khoa học đã đi một bước dài trong kỹ thuật để cải thiện đời sống vật chất của con người . Vì vậy, khoa học càng ngày càng trở nên chuyên chế và độc tài trong sự khảo sát vũ trụ , thiên nhiên và sanh vật học. Trong lãnh vực siêu hình, siêu vật lý, rõ ràng là không là lãnh vực của vật lý, sinh học hay thiên văn học. Cho nên, nếu nhà vật lý điên đầu về các hiện tượng Quantum mechanics, nhà sinh học, bịnh lý học ngẩn ngơ trước các bịnh về phạm vi siêu hình, Tâm lý gia về các hiện tượng về Hồn chính là vì Khoa học đã bỏ mất đi một khoảng lớn của thực thể là thế Siêu hình và Hồn. *Cho nên Ngịch lý chỉ là Nghịch Tri Thức và sự Điên đầu chỉ là Bản Ngã Đảo điên! (theo Phật giáo, siêu hình là thật hơn hữu hình vì siêu hình khó băng hoại hơn hữu hình.*

VII. Thuyết Darwin
1. Lý thuyết
Trong cuốn sách có tựa đề *On The Origin of Species* (Về nguồn gốc các chủng loài) xuất bản năm 1859 của Charles Darwin (1809- 1882), tham vọng của Darwin là muốn nghiên cứu nguồn gốc của sự sống. Quan niệm của Darwin đi ngược lại một số quan niệm đương thời rằng sự sống là ngẫu nhiên mà có. Ông quan niệm sự phát xuất của muôn loài là sự tiến hóa từ từ và liên tục từ sinh vật ở đẳng cấp thấp lên sinh vật ở đẳng cấp cao kèm theo sự chọn lọc thiên nhiên cho các chủng loại mới, phù hợp với môi trường sống. Một cách đơn giản là muôn loài phát triển theo hướng phù hợp nhất với thiên nhiên thì sinh nhiều con cháu hơn là loài không phù hợp với thiên nhiên. Qua hàng tỉ năm, các sinh vật sẽ khác nhau về chủng loài.

Ở thời đại của Darwin, khảo cổ học, sinh hóa học và di truyền học về chủng tử di truyền Genes và biến đổi Genes/Gene Mutations chưa phát triển nên cơ chế biến hóa từ chủng loài chưa được giải mã. Hươu cao cổ là một ví dụ: cây càng cao thì cổ của hươu càng cần được kéo dài theo khuynh hướng sinh tồn, vì thế thế hệ con cháu hươu cao cổ có cổ càng ngày càng dài ra. Tuy vậy, Darwin đã bị chế giễu khi giải thích cá voi là biến đổi từ loại beo có thể bơi lội được. Nhưng beo có nanh vuốt, cần gì phải thích ứng dưới nước để thành loại ăn rong biển không cần nanh vuốt. Các nhà chủng loại học nghĩ rằng loại trâu nước có thể là tiền thân của cá voi.

Gần đây, hiểu biết về biểu ngoại di truyền một lần nữa cho thấy sự học hỏi về một số đặc tính của thế hệ trước nhưng rất gần có thể truyền cho con cháu, không qua cơ chế Genes phải mất hàng ngàn, hàng triệu năm. Chẳng hạn như con cháu người thiếu ăn dễ bị chứng tiểu đường.

2. Thuyết Social Darwinism (tiến hóa xã hội theo Darwin)

Thuyết là hệ luận của Darwinism suy luận ở phạm vi rộng lớn hơn, chẳng hạn như xã hội. Nhóm nào mạnh thì phát triển, như người giàu ở nước Mỹ phát triển thành nhà tư bản. Thuyết được áp dụng ở Nhật Bản, Trung Hoa và nhất là ở Đức bởi Hitler để tạo nên Đức quốc xã phát triển dựa trên người có trí tuệ cao. Vì vậy, Social Darwinism đã không còn được mọi người tin tưởng sau chiến tranh thế giới thứ nhất và cả chiến tranh thế giới thứ hai. Tuy nhiên, phần nhiều sự biến đổi là duy Ngã, có cái Tôi, vì vấn đề chọn lọc thiên nhiên, có vô minh nên kèm theo sự tiến hóa và thoái hóa. Tiến hóa là sự phát triển có chủ đích, để cải thiện đời sống vật chất, và thoái hóa là về mặt tinh thần và Đạo đức.

3. Bình luận

Thuyết Darwin được đón nhận bởi phần lớn giới khoa học cùng thời để học hỏi và được bổ khuyết bởi sự phát triển của khoa học về phần tử cấu tạo nên Protein, RNA, DNA, Genes. Tuy vậy, cũng có nhiều nghi vấn và phê bình đối với thuyết Darwin:

i. Vai trò của sự thay đổi ngẫu nhiên, có thể không phải là sự tiến hóa. Darwin tránh không dùng từ "ngẫu nhiên" để giấu đi sự thiếu hiểu biết. Sự ngẫu nhiên là hậu quả của sự thay đổi không được kiểm soát theo một quy trình nào đó. Theo Darwin, sự kiểm soát đó là sự chọn lọc thiên nhiên. Thuyết Dawin không cho một cơ hội để minh chứng khoa học vì không có cách nào loại bỏ được sự ngẫu nhiên theo một hướng khác hơn là sự chọn lọc thiên nhiên. Biết rằng tính ngẫu nhiên không thể là cơ chế tạo nên con người từ khoảng trống Chân Không!

ii. Lặp lại nhiều lần sự ngẫu nhiên làm nên sự liên tục (Stochastic = tính liên tục - ngẫu nhiên) của các giống nòi.

Ví dụ, khi hốt một nắm cát trong bàn tay, các hạt cát có thể tích khác nhau làm thành một dãy những hạt cát có thể tích tính bằng những con số liên tục nhau, đó là sự ngẫu nhiên. Hai hạt cát có thể tích gần nhau không liên hệ gì với nhau về cơ chế tạo thành. Cũng như vậy, trong kinh Dịch, có sự liên tục giữa các quẻ xếp theo thứ tự, và không thể nói quẻ này là sinh ra quẻ kia mà chỉ có thể nói hai quẻ này biến ra quẻ kia và ngược lại vì không biết quẻ nào xảy ra trước. Cho nên, khi nói Nucleic Acids và Protein, không thể nào biết được Protein sinh ra Nucleic Acids hay ngược lại. Darwin cho là sự ngẫu nhiên và sự chọn lọc là tiếp nối nhau và sự ngẫu nhiên không thay thế sự chọn lọc thiên nhiên. Các nhà tiến hóa sinh học cũng đồng ý là tiến hóa chủng loại là sự chọn lọc thiên nhiên nhưng thường không biện luận về cách thức tính liên tục - ngẫu nhiên ảnh hưởng đến sự tiến hóa của chủng loại (Beat, 1984).

iii. Thiếu sót lớn nhất của thuyết Darwin là đã không chỉ ra cách thức để sự sống được bắt đầu. Mặt khác, kinh Thánh của Thiên Chúa giáo chỉ ra rằng:

- Ng→ 1: Đức Chúa Trời tạo ra vũ trụ (trời đất) bắt đầu từ một khoảng trống không, tối và vô hình trên mặt vực. Nước cũng đã được tạo ra. Thần của Ngài (tức là Ngài) lướt trên mặt nước (ý nói: Thánh linh vọng động). Rồi Ngài tạo ra sự sáng, kế đến phân chia sáng và tối.
- Ng→ 2: Phân chia nước và khoảng trời là Thiên đàng.
- Ng→ 3: Phân chia ra nước và đất và cây cỏ mọc từ đất.
- Ng→ 4: Làm nên mặt trời, mặt trăng, và sao.
- Ng→ 5: Làm nên thủy vật và động vật.
- Ng→ 6: Làm nên con người có hình như Đức Chúa Trời.
- Ng→ 7: Ngày nghỉ.

Darwin có lẽ nghĩ rằng nguồn gốc của sự sống là ngoài khả năng của khoa học và có thể không muốn động chạm quá nhiều tới các nguyên tắc cơ bản của tôn giáo. Với hiểu biết về sự phát triển của sự sống hàng triệu, hàng tỉ năm, nên suy ra một ngày trong Sáng thế có thể dài hơn cả tỉ năm. Con người được tạo ra hay biến hóa từ mẫu loài vật đẳng cấp cao là sau cùng trong Sáng thế. Nói một cách khác, sự phát sinh ra sự sống của thuyết Darwin không đi ngược lại thứ tự trong Sáng thế.

VIII. Quan điểm cận đại về nguồn gốc sự sống trên địa cầu
A. Tổng hợp hữu cơ từ vô cơ.

- Đầu thập niên 1950, Urey, vật lý gia đồng thời là hóa học gia, là người đã được giải Nobel và Miller, một tiến sĩ trẻ, đã tổng hợp thành công chất hữu cơ Amino Acids trong phòng thí nghiệm chỉ với chiếc bình thủy tinh chỉ chứa nước biển, khí trời và tia chớp điện (1953). Thí nghiệm thành công của Miller là bước quan trọng làm ngưng đi một thời gian dài sự nghiên cứu cơ chế tạo ra sự sống trên địa cầu. Trước đó, Frederick Wohler (1800-1882) đã tình cờ làm ra urea từ NH_3 - Amoniac.
- Trước Miller và sau Wohler, hai nhà khoa học có tư tưởng Marxist (Oparin/người Nga và Haldane/người Anh) đã tiên đoán vật chất hữu cơ có thể tạo ra từ phản ứng hóa học. Dù lời tiên đoán có ảnh hưởng

lớn đối với các lý thuyết gia duy vật đương thời của Liên Xô, thì rất lâu sau đó nó mới được chứng thực.

- Haldane cũng tiên đoán là chất hữu cơ có trọng lượng phân tử lớn có thể là trung gian giữa chất vô cơ và sinh vật như virus. Siêu vi lần đầu tiên được phát hiện là vào năm 1917. Sự kết hợp trên đặt nền tảng cho chất vô cơ phát triển thành hữu cơ và chất hữu cơ có thể tự sinh sản (như con siêu vi) qua nhiều chặng đường tiến hóa.

- Một mốc quan trọng nữa là sự khám phá ra Ribosomes mà Troland/ Hoa Kỳ tiên đoán là phải có một loại men đặc biệt làm trung gian để sản xuất ra Proteins từ Genes/DNA-RNA để hoàn thành tiến trình phát sinh sự sống. Vấn đề nữa còn nan giải là Proteins hay DNA/ RNA (Nucleic Acids) có trước, vấn đề trên là như chuyện quả trứng và con gà.

B. Thuyết tế bào

Rudolf Virchows (1821-1902) và Louis Pasteur (1822-1895) đã đưa ra lý thuyết là *sự sống phải được bắt đầu bằng sự sống*. Trong lý thuyết đó tế bào là đơn vị cơ bản. Tất cả sinh vật từ cây cỏ đến động vật đều làm ra từ đơn vị căn bản này. Tế bào là gồm ít nhất màng tế bào hầu như ở đâu cũng có cấu tạo giống nhau, tế bào chất và cuộn DNA. Tế bào chất chứa các cấu tạo để tế bào sinh trưởng. Thuyết dựa trên một nhận xét đơn giản. Bình chứa chất hữu cơ đun nóng để giết các vi thể, đậy lại thì không có vi trùng vi khuẩn hay nấm xuất hiện. Đó là phương pháp Pasteurisation khử trùng.

Thuyết không đề cập đến bằng cách nào tế bào đầu tiên được làm ra. Đó là vấn đề dành cho thần quyền!.

C. Khoảng cách trong tiến hóa khỉ vượn và người

Khi nghiên cứu sự biến hóa, người ta thấy khỉ dòng Bonobo và Chimpanzee chia nhánh thành dòng Người. Về hình thái có sự liên tục, nhưng về tinh thần tình cảm thì người có khoảng cách xa với khỉ và vượn. Sự phát triển về tình cảm có thể thấy ở loài vật nhưng Đạo đức đã làm nên con người ngày nay. Khởi đầu khoảng 12 triệu năm trước gồm Homonid Khỉ lớn (Great Apes) gồm Đười ươi (Ourangutans), Khỉ đột (Gorillas) và Hominini gồm Vượn (Chimpanzees) và Người xuất hiện ở Đông Phi, lập thành từng nhóm cách biệt nhau.

DNA của Mitochondia (mt DNA) của đàn ông hay đàn bà đều có nguồn gốc từ Mẹ vì khi thụ tinh chỉ nhận của tinh trùng lọt vào trứng. Phân tích mtDNA đưa đến kết quả là tất cả mọi người đều sinh từ một người Mẹ tổ tiên vì cùng chia sẻ một loại mtDNA gọi tên là Mitochondrial Eva sống ở Phi châu. Cũng như vậy, nhiễm thể Y chứa Genes SRY kích động sự phát triển ra phái nam. Tất cả nhiễm thể Y đều phát xuất từ một người nam Tổ tiên sống cách đây 60.000-100.000 năm.

50.000 năm trước, con người rời Phi châu đi đến châu Âu, Á và Mỹ, khi Mỹ châu còn nối với Á châu khoảng hơn 20.000 năm để đến Canada.

```
      12Triệu        10 triệu     6triệu năm   (ở Phi châu)
         ⇩              ⇩             ⇩
Great Apes→ Homonids→Homoninae →Gorillas
         ↘              ↘  Hominini  →Chimpanzee + Bonobo
      Orangutans                   ↘ Homo Sapiens
KHOẢNG CÁCH SÚC VẬT-NGƯỜI  ⇧  (ĐẠO ĐỨC)
```

C. Hiện tượng Dòng Tế Bào (TB) Mầm Giống: Đấng Tạo hóa giữ đặc quyền sáng tạo cho chính mình (H1.20ABCD)

Sau khi trứng (Ovum) của người nữ được tinh trùng của người nam thụ thai, trứng thụ thai được gọi là hợp tử chứa 2n=23+23 nhiễm thể. Hợp tử có thể gọi là tế bào mầm giống khởi đầu. Tế bào mầm chia đôi làm bốn lần để có 16 tế bào mầm giống. Sau mỗi lần chia đôi thì tế bào mầm giống chia thành một tế bào mầm giống đơn thuần (TBMGĐT) và một tế bào mầm giống nhưng có thể tạo ra cơ thể thai nhi (TBMGTN). Lần thứ hai và ba cũng vậy: TBMGĐT lại chia ra thành TBMGĐT và một TBMGTN. Lần thứ tư thì TBMGĐT chia đôi thành hai TBMGĐT. TBMGTN chỉ chia ra hai ra thành TBMGTN. Từ sau lần chia hai thứ tư, TBMGĐT làm thành dòng tế bào mầm giống và tế bào thai nhi làm ra thai nhi.

Hình sau đây cho thấy tế bào bên trái cũng là tế bào mầm giống xuất phát từ tế bào hợp tử, chứ không bao giờ phát sinh từ TBMGTN khi chia đôi. Nói cách khác, khi trưởng thành, nam hay nữ chỉ che chở, bao bọc mà không sinh ra tế bào mầm giống, cho nên cha mẹ không sinh ra (hay tạo ra) con cái như cảm tưởng thông thường mà chỉ ấp ủ, che chở và nuôi dưỡng trứng hay tinh trùng. Có lẽ đây cũng là ý nghĩa sâu sắc nhất của Tạo hóa dành quyền sinh sản cho chính mình, và chỉ cho bậc cha mẹ đặc quyền thương yêu, nuôi dưỡng và dạy dỗ/hướng dẫn con cái.

- Germline: Chỉ dòng TBMGĐT một tế bào được sinh ra sau mỗi lần tế bào chia cắt trong bốn lần chia cắt đầu tiên. Từ lần chia cắt thứ 5 và về sau nữa thì mỗi chia cắt có 2, rồi 4, rồi 8... tế bào mầm giống sinh ra.

- Somatic Line: tế bào mầm giống có khả năng thành tế bào mầm giống cơ thể (TBMGCT). Loại tế bào này sau ba lần chia đôi mất đi khả năng của một tế bào mầm giống. Khả năng mất là tương ứng với sự giảm Chromatin (Chromatin Dimunition - CD) là chất sắc tố trong nhân tế bào có nhiệm vụ về ngoại biểu di truyền (CD có lẽ là cơ chế giảm đi Chromatin không cần thiết trong trứng và tinh trùng). CD biểu diễn bởi đường gạch ngang trong nhóm tế bào hệ cơ thể (Grishnin, 2018).

Tế bào mầm giống đi theo đường dọc song hành với tế bào tạo ra cơ thể. Tế bào người cha hay mẹ không chia ra để làm tế bào mầm giống, ngược lại tế bào mầm giống và tế bào cơ thể ngang hàng nhau như chị em hay anh em.

Sự kiện gợi ý Đấng Tạo hóa giữ quyền sinh sản thiêng liêng cho riêng mình và chỉ cho bậc cha mẹ quyền thương yêu, nuôi dưỡng và che chở/hướng dẫn con cái. Khi còn nhỏ, con cái quyến luyến với cha mẹ được coi là kết quả của tình yêu thương mà cha mẹ dành cho chúng khiến chúng cảm thấy an ủi và che chở khi gặp nguy biến. Nhưng khi lớn lên có đời sống gia đình riêng, tình cảm trên bị thay thế bởi ràng buộc gia đình riêng của chúng. Luân lý và Đạo đức học luôn luôn dạy con người phải thương yêu bố mẹ để bù vào khiếm khuyết trong cấu tạo tự nhiên. Nhưng thật là mỉa mai, xã hội tiên tiến lại thường đặt nhẹ vấn đề giáo dục này.

Cho nên bậc làm cha mẹ cần biết điều này để sẵn sàng chấp nhận hay làm gương để con cái noi theo khi đối xử với ông bà chúng.

Đó là chưa kể hiện tượng biểu ngoại di truyền (Epigenetic = Noncóding = không di truyền theo Genes) cũng có thể ảnh hưởng đến cách đối xử của con cái với cha mẹ của chúng: Khi cha mẹ có hiếu với ông bà thì có thay đổi biểu di truyền, truyền đến đời con làm cho chúng có hiếu.

Những nhận xét trên về cơ chế mầm giống, lòng hiếu thảo của con cái với bậc sinh thành chưa từng được đề cập trước đây ở phương Đông cũng như phương Tây.

Trong khoa học chủng loại, nhà nghiên cứu thường dùng hình ảnh một thân gốc có nhiều cành. Phần trên của cây chia ra nhiều cành là biểu hiện các chủng loại khác nhau. Sự biểu hiện như vậy không dựa trên cảm nhận mà dựa trên kiểm nhận khoa học nhờ khảo cứu hình dạng loài vật, nghiên cứu xương sọ, mặt, xương hàm răng, men răng từ các hang khai quật khảo cổ học, ở trình độ phân tử học, di truyền học, phân loại theo cấu tạo (ví dụ có nhân tế bào hay không) và lý luận. Kết luận chung là muôn loài phát sinh từ một thân cành.

Phân tích sự sinh trưởng của tế bào mầm giống (bất tử): tế bào mầm giống trứng của mẹ và tinh trùng của cha không do mẹ cha sinh ra! Trong tiến trình phát triển của cha mẹ, trứng và tinh trùng là tế bào cùng bậc "anh chị em" của tế bào cơ thể của cha mẹ: *tế bào cha mẹ không sinh ra trứng và tinh trùng mà chỉ che chở, nuôi dưỡng và sinh đẻ.* Nhưng trong thiên nhiên, trứng/con cái liên hệ di truyền gần nhất với cha mẹ. *Đấng Tạo hóa mới thực sự sáng tạo ra mỗi một con người.* Tế bào của cha mẹ cũng từ một nguồn và cùng một thế hệ với tế bào của con cái. Nói cách khác, *tế bào mầm giống là nguyên vẹn từ nguồn/Đấng Tối cao.* Đây không phải là quan niệm mà là một sự kiện khoa học. Sự kiện khoa học này hỗ trợ quan niệm của Thiên Chúa giáo và Phật giáo: *Chúng ta sinh ra từ Đấng Tối cao: Ý muốn của Đức Chúa Trời hay vọng niệm từ Phật tính.* Động vật bậc cao xuất hiện trước loài người nhưng không phải là tổ tiên của loài người theo nghĩa sáng tạo bào thai mà chỉ che chở, nuôi dưỡng bào thai.

Sự phát triển là riêng biệt từng loài, hay là ít nhất là giữa người và vật, không nghe nói loài này phát triển từ loài kia.

- *Đức Phật*: Trong kinh Lăng Nghiêm, các quyển 2, 5 và 10 chỉ rõ loài vô tình (cây cỏ, rong rêu, vi trùng) và loài hữu tình khác nhau.

Mười hai (12 = 3 thì/hiện tại, quá khứ, vị lai x 4 phương) tuy sinh sống xa nhau, nhưng có cùng chung một gốc (từ Vọng Niệm diệu minh).

Biết rằng cây cối không có tế bào mầm giống như động vật. Gần đây, khoa học chứng minh tế bào mầm giống của thực vật tự phát sinh ra từ tế bào cơ thể do một tiến trình đặc biệt (Clinton W. Defining the Plant Germ Line—Nature or Nurture? SCIENCE•20 Jul 2012•Vol 337, Issue 6092•pp. 301-302•*DOI:10.1126/science.1224362*).

Một sự kiện Khoa học có Ý nghĩa Tôn Giáo
(Bài viết trên tạp chí: **Journal of Phylogenetics & Evolutionary Biology** Volume 10:11, 2022.10.250
"Parents Nurture but Do not Create Children"
<u>Kien T Mai | Canada (hilarispublisher.com)</u> (H1.18ABCD)

Quan niệm của ba Đại Tôn Giáo chỉ ra rằng, con người là sản phẩm chế tạo từ Đấng /Bậc Tối cao. Nghiên cứu Giòng Tế Bào Mầm Giống/ GTBMG, hiển nhiên cho thấy các Động vật Thai và Trứng sanh (hữu tình) phát triển từ GTBMG trực tiếp từ Đấng /Bậc Tối cao. Khám phá trên của GTBMG không làm thay đổi lý thuyết chọn lọc Thiên nhiên của Darwin và không làm đổi hình dạng của cây tiến hóa chủng loại, nhưng thay đổi ý nghĩa của sự tiến hóa: GTBMG được che chở, nuôi dưỡng và hướng dẫn bởi sinh vật trong cây tiến hóa nhưng không được làm ra từ sanh vật trong cây tiến hóa

Từ quan niệm ở đây, cây tiến hóa chủng loại của Nấm, Thực vật và vi trùng vẫn giữ nguyên quan niệm từ trước.
Vì vậy loài Vô tình thì không có vấn đề Tế bào Mẹ Con.
Nhưng Động vật thì có dòng Tế bào Mầm Giống nên trực tiếp sanh ra từ Đấng Tạo hóa. Không có vấn đề Tế bào Mầm giống Con sinh ra từ Tế bào Mầm giống Mẹ. Cho nên bậc Cha Mẹ và Tổ Tiên phải được hiểu là bậc Nuôi dưỡng /Che chở và Giáo dục nhưng không là bậc Chế tạo. Chế

tạo là việc làm của Đấng Sáng Thế. Khỉ Vượn không chế tạo ra con Con Người, không là Tổ tiên loài Người theo nghĩa thông thường

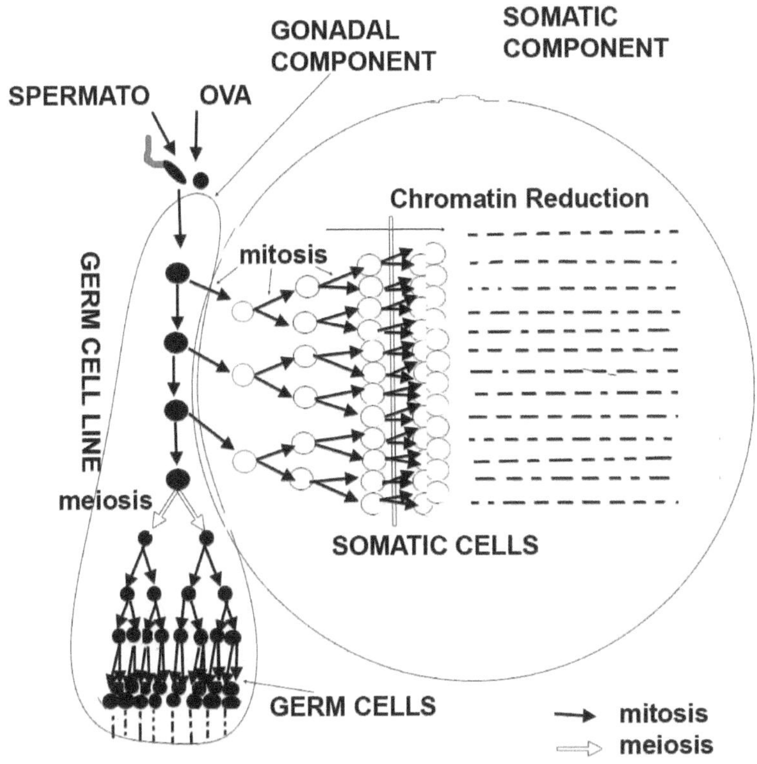

H1.20
A: Sanh vật sanh từ Thai hay trứng
Germline: chỉ dòng TBMG Đơn Thuần/ một TB mầm chia TB Mầm và TB cơ thể. Sau ba lần, tức lần thứ tưvhi via ra đẻ thành TM mầm g.ống

Somatic Component: trong thiên nhiên, TB cơ thể, không thể chia ra đẻ thành TB mâm đuợc

Như vậy TBMG là nguyên vẹn từ đấng Sáng thế, không do TB Cha Me.TB cơ thể tạo ra à là sản phẩm làm ra từ Đấng /Bậc Tối cao.

H1.20 B), Cây tiến hóa chủng loại Archaea nhỏ như vi trùng nhưng có đặc tính giống như loài có nhân khi chia đôi sanh

C) Người phát sanh từ Khỉ Vượn theo thuyết tiến hóa của Darwin.

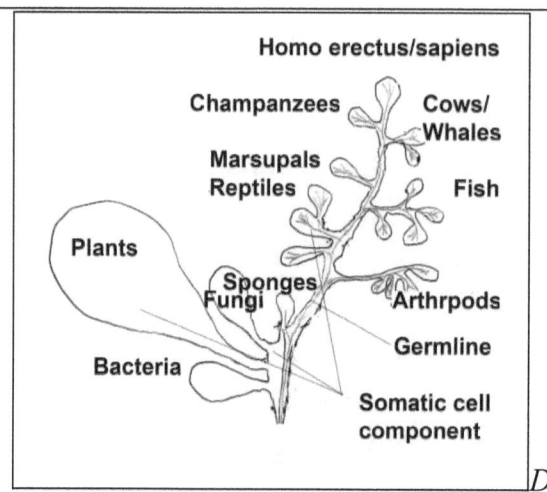

H1.20 D, Đề nghị thay đổi Cây tiến hóa Chủng loại loài sanh với Thai Trứung: Germline: giòng tế bào mầm giống ở Động vật, và có thể ở Sponges cư trú trong buồng trứng của sinh vật Đực Cái, Buồng trứng được che chở bởi phần gồm tế bào cơ thể (Cows:bò, Whales:Cá voi , Champanzees: Khỉ gần giống người, Marsupals: Động vật có túi giữ con, Reptiles: Bò sát, Fish: Cá, Arthrpods: côn trùng, Fungi: nấm, Plants: cây, Bacteria: vi trùng). Đường bên trong thân cây màu đỏ chỉ ra giòng tế bào giống cho mỗi đông vật có nguồn gốc từ Đấng Sáng thế

Hiện tượng trên có thể suy rộng ra bao gồm các sinh vật hữu tình khác. Tế bào Mầm giống sanh ra từ Vọng Niệm qua quá trình tiến hóa. Cho nên Tế bào Mầm giống Diệu Minh (Diệu=Vi tế, Mầu nhiệm và có chủ đích) là trực tiếp từ Đấng Tạo hóa. Tương tự như vậy Hồn cũng sanh ra từ Đấng Tạo hóa. Sự khác nhau giữa Hồn và Xác là ở chỗ Xác có đời sống ngắn, Hồn có Đời sống dài hơn nhưng không bất tận. Con đường cuối cùng của Hồn là nhập vào Thánh linh hay Phật Tánh khi Hồn được rửa sạch Tội lỗi hay Nghiệp.

Tóm lại Trong the gioi đong vat sanh do THAI, TRỨNG, Cha Mẹ không sinh ra (hay tạo ra) con cái như cảm tưởng thông thường mà chỉ ấp ủ che chở và nuôi dưỡng/nurture Trứng hay Tinh trùng. Có lẽ đây cũng là ý nghĩa sâu sắc nhất của Tạo hóa dành quyền sinh sản cho chính mình, và chỉ cho bậc Cha Mẹ đặc quyền thương yêu, nuôi dưỡng và dạy dỗ/hướng dẫn. Cũng như vậy, Cha Mẹ Nuôi và Cha Mẹ Đẻ không khác nhau lắm về vai trò con đẻ và con nuôi nếu có tình yêu thương, chăm sóc và nuôi dưỡng như nhau. Vì vậy, ý nghĩa của câu thường nói trong dân gian: *Công Dưỡng Dục cũng giống như công Sinh Thành* để chỉ ra bổn phận người con nuôi với Cha Mẹ Nuôi. Lại nữa vì Đấng Tạo hóa không trực tiếp sanh ra loài Vô tình nhưng lại trực tiếp sinh ra loài Hữu tình. Có lẽ đây cũng là lý do con người cần thương mến muôn loài (Hữu tình) nhưng có thể dùng loài Vô tình (cây cỏ) để sống và trị bịnh (vi trùng, siêu vi) vì chúng không được trực tiếp sanh ra từ Đấng Tạo hóa. Ngược lại với Động Vật cao sanh bằng Trứng hay Thai, các sinh vật thấp và thực vật thì cách sanh sản là THẤP sanh của thực vật nấm. Coi Siêu hình sanh sản do Hóa sanh như Chúa Phật Bồ Tát ở cõi Siêu hình.

Từ sự phân tích trên, con cai không do Cha Mẹ chế tạo ra,. TBMG là do ĐST tạo ra , và tao ra TBMG thế hệ kế tiếp và đồng thời làm ra cơ thể của Cha Mẹ. Sự lập thành sanh vật đẳng cấp cao la do sự thay dổi gên cua r Trứng mới sinh ra từ Trứng cua thế hệ Trước.

Tế bào gốc Thực vật có khả năng là tế bào dòng giống. Trong quá trình sanh sản, Tế bào thân thể/Somatic của thực vật được có cơ chế biến thành Tế bào mầm gốc để tạo nên thực vật mới, hay chủng tử mới Âm Dương kết hợp lại thành Tế bào gốc. Vì vậy Tế bào Mầm Gốc thực vật không phát triển theo dòng nên không trực tiếp xuất phát từ Đấng Tối cao Sáng Thế.
Hiện tượng trên cũng làm sáng tỏ ý nghĩa của việc ăn chay:
    -Sinh động vật có Dòng Mầm Giống trực tiếp từ Đấng Tối cao Sáng thế là Động vật và là những sinh vật sẽ không bị ăn thịt bởi người ăn chay.

    - Sinh vật thấp như vi trùng và Thực vật có Tế bào Mầm Giống không Dòng, không phát xuất trực tiếp từ Đấng Tối Cao có thể bị trừ khử khi gây bệnh và có thể dùng làm thực phẩm bởi người ăn chay.

Nhận xét như vậy thì khoa học chỉ xác nhận lại giáo điều của các đại Tôn Giáo. Trong Cựu Ước của Thiên Chúa Giáo và Trong Đạo Hồi, Đức Chúa Trời và Allah Tạo ra Ông Adam và Bà Eva. Trong Phật Giáo, Kinh Đại Thừa Lăng Nghiêm, quyển số 10, Đức Phật chỉ ra:

| - | *A Nan! Người tu thiền định, khi dứt được HANH ẤM, các tính sanh diệt lăng xăng chuyển động của thế gian bỗng được tan rã, các nghiệp báo luân hồi, sự cảm ứng vi tế như chỉ tơ gần được đoạn dứt, sắp được minh ngộ nơi cõi Niết Bàn, như gà gáy lần chót, trời bắt đầu rạng đông. Lục căn hư tịnh, chẳng còn giong ruổi cảnh trần, trong ngoài trạm nhiên sáng suốt, cho đến nhập vô sở nhập: thấu suốt cội gốc thọ mạng của 12 loại chúng sanh trong mười phương, chấp vào cái cội gốc đó, các loài chẳng đến với nhau, mà ở nơi mười phương đều đồng một cội gốc, sự phát hiện chỗ ẩn bí đó,* |

như trời gần sáng mà chưa sáng, rạng đông kéo dài, đây gọi là phạm vi của THỨC ẤM. Nếu ở chỗ đồng ấy, nhờ sức thiền định mài giũa lục căn, đến thấy nghe thông nhau

(Ý nói khi tu Thiền đã sạch Vô Minh (cuối cùng là Hành và Thức Âm/Uẩn= che mờ) thì sẽ thấy tất cả các loại (12 loài= 4 phương x 3 thì quá khứ, hiện tại, vị lai) ở mọi nơi (10 phương=8 hướng +trên và dưới) tuy xa rời nhau nhưng đều chung một gốc. Trái lại theo Darwin con Người và Vượn Chimpanzee đều có chung gốc là Khỉ Bonobo).
(Biết rằng Đức Phật thường nói: **Lời nói của Chư Phật là không hư vọng)**.

Tại sao vấn đề đơn giản như vậy mà mãi đến nay con người mới hiểu ra. Chắc ai cũng hiểu đó là do Vô minh, vì mê lầm Triết học và khoa học mới là đáng tin cậy, nghĩ rằng Chúa Phật là huyền thoại, hiểu sai lời rao giảng tôn giáo, và cho là phản khoa học. *Đức Phật luôn luôn dạy Ngài A Nan là: "lời Phật là không hư vọng", đừng khi nào nghi ngờ.*

Thử nghĩ con người thông minh và kiêu ngạo biết bao, mà sao không chịu nghĩ ra nếu Tổ tông mình là Khỉ Vượn, thì Tổ tông của khỉ Vượn phải là Trâu Bò Mèo Chó. Dùng pháp tam đoạn luận liên tục thì chẳng lẽ Bành Tổ của con người là giun dế sao?!. Hòa Thượng Thích Thanh Từ đã không đồng ý Khỉ là Tổ tông của con Người. Ngài nói điều đó làm cho Ngài buồn rầu.

THẦN QUYỀN VÀ NGẪU NHIÊN.
Người ta có thể trúng số năm bảy lần, rất có thể. Cũng như vũ trụ có thể tình cờ TAI NẠN làm nên như thế ấy. Toán học đã cho thấy 14 tỉ năm là không đủ cho một tình cờ vậy nói sao cho hơn bảy hay nhiều lần như vậy?
Thánh linh hay Trí Huệ Bát Nhã là toàn tri toàn giác.
Có thể nói Chúa Phật không bao giờ sai . Cái gì các Ngài cũng biết, nhưng vì chúng sanh ngu dốt nên Phật chỉ nói cái gì chúng sanh có thể hiểu, nếu không chúng sanh nghĩ là Phật nói láo. Cho nên những gì Phật nói chỉ là lá trong bàn tay, còn cái biết thì như lá trong rừng.
Đức Phật nói Lời nói của chư Phật là không hư vọng nếu có sai đó chỉ là vì người nghe đọc hiểu sai ý kinh. Rất mong độc giả thông suốt lời của Phật.
Thí dụ: Galileo về mặt trời và trái đất. Kinh nói trái đất đứng yên. Mặt trời xoay. Nhưng ngày nay mọi người đều biết mọi vật đều di chuyển, y như kinh Dịch nói. Cho nên trái đất hay mặt trời đứng yên là cách diễn tả sự hư vọng tùy theo hoàn cảnh để chúng sanh hiểu. Nhưng vì chúng sanh mê muội nên cách mô tả dễ hiểu nhất cho chúng sanh thời thượng cổ là cách đã nói trong Cựu ước.

Các bạn nào muốn chọn Vũ trụ là do ngẫu nhiên cũng chẳng sao nhưng suốt đời sẽ còn gặp nhiều nghịch lý trong lý luận

Dần dần vì Vô minh Trí Huệ bị u ám thành Trí Tuệ rồi thành Tri thức vô minh như ngày nay của nhân loại. Trí Huệ là Đức của Phật Tánh trong Phật giáo và là Thánh Linh của Chúa Trời/Đấng Sáng thế. Đức Phật thường nói: "lời nói của chư Phật chẳng có hư vọng". Chúng sanh vì vô minh nên chỉ tin vào khoa học nên phạm nhiều sai lầm tốn kém.

Chất Đen và Lực Đen là thể vô hình siêu nhiên dĩ nhiên là sản phẩm trực tiếp liên hệ đến "Chân Không diệu Hữu" sau Big Bang.

Trở lại Bản Tâm là phẳng lặng không sinh diệt, nhưng vì Vọng niệm do tự tánh khơi lên nên có sanh. Sanh ra có thể Diệu Minh (Diệu= Vi diệu, Mầu nhiệm, Minh= Sáng) và Vô Minh. Diệu Minh là Niết bàn/Thiên Đàng. Vô Minh là thế giới Đảo điên (Kinh Lăng Nghiêm: Vì *Điên đảo "mà vọng kiến nhận là có tính sinh ra, từ chỗ rốt ráo là không, lại thành rốt ráo là có"*---ý nói sự vật có bản chất là KHÔNG lại cho là CÓ). Cái "có Sanh" đó là lầm lỗi, sai phạm, và làm thành "Nghiệp". Vì sai phạm làm mất mất cội rễ nên không thể về gốc rễ được!. Người cùng sai phạm là đồng nghiệp thì đồng cảm, thành ra chúng sanh Điên đảo (con người Điên đảo).

KẾT LUẬN
Khoa học vẫn còn rất non trẻ chỉ biết không quá 5% vũ trụ bao la
- Con người là được Thượng đế, Đấng Sáng thế tạo ra. Cha Mẹ và động vật thấp hơn người chỉ cưu mang che chở, hướng dẫn con cái. Hiểu ngược lại là một sai lầm to lớn do quan sát và do khoa học mà thiếu trí huệ. Khi Vượn không thể nào là thủy tổ của loài người nhưng cưu mang tế bào mầm giống loài người.
- Thế giới tạo nên do sự xếp đặt thiện xảo của Đấng tạo hóa. Rất khó quan niệm là do sự tình cờ hay tai nạn vì cần rất nhiều sự tình cờ và rất nhiều tai nạn tuần tự và liên tục.
- Big Bang có nhiều điểm giống Vọng Niệm ở chỗ tạo ra thế giới từ một chấn động cục bộ nhỏ làm nên chấn động lan tỏa và tiếp tục bành trướng để tạo ra không gian và thời gian. Tuy nhiên Big Bang cũng như thuyết Lượng tử là thuyết không hoàn chỉnh. Thuyết Big Bang không đủ để giải thích sự tạo ra quy trình của thiên nhiên và con người. Thuyết lượng tử cũng không hoàn chỉnh vì chưa hiểu tại sao hạt lượng tử cùng một hệ thống dù xa nhau vẫn biết nhau. Sóng và hạt không thể hiện cùng nhau trong cùng thời điểm, tương tự như Ba Ngôi Chúa hay Ba Thân Phật không xuất hiện cùng một lúc. Tuy nhiên sự thể hiện Chúa hay Phật cùng một lúc ở nhiều nơi là tương tự với hiện tượng liên kết cùng khắp của hạt lượng tử.

- Cho nên tín ngưỡng và thần quyền là cần thiết và song hành với đời sống vật chất. Đức Phật nói trong kinh Nikaya (tương đương kinh A Hàm Bắc Tông).

> *Này Ananda, thật giống như đã hỏi ý kiến các vị thiên thần ở cõi trời Ba mươi ba, các đại thần ở Magadha, Sunidha và Vassakara đang xây thành trì ở Pataligama để ngăn chặn dân Vajji. Này Ananda ở đây với thiên nhãn, thanh tịnh, siêu nhân Ta thấy hàng ngàn thiên thần tụ họp tại các trú địa ở Pataligama. Chỗ nào có thiên thần có đại oai lực tụ họp, các vị ấy khiến tâm các vua chúa, các đại thần có đại oai lực, hướng đến sự xây dựng các trú xá. Chỗ nào các thiên thần bậc trung tụ họp, các vị ấy khiến tâm các vua chúa, các đại thần bậc trung hướng đến sự xây dựng các trú xá. Chỗ nào các thiên thần bậc hạ đẳng tụ họp, các vị này khiến tâm các vua chúa, các đại thần bậc hạ đẳng hướng đến sự xây dựng các trú xá. Này Ananda, chỗ nào các vị Ariyans an trú, chỗ nào các nhà thương mãi qua lại, chỗ ấy sẽ thiết lập một thành thị bậc nhất tên gọi là Pàtaliputta, một trung tâm thương mãi. Nhưng này Ananda, Pàtaliputta sẽ bị ba hiểm nạn về lửa, về nước hay chia rẽ bất hòa, ý kinh nói: Phật bảo Ngài A Nan là ở xứ Magada khi xây thành lớn nhỏ đều có các Thần linh đẳng cấp cao thấp tương ứng, tụ họp lại để phù trợ. Đức Phật cũng tiên đoán hiểm nạn của Thành này trong tương lai).*

- Khoa học là cần thiết cho đời sống vật chất khi con người cần có thân sắc (ngũ uẩn) để phát triển kỹ thuật, nhưng đời sống tâm linh là cần thiết hơn để diệt khổ, và trở về cội nguồn của bản tâm bình đẳng và tĩnh lặng. Thần quyền không những cần thiết cho sáng thế mà còn là rất quan trọng vì chi phối mọi hoạt động của đời sống thường nhật.

- Người Tây Phương kể cả Lãnh đạo Tôn giáo thường thông suốt kinh Nikaya hơn là những kinh Phật giáo khác. Những vấn đề có tính cách thuần lý cơ bản về gốc rễ của Đạo được giảng giải nhiều trong kinh Đại thừa như Lăng Nghiêm, Hoa Nghiêm hơn là trong kinh Nikaya. Vì vậy có sự nhầm lẫn cơ bản rằng Kinh Phật ít nói về Sáng thế và thần quyền trong Sáng thế. Phân tích trong bài viết cho thấy không có khác biệt đáng kể về Sáng thế, và Thần quyền giữa Thiên Chúa Giáo, Đạo Hồi và Phật giáo. Đấng Sáng Thế, Đức Chúa Trời và Chân Không Diệu hữu với Trí Huệ Bát nhã là không khác biệt ngoài tánh chất Nhân cách hóa Đấng sáng thế. Vì vậy khó để chối rằng Đạo Phật là Đạo hữu Thần.

IX. SÁNG THẾ.
A. Thiên Chúa Giáo và Sáng thế.
- Theo Cựu ước, Đức Chúa Trời quyết định tạo ra thế giới trong 7 ngày bắt đầu là khoảng trống, nước và ánh sáng....cho đến ngày thứ 6 tạo ra con người có hình dáng của Đức Chúa Trời. Ngày thứ 7: nghỉ ngơi. Như vậy Sáng thế là chủ ý của Đức Chúa Trời.

B. Phật giáo và Sáng thế.
1. THBN và Sáng thế.

Thường ít được nhiều người học Phật chú ý. Cũng có thể là kinh Phật quá đồ sộ nên có sự không đồng nhất về nghiên cứu của người học Phật, nhưng các nhà Khoa học Vật lý cận đại đều nhận xét là Triết lý Đạo Phật vượt qua Khoa học và có nhiều điểm tương đồng lẫn nhau.

Bài viết phần này là dựa trên Kinh Đại thừa, Lăng Nghiêm. Kinh Lăng Nghiêm được Đức Phật nói ra tại Tịnh xá Kỳ Hòa thánh Thất La Phiệt cùng với 1250 vị Đại A La Hán, sau khi Đức Phật sai Ngài Văn Thù Sư Lợi đi cứu Ngài A Nan sắp phạm giới với nàng Ma Đăng Già. Đức Phật giảng kinh nầy cốt để ngài A Nan nhận rõ được Phật pháp hơn, tu hành theo phương pháp chỉ dạy và tránh cảnh Ma chướng. Sau khi chỉ Tánh của Tâm (Phật Tâm) là vô sinh, thường hằng, phi nhân duyên. Bản Tâm đó làm nên Tính Nghe Thấy... Thức. Khi mất cái Bản Tâm đó làm nên Điên Đảo. Bản Tâm đó có Tự Tánh nên là duy nhất tự sanh ra /hay còn gọi là vô sanh –vô diệt, HỮU NGÃ và HỮU QUYỀN.

Kinh Lăng Nghiêm:
    -Quyển 1: chỉ ra cái tĩnh của Tâm không chỉ trong ngoài thân, không chỉ có Trước sau.
    -Quyển 2: Tánh thấy là Vô sinh, phi Nhân duyên nên không thấy Điên đảo. Sự vật điên đảo là do Tâm Diệu Minh mất Bản Tâm nên sinh ra có Điên đảo (Diệu: Vi diệu/màu nhiệm, Minh=Sáng). Vì mất Bản Tâm nên Tâm điên đảo không quay về được cội nguồn là Bản Tâm/ Phật Tâm. Cũng như Ngũ Âm (Sắc, Thọ,Hành, Tưởng, Thức) là Vô sanh.
    -Quyển 3 (nhiễm Vô minh): Nói về Lục (6) Nhập. Thập nhị (12) Xứ (Căn+Trần), Thập bát (18) (12 Xứ+Thức) Giới và Thất Đại (7) (Địa,Hỏa, Thủy,Phong, Không , Kiến và Thức). *Nhị thừa thường mê lầm vì Nhập, Xứ, Giới và Đại không có Tự thể, nhưng là vốn Vô Sanh vì có gốc là Bản Tâm/Như Lai Tạng. Mê là do Vô Minh và Vọng Niệm, Vọng niệm là tự nhiên, không Nhân.*

Do Ngài Phú Lâu Na là người có tài thuyết pháp bậc nhất của hàng Đệ tử Phật, hỏi Phật (Quyển 2 và 4), Đức Phật chỉ ra:

Quyển 2- Bản giác Tánh không, chẳng minh chẳng vô minh, tùy theo Nghiệp Thức biến hiện nên vô minh bắt đầu; một niệm vô minh bỗng khởi, thì bản giác lìa tánh không mà sanh vọng minh, tánh không cũng lìa bản giác mà sanh ám muội. Bản giác sanh vọng minh thì phát ra Thức, chỗ trong lặng chẳng lay động của Thức tinh (nguồn gốc của Thức) tức là Thủy, tánh "không" sanh ám muội, kết tụ thành sắc, tức là Địa (trái đất), Địa và Thủy nhiễu loạn nhau thành Phong (Bầu khí quyển bao phủ trái đất). Vì tánh "không" bị ám muội, cố chấp cái năng minh thành chướng ngại, nên vọng cho bản giác là sở minh, năng sở nhiễu loạn, nên vọng có tánh biến hóa của Hỏa, ngọn Hỏa xông lên, nên có hơi Thủy khắp cả mười phương hư không. Hỏa bốc lên, Thủy chảy xuống, giao lộn vọng lập thì Thủy ướt thành biển cả, đất khô thành lục địa. Do nghĩa này, nên trong biển cả Hỏa thường phun lên, trong lục địa sông ngòi thường chảy. Thế Thủy kém thế Hỏa thì kết thành núi, nên khi đập đá núi thì có tia lửa; thế Địa kém thế Thủy thì mọc lên thành cỏ cây, nên đốt cỏ cây thì thành đất, vắt ra thì có nước. Tứ đại giao lộn lẫn nhau vọng sanh nhân quả, do nhân duyên này nên thế giới tương tục.

Quyển 4-Gốc là từ Bản Tâm, bỗng nhiên Khởi nên Vọng Niệm (cũng có thể một trong nhiều vọng niệm, nhưng chỉ có một vọng niệm là làm ra Tánh thôi (?)) sanh

Tánh, Tánh sanh nên Giác (Minh hay Vô minh), rồi Giác sinh ra Sở (Minh hay Vô minh), Sở sinh ra Năng thường là cái hư vọng của người đời. Nếu không có Vọng niệm, thì không có Vũ trụ ngày nay.

    Nói tóm lại Bản Giác là Bình đẳng (*chẳng Minh chẳng Vô Minh*), do biến ra Giác Minh thành lầm lỗi vì có Minh thì phải có Vô Minh "Bỗng Nhiên Khởi Niệm " (Vọng Niệm) (Hữu Niệm= *tùy theo Nghiệp Thức biến hiện nên vô minh bắt đầu*) giống như " Khởi Tâm Phân Biệt " trong Cựu ước khi nói về hai Ông Bà Adam và Eva sau khi ăn trái cấm, mà sinh ra hư vọng đồng dị bất bình đẳng (tức phát sanh ra Thức) mà sinh ra Tứ Đại. Tứ Đại nhập thêm phần siêu hình thành Ngũ Ấm (Sắc Thọ Tưởng Hành Thức) (Siêu hình=Thọ Tưởng Hành Thức).

Biết rằng Chân Không (là Diệu Hữu hay Không tức thị Sắc) cũng là Phật Tánh và cũng là Trí Huệ (Bát Nhã). Chân Không thường được gọi là có Tánh Không là thể có Trí Huệ và không thể đo lường quan sát bằng Lục Căn (năm giác quan và tư tưởng) nhưng vẫn có thể gây nên những hiệu quả vì có Trí Huệ. Có người nói :
'Chân Không chẳng không, Mới có diệu hữu.
Diệu hữu chẳng hữu, Mới có Chân Không''."
Hay:
« Chân Không chẳng ngại Diệu hữu
Diệu hữu chẳng ngại Chân Không ».
Trí Huệ cũng như Tri thức hoạt động không cần não bộ và não bộ chỉ làm trở ngại Tri thức và Phật tánh. Cũng như vậy trong Thiên Chúa giáo Thánh linh hoạt động (như lướt qua lại trên mặt nước khởi đầu cho Sáng thế) không cần não bộ. Đức Chúa Trời thể hiện qua ba ngôi (Chúa Cha Chúa Con và Thánh Thần). Ngôi Hai là Chúa Jesus. Ba Ngôi làm việc nhờ Thánh Linh mà tạo ra vũ trụ. Phật cũng thể hiện qua ba Thân (Pháp thân, Báo thân và Hóa thân). Phật Mâu Ni là Báo thân của Phật Tánh và làm việc qua Phật tánh. Nói một cách khác Vọng Niệm này là có Trí Huệ chứ không phải tương đương với một vụ nổ theo nghĩa thông thường. Trí Huệ ấy làm nên vũ trụ và thế giới này.

Trong Kinh Hoa Nghiêm, phẩm 37 Như Lai Xuất hiện, Bồ Tát Phổ Hiền thay lời Phật giải thích với đại chúng:
Chư Phật tử ! Ví như Đại Thiên thế giới này, chẳng phải do một duyên, chẳng phải do một sự mà được thành tựu, phải do vô lượng duyên, vô lượng sự mới được thành. Những là nổi giăng mây lớn, tuôn xối mưa lớn, bốn thứ phong luân nối tiếp làm sở y. Gì là bốn thứ ?
    i. **Năng trì**, *vì hay trì đại thủy*
    ii. **Năng tiêu**, *vì hay tiêu đại thủy*
    iii. **Kiến lập**, *vì kiến lập tất cả xứ sở*

iv. **Trang nghiêm**, *vì trang nghiêm phân bổ đều thiện xảo.*
Như trên đây đều do cộng nghiệp của chúng sanh và thiện căn của chư Bồ Tát phát khởi, làm cho tất cả chúng sanh trong đó đều tùy sở nghi mà được thọ dụng. Vô lượng nhơn duyên như vậy mới thành Đại Thiên thế giới. Pháp tánh như vậy không có sanh giả, không có tác giả, không có tri giả, không có thành giả, nhưng Đại Thiên thế giới vẫn được thành tựu.

Cũng vậy, Như Lai xuất hiện chẳng phải do một duyên, chẳng phải do một sự mà được thành tựu, phải do vô lượng duyên vô lượng sự mới thành tựu được. Những là từng ở chỗ Phật quá khứ lắng nghe thọ trì đại pháp vân, đại pháp võ.

(Ý nói: Do nhiều Duyên sau đó tạo nên Tri Thức, có mưa, Đại Thủy, xứ sở, chúng sanh, mà không do ai sanh ra, nhưng do rất rất nhiều duyên. Nhưng do nhiều duyên mà Như Lai xuất hiện. Như vậy Như Lai hiện ra hay thế giới lập thành không phải là tình cờ/ngẫu nhiên. Phổ Hiền Bồ Tác kể ra bốn khả năng của Phật Tánh để làm ra vũ trụ là: Lập/xây dựng, Tiêu/phá hũy, Trì/duy trì và Trang Nghiêm/thiện xảo). Biết rằng Vọng Niệm từ Chân Không là do tự tánh của Chân Không, không phải là do duyên hay tự nhiên tình cờ.

Như vậy, không cần tìm nguồn sống ngoài địa cầu để giải thích nguồn gốc sự sống hiện nay. Rõ ràng là lý thuyết Big Bang đã không thể hiện được tính cách siêu nhiên và siêu việt chỉ vì bị giới hạn bởi não bộ với tri thức vô minh, và là **lý thuyết** *không toàn vẹn*.

Ghi thêm: Cũng tương tự như thuyết Lượng tử của Niels Bohr đã bị Einstein phê phán là không toàn vẹn vì không giải thích được hai hạt photons từ một hệ thống bay ra hai hướng khác nhau nhưng vẫn biết nhau trong thí nghiệm EPR/Einstein Podolsky Rosen thường gọi là EPR nghịch lý. Mãi sau, người ta mới biết là photons có tính liên kết cùng khắp, tự tại và không tại chỗ. Nghịch lý EPR bị Bohr chối bỏ và Einstein không thể tìm thí nghiệm nào khác để chứng minh cho đến khi chết). Trong lý thuyết Ông chưa bao giờ sai. Ông nói: một tôn giáo như Phật giáo có tầm mức vũ trụ, vượt lên trên "Thượng Đế được nhân cách hóa", qua khỏi thần quyền và mặc khải/giáo điều để kết nối Tâm linh và Thiên nhiên...("*Buddhism has the characteristics of what would be expectedin a cosmic religion for the future: It transcends a personal God, avoids dogmas and theology; it covers both the natural and the spiritual, and it is based on a religious sense aspiringfrom the experience of all things, natural and spiritual, as a meaningful unity.*"

Tóm lại Chân Không sau Vọng Niệm sanh ra vật chất *kể cả hư không* theo ý chỉ của Trí Huệ Bát nhã.

Bồ Tác Phổ Hiền: Các Phật tử ! Nói sơ lược về thế giới hải chẳng khác biệt như vậy. Nếu nói rộng ra, thì có sự chẳng khác biệt nhiều như hạt bụi thế giới hải. Các vị đệ tử của Phật ! Thế giới hải chẳng khác biệt nói sơ lược như ở trước vừa nói có mười thứ. Nếu nói rộng ra thì có nhiều như số nhạt bụi thế giới hải. Bấy giờ, Bồ Tát Phổ Hiền muốn thuật lại nghĩa trên, bèn nương thần lực của đức Phật, quán khắp mười phương mà nói bài kệ rằng. Trong mỗi hạt bụi nhiều biển cõi Xứ sở khác nhau đều nghiêm tịnh Như vậy vô lượng vào trong một Mỗi mỗi phân biệt chẳng tạp loạn.

Dần dần vì Vô minh Trí Huệ bị u ám thành Trí Tuệ rồi thành Tri thức vô mình như ngày nay của nhân loại. Trí Huệ là Đức của Phật Tánh trong Phật giáo và là Thánh Linh của Chúa Trời/Đấng Sáng thế. Đức Phật thường nói: "lời nói của chư Phật chẳng có hư vọng". Chúng sanh vì vô minh nên chỉ tin vào khoa học nên phạm nhiều sai lầm tốn kém.

Chất Đen và Lực Đen là thể vô hình siêu nhiên có thể là sản phẩm trực tiếp liên hệ đến "Chân Không Diệu Hữu" tiên khởi sau Big Bang.

• Trở lại Bản Tâm là phẳng lặng không sinh diệt, nhưng vì Vọng niệm là có sanh. Sanh ra có thể Diệu MinhĐ (Diệu Minh) (Diệu= Vi diệu, Mầu nhiệm, Minh= Sáng) và Vô Minh. Diệu Minh là Niết bàn/Thiên Đàng. Vô Minh là thế giới đảo điên (Kinh Lăng Nghiêm: Vì **Điên đảo "mà vọng kiến nhận là có tính sinh ra, từ chỗ rốt ráo là không, lại thành rốt ráo là có")**. Cái "có Sanh" đó là không có gốc rễ, hư vọng và thành "Nghiệp". Vì mất cội rễ nên không thể về gốc rễ được! . Rồi từ xoay vần, đồng nghiệp thì đồng cảm thành ra chúng sanh Điên đảo (con người Điên đảo). Khi tu hành sạch hết Vô Minh thì không đương nhiên nhập Niết bàn mà cần phát Tâm mới nhập Niết bàn.

2. Tứ Đại và Ngũ Hành

Bản Giác là Không (là Phật Tâm/Phật Tánh). Khi sanh ra Vô Minh (cũng là Thức),, thì trước hết sanh ra Thủy (chú ý: trong Cựu Ước, Thủy/Nước = Thức=Tâm phân biệt là có trước tiên trong Sáng Thế. Quan niệm khoa học cũng vậy, hễ hành tinh nào trong vũ trụ có nước thì có lẽ có sự sống), Địa Hỏa và Gió (tứ Đại). Vì là Không nên Vô Ngã và cũng vì Tứ Đại thuộc về Sắc trong Ngũ Ấm là Vô Ngã, vì vậy Tứ đại có khác với Ngũ Hành của người Viễn Đông gồm 4 thành phần + Ngã = Ngũ Hành. Lại nữa quan niệm Ngũ Hành không có ở Ấn Độ thời Đức Phật nên Đức Phật không dùng đến và ít phổ biến ở bán đảo Ấn Độ ngày nay nên sự tương quan giữa các thành phần của Tứ Đại là khác với Ngũ Hành.

Do Tứ Đại nhiễm "Sát, Đạo (trộm cắp) Dâm và Vọng (ngữ) " khởi thành duyên mà tạo nên thế giới sinh vật này, luân hồi ràng buộc nhau trong gia tộc. Đi xuôi theo dòng đời từ Thánh Linh của Thiên Chúa Giáo hay Phật Tánh của Đạo Phật thì có thế giới ngày nay. Đức Phật nói: "Từ cõi luân hồi, khi đi ngược dòng rồi thành Phật, ví như vàng ròng luyện từ quặng không thể nào trở thành quặng được "(tức là không trở lại cõi luân hồi nữa).

Đức Phật dạy cho A Nan là người tu Thiền đạt Tam Minh (Biết chính mình quá khứ vị lai + sinh tử của các chúng sanh + cách đoạn trừ các tật xấu/lậu), chứng được sự vô biên trong sự tiến lóa của muôn vật không có giới hạn Vô Biên trong quá khứ vị lai và liên tục (Kinh Lăng nghiêm, quyển số 9). Người tự thấy được cội nguồn của muôn loài từ Bản Tánh. *Thuyết của Darwin cũng nhấn mạnh sự liên tục của muôn vật và loài.*

2. VỌNG NIỆM, TRÍ HUỆ, VÔ MINH VÀ SỰ TẠO THÀNH DANH SẮC

Vọng Niệm có thể là tương đương với Big Bang. Trong quan niệm nầy, giả thuyết không nói đến năng lượng kinh khủng khởi đầu cho Sáng thế, có lẽ là không cần thiết vì Chân Không có thể cung cấp nguồn năng lượng vô tận đó để tạo ra nhiệt độ và năng lượng cần thiết cho phản ứng kết hợp hạt nhân khi nhiệt độ nguội dần. Cho nên sự kiện vũ trụ tiếp tục giãn nở và tăng tốc là không là vấn nạn với Vọng Niệm khởi lên từ Chân Không. Khoa học gia nghi ngờ đó là Lực đen Cũng như vậy chất tối/đen cũng sanh ra từ Chân Không. Chất tối và lực tối/đen chiếm 95% vũ trụ. Vật chất lục quan biết được (baryonic matter) chỉ vỏn vẹn có 5% vũ trụ.

Chất tối/Dark Matter trong Vũ trụ, giải Ngân hà và Địa cầu.
Chất Đen cũng được ghi nhận trong kinh Đại Bản (trong kinh bộ Nikaya hay A Hàm) . Kinh mô tả sự đản sanh của Đức Phật khi Ngài Nhập Thai.

Kinh Lăng Nghiêm và Trí Huệ Diệu Minh:
Bấy giờ, Thế Tôn bảo Phú Lâu Na và hàng A La Hán lậu tận vô học (*hết tội, nghiệp và không cần học hỏi*) trong Hội rằng:
- Hôm nay, Như Lai vì cả chúng trong Hội này hiển bày tánh Chơn Thắng Nghĩa trong Thắng nghĩa, khiến hàng định tánh Thanh Văn và tất cả A La Hán chưa được Nhị Không *(nhân Ngã không và pháp Ngã không)*, phát tâm hướng về thượng thừa, đều được chỗ tu hành chơn chánh, thiết thực chẳng xao động của cảnh giới tịch diệt nhất thừa, các ngươi hãy chú ý nghe. Phú Lâu Na và đại chúng kính vâng pháp âm của Phật, yên lặng ngồi nghe. Phật bảo:

- *Phú Lâu Na, như lời Ngươi nói, Bản Tánh trong sạch, sao lại bỗng sanh núi sông đất đai. Ngươi chẳng thường nghe Như Lai dạy rằng: Tánh giác diệu minh, bản giác minh diệu hay sao?*
- *Bạch Thế Tôn, vâng ạ, con thường nghe Phật khai thị nghĩa này.*
Phật bảo:
- *Ngươi nói giác minh, là do tánh minh được gọi là giác; hay là cái giác bất minh, gọi là minh giác? (GIÁC: cái Biết)*
Phú Lâu Na nói:
- *Nếu cái bất minh này gọi là giác, thì chẳng có sở minh.*
Phật bảo:
- *Nếu chẳng có sở minh thì chẳng có minh giác, có sở chẳng phải là giác, không sở chẳng phải là minh, chẳng minh lại chẳng phải tánh trạm nhiên sáng tỏ của Bản Giác. Vì tánh giác ắt minh, vọng cho là minh giác, Bổn Giác chẳng phải sở minh, do chấp sự minh nên lập sở minh, sở minh đã vọng lập, thì sanh cái năng minh hư vọng của Ngươi.*

(Phú Lâu Na: tại sao từ Vọng niệm làm nên thế giới ...Phật trả lời là: Tánh giác là Diệu minh (thần kỳ tạo ra thiên xảo).

> *Bổn giác là Minh diệu (thiện xảo làm ra sự thần kỳ) dựa lên Phật tánh*
> *Sở là não bộ, Giác là giác quan/cái Biết dựa lên Sở.*
> *Nếu Sở chẳng minh thì giác chẳng minh*
> *Vì tánh giác (Tánh là Bản /Gốc) chắc chắn là minh, vọng vẫn còn là minh giác khi sanh cái Sở/ năng minh bắt đầu bị hư vọng. Nói gọn hơn giác quan bị lầm tưởng cho nhận thức lúc nào cũng đúng nhưng thật ra có thể sai. Đó là Vô minh)*
> *Ở trong chẳng đồng dị, vọng chấp thành dị, (giống như OB Adam khởi tâm phân biệt) khác với cái dị này, do sự dị mà lập sự đồng (do lầm tưởng), tướng đồng dị đã sanh, từ đó lại lập ra cái chẳng đồng chẳng dị. Nhiều loạn như thế, đối đãi nhau sanh ra mỏi mệt, mỏi lâu thành trần, tự hỗn tạp lẫn nhau, do đó sanh ra trần lao phiền não, khởi dậy thành thế giới, tịch lặng thành hư không; hư không là đồng, thế giới là dị, do đồng dị lập ra chẳng đồng chẳng dị, ấy là pháp hữu vi, cái vốn chẳng đồng dị của Bản Giác, mới thật là pháp vô vi.*

(Vọng làm nên Vô minh, vì Vô minh sanh ra tâm phân biệt tạo nên mâu thuẫn đối lập để tạo ra pháp hữu vi và danh sắc).

> *Bản giác tánh không, chẳng minh chẳng vô minh, tùy theo nghiệp thức biến hiện nên vô minh bắt đầu; một niệm vô minh bỗng khởi, thì Bản Giác lìa tánh không mà sanh vọng minh, tánh không cũng lìa Bản Giác mà sanh ám muội. Bản Giác sanh vọng minh thì phát ra thức, chỗ trong lặng chẳng lay động của thức tinh (nguồn gốc của thức) tức là THỦY, tánh "không" sanh ám muội, kết tụ thành sắc, tức là ĐỊA (trái đất), ĐỊA và THỦY nhiễu loạn nhau thành PHONG (Bầu khí quyển bao phủ trái đất). Vì tánh "không" bị ám muội, cố chấp cái năng minh thành chướng ngại, nên vọng cho Bản Giác là sở minh, năng sở nhiễu loạn, nên có tánh biến hóa của HỎA, ngọn HỎA xông lên, nên có hơi THỦY khắp cả mười phương hư không. HỎA bốc lên, THỦY chảy xuống, giao lộn vọng lập thì THỦY ướt thành biển cả, đất khô thành lục địa. Do nghĩa này, nên trong biển cả HỎA thường phun lên, trong lục địa sông ngòi thường chảy. Thế THỦY kém thế HỎA thì kết thành núi, nên khi đập đá núi thì có tia lửa; thế ĐỊA kém thế THỦY thì mọc lên thành cỏ cây, nên đốt cỏ cây thì thành đất, vắt ra thì có nước. Tứ đại giao lộn lẫn nhau vọng sanh nhân quả, do nhân duyên này nên thế giới tương tục*

(Bản giác lìa tánh bất đồng dị vì vô minh nên sanh ra tâm phân biệt. Tâm phân biệt gọi là THỨC). Thức lấy chỗ yên tĩnh làm ra THỦY>ĐỊA>PHONG>HỎA. Vì vậy Giác minh lỗi lầm làm ra Thức mà có vũ trụ, sự sống và thế giới ngày nay).

Phú Lâu Na hỏi (tại sao):

> *- Thế Tôn! Nếu Diệu Giác này vốn nhiệm mầu sáng tỏ, cùng với tâm Như Lai chẳng thêm, chẳng bớt, khi không bỗng sanh các tướng hữu vi như núi sông, đất đai; .....?*
> *Phật bảo:*
> *- Theo như ngươi hiểu, sao lại còn hỏi Diệu Giác của chư Phật lại sanh núi sông đất đai .....;*

(Trong đoạn nầy, một lần nữa nói về diệu giác tạo ra vật chất,)

3. SỰ TẠO RA MUÔN LOÀI

Sau đây là đoạn kinh Lăng Nghiêm mô tả cảnh giới về Sáng thể tạo ra muôn loài, thấy được trong thiền định:

> - A Nan! Người tu thiền định, khi dứt được HÀNH ẤM, các tính sanh diệt lăng xăng chuyển động của thế gian bỗng được tan rã, các nghiệp báo luân hồi, sự cảm ứng vi tế như chỉ tơ gần được đoạn dứt, sắp được minh ngộ nơi cõi Niết Bàn, như gà gáy lần chót, trời bắt đầu rạng đông. Lục căn hư tịnh, chẳng còn giong ruổi cảnh trần, trong ngoài trạm nhiên sáng suốt, cho đến nhập vô sở nhập: thấu suốt cội gốc thọ mạng của 12 loại chúng sanh trong mười phương, chấp vào cái cội gốc đó, các loài chẳng đến với nhau, mà ở nơi mười phương đều đồng một cội gốc, sự phát hiện chỗ ẩn bí đó, như trời gần sáng mà chưa sáng, rạng đông kéo dài, đây gọi là phạm vi của THỨC ẤM Nếu ở chỗ đồng ấy, nhờ sức thiền định mài giũa lục căn, đến thấy nghe thông nhau

(Ý nói khi tu Thiền đã sạch Vô Minh (cuối cùng là Hành và Thức Âm/Uẩn= che mờ) thì sẽ thấy tất cả các loại (12 loài = 4 phương x 3 thì quá khứ hiện tại vị lai) ở mọi nơi (10 phương= 8 hướng +trên và dưới) tuy xa rời nhau nhưng đều chung một gốc. Trái lại theo Darwin con Người và Vượn Chimpanzee đề có chung gốc là Khỉ Bonobo).

4. Phật Giáo Vô thần hay Hữu thần?

a) Quan niệm Hữu Thần : một cách phổ thông, quan niệm dựa trên sự hiện hữu của một Đấng Tạo hóa tối cao với chủ đích tạo ra một thế giới hợp lý và con người với khả năng toàn diện trên mọi sinh vật khác. Điển hình là trong Cựu Ước của Thiên Chúa Giáo, Đấng Tối Cao là Đức Chúa Trời đã tạo ra thế giới trong sáu ngày liên tiếp. Trước tiên là tạo ra Trời Đất là một khoảng trống không. Từ khoảng trống không trên mặt Nước, Tánh Linh tạo ra Ánh sáng, Đất và các Sinh vật. Trong Phần Sáng Thế trên, Đức Chúa trời là Duy nhất và dùng Quyền Năng để tạo Thiên nhiên, Con Người mang hình ảnh của Ngài. Quyền năng đó cũng có thể hiểu là Thánh Linh/Tâm linh và cũng có thể hiểu là chính Đức Chúa Trời.

b) Quan niệm Vô Thần ngược lại tin là sự tạo dựng thế giới là một Sự Tình cờ/ Ngẫu nhiên để đưa đến sự chọn lọc tự nhiên. Sự kiện, vật thể hay Sinh vật nào không thích ứng thì bị đào thải. Sự Tình cờ / Ngẫu nhiên thường gặp sự phê phán từ người có quan điểm Hữu Thần, là sự khó hiểu để giải thích sự hoàn chỉnh của quả địa cầu ở vị trí đắc địa nhất, vùng ven biên trong giải ngân hà để có sự sống. Các nhà khoa học thiên về Hữu Thần thường nói sự lệch lạc đi một chút ở quả địa cầu cũng khiến sẽ không có sinh vật, nhất là cho đến nay, sự sống ở quả địa cầu nầy là duy nhất. Đó là chưa kể sự độc đáo của thế giới và nhất là của con người với Trí tuệ. Ngược lại sự hiện hữu của Đấng Toàn năng của quan điểm Hữu Thần cũng gặp khó khăn để giải thích sự phát sanh ra Đức Chúa Trời, sự hiện hữu và sự thực thi quyền Tối thượng.

Vô thần dùng trong bài viết ở đây là hiểu theo nghĩa rộng không chấp nhận sự hiện hữu của Một Đấng Tạo hóa nhưng vẫn chấp nhận sự hiện hữu của phần Hồn và Tâm Thần sau khi chết. Theo quan niệm như vậy Phật giáo hay Tôn giáo Đa thần là Vô thần.

c) **Phi Thần /Vô Thần (Atheism) ở đây cần phân biệt với quan niệm Vô Thần theo nghĩa hẹp và Hiện sinh.** Trái với quan niệm Vô Thần là theo nghĩa hẹp phủ nhận thế giới Tâm linh. Chủ Nghĩa Phi Thần (Non-Theism) là không tin là có Thần linh và hoài nghi về các hiện tượng siêu hình. Những người nầy tin vào thế giới hiện tại, sống cuộc sống hiện tại, Hiện sinh, Nhân văn/Nhân bản/duy Con Người. Họ phủ nhận một cách khác nhau vai trò Thánh linh, Tâm linh/Phật tánh và có thể cả phần lớn của Tạng Thức.

d) **Đối với Phật giáo không có hình ảnh của Đức chúa Trời**. Hình ảnh Tối cao là các Đức Phật, hay "Mười Phương Chư Phật" và với Đấng Tối cao thể hiện qua Phật Tánh. Phật tánh thì trống không nhưng có tất cả "Chân Không Diệu Hữu". Phật bảo với Ngài Tu Bồ Đề: "Phàm chỗ có Tướng đều là hư vọng. Nếu thấy các Tướng chẳng phải Tướng tức thấy Như Lai", "Không có Pháp nhất định Như Lai có thể nói" vì " Pháp và Phi pháp là giả" và "Nói là Phật Pháp đó tức là chẳng phải Phật Pháp". Phật nói bài kệ:
Nếu do Sắc thấy Ta. Do âm thanh cầu Ta.
Người ấy hành Tà đạo. Không thể thấy Như Lai.
Vậy thì sự giống nhau của hai Đại Tôn giáo trên là Thánh Linh là Chân Không (khi Đức Chúa Trời sáng Thế) và Chân Không của Phật Tánh, Bản Tánh Diệu Minh thể hiện trong câu Chân Không Diệu hữu hay Sắc tức thị Không, Không tức thị Sắc.

(Chú ý là từ ngữ DIỆU theo tự điển Phật học Đoàn Trung Còn là: Tốt đẹp sáng láng, ngon ngọt, sạch sẽ, tinh tế, nhiệm mầu. Những Đức ấy nói không xiết, nghĩ không cùng, tức là cái lý thật của Tướng vậy. Chư phật và Bồ Tát có nhiều chỗ Diệu như Cảnh diệu, Trí diệu, Hành diệu, Ngôi vị diệu, Pháp diệu, Cảm ứng diệu, Thần thông diệu, Thuyết pháp diệu, Quyến thuộc diệu, Lợi ích diệu, Bổn nhơn diệu, Bổn quả diệu, Quốc độ diệu, Quốc lộ diệu, Thọ mạng diệu, Niết bàn diệu).

Trong kinh Lăng Nghiêm Đức Phật chỉ ra rằng: Từ Bản Tâm Diệu Minh , bỗng Khởi Vọng Niệm (=Thức= suy tư) nên tuần tự sanh ra Tánh , Từ Tánh ra Giác tự đó thành Ngũ Ấm thế giới với sinh vật và con người tất cả cùng một gốc. **Như vậy có sự tương đồng giữa Ý chỉ của Thượng Đế/Thiên Chúa Giáo và sự Khởi vọng Niệm /Phật Giáo.**

Sự khác nhau của Hai Đại Tôn Giáo là chỉ có Một Giáo chủ duy nhất là Đức Chúa Trời trong Thiên Chúa Giáo, và Bản tâm không Vọng Niệm Mười Phương Chư Phật mà không dùng từ "Thượng Đế để tuyên bố" Trong Phật Giáo (các Đức Phật đều giống nhau). *Trong kinh Lăng Già khi Bồ Tát Đại Huệ hỏi về tính cách Vô Ngã, Đức Phật Thích ca Mâu Ni chỉ rõ là Đức Phật hiện ra dưới hình thức này hay hình thức khác tùy cơ duyên của chúng sanh. Những hình thức đó là Vô Ngã, vì vậy Đức Tây Phương, Đông Phương chỉ là tên gọi cho sự Thị hiện của các Ngài.* Tóm lại các Đức Phật đều là như nhau và là thể hiện Phật tánh. Nói cách khác Phật tánh là cơ nguyên tự đó khởi nên các Đức Phật khác nhau. Con người có Não Bộ và Nội Thức. Phật tánh hiển hiện trong Nội Thức hay đúng hơn NT dựa vào Phật Tánh. Khi Nội Thức có hình ảnh cao quý nhất và tương ứng với Đức Phật thì Phật tánh/Bản Tánh Diệu Minh sẽ được Thị hiện dưới hình Thức Đức Phật. Tương tự như vậy, Thánh linh thì Thị hiện khi con người có Nội Thức chứa đựng hình ảnh cao quý tương đương đẳng cấp của Đức Chúa. Cũng như vậy, Thiên Chúa Giáo có Ba ngôi (Trinity) để chỉ **Thiên Chúa duy nhất nhưng thị hiện khác nhau ở Ba Ngôi là Chúa Cha, Chúa Con, Chúa Thánh Linh**. *Thiên Chúa hiện hữu trong ba ngôi vị* .*(https://vi.wikipedia.org/w/index.php?title=Ba_Ng%C3%B4i&action=edit&section=5).*
"Ba Ngôi bình đẳng, đồng tồn tại vĩnh cửu, có cùng một bản thể (*Ousia*), quyền năng, hành động và ý chí. Thiên Chúa là đấng Tự mình mà có, không do ai tạo thành, không có khởi đầu và không có kết thúc. Chúa Con được sinh ra từ Chúa Cha. Chúa Thánh Linh nghiệm xuất từ Chúa Cha (hay từ Chúa Cha và Chúa Con). Ba Ngôi tuy riêng biệt nhưng cùng một bản thể và một quyền năng như nhau, nên Ba Ngôi chỉ là một Thiên Chúa mà thôi (ở Ba Ngôi Chúa Cha, Chúa Thánh Thần, Chúa Con: tất cả là Vô Ngã nên như nhau).

Đức Phật cũng thị hiện qua Ba Thân: Pháp thân, Hóa thân (trong Thiền Định) và Báo thân (Hiện đời).
Vì vậy Hữu Thần hay Vô Thần chỉ là tên gọi theo quy ước. Khi nói đến Đức chúa Trời thì hình ảnh thấy được là Chúa Jesus độc tôn và ***Đức Chúa Trời tự mình mà có***. Khi nói đến Bản Tâm (cũng tự hiện hữu thì hình ảnh thấy được là Một trong các vị Phật và là từ ***Vọng Niệm Minh Diệu*** hay có thể gọi là Diệu Vọng Niệm. Phật giáo vẫn là Vô thần như tên gọi, và Thiên Chúa Giáo là Hữu thần, nhưng quan niệm Sáng thế chỉ có Một Đấng quyền lực tối thượng vi diệu.

Tuy nhiên vấn đề Hữu Thần và Vô Thần cần được hiểu trên phương diện Khoa học. Trong quan niệm Hữu thần, nguồn gốc của Sự Sống là có chủ ý từ Đức Chúa Trời để tạo nên thế giới. Các Nhà Khoa học có khó khăn trong quan niệm sự sống xảy ra là sự tự nhiên từ các phản ứng Hóa học vì sự hợp lý trong các chuỗi phản ứng liên tục từ chất vô cơ đến hữu cơ rồi sự sinh sản ra các Proteins. Từ sau khi Darwin chủ trương thuyết Darwinisn tiến hóa và chọn lọc thiên nhiên, Thuyết về nguồn gốc sự sống là do tự nhiên trong phản ứng Hóa học đã bắt đầu có điểm dựa, dễ được giới khoa học chấp nhận. Kế đến Oparin, Haldane và Farone đã lần lượt chứng minh sự sống có thể tự nhiên phát sinh và tăng trưởng trong phòng thí nghiệm. Nói cách khác không cần một quyền năng Tối thượng để điều hợp theo chủ ý. Ngược lại Quan niệm Vô Thần hay Đa thần ít khi đặt ra vấn đề Sáng Thế. Có thể, nguồn gốc của sự phát sinh ra Sự Sống là sự Liên tục Tự nhiên và Tình cờ (Stochastic) nên không cần bàn đến, hay là Phật pháp là Thế gian pháp chỉ chú trọng đến sự thiết yếu sống còn sinh tử mà thôi.

Tuy nhiên sự phát sinh ra thiên nhiên cũng mầu nhiệm vi diệu không khác gì sự chọn lọc Thiên nhiên, ý chỉ của Thượng Đế và Vọng niệm Diệu Minh bên Phật giáo.

Dẫu sao vẫn có điểm chung của hai quan niệm trên. Đó là sự hiện hữu một Đẳng cấp Năng lực Siêu việt làm nên Sáng Thế/ Sinh vật. Năng Lực ấy có thể thấy một cách đơn giản nhất trong dòng Tế Bào Mầm Giống: Dòng Tế Bào này là nguyên vẹn từ Vô thủy, không bị pha trộn bởi thế giới Hiện sinh.

KẾT LUẬN
Khoa học vẫn còn rất non trẻ chỉ biết không quá 5% vũ trụ bao la
- Con người là được Thượng đế, Đấng sáng thế tạo ra. Cha Mẹ và động vật thấp hơn người chỉ cưu mang che chở hướng dẫn con cái. Hiểu ngược lại là một sai lầm to lớn do quan sát và do khoa hoc mà thiếu trí huệ. Khỉ Vượn không thể nào là thủy tổ của loài người nhưng cưu mang tế bào mầm giống loài người.
- Thế giới tạo nên do sư xếp đặt thiện xão của Đấng tạo hóa. Rất khó quan niệm là do sự tình cờ hay tai nạn vì cần rất nhiều sự tình cờ và rất nhiều tai nạn tuần tự và liên tục.
- Big Bang có nhiều điểm giống Vọng Niệm ở chỗ tạo ra thế giới từ một chấn động cục bộ nhỏ làm nên chấn động lan tỏa và tiếp tục bành trướng để tạo ra không gian và thời gian. Tuy nhiên Big Bang cũng như thuyết Lượng tử là thuyết không hoàn chỉnh. Thuyết Big Bang không đủ để giải thích sự tạo ra quy của thiên nhiên và con người. Thuyết lượng tử cũng không hoàn chỉnh vì chưa hiểu tại sao

hạt lượng tử cùng một hệ thống dù xa nhau vẫn biết nhau. Sóng và hạt không thể hiện cùng nhau trong cùng thời điểm, tương tự như Ba Ngôi Chúa hay Ba Thân Phật không xuất hiện cùng một lúc. Tuy nhiên sự thể hiện Chúa hay Phật cùng một lúc ở nhiều nơi là tương tự với hiện tượng liên kết cùng khắp của hạt lượng tử.

- Cho nên tín ngưỡng và thần quyền là cần thiết và song hành với đời sống vật chất. Đức Phật nói trong kinh Nikaya (tương đương kinh A Hàm Nam Tông).

Này Ananda, thật giống như đã hỏi ý kiến các vị thiên thần ở cõi trời Ba mươi ba, các đại thần ở Magadha, Sunidha và Vassakara đang xây thành trì ở Pataligama để ngăn chận dân Vajjì. Này Ananda ở đây với thiên nhãn, thanh tịnh, siêu nhân Ta thấy hàng ngàn thiên thần tụ họp tại các trú địa ở Pataligama. Chỗ nào có thiên thần có đại oai lực tụ họp, các vị ấy khiến tâm các vua chúa, các đại thần có đại oai lực, hướng đến sự xây dựng các trú xá. Chỗ nào các thiên thần bậc trung tụ họp, các vị ấy khiến tâm các vua chúa, các đại thần bậc trung hướng đến sự xây dựng các trú xá. Chỗ nào các thiên thần bậc hạ đẳng tụ họp, các vị này khiến tâm các vua chúa, các đại thần bậc hạ đẳng hướng đến sự xây dựng các trú xá. Này Ananda, chỗ nào các vị Ariyans an trú, chỗ nào các nhà thương mãi qua lại, chỗ ấy sẽ thiết lập một thành thị bậc nhất tên gọi là Pàtaliputta, một trung tâm thương mãi. Nhưng này Ananda, Pàtaliputta sẽ bị ba hiểm nạn về lửa, về nước hay chia rẽ bất hòa, ý kinh nói: Phật bảo Ngài A Nan là ở xứ Magada khi xây thành lớn nhỏ đều có các Thần linh đẳng cấp cao thấp tương ứng, tụ họp lại để phù trợ. Đức Phật cũng tiên đoán hiểm nạn của Thành nầy trong tương lai).

- Khoa học là cần thiết cho đời sống vật chất khi con người cần có thân sắc (ngũ uẩn) để phát triển kỹ thuật. Nhưng ngoài phần sắc còn có phần siêu hình (Thọ Tưởng Hành Thức) đời sống tâm linh là cần thiết hơn để diệt khổ, và trở về cội nguồn của bản tâm bình đẳng và tĩnh lặng . Thần quyền không những cần thiết cho sáng thế mà còn là rất quan trọng vì chi phối mọi hoạt động của đời sống thường nhật. Quan niệm rằng Tôn giáo làm ra ảo tưởng làm con người lệ thuộc vào Thượng Đế. Freud cũng như nhiều người đồng hương của Ông rằng tin vào Thượng Đế là con người còn tiếp tục sự nô lệ hơn là già dặn hơn.

Người Tây Phương kể cả lãnh Đạo tôn giáo thường thông suốt kinh Nikâya hơn là những kinh Phật giáo khác. Những vấn đề có tính cách thuần lý cơ bản về gốc rễ của Đạo được giảng giải nhiều trong kinh Đại thừa như Lăng Nghiêm, Hoa Nghiêm hơn là trong kinh Nikaya. Vì vậy có sự nhầm lẫn cơ bản rằng Kinh Phật ít nói về Sáng thế và thần quyền trong Sáng thế. Phân tich trong bài viết cho thấy không có khác biệt đáng kể về sáng thế, và Thần quyền giữa Thiên Chúa Giáo, Đạo Hồi và Phật giáo. Đấng Sáng Thế, Đức Chúa Trời và Chân Không Diệu hữu với Trí Huệ Bát nhã là không khác biệt ngoài tánh chất Nhân cách hóa Đấng sáng thế. Vì vậy khó để phủ nhận rằng Đạo Phật là Đạo hữu Thần.

X. . QUANTUM MECHANIC CƠ LƯỢNG TỬ (H1.21,22)

Vì Tri Thức có tính cách Siêu hình và vì Phật giáo có quan niệm Vô thường về thế giới vật chất nên có khuynh hướng và cũng là trào lưu liên hệ TR và Phật giáo với Cơ khí Lượng tử .

1. Cơ Lượng Tử:/CLT Bohr và Einstein

lý thuyết mô tả trạng thái của các hạt Cơ Lượng Tử như electrons, quartz... và không áp dụng cho Thế giới đại thể (Macroscopic). Thế giới đại thể kể luôn cả vũ trụ với tinh tú ngân hà, thiên hà...được Einstein diễn tả trong Thuyết Tương đối. Đó là thế giới khẳng định, vật chất có thể đánh giá được bằng trọng lượng, vận tốc, vị trí....Ngược lại trong phạm vi nguyên tử và lượng tử (sub-atomic level/quantum) vị trí và vận tốc... lại không có chỉ số nhất định khi đo cùng một lúc và bị ảnh hưởng bởi người và dụng cụ đo lường dựa trên nguyên tắc hoài nghi Heisenberg của trường phái Copenhagen đứng đầu là Niels Bohr. Tuy nhiên, có sự bất hợp lý trong quan niệm trên vì người ta không biết giới hạn giữa đại thể và vi thể

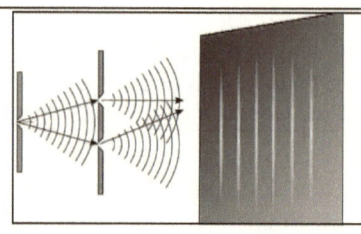

H1.21

Ánh sáng xuyên qua hai khe cho ra những đường vân chỉ có thể giải thích bởi tánh sóng của ánh sáng
trở nên ẩn số.

Hạt lượng tử còn khác với thế giới đại thể vì hạt không có hình tượng khẳng định, *khi muốn quan sát lượng tử ở dạng hạt thì lại khám phá ra dạng sóng và ngược lại khi muốn quan sát ở dạng sóng thì chỉ thấy được ở dạng hạt (ánh sáng có hai dạng là khẳng định tính nhị nguyên của thế giới vô thường này). Khi không ai quan sát thì hạt ở trạng thái vừa hạt và vừa sóng.* Đó cũng là tại sao hạt lượng tử không có vị trí nhất định khi muốn tìm nó nhưng cũng biết với một sát xuất là nó ở đâu đó trong một khoảng không gian. Tuy nguyên tắc hoài nghi của Heisenberg trong Cơ Lượng Tử (Quantum Mechanic) phát xuất từ Thế giới vi thể nhưng vẫn có ý nghĩa trong đời sống. Schrodinger bày ra thí nghiệm tưởng tượng hạt Photon bắn vào trong hộp chứa một con Mèo và có dụng cụ kích động có thể giết con Mèo nếu Photon xoay theo chiều thẳng đứng (Schrodinger's cat). Khi Photon xoay theo chiều ngang thì dụng cụ trên không hại con Mèo. Khác với Thế giới đại thể, trong đó, sự vật là được khẳng định, ở Thế giới vi thể, theo cơ cấu lượng tử thì Photon không có chỉ số đo nhất định trước khi được quan sát/hay đo lường: có thể xoay ngang hay dọc, có nghĩa là con Mèo có thể vừa sống và vừa chết!. Quan niệm trên cho thấy vai trò của sự quan sát thật sự có ý nghĩa trong đời sống. Sự hoài nghi, và tính chất không thực tế của thế giới lượng tử/Lân Hư (như Đức Phật dùng khi giảng kinh) cho thấy tánh cách ảo trừu tượng của thế giới vi mô, Thế giới vĩ mô lại dựa trên thế giới vi mô, cho nên cơ lượng tử cũng đã nói thay cho Đức Phật thế giới là ảo tưởng vô thường vì dựa trên vật chất ảo **Kant đã không sai khi nói là "Con người chẳng biết gì về sự việc của chính mình mà là chỉ biết qua kinh nghiệm về vật thể"** *(ý nói hiện tượng được quan sát)*

Đơn giản hơn, ánh sáng thể hiện dưới hai dạng sóng và hạt là phản ảnh tính chất nhị nguyên của vật chất và vô thường. Có người có hai nhân thể (hai Hồn), nhưng ở mỗi thời điểm, người ta chỉ có thể thể hiện một nhân thể lựa chọn thôi. Cho nên tuy ánh sáng có hai dạng, nhưng tùy theo cách quan sát, chỉ có thể thấy một dạng thôi, dạng kia bi che lấp bởi sự chú ý! (càng chú ý thi càng mù lòa do vô minh).

Một cách khác để quan niệm là CLT ở vào thời kỳ Nhị Nguyên tiên khởi, thời kỳ giao thoa giữa Chân Không và Nhị nguyên, nên có đặt tính của Chân không là không nắm bắt được, kết nối cùng khắp, không tại chỗ và đặt tính của Nhị nguen vừa hạt vừa sóng, cho nên thế giới của CLT là vừa thật và vừa không thật (chú ý quan niệm Thật và không Thật của Phật giáo và Vật lý là trái ngược nhau)

Many-worlds interpretation *(Multiverse)*
Hugh Everett (1957)

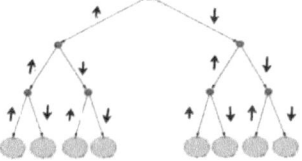

Each line represents a history of particle or even person

A

B

H. 1.22 A. Trong khi xem xét hạt trong thí nghiệm, hạt có thể quay lên hay xuống theo nguyên tắc Heisenberg. Một trong hai trường hợp là được quan sát và trường hợp kia cũng xảy ra nhưng ở một thế giới khác cũng thật như thế giới này. Như vậy mỗi khi quan sát, quan sát viên đã vô tình tạo ra hai thế giới (lưỡng cực)
B. Thế giới như thước phim chia đôi nhưng khác nhau. Con Mèo trong thí nghiệm tưởng tượng "Schrodinger's cat" đang gặp nguy, có thể sống hay chết: một phía con Mèo còn sống, phía kia con Mèo chết.

Trong thế giới hoài nghi, cũng có thể quan niệm tương tự như với Schrodinger sau đây: hạt Photon trong hình A có thể ở chiều quay lên hay

xuống khi người ta quan sát: Nếu kết quả là: "xuống" thì cũng có nghĩa là c
hạt khác ở vị trí "lên" nhưng người quan sát không thấy được.
Trong hình B: khi con Mèo gặp nguy hiểm có thể sống (tương ứng với hạ
quay lên) hay chết (tương ứng với hạt quay xuống):

Một vấn đề được bàn cãi nhiều nhất là sự vô định trong vô lượng tử. Khác với thế giới vĩ mô, thế giới lượng tử có tính cách vô định vì khi đo lường người ta không thể nào quyết đoán được vị trí và vận tốc (velocity) cùng một lúc. Hai vật lý gia thuần lý Heisenberg và Schrodinger riêng rẻ bằng hai Phương trình toán học cho biết người ta chỉ biết hạt lượng tử ở đâu đó trong vùng chỉ định bằng Phương trình toán học. Niels Bohr nói người ta không biết đường đi của hạt lượng tử, mà chỉ biết chung vị trí ở đâu đó khi đo lường Đó là quan niệm/interpretation Copenhague. Hạt lượng tử 'bị ép buộc' phải cho ra số đo bởi người quan sát. (Xin chú ý sự ép buộc ở đây có nghĩa là hạt lượng tử tùy thuộc vào TR vô minh để cho ra một số đo tương đối gần với như thị). Trước khi quan sát hay đo lường, người ta nghĩ hạt lượng tử không có biểu hiện tánh hạt hay sóng! Quan niệm trên đã không được Einstein đồng tình vì mặt trăng vẫn ở đó dù có được nhìn hay không. Để phản biện lại Einstein đã tưởng tượng ra hiện tượng hai hạt cơ bản cùng một hệ thống di chuyển trên trục với hai hướng đối nghịch. Einstein tiên đoán là hai hạt sẽ có tính chất (spin) khác nhau hay giống nhau dù xa nhau tận chân trời. Với Nghịch lý EPR được Alain Aspect chứng minh đã khẳng định hai hạt là đồng tình với nhau. Xác nhận được tánh kết nối cùng khắp của hạt lượng tử. Các Vật lý gia kết luận là không có ThựcTại tại chỗ (Non–local reality). Nhưng thật mĩa mai khi nói rằng, theo Đức Phật cũng như quan điểm chung của Phật Giáo, cái gì không có hình sắc, không đo lường được mới là thật, hiên hữu và Thường (không Vô thường). (Vì, cái gì có hình sắc thì sẽ bị hư hoại, ngược lại hư không thì không có gì có thể bị hư hoại). Phải chăng dụng cụ đo lường là sản phẩm của tri thức. Mà tri thức thì quá thô thiển so với Chân Không Phật tánh nên Heisenberg không thể đo lường hạt được. Biết rằng Heisenberg tìm ra lý giải cho thuyết sát xuất của hạt trong một giây phút khai mở của trí tuệ trong một cơn chóng mặt/vertigo, khi Ông thấy có trong trí óc cái nhìn xuyên thấu vào hạt nguyên tử. Tuy vậy có lẽ cái nhìn ấy không thể so sánh với cái nhìn bằng trí huệ bát nhã của Phật. Cho nên lý thuyết của Heisenberg vẫn có khuyết điểm và không toàn vẹn. Phải chăng thuyết sát xuất là thể hiện sự yếu kém của tri thức về thực tại. Có thể là đơn giản như vậy.

Trở lại với quan niệm Nhị Nguyên Tiên Khởi, như đã đề cập ở trên, thực tạ của Cơ lượng tử là vừa có thật và không có thật. Giống như, Phật tánh và Đức Phật là y như nhau nhưng Phật tánh là Hữu Ngã (Cha đẻ của Vũ trụ) và Đức Phật là Vô Ngã (không sanh ra vũ trụ).

2. Quan điểm đa thế giới Hugh Everett

Tương tự như vậy, năm 1955, Hugh Everett III, (1931-1982) trong luận án PhD ở Princeton đề nghị thuyết Many Worlds Intepretation (Diễn nghĩa Đa Thế Giới) đề nghị thêm một quan điểm mới cho trường phái Copenhagen về cơ chế lượng tử. Thuyết rơi vào quên lãng trong 10 năm trước khi được hâm nóng lại và được nhiều lý thuyết gia vật lý bàn luận và trở nên phổ thông cũng vừa sau khi Everett mất trong trạng thái đầy thất vọng và say nghiện.

3. Quan niệm Dịch lý của Phương Đông

như trên thì không khác gì đã đề cập trong phần đầu của chương sách này: Chỉ có Thái cực là độc tôn, còn lại trong thế giới này là lưỡng nguyên và đa nguyên. Nói một cách khác khó mà chắc chắn là thế giới của chúng ta đang sống là duy nhất: Con Mèo chết ở đây nhưng ở một thế giới tương tự như chúng ta con Mèo lại còn sống.

Năm 1988 Albert và Loewer thay thế quan niệm trên bằng quan niệm Diễn nghĩa Đa Tâm (Many-minds Interpretation) (Lockwood 1996). Vì là thực tại là do Tâm quan niệm" Nhất thiết duy Tâm tạo". Đa Tâm nầy khác với Đa thức /hay trong bịnh Đa nhân thể. Theo quan niệm trên Tâm là Nội thức, mọi người bình thường có thể có nhiều Tâm khác nhau cho một sự kiện/vật thể do sự quan sát khác nhau ở mỗi thời điểm khác nhau (chỉ có Tâm Phật/Phật Tánh/Thánh Linh là duy nhất). Nói một cách khác, khi nội tâm đã được chọn sẵn, thì người quan sát chỉ nhìn thấy kết quả nào phù hợp với Nội tâm, vì TR chỉ có khi có Chú ý.

Một cách hiểu khác trong câu " Nhất thiết duy Tâm tạo" khi Tâm nghĩa là Bản Tâm, tức là Phật Tánh/Chân không. Tâm là Đấng Sáng Thế

4. Trong kinh Hoa Nghiêm

Cảnh giới Phật và Bồ Tác và các Ngài thị hiện ở muôn vàn nơi chốn khác nhau cùng một lúc hay ở những cõi sắc và vô sắc. Sự thị hiện cùng lúc ở khắp nơi chốn có thể quan niệm dễ dàng nếu hiểu rằng Thân, Khẩu , Ý và cảnh giới Phật (gọi chung là Phật Tánh) bao trùm khắp Vũ trụ. Tương tự như mặt trời và mặt trăng đối với người trên quả đất, dù ở đâu cũng thấy trời trăng.

. Phật giáo khởi nguồn từ Ấn độ là nơi con người có cái nhìn sâu sắc về thiên nhiên và thần quyền. Khác với người Cực đông có khuynh hướng về quan niệm thiên nhiên cụ thể và thực tiễn nhiều hơn. Khổng tử (551 TCN- 479 TCN) là triết gia của đời sống thực tiễn và chủ quan, chú trọng đến đạo quân thần, xã hội lớp lang và gia đình thứ bậc. Ngài quan niệm về "Chính danh" tức là khẳng định (tương tự như Chánh Niệm trong Bát Chánh Đạo) Kinh dịch rất được Đức Khổng tử ưa thích và nghiên cứu.

Tuy trong Dịch có đề cập đến Thái cực, khởi sanh ra mọi biến đổi trong Dịch, nhưng Đức Khổng tử chú trọng nhiều đến các phần sau của Dịch về mối tương quan giữa các hào (vạch) trong quẻ Dịch. Lão Tử (? 642 TCN - 471 TCN) hay Trang Tử) sâu xa hơn khi đề cập đến Đạo bàn về hình thành của vạn vật từ cõi "Không tên", "Lù mù".

Người Ấn độ đã biểu hiện sự suy tư và hòa hợp với thiên nhiên đến độ cùng tột với Phật giáo. Cảnh giới quán chứng được ghi lại trong kinh điển Đại thừa là cảnh giới ít có ở văn sử Trung Hoa trước khi Sơ Tổ Thiền Bồ Đề Đạt Ma (470-543) đông du truyền với kinh sách của Phật giáo đến với đệ tử của Ngài. (chú ý: Trần Huyền Trang (602–664), cũng thường được gọi là Đường Tam Tạng hay Đường Tăng, là người thỉnh kinh và dịch thuật kinh Phật sau Bồ Đề Đạt Ma khoảng hơn một thế kỷ), Thế giới trong Kinh điển Phật giáo vượt hẳn sự tưởng tượng trong kinh điển Trung hoa vì vậy mới có khả năng vượt lên hạng thượng thừa, thừa khả năng cạnh tranh với văn hóa Kinh dịch Khổng Mạnh và Đạo của Lão Trang vốn ảnh hưởng sâu đậm trong người Hán. Thời gian ngắn nhất tính bằng sát na cực nhỏ đến độ không thể diễn tả bằng ngôn từ. Số lớn tính hàng tỉ lần đếm không hết. Thế giới và Công đức của Phật, Bồ tát vi diệu từ cõi vi trần và bao la khắp Đại vũ trụ là bất khả tư nghì. Hơn thế nữa, sự toàn giác của Đức Phật cũng đã được minh chứng bởi sự tiến hóa của khoa học thực nghiệm. Vì vậy khi nói đến thế giới hiện hữu văn hóa Trung hoa thường có khuynh hướng khẳng định hơn là văn hóa Ấn Độ. Phật giáo thường đề cập đến nhãn quan về thế giới như hoa đom đóm thay đổi có lúc này và không có lúc kia. Quan niệm gần giống như Cơ cấu lượng tử: các hạt lượng tử không thể nào xác định được mà không bị thay đổi bởi con người. Phật giáo nói sự thay đổi thế giới đó là do cơ duyên xảy ra trong Nội Thức: có cơ duyên thì thành Nội Thức để nhận biết sự vật, hết cơ duyên thì nội Thức đó mất đi, vạn vật theo cảm quan đó cũng tan biến hay thay đổi đi. TR trong quan niệm Não Bộ học có thể đặt thí dụ cụ thể cho quan niệm về sự thay đổi sự vật của thế giới này. Nhất là khi áp dụng thuyết Quan niệm Đa Thế giới của Everett. Theo Everett, vật chất, hình hài và các sự ngẫu nhiên xảy ra là hiện hữu, và những thứ giả định đó tuy có thật nhưng ở một thế khác đồng hành với thế giới nầy; hoặc trong Big Bang này hay có thể trong một Big Bang khác đồng hành với Big Bang nầy. Nói một cách khác để dễ quan niệm hơn sự hiện hữu hay không hiện hữu là do từ nội Tâm của mỗi người hay mỗi sinh vật, những thực tại này là có thật nhưng có thể không được quan sát hay quan niệm như vậy bởi những người hay sinh vật ở một vị trí khác trong thiên nhiên trong đại thể gồm nhiều thiên hà hay có thể nhiều Big Bang.

Tri Thức (TR) trong Khổng giáo được đề cao và triệt để dùng để cư xử trong Đạo Quân tử, và ít khi Khổng giáo dạy môn đệ. Nho giáo có quan niệm sâu sắc về hệ luận đi ngược lại vào trong quá khứ cũng như chạy dài ra tương lai. Đó là quan niệm xuất phát từ định đề chủ quán và khẳng định tương tự như quan niệm về đại vật thể khẳng định của Einstein. Nhưng Einstein lại quan niệm một tôn giáo như Phật giáo có tầm mức vũ trụ, vượt lên trên "Thượng Đế được nhân cách hóa", qua khỏi thần quyền và mặc khải/giáo điều để kết nối Tâm linh và Thiên nhiên... (***"Buddhism has the characteristics of what would be expected in a cosmic religion for the future: It transcends a personal God, avoids dogmas and theology; it covers both the natural and the spiritual, and it is based on a religious sense aspiring from the experience of all things, natural and spiritual, as a meaningful unity***). Ngược lại Niels Bohr có khuynh hướng tách khoa học ra khỏi Tôn giáo khi Ông nói:" Phải nhớ rằng ngôn ngữ của Tôn giáo và Khoa học dùng cách khác nhau. Ngôn ngữ của Tôn giáo gần với ngôn từ trong thi ca hơn là Khoa học "(... ***But we ought to remember that religion uses language in quite a different way from science. The language of religion is more closely related to the language of poetry than to the language of science***). Tuy Phật giáo chỉ ra một thế giới vô thường huyễn mộng xuất phát từ Biến kế sở tánh và Y tha khởi tánh, nhưng rốt ráo lại khi gạt sạch vết dơ bẩn của Tâm để Tâm trong sáng thì sẽ đạt đến viễn ảnh Viên thành thật. Mọi sự việc rõ ràng và có tự tánh, và như vậy lại đồng nghĩa với khẳng định. Không sai là khoa học ngày nay vẫn còn non trẻ để vẫn chưa xác định được ẩn số trong Cơ học Quantum về tính hoài nghi của vật chất lượng tử. Einstein cho đến cuối đời vẫn tin có ẩn số đó để phá tan sự hoài nghi đó nhưng Ông đã thất bại không thể nào chứng minh được.

Tuy TR giữ vai trò quan trọng để tu học đi đến giải thoát, nhưng TR và các Thức khác như Mạc Na Thức và Tạng Thức tuy góp phần vào Bát chánh Đạo nhưng cũng là trở ngại cho sự khai ngộ và đi đến giải thoát nếu không theo con đường Bát chánh Đạo mà lệch lạc ra hay đi chưa tới, thì cũng thành nhị thừa, ngoại đạo hay tà đạo.

Vì vậy Đức Phật nói:

> "*Này Đại Huệ, kinh nói ra là tùy căn cơ của chúng sinh không hiện thị được chân lý hiện Thị; lời nói không hiểu được cái như thực. Đó giống như gương chiếu phỉnh gạt lũ thú khát nước vọng hướng tìm nước uống chỗ không hề có nước; cũng vậy lời dạy kinh là nhằm thỏa mãn trí tưởng tượng của phàm phu nên không hiện Thị được thực tại, tức cứu cánh của thánh tri giác. Này Đại huệ, nên theo nghĩa chớ chấp vào ngôn từ*".

Lần nữa Đức Phật lại cảnh báo sự Vọng tưởng của Tâm ý từ người chưa khai ngộ hiểu sai về ý nghĩa của lời kinh điển mà Vọng tưởng. Nói một cách khác, Nội Thức gồm cả Tạng Thức là kết hợp của quá khứ lâu dài của đời sống hiện tại và của không biết bao nhiêu kiếp trước đã khởi vọng lên Niệm tưởng. Lời dạy của Đức Phật cũng sẽ bị vọng tưởng kia biến chất, không thể hiện được những gì Phật nói. Cho nên con đường **Lục độ Ba La Mật / Bát chánh Đạo** là cần thiết, bỏ dần đi những kiến nghiệp sai lầm và chỉ còn lại Phật tánh. Trong kinh Lăng già Tâm ấn, Đức Phật nói:

> "*Lại nữa Đại Huệ! Vọng tưởng ba cõi (Dục, Sắc, Vô Sắc Giới) khi được diệt, thì vô minh, ái, nghiệp duyên liền diệt. Lúc ấy **cảnh huyễn** từ Tâm hiện ra theo đó mà thấy*". Người ngoại Đạo/ phàm phu **không biết đó là huyễn** vọng mà chấp nhận là kiến thức. Thì chân như vẫn chưa thể hiện ra. Thí dụ như cái bình bể không thể làm gì được việc của cái bình, cũng như hạt giống cháy không thể làm việc được việc nảy mầm". (ý nói chấp cảnh giả cho là thật thì không bao giờ thấy được cảnh thật) Vì vậy diệt mê cần rất nhiều giai đoạn. Cho nên Đức phật nói thêm:"*Đại Huệ! Các ngoại Đạo kia nói có ba duyên (Quá khứ, Hiện tại, Vị lai) hợp lại mà sanh, tạo ra phương tiện tự tướng nhân quả, quá khứ, hiện tại, vị lai tướng hữu chủng, vô chủng từ xưa đến nay thành việc truyền thừa nhau. Thành tập khí giác tưởng chuyển tự thấy sai, nên nói như thế. Có thể đó là tình trạng tự ngã của bậc nhị thừa* (Tin vào duyên hợp nông cạn bởi Cái Tôi của hàng phàm phu cân phải diệt bỏ).*Thế nên, Đại Huệ! Phàm phu ngu si bị ác kiến nuốt sống, tà khúc làm mê say, không trí đối xung nhất thiết trí. Vấn đề là diệt vọng tưởng là rửa sạch Nghiệp từ nhiều kiếp, và công phu*". Và cuối cùng Đức Phật nói:" *Đại Huệ! Bồ-tát kia chẳng bao lâu sẽ được xem thấy Sanh tử và Niết-bàn là bình đẳng....*".

Có lẽ ý nghĩa đáng ghi nhớ từ lời Đức Phật dạy không những là vọng tưởng làm người ta sai lầm về Nhận Thức /Tri Thức về cuộc sống mà còn là sự vọng tưởng về chính mình khi lầm tưởng rằng mình hết mộng tưởng cho đến chừng nào Tâm bình đẳng **không** biết có hay không! Đến đây mới thực sự đạt đến trạng thái Vô Ngã (sạch màng Vô minh). Khi đến trạng thái này các Pháp (hiện tượng) bên ngoài là những gì tự tính của nó, không bị thiên lệch bởi người quan sát có Tâm Vô Ngã. Sự lệch lạc khởi đầu của Tâm Vô Ngã là cơ chế của sai lầm trầm trọng như câu nói "*sai một li đi một dặm*"thường nghe trong đại chúng. Lý thuyết của sự Hỗn loạn (Chaos Theory) cũng đã chỉ ra sự lệch lạc khởi đầu có thể gây nên hỗn loạn lớn trong một hệ thống của thiên nhiên (Lorenz 1962). Vì vậy, Tâm Vô Ngã là bản chất thực sự của tình trạng Vô Ngã. Tu hành rốt ráo là làm cho Tâm được Vô Ngã, con đường hẹp lối đầy chông gai thách đố, cám dỗ và lầm lạc. Con đường này không hoan lạc nhẹ nhàng và dễ nghe dễ hiểu, như Lão Tử nói: *Đạo nói ra mà phàm phu không cười thì không phải là Đạo*. Đó là bước đi qua ngõ hẹp như Thánh Mathew nói (Mathew 7:13-14): "*Hãy qua ngõ hẹp sẽ đưa đến đời sống, vì con đường rộng nhiều người đi là đi vào chỗ hủy hoại*"

XI. CƠ LƯỢNG TỬ, NÃO BỘ, TRI THỨC, VÀ PHẬT TÁNH.
A. Tổng Quát

.Nhắc lại các phần trên, trong mọi nghiên cứu, Tri thức/TR được chấp nhận là sản phẩm của NB. Đối với Phật giáo, TR là dụng cụ để Trí Huệ Bát Nhã/THBN tiếp xúc với thế giới của sanh vật. TR luôn luôn phải dựa lên hay kết nối với THBN/Phật tánh/Bản tâm. Đối với nhà khoa học Vô thần, nhưng không hoàn toàn duy vật (như Sir Penrose), TR tuy là sản phẩm của Não Bộ/ nhưng TR cũng có ở ngoài NB, trong thiên nhiên không sanh vật hay không NB như trường hợp Xuất Hồn hay Hiện tượng Cận Tử.

Tóm lược TR có đặc tính vật lý sau:
- Không nắm bắt được như các vật thể của thế giới vật chất.
- Thu nhận được thông tin và suy nghĩ (hội nhập).
- Xuyên thấu vật chất và kết nối cùng khắp khi ngoài NB   (Trong NB của sanh vật còn sống: xuyên thấu vật chất và kết nối cùng khắp bị hạn chế trong NB).

TR vì vậy có nhiều đặt tính của thế giới Cơ Lượng Tử/CLT và gần với đặc tính của Chân Không.

Biết rằng Chân không là Nhất Nguyên/Đấng Sáng Thế. Sau vọng niệm Chân không sanh ra Nhị nguyên gồm Lực và THBN theo nguyên tắc Nhị Nguyên.

   i. Lực làm ra Hình Sắc và Lực (gồm vật chất hữu hình, kể cả **Lượng tử**, chất Đen (?) và Lực Đen (???)).

   ii. THBN sẽ là nguồn gốc để làm ra TR.

Quan niệm THBN có trước TR, không là của riêng Phật giáo. Thí dụ Kant phân loại TR được làm nên từ ba nguồn (từ Đấng Trên, từ kinh nghiệm và từ Phương pháp suy luận (Priori origins/transcendental, Priori truths/universal and Priori methods/methods to acquire) quan niệm này khác với THBN của Phương Đông là toàn hảo bao gồm tất cả.

Một số khoa học gia cận đại về vật lý và NB cũng đồng quan niệm là Trí nhớ và Tri thức có trong vũ trụ không sanh vật (trong bài viết: does the Universe have cosmological memory? does this imply cosmic consciousness? by Walter Christensen, from departmemt Physics Pomona CA USA; The Quantum Hologram and Nature of Consciousness by Edgar Mitchell , Apollo Astronaut; How Consciousness become the Physical Universe by Menas Kafatos , computational Physics CA,USA)

Nhưng hạt Lượng tử trong CLT/ Cơ Lượng Tử không thể nào hòa hợp thành một với TR trừ khi cả hai bị trả về Chân không, vì vậy luôn luôn phải có khoảng cách *giữa sóng Sin động của Hạt* và TR. Điều nầy vật lý gia muốn làm nhưng chẳng bao giờ làm được. Khoảng cách đó thường gọi là Stop-Gap vì không có sự chuyển tiếp liên tục từ thế giới Vi mô ở dạng phương trình sóng Sin động (wavefunction, có thể làm nên sự chồng chất.superposition số đo) sang Vĩ mô ở dạng đường biểu diễn thẳng (linear function, có số đo khẳng định). Sự ép buột thay đổi CLT sang thế giới khẳng định gây ra do TR được Penrose gọi là Objective Reduction/OR (Quy giảm Khách quan). *Kết hợp tất cả các OR trên trong NB làm nên sự Quy giảm và Hòa nhịp (Orchestrated OR/Orch OR). Theo Penrose Orch OR biểu hiện cho hiện tượng vi tính của NB để làm ra TR.* Quan niệm THBN có trước TR, không là của riêng Phật giáo (xem trên). Quan niệm TR Tiên khởi là để bù vào sự bất cập trong Cơ lượng tử/CLT không thể diễn tả sự thay đổi dạng sóng của sự kiện (biểu hiện bằng hạt) ra con số khẳng định. Sự bất cập trên gây ra do sự bất cập của TR và được xác nhận bởi Định lý toán học Godel.

B. Khoảng cách giữa Cơ Lượng Tử/CLT và Tri Thức/TR

1. Phần đông khoa học gia (Vật lý, NB và Y khoa) đều lý luận hay quan niệm dựa trên thực nghiệm đo lường, ngay cả khi lý luận về những vấn đề có tính cách siêu vật lý như TR.

Vật lý trải qua ba thời kỳ quan trọng:
    Vật lý Newton cổ điển dựa trên sự khẳng định trong quan sát áp dụng cho thế giới gần gũi quan sát với sinh vật.
    Vật lý Einstein ở dạng Vĩ mô rộng lớn gồm với thuyết Tương đối hạn chế và tổng quát.
    Vật lý CLT ở dạng vi mô, trong đó hạt lượng tử không có số đo rõ ràng. Khi quan sát, thế giới Vi mô bị bắt buộc cho ra số đó, tuỳ thuộc theo người quan sát và dụng cụ đo lường. Bởi vậy Einstein đã không đồng thuận nên hỏi ngược lại: Mặt trăng có còn đó không khi không ai nhìn". Thí nghiệm EPR cũng không nói lên gì hơn ngoài sự kiện là các hạt lượng tử đồng điệu và liên kết nhau. Khi quan sát với TR, CLT bị quy giảm thanh Hạt có thể đo được. Thí nghiệm EPR không nói lên được rằng sự lù mù vô định của CLT có cơ nguyên do giới hạn quan sát của con người (hay TR) hay không?. Penrose cũng đã nhắc lại nhiều lần trong các bài viết của Ông về sự kiện Einstein và Schrodinger chỉ ra sự khiếm khuyết của thuyết CLT.

Nói một cách khác TR con người bị giới hạn bắt đầu từ thế giới của Lượng tử. Thực chất của thế giới CLT là gì? có thể là do vấn đề thiếu chính xác của TR không?. Biết rằng TR là dụng cụ duy nhất mà con người có được để khảo sát thiên nhiên. Vì vậy dù muốn hay không, không cách nào để chứng minh thế giới Lượng tử là có thể đo lường thiếu chính xác. Hạt chỉ có thể xát định bằng đường biểu diễn sóng Sin động. Khi biến thế giới Vi mô ra thế giới Vĩ mô có thể đo lường chính xác, nhà vật lý nói rằng đường biểu sóng Sin xẹp xuống (collapse) thành đường thẳng, còn gọi là Objective Reduction/OR/ Quy giảm khách quan.

Vì vậy, theo trường phái Copenhague của Bohr và Heisenberg, thế giới của Cơ Lượng Tử là lù mù. Hạt ở đây đó, chồng chất lên nhau (superposition) biểu diễn bằng phương trình sóng Sin động. Quan niệm này rất gần với Lão tử nói về thể lù mù, hay trong Cựu ước mô tả tình trạng hỗn độn, không hình dáng, tối tăm, che mờ vực thẳm. Tình trạng cũng giống như trong lý thuyết về Nhị nguyên Tiên Khởi trong sách này: Khi Chân không bị vọng niệm làm nên Sáng Thế /Big Bang. Hiện tượng đầu tiên là Nhị nguyên tiên khởi. Sau đó dần dần sanh ra lực, vật chất và TR. Thế giới trong tình trạng nầy, vừa có đặc tính của Chân không và vừa có đặc tính của Nhị nguyên. Nhắc lại, đặc tính của Chân không là Bất đồng dị, kết nối cùng khắp, không hình dáng, không sanh diệt nên thường hằng và dĩ nhiên được gọi là Chân Như (có thật). Nhị nguyên là có hình tướng, phân biệt, có sanh diệt nên vô thường, hư ảo là không thật (vì sẽ bị hủy diệt) (chú ý quan niệm của Vật lý gia Thật là Hư vọng của Phật giáo /Đạo và Chân như của Phật giáo bị coi là Hư vọng Ảo huyền đối với Vật lý gia).

Đi xa hơn nữa trong quan niệm của trường phái Copenhague là quan niệm Đa Thế giới của Hughes Everett III và con mèo của Schrodinger trong hộp có hạt lượng tử có thể giết hay không giết con Mèo tùy theo hướng quay làm kích hoạt dụng cụ sát thủ. (Thí nghiệm con Mèo của Schrodinger là cách vĩ mô hóa thế giới vi mô). Trong Đa thế giới, mỗi vị trí của hạt được khẳng định ở mỗi thế giới. Trong hộp với con Mèo của Schrodinger, TR là nhân tố làm con Mèo sống hay chết khi dùng TR để xem con Mèo lúc mở hộp ra.

Vì sự khác biệt giữa TR và CLT, mô hình Não bộ là một máy vi tính CLT có vấn đề để giải quyết trước tiên vấn đề CLT không có số đo rõ rệt thành TR khẳng định.

Đo lường (của Vật lý gia) trong Cơ lượng Tử là một nghịch lý khó được giải quyết.

Phương pháp không thể áp dụng cho mô hình   Não bộ là máy vi 148
- Phương pháp Nhất quán (Unitary evolution) (cũng gọi là quan niệm đi theo CLT/Quantum Coherence), là giữ nguyên trạng thái Sóng/Hạt liên tục để cho ra số đo không nhất định trong một sát xuất, kết quả chồng chất lên nhau (superposition).

Phương pháp có thể áp dụng cho mô hình   Não bộ là máy vi 148
- CLT: Phương pháp Quy giảm khách quan (Objective Reduction/OR) (cũng gọi là quan niệm tách rời khỏi CLT/Quantum Deherence), biến dạng dòng sin động xẹp xuống thành đường thẳng, cho ra số đo khẳng định. Phương pháp thường là do sự can thiệp TR của người quan sát (hay máy móc làm ra bởi người quan sát thì cũng như vậy) như trong thí nghiệm EPR. Theo vật lý, như vậy quan sát bị gián đoạn có khoảng cách ngăn trở (Stop Gap). Người ta thường nói đến khoảng cách của quan sát viên và vật thể được quan sát, và thường nói đến sự hợp nhất hai thế trên (chủ thể và vật thể) thành

một để có cái toàn thể (để làm ra số đo khẳng định hơn). Nhưng xin thưa rằng sự hợp nhất trên còn tệ hơn là vọng tưởng, vì hai thế trên tuy cùng nhau một gốc là Chân Không/Chân Như/Phật Tánh/Thánh Linh, nhưng .là cách biệt khác nhau. Hai thế trên chỉ có thể hợp lại khi cả hai cùng trở về Chân Như, tức là THBN. Vậy chỉ có THBN mới cho ra con số khẳng định mà thôi. (Trở lại quan niệm về TR: TR chính là màng vô minh làm ra sai lạt sự vật quan sát, TR không thể nào thể hiện được chân như của sự vật). Đó chính là tánh không toàn vẹn của Cơ Lượng tử bị Einstein phê phán. ***Tóm lại phương pháp nầy có khuyết điểm là không thể diễn tả thông tin như thị.***

Như đã trình bày trước đây, và như đoạn trên, TR không là như thị mà là sản phẩm của Vô minh, kết quả quan sát bị gạn lọc bởi năm lớp của màng vô minh (Sắc Thọ Tưởng Hành Thức) tạo nên TR của Biến Sở Chướng hay tốt hơn là của Y tha Sở Tánh. Vì vậy, kết quả quan sát là phản ảnh từ người quan sát chứ không phải từ chân như của sự vật được quan sát. Các nhà Vật lý gia cũng biết như vậy. Điều này nói lên sự bất cập của TR khi so sánh với Phật tánh/Thánh linh là bao gồm tất cả trong câu nói bất hủ trong kinh Phật: Nhỏ cũng không Ngoài và Lớn cũng ở Trong.

Biết rằng Đức Phật thường tỏ lòng thương xót đệ tử của Ngài bị Vô minh che mờ từ muôn ngàn kiếp luân hồi. Có thể với THBN, sẽ không còn thế giới bất định của CLT của Heisenberg. THBN bao trùm tất cả và là Vô Ngã nên không còn vấn đề Chủ thể và Vật thể.

B. NB CÓ PHẢI LÀ HÌNH THỨC CỦA MÁY VI TÍNH KHÔNG? 149

Microtubule/ MT NÃO BỘ. (H1.23)
TR được làm ra từ NB sau khi thu nhận thông tin từ ngũ quan và thông tin tổng quát. Từ khi sự phát triển của Thông minh nhân tạo (Artificial Intelligence/AI), nhiều khoa học gia nghĩ rằng NB có cơ chế của máy vi tính để thu nhận và chuyển hoá thông tin thành TR. Từ đó phải tìm ra cơ chế làm nên vi tính trong NB.

Vật lý gia có nhiều hứng thú trong vấn đề trên là Sir Roger Penrose người được coi là có đóng góp nhiều nhất trong Vật lý sau Einstein, được phong Hầu tước (Knighted) và giải thưởng Nobel Vật lý năm 2020 về Hố đen (Black Hole). Ông đã nghiên cứu về TR. Với sự cộng tác của BS Hameroff chuyên gia về gây mê và tâm lý gia ở viện nghiên cứu ở Arizona. Hai Ổng nghi ngờ ống vi thể (microtubules/MT) trong tế bào thần kinh là những vi thể làm nên các thể vi tính. Các thế này kết nối cùng khắp trong tế bào TK và các tế bào TK lại với nhau làm thành mạng lưới vi tính giống như liên kết trọng lương cua các vật thể . (nhắc lại phần trước: *Kết hợp tất cả các OR trên trong NB làm nên sự Quy giảm và Hòa nhịp (Orchestrated OR/Orch OR). Theo Penrose Orch OR biểu hiện cho hiện tượng vi tính của NB để làm ra TR.*

Ống Vi thể thường có kích thước 25nmx50micrometers, cấu tạo bằng cách kết hợp protein Tubulin làm thành vách của MT giống như mạng lưới đan. MT/Microtubule thường kết hợp cặp hai hay ba. MT có nhiều trong mọi tế bào cơ thể, là thành phần kết hợp với ba lọai sợi vi thể trong tề bào làm nên sườn cho tế bào (hệ thống nâng đỡ (và không liên hệ với thể vi tính) tạo nên hình dạng của tế bào). Ba lọai sợi vi thể ở ba dạng khác nhau là Actin nhỏ nhất (để cử động vô thức) Myosin lớn nhất (chỉ có ở bắp thịt để cử động do ý thức) và sợi vi thể trung gian (intermediate filaments) (loại sợi chỉ chuyên làm thành sườn nâng đỡ, không làm nên cử động của tế bào). Microtubules/MT ngoài ra còn giữ vai trò quan trọng trong sự sắp xếp các nhiễm thể khi tế bào chia đôi ra cho đồng đều mỗi bên. MT còn có chức vụ trong các lông mao của tế bào hô hấp để đẩy chất nhờn, hay lông mao của Tinh trùng để tinh trùng di chuyển đến Trứng (lông mao tế bào không phải là râu tóc ở ngoài da). Hình thể ống của MT làm cho người ta nghĩ đến vai trò chuyên chở của các chất dinh dưỡng kể cả ions/điện tử trong tế bào,

MT đặc biệt có rất nhiều trong neurons. Dự phần làm nên phân cực trên vách của MT nghi ngờ là cơ chế tạo nên cơ chế căn bản cho vi tính. Từ lâu MT được biết có nhiệm vụ liên hệ đến các synapses /kết nối thần kinh vì trong thí nghiệm, hư hại MT làm ảnh hưởng đến chức phận synapses. MT liên hệ đến TR được gợi ý bởi Sherrington (1957), tư tưởng này được Hameroff (1980) phát triển và nghi ngờ là một thể vi tính nhỏ trong tế bào (cellular/molecular automata). Cấu trúc vách của MT có thể tương ứng với chức vụ làm ra mạng kết nối các synapses (không phải là kết nối các tế bào thần kinh/10^{11} neurons) từ gai đến tua của đuôi TK (10^3 gai cho mỗi Neuron). Vi tính trong tế bào có thể thực hiện bởi MT được không?. . Penrose chiết tính là số lượng tubulin (10^8 cho mỗi neuron, nhấp nháy 10^7 /sec) tương ứng đủ để làm công việc trên (high capacity MT based computing inside neurons could account for organization of synaptic regulation, learning and memory and perhaps act as the substrate for CS).
MT là vi thể được xếp đặt ngăn nắp trong tế bào thần kinh nhưng rời rạt nhau. Penrose dùng quan niệm của Trọng lượng gọi là Gravitional computer phenomenon, tương tự như trọng lượng các vật thể kết nối với nhau.

Lại nữa trong NB chỉ có phần vỏ não cảm giác là làm ra TR, các phần khác, thí dụ vỏ não vận động chỉ làm phản xạ không điều kiện và có điều kiện, mà không có TR. Các vùng đó là các vùng tựa như xác không Hồn (Zombie).

Vì vậy theo Penrose, TR chỉ xảy ra khi hiện tượng Gravitional computer phenomenon được xếp đặt theo quy củ.

- Cho tới nay nhận xét của Hameroff và Penrose ít được các nhà nghiên cứu Sinh học đồng thuận:

Như trên đã bàn luận điện thế để tạo ra thay đổi Vi tính không thể hiện toàn vẹn được sự "chân như" của thông tin do vấn đề sóng hạt được biết qua hiện tượng Quy giảm hòa hợp (Orch OR). Penrose cũng dùng quan niệm Tiền TR (protoconsciousness gần giống như Priori Origin/ Transcendental Comsciousness để bổ khuyết cho TR được tạo ra từ vi thể vi tính MT. Penrose cho là TR là vượt qua khuôn khổ của Vi tính và thuộc về một lý thuyết nữa của Vật lý mà cho đến nay chưa ai tìm ra như đã nói trên. Quan niệm của Penrose phù hợp với định lý toán học của Godel (1931), nói rằng không có hệ thống Chân lý nào có định lý có thể diễn tả tất cả các chân lý về hạch toán (no consistent system of axioms whose theorems can be listed by an effective procedure (i.e., an algorithm) is capable of proving all truths about the arithmetic of natural numbers). Đó là Chân lý thông thường rằng Lời không thể diễn tả hết Ý, hay Lời không thể diễn tả (hết) Đạo. Penrose gọi loại TR trên là Tiên khởi của TR (Precursor of Consciousness) cần NB để làm ra TR. Penrose viết loại TR này là căn bản (Ground of being, của Đấng Sáng Thế). Suy ra Tiên khởi TR là gần tương đương với THBN. Điều này là hoàn toàn trái với hiện thực là TR ngoài NB thường thông suốt hơn khi còn dính vào NB, THBN là siêu phẩm về thu nhận thông tin và biến hóa thành suy nghĩ (Dĩ nhiên TR ngoài NB không làm ra hành động hay tiếng nói).

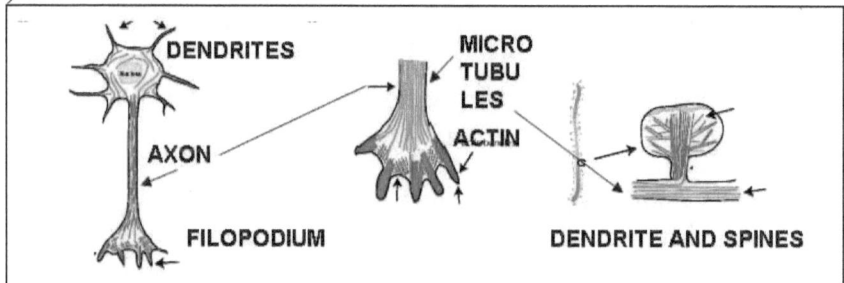

H1.23 Tế bào thần kinh, râu, trục và đuôi có sợi Actin và vi ống MT

- Ở sinh vật một tế bào có biểu hiện về TR, phá hủy MT không làm tổn thương TR.

- Nếu MT có chức vụ làm ra TR, thì MT trong neurons không những phải nhiều hơn như đã thấy mà phải có hình thể thay đổi theo chức phận. Điều này đã không thấy xảy ra ở Neurons.

- Vỏ não không cảm giác có nhiều MT như vỏ não cảm giác . thật khó hiểu thiên nhiên lại phung phí cấu tạo nhiều MT cho cơ sở vi tính gần như vô ích.

Nếu MT không là vi thể cho CLT/Cơ Lượng Tử, thì có thể là MT chỉ giữ chức vụ nâng đỡ và truyền thông trong tế bào. **Thông tin truyền từ** tua đến và nhận ở gai (spine) chuyển đến MT ở của gai từ đó chuyển đến MT của axon để sau cùng chuyển về tua của axon. Số lượng cua spine nhiều hơn khi so với số lượng đường ống MT trong axon. Điều đó chứng tỏ mỗi ống MT dẫn truyền nhiều luồn thần kinh. Như đã thấy ở trên luồn thận kinh được Hồn hướng dẫn đi gai đến tua xuyên qua thân và trục. Chất liệu dẫn truyền trong MT có thể là cation Ca^{++}. Khi spine của synapse bị kích động, Ca chui vào trong tế bào, một phần để tái tạo thành cAMP hay cGMP thường gọi là phân tử trí nhớ, phần khác chuyển theo MT để tua để giải phóng chất kết nối thần kinh ra khỏi tua (Cold Spring Harb Perspect Biol 2017;9:a025817 J Exp Bot. 70:387–96, 2019, Cells, Synapses, and Neurotransmitters **Joseph Feher, in** Quante Hum Physiol,Sec Ed,2012, Cell Biosci (2020) 10:26, J Neural Transm (2014) 121:799–817, Neurochem Int. 2008 January ; 52(1-2): 142–154, Cell Mol Neurobiol, august 2022 DOI:10.1007/s10571-021-01064-9, Theoretical Biology and Medical Modelling 2010, 7:34)

C. MÔ HÌNH HỒN, DẠNG VI TÍNH ĐẶC BIỆT 151

(H1.24)
Vậy nếu mô hình MT Não bộ không là cơ sở cho hệ thống vi tính trong NB thì thay đổi dạng vi tính là ở đâu?, hay vi tính không hề có trong NB?

Như đã trình bày trước đây trong phần TR trong sách Tổng quan về Thiền Tâm Hồn trong Khoa học NB và trong chương TR của sách này, TR được tạo ra ở NB có thể tóm lược như sau:
  i. Thông tin đến VN theo đặc tính (Ngũ quan và HIPPO).
  ii. Thông tin được liên hệ đến các VN khác chuyên sâu hơn (thí dụ VN thị giác ở Chẩm kết nối với VN Thái dương về màu sắc hình dáng, lo sợ vui buồn..., Thông tin tổng quát đến HIPPO rồi chuyển về vmPFC sau cùng chuyển đến PCC) để làm thành một mạng lưới các synapses. Mạng lưới này là cá biệt cho mỗi thông tin nhưng chưa có tên (chưa có TR) (hình A).
  iii. ACC là bộ phận của NB có nhiệm vụ so sánh để nhận ra mạng lưới mới hội nhập này đã có sẵn trong TN (tồn trữ trong Mạng Mặc Định còn gọi là Nội Thức có được trong quá trình trưởng thành, kinh nghiệm và học tập). Hiện tượng giống như máy vi tính nhận dạng một file mới có trùng tên với một file cũ đã có trong hộp TN.

iv. Khi thông tin mới trùng hợp với thông tin trong Nội thức thì Thông tin mới được đặt tên theo thông tin có sẵn , TR được tạo thành.

v. Khi thông tin mới không có trong Nội thức, thì thông tin mới được đặt tên mới và thêm vào Nội thức.

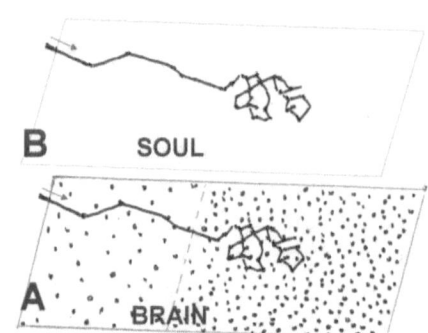

H1.24 Mô hình NB: A: Đường dẫn truyền và mạng kết nối thần kinh ở vỏ não cảm giác (điểm chấm biểu diễn chỗ kết nối thần kinh).
   B: Đường dẫn truyền và mạng kết nối thần kinh in trên Hồn.

Trong tiến trình trên thần kinh NB chỉ làm việc ghi chú (bằng kết nối TK), ghi nhớ (tồn trữ Trí Nhớ) trong nội thức, và thu hồi TN khi cần thiết.
Dùng quan niệm Hồn với Neutrino-electron kết nối với ion(+) của synapses: khi synapse bị kích động, electrons của Hồn bị nhã ra khỏi synapse. Hiện tượng trên giúp Hồn ghi nhận đường di chuyển của mỗi thông tin, cho nên khi thông tin mới đến, kích động synapse đã có đường đi ghi sẵn trong Hồn, thì mạng thông tin liên hệ cũng được kích động, từ đó TR được làm ra. Như vậy Hồn giữ vai trò hướng dẫn hay nói cách khác làm vi tính để dẫn truyền thông tin. Nhắc lại thông tin trong Nội thức chỉ có TR khi còn dựa trên THBN, vì vậy THBN có thể là lý thuyết về TR vượt lên trên Vi tính mà Penrose đang tìm kiếm.

Hồn không những giữ vai trò dẫn truyền TK trong NB mà còn phải có mặt ở kết nối TK ở Võng mô, tai trong, tủy sống Đồi não. Bằng chứng có thể tìm thấy trong các bịnh Conversion Neurosis khi Hồn không làm việc ở các nơi nầy. Sự có mặt của Hồn ở KNTK có nhiệm vụ j quan trọng là ghi nhớ đương dẫn truyen giup yh hoi TN

E. THBN, Tâm Hồn, TR và CLT 153

Thí nghiệm EPR minh chứng sự kết nối cùng khắp và thực tại không tại chỗ. Sự kết nối với nhau là tự nhiên và liên tục chỉ có ở thế giới vi mô CLT, đó là thế giới gần với Chân Không/ Phật tánh. Nhưng trong Vĩ mô, và

TR luôn luôn có sự hiện diện tiệm ẩn của CLT. Cho nên khi nói đến cái chung chung của sự vật , hay kết nối các Tâm hồn lại với nhau, là phải dùng đến tầng lớp sâu thẳm nhất ở dạng CLT của sự vật hay tâm hồn. Trái lại khi hợp nhất giả tạo hai thể như CLT và TR (mà không trở về CLT của TR là THBN), thì sự hợp nhất đó vẫn còn khoảng cách STOP-GAP, nên không có sự đồng cảm tuyệt đối.

Bình luận: Orch trong NB là giả thuyết hơn là thực nghiệm . Lại nữa Penrose thừa nhận là TR được tạo ra là vượt lên trên vi tính.
Không những **mô hình Orch OR** khó kiểm chứng thực nghiệm mà còn thiếu hợp lý vì TR ngoài NB làm việc tốt hơn là ở trong NB, nhất là vai trò của Tiên khởi TR /Precursor of Consciousness liên hệ như thế nào với TR đã không được làm rõ.

Trái lại thay **mô hình Orch OR** bằng **mô hình Hồn** làm trung gian giữa Synapses và THBN là đơn giản, và có thể giải thích được sự liên hệ của THBN, NB và TR. Hơn nữa Hồn có thể giải thích được dễ dàng các hiện tượng Xuất hồn, Cận tử và các hiện tượng khác như chia cách nhân thể, Mộng du (xem phần liên hệ trong sách Thiền và Tâm hồn trong Khoa Học NB). Có thể MT làm nhiệm vụ dẫn truyền điện thế từ gai đến tua cho mỗi thông tin. Sự dẫn truyền này là cá biệt để thông tin đến và thu hồi lại không bị lạc lối . Tóm lại hệ thống điện thế do MT có thể chỉ có nhiệm vụ hướng dẫn trong sự dẫn truyền hơn là tạo ra TR. Bởi vì NB cản trở Trí Huệ, bớt đi sự BIẾT nhưng lại cần thiết để kết nối với Vỏ Não vận động để cử động và giao dịch xã hội, Vỏ não vận động cũng có synapses và MT nhưng tuyệt đối không làm ra TR.

Cơ Sở NB của TR và Kết Luận .

Trong hơn ba thập niên qua công trình nghiên cứu về TR là đồ sộ. Tất cả các thuyết đều quy về một điểm chung đó là hệ thống chùm tia DN-VN /Thalamocórtical Radiation. Bằng chứng đã được thể hiện trên súc vật, gây mê và bệnh lý. Nhiều bằng chứng cho thấy Tri Thức/TR không nằm ở một chỗ nào mà là tổng hợp nhiều chỗ trong hệ thống trên, như hư hại Vỏ Não Trán (Stookey 1941) *toàn thể nửa bán cầu Vỏ Não* (Ameli 1980, Sebastiaanelli 2017), *hai bên Đồi Não do nghẹt mạch máu (* Rodriguez 2013*) hoặc hai bên Não Thái dương không làm mất TR* (Feuillet 2007).

Vỏ Não có đến 10-20 tỉ tế bào thần kinh, Não bộ 100 tỉ, với 100 tỉ tế bào thần kinh trong tiểu Não so với Cuống Não chỉ có khoảng 700 triệu tế bào thần kinh. Về phương diện phát sinh chủng loại học (Phylogenetic), TR có thể có trước khi Vỏ Não phát triển. Nhưng Vỏ Não đảm nhiệm chức vụ TR khi nó bắt đầu phát triển. Nói một cách khác cuống Não và hệ thần kinh tự động có thể đảm nhiệm chức vụ TR ở những sinh vật thấp (Sattin 2019, Duran 2014, Filippu 2012 Iwaniuk 2005). *Cần phải ghi chú thêm ngoài những liên lạc xa đến Đồi Não và các phần Não Bộ khác, còn có những liên lạc vi tế giữa các tầng lớp khác nhau trong Vỏ Não* (van Hateren 2019, van Kerkoerle 2014).

Dựa trên vai trò của Đồi Não trong TR, các thuyết TR được hình thành, tuy nhiên sự kết nối các phần của Đồi Não và Vỏ Não cũng như các chất xám khác vẫn chưa được hiểu hoàn toàn. Trong khi Ngủ NREM, gây mê, hôn mê, phản hồi xuống Đồi Não và các phần Não khác giảm đi.

Sự liên hệ Đồi Não với các thể quan trọng như Mạng Mặc định nhất là vmPFC, Giải Bao Sau/PCC, Precuneus, RSC MTL... liên hệ đến Trí Nhớ, Hệ Vành, Amydala Nucleus Accubens liên hệ đến tình cảm, và nhất là vị trí trung tâm trong mỗi bộ gợi ý vai trò quan trọng của các bộ phận nầy trong TR, và nội TR.

Tuy TR là phần quan trọng của Hồn, nhưng Hồn hay Tâm hay Tâm Hồn còn gồm cả Mạc Na Thức, Tạng Thức và Phật Tánh. Trái với TR có vị trí ở Na Thức, và Tạng Thức có lẽ trụ ở RetroSplenial Cortex, Phật Tâm là cùng khắp ở mọi nơi trong và ngoài Cơ sở NB của TR được xác nhận là vùng NB Nội Thức mà phần lớn là Mạng Não Mặc Định. Thông tin khi hội nhập vô NB hay Bản Tâm thì chia sẻ với thông tin từ các Trần (nguồn thông tin) khác nhau. Tuy vậy cơ chế trong NB tiếp nhận, hội nhập thông tin có hiệu quả là:

Giúp NB phản ứng lại môi trường qua phản xạ có điều kiện qua các phản xạ vận động có điều kiện, phản ứng tình cảm qua các cơ chế như : tiếp cận mẫu TR để Mô phỏng làm theo TR nhập thân (embodied TR).

TR là có được từ sự so sánh thông tin mới nhận được và thông tin đã có sẵn trong Nội Thức/NT nhờ vai trò tìm thấy sự khác biệt của ACC/Anterior Cingulate Cortex. Nội Thức luôn luôn được cập nhật những thông tin mới và chứa những thông tin của thế giới điên đảo làm nên màng Vô minh. Vì vậy TR/Tri Thức tạo ra bởi NB là TR không phản ảnh trung thực tính chất của thông tin. Cho nên NB làm nhiều sai lầm và tạo Nghiệp cần có cơ chế để sửa sai lầm chùi bỏ Nghiệp: đó là cơ chế hủy tạo Thần kinh/ Neuroplasticity; ngược lại với Phật tánh là thường hằng bất biến, không có Thời gian và không gian. Như vậy Nội Thức tuy tiếp cận với Bản Tâm nhưng Bản Tâm không nhận trực tiếp thông tin được vì Bản tâm bị màng vô minh che phủ. Màng Vô minh tạo nên Bản Ngã. Không còn Màng Vô minh, Phật tánh làm nên Thực chân như /Trí huệ Bát nhã.

Cơ lượng tử và TR có nhiều điểm tương đồng về hiện tượng không cục bộ, kết nối cùng khắp. Sự khó hiểu làm điên đầu Vật lý gia về trạng thái đồng tồn tại và lẩn tránh nhau của thể Hạt và Sóng của hạt lượng tử, tương tự như TR có nhiều hiện tượng nhiệm mầu lẩn tránh KHNB.

Tóm lại NB cũng như TR chỉ là công cụ của thế giới Vô minh để con người sống phù hợp với thế giới đảo điên. Cơ chế NB hội nhập thông tin cũng như Căn (giác quan) cản trở con người thấy bản chất chân như của sự vật. Khi mất đi NB và Căn, Hồn có Phật tánh thấy nghe ngửi sự vật rõ ràng hơn là khi có ngũ quan. Tuy nhiên không NB, Hồn và Phật tánh không thể hành động qua cử chỉ, lời nói được. Cơ chế thu hồi TN thời điểm và ý nghĩa trong VN cần có Hồn (Xem phần Amnesia/mất TN trong DID).

<u>*Phật Bồ tác khai ngộ có khả năng về Thức vô biên (Trí huệ Bát Nhã) không phải là có thêm giác quan ngoài ngũ quan, mà trái lại đã diệt hết năm giác quan để Phật tánh nhận biết toàn thể vũ trụ không phân biệt không gian xa gần và thời gian xưa nay và mai sau. Hơn thế nữa, Tu hành là để mất đi bụi bặm của thế giới đảo điên, nhẹ đi tâm hồn chớ không mang thêm gánh nặng gì từ Tri Thức. Tri Thức là vô thường và vô minh.*</u>

Sự loại bỏ Tri thức là tương đương với sự làm mỏng đi và vén sang một bên màng Vô Minh để lộ ra cái BIẾT vốn là thể gần nhất của Trí Huệ Bát Nhã. Phương pháp là định tâm làm tâm không chạy bậy bạ. giống như ly nước đục không bị khuấy động thì chất bụi bặm cặn bã lắng xuống còn lại là phần nước trong. Sự BIẾT không được phát triển bằng Ý chí. Ý chí chỉ dùng để giữ tâm không chạy lang thang. Vì sự BIẾT tự nó đã có sẵn không cần cố gắng BIẾT. Cố gắng Tri thức chỉ làm cho con người đần ra như một cái máy tính của Tri thức nhân tạo. Hoặc là làm cơ thể chai cứng tê dại như trong người luyện khí công tương đương với trạng thái Tri thức (khí công) nhập thân và Diệt Tận Định.

CHƯƠNG 2: TRÍ NHỚ.
Trí Nhớ là cấu tạo quan trọng của Hồn

Sinh vật tồn tại được là nhờ sự tiến hóa của cơ thể để thích nghi với môi trường sống. Sự thích nghi đó có thể qua tiến hóa của thuyết Darwin (1858) và thích nghi tinh thần qua sự học hỏi và Trí Nhớ (TN). Học hỏi sẽ đưa đến thay đổi cách giao tiếp xã hội và tính tình một cách lâu dài nhờ sự biến đổi Não Bộ.
TN là phần siêu hình nên có thể được xếp loại trong Hồn như trong câu thơ: " Những người muôn năm cũ, Hồn ở đâu bây giờ ". Từ khi có tiến bộ về khoa học tế bào thần kinh, người ta bắt đầu hiểu cách làm việc của Trí Nhớ (TN) chỉ là sự kết nối thần kinh. Phần gần vật chất của TN có thể gọi là Vía tương đương với tiếng Vía/Phách trong ngôn ngữ phổ thông.

I. Quan niệm phổ thông trong nhân gian thường gắn liền Hồn, Vía (có thể gọi là Phách) và Thân xác. Trong lời nguyện người ta thường nói "ba Hồn bảy (hay chín) Vía". Dĩ nhiên có ít cơ sở Khoa học Não Bộ khi gọi như vậy, tuy nhiên vì là quan niệm sâu đậm trong phong tục, nên đáng được lưu tâm và phân tách.

Hồn Vía là thể Siêu hình nên được cấu tạo bởi thể không xác nhận được bằng phương pháp đo lường hiện đại. Hồn gồm Trí Nhớ, Tri Thức, Tạng Thức và dựa lên Phật tánh.

Vía: với tính cách thứ tự trong cách phô diễn Hồn -Vía -Thân xác nên Vía là phần Vô hình gần nhất với thể Hữu hình. Có thể quan niệm Vía là phần nối Hồn với Xác. Cho nên, Hồn nối với Xác hay Não Bộ qua chỗ lưu trữ Trí nhớ, như vậy Vía cũng có thể so sánh được với phần kết nối taafn kinh (TK) của Trí nhớ (TN) (kết nối giữa tua và râu thần kinh). (thí dụ trong câu nói Lễ Vía Đức Thánh... chẳng hạn). Quan niệm bảy Vía hay chín Vía trùng hợp với các lỗ khiếu hay có thể chỉ là con số tình cờ trong câu nói.

Thân, Hồn Vía là một thể bất phân chia và toàn vẹn.
Cũng như vậy, con người là một thể nguyên vẹn.
Tổ Tăng Xán, đời thứ 3 nói: *"Nhất tức nhất thiết. Nhất thiết tức nhất."*
(Cái một là cái toàn thể. Cái toàn thể chính là cái một). Ấn tượng nhất là trong kinh Hoa Nghiêm: trong Đại thiên thế giới có thể thu lại trong chân lông Phật.
Nho Gia cũng thường nói: *"Các hữu Thái Cực"* (Mọi vật đều có Thái Cực, mỗi sự vật đều có hình ảnh, nội dung của Vũ Trụ, thu nhỏ/ tiểu Vũ Trụ.).
Với quan niệm mỗi vật thể/Sinh vật là toàn vẹn như thị và bất khả phân chia. Sự chia cắt là tạm thời để nghiên cứu nhưng dễ đưa đến hiểu lệch lạc và sai lầm. Tạm biểu diễn Sinh vật /Người bằng thái cực đồ chia ra hai phần không bằng nhau:
    Dương (Xác=Sắc)
    Âm (Hồn=Danh=Thọ+Tưởng+Hành+Thức), theo Ngũ Ấm của Phật giáo. (H2.1)

Như hình cho thấy sự chia đôi là tạm, vì thể được chia cắt (để quan sát) là thể toàn vẹn chưa được thấu hiểu: trong Âm có Dương (Hồn có Xác=Vía) và trong Xác có Hồn = TN. Trong trường hợp Sinh vật như con người, khi Sinh vật chết đi, phần Xác tiêu hủy cùng với một số TN hiện đời và phần Hồn thoát khỏi Xác chết. Tuy vậy Hồn là một thực thể nên vẫn có một phần của Xác dính với Hồn.
Phần dính đó có thể gọi là Vía gồm TN quan trọng làm thành Nghiệp. Trở lại quan niệm Hồn đã được đề nghị trong Chương Tâm Hồn, có thể Hồn là một cấu tạo vật chất bằng Chất Đen/Dark Matter+ Neutrino. Cho nên quan niệm Hồn một thực thể nhưng không đo đạc được bằng lực điện từ (nhưng có thể Hồn cân nặng ? 21.3g), cũng như âm thanh hay trọng lượng không đo được bằng lực điện tử. Khi quan niệm như vậy Hồn cũng là thành phần cấu tạo của Ngũ Ấm. Hay đúng hơn Hồn là một thể có phần Âm (lớn) và phần Dương (nhỏ). (chất Đen: xem them tr 131,238,268)

Xác bị tiêu hủy khi chết cùng với một ít Trí Nhớ (TN)

H2.1

HỒN + Vía
là một phần TN
Sinh vật gồm hai phần: Xác là phần vật chất, Hồn là phần cảm nhận được nhưng không xác định được bằng ngũ quan.

A. Sự tạo thành TN (H2.2)

Như trình bày trong chương I/ phần Màng Vô mình, thông tin khi tiếp cận với sanh vật chia ra năm gói thông tin cho ngũ giác và gói thứ sáu cho thông tin tổng quát. Thông tin đến ngũ quan (gọi chung là Sắc) nhận ở ngũ quan (Thọ) chuyển vào NB để đi vào quy trình Tưởng , Hành Thức.

Quy trình chuyển vào NB đó là quy trình tạo ra TN. Quy trình đó là kết nối thần kinh (thần kinh ngoại biên kết nối với thần kinh trong nhiều lớp trong NB) (Hình 2.4B).

Sự kết nối đó nếu xảy ra ở VN thì lâu dài it cần phải được bảo tồn. Đó là trường hợp TN ngũ quan: Thông tin ngoại biên đến ĐN rồi đến VN ngũ quan TN tổng quát tương ứng với TN của thức thứ sáu (TR tổng quát như thời gian, ý nghĩa, tên người vật...), từ ĐN đến HIPPO. Vì HIPPO là cơ quan nhỏ nên không thể giữ lưu lượng lớn TN vì vậy cần chuyển đến medial Temporal Lobe/MTL (ý nghĩa , vmPFC thời điểm) nhưng nơi nầy là VN rộng lớn hơn nên TN được lưu giữ lâu dài: gọi đó là Bảo tồn TN.
Khi HIPPO chuyển TN thường sau 1 ,2 ngày , có thể một hai tuần, xảy ra vào lúc như NREM (thời gian ngủ không mộng và không có TR) thấy được qua sự hiện diện sóng SPWS). Thêm nữa với TN thời điểm ở vmPFC, ý nghĩa chuyển về PCC vĩnh viễn để chuyển về kiếp sau. Sự kiện lý thú là khi HIPPO chuyển tải thông tin đi nơi khác , HIPPO vẫn còn giữ một chút ít TN gọi là vết TN. Vết TN là liên kết với TN ý nghĩa thời điểm và là chìa khóa cho sự thu hồi TN sau này

B. Kết nối thần kinh. (H2.2A,B)

1. Tổng quát

Kết nối thần kinh là một đặc tính đặc biệt và rất quan trọng trong hệ thần kinh. Kết nối thần kinh được dùng để truyền điện thế từ gai của râu thần kinh này sang râu thần kinh kế tiếp. Sự truyền điện thế như vậy tạo nên một dòng điện. Mỗi dòng điện là một sự kích thích và được gọi là thông tin. Tra cứu nầy cho thấy công trình vĩ đại của nhà KHNB trong khám phá cơ chế vi diệu làm việc của hệ thần kinh.

2. Sự tạo thành kết nối (KN) TK

Được thực hiện trong phát triển bào thai thành sanh vật trưởng thành. Ở sanh vật trưởng thành TB TK không còn sanh sản hay rất ít sanh sản, KN TK vẫn được làm ra do chế neuroplasticity để thích ứng với nhu cầu hội nhập thêm thông tin. Râu TK biến chuyển làm ra gai (spine), nấm (mushroom) và râu nhỏ hình chi (filopodia)

a) sự tạo thành KN TK-bắp thịt.

nhiệm vụ quan trọng nhất của hệ TK là điều khiển vận động làm trung gian giữa cơ chế tự động và ý muốn với cơ quan vận đông /bắp thịt. Râu nhỏ hình ngón tay hướng về bắp thịt . Khi chạm vào bắp thịt, tiến trình thay đổi Acetylcholine được tạo ra. Mỗi lại bắp thịt phản ứng nhanh hay chậm được kết nối với mỗi loại TK thích ứng

b) Trong hệ TK trung ương, acetylcholine được thay thế bằng Glutamate với thu nhận (receptor) MNDA thích ứng

-trong bào thai, chi nhỏ filopodia tiến đến TB TK được hướng dẫn bởi TK TB trụ hướng dẫn / guidepost (chỉ có ở bào thai), được tìm thấy trong phat triển đường dây nối khứu giác với vỏ não Entorhinal cortex EC

-TBTK hướng dẫn .và Trục hướng dẫn Axon guidance để giúp filopodia tìm đến mục tiêu thích ứng

- ***Chất protein Wnt*** cần thiết cho sự tạo ra KN TK trong bào thai

- ***Netrins, Slits, Ephedrins, Somaphorins, và CÁM/cell adhesion*** molecules là những phần tử thu hút hay xô đuổi chi nhỏ filopodia

- TB Glia cần thiết nắng đó làm nên cho KN TK

NEUREXIN-NEUROLIGIN bắt tay/hand shaking" Neurexin/NRX là phân tử xuyên màng TB. Phần trong TB có nhiệm vụ kích hoạt các vi bọc (microvesiclé) để tiết ra cá chất dẫn truyền TK. Phần ngoài TB bắt tay với phần tử Neuroligin để truyền thông tin đến TB TK kế tiếp hậu KN. Công trình nghiên cứu trên đã đem lại giải thưởng Nobel 2013 James E Rothman (US) at Yale University, Randy W Schekman (US) at UC Berkeley and Thomas Südhof (Germany).

3. Cơ chế Sinh Hóa kết nối (KN) Thần kinh (TK)

Thông tin từ ngũ quan và Tri Thức đưa đến Đồi Não/DN (có chức vụ như Bộ Bưu điện và Bộ thông tin) được gởi đến các phần khác nhau của VN và các nhân như là những dòng điện truyền từ TB TK nầy sang TB TK kế tiếp.

Sự dẫn truyền từ râu - đuôi xuyên qua kết nối TK. Muốn có sự dẫn truyền tế bào thần kinh bị kích động ở một trong nhiều Synapses/gai của râu của tế bào thần kinh. Sự kích thích trên đưa đến:

- Chuyển màng tế bào ở synapse từ điện thế dương(+) thành điện thế âm (-): gọi là depolarization/mất điện thế từ -70mV xuống -55mV (gọi là Excitatory Post Synaptic Potentia/EPSP).

- Điện thế thấp là do Calcium/CA,++ ở ngoài màng tế bào chạy vô trong TB chất xuyên qua cổng (gọi là thụ quan).

- Cùng lúc đó Ca++ kích động chuỗi phản ứng hóa học để tái tạo lại cổng để đóng cổng lại như trước, ứng với Ca++ ở ngoài màng TB được đẩy vô trong TB chất.(H1.4).

- Sự kích động ở râu kích hoạt tế bào làm/ nên chuyển điện tử chạy dài xuống đuôi TK/axon và tua tiết ra Neurohormone để kích thích tế bào thần kinh kế tiếp. Sự chạy dòng điên trên gây ra do các ión (như Ca++) chạy trong các ống microtubules sắp đặt dọc theo râu và đuôi TB TK (xem Tr)

Sự lựa chọn râu và tua là chưa được nghiên cứu và cũng có thể là lãnh vực của Hồn và Trí Huệ Bát Nhã. Hôn dính vao các synapses ghi nhận sự thay đổi điện thế khi nhạn va củng cố TN. Khi thu hồi TN, Hồn hướng dẫn sự KN TK

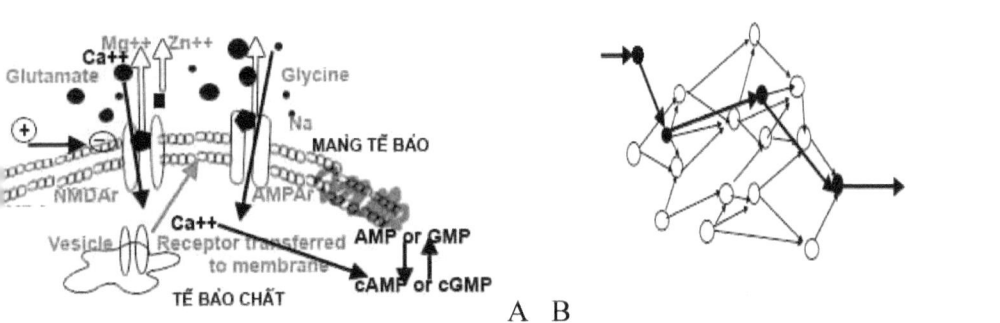

H2.2A: Mảng TB (+)>>>(-)Glutamate bám vào Receptors NMDA hay AMPA (Medina 2011, Ghasemi2011)
NMDAR (dùng nhiều cho Ca++ hay AMPAR dùng nhiều cho Na+ khi được dính với Glutamate hay Glycine thì đá Mg++ ra và mở cửa cho Ca++ đi vô. D,E: Ca++ trong tế bào kích động để gene làm ra cópy protein AMPAR hay NMPAR mới để thay thế receptors cũ đã mất Mg++. Receptors mất Mg++ hay Zn++ sẽ được thu hồi về bên trong tế bào để tái sử dung lại gắn

thêm Mg++ hay Zn++ Chú ý: bong bóng sắp nhả AMPAR ra để gắn lên màng tế bào, để làm
mới cho tế bào. AMP hay GMP chuyển thành cAMP hay cGMP nhờ có Ca++H1.4
B:. Đường Đường dẫn truyền thần kinh theo kiểu kết nối Hebian, đặc biệt cho mỗi thông
Sự chọn lựa đường dẫn truyền là hoàn toàn không thể hiểu được bởi KHNB. Trái lại, Trí H
thiện xão tinh khôn của Hồn va Phật tánh có thể chọ lựa được

Hóa chất thông dụng nhất để kích họat mở cổng là Glutamate, Adrenaline, nor-Adrenaline, Acetylcholine, và còn nhiều nữa như DOPA, Serotonin, Histamine, Orexin,...Hóa chất phải cần được tạo ra từ tế bào thần kinh; tế bào thần kinh thông tin với nhau qua các hóa chất. Cách dẫn truyền nầy có thể chuyển tín hiệu *đi xa và đặc thù* cho mỗi loại dẫn truyền như: ức chế với GABA, ghi Trí nhớ với Glutamate, vui vẻ với Serotonin, kích thích với Norepinephrine, Thức tỉnh với Norepinephrine, Acetylcholine, Histamine, Thức tỉnh và ăn uống với Orexin...

Phần đọc thêm KHNB
  a) Lý thuyết Hebbian:
NB hoạt động là nhờ kết nối TK, đó là một sự kiện rất quan trọng để hiểu sự tạo thành và sự xóa bỏ TN.
  - Kết nối Hebbian
Dây thần kinh trước và sau synapses/liên hợp TK (Pre and postsynaptic) kích động cùng lúc thì cùng nối với nhau (Kelso 1986) (tương tự như khi hàn chì hai dây điện, người ta phải hơ nóng cả hai dây). Sự nối kết sẽ bền chặt nếu điện thế tạo nên (*electrical potentiation) là cao và dài hạn*
  - Long term potentiation (LTP= Điện Thế Dài hạn) xảy ra. LTP thường được tìm thấy ở HIPPO ở chùm dây Mossy fibers/sợi dạng rêu nối CA1 với CA3 là hai vùng quan trọng của HIPPO về TN thời điểm về nơi chốn. Cơ chế nầy dùng để tăng sự kết nối để tạo ra TN.
  - Long Term Depotentiation *Đó là cơ chế nghỉ để hồi phục Synapses dùng nhiều nhất khi học các thủ thuật* (Tiểu Não, BG, HIPPO CA1).
LTD là tình trạng kéo dài hàng giờ của tế bào thần kinh sau LTP và thường xảy ra ở HIPPO, Tiểu Não và nhiều chỗ khác trong Não bộ. Tình trạng nầy biểu biện sự kém nhạy bén tế bào thần kinh khi được kích thích được coi như giai đoạn bồi dưỡng synapses/liên hợp TK giúp synapses/liên hợp TK làm việc tốt hơn. Cơ chế nằm ở chỗ AMPAR được tái thu hồi nhờ cơ chế endocytosis (rút MNDAR từ màng tế bào, rồi bỏ vô lại trong bong bóng/ vesicles [endocytosis]) khởi từ NMDAR hay mGliR.
Cơ chế LTD giúp giải thích sự học hỏi ở Tiểu Não và TN bảo tồn ở HIPPO không bị trở ngại vì cần sự nghỉ ngơi. LTD ở HIPPO giup tẩy xoá vết TN

  b) Sự kết nối TK
Kết nối thần kinh là một tính đặc biệt và rất quan trọng trong hệ thần kinh. Kết nối thần kinh được dùng để truyền điện thế từ gai của râu thần kinh này sang gai của râu thần kinh kế tiếp. Sự truyền điện thế như vậy tạo nên một dòng điện. Mỗi dòng điện là một sự kích thích và được gọi là thông tin.

Thông tin là Trí nhớ, Tri Thức, hay cơ chế khác nhau để vận hành hệ thần kinh và Não bộ kiểm soát các vận động của cơ thể.

- Mỗi tế bào thần kinh có nhiều râu từ thân tế bào thần kinh. Đuôi tế bào thần kinh dài hay ngắn tùy theo khoảng cách cần kết nối, có nhiều nhánh (ít hơn so với râu) và mỗi nhánh lại có nhiều râu. Mỗi một râu từ thân hay đuôi có nhiều gai là nơi dây thần kinh kết nối với nhau. Vì số tế bào thần kinh trong người tính hàng tỉ, thì gai thần kinh tính bằng vạn ức tỉ. Như sẽ thấy ở phần Trí nhớ, kết nối thần kinh tạo thành đường dẫn truyền tương ứng mỗi chi tiết của Trí Nhớ (TN). Đường dẫn truyền thần kinh khi đã được lập ra là đặc biệt riêng cho mỗi chi tiết của Trí Nhớ. Điều đó có nghĩa là muốn gìn giữ và bảo tồn Trí Nhớ con người cần hàng tỉ tỉ kết nối thần kinh.

- Sự lựa chọn đường dẫn truyền từ đuôi sang gai của râu thần kinh là cá biệt cho mỗi thông tin là không thể hiểu được bằng cơ chế KHNB. Sự lựa chọn nầy cần thiện xảo, tinh khôn và trí huệ.. Điều đó có nghĩa là chỉ có Hồn-Phật tánh mới đảm nhận được.

- Khi râu-tua thần kinh kết nối nhau, sự giao tiếp bị chia cách bởi một khoảng không gian nhỏ. Để vượt qua khoảng trống đó. Các kết nối thông thường được biết là:

i. Synapse /liên hợp hóa chất như đã trình bày ở trên.

Thông dụng nhất là (*Chú ý: đuôi "ergic" thêm vào sau tất cả các chất dẫn truyền để chỉ khả năng dẫn truyền của mỗi hóa chất -Meldrum 2000*), thông dụng là:

-*Glutamate,*dùng cho

Trí Nhớ, thông dụng nhất, hiện diện trong khoảng 90% tế bào thần kinh. Đó cũng là kết nối cho TN. Bột ngọt để ăn MSG là Glutamate, tuy nhiên vì rào cản Máu-Não nên MSG không vào Não được nhưng làm nở mạch máu đầu, gây nên nhức đầu.

- *Adrenaline, nor-Adrenaline*, kích động, chú ý.

-*Acetylcholine*

. Từ nhân LDT và PPT, Thức ở mọi động vật và trong mộng khi ngủ REM.

. Từ nhân Forebrain ở người trong nhiệm vụ cho sự nhận biết.

-*DOPA*, thôi thúc, náo động, đau nhức.

-*Serotonin*, vui vẻ, ngứa.

-*Histamine*, Tỉnh, ngứa.

-*Orexin*, ăn uống, Tỉnh.

-*GABA* là chất dùng để ức chế các chất trên.

Hóa chất phải cần được tạo ra từ tế bào thần kinh, tế bào thần kinh thông tin với nhau qua các hóa chất. Cách dẫn truyền nầy có thể chuyển tín hiệu đi xa và đặc thù cho chủ ý của mọi loại dẫn truyền.

Có nhiều loại Tế Bào/TB TK
TBTK vận động từ râu đến tua
TBTK cảm giác : từ tua về râu
TB trung gian và TB trong NB : có thể luồn dẫn truyền chảy hai chiều. Thí dụ trong cơ chế ghi nhận TN và cơ chế thu hồi TN hai chiều ngược dòng nhau. Sự điều khiển là là ý chỉ của hồn để ghi nhớ hay thử hồi TN

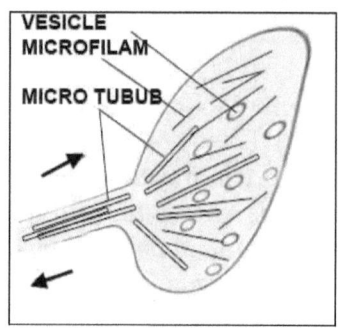

-Microtuble là những ống nhỏ chạy dọc theo Axon để chuyên chở các íons theo hướng điều khiển bởi Hơn
-Microfilament là sợi nâng đỡ TB, gồm cả actin là chất làm chuyển động tế bào chất và vesicles
-Vesicle: bong bóng chứa hoá chất dẫn truyền

4. Synapses điện. Khác với loại hóa chất vì: gần sát nhau hơn (3.8nm vs 20-40 nm), tế bào chất thông thương nhau cho phép các phần tử điện tử chạy qua thần kinh kế tiếp. Cách dẫn truyền này nhanh gọn và không tốn kém năng lượng, nhưng dẫn truyền không thể đi xa được vì điện thế càng trở nên yếu dần. (Thường thấy trong mạng lưới của hệ lưới kích thượng LKT, Lưới Đồi Não LDN/Lưới Đồi Não=TRN/Thalamic Reticular Network.

Cả hai loại kết nối thần kinh được mô tả bởi Cajal (synapses/liên hợp TK hoá chất) và Golgi (synapses/liên hợp TK điện). Hai lý thuyết gia bất hòa về cơ chế kết nối thần kinh trái ngược nhau, nhưng lại chia nhau giải thưởng Nobel năm 1906.
Để làm nên dòng điện dây thần kinh trong kết nối hóa chất, tế bào thần kinh cần phải khởi động chuỗi phản ứng hóa học trong tế bào thần kinh.

Các cách kết nối trên giúp cho hệ thần kinh làm nên các thay đổi kết nối thần kinh. Những kết nối không dùng và không cần thiết có thể được xóa đi bởi thực bào microglia để dùng cho Trí Nhớ mới, gọi là cơ chế hủy-tạo= *neuroplasticity*.

Các tế bào thần kinh và tế bào phụ thuộc rất cần thiết cho vận hành của tế bào thần kinh để kết nối thần kinh cho các chức năng khác nhau của Não Bộ như Tri Thức suy nghĩ, các phản ứng trong Tiềm Thức, Vô Thức, Trí Nhớ, tình cảm, đau nhức, ngứa, Ngủ vận động...

KN TK cũng là nơi KN với Hồn. 142

5. **KN TK cũng là nơi KN với Hồn.** Kết nối/ KN thần kinh/TK với sự thay đổi điện thế giup Hôn dính vào KNTK khi KNTK ở trạng thai nghĩ (điên tích (+)). Khi đang KNTK, ion (+) như Ca++ chạy vào trong TB, Hồn tách ra khỏi KN. Sư thay đổi trên được Hồn ghi nhớ làm thanh TN riêng cho Hồn. Nhờ vậy Hồn giữ vai tiò hướng dẫn KNTK khi thu hồii TN và làm phiên bản TN khi Hồn lìa NB

Loại Tri Nhớ và Lưu trữ Tri Nhớ

	Gần	Xa			Lâu dài
		Hiển hiện	Cốt lõi	Y nghĩa	
TN ngũ quan					Vo não cảm giác
TNHH Tổng quát	HIPPO	Vm PFC	MLT	MLT	vmPFC, MLT→ PCC (TN Tự ký)
TN nơi chốn					HIPPO (nơi chốn), RSC, PER, Precuneus
Thủ thuật					BG, TIỂU NÃO

TNHH: TN hiện hành

II. Phân loại TN theo tánh chất của thông tin

1) **Trí Nhớ cho thông tin cá biệt của mỗi ngũ giác (H3.3)**

Trí Nhớ ngũ quan thí dụ (td) như nghe thấy đau, nóng, lạnh từ da hay nội tạng.

- VN Thị giác V1-V6, Inferior Temporal Cortex/Thái dương dưới vùng Tế bào Mặt.
- Thính Giác Superior Temporal Cortex/Thái dương Trên.
- Xúc Giác: Đính...
- TN ngũ giác không liên hệ đến HIPPO nên được bền vững lâu dài nên không cần phân biệt TN gần xa. Tuy vậy TN ngũ giác cũng cần được bảo tồn.

b) TN Tổng quát thí dụ ý nghĩa như Tham Sân Si với Thời điểm /Thời gian

c) TN thủ thuật như may và nấu nướng, mổ xẽ...

2. Phân lọai TN theo thời gian

a) TN gần (trước biến cố/antegrade và sau biến cố/retrograde)

b) TN xa có thể xếp theo tánh chất của TN như trong 1)

3. Trí Nhớ Tự ký sự (Autobiography) =TN Hiển hiện (của TR tổng quát)

Là TN không cá biệt đến từ ngũ giác và những TN gồm thông tin không đến từ ngũ giác hay không thuộc về loại (1). Đầu tiên đến HIPPO rồi chuyển về vùng Não Nội Thức như vmPFC và Posterior Cingulate Cortex/PCC và Medial Temporal Lobe/MTL

4. TRÍ NHỚ TIỀN KIẾP

Với quan niệm luân hồi của một số tôn giáo, TN Tiền kiếp là dễ quan niệm. Sau khi Hồn nhập thai TN Tiền kiếp được sao bản chính lên NB, có lẽ ở RSC dưới hình thức Tạng Thức. Ở phần đông người thông tin TN Tiền kiếp là không thể thu hồi về hiện tại, tuy nhiên có thể ảnh hưởng đến tâm lý và cơ thể và là cơ nguyên chính cho hiện tượng "Không có tự do Hành Động/No Free will.

Ở một số ít người, đại đa số là trẻ em sau 2 tuổi sau khi biết nói cho đến khoảng 10 tuổi có thể có TN Tiền kiếp: như tên họ, Cha Mẹ, chỗ ở, đồ chơi vật dụng. TN thường kế cận với lúc chết hay sau khi chết kể cả đám tang. Sau một thời gian khoảng 6 tháng thì Hồn có thể đầu thai/Tái sanh sau đó có thể thu hồi TN Tiền kiếp được.

Bác sĩ Stevenson, Ian và Tucker, Jim B trong ba cuốn sách khác nhau kể ra hàng ngàn trường hợp Trí nhớ Tiền kiếp gợi ý có sự Tái sanh. Đặc tính là TN Tiền kiếp chỉ gồm có TN của kiếp trước thời điểm và Ý nghĩa, và nơi tái sanh thường xảy ra gần nơi tiền kiếp. TN/TR về tình cảm cũng có thể thu hồi được. TN vì vậy chỉ thể hiện một phần của thể nghiệm của người khi Thiền Định .Thiền đến bậc 3,4 thấy nhiều kiếp trước. Sự kiện trên có thể gợi ý TN được xếp đặt trong Hồn theo lớp lang trước sau.

TN Tiền kiếp cũng có thể quan niệm với trường hợp các Em bé có "thiên tài" về Âm nhạc, liên hệ đến TN về các thủ thuật (https://www.youtube.com/watch?v=ZAyaSkpsNKM).

Thêm nữa Tính tình và Dấu vết trên thân thể của người được Tái sanh có thể được thể hiện ở kiếp sau, sẽ được bàn lại sau cùng với cơ chế (https://www.youtube.com/watch?v=ZAyaSkpsNKMbirthmarks).

a) **TN Tiền kiếp, thường là người trẻ gồm:**
- **Ký ức về tiền kiếp của người đang sống,** - Khả năng siêu việt về kỹ thuật/nghệ thuật chưa hay ít được học.

b) **TN trong quá khứ**
Ở những người có hai hay nhiều nhân cách/Multiple Personality còn gọi là Dissociated Personality vì có hai hay nhiều Hồn khác nhau (, Tr 198 lại Phần Người có nhiều nhân thể). Hồn thứ nhất là Hồn chính thức của mỗi người. Hồn thứ 2 là Hồn bị áp chế bởi Hồn thứ 1 nên không biểu hiện. Khi Hồn thứ 1 bị tổn thương do chấn thương về tâm thần (như sau một tai nạn hay biến cố trong đời sống), Hồn thứ nhất không hoạt động được, nên Hồn thứ 2 trỗi dậy và đảm nhiệm chức vụ điều khiển NB. Cá nhân có Hồn thứ 2 điều hành không thể thu hồi TN cá biệt nhân thể của Hồn thứ nhất thí dụ như thông tin cá nhân, bạn bè của Hồn thứ nhất..., chứng tỏ các TN cá biệt của nhân thể liên hệ đến Hồn, hay cần Hồn để thu hồi các TN trên. Vì vậy TN có thể cói là phần trung gian giữa Hồn và NB. Phách hay Vía là từ thường dùng phổ thông trong đại chúng để chỉ về TN của mỗi cá nhân còn sống hay đã chết..

c) *Ở người đang còn sống, một số TN như TN* Ý nghĩa, Thủ thuật... có thể vừa được ghi lại trong NB và sao y và giữ trong Hồn. Vì vậy khi chết đi Hồn xuất ra khỏi cơ thể, mang theo TN và lưu giữ lại để ghi lại trong NB của người tái sanh

5. TRÍ NHỚ CỦA VÔ THỨC VÀ TIỀM THỨC

a) **Định nghĩa Tiềm Thức (TN bi đè ép) và Vô Thức** (TN không được chú ý) là hai phần của Tri Thức/TR hiện đời và là THỨC dùng thông tin dưới dạng đặc biệt của Thông tin nhận và lưu giữ trong NB. Khác với TR thông thường, thông tin của Tiềm Thức và Vô Thức khó được thu hồi. Những loại TN trên là TN ý nghĩa và thường được lưu giữ rải rác trong VN MTL Frontal hay VN cảm giác như Occipital cho Thị giác, Thái dương cho Thính giác. Tiềm thức ở độ sâu bi áp chế, TN Vô Thức tùy theo trường hợp thông tin đến NB mà không được biến thành TN Hiển hiện (Fogelson 2014, Dubois 2014) do thiếu sự chú ý.

i. **Tiềm Thức** (Subconsciousness)
Thông tin đến Não Bộ nhưng không biến ra Tri Thức/TR vì sự thông tin bi đè ép.

Tiềm Thức có khả năng biểu hiện thành TR, khả năng TR như tưởng tượng, sáng tạo mộng mị, hành động, tình cảm và các biểu hiện về nội tạng, linh tính và Trực giác.

    ii. Vô Thức. (Uncónsciousness). Thông tin của Vô Thức khó thu hồi gồm có một phần của Bản Ngã (Ego), một phần của Siêu Ngã (Super-Ego) và toàn thể Bản Năng (Id) (xem hình) . Thông tin đến Não Bộ nhưng không biến ra TR vì thiếu sự chú ý.

- Vô Thức có khi biểu hiện bằng mộng mị hay lời nói không kiểm soát thường gọi là Freudian slip of tongue (lời nói thoát ra từ chót lưỡi= lỡ lời, buộc miệng).

    Có thể có khả năng biểu hiện thành TR, như tưởng tượng, sáng tạo tình cảm và các biểu hiện về nội tạng, linh tính và Trực giác.

    Một phần Tiềm Thức và Vô Thức có thể trở thành Tạng Thức để trở thành Nghiệp luân hồi .

    Vô Thức và Tiềm Thức biểu hiện bằng TN như Tri Thức/TR, Sự khác biệt có thể là khó khăn trong sự thu hồi của TN do vì kém bảo toàn, vì không có vết TN, kể cả tồn trữ không đúng với tính chất của TN.

6. Áp chế TN

Theo Freud, TN không cần thiết và làm đau khổ có thể bị áp chế bằng ý muốn (Anderson 2000). Càng ức chế nhiều lần, sự thu hồi càng ngày càng trở nên khó thu hồi hơn. Hơn thế nữa sự thu hồi không chú ý (hay tự nhiên) cũng bị ức chế. Sự kiện trên chứng tỏ cơ chế thu hồi của trí nhớ bị áp chế, bị hư hại do sự áp chế cố ý. Trong một thí nghiệm những TN bị áp chế sẽ khó được nhớ lại khi được gợi ý, khi so sánh với TN không bị áp chế (Taubenfeld 2019). Không những thế, sự áp chế trên ảnh hưởng đến VN chẳng hạn như MTL/Medial Temporal Lobe làm cho sự thu hồi TN hiển hiện khác cũng bị ảnh hưởng. *Nói một cách khác, áp chế thông tin Vô Thức ảnh hưởng không những đến thông tin vô thức mà còn ảnh hưởng đến TN nói chung.*

7. Sự Bảo Tồn, Thu hồi TN Tái bảo trì và Tiêu hủy TN

    Thông tin nhập vào NB sau khi bị chia ra làm sáu loại: ngũ quan và tổng quát:

- **Thông tin ngũ quan** hội nhập ở VN liên hệ: VN rộng lớn nên thông tin bền vững không cần thêm cơ chế bảo tồn.
- **Thông tin tổng quát** gồm

  i **Thủ thuật,** đi đứng: đến nhân Đáy/Basal Ganglion và Tiểu não. Nhân và VN rộng lớn nên thông tin bền vững không cần thêm cơ chế bảo tồn.

ii. **Tình cảm như Tham sân si, thời gian địa điểm**.. thì đến HIPPO. Vì HIPPO nhỏ so với lượng thng tin lớn nên cần chuyển đến VN rộng lớn hơn để bảo tồn và lưu giữ lâu dài.

Khởi đầu, người ta nhĩ đơn giản như vậy thể cơ chế Bảo tồn Chuẩn định (Standard Memory Consolidation). Tuy nhiều trường hợp bịnh lý, người ta khám phá ra có chế bảo tồn rắc rối hơn nhiều

a) **Cơ chế Bảo tồn TN Chuẩn định**

i. TN Thời điểm: Thông tin đến HIPPO, sau thời gian ngắn (một hai này/tuần chuyển đến vmPFC Thông tin thời điểm sau khi chuyển lên vmPFC (biết được qua sóng Sharp Wave Ripple trong giấv ngủ NREM/Slow wave Sleep -không tĩnh)

rồi sau một hai năm chuyển lên PCC thành TN tự kỷ

ii.TN Địa điểm, bản đồ, không gian lưu giữ ở ba nơi khác nhau:
- Bản đồ di hành ở HIPPO
- vị trí các địa điểm đáng nhớ để làm chuẩn cho di hành ở Para HIPPO Place Area /PPA
- Mẫu những bản đồ đá TN. Multiple Trace Theory và b) **Vết TN mờ nhạt/ Fuzzy Trace Memory**

- Lý thuyết Nhiều Vết TN. Multiple Trace Theory

để giải quyết trường hợp HIPPO là cần thiết cho sự thu hồi TN thời điểm và có thể một ít trường hợp TN Ý nghĩa lâu dài: Sau khi chuyển thông tin lên vmPFC HIPPO còn giữ lại một ít thông tin gọi là Vết TN làm chìa khoá để thu hồi TN

- Thông tin về ý nghĩa (như ý nghĩa từ ngữ...) không chuyển lên vmPFC mà chuyển về Medial Temporal Lobe, phân lọai;

Bề ngoài Verbatim memory giữ lại ở HIPPO

Cốt lõi /Gít memory thì chuyển về MTL để lưu giữ lâu dài

8. Thu hồi TN và Học lại

Sự kiện thu hồi TN là làm kết nối lại đường dây, giống như khi mắc nối diện trong nhà là thành lập đường dây điện. Bấm nút điện để mở đèn hay máy móc là tái thiết lập lại sự kết nối. Vết TN trong HIPPO chỉ là chìa khóa cho sự thu hồi TN. Sự kiện giống như nút điện mở dòng điện trong nhà vậy.

Khi TN được thu hồi, tiến trình gần như được lập lại, TN tổng quát đến HIPPO lại phải lập lại tiến trình bảo tồn. Nếu không được tái bảo tồn TN mất đi. Sự tiêu huỷ TN là tiến trình huỷ hoại các synapses bởi cơ chế Neuroplasticity (hủy tạo TK).

- Trong sự học lại: TN cũ được thu hồi , rồi được thêm bớt TN mới. Vì vậy học lại vừa làm tăng sự bền vững TN nhưng cũng có thể làm hư hỏng TN cũ.

Vết TN còn lại trong HIPPO có thể là quan trọng hơn là vì Vết TN là chìa khoá để từ đó đi vào kho tàng TN thời điểm và có thể cả TN ý nghĩa. Sự kích động vết TN phải thông qua ý chí muốn nhớ lại. Điều đó tương ứng với sự khởi động từ Insula, mệnh lệnh chuyển đến ACC, rồi đến HIPPO. Cũng vì vậy TN tiền kiếp không có Vết TN trong HIPPO, nên có thể là một trong những cơ chế khiến con người không thể nhớ TN tiền kiếp.

9. Sự tái bảo tồn và Tái phối trí

Kết nối thần kinh của TN thu hồi, trở nên dễ bị hư hỏng cần bảo trì lại, y như khi mới nhận thông tin. Trong học hỏi , TN mới được thêm vào nên cần tái phối trí TN qua các synapses cho hợp lý.

Lại nữa khi học hỏi và học lại, TN củ có thể được tăng cường hơn khi được bảo tồn, hay bị mất đi nếu phần TN nầy không được bảo tồn

10. Tiêu huỷ TN

TN không được bảo tồn sau khi được thu hồi để nhớ sẽ bị hủy bỏ theo cơ chế neuroplasticty bằng cách bỏ đi các synapses liên hệ.

11. **Trong Thiền định tu hành**, khi TN trong nội thức được thu hồi (nhờ ACC có nhiệm vụ tìm nguồn thông tin khi thông tin ngoại biên bị hạn chế hay cắt đứt) , Nhưng TN nầy không được ghi thành TR vì không có cơ chế chú tâm (Attention/Mindfulnes), nên sẽ bị loại bỏ (thực hiện bởi IPS, vì IPS không dùng đến cho sự chú tâm trong Thiền định). Kết quả là TN trong nội thức bị chùi bỏ mà thiền nhân không biết được. Khác với cơ chế sám hối hay xưng tội, người ta chú tâm thu hồi TN để mong được rửa Nghiệp.

12. Vai trò của Hồn trong bảo tồn, thu hồi TN

TN liên hệ đến muôn ngàn synapses nên cần sự điều khiển của Trí Huệ Bát Nhã của Hồn để ghi nhớ và thu hồi

CHƯƠNG 3: SỰ CHÚ TÂM

Tâm bất tại yên
Thị nhi bất kiến,
Thính nhi bất văn,
thực nhi bất tri kỳ vị.
(Đại Học, Tu Thân)

I Tổng quát

Sự chú tâm cần cho mọi hành động để làm việc, trong thiền định và Bát chánh Đạo. Chú Ý là cố ý hay tự ý. Trong Não Bộ, mạng chính/Salient network Insula-ACC là thể hiện cua sự quyết tâm/ tinh tấn bắt đầu từ Insula Truiớc (Anterior Insula) chủ về cái Tôi kích động ACC. CC kích động hệ thống quản lý trung ương dlPFC-TPJ (dorsolateralPreFrontalCortex -TPJ/ Temporo Parietal Junction) (xem hình tr 174, H3.2) điều khiển các trung tâm khác của NB, đặc biệt trong trường hợp nầy về sự Chú ý.

Trong mỗi hoạt động NB luôn luôn dùng hai hệ thống Trên Xuống và Dưới Lên. Hệ thống Trên xuống hướng vào mục tiêu: thí dụ hơi thở hay mắt Trí huệ hay tiếng động. Hệ thống Trên bắt nguồn từ VN giác quan như Tự cảm (Proprioceptive, cảm giác không do kích thich từ bên ngoài) về thở, Thính giác, Thị giác hay Xúc giác. Từ đó các luồng dẫn truyền giác quan đều đến PPC/Posterior Parietal Cortex có vị trí ở Đinh đầu, kế đến chuyển về Trước ở các vùng Vận động cho Đầu, Mặt để theo dõi và cuối cùng đến Tiền Trán/PreFrontal là tổng quan cho hoạt động.

Hệ thống dưới thì từ VN cảm giác đi về VN thái dương (liên hệ đến tình cảm) rồi đến VN Trán về vận động và tổng quan. Hệ thống Trên chủ quan, hơi chậm hơn hệ thống Dưới. Hệ thống Dưới khách quan hơn. *Dùng cả hai hệ thống cùng nhau,VN ít còn cơ chế nào để làm việc, khiến Tâm Thức bớt chạy lăng xăng.* (xin xem tiếp tr 146 và phần Thiền định về Vọng Niệm).

Trong Thiền Định, thiền Vipassana, sự quan tâm đến hơi thở là dùng Ý căn và giác quan Tự cảm trong lục căn (ngũ căn + Ý). Trên là dùng Ý căn với hệ thống Chú Ý dlPFC-IPS hạn chế vào hơi thở để Định, Dưới là để ý vận chuyển cơ bắp tức là dùng Tự cảm/Proprioceptive để Tuệ/BIẾT. Trong Thiền Quán âm dùng cả hai Ánh sáng và Âm thanh, Trên là nhìn hạn chế vào mắt Trí Huệ (chủ Tâm/Định/Mindfulness), Dưới là quán Âm thanh để thực hành Tuệ/BIẾT. Trong cả hai phương pháp Vipassana và Quán Âm, Vỏ Não/VN vận động và PPC, Precuneus được kích thích. *Vi vậy khi định đầu thiền nhân có thể lắc lư vì trung tâm cơ cổ bị kích động.*

Trong bịnh lý khi VN Thái dương bị hư hại, bịnh nhân không có Tri Thức/TR nhưng có thể phản ứng dụng, nên giải thích được cơ chế *Mù Vô Thức*.

I. Ý Nghĩa của sự Chú Tâm trong đời sống và Thiền định

Trong đời sống chủ ý là điều kiện tiên quyết cho TR.. Thông tin không có đủ chú ý chỉ được ghi nhận trong vô thức không thể cho ra sự hiểu biết được. Điều nầy thể hiện qua câu nói:
Tâm bất tại yên, Thị nhi bất kiến, Thính nhi bất văn, thực nhi bất tri kỳ vị.
(Đại Học, Từ Thân) (Tâm không yên bình thì nhìn không thấy, nghe không hiểu, ăn không ngon)

Trong Thiền định, Chú ý cũng là sự khởi đầu để hạn chế TR vào một hiện tượng hay một điểm quan sát đơn giản. Như sẽ trình bày sau, TR là màng Vô minh hạn chế Trí Tuệ, để phát triển Trí Tuệ hay sự biết. Chính Trí tuệ là mục đích Thiền định muốn đạt được chứ không phải quán/chú ý.

II. Các Hệ thống Chú Ý

A. Chú Tâm là do sự quan sát dùng ngũ giác và TR (lục căn: ngũ giác và ý) vào một mục tiêu định sẵn để quan sát hay tìm kiếm. Vì Lục trần (trần: trong nhĩa trần gian) có tính cách toàn thể, nên khi chú Tâm, vai trò của cơ thể là phải loại bỏ những thông tin không liên hệ, hay nói cách khác là ức chế thông tin không cần thiết. Sự ức chế trong chú Tâm cũng cần phải được đi trước một bước, đó là rà qua (Scanning) các thông tin một cách nhanh chóng (= *đuốc tìm kiếm*). Để thực hiện những nhận xét trê Đồi Não là cửa ngõ của hầu hết thông tin đến Vỏ Não; sự hiểu biết về chức phận, cũng như dựa trên vị trí của Lưới Đồi Não với vai trò ức chế thông tin, đã gợi ý vai trò của Đồi Não và Lưới Đồi Não (xem hình tr 29 , 159) và là trạm tiếp nhận thông tin như bộ Bưu điện. Điều đó đã giúp Crick, (người được giải Nobel về cấu tạo DNA chuyển sang làm nhà khảo cứu về khoa học Não Bộ) đã nghĩ đến Lưới Đồi Não chính là cơ quan giữ vai trò gạn lọc cho sự chú Tâm.

B. Sự Chú Ý thường được đi trước bởi sự Tiền Chú Ý và dùng Mạng Chú ý

- Sự Tiền Chú Ý là Vô Thức. Thông tin nổi bật được ghi trong Vô thức và Tiềm Thức, giúp sự rà tìm trong sự chú ý nhanh gọn hơn. Sự đi vào Tiềm Thức không có sự chú ý là chưa được hiểu rõ hoàn toàn thông tin và yếu tố nổi bật thông tin cuả toàn hệ thống.
- Hệ thống chú ý gồm hai mạng Trên xuống và Dưới lên (xem sau)

- Thực nghiệm cho thấy NB được huấn luyện trước trong sự Tiền Chú Ý có khuynh hướng chọn cách làm việc trước đó, thí dụ là người thân trong đám đông. Cơ chế NB này là hệ thống Trên Xuống, tương đương với sự gợi ý trước (Folk 2006, Tollner 2010, Schnitt 2018 Van der Heijden 1996).
- Thí dụ : trong đám đông bạn thường có thể nhận ra người thân hay người đã quen biết trước.
- Yếu tố nổi bật ấy tương đương với hệ thống Dưới lên. Thí dụ tìm viên đạn màu xanh tươi dễ dàng trong nền gồm viên màu xám hơn là trong nền gồm viên màu đỏ, vì màu đỏ cũng là màu nổi bật.

C. Não Bộ được trang bị với Hóa chất dẫn truyền và hai hệ thống dẫn truyền neuron (H2.1)

1. Tánh chất

Sự chú ý có hai loại không tự ý và tự ý

i. **Tự động**: nhanh, và chấm dứt sau 3-5 giây, do kích thích từ bên ngoại biên như ánh sáng tiếng động. Mạng lưới ARN/ascending Reticular Network kích động.

ii. **Tự ý**: chậm hơn do tình cảm, kế hoạch, hoạt động với Trí nhớ hiện hành, và kinh nghiệm. Các vùng NB là thùy Trán trước /PFC như FEF chuyên cho cử động mắt, dlPFC TPJ và Angular Gyrus chuyên về điều hành quản lý để kết nối các vùng vỏ não khác nhau (xem hình tr 138).

Mạng chính Insula-ACC khởi động do sự quyết tâm tinh tấn, phát tâm c bồ đề trong thiền định. Kích động các trung tâm về hoá chất dẫn truyền và Mạng điều hành hoạt động ngay cả khi không được kích động từ cảm giác ngoại biên,. DlPFC-TPJ là mạng điều hành tổng quát của vỏ não, liên hệ đến đến TPJ vùng intraparietal sulcus. Vùng nầy sẽ kích hoạt các vùng về TN hiện hành, FEF.., chuyên về cử động mắt.

TN hiện hành đóng vai trò quan trọng trong chú ý, khi có nhiều mục tiêu để chọn lựa.. TN ngắn hạn thường hạn chế trong 4 mục tiêu. Hệ thống về tình cảm TN (hệ vành) và khen thưởng, sợ sệt (NAc, VTA, Amydala) đều có vai trò trong chú ý vì tình cảm là quan trọng trong chú ý (Matsumoto 2022Lindsay 2020 u Rinne2017LaCroix 2020 Kaya 2016 Maunsell 2015Pozuelos 2015Zhao2017Strait2011Vossel1 2013)

2, Hóa chất:

Locus Ceruleus/LC/Blue Spot dùng Adrenalin liên hệ với toàn vỏ não và để làm nên sự thức tỉnh, Khi LC chưa bị kích thích thì sóng alpha oscillations 8-12Hz (thường thấy ở VN chẩm, khi ngủ REM thì thấy ở VN Trán). Khi kích thích LC thì sóng alpha biến mất vì ức chế Đồi não/DN là nơi làm ra sóng alpha. Lưới DN/ LDN trong trường hợp nầy ngăn các thông tin gởi đến DN Con người mắt nở to để chú ý (Dahl 2022).

Ngoài Adrenaline (LC), Acetylcholine (BF, PPT và LDT, Serotonin, DOPA cũng giúp thức tỉnh.

3. Đường dẫn truyền cảm giác
a) LÝ THUYẾT HAI ĐƯỜNG DẪN TRUYỀN TRONG NB (H3.1,2,3)

Quan niệm hai đường dẫn truyền phát khởi từ quan niệm Nhị nguyên: Thế giới con người đang sống luôn luôn có đối nghịch, vì không đối nghịch ch hiện diện trong Thái cực. Lý thuyết nầy áp dụng cho sự chú ý, thông tin và có lẽ là cho các hệ thống khác nữa nhưng ít được chú ý và nghiên cứu hơn.

Trong NB thông tin ngoại biên thí dụ như Thị giác, Thính giác, Xúc giác có hai đường dẫn truyền phát xuất từ VN cảm giác.

Đường dẫn truyền trên/Dorsal (TRÊN XUỐNG): Mindfullness/*Chú Tâm*, chủ về Thức tỉnh, chăm chú giới hạn vào mục tiêu, Chủ quan. Dùng dẫn truyền đi qua VN hMT vạ động mã, vùng Tam biên TPJ có kết nối khắp vỏ não , vỏ não Vận động và đến FEF Frontal eye Field vận động mắt , PFC để hành động một cách phản xạ , không có TR. S*au khoảng chừng 500ms, có TR che mờ Phật Tánh*

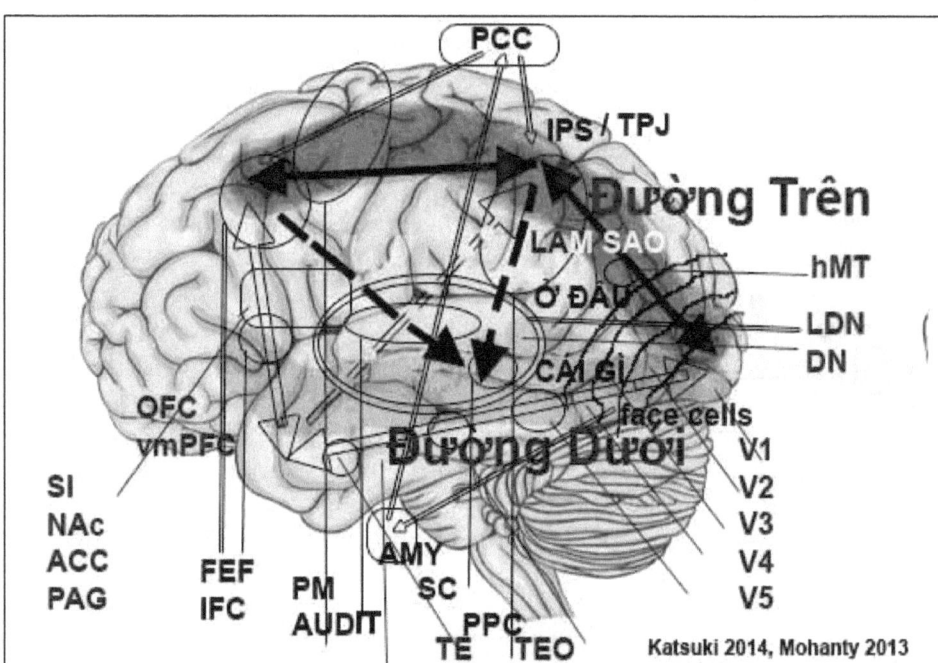

H3.1 Đường dẫn truyền trong chú ý đến các vùng dlFPC-TPJ với dlPFC.
Đường TRÊN (làm sao) và DƯỚI (Ở đâu và cái gì): hMT (human middle temporal) chuyên về cử động mắt, PCC: posterior Cingulate Cortex (Autobiographic MM) , IPS: IntraParietal Sulcus (Parietal-Tenporal-Occipital), TPJ: Temporo Pàietal Juction), PPC; Posterior Parietal Cortex, FEF Frontal Eye Field= eye movements) AMY:

Amygdala/Fearo, Inferior Temporal Lobe: emotion and shape in vision. Note both ventral and dosal pathways are cónnected tp PCC, SI: Substantia Nigra, ACC: antèiò Angular Cingulate, Nac: Nucleus Accumbens, VTA/Ventral Tegmental Area về vui sướng, AMY: Amygdala/Hạnh Nhân về lo sợ, PAG (PeriAngulår Gỳrate), TE TEO vỏ não đặc biệt thị giác, PM: Premotor, SC: Supèiò Colliculus, LDN: Lưới Đồi não, DN Đồi não, vmPFC: ventromedial PFC, OPFC: Òbitảy PFC, AUDIT: Thính giác
IPS là trung tâm kích động vỏ naõ Thị giác. Mũi tên đứt đoạn để chỉ kích đông thứ cấp để thay đổi đối tượng Chú Ý . Mũi tên hẹp chỉ ra các vung kiểm soát phụ về Chú Ý Đường Dưới nầy bao quát toàn thể để có kiến thức tổng quan giúp đường Trên đang chỉ chú ý vào mục tiêu, Vì vậy đường dẫn truyền Dưới nầy tạo ra TR sau khi được so sánh với Nội Thức. Tuy nhiên, vì Vô minh (Y tha Sở Tánh và Biến sở Chấp), nên TR không phản ảnh Trí Huệ Ba La Mật.

**b) IPS NƠI GIAO ĐIỂM CỦA HAI ĐƯỜNG DẪN TRUYỀN   152
GIỮ VAI TRÒ CHỌN LỰA MỤC TIÊU CHÚ Ý**
    IPS là rãnh chia VN PPC làm phần Trên về cảm giác, phần dưới
D) Tri Thức Thị giác 173
TR Thị giác chiếm khoảng trên dưới 40% Não Bộ được dành cho Thị giác và các hoạt động Tri Thức (TR) liên hệ. Thị giác có ảnh hưởng lớn đến đời sống con người. Kết nối thị giác với nhiều vùng Não khác nhau để thực hiện chức vụ toàn thể của đời sống nên: Thị giác liên hệ đến vùng Não Thính giác và các cảm giác khác, với tình cảm sợ sệt vui sướng, với cử động toàn thân kể cả cử động tự động kiểm soát bởi Basal ganglions (điều hợp cử động), và Tiểu Não (phản xạ Vô Thức). Thêm nữa để điều hành theo mệnh lệnh từ tư tưởng, hệ thống Thị giác cũng cần kết nối với PFC vùng dmPFC (điều hành Tình cảm), vmPFC (liên hệ xã hội, đạo đức), dlPFC (điều hành tổng quát), FEF (cử động mắt)...

Từ Võng Mô có hai loại dẫn truyền Parvocellular (hình màu/contrast Đen Trắng BW) và Magnocellular (chuyển động /low contrast BW) /Vỏ Não V1 thường gọi là Striate Cortex nhận thông tin từ mắt đến LGN. V1>V2 --> V3,4,5,6. Vỏ Não V2-V6 gọi là Extrastriate Cortex ít hơn về thông tin từ LGN nhưng nhận thông tin từ V1. Thông tin cuối cùng chuyển về Nội Thức để làm ra TR và về VN vận động về mệnh lệnh (Carruthers 2005; Rosenthal 2006; Lau and Rosenthal 2011)

   1. Đường dẫn truyền *Thị giác* TRÊN
       Khi mở mắt thông tin đi từ -Võng Mô →LGN→V1
       Đường Trên Xuống V1→V2→ TPJ→ PFC: vận động
       chuyên về vận động để chủ về Làm sao (HOW?= LÀM THẾ NÀO) , chủ về hành động, để làm thế nào sinh vật phản ứng, - như liếc mắt, xoay cổ - không có thông tin nếu không có đường dẫn truyền dưới.
       Phản xạ không điều kiện

tương ứng với TƯỞNG trong ngũ ấm đường phản xạ để bảo vệ sinh tồn như nhắm mắt khi thấy vật bay vào mắt trước khi biết việc gì xảy ra kích động nhanh sau 150ms trước khi có TR.

Chú ý

khi chú ý vào mục tiêu, nên cần kiểm soát cử động mắt, đầu, tay chân. Vì sự chú ý là lâu dài, nên khác với phản xạ, thông tin từ đường dẫn truyền dưới được thêm vào qua trung gian của vỏ não Rãnh Nội Đính/Intraparietal Sulcus/IPS. Thông tin đường dưới là TR gồm thông tin từ MTL, thêm vào bởi HIPPO kể cả MMD từ kinh nghiệm quá khứ.

Những thông tin thêm vào có thể bị loại bỏ vì khác với mục tiêu ban đầu, hay cũng có thể làm thay đổi mục tiêu chú ý.

Nếu thông tin mới thêm vào bị loại bỏ có thể làm thông tin mới thêm vào bị tiêu huỷ luôn nếu không được tái bảo tồn: đó là cơ chế xóa bỏ thông tin và rửa nghiệp trong tu hành.

Nếu thông tin mới thêm làm thay đổi mục tiêu, tiến trình sẽ là:
Rời bỏ mục tiêu cũ,
SPL chuyển chú ý đến mục tiêu mới.

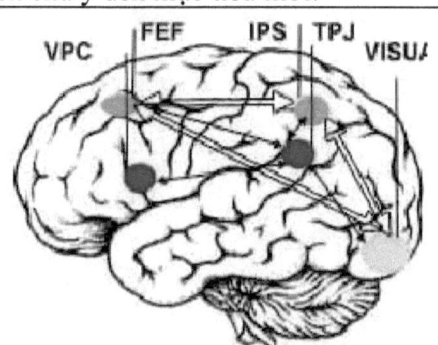

Fig 3.2 Pathways in the Attention: FEF-TPJ IPS VPC Open arrows: Dorsal pathway. Thin solid arrows: Ventral pathway
EFE: Frontal Eye Field, VPC: Ventral Prefrontal cortex IPS IntraParietal Sulcus TPJ TemporoParietal Junction

2. Đường dẫn truyền DƯỚI chiếm vùng Não rộng lớn hơn (H3.1) có Ý Thức nhưng chậm hơn *Tổng quan (Awareness)*, cho cái nhìn tổng quát, vì vậy đem đến Tri Thức cho sự thấy, vì vậy Rizzolatti & Matelli, 2003 chia ra hai đường:

- Đường Dưới Bên lần lượt đi Từ V1→ V2→V2,3 4 Medial Temporal Lobe (MTL) TEO TE= dẫn truyền bụng (WHAT= nhận diện sự vật) Nhân Amyg/lo sợ, N. Accubens/vui thích: chuyên về tính chất và tình cảm của Sự thấy (WHAT?); (TE, TEO: Tên riêng cho vùng não đặc biệt về thị giác chuyên về hình dáng của sự vật. Hình dáng càng phức tạp càng bị kích động), vùng tình cảm Nucleus Accumbens/NAc, AMYGD, PFC, Substantia innominata of Meynert (liên hệ đến TN và Amygdala/Hạnh Nhân), Vỏ não thính giác, xúc giác..., vmPFC, TPJ, Supramarginal (chuyên về nghe tiếng nói âm thanh, và đồng cảm).

- Thông tin đến Pulvinar của Đồi Não cho định vị (WHERE= NƠI CHỐN).
Thông tin đến Pulvinar /Superior Colliculus của Đồi Não cho Định vị (WHERE). (Ptcher 2021) Mắt--> Superior Colliculus---> Pulv -->V5--->MT

Như trên thì đường Trên dùng để hành động theo phản xạ, đường Dưới cho biết tính chất và tình cảm của thông tin, Thí dụ : con ruồi bay vào mắt phản ứng là nhắm mắt lại và lấy tay đuổi ruồi trước khi biết đó là con ruồi.

Hình ảnh chỉ giữ lại ở V1 một thời gian ngắn dưới 30 giây. Nghiên cứu TN thị giác hiện hành vmPFC và IF junction (Pars triangularis=BA44). Khảo sát ở các em bé cho thấy VN Thị giác bên (lateral) và Fusiform gyrus Thái dương) liên hệ đến điều hành hình ảnh đồ vật và mặt người bị kích động

Lại nữa tùy theo tính chất của thị giác hình ảnh cơ sở thần kinh có thể là *HIPPO* cho địa điểm, *MTL* cho hình dáng mặt người, màu sắc ....
Thông tin cuối cùng sánh với Nội Thức: chuyên về tính chất và tình cảm của sự thấy, (Cái gì/What và Ở đâu/Where)(Carruthers 2005; Rosenthal 2006; Lau and Rosenthal 2011) (Todd 2011) Rosen 2018).

3. Hình tưởng tượng 175
Hình tưởng tượng khi nhắm mắt Thiền thì ngược lại để tưởng tượng hình ra hình ảnh.(H3.4)
    có được nhờ Mạng Chính (Salient Network) để chú tâm tưởng tượng Insular Cortex ACC/Anterior Cingulate Cortex kích động.
    Trên Xuống: IFG /PFC → IPS/ TPJ → Chẩm
    Dưới lên   : IFG/ PFC→FG (Fusiform Gyrus) / MTL→ Chẩm
IFG: Inferior Frontal Gyrus, FG: Fusiform Gyrus, IPS:IntraParietal Sulcus, TEO TE: VN đặc biệt của Temporal Lobe chuyên về thị giác.
\

Thông tin Thị giác gồm có 3 thành phần: (H3.4)
- Nhận biết sự thấy hay Hình thấy, là nhận hình từ hiện vật thể bên ngoài. Thông tin đến từ Vỏ Não (VN) Thị giác rồi đến IFG/Inferior Fusiform Gyrus và cũng đến IPS/IntraParietal Sulcus và từ đó dùng cơ chế Trên xuống và Dưới lên là thành hình ảnh y như khi thấy hiện vật.
- Hình tưởng tượng, (Trên xuống): là hình có trong Não Bộ khi không cần có hiện vật thể bên ngoài, dlPFC kích động ở IFG/PFC đến V1, một phần nhỏ đến MTL/Inferior Fusiform Gyrus và TPJ/Temporo Parietal Junction (đó là hình ảnh còn lại trong Não Bộ sau khi nhìn thấy vật- TN

Hiển hiện và Ẩn tàng) rồi đến IPS/IntraParietal Sulcus từ đó đi theo đường lưng Trên xuống.

Sự rõ ràng của hình ảnh do thông tin đến từ *IntraParietal sulcus/TPJ và MTL/Inferior Fusiform Gyrus, đến PFC/PreFrontal Cortex* : đó là cơ chế để làm hình ảnh rõ nét. Lý do: Khi hình tưởng tượng có được, hình tưởng tượng nhập với hình có sẵn trong Nội thức (ở V1) chuyển đến IPS (TPJ) rồi đến Inferior Fusiform Gyrus (temporal Lobe).

Ngoài ra đường dẫn truyền dưới của thị giác còn có sự hội nhập của Amygdala/Hạnh Nhân với sự điều hợp của Pulvinar là phần hình thể và tình cảm cho sự nhìn.

(Pessoa 2010, Walla, 2013)

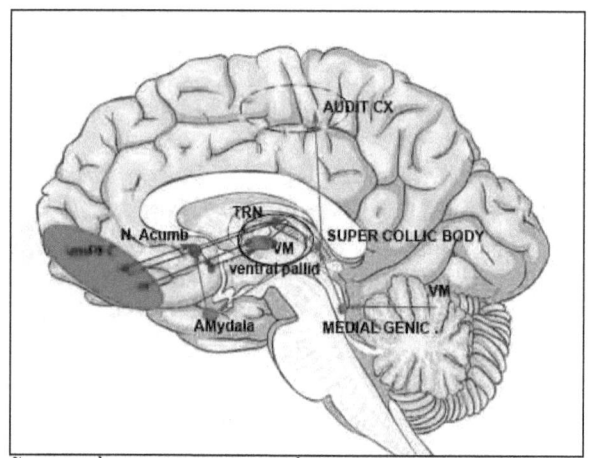

H3.3 Đường dẫn truyền Thính giác đến Medial Geniculate nucleus >Superior Colliculus. Từ đó đến VN thính giác (luồng Trên Xuống) và đường khác đến Amygdala/Hạnh Nhân > N> Accumbens, từ đó có nhiều đường đến vmPFC và LDN(Lưới Đồi Não)/TRN(Thalamic Reticular Network) làm nhiệm vụ hãm/lọc âm thanh và Tình cảm (luồng Dưới Lên) Leaver 2011 Rauschecker 2010.

* **PHÂN BIỆT CƠ CHẾ HÌNH THẤY VÀ HÌNH TƯỞNG TƯỢNG TRONG NÃO BỘ** *(H3.4)*

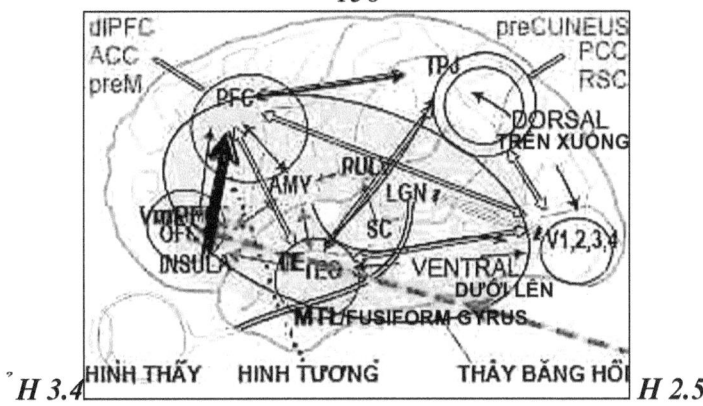

IFG: Inferior Frontal Gyrus, FG: Fusiform Gyrus, IPS:IntraParietal Sulcus

H5.9 Đường Thi giác thấy bằng Tưởng tượng va bằng Hồn

Hình ảnh tưởng tượng (Imagering = Trong trường hợp sửa soạn

Hình ảnh tưởng tượng (Imagering = Trong trường hợp sửa soạn một thao tác như nhảy cao, nhắm bắn, mổ xẻ, hội hoạ... người ta tưởng tượng về hình ảnh sắp xảy ra bằng cách nhớ lại những hình ảnh về thao tác tập dượt trước. Cũng như vậy khi nhớ lại một hình ảnh trong quá khứ, hình ảnh đó có thể hiện ra trong Trí Nhớ. Hình ảnh thấy khi nhìn cũng dùng chung một hệ thống Tri Thức Vỏ Não: đó là Vỏ Não Trán-Đính-Chẩm (Dưới lên:Từ Chẩm đến Đính đến Trán, Trên xuống: Trán-Đính-Chẩm), Dưới lên Trán Thái Dương→Chẩm sẽ làm ra hình ảnh. Sự khác biệt thấy được khi dùng kỹ thuật fMRI là hình ảnh tưởng tượng dùng đường dẫn truyền **Trên-xuống mạnh hơn khi** so sánh với thấy nhìn. HIPPO phát sóng SWR trong khi là ra tượng hình (Dijktra 2017, Mechelli 2004).

4. **Đề nghị cơ chế Thấy không cần Mắt nhìn 177**
    Đường dẫn truyền mũi tên đứt đoạn. Thông tin nhận trực tiếp từ Hồn rồi chuyển về vmPFC, và theo cơ chế Hình tưởng tượng.
5. **Di hành**
    Đây là tiến trình rất phức tạp cần dùng bản đồ di hành ở HIPPO, bản đồ những mốc địa danh như cầu cống, building cao...Parahippo Place Aera /PPA và RSC là nơi lưu giữ mẫu bản đồ đáng ghi nhớ để làm chuẩn.

6. **TR không gian**
    Chủ yếu là chiều sâu của không gian để làm nên cấu trúc 3D. Cấu trúc 3D lập thành do vỏng mô cho vỏ não thị giác hình 2D. Vùng vỏ não MT

được kích động do hình ảnh của hai mắt khác nhau/binocular disparity và hiện tượng xa gần di chuyển khác nhau (gần; di chuyển nhanh hơn xa)/motion pallax.

III. CÁC TRƯỜNG HỢP ĐẶC BIỆT VỀ SỰ CHÚ Ý
A. Sự chú Tâm Vô Thức
Trong thí nghiệm: Người thí nghiệm chăm chú nhìn được cho xem **mặt** người bình thường hay đe dọa trong thời gian dưới 1/4 giây. Người thí nghiệm không thể biết gương mặt như thế nào, nhưng fMRI (functional MRI) lại cho thấy bằng chứng sự sợ hãi khi hình người với mặt dữ dằn khi được dùng (Vuilleumier 2001, Tamietto 2102). Thí nghiệm cho thấy khuôn mặt dữ dằn đã được thấy mà không biết bởi người nhìn.

B. Hemispatial neglect (thiếu nửa khoảng không gian) thường bên Phải
Là tình trạng không nhận biết một khoảng không gian trong trường hợp bị tai biến mạch máu Não do mạch máu não giữa thường là bên Phải bị hư hại. IPS/IntraParietal Sulcus Phải chủ động sự chú ý khoảng không gian bên Trái. Vì mất sự chú ý nên không gian Trái không được TR ghi nhận, tuy không gian này được Thị giác V1 Phải nhận được thông tin (Vỏ Não cảm giác là bình thường). Kích động tình cảm từ phía không gian bị bệnh vẫn làm cho bịnh nhân biểu lộ được tình cảm vì hệ thống dẫn truyền Thị giác phía dưới từ thị giác V1-V4- vỏ não thái dương không bị hư hại (Dominguez-Borras.2012). Thêm nữa, đường dẫn truyền trên về vận động không bị hư nên bịnh nhân vẫn có thể tự động phản xạ một cách Vô Thức. Thí dụ như người bị Hemispatial neglect có thể tránh vật cản một cách Vô Thức.

C. CHÚ Ý TRONG TRI THỨC NHẬP THÂN
Hơn thế nữa sự chú Tâm vào hoạt động của toàn cơ thể trong Thiền còn có ý nghĩa về TR Nhập thân (Embodied consciousness) cũng tương đương với sự chú ý trong Não Bộ khi dùng hệ thống dlPFC/Não Trán - IPS/Não tam biên để biến thông tin thành TR trong Não Bộ. Sự chú ý vào vận hành các bắp thịt cũng có ý nghĩa tương tự. Hiện tượng tương đương với người Tập khí công. Khi công phu vận hành sự chú ý vào bàn tay người đó có thể phang làm bể cục gạch. Ngược lại nếu không có sự chú Tâm vào bàn tay, và dùng cục gạch phang vào bàn tay, thì xương da thịt sẽ bị thương tích nặng.Vì vậy sự chú Tâm không những cần cho TR trong Não Bộ mà cũng rất cần cho Khí công/Qi hay TR của xương da thịt. Cũng như vậy khi nghệ sĩ, ca sĩ hay diễn giả trình diễn, cử động tay chân, thân thể, nét mặt là diễn tả của TR, nhưng là TR thần kinh xuyên qua hệ thần kinh ngoại biên. Không những thế cử động cơ thể là ngôn ngữ của TR không thần kinh tương tự như Khí công của Võ lực

sĩ. Khi làm việc lao động chân tay, những phương pháp giải trí làm đãng trí người lao động (để giảm sự chú ý đến việc làm, khiến cho người lao động quên đi mệt nhọc). Dĩ nhiên, việc làm có thể thiếu hoàn thiện chính xác khi thi hành những công việc cần chuyên môn cao vì TR không thần kinh giảm trong trường hợp nầy.

IV. NB LÀ HỘP TIÊN ĐOÁN
A) Thuyết Dự đoán (Predictive Mind) Jacob Hohwy (H3.5)

Jacod Hohwy là giáo sư Triết học về Não Bộ Sinh học, đại học Monash, Australia. Lý thuyết có phần tương tự như thuyết Perception Control Theory của Powers trong thập niên 1950 mà Ông bị chỉ trích là không để ý đến khi sách xuất bản. (H4.19)

Thiên nhiên đối với người và động vật là hỗn loạn và đầy bất ngờ. Phần cao nhất của động vật là TR. Để đối phó với sự hỗn loạn/trật tự, bất ngờ/định mệnh và khổ đau/vui sướng, động vật dùng TR để tiên đoán. Vì vậy cái dụng của TR là để tiên đoán. Nói một cách khác theo Clark (clark 2013a, b, Nave 2020), NB là một cái máy tiên đoán. Đó là căn bản của thuyết Dự đoán. (H4.11).

Thuyết dựa trên định kiến sẵn có trong NB (Nội Thức để so sánh với thông tin mới), sau đó sự tiên đoán được điều chỉnh lại theo hiện trạng dựa trên thông tin mới đến.

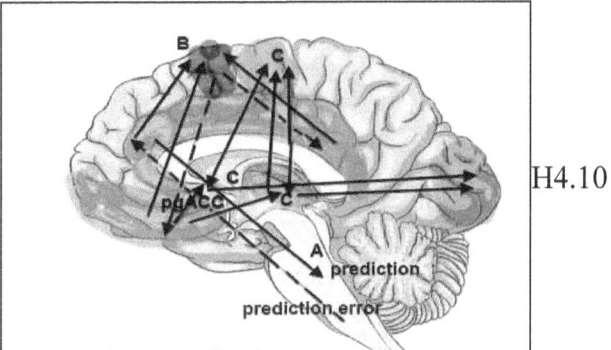

H4.10

H3.5   A): Mũi tên liền: Sau khi nhận thông tin sơ khởi, sự tiên đoán biểu hiện bằng mũi tên đi xuống, kế đến mũi tên đứt báo tin sai lầm chuyển lên.
ACC để sửa đổi sai lầm. B) mũi tên liền tới VN vận động, mũi tên đứt chuyển xuống để sửa chữa sai lầm
C) pgACC: mũi tên liền tiên đoán sai lầm lần cuối (Barrett 2017).

Khác biệt giữa dự đoán và thông tin được chuyển đến hệ trung tâm NB cao hơn để ra quyết định hành động (Rao 1999; Friston, 2002, 2008; Lee and Mumford, 2003; Knill and Pouget, 2004; Yuille 2006;Summerfield et al., 2006; Bar, 2009; Friston 2009; Rauss 2013). Cơ sở cho sự so sánh là ACC (chủ về chẩn đoán sai biệt). Thí dụ bạn ở trong một phòng kín nghe tiếng gõ cửa (tương tự như NB trong sọ nhận thông tin). Có thể nhiều tình trạng xảy ra: người giao hàng, kẻ trộm, vật đụng cửa do gió,... Khi khám phá ra thì đó là bị phá hoại. Lý thuyết trên gồm:

> **Phần đọc thêm.** i. **Hiệu quả Bayesian**: Hiệu quả Bayesian (phép tính sác xuất tiên đoán hiện tượng dựa trên thông tin sơ khởi) chỉ cho thấy hiện tượng, biểu hiện bằng P(E)% được tính bởi H là P(E|H)%, H bị ảnh hưởng bởi quan niệm/dư luận/suy nghĩ biểu hiện bằng : P(H)
> biết rằng H chỉ đúng P(H)% vì vậy
> P(E)= P(E|H)% x P(H)% / P(H|E)
> Thí dụ: P(E|H)%= 80%, P(H)%=40%, P(H|E)=60%
> P(E)= 80% x 40% /60% = 50%. Tóm lại dư luận/quan niệm sai thường làm lệch lạc (giảm) độ sác xuất/probability thông tin. Vỏ Não khi nhận được thông tin làm một sự phỏng đoán dựa trên hiệu quả Bayesian từ đó gởi thông tin đi xuống ngoại biên (TOP DOWN). Kế đến thông tin mới được ghi nhận, nên có tiến trình dưới Ngoại biên lên NB (BOTTON UP) để xác nhận lại thông tin.

ii. Nhận Thức hành động Tình cảm Nhập thể vào NB và toàn thân qua cơ chế tình cảm lo hay vui (Hệ Sympathetic).

iii. Từ thân thể Nhận Thức con người lan tỏa ra khắp xã hội văn hóa kỹ thuật như một mạng lưới (Nave 2020, Kesner 2014, Hohwy 2013, Friston 2006, Gładziejewski 2019).

Lý thuyết trên có tham vọng là một lý thuyết cho mạng xã hội, tương đương với TOE=Theory Of Everything trong vật lý. Nhưng lý thuyết cũng nhận nhiều phê bình. Đó là lý thuyết chủ về Triết lý hơn là Khoa học NB.

B) Não Bộ Bayesian và Phantom perception / Ảo giác

NB của sinh vật hoạt động theo hiệu quả Bayesian: tiên đoán những gì sắp xảy ra và hiệu quả hóa bằng cách điều chỉnh sai biệt (gọi là nguyên tắc Shannonian free Energy (Free Energy Processing=FEP)= nguyên tắc thay đổi một hệ thống khi có tác động hướng Tâm đi vào hệ thống làm hệ thống thay đổi để tạo ra một hệ thống mới. Khi FEP thấp/ Shannonian Free energy giảm thì sự thay đổi ít= độ chính xác cao.

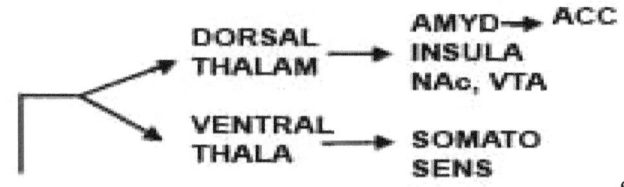

Sơ đồ cho thấy thông tin đến Đồi Não gồm đường trên (Dorsal) đến các vùng Nucleus Accumbens/NAc, VTA (vui thích), Insula (nhận biết từ bên trong) Amy (lo âu) rồi chuyển đến ACC chuyên so sánh tìm ra đồng dạng và sai biệt. Đường dưới đến Vỏ Não Cảm giác.

Vì chức vụ tiên đoán của Não Bộ (NB), NB bị kích động khi có thông tin hướng tâm để làm công việc điều chỉnh sai lầm. Nếu thông tin hướng tâm/afferent bị cản lại, do nguyên tắc Shannonian, các vùng Não Giải Bao Trước /ACC, Insula... chuyên về tiên đoán sai lầm bị kích động quá độ để tìm nguồn thông tin. Tình trạng đó sẽ tạo ra hiện tượng Ảo giác (Friston 2006, Kesner 2014, De Ridder 2014) (H4.20).

2. Bản Tánh /Phật Tánh là nơi tạo ra Thức/Tâm.
Vì vậy Bản Tánh còn gọi là Diệu Tâm.

Vì Điên đảo vô minh làm thành màng Vô minh nên tầm nhìn, nghe ... giảm đi rất nhiều. Trái lại Phật có đủ 6 pháp Thần thông vì không bị màng Vô minh che. Màng Vô minh tạo ra bởi NB. Cho nên mất NB đi, sự nghe thấy được nhiều thuận lợi nghe thấy... nhiều xa hơn và rõ hơn. Điển hình là đoạn kinh Đức Phật nói trong Kinh Lăng Nghiêm :
" - A Nan! Ngươi há chẳng biết hiện trong hội này, A Na Luật Đà chẳng mắt mà thấy; rồng Bạt Nan Đà chẳng tai mà nghe; thần nữ Căng Già chẳng mũi mà ngửi hương", Kiều Phạm Bát Đề :" Lưỡi trâu mà biết vị"...

Vì Bản Giác/Phật Tánh là nơi rốt ráo để nhận ra TR, vấn đề là Bản Giác có cần phải cập nhật Thông tin mới không? Đối với Biến sở Chấp vá Y tha khởi Tánh, như trên đã nói, thông tin mới cần được cập nhật cho Nội Thức. Nội Thức nằm trong hay đúng hơn là dựa lên Bản Giác để hoạt động. Bản giác/Phật Tánh là Vô sanh Vô Diệt, Thường hằng/Bất biến và Bình Đẳng (không phân biệt mới cũ). *Như vậy khác với Y tha Sở Tánh và Biến Sở Chấp. Phật tánh không phân biệt mới cũ để cập nhật, vì tất cả vũ trụ được bao trùm bởi Phật Tánh. Mới Cũ , Xưa Nay. Hiện Tại, Quá Khứ ,Vị Lại không bị phân biệt vì lý do rất đơn giản là trong* **Phật Tánh/Bản Giác, không có quan niệm về thời gian và không gian** *(Thời gian/Không gian=Zero).* Trí óc , Tri Kiến của con người quá nhỏ bé nên thường được đặt nặng và tự hào bất tương xứng về những thành quả kỹ thuật hiện nay. *Con người thường coi thường hay không thể tin nổi khả năng bất khả tư nghì của Phật Bồ Tát đã được mặc khải trong hai kinh Hoa Nghiêm và Pháp Hoa.*

Sự Kiện Bản Giác/Phật Tánh Thường hằng mà vẫn nhận ra Thông tin mới vào Nội Thức, chứng tỏ Phật tánh chứa đựng và bao gồm mọi Thông Tin trong Thiên nhiên không phân biệt quá khứ hay vị lai. Hiện tượng tương tự như một hạt giống khi gieo xuống đất đã chứa mọi thông tin của cây bông hoa trái, đời sống ngay cả tai nạn sẽ xảy ra. Hệ luận của quan niệm trên là khả năng tiên đoán vận mệnh của sinh vật thật ra chỉ là khả năng đọc được thông tin chứa đựng trong hạt giống nơi gieo trồng. *Nói một cách khác, Thế giới và Thiên nhiên là khẳng định như Einstein đã từng nói: God does not play with Dice. Cũng vậy, thí nghiệm cuả Libet gợi ý Hành động của con người là tiền định.*

Chương 4: TRI THỨC

*TR là công cụ cho tiến bộ khoa học
và đời sống vật chất
Nhưng cũng là mà ng vô minh làm thoái lui Tâm linh
và đời sốnh tinh thần*

TÓM LƯỢC.

Tri Thức (TR) tuy rất gần với con người và được dùng liên tục khi thức cũn; như khi Mộng mị, nhưng từ lâu được coi là một phần của thể siêu hình v không biết TR cấu tạo như thế nào và làm sao sinh vật tạo ra nó. Với sự tiế bộ của khoa học nói chung và Não Bộ học nói riêng, vấn đề đi tìm cơ chế că bản tạo ra Tri Thức (TR) là cần thiết để hiểu phần quan trọng trong đời sốn; và cơ thể của con người. Francis Crick đã đặt ra câu hỏi "Tương ứng thầ kinh của TR" là gì?. Mục đích của bài viết này là trình bày những hiểu biết v TR cơ chế tạo thành TR, và căn bản hơn là tại làm sao sinh vật hiểu biết đượ các sự vật.

TR là thể hiện của TN, cho nên cơ sở vật chất của TN và TR là gần nh nhau. Tuy vậy TR cần có sự chú tâm, và TN không liên hệ gì đến chú tâm.

    1. TR là thông tin tổng hợp đến Vỏ Não với sự chú Tâm, những thôn; tin không được chú Tâm đi vào Tiềm Thức và Vô Thức.

    2. TR là sự hội nhập thông tin liên hệ được gởi đến nhiều vùng V Não. Thí dụ như thông tin Thị giác đến Vỏ Não V1 được phản xạ ra ha đường, đường Trên đến Vỏ Não cử động, làm cơ thể phản ứng thích hợp đường Dưới đến các Vỏ Não Thái dương thuộc về tình cảm, phân tích ở Giả Bao Trước /ACC/Angular Cingulate Cortex và so sánh với TR trong Nộ Thức/Tâm để trở thành TR. Hai đường tiến hành song hành, đường trên nhanh hơn một chút nhưng không đáng kể, nhờ vậy phản ứng với Thị giác được cản nhận như chỉ có một cơ chế.

    Bằng chứng cho hai thuyết trên là trong tiến trình tạo thành TR Vỏ Nã vùng Trán Đỉnh Thái dương hoạt động mạnh cùng với nhau.

    3) Nội Thức có chỗ ở là Vỏ não Mặc Định, vỏ não Thái dương giữa/Medial Temporal Lobe/MTL giúp Não Bộ trong vai trò như mẫu Tr Thức làm chuẩn so sánh với Tri Thức/TR mới. Vì NB là một hộp tiên đoán thông tin sơ khởi kích động để Vỏ Não gởi tín hiệu xuống Ngoại biên đặt câ hỏi theo hiệu quả Bayesian (Bayesian: cách tính sát suất về sự tiên đoán hiện tượn; dựa trên thông tin sơ khởi). Thông tin được phản hồi ở vùng Vỏ Não của giá quan và chuyển về vùng Nội Thức/Mạng Mặc Định và Giải bao Trước /ACC ... để so sánh với mẫu Nội TR. Sau đó thông tin trở thành Tri Thức (TR) (chú ý: Mặc Định là tự khẳng định như vậy, dễ được chấp nhận bởi đa số).

    Như trong phần trước, Trí Nhớ được lưu giữ lâu dài trong Vỏ Não Nộ Thức (MMD+Thái dương giữa). TN là kho dữ liệu của TR, mà TR là phầ sinh động của Hồn được lập thành từ khi Hồn nhập vào bào thai, điều khiể sự phát triển Não Bộ cùng lúc với sự kết nối thần kinh: Công việc có thể tương tự như việc sao y bản chính từ Trí Nhớ của Hồn lên Tạng Thức của thai nhi. Vì vậy kho lưu trữ TN cũng là chỗ lưu trú của Nội Thức hay là Hồn. Nói một cách khác Nội TR là vùng Não của các mẫu TR khác nhau. Khi thông tin mới đến, thông tin giống với mẫu TR có sẵn sẽ được dán nhãn hiệu như quả cam chữ a,b,c.... Thông tin mới sẽ được cập nhật vô Nội TR. Cuối cùng Nội TR có tất cả các mẫu thông tin để làm chuẩn và trở thành một cuốn tự điển cho Tri Thức/TR. Thông tin đến cũng được chia sẻ lại với Hồn.

Sự lập thành TR còn qua giai đoạn cuối cùng là thông tin ghi nhận ở Nội TR được chuyển đến Hồn. Vì Hồn tiếp xúc hay dựa vào Phật tánh (còn gọi là Bản Tánh/Bản Giác). Chính Bản tánh chứ không phải Nội Thức là nơi rốt ráo làm ra TR. Cho nên Hồn ngoài NB có thể nghe nhìn, hiểu biết mà không cần NB.

4) Sự tạo ra TR thường cần sự Thức tỉnh do sự làm việc của Lưới kích thượng và Lưới Đồi Não và các nhân liên hệ HIPPO (Trí Nhớ) và Basal Forebrain (BF) (làm ra Acetylcholine giúp cho TâmThức). Lưới Đồi Não giữ vai trò gạn lọc thông tin ngoại biên đến Đồi Não và có thể cả thông tin từ Vỏ Não đến Đồi Não giống như hệ thống giảm thanh trong các headphones có phần hãm âm thanh. TR không có trong Ngủ NREM (giảm Nor-epinephrine, Histamine, DOPA và Serotonine) vì không tỉnh. Tuy nhiên TR cũng có trong Mộng Mị khi có sự kết nối (không điều hợp) giữa một ít vùng Não Nội TR do sóng điện Pedunculo-Geniculo-Occipital PGO. Sóng PGO là sóng điện phát xuất từ Cuống Não làm tạm thời kết nối các phần Não nhất là Đồi Não làm ra các thông tin trong Mộng mị.

5) Sự chú ý:
Nếu không có sự chú ý khởi đầu từ Insula kích động ACC (mạng Chính) để điều khiển mạng điều hành Dorsolateral PreFrontal Cortex /DLPFC - IntraParietal sulcus IPS hợp thành mạng Não quản lý trung ương thì không có TR. Cơ chế giải thích các hiện tượng như nhìn mà không biết, mù Vô Thức, linh tính.... vì thông tin đến Vỏ Não không thành TR nhưng có thể tạo nên các Phản xạ về cử động, Tâm lý và Hệ sinh lý hóa tự động xuyên qua Hypothalamus và hệ Thần kinh tự động Giao cảm.

Sự chú ý được thực hiện bởi hai hệ thống thần kinh dẫn truyền, thí dụ thị giác : Hệ thống Trên chú ý vào mục tiêu đã được định sẵn nên nhanh và chủ quan, để trả lời câu hỏi: Ở ĐÂU ?, có tánh cách như phản xạ. Hệ thống Dưới chậm hơn có nhiệm vụ quan sát chung quanh mục tiêu với sự giúp đỡ của Lưới Đồi Não để gạn lọc thông tin không cần thiết khi thông tin được đưa về Đồi Não để trả lời câu hỏi: CÁI GÌ? (để xác định tính chất của thông tin như màu sắc, vui vẻ, lo âu, đe dọa. để làm ra TR.). Hai hệ thống trên có lẽ được thiên nhiên tạo ra để động vật có cái nhìn tổng thể hơn là chỉ chú trọng vào mục tiêu. Trong Thiền Định, chú ý là then chốt, để Tránh hiện tượng Tâm viên ý mã, thiền nhân được dạy dùng cả hai hệ thống trên xuống và dưới lên vào hai mục tiêu khác nhau. Thí dụ trong phép Quán âm, nhìn vào Mắt Trí Huệ để thấy ánh sáng và quán nghe nội âm, hay trong thiền Tứ niệm xứ (chánh niệm về bốn thứ: Thân, Thọ, Tâm và Pháp) như chú vào hơi thở vô ra và cải thiện quan niệm thành chánh niệm như Tâm niệm là bụng xẹp xuống hay căng ra và ghi nhận như vậy mà không có ý thay đổi sự vận hành...Trong hai phương pháp trên sự Chú Tâm vào mắt Trí huệ, hay các động tác thân thể cũng còn có mục tiêu là hoàn chỉnh TR của Não Bộ và TR Nhập thân tức là TR "Không thần kinh". (*Sẽ được đề cập trong phần TR Nhập thân/Embodied Consciousness*).

Như trên, sự chú ý là cần thiết để có Tri Thức/TR, thông tin không được chú ý sẽ đi vào Tiềm Thức, nhưng vẫn có thể gây nên xáo trộn Tâm lý và là cơ chế của những bịnh như: Hemispatial neglect (nửa khoảng không gian quên lãng) ở những bịnh nhân bị tai biến mạch máu não bên phải, các bịnh tâm lý.

6) Thuyết TR Nhập thân/Embodied Consciousness : Trong khi Thiền định Hồn nhập thân làm ra cảm giác thoải mái toàn thân. Trong châm cứu Hồn là phần được quan niệm liên hệ về Khí/Qi chạy dọc theo kinh mạch. Trong Khí công Hồn biểu hiện bằng sức mạnh. Trong trình diễn của ca sĩ hay khi diễn giả thuyết trình, cử động tay chân hơi thở là sự phối hợp giữa Hồn Não Bộ và Hồn nhập thân và trong giao tiếp giữa người và người.

7) Thuyết TR không cần Vỏ Não, căn cứ trên những sinh vật nhỏ, nhất là người bị lấy đi phần lớn Vỏ Não hay những người bị Hydrocephalus/Não ứ nước có Vỏ Não mỏng như giấy nhưng có IQ bình thường và thai nhi không óc nhưng vẫn có TR.

8) TR trong Đạo Phật được Đức Phật chỉ rõ khi Phật chỉ ra Bản Tâm chính là Trí Huệ Bát Nhã, Trí Huệ ấy bị che mờ bởi màng Vô minh gồm Y tha sở Tánh và Biến sở Chấp biểu hiện bằng Nội Thức chứa đựng thông tin bị điên đảo bởi sự Vô minh, Vô thường và vị Ngã. Tuy NB rất cần để con người hành động như ăn uống vui chơi giao tiếp bằng cử động nhưng là một màng Vô minh che mờ Trí Huệ Bát Nhã của Bản Tánh Diệu Minh Phật tánh và khả năng nghe nhìn ngửi.... Không có NB con người sẽ có Lục thông Tam minh và năng lực bao gồm vũ trụ như Phật.

9) Khoa học thường được liên hệ đến TR trong chiều hướng giải thích cơ chế của TR. Lượng tử hiện nay tỏ ra không có sự liên hệ nào đến TR . Tuy nhiên hiện tượng TR và lượng tử có nhiều điểm chung. Bản chất của TR là "không" vì được sanh ra từ Chân Không+ Vọng Niệm nên giả định và Vô thường. Photons có biểu hiện Nhị nguyên vừa hạt và vừa là sóng nên tuy hiện hữu nhưng có bản chất là 'không" và Vô thường.

10) Nội Thức bị mất liên lạc với TNBN/Bản Tâm làm ra tình trạng của Depersonalization/Phi Nhân cách, DeRealization/Phi Thực tế và tình trạng Phi Ngã của Cotard's syndrome (người đang sống mà tự coi như đã chết) và có thể cả tình trạng Conversion Disorders (Rối loạn do chuyển hóa).

Tuy TR là thể Siêu hình tức là Hồn, nhưng TR cũng như Trí Nhớ dựa vào Não Bộ để làm việc. TR có được khi thông tin ngoại biên đến Đồi Não. Đồi não gởi thông tin đến các Vỏ Não khác nhau và đối chiếu với Nội Thức. Thông tin mới đến chỉ được ghi nhận khi đồng dạng với thông tin trong Nội Thức.

Ngoài ra TR cần sự chú ý điều hành bởi hệ trung ương dorsolateral PFC-intraParietal sulcus và hai đường dây dẫn truyền trên và dưới. Sự đồng hành của hai hệ thống trên cũng là cơ chế được áp dụng trong sự chú Tâm choThiền Định. Hai cơ chế trên dưới cũng có thể giải thích nhiều hiện tượng trong Thần kinh học.

I. TỔNG QUÁT

Tuy NB học nghiên cứu về TR/Tri thức và TN/Trí nhớ, nhưng nhà NB học không quan niệm TN và TR là thành phần của thể siêu hình, siêu nhiên. Vì vậy Khoa học gia NB nghiên cứu để định nghĩa TN và TR là gì trong NB và có vẻ thoả mãn với thay đổi các vùng NB khác nhau trong tiến trình TR. Khi đối diện với hiện tượng siêu nhiên như TN tiền kiếp, Ngoại cảm, Xuất hồn, các khoa học gia tỏ ra rất lúng túng ngụy biện hay chối từ nghiên cứu. Damasio, chủ trì khoa Tâm lý học ở UCLA trong bài viết ở Scientfic American cũng công nhận vấn đề Hồn không thể giải quyết bởi KHNB.

A. Phần siêu hình dễ nhận biết: Ngũ Thức, Phần lớn của Tri Thức (TR) và Mạc Na Thức

(TR= sự hiểu biết, Cognition, Thức thứ 6-theo quan niệm Phật giáo. Thức thứ 1-5 là Thức thuộc về ngũ giác)- Chú ý: có thể có Tác giả gọi TR là Ý Thức, tuy nhiên trong bài viết nầy Ý Thức hay tư tưởng chỉ được dành để gọi Mạc na Thức hay là Thức thứ 7. Tri Thức được tạo thành từ thông tin từ bên ngoài hay từ trong cơ thể (lục phủ ngũ tạng, các cấu trúc khác của cơ thể và TR) gọi chung thông tin hay là Trần hay là Pháp. Trần được ghi nhận do Căn (5 căn hay là ngũ quan [tai mắt mũi lưỡi và thân] và Não Bộ. Cần ghi Nhớ là hệ thần kinh (Thần kinh) và ngũ giác có cùng chung một gốc là ngoại bì của bào thai (Ectoderm). Một cách đơn giản TR là sự hiểu biết thông thường như biết là tại sao đây là người quen, đây là tế bào.... Vấn đề không phải là sự định nghĩa TR là gì mà là tại sao có TR, tại sao cần TR. TR là thể siêu hình nên chưa phải lúc để đặt nghi vấn TR làm bằng gì nên người ta chỉ có thể đặt nghi vấn tương ứng vật chất của TR là gì, hay cụ thể hơn tại sao tôi biết đây là trái táo mà không phải là quả cam.

Trong kinh Lăng Nghiêm Đức Phật đã chỉ ra sự phân biệt cái nghe (cũng như thấy, cảm xúc..) tánh nghe và người nghe. Khi đánh tiếng chuông lên thì Ta nghe. Nói như vậy là sai lầm (và sự sai lầm nào cũng đưa đến đau khổ!). Ở đây phải nói là tánh nghe, nghe được tiếng chuông, và tánh nghe là thuộc về phần siêu hình (không thể Xác) và tạo ra TR. **Tánh là phần không sinh / diệt nên trường tồn, như**ng TR là Vô thường có Sanh Diệt (*TR là bản sao của Tạng Thức và được cập nhật liên tục, nên khi còn trên thế gian nầy TR dựa vào Não Bộ nhưng khi lìa thế gian thì TR vẫn tồn tại vì được ghi giữ trong Hồn*. Tai và Não Bộ là nơi tiếp nhận âm thanh, nhưng sự hiểu biết âm thanh là thuộc về Tánh nghe. Tánh nghe, thấy, ngửi, nếm và xúc giác không có vật chất và không thể đo lường được.

B. Phần Siêu hình khó nhận biết (H4.2&3)
Bảng 1: Cấp bậc Hồn hay Cõi Luân Hồi và cõi Trời theo Phật giáo và Đạo giáo

Sáu nẻo Luân hồi: Tri Thức (TR) càng sáng tỏ (ít bị che phủ) khi càng lên cao trong đẳng cấp		0	Địa ngục
		0	Súc sinh
		0	Ngạ quỷ,
		0	**NHÂN**
		0	A Tu La/cõi **VÍA** tình cảm
	Núi Tu di bắt đầu hiện ra**	0	Tứ Thiền Vương
Dục Giới: Sáu Tầng Trời*, TR càng sáng tỏ khi càng lên cao trong đẳng cấp: TR dần dần bớt đi tà kiến (Biến kế sở chấp)	Thọ 1000 năm, không còn ái ân	1	Đạo Lợi Thiên	Tam giới
	Rất hoan hỉ	2	Dạ Ma Thiên	
	Thọ 4000 năm, có **Bồ tác D Lạc**	3	Đâu Suất Thiên	
	Thọ 8000 năm	4	Hóa Tự Tại Thiên,	
	Rất vui sướng nên khó tu	5	Tha Hóa Tự Tại Thiên	
	Vui sướng nhất, nên khó tu	6	Ma Thiên	
Sắc Giới, Sơ Thiền, *chánh niệm, thanh tịnh, bỏ đ tham sân buồn Ngũ Tâm loạn và hoài nghi niệm tin(Th giảm tà kiến, Tu Đà Hoàn, còn 7 lần Người (bỏ được ngũ dục:tiền, ăn,ngủ, sắc dục, danh=ngũ dục)*		7	Phạm Chúng Thiên: tiêu trừ ngũ dục	
		8	Phạm Phụ Thiên: vui, thanh tịnh, đức hạnh	Tam giới
		9	Đại Phạm Thiên: Trí Tuệ	
Sắc Giới, Nhị Thiền,(*ngồi thiền lâu,vui tự tại, biế trước giờ chết, trí tuệ sắc bén), TR còn lại chút ít Tham Sân Si, biết trước giờ chết, Tu Đà Hàm, còn 1 lần Người* **Núi Tu di**		10	Thiếu Quang Thiên: hết ngũ dục	
		11	Vô Lượng Quang Thiên: định lực tăng	
		12	Quang Âm Thiên: Trí tuệ hàoquang	
Sắc Giới, Tam Thiền (*an trú trong nội Tâm) TR rất v tế, an vui, A Na Hàm, Tái sanh về cõi Trời, Thông suốt được Tạng Thức* **Núi Tu di**		13	Thiếu Tịnh Thiên: bỏ hỷ thụ, vui nhẹ	
		14	Vô Lượng Tịnh Thiên: thanh tịnh+++	
		15	Biến Tịnh Thiên: thanh tịnh, vui về bờ bến	
Vô Sắc Giới BÁT THIỀN **Núi Tu di**		16	Không Vô Biên Xứ (Thiền 5)	
		17	Thức Vô Biên Xứ (Thiền 6)	
		18	Vô Sở Hữu Xứ (Tầng Thiền 7)	
		19	Phi Tưởng Phi Phi Tưởng (8)	
Vô Sắc Giới, TỨ THIỀN, *TR xuất thần-Xuất Hồn khai mở giác quan). Hết hỉ lạc,TR bình đẳng, an trú, tự tại A La Hán. Hết Luân hồi, 4 định hữu sắc:Sinh Lão Bịnh Tử Tam minh: Túc Mạng,Thiên Nhãn,Lậu Tận minh và Lục thông=Tam thông +Tâm+Nhĩ+ Thần thông*		20	Phước Sinh Thiên: buông xả vui va khổ	Tam giới
		21	Phúc ái Thiên: buông xả viên mãn	
		22	Quảng Quả Thiên/Vô tưởng Thiên	
		23	Vô Tưởng Thiên	
Vô Sắc Giới *Ngũ Tịnh Cư (Huệ, Căn, Định, Niệm Tấn, Tinh)* **Núi Tu di**		24	Vô Nhiệt Thiên	
		25	Vô tưởng Thiên	
		26	Thiện Hiện Thiên	
		27	Thiện Kiến Thiên	
		28	Sắc Cứu Kính Thiên	

*: Sáu Tầng Trời+ 3 tầng (Nhân, A tu la+Tứ thiên Vương)= Chín tầng mây (cửu trùng)!

** NúiTu Di: Từ Tầng Trời Tứ Thiên Vương Núi Tu Di hiện ra cho đến cõi Bồ đề làm mốc cho Vũ trụ của Phật giáo.

TR được chia ra hai phần, phần dễ nhận biết là phần con người xử dụng hàng ngày. *Phần sâu của TR gồm Tiềm Thức và Vô Thức là phần khó nhận biết.*

Giám đốc điều hành của Tâm Hồn, còn gọi là Động Ý Thức (Tư tưởng, Suy nghĩ, Mạc Na Thức, Thức thứ 7 của Phật giáo, Ý Thức, Tâm ý): đó là phần tích cực làm việc tương tự như

Thức (Động Thức thuộc về quẻ Chấn vì tánh chất động như sấm sét trong bát quái hợp với sự chạy bậy bạ của tư tưởng hay ý Thức trong "Tâm viên Ý mã ". gồm: - Phần khó nhận biết của TR là: -Tiềm Thức (Subconsciousness/Unconsciousness = hay đáy Lòng, chiều sâu của TR, không phải là Tạng Thức). Cũng có thể gọi là Tâm Thức nếu được dùng để chỉ phần sâu thẳm của Hồn hay Tâm Hồn.

- Tạng Thức = Thức thứ 8, thuộc về quẻ Khôn vì tính cách bao chứa của đất: đó là phần dự trữ, tồn kho các thông tin dữ liệu.

4. **Hồn và Xác:** đều phát xuất trực tiếp từ Thể Không/Bản Giác /Phật Tánh. Cho nên thân xác là từ Đấng Tạo hóa trực tiếp làm ra (xem bài viết Tế Bào Mầm), và Hồn luôn luôn kết nối với Phật Tánh để có TR. Cũng như con cái thường liên lạc với Cha Mẹ khi nhỏ cũng như khi trưởng thành.

5. **Nói về Ngũ Ấm/Ngũ Uẩn (Ấm: Căn, Uẩn: Tích tụ để thành Tâm Thân):**
-*Sắc Uẩn* nói về Não Bộ, ngũ quan và thân thể.
- *Thọ Uẩn*: phần thông tin đến NB để thành Nhận Thức.
-*Tưởng Uẩn* Thông tin thành Tri Thức. quẻ KIỀN
Hành Uẩn: TR trở thành dạng để thực thi hay hành động = Mạc Na Thức.: quẻ CHẤN trong Dịch.
-*Thức Uẩn*: Nội Thức gồm cả Tạng Thức = màng Vô minh dáng nhãn hiệu cho mỗi loại thông tin thường được biết là Y Tha sở tánh và Biến sở Chấp.

Khi bào thai tượng hình được Hồn nhập vào, A Lại Đa Thức mang bởi Hồn được Hồn in vào Nội Thức của thai nhi gồm cả Phật tánh/Thánh linh và phần ở nhiễm Nghiệp /tội lỗi của Hồn. Cho nên con người/sinh vật luôn luôn có A Lại Đa Thức có Phật tánh/Thánh linh nhiễm bởi Nghiệp.

H4.1: Ví dụ về các Thức

Cũng cần bàn thêm về Tri Thức, Tiềm Thức /Subcónsciousness và V Thức (Vô Thức /Uncónsciousness).: (H4.1)

Sự phân biệt giữa Tri Thức và Vô Thức chỉ là quan niệm về chiều sâu củ thông tin nằm trong Tri Thức. TR là phần thông tin sẵn có, Subconsciousnes dễ được thu hồi về thực tại hơn là Vô Thức. Phần khó hay không thể thu hồ được là Unconsciousness sẽ được bàn ở phần cuối của phần TR(Tri Thức) sa khi trình bày về các hiện tượng về TR, Chú ý, Linh tính, TN và các phản x Vô Thức.

<u>Chú ý: Vô thức (hiện đời) là khác biệt với Tạng thức (tiền kiếp). Vô thức c thể trở thành Tạng thức cho kiếp sau.</u>

Trí Nhớ ẩn ngầm về sự khéo léo trong hạnh kiểm ngôn ngữ và các thủ thuậ cũng được xếp vào Tạng Thức. Nhưng một phần Tạng Thức có thể dễ thấ qua biểu hiện những trạng thái Tâm lý khác thường khác nhau : như sợ thá quá, ngộ nhận, sai lầm trong cư xử tự nhiên theo phản xạ, nhạy cảm quá đán không thể kiểm soát được bằng cơ chế Tâm lý thông thường (Squire 2015 Windmann 1998). Dĩ nhiên những biểu hiện tốt của cá nhân cũng có thể từ Tạng Thức.

Để đơn giản, lấy ví dụ của một Computer: gồm hard drive với memor storage lớn chứa đựng mọi dữ liệu cho người dùng, hệ điều hành với memor nhỏ hơn thường gọi là RAM (Random access memory) để xử dụng memor trong hard drive. Nếu RAM bị xử dụng hết thì Computer cũng ngưng hoạ động. Thức thứ 7 coi như tương tự với RAM. Thức thứ 8 - A lại Đa Thức l phần Trí nhớ của Computer chứa trong Hard drive.

C. Định nghĩa của Hồn/Tâm 188
(khác với Bản Tâm/Bản Giác)

Dựa vào quan niệm trên, Hồn/Tâm là phần Siêu hình, trường tồn lâu hơ Xác, có Sanh có Diệt tạm thời (Vô thường cho nên hiện hữu trong Hiện tạ thôi, nhưng bản chất là "không" và không liên hệ gì đến Quá khứ hay Vị lai của con người khi sống, tạo nên nhân cách cá biệt, có cả Phật tánh, tư tưởn và chí khí, sẽ rời thân xác con người sau khi chết để tự tồn tại ở Thiên đường hay Cõi vô hình hay trong Vòng luân hồi.

Hồn và Vía. Quan niệm phổ thông trong nhân gian thường gắn liề Hồn,Vía (có thể gọi là Phách) và Thân xác. Trong lời nguyện người t thường nói "ba Hồn bảy (hay chín) Vía". Dĩ nhiên có ít cơ sở Khoa học Nã Bộ khi gọi như vậy, tuy nhiên vì là quan niệm sâu đậm trong phong tục, nê đáng được lưu tâm và phân tách.

Hồn Vía là thể Siêu hình.

Vía: với tính cách thứ tự trong cách phô diễn Hồn Vía Thân xác nê Vía là phần Vô hình gần nhất với thể Hữu hình. Có người quan niệm Vía l phần nối Hồn với Xác. Theo Tác giả, Hồn nối với Xác hay Não Bộ qua chỗ lưu trữ Trí nhớ, như vậy Vía cũng có thể so sánh được với Trí nhớ (thí dụ trong câu nói Lễ Vía Đức Thánh... chẳng hạn). Quan niệm bảy Vía hay chín Vía trùng hợp với các lỗ khiếu hay có thể chỉ là con số tình cờ.

Hồn, như định nghĩa trong sách này. Quan niệm ba Hồn là:

i. Hồn tương ứng với Tri Thức ngũ Quan,

ii. Tri Thức tổng quát, và

iii. Tạng Thức.

Nói chung i,ii,iii là toàn thể phần Hồn của con người.

1. Bàn về câu nói của Mạnh Tử: Nhân chi Sơ Tánh Bổn Thiện, thường được hiểu là con người sanh ra đều có Tánh Thiện. Tánh ác là do môi trường sống gây nên. Thực tế cho ta thấy không có em bé nào có tính giống nhau cả : dễ cười, vui vẻ hay khóc, cáu kỉnh. ... Về Bản chất các Em bé tạo ra với Hồn gồm Tạng Thức hay Nghiệp khác nhau. Đó là chưa kể cấu tạo NB cũng khác nhau (có thể Nghiệp Thức làm cho Hồn nhập vào cơ thể thích hợp và vào môi trường của Bố Mẹ thích hợp). Vì vậy các em bé luôn luôn khác nhau về bản chất và tánh tình. Cho nên Thiện Ác tùy thuộc:

i. Bản chất cấu tạo NB và Nghiệp như trình bày trên.

ii. Mọi người đều có chung Bản Tâm là Phật Tánh. Phát huy "Bổn Thiện" là phát huy Đạo Đức hay là Phật Tánh. Đức Phật nói trong kinh Lăng Nghiêm là: Phát Tâm Bồ đề không thể tự nhiên mà phải là từ ý chí quyết tâm. Nếu là tự nhiên thì con đường Đạo đức còn rất xa. Con người sống tự nhiên thì không có quyền hành động (No Free Will theo Libet 1998) và hành động theo Nghiệp. Con người chỉ có quyền hành động theo Đạo đức (Kant). Vì vậy môi trường Đạo đức/gần người có thiện tâm và sự phát tâm Bổn Thiện/Đạo đức những yếu tố cần thiết. Đạo đức thì được kiểm soát bởi não Tiền Trán/PFC. Người bị tổn thương PFC hành động không đạo đức, làm việc theo chỉ thị của Não bộ phía sau theo cảm tính. Như vậy có phải một phần bị Nghiệp chi phối PFC?

iii. Theo Barrett (Barrett 2017), tình cảm là do kiến tạo từ môi trường sống (Constructed Emotion, xem tr 301). Yếu tố phát tâm Bồ đề không được Barrett chú ý đến, nên môi trường có Thiện tâm vẫn không đủ làm nên người Thiện.

Tóm lại, Tâm Thiện của con người, là do Nghiệp tốt, môi trường sống và phát tâm bồ đề kết hợp lại để tạo nên Sở Hữu Tâm Tịnh Hảo (theo Vi Diệu Pháp, xem tr 169).

Mạnh tử là một Triết gia hơn là Đạo gia và ở thời đại Phật giáo chưa được du nhập nhiều và it phổ biến. Nhân chi Sơ Tánh bổn Thiện là phù hợp với Con người ở thuở ban sơ, Tịnh độ gần với Phật tánh. Trong tiến hóa của Thiên nhiên , do Vô minh tạo nên Nghiệp, với quan điểm Nghiệp của Phật giáo, Em bé sanh ra không còn tánh bổn thiện.

2. Bản chất (mới sinh ra đã có, khác với Bản Tâm, vì Bản Tâm là tương đương Phật Tánh) như em bé khóc sau khi sanh. TR căn bản là do bản chất được tạo ra khi hình thành thai nhi. Sự học để có TR cơ bản sớm và sự phát triển tự nhiên của TR (thí dụ như dạy em bé tập đi sớm và để em bé tự nhiên biết đi) không cho kết quả khác biệt. Nói tóm lại, TR căn bản ít bị ảnh hưởng bởi sự học hỏi hay huấn luyện. *Lý do là vì TR căn bản là bản sao TR căn bản của Tạng Thức và đã được "Sao y bản chính" bởi Hồn khi thai nhi phát triển.*

Tất cả đều làm việc một cách Vô Thức để giữ thăng bằng cho cơ thể. Cơ chế đó được gọi là Cơ chế Vô Thức (Unconscious Mechanism), nhưng đúng hơn nên gọi là Tiềm Thức, vì xử dụng nhiều luồng dẫn truyền liên hệ đến Vỏ Não nhưng không dùng đến cơ chế chú Tâm nên TR không ghi nhận được (https://michaeldmann.net/mann15.pdf). Về biện luận thêm cho vấn đề này, xin xem phần về Linh tính và Chú Tâm Vô Thức trg 198 (Chú Tâm mà không dùng đến TR) ở cuối phần bài viết này.

Tương tự như vậy giấc Ngủ cũng là việc làm tự động và Vô Thức như việc làm của phần đông nội phủ tạng.

3. Học tập kinh nghiệm (H4.2) thí dụ như phản xạ có điều kiện (do kinh nghiệm) của Pavlov, học để có hiểu biết và thực hành nghề nghiệp; dĩ nhiên TR loại này cũng bao gồm và cần thiết xử dụng đến Trí nhớ (HIPPO) và suy nghĩ (Mạc na Thức), qua trung gian vmPFC.

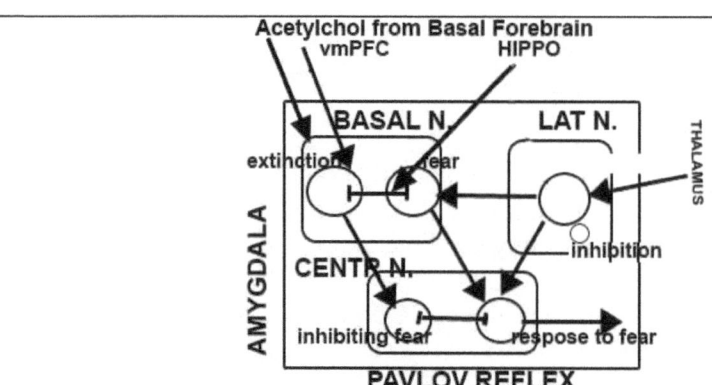

H4.2. phản xạ Pavlov dùng nhân AMYGD dưới sự kiểm soát của HIPPO ghi và thu hồi TN về sợ và vmPFC có TR cao và lâu dài để hợp lý và tiêu trừ sợ. Nhân Basal của AMYGD làm vai trò điều chỉnh sợ sệt và không sợ sệt để cho ra quyết định sau khi nhận kích động Acetylcholine từ Basal Forebrain giúp cho Trí Nhớ và học hỏi để nhân Central phản ứng lại (Carrere 2015).

Một phần của suy nghĩ cũng là phản xạ có điều kiện thí dụ như chiến tranh thương mại Hoa Mỹ hiện nay; Tri Thức (TR) loại này không những cần đến Trí nhớ mà cũng còn bị ảnh hưởng bởi kinh nghiệm và có thể cả Nghiệp được chứa trong Hồn (còn gọi là Hồn nhập NB) (Ý Thức và Tiềm Thức hay Tạng Thức).

Mọi sinh vật đều có phản xạ tự nhiên và có điều kiện, đó là khả năng để sinh vật sinh tồn và cũng có thể hiểu là sự phát triển để tinh khôn hơn. Như vậy phản xạ không điều kiện là một hình thức căn bản của "Thức" ở dạng Tri Thức hay Tiềm Thức, tương tự như một Smart phone có những chức năng căn bản đã được nhà sản xuất cài đặt sẵn. Ở các động vật, phần lớn Tri Thức là để sinh tồn (thoát hiểm, kiếm ăn và vui chơi). Tương tự như Smart phone muốn xử dụng những chức năng thường dùng hữu ích hơn và cao cấp như chơi game... cần phải cài đặt thêm các programs/chương trình tương ứng. Ở con người, huấn luyện và học tập là thể hiện phản xạ có điều kiện *Một cách cụ thể hơn, ngoài sự hiểu biết căn bản, tất cả hiểu biết là kết hợp của: phản xạ có điều kiện, Trí Nhớ và hoạt động cơ thể/ sinh lý của Não Bộ.*

Trong Tứ Diệu Đế, Đức Phật chỉ ra: đời là Bể Khổ (Khổ đế và Tập đế). Ngoài sự nhận biết và con đường Đạo thoát Khổ, cơ chế NB thoát Khổ là phản xạ có điều kiện do học tập. Trung tâm là nhân Amygdala: thoát Khổ mà không Tu hành! Nhưng các phương pháp ấy là tạm, vô thường. (Phản xạ vô điều kiện cũng để tránh Khổ là đường dẫn truyền Trên: từ vỏ não cảm giác lên đến vỏ não vận động).

TR do học hỏi là để thích ứng với môi trường xung quanh. Theo Darwin, học hỏi để có TR với hậu quả kế tiếp sau đó là những thay đổi vào đời sống trong xã hội và dần dần thay đổi cơ thể của sinh vật. So sánh quan niệm về sự thích ứng cũng như sự xây dựng kinh nghiệm cá nhân với phản xạ có điều kiện của Pavlov có nhiều điểm tương đồng và cùng một cơ chế sinh vật học. Phản xạ có điều kiện là sự học hỏi và tạo ra Trí nhớ giúp ích cuộc sống, điều đó cũng phù hợp với nguyên tắc thích ứng để tiến hoá. Học hỏi những điều không bổ ích, TR có được sẽ không được dùng đến (và sẽ thấy sau đây) thì sẽ bị hủy bỏ. Thí dụ như Chuột bỏ trong một phòng có nhiều lối đi như bàn cờ, nhưng chỉ có một lối ra. Nếu đặt ở lối ra thức ăn thì Chuột sẽ nhớ cách đi ra, nếu không có thức ăn thì Chuột tiếp tục đi vào những lối cụt. (https://www.simplypsychology.org/tolman.htm). Điều đó có nghĩa là Trí Nhớ về những lối đi không có ích sẽ bị hủy bỏ.

SỰ TẠO THÀNH TRI THỨC

1. Thuyết Hợp Thể Hoạt động cho Tri Thức (TR) (Global Workspace Theory of Consciousness =GWS) của Bernard J Baars. (Baars 2005) :

Sự CHÚ TÂM + Thông tin đến NB=làm nên TR.

Thuyết dựa trên nguyên tắc rất đơn giản là vùng Não Bộ nhận

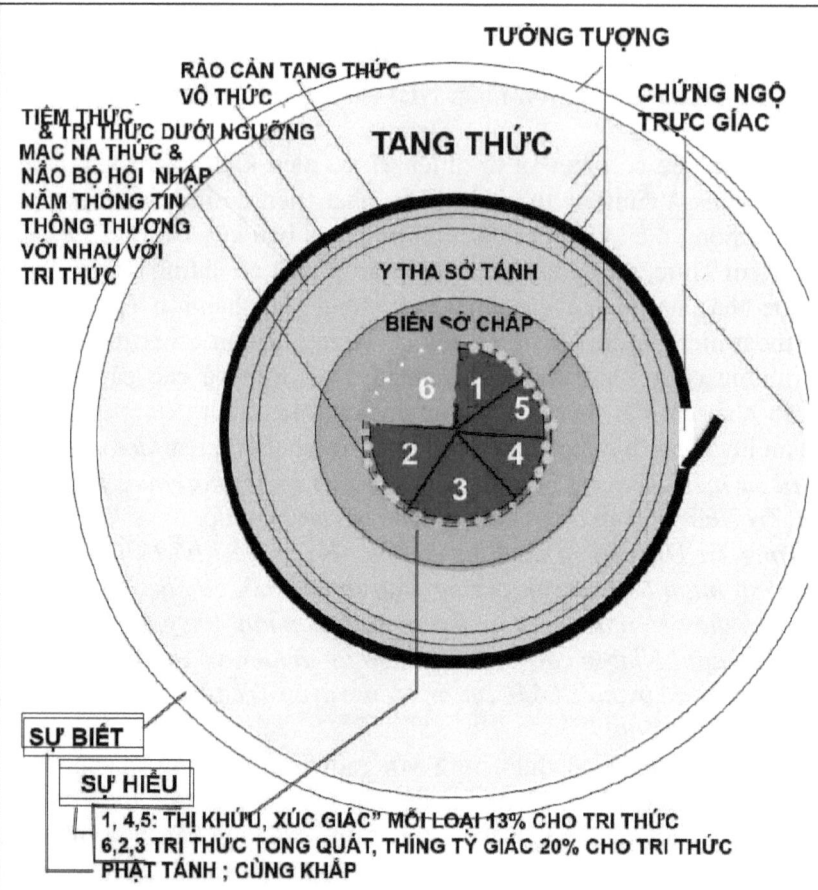

H4.3 Sơ đồ Tri thức-Phật Tính
Bản tánh bị làm lu mờ bởi Màng VÔ MINH tạo ra bởi NÃO BỘ
Không NB và Màng Vô Minh BẢN TÁNH có TRÍ HUỆ BÁT NHÃ và NĂNG LỰC BAO TRÙM VŨ TRỤ
H4.8 SƠ ĐỒ TRI THỨC: biểu diễn ngủ Thức và TR, Tạng Thức, Vô Thức:Từ trong ra ngoài- Trung Tâm biểu hiện của sáu Trần, điên đảo, màu đen.
- 1-6 biểu hiện sáu Thức. Theo kinh Lăng Nghiêm TR, Nhĩ và Tỷ Thức mỗi Thức có 1200 công đức tính bằng= 3 thì (=hiện tại quá khứ vị lai) X 4 phương X 10 hướng(trên dưới+ 8 phương:đông tây nam bắc và đông nam, nam tây...)x 10 hướng 9 như trên); 2, 5, 6 hạn chế hơn nên chỉ có 800 công đức).
- Mạc Na Thức chỉ có ở phần TR- Não Bộ Ngủ Thức cần được hội nhập để có TR. Riêng TR tổng quát TR đã là TR rồi.
- Nội Thức:
Gồm Biến Sở Chấp và Y tha Sở Tánh. Các thông tin 2-6 khi thành TR thì thông thương với nhau; Thí dụ khi TR về Thị giác (6) được lập thành thì TR đó được thêm vào TR của các phần TR khác (1-5)
Màu đậm, lạt biểu hiện nghiệp xấu (đậm) Nghiệp ít xấu (lạt)
- Tiềm Thức,Vô Thức:

Một phần của Tiềm Thức và Vô Thức có thể thuộc về Tạng Thức và trở thành Nghiệp.
- Ranh giới đậm nét giữa Tri Thức biểu hiện sự ngăn cách TR và Tạng Thức. Ngăn cách có thể bị phá vỡ bởi Thiền Định hay trong các trường hợp đặc biệt (xem bài viết)
- Tạng Thức.
- Phật tánh.
- Siêu TR có thể biểu hiện ở Phật Tánh hay Tạng Thức.
- Khung : để ghi những phần Thức cần lưu ý.
- *Trí Tưởng tượng được kích động bởi Mạng Chính Insula-ACC rồi bắt nguồn từ Phật Tánh, Siêu TR, Tạng Thức, Vô Thức, Tiềm Thức, TR để đưa đến Não Bộ (đến vmPFC và mạng Điều hành).*
- *Trực Giác bắt nguồn từ TR thành lình kích động Tạng Thức đem về TR hiện tại.*
- *Thiền Định mở cửa cho THỨC đi vào phần Thức sâu hơn va TÍNH để đem Thức sâu về hiện tại*

2. Tri Thức (TR) là Hội nhập Thông tin (Consciousness as Integrated Information Theory = IIT):

TR là tổng hợp Thông tin từ nhiều vùng Não Bộ.

Thuyết này được đề nghị sau khi ra đời **Thuyết Hợp Thể Hoạt động cho Tri Thức** nên tiến xa trong cơ chế biến thông tin nhận được thành TR. Thuyết dựa trên nguyên tắc TR là sự tổng hợp những ghi nhận thông tin hiện tại ở các vùng Vỏ Não khác nhau có chức phận phân tích thông tin khác nhau nhưng liên hệ đến thông tin hiện tại. Tonini gọi Perturbational Complexity Index (PCI), là cách đo sự thay đổi vùng Não Bộ theo thuyết Integrated information theory of Consciousness (Tononi et al., 2016).

6. Các Lý thuyết khác

a) **Vùng Não TR:** Năm 2015, Jerath và cộng sự đề nghị rằng Cảm giác được đưa đến vùng Não Đồi Não-Vỏ Não là vùng thể hiện được thế giới bên ngoài. Tri Thức (TR) được phát sinh khi vùng Mặc Định nhận được thông tin. Đồi Não là thành phần của Hệ Mặc Định trên. Thuyết có thể coi là bổ sung cho thuyết của Tonioni.

Thuyết nầy ít được chú ý bởi các khoa học gia Não Bộ, nhưng lại gần với quan niệm Phật giáo về TR vì có phần đánh giá vai trò của vùng Não Mặc Định TR (NMTR) trong sự làm ra TR.

b). **Lý thuyết Nhận Thức Cao (Higher Order Perception Theory =HOT** and Inner Sense Theory= tham khảo với trung tâm TR cao): TR có được không phải là cảm nhận mới từ thông tin mà là cảm nhận (ấn tượng) từ thông tin kết nối với TR cao qua nguyên tắc Truyền cảm (Transitivity Principle) và Nội cảm (Intrasensitivity). Nguyên tắc Truyền cảm có chút ít tương tự với Y tha Sở Tánh Lý thuyết đã có từ thời Aristotle, Descartes (1641), Locke (1711) Kant (1787) (Carruthers 2005; Rosenthal 2006; Lau and Rosenthal 2011, Fauchon 2019, Rosental 2005, Lau 2010, Weiskrantz,L. 1997, Lycan 1996, Diene 2008, Carruthers 2000, Pasquali

2010, Gennaro 201, Dretske 1995, Block 2007, 2009,). **Lý thuyết này có nhiều tương tự với Lý thuyết về Nội Thức của Phật giáo và quan điểm trong sách nầy.** Lý thuyết Inner Sense Theory gần giống với thuyết Nội Tâm/Thức được DM Amstrong (Armstrong 1980) và Willian G. Lycan (Lycan 1996) quyết liệt chống đỡ.

c) Thuyết TR không cần có Vỏ Não của Bjorn Merker và quan niệm TR không cần NB.

Cuống Não có khoảng 700 triệu tế bào thần kinh .

TR dựa trên phần trước của cuống Não (Forebrain), Gần đây kèm thêm vai trò của Đồi Não TR không cần Vỏ Não, Trẻ em ra đời không có Vỏ não nhưng vẫn có tình cảm và lý trí, chứng tỏ TR không hạn chế vào Vỏ Não. (Merker 2007). TR gồm Cuống Não, Đồi não và các vùng Não lân cận (Merker 2007).

Tiến xa hơn nữa quan niệm TR không cần NB càng ngày càng được phổ biến và phổ cập trong một số nhà nghiên cứu NB và TR, dựa trên bằng chứng là:

TR của Côn trùng, Thực vật những sinh vật có tối thiểu vỏ não hoặc sinh vật có hệ thần kinh đơn giản. Ở thực vật: cây cối có phản ứng lại khi gặp đụng chạm, nóng, lạnh, ánh sáng (vận động là theo chu kỳ ngày đêm vì cử động do có nhiễm thể cảm ứng với ánh sáng).. Cây leo khi cảm nhận thân cây khác thì tăng trưởng để bám và leo.

Người máy tạo ra do thông minh nhân tạo (AI: artificial intelligence) có nhiều khả năng tri thức mà không cần hệ thần kinh. Thay vào đó hệ thống mạch điện làm chức vụ của hệ thần kinh để tạo ra TR.

d) Quan niệm của Pernose về TR từ cõi trên (xem TR: TR tao ra trong não bộ la chưa đủ, cần phải dựa lên Tri Tuệ siêu việt (xem 251-261)

4. Quan niệm TR của Phật giáo

Phật chỉ ra rằng TR không được tạo ra từ môi trường, giác quan, phần sau của giác quan (Não bộ) hay sự suy nghĩ mà từ Bản Thể/Sắc+ sáu cơ chế thu nhận /Thu và sáu cơ chế hội nhập/giới). Các Vị Tổ sau như Long Thọ đã phát triển chỉ rõ hơn, thông tin được so sánh với thông tin đã có trong Nội thức. Luôn luôn Nội thức dựa lên trên Phật tánh. Nhờ có Phật tánh/Bản Tâm TR mới có thể sinh ra.

Khi thong tin không the tiếp can voi Bản tam nhu các truong hop Cotard syndrome, conversion neurosis, binh nhân bi mất cảm giác

II. NỘI THỨC

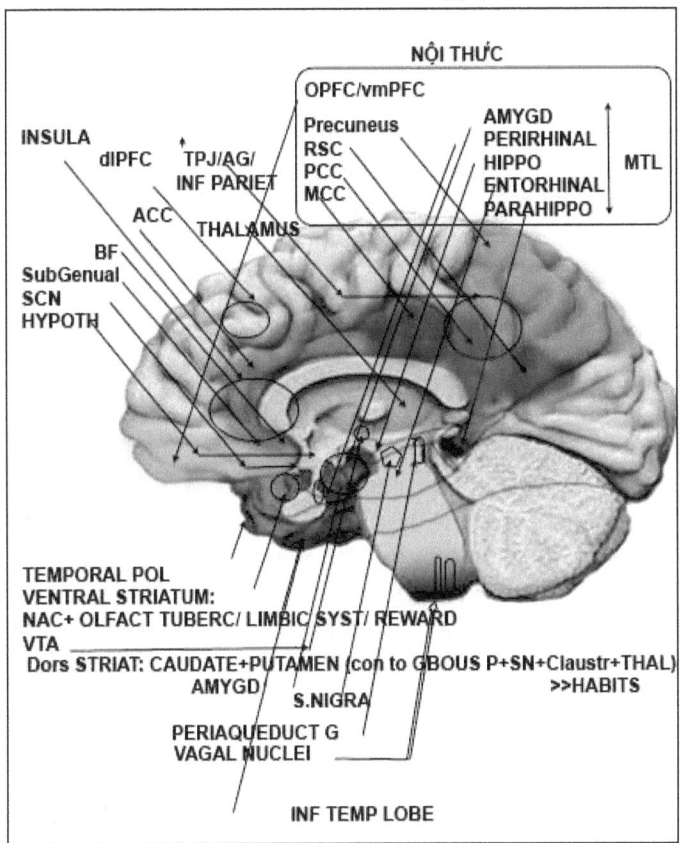

H4.4 Vùng não Nội Thức nơi kết nối với Hồn

A. Định nghĩa (H4.3,4)

Là phần TR đã có sẵn trong NB của mọi người trước khi tiếp nhận bất cứ thông tin nào,. Nội Thức/NT được thành lập từ khi thai nhi phát triển nhất là sau khi sanh, Có thể một phần gồm cả Tạng Thức, NT luôn luôn dựa lên Phật Tánh > Phật Tánh là nơi làm ra Thức. NT chính là cái Tôi/Bản Ngã của mỗi người. Không có Phật Tánh thì nói Nội Thức không thể làm việc được. Trái lại NT luôn luôn làm lu mờ Phật Tánh

Quan niệm Nội Thức trong TR chỉ thấy trong Duy Thức học Phật giáo và không thấy ở các Tôn giáo khác. Trong khoa học NB, quan niệm này cũng không được tìm thấy ngoài Jerath đề nghị một khoảng trống NB gọi là 3-D Default Space of Consciousness (khoảng không gian 3 chiều Mặc Định của TR).

Nội Thức là cơ cấu lưu giữ TN và gồm Mạng Mặc Định (vmPFC/TN, Giải Bao Sau/PCC/TN, Precuneus/TN, RSC/TN /Tạng Thức), Anterior Đồi Não/Thalamus /kết nối với vmpFC, HIPPO/TN, Thái Dương Giữa/MTL, Nucleus Accumbens/NAc/vui khen, VTA/vui khen, Amygdala/Hạnh

Nhân/lo sợ, Nhân đáy/BG/TN Ẩn ngầm và Cerebellum/TN Ẩn ngầm. (BG và tiểu não/Cerebellum: TN kỹ thuật).

TN là sự kết nối thần kinh (TK) và là một thực thể của NB ở Mạng Mặc Định (MMD) (vmPFC Giải Bao Sau/PCC, Precuneus), MTL Nhân đáy/BG, Cerebellum....(là những nơi chốn lưu giữ TN). Tuy là vật chất, có nhiều phần của TN liên hệ đến phần Siêu hình. TN vừa thuộc về NB và thuộc về Hồn gồm:

    1. TN Tiền kiếp, thường là người trẻ gồm:
       - Ký ức về tiền kiếp của người đang sống,
       - **Khả năng siêu việt về kỹ thuật/nghệ thuật chưa hay ít được**
    2. TN xa. Ở những người có hai hay nhiều nhân cách/Multiple Personality còn gọi là Dissociated identity Disorder/DID vì có hai hay nhiều Hồn khác nhau (Xin xem lại Phần Người có nhiều nhân thể). Hồn thứ nhất là Hồn chính thức của mỗi người. Hồn thứ 2 là Hồn bị áp chế bởi Hồn thứ 1 nên không biểu hiện. Khi Hồn thứ 1 bị tổn thương do chấn thương về tâm thần (như sau một tai nạn hay biến cố trong đời sống), Hồn thứ nhất không hoạt động được, nên Hồn thứ 2 trỗi dậy và đảm nhiệm chức vụ điều khiển NB. Cá nhân có Hồn thứ 2 điều hành không thể thu hồi TN cá biệt nhân thể của Hồn thứ nhất thí dụ như thông tin cá nhân, bạn bè của Hồn thứ nhất..., chứng tỏ các TN cá biệt của nhân thể liên hệ đến Hồn, hay cần Hồn để thu hồi các TN trên. Vì vậy TN có thể coi là phần trung gian giữa Hồn và NB. Phách hay Vía là từ thường dùng phổ thông trong đại chúng để chỉ về TN của mỗi cá nhân còn sống hay đã chết.

    3. *Ở người đang còn sống, một số TN như TN* Ý nghĩa, Thủ thuật... có thể vừa được ghi lại trong NB và sao y và giữ trong Hồn. Vì vậy khi chết đi Hồn xuất ra khỏi cơ thể, mang theo TN và lưu giữ lại để ghi lại trong NB của người tái sanh.

B. Vai Trò của NỘI THỨC.
    1. TR là những thông tin được hội nhập cần được đối chiếu với TR đã có sẵn trong Não Bộ.
    2. Đề nghị cơ chế tạo thành Nội (tiêu) Chuẩn Thức:
       Em bé khi mới sanh có TR căn bản như khóc khi bị kích thích và các phản xạ cơ bản là Vô Thức. Sau đó do tiếp xúc với Bố Mẹ hay người nuôi dưỡng, các TR phức tạp và cao hơn lần lần được phát triển song hành với sự tiếp xúc với xã hội và thiên nhiên. Các TR mới với mỗi cá nhân trở thành phần Nội Thức/NT thường được xử dụng. Thỉnh thoảng, trong các trường hợp đặc biệt thông tin từ tiền kiếp cũng được dùng trong NT. Thông tin trong NT không là thông tin tổng thể của mỗi cá nhân mà chỉ là mẫu thông tin của mỗi loại thông tin.

Thí nghiệm: Khảo cứu về âm thanh dùng âm thanh ban đầu rồi tiếp theo sau đó cho nghe âm thanh với tần số khác cho thấy âm thanh ban đầu ảnh hưởng đến âm thanh thu nhận sau đó dầu âm thanh ban đầu chỉ kích thích một khoảng thời gian ngắn. Kết luận của thí nghiệm là âm thanh nghe lúc đầu có ảnh hưởng lớn trong Não Bộ khiến cho các âm thanh sau đó không được nghe nhiều hơn (Kotchoubey 2014, Todd 2011).

Lý do cơ bản là NB ghi những thông tin mới vào NT như là một mẫu thông tin mới. Thông thường những thông tin khác nhưng cùng loại có một số đặc tính riêng. Mẫu thông tin đầu tiên không bị xóa, mà chỉ thêm vào những đặc tính mới. *Giải Bao Trước /ACC là phần NB rất quan trọng của TR* có nhiệm vụ khám phá sai biệt, giữa cái mới và *lập thành phần mẫu TR mới. Gân đây nhân Zona Incerta nằm dưới Đội Nãđ là phần liên hệ đến thông tin mới.*

3. Chỉ những thông tin khi *mới* nhận ra mới được thêm vào trong NT để cập nhật. Ý nghĩa của Thông tin Ban đầu

Vì vậy những thông tin ban đầu đã được ghi lần đầu tiên trong Nội Thức khó có thể xóa. NB là Hộp Tiên Đoán luôn luôn dùng thông tin ban đầu làm chuẩn để so sánh. Cho nên hình ảnh hay ký ức ban đầu vẫn thường còn lưu giữ trong Nội Thức khiến ký ức thời thơ ấu như bạn bè, quê hương, kiến thức, tình yêu, ngôn ngữ, phong tục, luân lý đạo đức được giữ lâu dài trong Nội Thức. Có thể nói NT là cuốn tự điển bách khoa toàn thư riêng cho mỗi người. Vì NT thường thay đổi do học tập, kinh nghiệm sống và tu hành; cho nên và dựa trên quan niệm Duy Thức học có thể tạm chia ra ba loại tự điển (hay NT).

-Tự điển tương ứng với Biến Sở chướng là Tự điển có nhiều thiên kiến lệch lạc (thí dụ: màu vàng là màu của chết chóc).

-Tự điển tương ứng với Y tha Sở Tánh là Tự điển có quan niệm phổ cập trọng đại chúng (thí dụ: màu đỏ là vui vẻ và kích động).

-Tự điển tương ứng với Viên Thành Thật: là Tự điển có quan niệm bình đẳng, không phân biệt, Vô Ngã (thí dụ: người có tính Đồng cảm hay bố thí là người tốt).

Trong NT, chỉ Thông tin có ý nghĩa lâu dài thì được sao y bản chính hay cập nhật lại vào Hồn. Khi chết Hồn rời Xác có đủ Thông tin tự ký của hiện kiếp và tiền kiếp.

i. Nội (Chuẩn) Thức là riêng biệt nên khác nhau từ người này sang người khác. Thí dụ một khuôn mặt có thể đẹp cho người này mà xấu cho người khác. Sự Cảm nhận khác nhau đó là do từ NT

ii. Nội Chuẩn Thức thay đổi và cải thiện với thời gian. Những thông tin hiện tại có thể được dùng làm chuẩn cho những thông tin tương lai.

iii. Thông tin không có sự chú tâm không đồng dạng với Nội Chuẩn Thức sẽ bỏ vào Tiềm Thức hay Vô Thức nếu.

Mỗi NT có ba thành phần
    i. **Viên Thành thật**
    ii. **Y tha sở Tánh**
    iii. **Biến Sở Chấp.**
(ii,iii hợp lại là thành phần Thức của màng Vô minh)

- TN dưới Ngưỡng (chưa đủ thành TR) nhưng đủ để TR dễ bị hủy hoại bởi cơ chế hủy tạo.

- TN thu hồi trên Ngưỡng trở thành TR làm nên thể nghiệm trong Thiền Định. Tùy theo trình độ Thiền, thông tin thu hồi có thể từ hiện đời cõi người hay từ Tạng Thức làm nên thể nghiệm Tâm linh vi tế. Có thể các Đấng thiêng liêng thị hiện qua sự nhập Hồn từ vùng vmPFC.

Nội (Chuẩn) Thức là TR ghi lại bằng Trí Nhớ đã có trước khi tiếp nhận thông tin hiện tại qua Nhận Thức. Những thông tin hay Trí Nhớ trên có thể là từ hiện đời hay từ Hồn trước khi nhập xác để sanh ra trong đời này. Vai trò của Hồn nhập vào bào thai có thể giải thích được cơ chế giúp A lại Đa Thức từ kiếp trước được ghi lại ở người hiện tại. Nhắc lại theo quan niệm cổ xưa và phổ thông, sinh vật gồm có hai phần Hồn (siêu hình) và Xác (hữu hình) như Âm dương. Khi Trứng của con người được thụ thai, đó là một sinh vật, cho nên Hồn Người sẽ nhập vào, nếu Trứng làm nên song sinh hay sinh 4 sinh 8 thì phải có thêm đủ số Hồn nhập vào mỗi tế bào nguyên thủy với ít nhất một Hồn cho mỗi thai nhi. (Xin coi phần Hồn nhập bào thai trong chương Tâm Hồn và phần Bào thai học). Từ đó trở đi, Hồn điều khiển sự hình thành của thai nhi, sau khi đột nhập vào trứng đã thụ thai. Sự tạo thành và phát triển Não Bộ cũng cùng lúc tạo nên kết nối thần kinh để ghi lại Thông tin của Hồn trong vùng trung tâm của Não Bộ đại diện là Đồi Não và vmPFC. Hồn nhập xác (HNX) có thể xảy ra vào lúc trứng được thụ thai nhưng hợp lý nhất là sau khi trứng được cắm vào nội mạc tử cung tức là sau thời kỳ Morula (phôi thai hình quả dâu) với 4-8 tế bào bào thai từ thời gian cuối thời kỳ Morula (khi bào thai chỉ có 8 tế bào) (ngày thứ 3 hay 4) và bắt đầu cắm dính vào Nội mạc tử cung (ngày thứ 7 hay 8). Phương pháp hạn chế sanh đẻ trong tuần lễ đầu tiên có thể coi như không vi phạm sự sống (Prolife). Hồn Nhập Xác (HNX) có thể xảy ra chậm hơn nhưng phải xảy ra trước khi bắt đầu tượng hình hai bán cầu Não với sự xuất hiện của tế bào thần kinh (tuần lễ thứ 4) vì Hồn người có lẽ sẽ điều khiển sự phát triển Não Bộ. Từ đó Hồn điều khiển sự phát triển của Não Bộ và hướng dẫn kết nối thần kinh để tạo ra Trí Nhớ. Cùng lúc đó Hồn cũng làm công việc "sao y bản chính" Trí Nhớ từ những kiếp trước ghi trong Hồn vào Não Bộ bào thai. Trí Nhớ đó có thể gọi là Tạng Thức hay Nghiệp tiền kiếp, Trí Nhớ đó thường không thể được thu hồi về hiện tại dễ dàng bởi phần đông con người, trừ một số rất ít trường hợp. Thiền Định ở mức Tam hay Tứ thiền có thể đọc được Trí Nhớ đó, thường được cho là biết được kiếp trước .Một số người ở hiện tượng Cận tử cũng có thể làm được như vậy. Hiện tượng sao y bản chính trên xảy ra không lệ thuộc vào Genes di truyền mà là do hiện tượng Ngoại biên Di truyền (Epigenetic). Bởi vậy con cái có thể giống Bố Mẹ về hình dáng nhưng thường khác về đức tính căn bản (Cha Mẹ sinh con Trời sinh tính).

(Cho đến nay quan niệm Hồn Nhập Xác/HNX là khó chấp nhận và khó hiểu với nhiều người vì chấp nhận sự hiện hữu của Hồn vẫn còn là tranh cãi. Tuy nhiên độc giả dù chấp nhận quan niệm trên vẫn còn một vấn nạn mới. Đó là khi Hồn nhập xác (HNX) chỉ có một hay có thể có nhiều Hồn để thực hiện HNX? Như phần đầu của bài viết này, tác giả quan niệm là có thể chỉ có một Hồn HNX nhưng cũng có thể có nhiều HNX nhưng chỉ có một Hồn làm chủ thai nhi, các Hồn khác bị áp chế và chỉ có cơ hội biểu hiện khi Hồn chính bị rối loạn vì bịnh Tâm lý).

Vì Thông tin trong Hồn là phần Trí Nhớ hay đúng hơn là Trí Nhớ Tự ký (Autobiography) ghi lại việc làm trong đời sống của sinh vật, cụ thể hơn là của con người trong kiếp sống hiện tại và của nhiều kiếp sống trước đó. Cho tới nay, không thể xác nhận Trí Nhớ ghi trong Hồn ở thể dạng nào vì thực thể của Hồn chưa được cụ thể ở một dạng vật thể hay năng lượng nào trong vũ trụ. Nhưng sự kiện Hồn là một thể có những tác động trong đời sống con người là một điều khó phủ nhận. Tuy không thể giải mã cơ chế Hồn ghi nhận ký ức, những sự kiện Hồn có thể sao chép và ghi lại tự ký sự là một sự kiện hợp lý trong nhiều trường hợp về Tâm linh. Cũng như vậy, khi Hồn có thể ghi lại tự ký sự thì khi Hồn nhập vào bào thai, Hồn cũng có thể in lại một phiên bản lên bào thai. Quá trình in lại phiên bản lên bào thai có thể quan niệm bằng cách Hồn hướng dẫn Não Bộ bào thai làm kết nối thần kinh để biểu hiện cho Trí Nhớ tự ký đã được Hồn sao chép lại từ kiếp trước (Vì Trí Nhớ có thể hiểu một cách đơn giản là sự kết nối luồng thần kinh giữa tua của đuôi-râu của thân tế bào thần kinh kế tiếp). Trí Nhớ đó thường không biểu hiện ra ngoài đời trong đời sống nên thông tin được Hồn ghi trong lúc tạo nên thai nhi chỉ là phần sâu của A Lại Đa Thức (Tạng Thức). Như vậy một phần của Nội Chuẩn Thức là thành phần của A Lại Đa Thức. Một bằng chứng để thấy được có thể gặp ở người có chút khả năng định Tâm là có thể nghiệm thấy được cảnh giới như: thấy người quen, phong cảnh, hình ảnh về tôn giáo, hay nghe âm thanh, ngửi, nếm mùi vị, cảm giác ngứa lăng tăng khi Thiền Định. Cảm giác đó xuất phát từ Nội Chuẩn Thức được khơi dậy khi Tâm bình yên.

- Nói như vậy cũng là quan điểm chung của Phật học với ba môn tự tánh:
1. Biến kế sở chấp: mê lầm vọng chấp thế giới cảnh vật.

2. Y tha khởi tánh (TR phổ thông) và
3. Viên thành thật tánh:

Nhận Thức đúng về thế giới bên ngoài với chánh niệm của người tu hành chuẩn mực. Vấn đề sẽ được bàn lại ở đoạn sau và x*in xem thêm Duy Thức học*:
https://thuvienhoasen.org/a7317/duy-thuc-hoc và Ba tu tanh
https://thuvienhoasen.org/a11429/ba-tinh-chat-cua-doi-song-hay-ba-tu-tanh-cua-duy-thuc
Theo Kinh Lăng Già và sự triển khai về sau của Ngài Long Thọ (Nàgàrjuna), quan niệm ba môn tự tánh trong đó Biến kế sở chấp và Y tha sở tánh là biến thoái của con người trong thế giới điên đảo thị phi gồm có Thất điên Bát Đảo.

- Thất điên là: bảy quan điểm sai lạt về
1) Thường -2) Vô thường
3) Vô Ngã - 4) Hữu Ngã
5) Không - 6) Tịnh và bất tịnh
7) Lạc thú
- Bát đảo: quan điểm trái nghịch với đạo pháp.
1) Thường - 2) Vô thường
3) Vô Ngã - 4) Hữu Ngã
5) Tịnh -   6) Bất tịnh
7) Lạc thú - 8) không Lạc thú

Thêm vào Trí Nhớ tiền kiếp, những thông tin mới được hội nhập nhưng chưa có trong Nội Chuẩn Thức sẽ được Nội Thức cập nhật tương tự như Computer update những chương trình mới vậy. Đi xa hơn nữa tất cả những Trí Nhớ mà Hồn ghi lên bào thai để thành A Lại Đa Thức gồm: Phật tánh/Thánh linh những Trí Nhớ từ kiếp sống trong tam giới - là hư ảo và là thiên lệch sai quấy và là Nghiệp tội lỗi. Rốt ráo loại bỏ hết Nghiệp, Hồn hay A Lại Đa Thức chẳng có gì ngoài Thánh linh/Phật tánh. Nhân chi sơ tánh bổn thiện như Mạnh tử nói.

Theo Duy Thức Học: Y Tha Khởi tánh trong Duy Thức học Phật giáo là:
" *Nghĩa là ngoại cảnh tuy không (là TR), nhưng Nội Thức lại có; ngoại cảnh lại y như nơi Nội Thức kia mà sanh (Y tha khởi); nếu không có Nội Thức thì ngoại cảnh chẳng có. Do đây suy xét, trong thế gian nào là núi, sông, đất liền, người và vật v.v... không có một cảnh nào chẳng y như Nội Thức biểu hiện.*"

Ghi chú: Y= Y chang, THA= Ngoại như trong THA nhân, KHỞI= làm ra (từ bên trong). Cụ thể hơn:

- <u>Biến kế sở chấp</u>: ngoại cảnh là cái chính mình tưởng ra và cải biến sự vật không như chính tự tính của nó mà theo nội Tâm lệch lạc và đưa đến Nhận Thức/TR sai lầm thiên kiến đầy tính phân biệt. (TR loại nầy không phổ thông với đại chúng).

- <u>Y tha khởi tánh</u>: TR sai lạc như trên và không thật có thể được thay đổi khi có những định kiến khác trung dung hơn nhưng vẫn sai lầm, thiên kiến (nhưng ít hơn), lúc ấy ngoại cảnh thường được coi là phổ thông "bình thường" đối với đại chúng, nhưng vẫn không thể hiện tự tính của sự vật (vì đại chúng cũng sai lầm như mình).

- <u>Viên thành thật</u>: khi tất cả nội Thức được rửa sạch chỉ còn lại Phật tánh/Thánh linh, TR về sự vật phản ảnh đúng tự tính của sự vật, đó là tính bình đẳng không phân biệt (TR loại nầy cũng không phổ thông với đại chúng, như Lão tử nói: Đạo nói ra mà không làm đại chúng cười thì không phải là Đạo).

Bồ Tác Văn thù Sư Lợi hỏi Giác Thủ Bồ tác về sự sai biệt (của NT) của người đời, được trả lời như sau "

Xin ngài lóng nghe cho. Các pháp không tác dụng. Cũng không có thể tánh. Vì thế nên các pháp đều chẳng biết được nhau Ví như nước trong sôn, các dòng đua nhau chảy. Chúng đều chẳng biết nhau các pháp cũng như vậy....... Nhãn, nhĩ, tỉ, thiệt, thân, tâm-ý sáu tình-căn. Tất cả rỗng vô-tánh. Vọng phân-biệt mà có. Cứ đúng lý quan-sát, tất cả đều vô-tánh. Pháp-nhãn bất-tư-nghì. Đây là thấy chơn thật. hoặc vọng hay chẳng vọng, hoặc thiệt hoặc chẳng thiệt. Thế-gian cùng xuất-thế, chỉ là giả ngôn-thuyết

(Ý nói các Thông tin khi chưa được Phật tánh soi xét thì khác nhau, vì vậy khi rốt ráo được soi xét bởi Phật tánh thì như nhau, cho nên tuy cùng khắp ở các chỗ khác nhau nhưng đều giống nhau.)

TRI THỨC, NỘI THỨC, HỒN VÀ BẢN TÂM.

TR và NT đã được định nghĩa trong phần trên.
Hồn là Trí Nhớ, Tri thức, Nghiệp thức tất cả đều bao trùm bởi Phật Tánh.
TN, TR và NT là riêng của mỗi cá nhân nhưng khác với thân thể, vì đó là phần không nắm bắt được bởi ngũ quan nên là Hồn theo định nghĩa trong Google có nhiều cách định nghĩa khác nhau tùy theo tín ngưỡng triết lý, môi trường sống. Thí dụ:
Hồn là nguyên tác, cảm nhận, suy nghĩ và hàng động của con người, khác biệt với cơ thể và là phần tâm linh (the principle of life, feeling, thought, and action in humans, regarded as a distinct entity separate from the body, and commonly held to be separable in existence from the body; the spiritual part of humans as distinct from the physical part) .

Hay là phần tâm linh nói về Đạo đức và tin là trường tồn sau khi chết, mầm mống cho đau khổ hay vui sướng trong đời sống kế tiếp: biệ giải cho sự bất tử của Hồn. (the spiritual part of humans regarded in its moral aspect, or as believed to survive death and be subject to happiness or misery in a life to come:*arguing the immortality of the sou*)

Trong Ấn Độ giáo con người gồm:
- Thân Thể vật chất.
- Thân thể năng lượng) cho năm chức phận (Thở vô/Praãna, nói và Thở ra/Udãna, Tiêu hoá/Samaãna, Cử động thân thể/Vyãna, Baì tiết/Apãna).
- TR (The intellect) và Tưởng Thức (ảo giác).
- Siêu TR (gần với Thượng đế hơn TR). Có thể như TUỆ trong Phật giáo
- Hồn (Thánh Linh/Thương đế).
- Sau khi chết ba phần sau nầy tồn tại.

Tâm Hồn hay Hồn đã được đề cập từ Đông sang Tây, từ thượng cổ cho đến ngày nay và thường được coi là lãnh vực của siêu hình ngoài tầm khảo cứu của khoa học nói chung và Khoa học Não Bộ nói riêng.

Mọi vật thể trong Thiên nhiên là toàn vẹn bất phân chia và không thể định nghĩa chính xác bằng quan sát theo khoa học hiện tại. Vì vậy sự phân chia vật thể để quan sát là tạm và theo quy ước/quan niệm. Con người hay các sinh vật thường được chia ra hai phần: Âm là Hồn, siêu hình và Dương là Xác/hình, có thể quan sát được, Tâm Hồn là phần Siêu hình gồm Trí Nhớ (TN), Tri Thức (TR) và Tạng Thức. Theo Đạo Ấn, Linh hồn là trường tồn, hữu Ngã biểu hiện tiểu Ngã. Đạo Phật: Tâm Hồn hay Tâm Thức chỉ trường tồn khi còn nghiệp biểu hiện bằng TN/TR xấu.

Phân tách vật thể trong vũ trụ có thể chia ra hai phần Âm Dương hay phần siêu hình và thể xác. Phần thể xác thì sẽ bị tiêu hủy còn phần siêu hình hay Hồn thì vĩnh cửu hơn theo quan niệm các Tôn giáo. Hầu như mọi tôn giáo và triết gia xa xưa đều đồng ý là mỗi sinh vật đều có Hồn. Khi sinh vật còn tại thế Hồn dính vào cơ thể và hầu như các nhà triết lý và khoa học xưa đều đồng ý là ở trong Não Bộ. Dựa trên quan điểm chung Hồn là phần quý giá, nhiều khả năng và vi tế nhất. Hồn có thể làm công việc điều khiển sự hình thành hệ thần kinh (?có thể theo cơ chế Biểu ngoại Di Truyền/Epigenetic=không thay đổi genes nhưng thay đổi biểu hiện của genes) và kết nối liên lạc trong mạng thần kinh để ghi Trí Nhớ sau nầy, cũng như ghi lại Trí Nhớ của tiền kiếp lên trên hệ Trí Nhớ của bào thai dưới dạng A Lại Đa Thức. Với quan điểm Nội Thức (trong quan niệm "Y Tha Khởi Tánh") có cơ sở thần kinh ở Đồi Não -vmPFC và một số Vỏ Não liên Vùng Sau Vỏ Não Giải Bao và Vùng Giao Tiếp

Thái Dương Đính (PCC và TemporoParietal Junction), vùng Não Bộ mặc định này cũng có thể là chỗ ở của Hồn. Vì vậy Hồn có thể liên hệ và trao đổi thông tin qua lại với Nội Chuẩn Thức. Lại nữa với quan niệm Hồn Xác /Âm dương, có thể Hồn cũng liên kết với mọi tế bào của cơ thể.

Hồn có thể được quan niệm là kho dự trữ của bản sao Trí Nhớ hiện tại và quá khứ. Trí Nhớ quá khứ là Nghiệp theo quan điểm Phật giáo hay tội nguyên thủy, hay việc làm tốt của Cơ Đốc giáo. Vì Trí Nhớ thể hiện bằng sự kết nối thần kinh trong Não Bộ, cho nên trong khi tạo thành Não Bộ thai nhi, Hồn có thể sao y bản chính lại trên Não Bộ mới. Bản sao trên não bộ thai nhi tạo nên Trí Nhớ nằm trong Tiềm Thức và một số Trí Nhớ làm căn bản để thai nhi trưởng thành. Tiến trình y như nhà chế tạo Smart phone cài đặt một phiên bản phần mềm cơ bản cho phone hoạt động.

Tóm lại, Hồn là một thực thể qua các hiện tượng thiên nhiên, tự nhiên và bệnh lý, nhưng khó kiểm nhận bằng vật lý hiện tại. Vì vậy phủ nhận Hồn là một sai lầm khó tha thứ. Và thật là mỉa mai để nghĩ rằng con người có thể nhìn thấy xa trong vũ trụ nhưng rất khó khăn để nhìn lại những cái gì đã bám sát vào chính mình.

B. CƠ SỞ NỘI THỨC.
1. Thí nghiệm
a) Thí nghiệm: Khảo cứu về âm thanh dùng âm thanh ban đầu rồi tiếp theo sau đó cho nghe âm thanh với tần số khác cho thấy âm thanh ban đầu ảnh hưởng đến âm thanh thu nhận sau đó dầu âm thanh ban đầu chỉ kích thích một khoảng thời gian ngắn. Kết luận của thí nghiệm là âm thanh nghe lúc đầu có ảnh hưởng lớn trong Não Bộ khiến cho các âm thanh sau đó không được nghe nhiều hơn (Kotchoubey 2014, Todd 2011).

Lý do cơ bản là NB ghi những thông tin mới vào NT như là một mẫu thông tin mới. Thông thường những thông tin khác nhưng cùng loại có một số đặc tính riêng. Mẫu thông tin đầu tiên không bị xóa, mà chỉ thêm vào những đặc tính mới. *Giải Bao Trước /ACC là phần NB rất quan trọng của TR* có nhiệm vụ khám phá sai biệt, giữa cái mới và *lập thành phần mẫu TR mới.* *Gân đây nhân Zona Incerta nằm dưới Đồi Não là phần liên hệ đến thông tin mới.*
Từ lâu đã có quan niệm là có sự tương ứng từng mỗi điểm ở Võng Mô với Vỏ Não Chẩm V1 dưới hình thức dạng phân giải (resolution) thấp.

b) Người đứng thổi kèn hay mặt cô gái

- Khi cho thấy hình đen trắng với 2 tones (đậm nét hay không có nét) được suy nghĩ ra bởi Mooney năm 1957: thí dụ như hình mặt với nét đen và không có nét. Vùng Não Chẩm được xem với fMRI cho thấy sự khác biệt hình thấy được nếu người thí nghiệm đã được xem trước hình có đủ tones. Điều đó chứng tỏ Hình được thấy trước đã được lưu giữ trong Não Bộ, nên khi thấy hình 2 tones thì hình lưu giữ trong nội Thức được chuyển đến làm cho hình fMRI thay đổi thành rõ nét hơn (Hsieh 2010).

- Hình tưởng tượng (Mental Imagery) đó là khả năng của Não Bộ có thể làm hình ảnh hiện trong Trí óc mà không cần nhìn thấy hình thật ngoài đời. Hình thấy thật dùng đường dẫn truyền Dưới Lên (Bottom Up) là đi ngược chiều với đường Trên Xuống (Top Down) của Hình tưởng tượng, tuy là hai cách thấy hình cũng dùng chung những vùng não. Kết quả chứng minh trên dựa trên kỹ thuật fMRI và Multi-Voxel Pattern. Classification (MVPC =3-Chiều đa dạng). Khi cho coi nhiều hình, để có MVPC, rồi làm Hình tưởng tượng thì hình tưởng tượng có cùng thông tin như khi thấy hình thật. Nói một cách khác hình trong Nội Thức đã được thu hồi lại (Lee 2011, Naselaris 2014, Pearson 2015).

2. Vùng Não Mặc Định Tri Thức /Nội TR

Năm 2015, Jerath và cộng sự đề nghị rằng Cảm giác được đưa đến vùng Não Đồi Não-Vỏ Não là vùng thể hiện được thế giới bên ngoài. Tri Thức (TR) được phát sinh khi vùng Mặc Định nhận được thông tin. Đồi Não là thành phần của Hệ Mặc Định trên. Thuyết có thể coi là bổ sung cho thuyết của Tonioni.

Thuyết nầy ít được chú ý bởi các khoa học gia Não Bộ, nhưng lại gần với quan niệm Phật giáo về TR vì có phần đánh giá vai trò của vùng Mạng Não Mặc Định cho TR (MMD) trong sự làm ra TR. Jerath đã chỉ định rõ ràng vùng Vỏ Não liên hệ: Đó là Đồi Não. Lý do và bằng chứng là rất nhiều. Đồi Não có vị trí trung tâm của NB vì có kết nối với TK Ngoại biên, với các nhân chung quanh nó đặc biệt là với HIPPO, Amydala, VTA/VetralTegmental Area và khắp VN qua Thalamocórtical radiation đặc biệt là MMD và hệ vành. Phá hủy phần lớn VN sinh vật vẫn còn tỉnh, nhưng phá hủy Đồi Não làm sinh vật đi vào hôn mê và tử vong. EEG cũng cho thấy như sau: Khi Ngủ NB hoạt động ít nên có sóng chậm gọi là Slow Wave Sleep (SWS). Khi kích thích điện Đồi Não tạo ra sóng Gamma (30-200Hz) có nguồn gốc từ Đồi Não (mạng lưới Đồi Não=LDN), là sóng của sự chú ý và TR, và sóng này chỉ ghi lại ở một số cùng tương ứng với TR. Như sẽ thấy ở các phần sau LDN là phần quan trọng trong cơ chế của sự chú ý.

3. Giải Bao Trước /ACC/Anterior Cingulate Cortex để nhận ra thông tin mới (H4.5)

Là phần trước của Cingulate Cortex/Giải bao. ACC có kết nối cùng khắp, đặc biệt với Giải Bao Sau/PCC, MTL, vmPFC OrbitoPFC/OPFC, Đồi Não/Thalamus Hạnh nhân/Amygdala. Từ lâu Giải Bao Trước /ACC giữ vai trò khám phá sai lầm thông tin về TR: Khi VN nhận thông tin sơ khởi thì VN cho ra một tiên đoán (dựa trên Nội thức) cùng lúc gởi tín hiệu ra ngoại biên để tìm hiểu. Ngoại biên lại gởi thông tin chính xác lên, lúc ấy ACC có nhiệm vụ khám phá phần đồng dạng và sai biệt thông tin. Phần đồng dạng là tương đương với TR, phần sai biệt được ghi thêm vào Nội Thức. Vì vậy ACC được gán cho nhãn hiệu tham gia vào quyết định (Bush 2000, Posner 11998, Lưu 2004, Carter 1998 Holroyd 2004, Gehrin 1993, Carter 1998, Stern2010, Carter 1998, Van Veen 1998, Alexander 2017, Orr 2012.) (H4.13) Vai trò trên có thể tương ứng với Sở Hữu Biến Hành trong Sở Tuệ Tâm (Vi DiệuPháp) (xin xem thêm trg 262).

Gần đây **Zona Incerta** được khám phá là có vai trò nhận ra thông tin mới. Vì vậy khi ACC bị hư hại có triệu chứng về lo âu (? Đâu là sự thật). ACC không làm vai trò lưu trữ TR đáng kể.

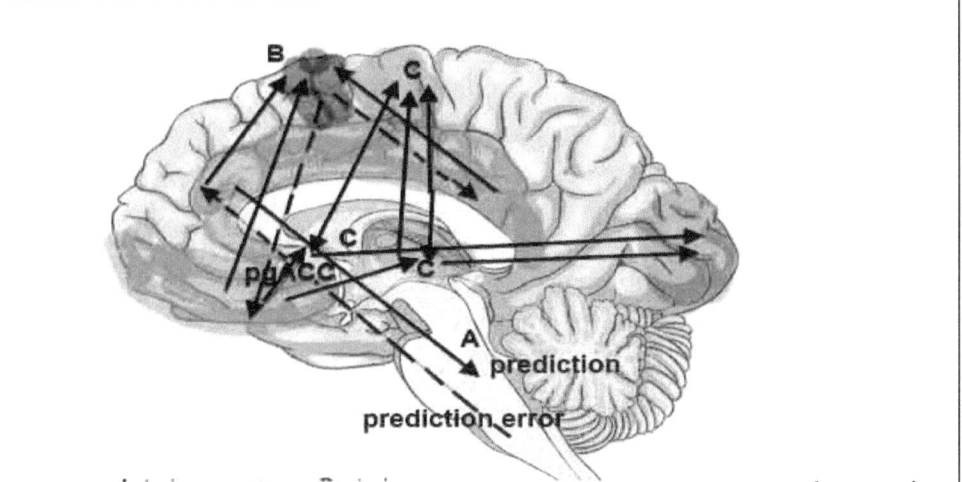

H4.5 A): Mũi tên liền: Sau khi nhận thông tin sơ khởi, sự tiên đoán biểu hiện bằng mũi tên đi xuống, kế đến mũi tên đứt báo tin sai lầm chuyền lên
ACC để sửa đổi sai lầm.
B) Mũi tên liền tới VN vận động, mũi tên đứt chuyển xuống để sửa chữa sai lầm.
C) pgACC: mũi tên liền tiên đoán sai lầm lần cuối (Barrett 2017).

NB được coi là một hộp tiên đoán: khi có thông tin sơ khởi đến (thí dụ: tiếng động ở cửa, có thể là do khách hay gió thổi cây đá va chạm, chim...; nếu NB đoán là khách đến. Sau đó có kiểm chứng và xác nhận là gió thổi đá va chạm vào cửa, thì tiên đoán là sai lầm). *Tiên đoán sai lầm làm nên kích động nhẹ và xác nhận là đúng làm nên kích động mạnh.* Khác nhau l. cường độ. Sự khác nhau đó làm nên biểu hiện "khám phá sai lầm". Sự sa lầm tự nó không làm cho Giải Bao Trước /ACC ghi nhận là khám phá s Sai lầm..

Từ vai trò trên của ACC, có thể suy rộng ra là ACC có khả năng s sánh thông tin mới nhận được và thông tin có sẵn trong NB. Thông ti trùng hợp với thông tin có sẵn (trong NT) sẽ được ghi nhận và có thể dá nhãn hiệu TR. Hiện tượng cũng tương tự như Word sofware của compute nhận biết thông tin nào đã có sẵn trong Computer hardware. Giả thuyế trên được hỗ trợ bởi:

-Sự kết nối ACC với các vùng liên hệ để thông tin và TR (như Đồ Não , HIPPO, vmPFC, Giải Bao giữa, Sau/MCC,PCC (PCC= ít bị Tai biế mạch máu trừ trường hợp chấn thương, là vùng chính của MMD, TN T ký, Thời điểm, Nơi chốn, và làm ra TR-2006, liên hệ đến chú ý Alzheimer, Tình cảm, Autism, ADHD, Schizo-Leech 2014) Precunueus (=MMD, TR cao, TR/Self related-mental representation, c vai trò về hình ảnh liên hệ đến cử động-Wang 2019).

- Vị trí của ACC trong Giải bao liên tiếp với vmPFC, ở phía trước v MCC,PCC, Precuneus phía sau.

4. Anterior Insular Cortex/AIC

Vùng VN nằm sâu dưới rãnh Sylvius được chú ý về vai trò làm nên TR (Evrard 2019). VN có tầng 2 và 4 với tế bào nhỏ (nhưng ít về số lượng, gọi là Dysgranular) và kết nối dày đặc và cùng khắp. Insular Cortex có vai trò sau: Cảm giác về cơ thể (Mutschler et al., 2009, Uldin 2017), Cảm nhận., (Bartels and Zeki, 2004; Gu et al., 2013; Smith et al., 2015), Thấu cảm (Lamm and Singer, 2010), Tự cảm nhận về chính mình và người khác (Devue and Bredart, 2011Salomon et al., 2016) Cảm nhận về thời gian (Pastor 2004, Quyết chí (Brass 2010). Trong bịnh Frontotemporal Dementia tầng 2 và 4 bị mất đi. Kích thích AIC làm hư hại TR (Fischer 2016). AIC giảm hoạt động trong gây mê. Thuốc gây mê propofol làm kết nối dlPFC và MMD bị cắt đứt. Trong nghiên cứu về đau, kích thích Insula Sau, nhất là Insula Trước và Phải gây sự đau. Insula cho thấy có ít nhiều tương ứng giữa vị thế trên Insula và trên cơ thể (Ostrowsky 2002).

Ngoài ra AIC là cửa mắt xích trong sự Chú Tâm của mạng quản l dlPFC với các vùng VN về TR cảm giác tình cảm. Ý chí, phát tâm bồ đề l bắt nguồn tè AIC, từ đó kích đông lên ACC, để điều khiển mạng quản l dlPFC-IPS Kiểm chứng với Vi Diệu Pháp, AIC có thể giữ vai trò trong S Tuệ Tâm và Sở Hữu biến Cảnh (Huang 2021).

B. NÃO BỘ GÓP PHẦN TẠO RA NỘI THỨC hay NỘI TÂM
Không phải NB mà là Bản Giác/*Phật Tánh* làm ra TÂM THỨC

Vùng NB Nội Thức chỉ là trạm tiếp liên chuyển thông tin đã hội nhập để thông tin tiếp cận với Phật tánh.

Trong kinh Lăng Nghiêm Đức Phật gạn hỏi về Tâm Thức với Ngài A Nan. Lúc ấy Ngài A Nan mới chứng được quả Tu Đà Hoàn phải còn sanh tử 7 kiếp người nữa mới thoát vòng Sanh Tử. Ý Đức Phật muốn Ngài A Nan chỉ ra Tâm Thức do đâu mà có. Ngài A Nan phải nói đến 7 lần maf vẫn sai về chỗ ở của Tâm:

(1) Trong thân, nếu trong thân, tại sao không thấy lục phủ ngũ tạng
(2) Ngoài thân, tâm thân là khác nhau, tai sao tâm biết thì mắt cũng biết
(3) Sau con mắt, tại sao tâm không thấycon mắt
(4) tạng phủ bên trong là tối, ngũ căn ở ngoài là sáng: cảnh tối đâu phải là trong thân, cảnh sáng đâu thấy con mắt
(5) Suy nghĩ, (Suy nghĩ là liên hệ với it nhất hai trí nhớ, thi dụ tôi thấy anh A ở VN, ngày hôm sau ở Paris, suy nghĩ: anh A **đã bay** từ VN sang Paris). Đức Phật nói suy nghĩ không có tự tánh, thì không thể là Tâm được
(6) Chính giữa vật và mắt: trở lại câu trả lời (2)
(7) Vô trước (không chấp trước): nếu không có Vô trước thì chẳng có gì để bàn. Nếu có có Vô trước (như các loài vật) tức là có Tướng. Có tưởng thì không thể là Tâm được)

Câu trả lời đúng là: Tâm là Bản Tâm là Phật Tánh là Chân Không phát triển sau một niệm khởi. Bản Tâm bao gồm tất cả (lớn cũng trong, nhỏ không ngoài). Nhưng ở chúng sanh Địa cầu nầy, Bản Tâm bi che mờ bởi Hồn (Nghiệp lực, hay Tâm hồn, tướng vọng tưởng tiền trần, màng Vô minh), nên Bản tâm/Phật tánh chỉ có thể tiếp xúc với Chung sanh qua trung gian của Hồn Não bộ/HNB, HNB chỉ có ở NB dính vào Nội TR. Thông tin nào tiếp xúc dược với THBN thì có TR. Hồn thân thể chỉ làm ra sức mạnh không làm ra TR

Ngày nay cũng không ít người tu Phật chỉ trì Kinh như A Hàm cũng ngộ nhận nhiều về vấn đề Tâm Thức của Ngũ căn, điển hình như đoạn văn sau đây.

Kinh A-hàm," Mỗi khi nêu lên vấn đề Nhận Thức, thường dẫn đoạn kinh Phật nói: "Sau khi duyên đến mắt và các sắc, Nhận Thức mắt phát sinh." Không riêng các Luận sư A-tì-đàm, mà cả đến các Luận sư Trung quán khi đề cập đến sự xuất hiện của Thức cũng thường xuyên dẫn chứng đoạn kinh này. Tuy nhiên, đoạn kinh trên chưa đề cập đến Bản Tâm. Đoạn kinh khác cũng nói: *"Nếu mắt nội xứ không bị hư hoại, sắc ngoại* giới không lọt vào tầm nhìn, **không có sự chú ý thích đáng**, Thức tương ứng không phát sinh..." [Ý nghĩa của đoạn kinh nói rằng, bất cứ khi nào và nơi nào mà có sự tụ hội của **Chú Ý, Căn và Cảnh**, thì khi ấy và nơi ấy Thức xuất hiện". Đoạn kinh này cũng chưa đề cập đến Bản Tâm

Chú Ý, Căn và Cảnh là tuyệt nhiên không đủ để làm ra Thức. Thức không cần Chú Ý, Căn và Cảnh mà chỉ cần Tánh.
William James, Principles of Psychology, Dover, New York, 1890:
If we could splice the nerves so that the excitation of the ear fed the brain centre concerned with seeing, and vice versa, we would "hear the lightning and see the thunder"
Nếu có thể ghép thần kinh từ Tai vào Trung Tâm Thấy của NB và ngược lại, thì có thể thấy sấm và nghe sét chớp.

Người ta biết rằng không ai bị mù 20/20 khi hư VN thị giác vì các phần NB khác có thể thay thế VN thị giác (https://www.brainfacts.org/thinking-sensing-and-behaving/vision/2015/seeing-beyond-the-visual-cortex).

NB chuyên về Thị giác, chiếm 30% thể tích NB, cho thấy sự thấy rất quan trọng cho sinh vật. Người mù Thị giác có thể nhận kích thích từ các nguồn khác nhau từ ngữ vựng, âm thanh, TN, gợi ý, chú ý, nghe, vận chuyển. Có thể giải thích bằng sự thích ứng để sinh tồn Darwinism. Ở Việt Nam Bà Hoàng Thị Thêm có thể thấy không bằng Mắt.

IX. MÀNG "VÔ MINH"/DẠI ĐẦN hay NGỚ NGẨN/VEIL OF IGNORANCE/STUPIDITY (H4.6)

Vũ trụ tạo ra từ Vọng Niệm khởi lên từ Chân Không. Chân Không thì đồng nhất thể, vô hình có sức mạnh vô biên và Trí Huệ Bát Nhã. Vọng Niệm làm mất đi đặt tính trên nên làm ra Đảo điên và Vô minh. Vô minh là hoàn toàn khác với không thông minh vì Vô minh là hiện tượng xảy ra tiên khởi trong Sáng thế. Sự thông minh là cơ chế NB. NB tạo ra rất trễ trong sáng thế. Sư Dại Đần, Ngớ ngẩn/Stupididuty cũng có thể diễn tả phần nào sự Vô minh.

Trong kinh Lăng Nghiêm Đức Phật tỏ ra rất thương xót chúng sanh về sự Vô minh, không biết sự Đảo Điên của thế giới này:

Vô Minh
Tất cả chúng sanh từ vô thỉ đến nay, đủ thứ điên đảo tạo thành giống nghiệp, kết tụ nghiệp nhân thành quả luân hồi. Những người tu hành chẳng được chứng quả vô thượng Bồ Đề, trở thành Thanh Văn, Duyên Giác hoặc thành cõi Trời ngoại Đạo, ma vương và quyến thuộc ma, đều do chẳng biết hai thứ căn bản, tu tập sai lầm, cũng như nấu cát mà muốn thành cơm, dẫu cho trải qua nhiều kiếp cũng chẳng đắc Đạo.
Thế nào là hai thứ căn bản?
- Một là căn bản của sanh tử từ vô thỉ, tức là nay nhận tâm phan duyên làm tự tánh của Ngươi và chúng sanh;

- Hai là Bản Thể vốn thanh tịnh của Bồ Đề Niết Bàn từ vô thỉ, tức là cái Bản Thức([4]) vốn sáng tỏ, hay sanh các duyên mà bị các duyên che khuất thành lạc mất của Ngươi. Vì chúng sanh lạc mất Bản Thức sáng tỏ, dù hàng ngày sống trong bản thức mà chẳng tự biết, oan uổng vào lục Đạo

Đảo Điên:
Phật bảo: - Ngươi dùng cái gì để thấy?
- Con và đại chúng đều dùng mắt thấy.
Phật bảo A Nan: - Theo lời Ngươi đáp, Như Lai có ngón tay thành nắm tay sáng ngời, chói tâm mắt của Ngươi, vậy lúc nắm tay Ta chói rọi, mắt Ngươi thấy được, lấy gì làm tâm?
A Nan đáp:
- Nay Như Lai gạn hỏi tâm ở chỗ nào, con dùng tư tưởng suy tìm, thì cái hay suy tìm ấy, con cho là tâm.
Phật bảo:
- Sai rồi, A Nan! Cái ấy chẳng phải tâm Ngươi.
A Nan giựt mình đứng dậy, chắp tay bạch Phật rằng: "Cái ấy chẳng phải tâm con thì gọi là cái gì?"
Phật bảo A Nan:
- Ấy là tướng vọng tưởng của tiền trần, mê hoặc chơn tánh của Ngươi. Do Ngươi xưa nay nhận giặc làm con, lạc mất Bản Thức chơn thường, nên bị luân chuyển.
......
Thế Tôn, con và hàng hữu học Thanh văn trong hội cũng như vậy; chúng con với vô minh cùng sanh cùng diệt từ vô thỉ, dù được thiện căn đa văn, mang tiếng là xuất gia, mà sự tu như người sốt rét cách nhật, lúc có lúc không. Xin Phật từ bi thương xót kẻ chìm đắm, khai thị thế nào là cái thắt kết của thân tâm hiện hữu này, làm sao được mở, cũng khiến chúng sanh khổ não đời vị lai được ra khỏi luân hồi.
Nói xong, cùng đại chúng năm vóc gieo sát đất, cung kính rơi lệ, mong đợi lời khai thị vô thượng của Phật.
Bấy giờ, Thế Tôn thương xót A Nan và hàng hữu học trong hội, đồng thời làm nhân xuất thế gian, chỉ đường cho tất cả chúng sanh đời vị lai, lấy tay xoa đầu A Nan. Liền đó, sáu thứ rung động khắp mười phương thế giới, vô số Như Lai trong các cõi ấy, mỗi mỗi đều từ đỉnh đầu phóng ra hào quang, đồng thời chiếu đến rừng Kỳ Đà, rọi vào đỉnh đầu Như Lai, cả chúng đều được pháp chưa từng có.
Lúc ấy, A Nan và đại chúng đều nghe mười phương Như Lai đồng thanh bảo A Nan rằng:

-Lành thay A Nan! Ngươi muốn biết cái Câu Sinh Vô Minh *(căn bản vô minh)*, là **gốc thắt kết** khiến Ngươi lưu chuyển trong vòng sanh tử, ấy chính là lục căn của Ngươi chứ chẳng phải vật khác; Ngươi lại muốn biết Đạo Vô Thượng Bồ Đề khiến Ngươi mau chứng quả tự tại giải thoát, tịch lặng thường trụ ấy, cũng chính là lục căn của Ngươi chứ chẳng phải vật khác
A Nan! Dù được nghe pháp âm như vậy, tâm còn chưa rõ, cúi đầu bạch Phật:
-Tại sao khiến con bị sanh tử luân hồi và được tự tại giải thoát đều là lụccăn, chẳng phải vật khác?
Phật bảo A Nan:
-Căn trần cùng gốc, thắt mở chẳng hai, tánh thức hư vọng như hoa đốmtrên không. A Nan, do trần phát tri, vì căn kiến tướng; kiến và tướng chẳng có tự tánh, như những cây gậy gác vào nhau, cho nên Ngươi nay lập tri kiến thành tri, tức là căn bản của vô minh, nếu đối với tri kiến chẳng chấp là tri kiến, ấy tức là Niết Bàn trong sạch vô lậu, làm sao trong đó còn có thể dung nạp vật khác.
Bấy giờ, Thế Tôn muốn lập lại nghĩa trên, bèn nói kệ rằng:
Dịch nghĩa:
Tánh hữu vi vốn không, Duyên sanh nên như huyễn,
Vô vi không sanh diệt, Chẳng thật như hoa đốm.
Nói vọng để hiển chơn, Vọng chơn là hai vọng.
Phi chơn phi bất chơn, Làm sao kiến sở kiến?
Trong đó chẳng thật tánh, Nên như sậy gác nhau.
Thắt, mở đồng một nhân, Thánh phàm chẳng hai đường,

Ngươi xem tánh gác nhau, Không, Hữu thảy đều sai.
Mê muội tức vô minh, Phát minh liền giải thoát.
Mở, thắt theo thứ tự, Lục mở nhất cũng tiêu
Chọn căn nào viên thông, Nhập lưu thành Chánh Giác.
Đà Na (thức thứ tám) thức vi tế, *Tập khí như nước dốc.*
Sợ chấp Chơn phi chơn, Nên Ta chẳng khai giảng.
Tự tâm chấp tự tâm, Phi huyễn thành pháp huyễn.
Chẳng chấp chẳng phi huyễn, Phi huyễn còn chẳng sanh,
Pháp huyễn làm sao lập? Đây gọi Diệu Liên Hoa,
Bửu giác như Kim Cang. Tu theo Tam Ma Đề,
Búng tay siêu vô học. Pháp này chẳng gì bằng, Mười phương chư Như Lai, Chỉ một cửa Niết Bàn.

Ý Kinh: Tâm là Bản Thức để thấy biết...nhưng từ vô thỉ con người không biết điều đó. Nên khi Phật hỏi A Nan thấy bằng cái gì A Nan không biết đó là Bản Tâm, mà nói: do Mắt, Tâm Hồn... đó là Vô minh và Đảo điên. Đức Phật dùng ví dụ sau: Sáu căn làm cản trở TR như sáu cái gút của chiếc khăn. Vì vậy chỉ cần biết mở một gút là biết mở các gút khác, TR mới có thể toàn vẹn được (Lục mở nhất tiêu). Phương cách gạt bỏ Vô minh hữu hiệu để bỏ gút thắc là Thiền định.

Màng Vô minh được cấu tạo là do sự cấu tạo làm ra sinh vật con người gồm năm phần: Sắc Thọ Tưởng Hành Thức,. Đó là những phần trung gian giữa sự vật và Bản Tâm /Phật Tánh /Trí Huệ Bát Nhã (THBN). Phật (Phật Tánh) đã gạt bỏ được năm Uẩn trên nên tiếp xúc trực tiếp với sự vật (Đức Phật Mâu Ni thường xuyên thiền định để gạt bỏ năm Uẩn này). Đối với Bản Tâm và Tri thức, năm Uẩn này có thể thể hiện bằng Não Bộ.

Vậy NB chính là mạng Vô minh. Nhưng sinh vật cần NB để THBN tiếp cận với các sinh vật khác và môi trường qua vận động, Tri thức để ăn uống, làm việc, nói, giao tiếp. Cho nên NB rất có ích nhưng làm trở ngại rất nhiều cho sinh vật.

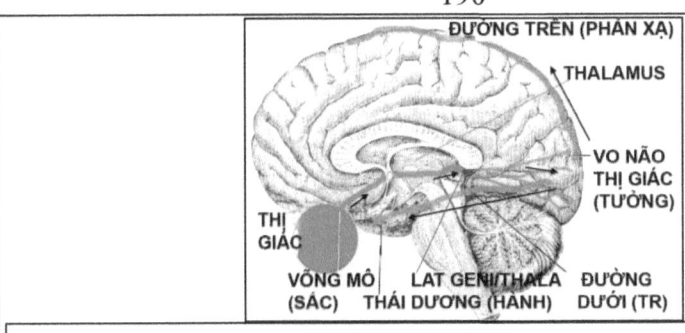

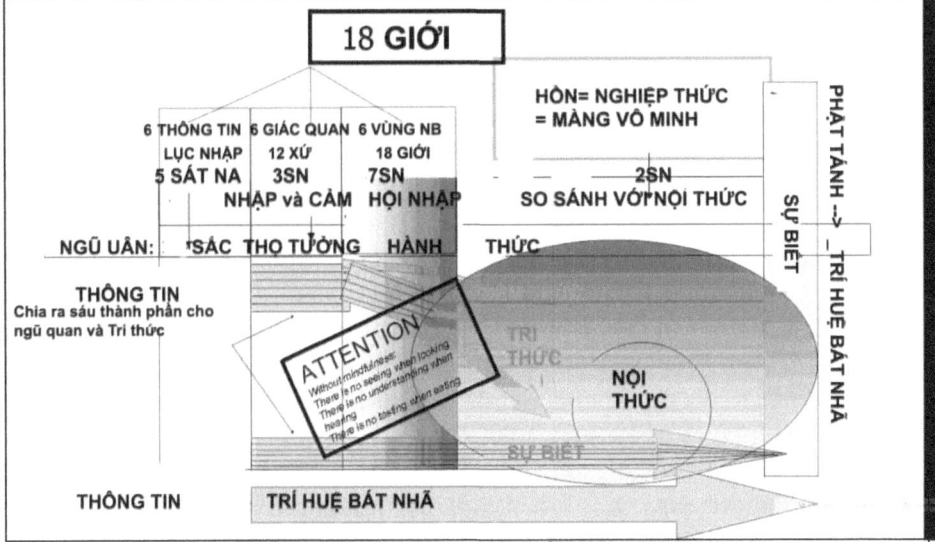

H4.6A. GHI CHÚ: Không chánh niệm: Không thấy khi nhìn, Không Không hiểu khi nghe, Không vị khi ăn
Đường dẫn thị giác: Võng mạc→Thakamus → Vỏ não thị giác :
→Phản xạ không điều kiện lưng
→Đường dẫn bụng; (Hành) Hình thành TR
Hình 4.6B Sơ đồ cho thấy gói thông tin đầu vào ban đầu trải qua hai loại sửa đổi:
• Chia gói thông tin ban đầu thành sáu loại thông tin: năm loại cơ quan cảm giác cụ thể và một loại không cụ thể
• Hiệu ứng lọc theo năm lớp
- Sắc- Giác quan, Môi trường (Lục Nhập)
- Thọ : Đồi não (Mười hai Xứ ayatana, sự hợp nhất bao gồm Lục nhập+Xứ)
- Tưởng / vỏ não Cảm giác, cấp một: (18 xứ, gồm Nhập, Xứ, Giới) kết hợp với đường Trên làm ra phản xạ không điều kiện
- Hành, vỏ não cảm giác thứ cấp Hình thành TR: tích hợp thông tin bằng cách sử dụng đường dẫn bụng (Mười tám trường hoặc cõi, sự hợp nhất bao gồm mười hai ayatana + sáu loại hình thành)
- Hình thành ý thức bằng cách so sánh thông tin trong đường dẫn bụng với thông tin trong ICS
Do đó, thông tin trải qua 18 loại lọc được gọi là mười tám giới
\i (gồm bốn bước lọc)làm sai lệch thông tin. Bước cuối cùng là so sánh dữ liệu được lưu trữ trong Nội thức để thành TR. Trong giai đoạn hình thành, yếu tố quan trọng là Sự chú

> ý. Trong việc dán nhãn CS, sự kết nối của ICS với Toàn năng/Phật tính Tối thượng là điều cần thiết.
>
> Trong Sự hình thành Nhận thức, gói thông tin ban đầu cũng trải qua quá trình phân tách thành sáu loại. Sự chú ý cũng cần thiết, nhưng Sự chú ý bao phủ các khu vực rộng lớn.
>
> Bộ não và Sự chú ý là không cần thiết đối với THBN, và gói thông tin không bị phân tách.
>
> Phật tính là phổ quát, hiện diện ở mọi nơi và mọi lúc
>
> Nếu không có Sự chú ý, thông tin được lưu giữ trong Nội thức dưới dạng Tiềm thức hoặc Vô thức có thể gây ảnh hưởng đến các chức năng của nội tạng và ảnh hương đến TR

Thông tin nguyên khởi của sự vật trong thiên nhiên là toàn thể không bị phân chia. Khi thông tin được ghi nhận ở sinh vật thông tin phải biến thành thông tin của ngũ quan và TR tổng quát. Tiếp đến thông tin còn bị thanh lọc bởi:

   i. Môi trường và ngũ quan gọi chung là hình (Sắc), (Lục Nhập)
   ii. Cơ chế thu nhận (Thọ) (12 xứ= 6 nhập+ 6 sắc)
   iii. Cơ chế chuyển thông tin để kích động hành động tương ứng, thí dụ nhắm mắt khi thấy vật lạ bay đến mặt (Tưởng) bằng cách dùng đường dẫn truyền Trên đưa qua các trung tâm vận động. Cơ chế này không làm ra TR. Vì vậy khi nhắm mắt người ta chưa biết là vật gì bay vào mắt (18 Giới= 6 giới+12 xứ).
   iv Cơ chế hội nhập thông tin để thành TR, tình cảm bằng cách dùng đường dẫn truyền Dưới đi đến thùy Thái dương trên, dưới cho Thính Thị và Xúc giác (Hành).
   v. So sánh thông tin hội nhập với màu thông tin có sẵn trong Nội thức để đặt tên cho TR mới, (Chú ý: nếu thông tin mới hội nhập không có sẵn trong Nội thức thì thông tin ấy sẽ cập nhật Nội thức: đó là cơ chế học hỏi). Cần ghi thêm thông tin của mỗi giác quan còn bị chia thêm nhiều lần nữa để hội nhập. Thí dụ thông tin thị giác chia ra thông về mặt người, hình dáng, màu sắc...

TƯƠNG QUAN GIỮA NGŨ UẨN VA HẸ THẦN KINH

Ngũ Uẩn:Sắc Thọ Tưởng Hành Thức trong sự biến thông tin thành TR trong hệ thần kinh có thể tương ứng như sau, căn cứ vào sự tuần tự trong tien trình Sự vật→TR;;

- Sắc: kết nối /KN thần kinh/TK ngoại biên: Võng mô cho thị gíac, Hành Khứu giác/olfactỏy Bulb cho mùi vị, Tai trong cho Thính giác, Tủy sống cho xúc giác và Hippocampucs cho TR tổng quát
- THỌ: Thalanus ngoại trừ Hippocampú cho Khứu giác
- TƯỞNG: VN cảm giác, cấp 1 (nhân trực tiếp thông tin từ Thalamus) và đường đàn truyền Trên

- HÀNH: VN Thái dương và đường đàn truyền Dưới
- THỨC: Bản Tâm.THBN

HỒN gắn chặt vào cac KNTK cảm giác và vận động, Sự kiện trên là cơ sở cho các hiện tượng sau:

Bịnh Conversion Neurosis: bịnh nhân mất cảm giác thị giác, thính giác hay xúc giác vùng da, mù điếcnhưng có cỏ thể học và thần kinh học bình thường, bịnh nhân thường có triệu chứng tâm lý thann kinh. Nguyên nhân là Hồn không còn kết nối với các synapses của cơ quan cảm giác ở võng mô, tai trong hay tủy sống

Xuất Hồn: ĐP chỉ ra rằng khi Sắc được thanh lọc, thiền nhân có thể xuất Hồn thấy biết và cảm giác

Khi lo sợ, người ta có thể tờ ẻ thành bất động toàn thân hay một phần thay chân vì kết nối vận đông không có Hồn làm việc chỗ KN. Trong binh Akinetic Mutism (không có ý chỉ hay không thể cử động theo ý chi, tuy nhiên binh nhan không bi liệt, vì phần Hồn vận động không làm việc. Có thể có những trường hợp như vết thương của PFC hay ACC lam mất ý chỉ cử động, trong trường hợp nầy Hồn không có vai trò bịnh lý học)

Hệ luận là Hồn có hình thể tổng quát của Sinh vật như hình người

Cần ghi nhận rằng SẮC trong ngữ uẩn, nếu là một sinh vật chỉ biểu hiện qua Tri thức chứ không biểu hiện với thực tánh của SẮC, vì vậy sự vô minh đã khởi đầu bằng sự vô minh của SẮC rồi. Thí dụ sau đây để minh chứng:

NỒI CƠM CỦA KHỔNG TỬ

Thầy trò Khổng Tử lâm vào cảnh rau cháo cầm hơi và cũng có nhiều ngày phải nhịn đói, nhịn khát.

Ngày đầu đến Tề, có nhà hào phú đem biếu thầy trò ít gạo. Khổng Tử phân công Tử Lộ dẫn các môn sinh vào rừng kiếm rau. Nhan Hồi đảm nhận thổi cơm. Khổng Tử yên tâm đọc sách nhà trên,

Bỗng nghe tiếng "cộp" từ bếp vọng lên, Khổng Tử liếc mắt nhìn xuống. Thấy Nhan Hồi từ từ mở vung, lấy đũa xới cơm, nắm lại từng nắm đưa cơm lên miệng, ông thất vọng thở dài, ngửa mặt lên trời than rằng: "Chao ôi! Học trò quý nhất của ta mà lại ăn vụng thầy bạn. Bao nhiêu kỳ vọng ta đặt vào nó vậy là tiêu tan".

Sau đó, Tử Lộ cùng các môn sinh hái rau mang về. Nhan Hồi luộc rau. Khổng Tử vẫn nằm im đau khổ. Một lát sau rau chín, Nhan Hồi và Tử Lộ dọn cơm lên nhà trên; tất cả các môn sinh chắp tay mời Khổng Tử dùng bữa.

Khổng Tử ngồi dậy nói rằng: "Chúng ta đi từ Lỗ sang Tề đường xa vạn dặm, thầy rất mừng vì trong hoàn cảnh loạn lạc đói khổ, các con vẫn giữ lòng thành. Ngày đầu tiên đến đất Tề lại may mắn được bữa cơm, thầy chạnh lòng nhớ đến quê hương, cha mẹ. Muốn xới ít cơm mang cúng, các con thấy có nên không?"

Trừ Nhan Hồi im lặng, còn các môn sinh đều chắp tay thưa: "Dạ thưa thầy, nên ạ!"

Khổng Tử lại nói: "Nhưng không biết nồi cơm này có sạch hay không?". Lúc bấy giờ Nhan Hồi liền chắp tay thưa: "Dạ thưa thầy, nồi cơm này không được sạch."

Khổng Tử hỏi: "Tại sao?" Nhan Hồi thưa: "Dạ, khi cơm chín con mở vung ra xem thử cơm đã chín đều chưa, chẳng may một cơn gió tràn vào, bồ hóng và bụi trên nhà rơi xuống làm bẩn cả nồi cơm. Con đã nhanh tay đậy vung lại nhưng không kịp. Sau đó con liền xới lớp cơm bẩn ra, định

> bỏ đi ... nhưng lại nghĩ: cơm ít, anh em lại đông, nếu bỏ lớp cơm bẩn này sẽ mất đi một phần ăn, anh em hẳn phải ăn ít lại. Vì thế cho nên con đã mạn phép thầy và tất cả anh em, ăn trước phần cơm bẩn ấy, còn phần cơm sạch để dâng thầy và tất cả anh em ... Thưa thầy, như vậy là hôm nay con đã ăn cơm rồi ... bây giờ, con xin phép không ăn cơm nữa, con chỉ ăn phần rau. Và ... thưa thầy, nồi cơm đã ăn trước thì không nên cúng nữa ạ!"
>
> Nghe Nhan Hồi nói xong, hiểu rõ ràng sự việc, Khổng Tử ngửa mặt lên trời mà than rằng: "Chao ôi! Thế ra trên đời này có những việc chính mắt mình trông thấy rành rành mà vẫn không hiểu được đúng sự thật! Suýt tí nữa là Khổng Tử này trở thành kẻ hồ đồ!"

Trong Vi Diệu Pháp, Đức Phật chỉ ra là thông tin phải đi qua năm lớp của mạng Vô minh để thành TR.
- Sắc: Môi trường và thân thể nói chung, thời gian xuyên thấu là   5 sát na
- Thọ. Nhận thông tin.   3
- Tưởng: Thông tin đi vào NB truyền theo đường dẫn truyền Trên đến các trung tâm vận động để làm phản ứng sanh tồn, thí dụ thấy vật bay vào mặt thì né tránh, nhắm mắt: 2
- Hành: Thông tin hội nhập trong NB dùng đường dẫn truyền Dưới có mục đích làm ra Tri thức.   7
- Thức: Thông tin hội nhập với sự chú tâm được so sánh với Nội thức, Nội thức luôn luôn tiếp cận với THBN để lập thành Tri thức. 2
Chú ý một sát na: 16ms
Đức Phật chỉ là muốn đạt đến Phật Tánh THBN, dứt luân hồi sanh tử là cần gạt bỏ màng Vô minh. Vô minh là gốc của Ba pháp Ấn:
- Vô thường vì Vọng Niệm nên có Vô Minh và Sanh Diệt.
- Khổ (trong Tứ Diệu Đế: Khổ, nguyên nhân Khổ, Diệt Khổ, và Đạo.
- Bản Ngã giả hiệu.

ĐỊNH LÝ BẤT TOÀN CỦA KURT GODEL VÀ MÀNG VÔ MINH

Trong khoa học, toán học được coi là phương tiện của con người diễn tả Tri thức chân thật nhất cho sự kiện được quan sát. Vì tính cách chính xác và luận lý (logic) phát xuất từ suy tư cảm nhận cao độ về thiên nhiên, vũ trụ và sáng thế. Cho nên khác với các bộ môn lý luận khác như sinh học, y khoa và triết lý, những con số trong số học và các mặt phẳng, đường, góc được toán học đem vào đời sống con người vừa giản đơn vừa lý luận và hoàn chỉnh nhất. Ngoài lý luận các nhà toán học thường cho vai trò trực giác một vị trí quan trọng trong sự thực hành. Trực giác là phương tiện con người cảm nhận thiên nhiên không qua suy luận.

Người xưa Hy lạp coi các con số có tính cách thần thánh đến từ cõi Trên. Toán học phát triển sớm nhất ở vùng Trung Đông 20 thế kỷ

TCN với người Babylon phát triển ra số học. Ở Trung hoa, tuy kinh dịch được chế ra từ 50 thế kỷ TCN. Kinh dịch dùng ký hiệu ghép lại một cách hợp lý để dự đoán thiên nhiên và xã hội con người. Các ký hiệu phản ảnh ít nhiều khái niệm về sự tính toán, nhưng Toán học thực sự chỉ được phát triển khoảng thế kỷ 11 TCN để dần dần phát triển ra hình học, lượng giác và cũng sánh ngang với toán học của Hy lạp và một cách độc lập do rào cản về ngôn ngữ và địa lý. Toán học Hy lạp phát triển thời kỳ Pythagora và Plato vào thế kỷ thứ 4,3 TCN. Từ lúc khai sơ cho đến mãi sau này, toán học luôn luôn phát triển cùng lúc với Triết học vì tính cách vừa trừu tượng vừa thực tiễn và luận lý. Sau đó là Euclid ở thế kỷ thứ 3 TCN đã đặt nền móng cho toán học với định đề Euclid mà ông cho là hiển nhiên không cần chứng minh. Sự thống trị của hình học làm cho số học với tích phân chỉ phát triển vào thế kỷ 7 CN. Tóm lại Lý luận giản đơn hoàn mỹ và chính xác là những tiêu biểu của Toán học để diễn tả thiên nhiên, làm cho nó có vị trí độc tôn về cách diễn tả hoàn chỉnh và chính xác khi so sánh với các bộ môn khác của Tri thức và khoa học. Vì vị trí độc tôn nầy nên nhiều nhà Toán học muốn xây dựng Toán học không bằng các định đề mà bằng những định lý được kiểm chứng. Tuy vậy họ luôn luôn gặp vấn nạn trong niềm hy vọng trên vì có nhiều định đề tuy dễ chấp nhận nhưng lại không thể chứng minh bằng lý luận và cũng không thể phủ nhận được. Ngoài định đề Euclid mà Ông thấy là hiển nhiên, không cần chứng minh còn có nhiều bài toán không thể xác định, phủ định một cách luận lý , thí dụ Paul Erdoshave kể ra 617 chưa thể giải quyết hay chỉ được giải quyết một phả. Năm 1900, Barry Simon nêu ra 12 vấn nạn nữa năm 2000, Jair Minoro Abe, Shotaro Tanaka và Darpa kẻ ra thêm vấn nạn mới vào năm 2001 and 2007

Năm 1931, Kurt Gödel phát biểu hai định lý về sự không vẹn toàn của toán học trong diễn tả sự kiện. Trong hai định lý : *Định lý một cho sự kiện mà định đề toán học đề cập đến là không bao gồm đầy đủ mọi vấn đề liên hệ toán (điều đó có nghĩa là có những vấn đề liên đến định lý vẫn còn nằm ngoài định lý. Định lý thứ hai cho các sự kiện mà định đề muốn đề cập đến cũng không hính xác) toán học là không toàn vẹn và không hoàn toàn chính xác.* Dể dễ hiểu, định lý nói rằng Toán học không bao gồm mọi vấn đề liên hệ đến liên hệ đang muốn đề cập, và vẫn có sai số trong đáp án trong một ít trường hợp.

Tuy trong khoa học và Triết học sự bất toàn của lý luận là phổ cập và thường dễ chấp nhận như trong câu nói : "nhân bất thập toàn", nhưng mọi người kể cả Toán học gia khó có thể chấp nhận được sự bất toàn của bộ môn luận lý này. Đã từ lâu sự phổ biến vấn đề về ngôn từ gây ra nghịch lý, như:

Nghịch lý về sự nói láo: Tôi là người nói láo (vậy thì Tôi không nói láo !), hay

Người thợ cạo hay Bác sĩ: Tôi chỉ chữa bịnh cho người không thể tự trị bịnh (vậy thì BS có trị bịnh cho Ông ấy không?)

Trong Cơ học Lượng tử, hạt photon hay electron cùng xuất phát từ một hệ thống luôn luôn xử sự như nhau vì như có sự truyền thông siêu ánh sáng dù chúng xa nhau hàng ngàn dặm. Đó là nghịch lý EPR/Einstein-Podolsky/Rosen.

Con người càng sống lâu trên địa cầu này càng tự tạo ra nhiều hơn ngịcjh lý, chứ không để giải thích nghịch lý để bớt nghịch lý theo nguyên lý Entopy/nhiễu loạn tăng theo với thời gian.

Cho nên Định lý về sự bất toàn của toán học không những khẳng định sự bất toàn của các bộ môn Tri thức thông thường như niềm tin trong tôn giáo triết học khoa học mà còn làm sụp đó sự thuần lý của toán học.

Định lý nêu lên vấn đề chính xác của Toán học chỉ là tương đối. Vì Toán học được coi là bộ môn thuần lý và luận lý (logic) nhất, nhưng cũng là sản phẩm của Tri thức nên các bộ môn khác của Tri thức như vật lý sinh học triết học cũng vậy không thể hoàn toàn chính xác và toàn vẹn bao quát mọi vấn đề.

Định lý tỏ ra là đã tiên đoán trước triết học và khoa học không thể bao quát hiểu biết mọi vấn đề của vũ trụ. Bằng chứng là triết học luôn thay đổi với không gian và thời gian xưa-nay, KH đã có nhiều sai lầm từ y khoa sinh học, vật lý và thiên văn.

Bất cập về Y khoa là hiển nhiên. Hiểu bịnh bất cập, thí dụ như binh loét dạ dày do vi khuẩn xoắn H. Pyloi. Vi trùng hiển nhiên trước mắt của BS khảo cứu, mà như mù cả nhiều thập niên....

Cây tiến hóa của Darwin có lỗi trầm trọng. Con người là đỉnh sáng tạo của Đấng Sáng thế đã bị sai lầm trong Tri thức một nhà nghiên cứu, làm cho toàn thế giới cho đến nay nghĩ là con Người là được tạo ra và là cháu chắt của loài Khỉ Tinh. (Kien T Mai | Canada (hilarispublisher.com)

. Về Thiên văn quan niệm về vũ trụ thay đổi liên tục ngay cả thuyết Big Bang cũng đang rơi vào nghi vấn về cơ chế. Về lượng tử/LT, quan niệm rằng thế giới hạt LT không thể khẳng định được. Nên LT làm thành một thế giới kỳ quặc tách rời với thế giới vĩ mô, bị Einstein chỉ trích và cho là thuyết LT là không toàn vẹn. Sự không toàn vẹn này rõ ràng là đồng điệu với định lý toán học không toàn vẹn của Gödel. Trong Khoa học về vi tính, Alan Turning (1912 – 7 June 1954) cha đẻ của khoa học vi tính hiện đại, dùng định lý Gödel đã tiên đoán rằng phần mềm máy tính dù hoàn chỉnh đến đâu cũng có thể bị lỗi (computer glitch).

Tại sao vậy? Vấn đề thật ra là đơn giản vì KH là sản phẩm của Tri thức nên không toàn vẹn, thông tin bị che phủ lệch lạc. Có thể những sự thiếu sót là nhỏ không đáng kể như bị lỗi nhỏ của computer khi đang xử dụng. Nhưng sự không toàn vẹn có thể rất đồ sộ như Khoa học không biết gì đến 95% vũ trụ (gồm lực Đen). KH chỉ diễn tả được cùng lắm là 5% vũ trụ. Đó là chưa kể KH đã diễn tả sai (như về thế giới LT). Cho nên định lý 1 và 2 có thể áp dụng trong trường hợp về vũ trụ như đã trình bày.

Như đã trình bày trên TR là màng vô minh hạn chế và làm sai lệch trí huệ chân như về sự vật vì vậy các bộ môn TR kể cả toán học cũng bị màng vô minh hạn chế và che mờ. Một cách khác để giải mã cơ chế tạo ra sự không toàn vẹn của TR là quan điểm của TR hay dúng hơn vị trí quan sát của TR trong Sáng thế và Vũ trụ.

TR là cái nhìn Nhị nguyên của mọi vấn đề, vì lý do con người đang sống trong thế giới nhị nguyên. Cái biết là không thể là nhất quán mà bị thiên lệch và thị phi nên vừa đúng và vừa sai. Ở thế giới nhị nguyên không thể có cái tuyệt đối được, cũng như đã đề cập có hạnh phúc thì phải có khổ đau.

Cho nên khi phân tách câu; TÔI là người nói Láo, đứng về quan điểm nhất nguyên là không thể chấp nhận vì trong Nhị nguyên không những có cái TÔI thực sự thường lấn áp bởi cái TÔI giả hiệu. Cái TÔI thực sự (Chân Ngã) là hệ quy chiếu chuẩn và duy nhất chỉ có trong thế giới Nhất nguyên. Trong thế giới Nhị nguyên, có hai cái TÔI, TÔI chân Ngã (không nói láo) và TÔI giả hiệu (nói Láo). Bởi vậy sự sai lầm được sinh ra do Chân Ngã và Ngã giả hiệu nhập lại thành một sự *quy chiếu chuẩn định* trở thành sự *tự quy chiếu* (hay tự phán đoán về chính mình nên tạo thành sự Nghịch lý, cũng như vậy khi tự xưng là TÔI là đã tạo ra nghịch lý rồi). Trong thế giới Lượng tử, hai hạt photon là một vì cùng chung từ CK (điểm Giản đơn/Singular), khi tách ra hai là đã khởi đầu nghịch lý.

Trong định lý Gödel, sự phán đoán phân tích của nhà toán học là có thể từ Ngã giả hiệu hay từ Chân Ngã. Khi dùng Chân Ngã kết quả là đúng. Nhưng Chân Ngã lại không thể dùng thường xuyên trong mọi vấn đề nan giải của Toán học, trừ phi có tính hiếm hoi của Trực giác.

Định Lý Gödel tự tính là bất toàn giống như câu nói "Tôi la người nói láo"

Vi định lý Gödel, phán đoán về phạm trù của chính nó nên cũng sẽ bị kẹt vào "nghich lý của người nói Láo": định lý Gödel tự nó cũng không chuẩn và toàn vẹn như chinh nó chỉ ra. Có nghìa là sự kiện không toàn vẹn của Toán học (hay mọi bộ môn Tri thức luận) là không toàn ven, và có thể hoàn chỉnh hơn như định lý chi ra lúc ban đầu. Ví dụ để dễ hiểu hơn định lý Gödel nói 5% vấn đề là không tòan vẹn hay sai. Khi áp dụng định lý Gödel lần thứ 2 (quy chiếu lần 2), sai số có thể chỉ còn 4%. Và như thế tiếp tục…, sai số sẽ dần nhỏ. dĩ nhiên luôn luôn lớn hơn zero, đó là chưa kể Entropy/nhiễu loạn tăng với thời gian làm cho sự bất toàn không thể bi triệt tiêu. Sư kiện trên thể hiện qua các khám phá khoa học hay phân giãi các vấn nạn khoa học hay bài toán khó với thời gian. Tóm lại sự bất toàn cua định lý về bất tòan là tương úng với kham phá mới trong các bộ mon ve luan lý như tiết hoc y khoa vật lý toán học mỗi năm tháng, nhưng không khi nào giãi quyết hết các bí ẩn cua thiên nhiên.

Với quan niệm trên, tu sửa để trở thành Vô Ngã là phương pháp tối thượng (xem trang 76-78 về Vô Ngã) để giãi trừ định lý Gödel. Vô Ngã thực sư là Ba la Mật, vượt lên qua bờ bên kia, không còn bi Màng Vô Minh che mờ, tức là ở thế giới Nhất Nguyên !.

Sau 45 năm hoằng pháp trong cõi Ta ba Nhị nguyên Đức Phật nói rằng "Ta không nói một lời" bởi vì khi nói với đệ tử Phật trở thành Vô Ngã rồi, nên lời nói đã không còn có thể diễn tả hết chân như, nên có nói cũng như không, còn lại chỉ là ý nghĩa của lời nói.

Tóm lại Thế giới Địa cầu/Ta bà/Nhị nguyên là thế giới của mâu thuẫn, nghịch lý và bất toàn vẹn. Toán học cũng không không thể làm thành ngoại lệ của luật Nhị nguyên nên bắt buột phải Bất toàn. Đó cũng là ý nghĩa của thế giới Ta bà nầy là trường học tập cải tạo, tuyệt đối không là nhà vĩnh cửu của con người, nên sự toàn vẹn Thiện Mỹ chỉ có ở cõi Trên Thiên đường và Siêu Hình của Niết Bàn.

CHÂN THẬT, PHÁP ẢO, THỰC TẠI và THỰC TẾ của Khoa học CHÂN THẬT

Là tự tại *không sanh diệt* có tự Ngã, thường hằng. Như vậy chỉ có Chân không là thật, mọi sự vật khác là Ảo do phản chiếu từ Vọng tâm (còn gọi là Nội Thức) (xin xem kinh Lăng Già Tâm Ấn, khi Bồ tác Đại Huệ, bắt bẻ Đức Phật) (ghi chú: Mộng và Chân không đều không nắm bắt được, nhưng Mộng là ẢO vì không thường hằng, Chân không/Thượng Đế/Thánh Linh/Phật Tánh là thật vì thường hằng)

PHÁP: (Dharma) Quy luật tạo ra thế giới từ Chân không và các sự vật sinh vật trong Sáng thế được diễn tả trong kinh Phật, nhưng cũng có thể áp dụng trong Đại tôn giáo. **Tuy nhiên Pháp còn có ý nghĩa rộng hơn bao gồm <u>phần cốt lõi của các sự vật và sinh vật</u>**. Vì vậy Pháp cũng có tướng, vì Phật pháp tạo nên hình tượng, nên nó có tướng của Pháp. Vì sinh ra sau Sáng thế và vì có Tướng hình nên Ảo và vô thường, vô ngã. Pháp thường được ví dụ với chiếc bè qua sông. Phi pháp là pháp không làm ra tác dụng có ý nghĩa nào. Kinh trung bộ và kim cang, Phật nói: Pháp còn phải bỏ huống là phi Pháp để chỉ sự buông bỏ.

- Các tiến trình về sự vật sau sáng thế, và
- Tình trạng giao thoa (interface) giữa Chân không và Vọng Niệm. Đó là tình trạng vừa thuộc về Chân không (đồng nhất thể, tĩnh lặng, không thời gian/không gian) và Vọng Niệm (xáo trộn, phân biệt), vừa có vừa không, vừa Vô Ngã vừa hữu Ngã, vừa chân vừa giả.

ẢO Có khuynh hướng của Phật giáo Nguyên Thủy phân chia ra hai loại : Pháp Hữu vi Vô Vi.

- Pháp Hữu vi là cơ chế làm nên sự vật của thế giới hữu hình, là Ảo đối với Đại thừa nhưng là Thật, không Ảo đối với Tiểu thừa,. Chỉ có sự vật và sinh vật là Ảo.

- Pháp Vô vi (khác với Phi pháp), là cơ chế làm nên thế giới của Niết Bàn có thể chia ra thêm:

. Từ Chân không có Chánh niệm làm ra Niết Bàn bình đẳng (Niết Bàn Vô dư), vô sắc của Phật, có thể coi là Thật.

. Từ Chân không có Vọng Niệm làm ra cõi Hữu hình, nhưng trong thời kỳ tiên khởi của Nhị nguyên, nên vẫn là Niết Bàn, đó là Niết Bàn Hữu dư có Sắc. Pháp này cũng có thể gọi là Vô vi, nhưng Ảo cần phải bỏ.

Pháp Hữu vi chủ quan, Ảo, do mình tạo ra nên gây Nghiệp.

Pháp Vô Vi khách quan không do mình tạo ra nên không gây Nghiệp.

CHÂN NIỆM là Pháp tự khởi từ Chân Không có thể coi vừa

là không thường hằng và thường hằng, biến CH thành Niết Bàn.

V VỌNG NIỆM (TƯ TƯỞNG) LÀ PHÁP. Pháp là đã lìa khỏi Đạo rồi, là Ảo và vì vậy không tốt nên phải bỏ đi. Huống hồ Vọng Niệm là tư tưởng sai lầm làm ra thế giới đảo điên, thì không nên giữ lại thường hằng làm chi.

LãoTử nói: Mất Đạo mới có Đức, Mất Đức mới có Nhân, Mất Nhân mới có Nghĩa, Mất Nghĩa mới có Lễ. Lễ là cái vỏ mỏng của lòng trung tín, là đầu mối của Hỗn loạn. Tuy nhiên từ Chân không do Niệm mà thành ra vũ trụ. Giai đoạn tiên khởi này Pháp có vai trò đặc biệt. Theo Đại thừa, Pháp này là Ảo (vì là sau Chân không, được sanh ra) cũng cần loại bỏ. Ngược lại theo Phật giáo Nguyên thủy, Pháp này là thật (Nhất thiết Hữu bộ) (vì quá gần với Chân không). Quan niệm này là uyển chuyển và thực tế nhưng không rốt ráo khi nói về Đạo.

Hãy coi đoạn kinh Lăng nghiêm sau để xác định quan điểm Đại thừa.

Đức Phật nói: *A Nan, **ngươi hãy xem các Pháp có thể tạo ra, có cái nào chẳng hoại chăng?** Nhưng chẳng bao giờ nghe nói hư không biến hoại. Tại sao? Vì hư không chẳng phải là vật sở tạo, cho nên chẳng thể biến hoại.*

THỰC TẠI HIỆN TIỀN
là để chỉ sự kiện và sự vật trong hiện tại do Pháp tạo ra, như núi sông, xã hội nhìn với tâm chân như của người khai ngộ.

Trái lại, **THỰC TẾ CỦA KHOA HỌC /KH VÀ LUẬN LÝ** là những gì có thể đo đạt và quan sát được va dưạ vao Tri thức. Như đã biết theo định lý bất toàn của Gödel, KH và Triết học là không đáng tin cậy tuyệt đối. Sự đo lường là chỉ tương đối chính xác. Cho nên Thực tế của KH và luận lý là hoàn toàn trái ngược lại với Đạo và là ẢO đối với Đạo (vì có hình tướng thì sẽ bị hủy hoại). Vậy thì chỉ có lời nói không hư vọng của Chúa Phật là đáng tin cậy. Tiếc thay kinh sách lại có khi thiếu trung thực trong ghi chép, ngôn từ khó hiểu, nên dễ bị hiểu sai (cũng như vậy, triết lý- như của Kant- chân chất nhất thường khó hiểu và khó đọc!). Đó là chưa kể Chúa Phật không thể diễn tả hết sự hiểu biết cần thiết của các Ngài, lúc ấy, trên 2000 năm trước.

Vấn đề là đơn giản như vậy, nhưng khi con người sống trong một hình mẫu nào đó và hình mẫu đó trường tồn rất lâu dài, thì con người dễ bị nhầm lẫn và cho hình mẫu mình đang sống là một thực tại. Thành ra xét đoán về thực tại không thể nào dựa trên quan điểm cá nhân đang sống trong hình mẫu nào đó mà phải từ người quan sat nhìn từ bên ngoài khuôn mẫu, rốt ráo hơn là đứng trên quan điểm của Thượng đế hay Chân không. Đó cũng là quan niệm về lý luận: Đúng hay sai không thể phán đoán từ cá nhân từ phán xét về mình mà phải từ người quan sát độc lập khác. Người độc lập đó là duy nhất tức là Thượng đế. Thượng đế trong trường hợp này là Trí Huệ Bát Nhã/THBN.

THBN là Trí huệ tột cùng, biết mọi sự trong Đa vũ trụ. Trí huệ có thể hiểu bằng câu: Lớn cũng ở trong và Nhỏ cũng không ngoài. Đứng trên quan niệm duy lý hay khoa học, THBN là tập hợp của tất cả quy luật của vũ trụ: Ba tự tánh của Chân không, bát Bất của Long thọ, Trật tự nội tại của Bohm (Implicate order), siêu đối xứng trong nhất nguyên, bất đối xứng trong nhị nguyên, luật Âm Dương, Sức đẩy Archimede, định đề Euclid, luật hấp dẫn vạn vật Newton, Thuyết tương đối của Einstein, Định lý bất toàn Gödel, quan niệm Lượng tử của Bohr và Heisenberg, M theory, 11 dimension theory (10 dimension [3 dimensions, time, posibilities, probability...] and spacetime, ...). Vậy thì tổng hợp các luật lệ quy tắc thích hợp là THBN, là thành phần của Thượng đế. Phần kia là Lực Toàn Năng.

Khi nói về Thượng Đế không ít người đặt ra vấn nạn "ai sanh ra TĐ ?. Vấn nạn này thật ra không thể tồn tại được vì TĐ là Đấng tự ngã tự sanh, nên không sanh diệt nên thường hằng. Khi hỏi rằng TĐ do ai sinh ra là đã tự mâu thuẫn vì phủ nhận sự kiện TĐ là vĩnh hằng. Phủ nhận Thượng Đế là vĩnh hằng là đề ra là Sáng thế có nhiều (vì nhiều Thượng đế) là quan niệm vượt ngoài giới hạn của Trí huệ.

Tóm lại sự Vô minh của con người là do:

1) Cấu tạo thế giới Ta bà dựa trên Photons làm hạt cơ bản. Tuy hạt này rất nhỏ có trọng lượng zero nhưng chưa là hạt nhỏ nhất trong Vũ trụ. Nên có thể nói cấu tạo của cõi Ta Bà là thô thiển vì thế không thể dùng Photons so sánh, thấy hay đo lường được vật thể cõi Siêu hình.

2. Môi trường và Não bộ.

Do Vô minh con người thường không tin có cõi Siêu hình, Chúa Phật.

V. TRI THỨC là CHỦ QUAN và CỤC BỘ LÀ SỰ HIỂU,
SỰ BIẾT là tương đối KHÁCH QUAN và TỔNG THỂ VÀ GẦN HƠN VỚI TRÍ HUỆ BÁT NHÃ (H2.7)

Sự hiểu biết sự vật là gồm sự HIỂU gần đồng nghĩa với TR và sự BIẾT gần hơn với Phật tánh.

TR/sự HIỂU cần sự chú ý do não bộ quản lý là sản phẩm của não bộ, nên chủ quan riêng cho mỗi người nên thường bị méo mó (Y tha Sở tánh và Biến sở chấp). TR làm nên bản Ngã xuất phát từ Nội thức chứa trong Mạng Mặc định. Bản Ngã làm nên định kiến còn gọi là chấp trước.

Sự BIẾT ít lệ thuộc vào sự chú ý, nên tương đối khách quan hơn. Trong Não bộ học, sự chú Tâm dùng đường dẫn truyền Trên (còn gọi là Trên Xuống) của các hệ thống Chú ý Thị Giác Thính giác hay Xúc giác trong Não bộ học, Sự chú Tâm dùng đường dẫn truyền Trên (còn gọi là Trên Xuống) của các hệ thống Chú ý Thị Giác Thính giác hay Xúc giác dùng đường Dưới. Dường Trên giúp đình chỉ thông tin, không có TR

Cho nên trong quan sát, thí dụ quan sát hạt lượng tử, hay cảnh giới Thiền, sự chú Tâm vào mục tiêu có tính cách vi tế Tri thức không thể nhận ra được (vì Tri thức là nông cạn thô sơ), cái BIẾT hay Phật tánh mới thấy được cái vi tế của hạt lượng tử hay thể nghiệm Thiền định.
Trong Thiền định, Định /Chỉ và Quán/Tuệ là song hành. Định là cần chú tâm để ý đếm hơi thở hay lắng nghe âm thanh (Mindfulnes), Quán giúp có Tuệ (Awareness) (Biết bụng phình xẹp hay BIẾT có ánh sáng) là tự nhiên mà có. Nhưng càng chú ý vào sự BIẾT thì lại mất cái BIẾT và TUỆ, vì khi chú ý nhiều thi tự nhiên thay thế QUÁN bằng ĐỊNH. Như vậy ĐỊNH va QUÁN theo Quy luật "tất cả hoặc không có gì"

Người tu Thiền có Định mà thiếu TUỆ là vì mong cầu TUỆ, thì sẽ chẳng được gì nếu không thay đổi Địng sang QUÁN . Diệt Tận Định (DTD) là tình trạng có nhiều Định mà ít Tuệ. Người DTD diệt được thành phần thứ ba trong Ngũ Ẩm: Sắc, Thọ, Tưởng, Hành và Thức. Phi Phi Tưởng tương ứng với thành phần thứ tư là Hành . Không còn Hành nên Tri thức không thể làm ra được và như vậy màng vô minh vẫn còn. Vì vậy trong DTD có ít Trí Huệ Bát Nhã là vì trong thiền định thiếu sự Biết. Như sẽ thấy trong chương Tri thức và Thiền Định, Định/Mindfulnes có được do NB dùng đường dẫn truyền Lưng để chú tâm. Còn Sự Biết/ Awareess có được do sự thức tỉnh và thiền Quán để có sự Biết và TR. Khi Thiền định bị Hôn Trầm, Tri thức và sự Biết +Tuệ giảm đi.
Cần nhắc lại ở đây khi tu Thiền, sự nâng cao Đạo đức, thâm tâm an lạc là chứng nghiệm, nhưng cảnh giới trong tu hành cũng là thước đo tiến bộ Thiền. Chứng nghiệm đầu tiên là âm thanh và ánh sáng vì đó là hai thành phần căn bản để nhận biết được của Phật tánh (xin xem lại phần Chân Không).

TR và Nhận biết là đối nghịch nhau. TR là sản phẩm của vô minh, sau Sáng thế, đối nghịch với Đạo, bậc vô học. Nhận biết là gần với Đạo, thường bị che mờ bởi TR, học vấn của hàng hữu học.

TR: cư trú trong Nội Thức cần có sự Chú Tâm: dùng Acetylcholin và Norepinephrine	SỰ BIẾT chủ vào Phật tánh chỉ cần Acetylcholine, Giảm epinephrine
Tâm trí	Tâm thức
Ý nghĩ, suy nghĩ	Cái Biết, Chứng kiến
Lo âu	Tịnh
Phân biệt	Bình đẳng
Chủ quan, như máy chụp hình	Khách quan, như họa sĩ
Cục bộ	Tổng quan
Tăng cảm tưởng là thời gian và không gian dài lâu và rộng lớn	Cảm tưởng về thời gian và không gian nhỏ lại
Luận lý /logic	Tự nhiên, hòa hợp
Cần kiểm tra, cần lưu tâm	
Mơ mộng và phóng khoáng	Như thị, chân thật
Biến mất khi nhìn sâu, chỉ còn lại ý nghĩ	Thiên về thường hằng vì là gần Như thị
Hiện rõ	Ẩn kín
Thường xuyên sai lầm và Thất bại	Đúng và ít lỗi lầm Thành công
Thuộc về quá khứ	Hiện tại, dễ hoạch định
Không sửa sai được, khó hoạch định	Không có gì để sửa sai
Nhiều khó khăn. Nhiều thay đổi, NÁC ĐỘNG	Đơn giản, Dễ dãi YÊN TĨNH
Cô đơn	Phổ cập. Nhiều quần chúng
Ngoại vi, Thông tin đến từ bên ngoài	Tâm điểm, thông tin gần chân như
Chỉ tạm cư trú	Nên gần như thường hằng
Nhiều ngôn ngữ	Im lặng
Cặn bả của cuộc đời	Thanh khiết
Có sức mạnh như vũ bảo	Nhu mì
Lặp lại nhiều lần như bánh xe	Yên tĩnh
Luân hồi	Không luân hồi
Làm thân thể quay cuồng	Tĩnh lặng
Tốn kém năng lượng	Tiết kiệm
Hành động là phản xạ do cơ chế Pavlov có điều kiện, như cái máy	Hành động thực sự theo tự ý, gần như Free will Có bản tâm
Thông thái của người mù, bóng tối	Khai ngộ, Ánh sáng
Bản Ngã giả hiệu	Vô Ngã
Có cá tính, có câu trả lời cho mỗi vấn đề	Không cá tính, bình dị, uyển chuyển
Chính khách/ giáo sư ở học đường	Đạo sư
Không đức hạnh	Đức hạnh
Cần chọn lựa	Hòa đồng

Mindfulness/Chủ Tâm, không thể Thiền	Khai ngộ với thể nghiệm
Đường dẫn truyền Trên	Thiền: Đường dẫn truyền dưới,
thí dụ: chú ý hơi thở	thí dụ: biết bụng phình xẹp
Cái Tôi rất lớn	Dẹp bỏ, chùi bỏ cái Tôi gần VôNgã

$$\text{Ego (0-1)}: \frac{\text{Tri thức}}{\text{Sự hiểu biết}} = \frac{\text{Tri thức}}{\text{Tri thức} + \text{Sự Biết}} = \frac{1}{1 + \frac{\text{Sự Biết}}{\text{Tri thức}}}$$

(Tri thức càng nhiều thì bản Ngã càng cao và hạn chế trí tuệ, cái Biết càng rộng thì bản Ngã càng thấp sở dĩ có lo là vì ta có thân.

Sự gọt rửa đi tri thức là cần thiết khi cần cái BIẾT toàn thể và chân như của vấn đề. Nhưng Tri thức cần cho khoa học kỹ thuật, công việc và đời sống thường nhật khi giao tiếp với gia đình và xã hội. Tóm lại trong đời sống thường nhật cần cả hai tiến trình một cách cân đối.

Ví dụ.: Ba hôm trước bạn đi làm về cẩn thận để chìa khóa trên bàn ở đúng chỗ thường nhật. Hôm qua bạn tìm chìa khóa rất khẩn thiết tất cả mọi chỗ trong nhà càng lúc càng bực dọc và không thấy đâu, dù trong nhà chỉ có một mình bạn. Bạn nghĩ là bạn không dùng chìa khóa ấy cho đến hôm qua. Hôm nay sửa soạn đi làm thì nhớ ra bạn đã để chìa khóa trong túi áo.. Vì Tri thức đã khẳng định là bạn đã không đi đâu, nhưng có chi tiết khác bạn đã quên khi đi tìm chìa khóa là: bạn đã cất dời chìa khóa trên bàn vào trong áo để sẵn sàng đi làm hôm nay. Tri thức quá mạnh đã che mờ sự BIẾT, khi không còn sự chú tâm thì sự BIẾT làm việc.

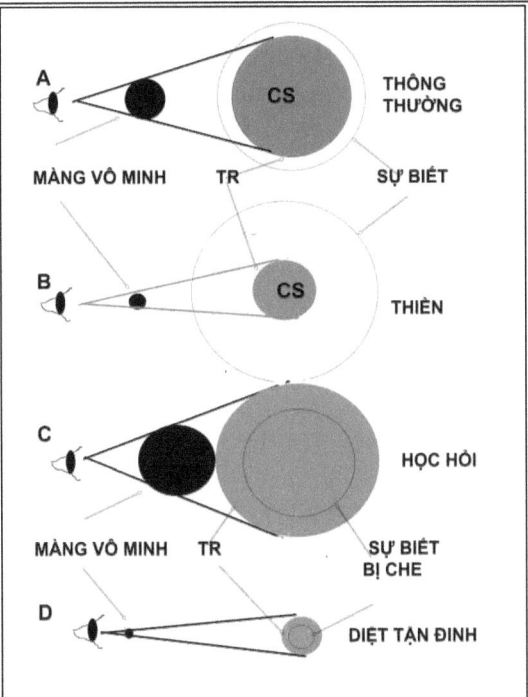

H4.7 Vòng tròn trắng: Sự Biết. Vòng tròn Đen: TR, Vòng tròn xám : Sự Hiểu

Vòng tròn trắng: Sự Biết. Vòng tròn Đen: TR, Vòng tròn xám : Sự Hiểu
A: thông thường
B: Thiền định : thu nhỏ dần TR, Tăng sự Biết.
C: Học hỏi: Tăng sự Hiểu, xóa mờ đi sự Biết thành ra người máy, độc đoán, khuôn mẫu, táo bạo, bận rộn , nhiều ngôn từ. Màng Vô Minh dày và rộng mênh mông.
Krishnamurti : Meditation is not a practice; it is not the cultivation of habit; meditation is heightened awareness. (Thiền không là thực tập. Cũng không là tập thói quen mà là để làm tăng lên sự BIẾT).
D: Diệt Tận Định vì thu nhỏ vùng chú ý, thu nhỏ TR

SỰ KHÔN NGOAN (WISDOM)

Là kết hợp sự HIỂU BIẾT, thich ứng với hoàn cảnh, Đạo đức (trong khuôn khổ của một tập thể) và tâm niệm (mindfulness). So sánh với TÂM LINH, Tâm linh là sự hiểu biết vượt trội. hơn, Tâm niệm hơn và Đạo đức hơn, nhưng xa rời hoàn cảnh hien tại hay có thể coi là ngược dòng đời.

Sự khôn noan là khac với sư BIẾT (hiểu biết có bề rộng nhưng không có chiêuf sâu)

CHƯƠNG 5 TÂM HỒN/HỒN HAY NGHIỆP THỨC

Hồn, Soul, Psyche của người Hy lạp, Amina của người La mã và Atman của người Ấn độ có thể coi là đồng nghĩa. Ấn giáo thường coi Hồn là bất tử và bao gồm cả Tri Thức và Tạng Thức. Hồn là quan niệm đã có từ cổ xưa mang nhiều màu sắc huyền bí, thần quyền và tôn giáo. Triết lý và khoa học thực nghiệm cũng đã nhiều lần nghiên cứu và bàn luận. Sau khi sinh vật chết thì Hồn thoát ra ngoài thân thể có nghĩa là Hồn không thuộc về hay lệ thuộc vào vật chất cấu tạo nên cơ thể con người. Đi xa hơn nữa Hồn là một yếu tố quan trọng của sự sống tạm gọi là "Sức sống"/Vital force. Sức sống trên có thể được quan niệm trên các sinh vật - động vật và thực vật chỉ có một tế bào kể luôn cả vi trùng, vi khuẩn (Pereira 2015).

Khởi đầu người ta nghĩ rằng Tim là nơi trú ngụ của Hồn / thí dụ như câu nói: tiếng nói từ đáy tim. Cho đến Hippocrates (thế kỷ thứ 5) thì hầu như mọi người tin tưởng bộ óc là chỗ ở của Hồn. Theo Aristotle (384 TTC–322 TTC) viết trong cuốn sách De anima (On the soul- nói về Hồn): Con người sinh ra với Hồn ở trong trạng thái rỗng không (Tabula rasa) rồi từ trên đó in lên kinh nghiệm và quan niệm. Quan niệm trên gần với quan niệm của Mạnh tử: *"Nhân chi sơ, tính bổn thiện"*. Hồn không có chỗ xác định nào trong cơ thể hay bộ óc vì mỗi bộ phận của cơ thể đều có Hồn. Quan niệm về Hồn của Aristotle đã được các nhà triết học kế tiếp triển khai và bàn luận. Pythagoras quan niệm Hồn gồm: sự thông minh, lý luận và đam mê. Óc là thánh đường của Hồn. Jean Fernel (1496–1558) trong cuốn sách Physiology (Tart 1998)) nghĩ là bộ óc gạn lọc, gạt bỏ đi chất bẩn của xác thịt để Hồn biến thành "quan niệm" có giá trị của con người (Sherrington 1946). Descartes với quan niệm nhị phân chia Hồn và Xác: Hồn tiếp cận với Xác qua tuyến Tùng.

Các nhà nghiên cứu kế tiếp hầu như thừa nhận là không thể tìm ra được câu trả lời cho chỗ ở của Hồn, nhưng thường đồng ý là Hồn có liên hệ mật thiết tới Não.

Quan niệm của Aristotle thì sinh vật không óc cũng có Linh Hồn. Điều đó cũng cùng quan điểm của một số nghiên cứu gia (Pierera) gán cho tế bào có thể làm tương tự như Hồn (Pereira 2015): sóng chấn động điện từ của tế bào ảnh hưởng đến hoạt động của tế bào làm tế bào có thể phát sóng tương tự như Hồn của sinh vật. Sóng điện từ sinh ra do dinh dưỡng của tế bào có lẽ cũng ảnh hưởng ngược lại tế bào tạo nên một trục tuyến "Cell-Soul Pathway" (Arnold 2016). Tuy nhiên không có bằng chứng nào để liên hệ Hồn đến sóng điện từ. *Có lẽ Pierera muốn liên hệ đến một hình thể vô hình.*

I. Não Bộ (NB) và Hồn

Đối với khoa học gia Não Bộ, hoạt động Não Bộ bởi những dòng điện trong Não Bộ gây nên cảm giác về Hồn và Tri Thức. Tuy nhiên khoa học gia Não Bộ vẫn không thể nào xác định được Hồn là gì vì không thể nào tìm ra vật chất liên hệ đến Hồn.

BS Wilder Penfield (1891-1976), nổi tiếng về Neurosurgery, đã đưa ra nhận xét là: Hồn có thực thể riêng của Hồn và vượt lên trên Não Bộ (In: Mystery of the Mind: A Critical Study of Consciousness and the Human Brain). Penfield viết: "Hồn hoạt động ngoài Não Bộ như người xử dụng máy vi tính, nhưng lại cần máy để làm việc. Não Bộ không thể làm những gì của Hồn. Chắc chắn là không thể giải thích Hồn chỉ dựa trên hoạt động thần kinh của Não Bộ".

Trong giản đồ cấu tạo của Hồn (trang 30-31), Hồn không có điện trường nhưng có tánh xuyên thấu (và trọng lượng), nhưng sau khi nhập thai, neutrinos trong Hồn có thể gắn thêm electrons (-). Vì vậy trong NB, Hồn có điện tích (-) giúp Hồn kết nối với màng tế bào KNTK có điện tích (+). Khi giao tiếp TK được kích hoạt để nối làm thành TN thì màng thần kinh mất điện thế (+) (Ca++ chạy vào trong tế bào) nên Hồn bị tách rời khỏi giao tiếp TK. Hiện tượng trên làm một dấu in lên Hồn và đó có thể là cách Hồn sao y TN làm một phiên bản Hồn của TN.

Hiện tượng trên và đặc tính xuyên thấu của Hồn, cho thấy Hồn dính vào mọi KNTK trong hệ TK, đặc biệt là NB, nhưng bền chặt nhất là vùng NT/MMD của NB.

A. Bằng chứng gợi ý sự hiện hữu của Tâm Hồn (Hồn) biệt lập với Vỏ Não.
    1.Thể nghiệm chia hai bán cầu Não, bằng cách cắt dọc Cầu Não nối hai bán cầu Não (Corpus callosum). (H4.8).
Chia hai bán cầu Não bằng cách cắt dọc Cầu Não nối hai bán Cầu Não (Callosotomy) là một phương pháp điều trị thể nặng của Bịnh động kinh. Bán cầu bên Trái là bán cầu giữ vai trò quan trọng, nhất là phân tách điều hành cử động cảm giác, lý luận thực hành và sự hiểu biết. Bán cầu bên Phải thiên về trực giác nghệ thuật quan niệm ý nghĩa, trừu tượng, nhận diện và tổng quát.

Phần đông các nhà nghiên cứu cho là Diencephalon và Midbrain không giữ vai trò phụ giúp liên lạc Vỏ Não của hai bán cầu. Vì vậy TR của bán cầu Não Trái và Phải của Não Bộ xẻ đôi không chia sẻ thông tin với nhau. Trên lý thuyết của NB học hiện đại, NB xẻ đôi có hai TR khác nhau, nhưng trên thực tế người có Não Bộ xẻ đôi chỉ có một TR. Điều đó có nghĩa TR riêng biệt của hai bán cầu Não Bộ không chia sẻ nhau bằng thực thể vật chất mà có lẽ chia sẻ qua cơ chế không vật chất, cụ thể là:

    i. Bán cầu nầy truyền thông tin qua Sự Gợi ý (Cueing), cơ chế này được đề nghị bởi Gazzinaga để giải thích trường hợp chia đôi NB (bằng cách cắt dọc theo cầu Não) nhưng vẫn có một TR.

    ii. Các nhà nghiên cứu khác không thể tìm ra sự giải thích thỏa đáng tình trạng chia đôi NB nhưng vẫn có một TR. Điều đó có thể là có một Cơ chế siêu hình và tương tự với nghịch lý EPR(Einstein-Podolsky Rosen) về hai hạt lượng tử cùng một hệ thống khi tách rời nhau nhưng vẫn có biểu hiện giống nhau nhờ sự kết nối vô hình (Non-locality). Hiện tượng trên sẽ được bàn lại trong phần sau về Chủ Tâm.

Thí nghiệm trên cho thấy Nhận Thức của bán cầu Trái Phải là riêng biệt, tuy nhiên bịnh nhân không cảm nhận mình có hai nhân cách riêng biệt. Gazzaniga cũng như những nghiên cứu gia về Não Bộ đều không thể tìm được dấu vết vật lý kết nối của Não Bộ, Tri Thức trong các cuộc thí nghiệm. Ý niệm về Tâm Hồn hầu như không được bàn đến trong các thí nghiệm khảo cứu về Tri Thức, Trí Nhớ và Tâm lý học của các nhà Não Bộ học. Một số người nghĩ rằng với đà tiến bộ và khoa học hiện nay người ta sẽ biết rõ hơn sự liên lạc giữa Não Bộ và Tri Thức/ Linh Hồn. Một số khác nghĩ là Tâm Hồn thuộc về lĩnh vực qua khỏi sự tìm hiểu bằng quan sát và thuộc về lãnh vực "Beyond quantum" (Damasio 1999).

Trong trường hợp Não xẻ đôi Tâm Hồn vẫn còn kết nối với hai bán cầu nên hai bán cầu chỉ có một Tri Thức nhưng có hai Nhận Thức. Pinto và Lamme là người coi nhẹ vai trò thị giác trong sự gợi ý đề nghị bởi Gazzinaga và Volt mà đề nghị là Tri Thức là cơ nguyên kết nối hai bán cầu kết nối qua các thể chất xám dưới Vỏ Não. Hai Ông không nói là thể chất xám nào. Các nhân chất xám của Hippothal hay của Tegmentum thì ít có nhiệm vụ về Tri Thức. Nhưng Pinto không đề cập gì đến Đồi Não, tuy đồi Não vẫn còn nối với nhau sau khi chia đôi Não.

Nhắc lại trong phần trước đây về Tri Thức, Nội Tri Thức là phần Tri Thức làm chuẩn để nhận biết. Nội Thức có chỗ ở là vùng Não Mặc Định, TR gồm có Mạng Mặc Định+MLT (Thái Dương Giữa, cùng chung chỗ tàng trữ của Trí Nhớ và Tâm Hồn. Tri Thức cũng góp phần tạo nên Tâm Hồn và Hồn không bị chia cắt bởi phẫu thuật chẻ đôi Não.

Để giải thích hiện tượng tại sao bịnh nhân trên, với hai Nhận Thức riêng biệt cho mỗi bán cầu Não nhưng không cảm nhận mình có hai cá thể riêng biệt, quan niệm về Tâm Hồn (Hồn) cần được đưa vào trong thí nghiệm theo đề nghị dưới đây.

PHẦN ĐỌC THÊM KHNB

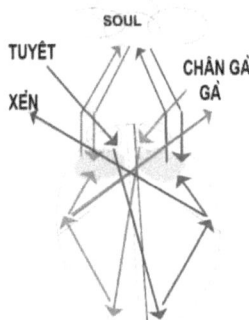

Hình 4.8 Đường đi thông tin trong trường hợp Não xẻ đôi. Khi chiếu hình (chân gà) vào thị trường Trái (nối với bán cầu não trái) bịnh nhân phản ứng hợp l (chọn con gà) vì bán cầu Trái có đầy đủ chức phận hiểu biết và bịnh nhân hiểu biết tại sao mình làm như vậy. Khi chiếu hình vào thị trường Phải (tuyết) (nối với bán cầu Phải) bịnh nhân cũng phản ứng hợp l (chọn cái xẻng) nhưng không giải thích hợp l và tại sao. Bán cầu Phải được biết là có khả năng về Tri Thức hạn hẹp và kém. Nhận biết bán cầu Phải riêng biệt với bán cầu Trái vì thiếu liên lạc qua lại trong Não xẻ đôi. Tuy nhiên nhờ vào Hồn, nên TR hai bên vẫn còn liên lạc với nhau vì vậy chỉ có một TR.

b) Nếu yêu cầu làm cử động với tay Phải rồi sau đó với tay Trái bịnh nhân làm được dễ dàng như người không bịt mắt.

c) Nhưng nếu nhắm hai mắt và lập lại thí nghiệm b) bệnh nhân không làm cử động được với tay Trái. Thí nghiệm c) cho thấy bán cầu Não Bộ Phải đã học được cử động khi nhìn thấy tay Phải làm cử động và vì vậy điều khiển tay Trái làm động tác được yêu cầu. Đó là sự Gợi ý chéo (Self-cueing) do cơ chế Imagery ở vùng giao nối Vỏ Não Đỉnh Thái dương TemporoParietal junction/ TPJ Phải. Tiếp tục làm thêm những thí nghiệm về gợi ý trên người có Não Bộ và khi có Não Bộ xẻ đôi cho thấy sự liên lạc giữa hai bán cầu Não Bộ vượt hơn là sự gợi ý qua Thị giác và luôn cả Tri Thức. Gazzaniga cuối cùng thay đổi quan niệm về hiện tượng Não Bộ xẻ đôi và chấp nhận hai bán cầu Não Bộ có thể liên lạc qua lại qua Tiềm Thức (Subcónscious level) (Voltz 2017, Gazzaniga 2013). Tuy nhiên nhiều tác giả sau đó đã không cùng quan điểm với Gazzaniga, vì hiện tượng Gợi ý chéo (Cross-cueing) không đủ để giải thích hiện tượng Não Bộ xẻ đôi và các nhà khoa học Não Bộ bị bắt buộc phải chấp nhận hiện tượng "Nhận Thức bị chia đôi nhưng Tri Thức chỉ có thể có một (không thể chia đôi) (Pinto 2017a, b, c, Lamme 2003)

Trên đây là thí nghiệm Gazzaniga để chứng minh sự khác biệt chức năng của hai bán cầu Trái Phải (H 5.4): Bịnh nhân được yêu cầu chọn vật dụng thích hợp khi thấy sự vật trong thị trường mắt. Khi chiếu hình *chân gà* vào thị trường Phải của mắt (nối với bán cầu Não trái) bịnh nhân phản ứng hợp lý (chọn *con gà*) vì bán cầu Trái có đầy đủ chức phận hiểu biết nên bịnh nhân hiểu biết tại sao mình làm như vậy. Khi chiếu hình *tuyết* vào thị trường Trái (nối với bán cầu Phải) bịnh nhân cũng phản ứng hợp lý (chọn cái *xẻng*) *nhưng không giải thích hợp lý là tại sao*. Bán cầu Phải được biết là có khả năng về Tri Thức hạn hẹp và kém, vì vậy sự chọn cái xẻng là phản xạ có điều kiện do học hỏi. Gazzaniga cói đó là khả năng đặc biệt của con người để biện chứng cho những khó khăn của con người sống trong thiên nhiên. Lời giải thích của Ông ngừng tại đây và không lý giải cụ thể tại sao bán cầu Phải đã đưa ra một quyết định hợp lý như vậy mà không biết giải thích tại sao (Luessenhop 1970, 1970b, Gazzaniga 1962, 2013, Sperry 1970, 1981, 2005, 1995, 1989, 2000, Putnam2008, Wolman 2012, Van Wagenen 1940, Doron 2012, Henry M. Wellman 2004, Delgado 1979, Welborn 2015, 47-57).

Kết quả thí nghiệm gợi ý còn có sự liên lạc giữa hai bán cầu Não Bộ sau khi chia cắt Cầu Não. Trong trường hợp Não xẻ đôi, mỗi bán cầu Não Bộ nhận thông tin mà không chia sẻ lẫn nhau được vì vậy bịnh nhân có hai

TR riêng biệt cho mỗi bán cầu. Nhưng bịnh nhân không cảm thấy mình có hai TR, như vậy có nghĩa là hai TR phải có cách để chia sẻ lẫn nhau. Câu hỏi là: bằng cách nào hai Tri Thức/TR có thể liên lạc với nhau?.Trong Não xẻ đôi, phần dưới Vỏ Não là Diencephalon (Thông Não =Đồi Não và một số nhân) và Mesencephalon (gồm Tegmentum, cólliculi, SN, Red Nucleus) được đề nghị giữ vai trò kết nối TR của Não Bộ Trái và Phải thành một Tuy nhiên sự liên lạc trên không thể xảy ra được khi xem xét về cơ thể học của Não Bộ. Sau hơn ba thập niên, Gazzaniga mới khám phá ra hai bán cầu còn liên lạc nhau qua cơ chế không kết nối bằng dây thần kinh qua bịnh nhân xẻ đôi Não Bộ có tên JW như sau:

a) Yêu cầu làm cử động như người leo núi (hiker) với tay trái rồi sau đó với tay Phải thì bịnh nhân chỉ có thể làm được với tay Phải.

b) Nếu yêu cầu làm cử động với tay Phải rồi sau đó với tay Trái bịnh nhân làm được dễ dàng như người không bịt mắt.

c) Nhưng nếu nhắm hai mắt và lập lại thí nghiệm b) bệnh nhân không làm cử động được với tay Trái. Thí nghiệm c) cho thấy bán cầu Não bộ Phải đã học được cử động khi nhìn thấy tay Phải làm cử động và vì vậy điều khiển tay Trái làm động tác được yêu cầu. Đó là sự gợi ý chéo (self-cueing) do cơ chế imagery ở vùng giao nối Vỏ Não Đỉnh Thái dương TemporoParietal junction TPJ Phải. Tiếp tục làm thêm những thí nghiệm về gợi ý trên người có Não bộ và khi có Não bộ xẻ đôi cho thấy sự liên lạc giữa hai bán cầu Não bộ vượt hơn là sự gợi ý qua thị giác và luôn cả Tri Thức. Gazzaniga cuối cùng thay đổi quan niệm về hiện tượng Não bộ xẻ đôi Não bộ và chấp nhận hai bán cầu Não bộ có thể liên lạc qua lại qua Tiềm Thức (subcónscious level) (Voltz 2017, Gazzaniga 2013). Tuy nhiên nhiều tác giả sau đó đã không cùng quan điểm với Gazzaniga, vì hiện tượng gợi ý chéo (cross-cueing) không đủ để giải thích hiện tượng Não bộ xẻ đôi và các nhà.khoa học Não bộ bị bắt buộc phải chấp nhận hiện tượng "Nhận Thức bị chia đôi nhưng Tri Thức chỉ có thể có một (không thể chia đôi) (Pinto 2017a, b, c, Lamme 2003)

2. Não xẻ đôi và EPR nghịch lý (EINSTEIN PODOLSKY ROSEN PARADOX) gợi ý sự tương đồng của hai thể khác biệt trong cùng một hệ thống.

Hiện tượng trên là cùng khắp được mô tả trong kinh Hoa Nghiêm: Phật Bồ tác có thể hiện thân nói pháp ở vô lượng nơi, tầng và thế giới, vũ trụ khác nhau (kinh Hoa nghiêm, quyển 3, phẩm Thăng Đâu suất Thiên Cung, trang 60).

> Bây giờ, do thần lực của Đức Phật, thập phương tất cả thế giới trong mỗi Diêm Phù Đề đều thấy đức Phật ngự dưới cây Bồ đê , đều có Bồ Đề Tác thừa oai lực của Phật mà thuyết pháp, không ai chẳng cho rằng đức Phật luôn ở bên mình.
> Đức Thế tôn lại dùng thần lực chẳng rời các chỗ: cây bồ đề , đảnh Tu di Sơn, Dạ Ma thiên cung, mà qua đến Đâu suất Dạ thiên nổi điện Diệu Bửu Trang Nghiêm.
> Đâu Suất Thiên Vương vờn thấy đức Phật đến, liền dọn tòa.

Vì Tâm Hồn là đặc biệt cho mỗi người, nên tiện lợi hơn hết nên coi Tâm Hồn là một thể nhất định nhưng lại không xác định được bằng hình ảnh hay phương tiện điện từ, vì Hồn không phản ứng với sóng điện từ (Hình 5). Tâm Hồn là riêng biệt cho mỗi người cũng có nghĩa là Tâm Hồn là phần siêu hình nhiễm Nghiệp (tội lỗi) của tiền kiếp và đời sống hiện tại. Khi không còn Nghiệp thì Hồn được xem là Tâm linh và trở thành đồng thể với Minh sư đại khai ngộ như Chúa Phật và không còn là một thể giới hạn nữa. Nếu quan niệm như vậy thì sự liên hệ Hồn-Não Bộ có thể được đề nghị như sau:

Hồn dính vào xác: *Hồn nhập xác ôm sát Não Bộ vùng Nội Thức do lực hấp dẫn trọng lượng giữa Hồn-Não Bộ và điện trường, nên coi như liên lạc trực tiếp với Vỏ Não. Như trong đề nghị ở phần trên bài viết, chỗ tiếp xúc Hồn và Não Bộ là vùng Nội Thức/Tâm. Vì vậy Trí nhớ ở Vỏ Não cũng sẽ được chia sẻ lưu trữ ở Hồn.* Tuy nhiên Hồn không có cơ cấu tế bào như Não Bộ, cho nên khả năng ghi lại Trí nhớ trên chỉ là biểu hiện của bản sao từ Não Bộ ghi trên Hồn. Cơ chế ghi Trí Nhớ trên Hồn không phải là sự kết nối thần kinh nữa mà có thể là sự sắp xếp các hạt nhỏ ngoài khả năng đo lường.

Hơn thế nữa Hồn là kho chứa của Trí Nhớ (và Tri Thức) theo định nghĩa của Hồn là phần vô hình của con người gồm TR, TN, Tạng Thức và Mạc Na Thức. Khi Hồn còn ở ngoài cơ thể, trước khi nhập xác hay sau khi lìa xác Hồn mang theo TN/ TR, Tạng Thức và luôn cả Phật tánh. Sau khi Hồn nhập xác để ở trong sinh vật hay con người, Khoa học NB đã chứng minh là phần TN của Hồn là kết nối thần kinh được lưu trữ và bảo tồn ở nhiều nơi như vmPFC/PreFrontal Cortex, MTL(Middle Temporal Lobe) Giải Bao Trước (ACC), Precuneus và Retro Splenial Cortex/RSC. Như vậy thì gần như một hệ luận của Khoa học về TN là chỗ kết nối của Hồn với NB là vùng lưu trữ của TN và là vùng làm nên TR. Sự kiện trên cũng tương đồng với quan niệm lâu nay là Hồn dựa lên NB để thể hiện nhưng NB không phải là Hồn.

Như vậy Nghịch lý/Paradox EPR và hai bán cầu NB là tương tự với nhau về hiện tượng Không Cục bộ và Kết nối cùng khắp. Hai bán cầu NB bị chia đôi nhưng vẫn liên lạc với nhau qua Hồn. Hai hạt lượng tử liên lạc với nhau qua hiện tượng "không cục bộ và kết nối cùng khắp".
VmPFC là phần Não quan trọng trong Mạng Mặc Định hay là vùng Não bình yên khi Thiền Định. Thiền nhân thể nghiệm ánh sáng khi chú Tâm vào Huệ nhãn tương ứng với vmPFC. Khi làm việc, suy nghĩ, lo âu, thì cũng như phần khác của Não vmPFC bị kích động. Nhưng khi chú Tâm làm việc hay chú Tâm trong Thiền thì vmPFC không bị kích động mà bình yên. Khi tập trung Tâm Ý, và khi đi sâu vào Thiền Định, Hồn gồm Thức thứ 6, 7 và 8 có thể được thu hồi về hiện tại, làm nên có thể nghiệm thiền định. Nghiên cứu cho thấy Nội Thức, đặc biệt vmPFC cần thiết cho việc thu hồi Trí nhớ xa (Barry 2018, Nieuwenhuis 2011, Kim 2018, Brod 2018).VmPFC là phần Não có cấu tạo phức tạp vì có mật độ Dendrites (râu neuron) dày đặc nhất và nhiệm vụ cao nhất trong Tri Thức. vmPFC kết nối mật thiết với Đồi Não. Tri Thức càng cao thì PFC càng lớn, đó là điều hiển nhiên khi so sánh con người với Khỉ hay các động vật thấp hơn. Vì Hồn có tính liên hệ mật thiết với Neurons (Delgado 1979), cho nên Hồn ngoài cơ thể dễ được thu hút tới vmPFC.

B. Hồn người nhập bào thai. (H5.3)
Động vật khác với thực vật vì nhiều khả năng như hấp thụ dinh dưỡng, hô hấp, sinh đẻ và di chuyển vì động vật có cơ quan với kiến trúc cao. Nhưng

khác biệt lớn nhất là động vật có hệ thần kinh với tế bào thần kinh giúp động vật có ít nhiều khả năng thực hiện theo ý muốn do bản chất kinh nghiệm và học tập. Trong bài viết này, Hồn Thực vật tạm thời không được đề cập.

Bào thai khi ở trạng thái sơ khai với 1, 2, 4... tế bào thì không khác gì với cấu trúc của thực vật vì chưa có hệ thần kinh. Có lẽ không cần biện luận, Tâm Hồn là phần siêu việt nhất của động vật /con người, nên trên phương diện Phát sinh chủng học (Phylogenetic) sự tiến hoá của hệ thần kinh cũng trùng hợp với sự tiến hoá của Linh Hồn con người. Tuy nhiên nếu quan niệm Vật chất và Linh Hồn là hai thể riêng biệt nhưng được gắn bó nhau như Âm Dương thì mọi sinh vật có thể đều có Linh Hồn. Khi trứng chưa thụ thai thì phần Hồn của trứng chia sẻ Hồn của người mẹ. Nhưng sau khi thụ thai và đến khi bào thai ở thời kỳ Blastula tức là sau ngày thứ 4, Trứng thụ thai (hay Zygote) Hồn bắt đầu không còn thuộc về người mẹ nữa vì trứng thụ thai là một cá thể riêng biệt với người mẹ trong giai đoạn này. (Ghi chú: thời kỳ sau Morula phôi thai gồm khối tế bào đã có khoảng trống bên trong để chuẩn bị làm ra Embryonal disc, phôi thai bắt đầu cắm vào nội mạc tử cung, có tỉ lệ cao biến thành người).

Trong phần trước Hồn người gồm cả Hồn Não bộ với chỗ ở như trên đã trình bày và Hồn Thân thế là Khí trong châm cứu và Khí công. Phần Hồn nầy dính vào cơ thể ở các kinh mạch và các huyệt châm cứu.

1. Theo quan niệm Thiên Chúa giáo sự nhập Hồn đến cùng lúc với sự thụ thai khi tinh trùng chui vào trứng. Nhưng trong trường hợp sinh đôi (Identical twins), sanh 4 hay sanh 8 cho thấy việc nhập Hồn có thể xảy ra sau thụ thai nhưng trước thời kỳ Blastula chấm dứt (8 hay 16 tế bào) vì mỗi tế bào cần có một linh Hồn riêng biệt, lý do là mỗi tế bào của Morula có khả năng trở thành một cá nhân riêng biệt trong trường hợp sinh đôi sinh 4 hay sinh 8.

2. Trường hợp Song sanh Đồng bào/Identical Twins

Trong một bài xem xét lại về Hồn nhập xác (Ensoulment) trong thụ tinh nhân tạo và em bé song sinh đồng dạng (Identical twin), Rose Koch-Hershenov đã tìm hiểu thêm về bào thai. Từ khi trứng thụ tinh đến trước ngày thứ 4 (Trước giai đoạn - khoảng 8 tế bào, Morula, chưa xuất hiện Embryonal disc) các tế bào là những tế bào gốc, mỗi tế bào khi tách ra có thể trưởng thành một thai nhi. Koch-Hershenov đã đưa ra hai trường hợp có thể xảy ra nếu Hồn nhập xác xảy ra khi mới thụ tinh (Fertilisation) (Smith 2018, Koch-Hershenov 2006).

a. Mỗi tế bào gốc của thai nhi trong 4 ngày đầu (8 tế bào) có Hồn riêng biệt (8TB gốc tức là có 8 Hồn). Vì vậy khi thụ tinh nhân tạo cấy vào

Tử cung của người mẹ tế bào gốc lấy ra đã có Hồn. Tuy nhiên điều đó cũng có nghĩa là mỗi chúng ta khi sanh ra (tự nhiên hay thụ tinh nhân tạo) đã lấy đi sự sống của nhiều tế bào có Hồn (với khả năng tạo ra một người riêng biệt). Điều đó thật là khó chấp nhận khi Thượng đế đã tạo ra một mô hình như vậy.

b. Chỉ có một Hồn cho mỗi trứng thụ thai. Như vậy khi lấy đi một tế bào của Morula thì phải có một Hồn khác được thêm vào. Như vậy cũng có nghĩa là có ít nhất một tế bào gốc (sẽ trở thành một người sau này) có Hồn chậm hơn sau khi thụ tinh. Điều đó đưa đến giả thuyết là Hồn nhập cơ thể có thể không luôn luôn xảy ra lúc thụ tinh.

Vì có sự phi lý trong trường hợp (a) trên, Koch-Hershenov vẫn chấp nhận là Hồn nhập xác khi thụ thai.

3. Theo Phật giáo.
Trong phần Hồn Nhập Xác, Đức Phật chỉ rõ cho Ngài A Nan trong quyển 10, kinh Lăng Nghiêm (tóm tắc như sau): *"Thân Ngươi do vọng tưởng của Cha Mẹ sanh ra.* <u>*Tâm ngươi nếu chẳng có niệm tưởng thì chẳng thể đến hợp với Tưởng của Cha Mẹ mà thọ sanh*</u>*. Thân và Vọng tưởng phải cùng loại: Cho nên Tưởng sai khiến được Thân. Tưởng thay đổi không ngừng thì Thân cũng thay đổi theo như tóc dài móng tay mọc ra, da nhăn. Cơ thể luôn luôn thay đổi thì Tâm cũng thay đổi theo gọi là Điên Đảo Vọng Tưởng".* **Tóm lại Thân và Tâm là có sự liên hệ có ý nghĩa riêng của nó chứ không là sự tình cờ.**

4. Không ngộ nhận Hồn liên hệ đến Tim và Tuyến Tùng.
Xét đến chỗ kết nối Hồn với cơ thể, loại bỏ giả thuyết không có cơ sở khoa học như Tim là chỗ ở của Tâm Hồn, thì còn lại tuyến Tùng (Pineal Gland) đôi khi được Tôn giáo và nhiều người chú ý. Tuyến Tùng bắt đầu phát triển sau tuần thứ 3 tuổi. Cấu tạo chính là tuyến nội tiết, tiết ra Melatonin và Thụ quan MNDAR (thụ quan ở màng tế bào giúp các điện tích (-) và (+) vào ra), một ít dây thần kinh giao cảm (Sympathetic nerves). Như vậy tuyến Tùng không có cấu tạo kiểu mẫu của Não Bộ thiếu phần lớn tế bào thần kinh. Càng lớn tuổi, tuyến Tùng có triệu chứng suy thoái và hóa vôi. Ngoài khả năng bị hủy hoại do viêm nhiễm vi trùng và hư hoại do nghẽn mạch máu, tuyến Tùng cũng là nơi bị biến hóa ra các bướu hiền và có thể cực độc. Trong mỗi tình huống bệnh lý, bịnh nhân bị rối loạn về vấn đề Ngủ và di hành vì Tuyến Tùng có nhiệm vụ điều chỉnh đồng hồ chính ở HippoThalamus theo mùa và có khả năng như la bàn định hướng. Những bịnh trên rất ít gây ra biến loạn về Tâm lý và không có tường trình về hoán

tưởng thính giác, thị giác hay hoán tưởng về Tâm linh tôn giáo(Mittal 2010,Carson 1997, Mordecai 2000),

5. Đề Nghị quan điểm nhập Hồn bào thai (H4.9)

Hồn nhập Thai chỉ xảy ra khi trứng thụ thai đã được dính vào hay được cấy vào môi trường để trứng phát triển. Hệ luận là Trứng thụ thai nhưng chưa tìm được môi trường để phát triển thích ứng thì vẫn thuộc về người mẹ vì chia sẻ Hồn của người mẹ . Trứng chỉ được bám vào nội mạc tử cung sau ngày thứ 4-6 sau thời kỳ Morula. Quan niệm như vậy thì Hồn nhập xác có thể là phù hợp với sự kiện thông thường là Hồn nhập xác khi cơ thể đó có đủ điều kiện để cho Hồn làm việc. Vì vậy có một khoảng thời gian có thể thay đổi, ít nhất là từ ngày thứ đầu tiên số 6 đến ngày 30 khi bán cầu Não Bộ xuất hiện với tế bào thần kinh. Trước khi Hồn nhập xác bào thai tạm dùng Hồn của bà mẹ.

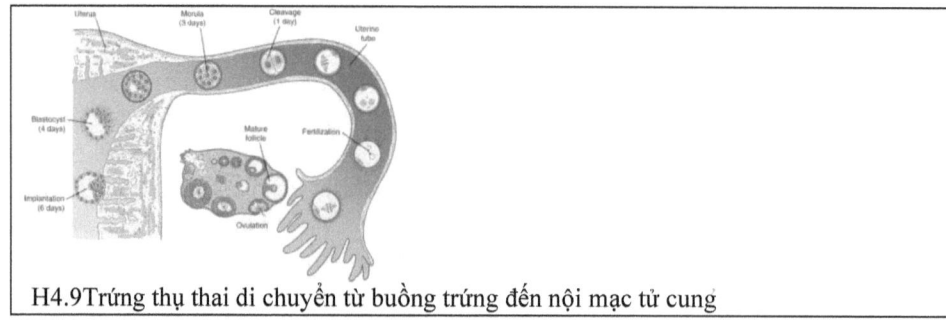

H4.9 Trứng thụ thai di chuyển từ buồng trứng đến nội mạc tử cung

C. SƠ LƯỢC VỀ BÀO THAI HỌC: SỰ TẠO THÀNH NÃO BỘ.
Sơ lược Bào thai học (Hình 4.8)

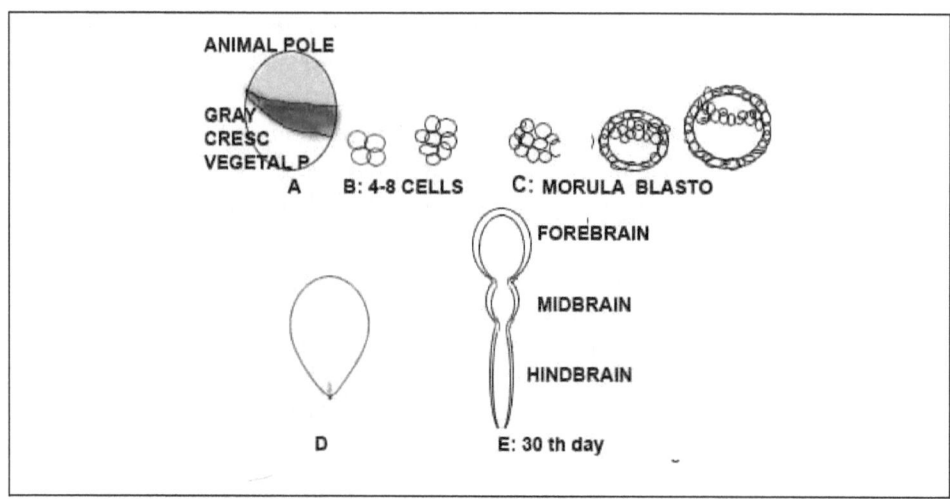

> Hình 4.10A: Zygote với Animal Pole (A), Vegetal Pole (B), Gray crescent, Phía trước (V) và Phía sau (D).
> 1B: 8 Giai đoạn Blastula, 1C: Sổ Trứng phát triển từ Trứng chưa thụ thai (Oocyte) đến thời kỳ Blastocyst hay Gastrula với sự hiện thành embryonal disc.
> 1D: Tiến trình phát triển từ ngày 17 hiện ra primitive streak đến ngày 25 khi thành hình Neural groove.
> 1E: Tượng hình vào ngày 20 ra hind brain, midbrain và Forbrain/Não Trước và đến ngày 30 diencephalon có hình dáng của Não Bộ.

A Lại Đa Thức là loại Trí nhớ ghi lại phần lớn lịch sử của Hồn từ toàn thể các kiếp trước khi thụ thai. Cơ chế đó sẽ giúp cho hiểu rõ con người có khả năng nhớ lại tiền kiếp hay được thừa hưởng Nghiệp tốt xấu từ luân hồi. Sự kiện giải thích người sau khi chết có dịp ôn lại các biến cố hiện đời. .

- Khởi đầu vào ngày 1: Ngày thụ thai, sau đó trứng bắt đầu chia 2, rồi chia 4, 8, rồi thành Morula (Phôi hình Trái dâu), Blastocyst (Phôi nang), Gastrula (Phôi vị)

- Đến ngày 17, embryonal disc có một vết nhỏ (primitive streak) càng dài và to ra mỗi ngày để trở thành neural plate (đĩa thần kinh).
Neural plate cuộn cong xuống theo chiều dọc để thành neural tube, (ống thần kinh = tượng hình hệ thần kinh trung ương, bắt đầu từ dưới lên) rồi lần lượt hiện ra hindbrain (Não sau), midbrain (Não giữa) và forebrain (Não trước) vào ngày 20 để tiếp tục phát triển hơn nữa như hình trên đây.
Sự kiện hệ thần kinh phát triển từ ngoại bì /ectoderm cũng nói lên sự liên hệ Não Bộ với thế giới bên ngoài, xuyên qua ngũ quan.

- Ngày 20-30 Diencephalon /Thông Não, rồi Forbrain/Não Trước và Telencephalon (Viễn Não) phát triển. Diencephalon (Não thông) là nơi Đồi Não (Thalamus) tạo thành và Telencephalon sẽ phát triển ra VN.

Các nhà nghiên cứu Thần học có cùng quan niệm về Hồn là một thực thể có thể riêng biệt với thể xác. Thời điểm HNX (Hồn nhập xác) được quan niệm khác nhau: từ lúc đầu tiên thụ thai cho đến khi mới sinh ra. Aquinas, nhà Triết học và Thần học (1225 – 7 March 1274) đồng quan điểm với Aristotle, bào thai sinh ra từ tinh khí của người cha truyền theo Tinh dịch của người nam, để hợp với khí huyết của người mẹ mà thành bào thai. Hồn của bào thai như vậy bắt đầu từ khi thụ tinh và biến chuyển qua ba giai đoạn: Vegetative soul (Hồn thực vật) chuyển qua "Sensitive soul" Hồn động vật cuối cùng là "Rational Soul" (Hồn người) do Thượng đế truyền cho và là hình ảnh của Thượng đế (Image of God -mago dei). Theo Aquinas con người được tạo ra để làm điều Thiện Mỹ chứ không phải làm cho Thượng đế được Thiện Mỹ. Đó là triết lý về quan điểm "Prolife"/Phù sinh của Giáo hội Thiên Chúa trong vấn đề phá thai (Haldane 2003, Pasnau 2003, Himma 2005, Eberl 2005).

Hồn chỉ hiện hữu nếu có cơ thể được tạo ra thích hợp với Hồn để thực hiện chức năng của Hồn.

Theo Phật giáo, sự ràng buộc của Hồn của thai nhi và cha mẹ bằng Nghiệp là cơ nguyên cho sự nhập hồn vào trứng thụ thai biểu hiện bởi sự vọng tưởng của Mẹ cha về người con sanh ra sau này.
Đức Phật nói với ngài A Nan trong kinh Lăng Nghiêm:

- *Thân Ngươi trước tiên, do niệm tưởng của cha mẹ sanh ra, tâm Ngươi nếu chẳng có niệm tưởng thì chẳng thể đến hợp với tưởng của cha mẹ mà thọ sanh.*

Cho nên sự ràng buộc Hồn vào NB thai nhi là bằng Nghiệp, tức là kết nối với các kết nối TK (synapses) của TN.

Thụ thai (H5.3)
Đi ngược lại sự thụ thai và dựa theo quan điểm của Phật giáo: Sự rụng Trứng của người Mẹ và sự thụ thai do một tinh trùng của người cha là sự kết hợp những genes di truyền cũng có thể được hướng dẫn.

[Đến đây cũng xin nhắc lại quan điểm trong sách này khi bàn luận về số Hồn nhập xác: Thông thường chỉ có một Hồn nhập vào mỗi trứng để thành phôi thai. Đó là quan niệm chủ quan và độc đoán. Thí dụ: Khi có một tinh trùng có thể chui vào trứng thì cũng có thể có tinh trùng thứ hai cùng chui vào trứng đó. Đó là quan niệm của thế giới Nhị nguyên: Điều đó đã được chứng minh ở những phôi thai có 3n nhiễm thể (làm nên Thai trứng bán phần) hay phôi thai 2n gồm toàn nhiễm thể của người Nam (từ hai tinh trùng đẩy ra ngoài nhân có 1n nhiễm thể của người mẹ) và làm nên Thai trứng toàn phần. Cho nên quan niệm một phôi thai có thể có 2, 3..Hồn là có thể xảy ra trong một ít trường hợp].

Tuy nhiên vẫn còn vấn đề là Hồn có hay không có khả năng hướng dẫn để cơ thể đang phát triển của bào thai hay của em bé mới sinh ra phát triển theo hướng dẫn của Hồn để sau này Hồn có thể làm việc trên cơ thể đó? Quan niệm thông thường là Hồn có nhiều khả năng. Lại nữa, vì Hồn là phần tinh hoa nhất và có lẽ là quan trọng nhất của trứng, cho nên Hồn có thể giữ vai trò trong hiện tượng cảm ứng, liên hệ với Liềm màu Xám (Grey Crescent, xin xem phần Bào thai học, chương 1), để điều khiển sự phát triển và tạo hình bào thai cũng như các cơ quan kể cả Não Bộ. Quan niệm như vậy thì Hồn người có thể nhập xác ngay từ giai đoạn đầu và chỉ thể hiện Hồn người khi có điều kiện vật chất. Sự thay đổi từ Hồn thực vật sang động vật và người là một quá trình liên tục không còn vấn nạn đến lúc nào thì có bước nhảy vọt từ trạng thái thấp sang cao hơn. Dĩ nhiên với quan niệm trên sẽ loại bỏ quan niệm thay thế Hồn thực vật bằng Hồn Động vật và thay Hồn Động vật bằng Hồn người. Vì vậy có khả năng là Hồn người đã xuất hiện sớm trong thai nhi nhưng có biểu hiện Hồn người chậm hơn đến khi Vỏ Não xuất hiện.

Theo tuần tự, sự phát triển của hệ thần kinh và Não Bộ, với giai đoạn cuối là phát triển hai bán cầu Não Bộ từ Diencephalon gồm Đồi Não và các nhân liên hệ. Cho nên ở người đã phát triển Não Bộ. Hồn liên hệ nhiều nhất với Diencephalon hay cả hai Đồi Não. Điều đó cũng phù hợp với sự kiện vết thương hủy hoại Đồi Não là khởi đầu của sự mất Tri Thức và chết.

Hai nhà nghiên cứu Triết học là Donceel và Pasnau cho là Hồn người chỉ xuất hiện khi bào thai bắt đầu có Vỏ Não và có điện thế ghi nhận được ở EEG, nhưng hai Ông không biện luận sự xuất hiện bằng cách nào hay sự nhảy vọt bằng cách nào từ Hồn động vật lên Hồn người. Tuy nhiên có điểm chung để dễ tin tưởng là bào thai với Hồn người xuất hiện chậm đến khi nào bào thai có hình dáng là một người (sau 20 tuần tuổi).

Kể từ khi có Neural tube xuất hiện với sự biến hóa ra tế bào thần kinh thì lúc đó bào thai mới có thể có khả năng cá biệt. Vì vậy theo quan niệm của khoa học gia Não Bộ, nhập Hồn người có lẽ chỉ xảy ra sau 3 tuần -5 tuần tuổi. Liên quan đến vấn đề phá thai, các nhà khoa học về thần kinh Não Bộ cho là Ensoulment chỉ xảy ra sau tuần thứ 7 vì vậy loại bỏ thai nhi trước thời gian đó có thể coi là không phạm giới luật sát sanh con người.

Nếu Hồn người xuất hiện hay nhập xác ở thời gian từ 20-30 ngày tuổi thai nhi, thì Đồi Não đã thành hình nhưng Vỏ Não vẫn còn chưa được phát triển .

II. Hồn của phần thân thể không TK *230*
(Hồn nhập thân)
Quan niệm về sự hiện hữu của Hồn nhập Thân (HNT)
Hồn TK là Hồn làm nên Tri Thức (TR) vì một trong chức vụ quan trọng của Hồn TK là TR, từ đó có thể suy luận ra chức vụ của HNT là sức mạnh vì tay chân thường kết hợp với sức mạnh. Nếu quan niệm như vậy thì HNT có thể biểu hiện dưới hình thức Khí lực/Khí công hay Qi, của người luyện cơ bắp gân cốt.

III. Nội Tâm khi đề cập đến Tình Cảm 231
A. Theo Barett, thể hiện tình cảm 231

không dựa nhiều trên phong tục tập quán hay di truyền mà dựa trên Nội Tâm được tạo thành từ khi mới sanh. Tiến trình là tương tự như tiến trình lập nên Nội thức.

Theo PGNT, Vi Diệu Pháp/VDP được Ngài A Nan Đà đọc lại lời giảng của Đức Phật trong lần Tập kết thứ nhất. VDP là thuộc về Tạng Luận. VDP chú về Tâm còn Duy thức học là về Thức. Tuy Tâm và Thức là gần như đồng nghĩa nhưng khi so sánh với hai kinh trên thì rõ ràng là Tâm có khuynh hướng nhiều về Tình cảm, còn Duy Thức học thiên về Tri thức. VDP gồm 121 Tâm và 52 Tâm Sở. Tâm Sở là tương ứng với Nội Thức gồm 13 Tâm dùng để điều hành, giúp NB so sánh để định nghĩa được thông tin, và 39 Tâm Sở còn lại xếp loại thông tin thành ba loại TR: Biến sở chấp, Y tha sở Tánh và Viên Thành Thực.

B. Tình cảm (TC 231) (H4.11)

Tình cảm khác với TR ở chổ TC ở chổ, thêm vào TR, TC con có thanh phần vận động phản xa. Không điều kiện va cos điều kien do kinh nghiệm, phong tục và học hỏi. Thí dụ như Tham Sân Si là liên hệ đến TR, và kèm theo hành động. Vì vậy trong Vi Diệu pháp phân biệy phân biệt Tâm Vô Vi (Niết ban và Hữu vi (tục đế). Trái lại Sở hữu Tâm là Nội thúc, thuộc về Hưu vi, nên Nội thức không có Tâm Vô vi.

H4.11

Sơ đồ chỉ ra tiến trình từ Chân không (có Tự Ngã/Ego) làm ra Sáng thế do Vọng Niệm/False Thought (nếu do Chân Niệm thì không có Sáng thế. Sáng Thế tạo ra màng Vô minh/Veil ò Ignorance. Từ đó theo chiều xuôi đi xuống tạo ra Pháp và Tâm phân biệt/TR/Mind.. Tâm Pháp sanh thành TR, vận đông và Tình cảm. Chiều dưới đi ngược lên Chân không là tu hành và thiền định

Sự tiến triển từ trên xuống hay dưới lên phải nhất thiếc là liên tục không đứt đoạn ngoại lệ về thế giới tâm linh /Vô sác hay hữu hình /sắc giới. Cho nên khi nói Quantum/ Lượng tử/siêu vi mô làm nên một thế giới riêng biệt là chỉ thể hiện sự bất lực của TR trong lảnh vực Quantum.

Lại nữa thời gian giao thoa giữa Chân Không/Nhất Nguyên và Nhi nguyên của Sáng thế, ít đuoc đẻ ý và phân tách. Tạm gọi là thế giới Nhị Nguyên Tiên khởi/Primordial Duality (tạm cho la trong thời gian $0-1.10^{-34}$ sec. Như đả trình bày trước đây, Nhị Nguyên Tiên khởi có đặc tính của Nhất nguyên và Nhị Nguyên. Trong thực tại. Nhị nguyên Tiên khởi chính là Niết Bàn. Cho nên, tu hanh thành chánh quả không về lại Chân không Hư vô, hoàn toàn tỉnh lặng mà là về với Trí Huệ Bát Nhã tỉnh lăng với quyền biến vô biên (lực vô hạn như đề cập trong kinh Hoa Nghiêm , Pháp hoa...) (xem them về Nội thức tr 195)

C. Vi Diệu Pháp232

A)Tục Đế và B) Chơn Đế:
A, Tục đế : 6 Danh Chế Định và 7 Nghĩa Định: định nghĩa Danh, Chức phận
B. Chơn Đế
   1. Vô Vi=Niết Bàn,
   2. Hữu Vi : a. Sắc (28 Sắc Pháp, gồm 4 tứ Đại và 24 sắc y sinh *(Upādāyarūpa)*: 1. Nhãn *(cakkhu,*2.   Nhĩ *(sota),*3.   Tỷ *(ghāna),*4.   Thiệt *(jivhā),*5.   Thân *(kāya),*6. Sắc *(rūpa),*7. Thinh *(sadda),*8. Khí *(gandha),*9. Vị *(rasa),-* Xúc *(phoṭṭhabba)* là ba hiển sắc trừ nước.,10. Nữ tánh *(itthatta),*11.   Nam   tánh *(purisatta),*12.   Ý   vật *(hadayavatthu),*13.   Mạng quyền *(jīvitindriya),*14.   Dưỡng   tố *(oja,),*15.Không   giới *(ākāsadhātu),*16.   Thân biểu *(kāyaviññatti),*17. Khẩu biểu *(vācīviññatti),*18. Khinh *(lahutā),*19. Nhu *(mudutā),*20. Thích sự *(kammaññatā),*21. Sinh *(upacaya),*22. Diễn *(santati),*23. Dị *(jaratā),*24. Diệt *(aniccatā)*),
   b. Danh (52SởHữuTâm /121Tâm)
   C1. 121 Tâm
     1. 40 SiêuThế Tâm: 20TâmĐạo 20TâmQuả (tương ứng với 4 Tứ Thánh
                      Quả : 5TâmDuLưu 5TamNhất Lai   5TâmBấtLai   5 Tâm A La Han) *
     2. 81 Tâm Hiệp Thế
       a. 27 TâmĐại Đạo/Vô Sắc Giới (đặc tính:ThiệnKhôngVôBiên,VôBiên, VôSởHữu, PhiTưởngPhiPhiTưởng: 15TâmThiềnSắc giới 12TâmThiềnVô Sắc Giới (Tâm Thiền Thiện, Thiện Quả và Duy Tác)**
       b. 54 Tâm Dục giới
         i. 24Tâm Tịnh Hạo(8Tăm ĐạiThiện, 8Đại Quả, 8Duy Tác) ***
         ii. 30 Tâm Vô Tịnh Hạo
           -12 Tâm Bất Thiện (8Tham, 2 Sân, 2Si)****
           -18 Tâm Vô Nhân (Không do ThamSânSi)*****
            . 3 Duy Tác Vô Nhân
            . 15 Quả Vô Nhân
              . 7 Quả Bất Thiện Vô Nhân
              . 8 Quả Thiện Vô Nhân
   C2. 52 Sở Hữu Tâm (Tương ứng với Nội Thức)[+]
     1. 13 Sở Tuệ Tâm có chức phận **điều hành**

a. 7 Sở Hữu Biến Hạnh (Xúc/tiếp xúc, Thọ/thụ nhận nên có tình cảm thích hợp, Tưởng/ghi nhớ//suy nghĩ, TácÝ/phối hợp, Nhất/quy tụ/không Trạo cử trong an vui, Mạng/bảo trì thông tin cho đến khi được định nghĩa, Hành/hướng về đối tượng Quyền) [++]
   b. 6 Sở Hữu biến Cảnh (Tầm/đặt các pháp lên đối tượng, Tứ/áp sát, Định/quyết định, Tấn/áp sát hơn nữa, Phí:/phấ 13 Sở Tuệ Tâm có chức phận **điều hành** n chấn, Dục, Ham muốn)
   2. 14 So Hữu Bất Thiện, tương ứng với **Biến Sở Chấp**
      a. 4 Sở Hữu Si Phần/Biến Hanh (Si VôTâm VôÚy PhóngDật)
      b. 3 Sở Hữu Tham Phần (Tham Tàkiến NgãMạn)
      c. 4 Sở Hữu Sân Phần (SânTất Lân Hối)
      d. 2 Sở Hữu Hôn Phần (HônTầm ThụyMiên)
      e. 1 Sở Hữu Hoài Nghi
   3. 25 **Sở Hữu Tịnh Hảo** tương ứng với **Y Tha sở Tánh abc) và Viên Thành Thật (d)**
      a. 19 Sở Hữu Tinh Hảo Biến Hành (Tín Niệm Tâm Úy CoSân VôTham,HànhXả
                    TịnhThânTịnhTâm Nhu Thích Thuần Chánh Thân Chánh Tâm)
      b. 3 Sở Hữu Giới Phần (Chánh Ngữ Chánh Niệm Chánh Mạng)
      c. 2 Sở Hữu Vô Lượng Phần (Bi,TùyHy)
      d. 1 Sở Hữu Trí Tuệ
* Tâm trong Thiền Định: Xin xem thêm ở Chương Thiền Định
**: Tâm Vô Sắc là dùng Thức để quán sự vận hành của Thân,Thọ Tương Hành(td; quán Than thử, Tâm bị Khổ....., Tâm Niệm như nghĩ về Tham...) và nguyên nhân của Khổ trong Tứ Diệu Đế.
***Thiện: Tốt đẹp, Lợi ích, Khiêm cung, Trang nghiêm, An lạc, có được do Học Tập, Suy Nghĩ, Tu Tập Thiền Định, Không có Trí (theo tập quán), kết hợp với Tâm Không Tham Sân Si.
Tâm Đại Thiện:: có Tác Ý do Thiện Phước tiền kiếp, do Học hỏi và Tu hành
Tâm Đại Quả: tự nhiên sanh ra.
Tâm Đại Duy Tác: Không có đối tượng, không Thiện Ác, tự có ý nghĩa.
****Tâm Bất Thiện: do Nghiệp tiền kiếp, không suy tư (đoạn kiến), môi trường xấu,
      gồm Tham dục vọng, dính mắc vào Đối tượng.
            Sân: nóng nẩy, độc ác, buồn phiền, ganh ghét, tức giận.
            Si:Vô minh, hoài nghi, bộc phát (không suy nghĩ).
***** Tâm Vô Nhân (không do Tham Sân Si hay Không Tham Sân Si).
Trong Vi Diệu Pháp khi đề cập đến Nhãn Tâm, chia ra 10 giai đoạn. Dựa trên KHNB, có thể chia ra hai thời kỳ.
1) Thời kỳ NB Tiên đoán: Nghiệp/Nội Thức bị kích động, nhưng không bị thay đổi, thông tin chính còn ở ngoài NB.
      a) Atītabhavaṅgacitta – Hộ kiếp tâm quá khứ (đã có sẵn trong Nội Thức) (1 sát na)
      b) Bhavaṅgacalanacitta – Hộ kiếp tâm rung động. (1 sát na)
      c) Bhavaṅgupacchedacitta – Hộ kiếp tâm bị cắt đứt. (1 sát na)
2) Thời kỳ hội nhập thông tin vào NB và thay đổi Nội Thức.
      d) Pañcadvāravajjanacitta – Ngũ môn hướng tâm: Ngũ giác kích động.(1 sát na)
      e) Cakkhuviññāṇacitta – Ngu7 thức tâm : cảm giác đến VN. (1 sát na)
      f) Santīraṇacitta– Suy đạt tâm: ACC kích động Nội Thức: Thọ (1)
      g) Voṭṭhabbana – Xác định tâm: NT dán nhãn hiệu lên thông tin.:Tưởng (1 Sat)
      h) Javanacitta – Tốc hành tâm: Ghi thành Trí Nhớ/ Nội Thức thay đổi thích nghi.: Hành (sát na)
      i) Tadālambana – Dùng Tri Thức để thích ứng với đối tượng : Tạo TR . (2 sát)
Chú ý: Tất cả quá trình trên ngoại trừ giai đoạn i) chỉ ghi nhân sự làm việc của đường Dẫn truyền Dưới về Tri Thức. Đường Dẫn truyền Trên về hành động nhanh là phản xạ là không Tri thức.
Cách tính như trên cũng phù hợp với cơ chế Khoa học NB cho một TR
khoảng 300-500msec nếu tính 1 sát na là 16 msec.
[+] Sở Hữu Tâm luôn luôn đồng hành với Tâm, đồng sanh với Tâm và góp phần tạo nên Tâm. Lý do là Sở hữuTâm là Nội Thức có chức phận nhận diện thông tin mới cũ.
[++]7 Sở Hữu Biến Hành: giữ vai trò không đặc trưng cho bất cứ thông tin nào, giúp Sở Hữu Tâm hoạt động để định nghĩa các thông tin. Tùy theo tên gọi có nhiệm vụ tương ứng.

Tục đế: Nhị nguyên, dựa trên cấu tạo Vọng niệm
Chơn Đế: là thực chất, từ nhất nguyên sanh ra, nên có thể là Vô vi (Niết Bàn) hay Hữu vi (gồm Sắc và Danh)

Danh là nói về Tâm. Tâm trong VDP là Tình cảm không là Bản Tâm và cũng khác với Tri thức. Tình cảm gồm hai thành phần: TR và vận động. Vận động gồm
(1) Vận động có ý thức là gồm cử động các bắp thì mặt, đầu tứ chi,
(2) Vận động tự động do hệ Giao cảm Sympathetic và Đối Giao Cảm và các tuyến Nội tiết như thở nhanh tim nhanh xỉu, khóc., cười, ngáp.....

Tâm Vương là Tâm thể hiện ra bề ngoài để giao tiếp
Tâm Sở chính là Nội thức gồm TN ghi nhận trong Nội thức..
Như vậy Tâm sở chính là một phần của Nội thức, là mẫu hay tiêu chuẩn để sinh vật phô diễn tình cảm

VI. HỒN HIỆN HỮU VÀ CÂN NẶNG KHÔNG? 234
Sách NGƯỜI CÂN LINH HỒN của André Maurois, Hàn Lâm viện Pháp, nói về những sự kiện và cảm nhận về Hồn.
Theo Phật giáo Tâm thức là phần siêu hình, vậy thì đồng nghĩa nới Hồn. Khác với Bà La Môn giáo, Hồn không bất tử mà chỉ trường tồn khi còn Nghiệp.Và sống lâu hơn xác. Hết Nghiệp thì Hồn hòa đồng với Linh Hồn hay Bản Tâm, Phật tánh /Thánh Linh

A. HỒN CÓ LÀ MỘT THỰC THỂ HAY KHÔNG?
Đây là vấn nạn cơ bản vì không ai thấy hay nắm bắt được Hồn. Người Vô thần hay Hiện sinh vì vậy không nhận là có Hồn tuy họ vẫn dùng từ Hồn một cách tùy tiện!
Ngoài sự tùy tiện trên có rất nhiều sự kiện, hiện tượng để gợi ý là Hồn hiện hữu.. Đó là dựa trên Hiện tượng học (Phenomenology).

Dựa trên Bản thể học (Ontology), mọi sự vật là nguyên thể. Emmanuel Kant nói:
Sự vật cho mình biết cái gì thì mình biết cái đó. Và dĩ nhiên mình không biết cái mà sự vật không cho BIẾT.
Điều đó có nghĩa chúng ta thấy sự vật như mình nghĩ không phải như là chính sự như thị của sự vật. *"we see things as we are, not as they are"*
Người Đông Phương diễn tả sự vật bằng thái cực, cái toàn vẹn, biểu diễn bằng vòng tròn. Khi quan sát chia ra thành Âm Dương, ...
David Bohm (Vật lý gia) cũng vậy gọi sự vật bằng cái toàn thể (wholeness) bao hàm hai trật tự: Explicate Order (Ngoại Hàm) gồm các hiện tượng ngũ quan biết được và Implicate Order là trật tự bên trong không thấy được.
Quan niệm như vậy Hồn là thực thể (chú ý chủ thực thể được dùng một cách tương đối vì Phật giáo cho biết sự vật là ảo tưởng:Nhất Thiết Duy Tâm Tạo)

mà ngũ quan không cảm nhận được trực tiếp nhưng tri thức có thể cảm nhận được do hậu quả gián tiếp mà Hồn tạo nên.

Tại sao lại phải định nghĩa với điều kiện như vậy? Là vì chúng ta đang sống và giao tiếp với nhau và với thế giới bên trong và bên ngoài, qua Tri thức. Trí thức là gì? Đó là thông tin được Não Bộ (NB) chế biến với sự điều khiển của HỒN để sinh vật TIỆN DỤNG, rồi ghi vào vùng Nội thức của NB và bản sao y lên HỒN. Không có NB vẫn có Tri thức. Vấn đề sẽ được đề cập sau. Vì tri thức chỉ là một trong những dụng cụ, nên khi tri thức không nhận biết cũng không có nghĩa là sự vật không có.. Huống chi là Tri thức có độ nhạy bén kém khi so với Trí Huệ Bát nhã viên mãn tột cùng, vì vậy dùng Tri thức để tìm hiểu Hồn cũng giống như dùng lửa đom đóm soi núi Tu di.

Tóm lại với cái nhìn toàn thể thì Hồn phải hiện hữu. Phủ nhận Hồn là vì mình còn hạn chế bởi ngũ quan thường bị ví von là năm thằng Giặc.

B. CẤU TẠO CỦA THẾ VÔ HÌNH

Mọi vật thể trong vũ trụ đều sanh ra từ Big Bang của nhà Vật lý hay sau Vọng Niệm của Phật giáo hay do Ý Chỉ của Thượng Đế trong Thiên Chúa Giáo. Cả ba nguyên khởi trên chỉ để mô tả sự sanh ra vũ trụ nầy.
Vật lý chỉ ra vũ trụ gồm:
Chất thấy " được (baryonic matter) gồm photons, rồi sau đó là các hạt lượng tử nguyên tử tạo nên thế giới, vũ trụ. Phần này chỉ chiếm có 5% vũ trụ thôi.
Chất không thấy được (non-baryonic matter) là gồm Chất đen (Dark Matter) chiếm 27% và Lực Đen chiếm 68% vũ trụ. Chất thấy được (ngũ quan thấy) là từ hạt photon là hạt phát quang (tương ứng với ý của Chúa Trời vui thich tạo ra ánh sáng).

1. CHẤT ĐEN
2. LỰC ĐEN
3. CHÂN KHÔNG biểu hiện qua NEUTRINO

C. CẤU TẠO CỦA HỒN VÀ KẾT LUẬN

Từ những hiểu biết trên, gần như chắc chắn Hồn là gồm:
• Phật tánh để có THBN, Sự Biết và Tri thức. Tri thức vì vậy không cần Não bộ, mà ngược lại Não bộ làm giảm đi sự BIẾT và THBN. Trong quá trình Sáng thế hay tạo ra sự thiện xảo của thiên nhiên và con người, THBN là quan trọng. Không cần nhân cách hóa THBN thành hình tượng Chúa Phật. Tri thức không cần não bộ cũng như trí tuệ nhân tạo đâu có cần não bộ đâu!

- Lực Đen để Hồn có thể di chuyển rất nhanh.
- Chất Đen để Hồn có trọng lượng, có thể giao tiếp với vật chất thấy được, đặc biệt với Não bộ. Não bộ biến chế thông tin thành Tri thức, làm méo mó thông tin, nhưng giúp THBN/Sự BIẾT giao tiếp với sinh vật trong vũ trụ,
- Tri thức là phần "nhân tạo".
- Trí nhớ là phần Hồn dùng để gắn lên não bộ. Trí nhớ có tính chất vật chất hơn vì dùng kết nối thần kinh, coi như là thành phần chuyển tiếp giữa Vô hình và hữu hình.
- Có thể cần neutrinos.
- Dark Photons làm nên chất đen và lực đen. Vì Hồn có tánh xuyên thấu vật chất, nên dark photons xuyên thấu vật chất.

SÁCH Người Cân Linh Hồn
Trở lại Thí nghiệm của BS Duncan Mac Dougall, của BS Crooks hồi đệ nhất thế chiến và cuốn sách Người Cân Linh Hồn của André Maurois: Hồn cân nặng là dễ hiểu, bao nhiêu là tùy theo phương pháp và thời biểu đo lường (21.3 g -0.17 mg). Khi Hồn rời xác, xác có thể sẽ nhẹ đi. Biết rằng ngoài Hồn não bộ, còn có Hồn thân thể (làm thành hồn toàn vẹn khi sống, thí dụ Hồn làm ra Khí/ Qi trong châm cứu hay khí công hay nhân điện) có thể rời thân xác ở thời điểm khác nhau. Có lẽ một ngày không xa vấn đề trên sẽ được thử nghiệm khoa học hơn, không những để hiểu biết Hồn mà còn để hiểu biết thêm về Vọng Niệm/Big Bang.

CHỖ Ở CỦA HỒN
Khi quan niệm rõ ràng rằng Hồn NB là Nghiệp thức tức là TN/TR kể cả TR của kiếp trước/Tạng thức, thì chỗ ở cửa HNB là MMD (Nội thức)+ vỏ não về cảm giác
Vì Hồn là cần thiếc cho sự điều khiển dẫn truyền TK qua các Synapses TK kể cả TK cảm giác ngoại biên và vận động. Cho nên ở sinh vật/ người Hơn được gần vào tất cả các synapses TK cảm giác và vận động. Vì vậy Hồn lan tỏa khắp có thể. Phần quan trọng của Hồn là TR thuộc về TN ý nghĩa lưu trữ ở PCC và Hippocampus. Đó là phần Hồn cần mang theo khi lìa thân xác sau khi chết. Tuy nhiên các phần còn lại của HỒN cùng rời thân xác

Hồn không TK/HKTK/Hồn Nhập thân không phụ thuộc về hệ thần kinh, Chỗ ở chính của HKNB là các điểm và đường kinh mạch Châm cứu Ykhoa Chinese

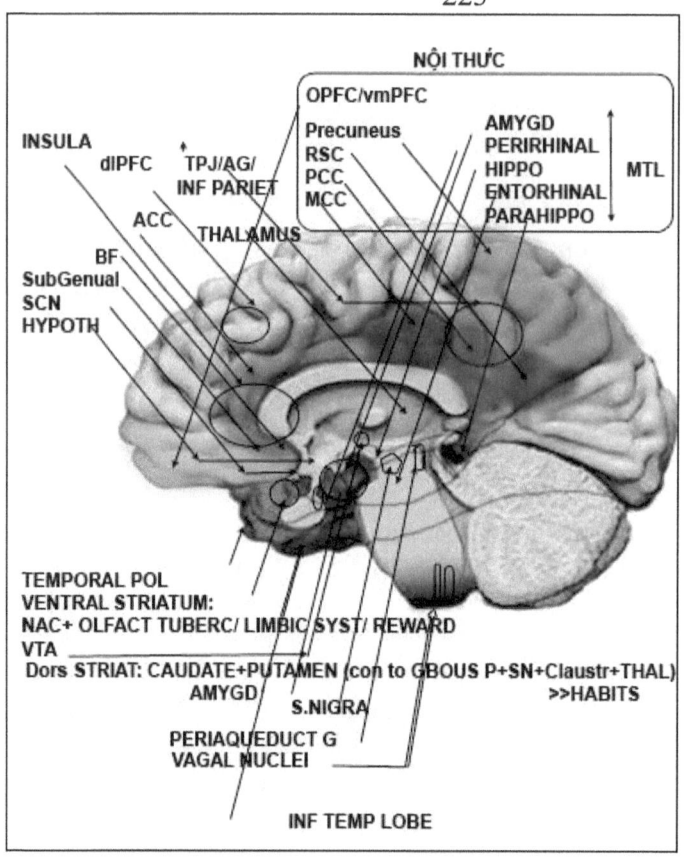

V. VAI TRÒ CỦA HỒN TRONG NB Dẫn truyền TK:
Trí Huệ Bát Nhã) (Fig 4.12,13)

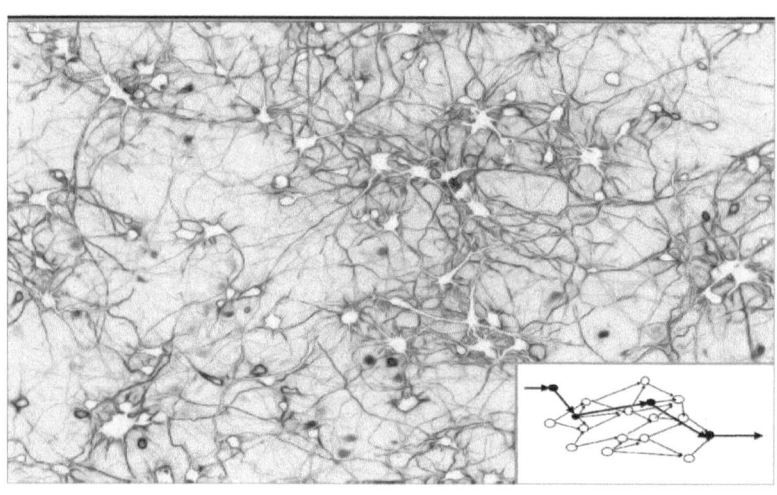

H4.12 Mạng tế bào thần kinh
Hình góc: đường đi luồn thần kinh dẫn truyền

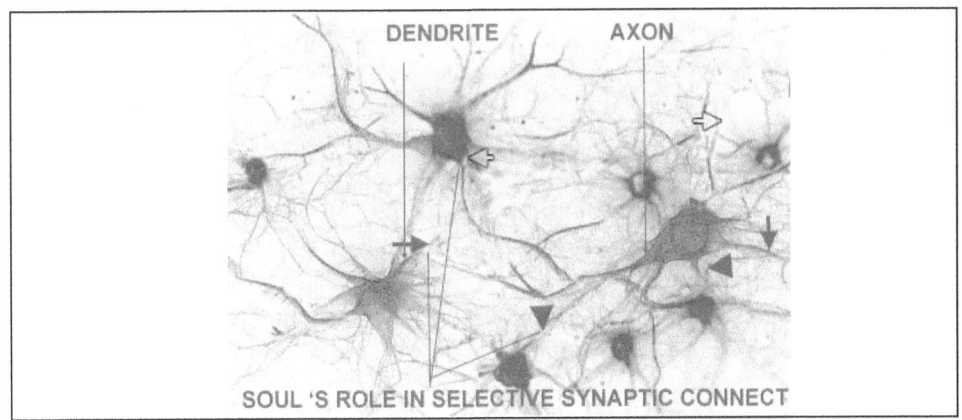

Hình h.13
Sơ đồ gợi ý THBN cua Hồn chỉ định luồn dẫn truền thần kinh
Đức Phật chỉ ra thế giới bắt đầu bằng Vọng Niệm do tự tánh của Chân Không. Trong quan điểm về THBN, có thể cụ thể hơn để nói rằng Chân Không là gồm sự trật tự Nội hàm/ Implicate Order như vật lý gia David Bohm đề nghị. Sự tỉnh lặng và đồng nhất thể bao hàm sức mạnh vô biên khủng khiếp và Trí Huệ cùng tột gọi là THBN (khi có lực là có trí huệ đi kèm theo nguyên tắc Nhị nguyên bắt đầu khởi lên từ Chân Không). Sức mạnh được biểu hiện đầu tiên bởi Lực Đen và THBN.

THBN là nguồn gốc cho sự hoành tráng đẹp đẻ và thiện xảo của Vũ trụ và con người. THBN nầy thuộc được nhân cách hoá thành Đấng Sáng Thế trong những tôn giáo và trong đại chúng vì được tin rằng Vũ trụ "vô tri" không thể nào làm ra sự thiện xảo trong thiên nhiên và nhất là ở con người. Sự tình cờ kết hợp các hạt và yếu tố căn bản lại với nhau, không thể làm ra vũ trụ và con người hiện nay vì cần một thời gian dài hơn 14 tỉ năm, sự tình cờ may mắn cũng không thể giải thích nổi vì cần rất nhiều lần tình cờ. Rudolf Virchows and Louis Pasteur nói rằng sự kết hợp vật chất hữu cơ và vô cơ khó có thể tự nhiên làm nên sự sống. Hai ông nói sự sống chỉ có thể bắt đầu bằng sự sống. Vì vậy, THBN là cần thiết. Tuy nhiên có sự nhầm lẫn là THBN chỉ có ở con người. Như để bàn luận trước đây bộ óc của con người che mờ THBN hơn là giúp đỡ.

Trở lại vấn đề kết nối giữa râu-tua của hai tế bào thần kinh cho mỗi thông tin đơn thuần là một lựa chọn kỳ diệu trong muôn ngàn lựa chọn vì mỗi tế bào thần kinh có hàng ngàn râu tua và kết nối với hàng ngàn thần kinh khác nhau. Đường đi của mỗi thông tin có muôn ngàn lần khó khăn hơn là cách lựa chọn di chuyển trong những thành phố lớn. Tóm lại cần có sự hướng dẫn cho luồn thông tin thông kết nối thần kinh.

Khi ghi và bảo tồn TN, thông tin được hướng dẫn đến VN thích hợp cho sáu giác quan gồm TR tổng quát và năm giác quan. Đường dẫn truyền, cùng một lúc được ghi lại trên Hồn qua sự xếp đặt các Neutrinos có gắn thêm electrons: sự biến đổi điện thế ở mỗi synapse làm cho thay đổi điện thế tương ứng trên Hồn. Sự khác biệt giữa kết nối thần kinh và Hồn là do cấu trúc xếp đặt của Neutrino trong Hồn: a) Ở thần kinh sự thay đổi (depolarization) là tạm thời sau khi luồn thần kinh đi qua điện thế trở lại như cũ (repolarization).
b) Ở Hồn sự thay đổi là gần như vĩnh viễn. Nói cách khác Hồn tự tạo ra khuôn hình (template) khi ghi nhớ thông tin , và dùng khuôn hình ấy để thu hồi TN.

- **Vai trò của Hồn trong thu hồi TN**

Trong tôn giáo với hiện tượng luân hồi, nghiệp và nhân quả, TN nhất là TN Tự ký hiện đời được bảo tồn, lưu trữ lại rồi được chuyển đến kiếp sống kế tiếp. Thí dụ điển hình là TN về tiền kiếp là TN cuả kiếp trước được chuyển đếnTN hiện đời. Nhưng tiến trình trên khó có thể quan niệm nếu không có quan niệm về Hồn làm trung gian giữa nhân thể hiện đời và nhân thể thứ hai. Quan niệm là mỗi nhân thể có ít nhất một Hồn riêng biệt cho mỗi trí nhớ tri thức riêng biệt. Hồn là cần thiết cho sự hội nhập Trí nhớ và Tri thức.

Đối với trường hợp nhiều nhân thể trong bịnh chia cách nhân thể DID/Dissociated Identity Disorder, mỗi nhân thể có phần TN Tự ký Hiển hiện riêng biệt nhưng chia sẻ chung một phần hay phần lớn TN Ẩn tàng nhất là TN về thủ thuật như ăn mặc, đi đứng, lái xe…. Ngược lại TN Hiển hiện thì không được chia sẻ giữa các nhân thể. Tuy nhân thể khác biệt nhưng cũng chung chia sẻ một Não Bộ và cơ sở lưu trữ TN. Hồn là phần riêng biệt của mỗi nhân thể cho nên Hồn có lẽ là chìa khóa để đi vào kho lưu trữ TN Hiển hiện cá biệt cho mỗi nhân thể. Nói một cách khác, sự thu hồi TN Hiển hiện, kể cả TN gần xa cần phải có Hồn ít nhất làm vai trò xúc tác trung gian cá biệt. Như vậy sự thu hồi TN Ẩn tàng có thể cũng cần có Hồn nhưng Hồn cần cho thu hồi loại TN Ẩn tàng nầy không có tính cách cá biệt.

Hơn thế nữa TN Ẩn tàng về thủ thuật có tính cách chuyên nghiệp như chơi âm nhạc hội họa mổ xẻ... thuộc về Nhân Đáy/Basal Ganglia cũng là chuyên biệt cho mỗi hồn nên cũng cần Hồn chuyên biệt để thu hồi và được lưu giữ trong Tạng Thức cho kiếp sau. Sự kiện này có thể giải thích được các thiên tài Hội họa Âm nhạc..

*(Chú ý: Quan niệm trong sách nầy về bịnh chia cách Nhân thể: Không có vấn đề **khoảng cách quên TN** mà vì bịnh nhân có hai Hồn hay nhiều hơn nữa nên mỗi Hồn có TN riêng biệt).*

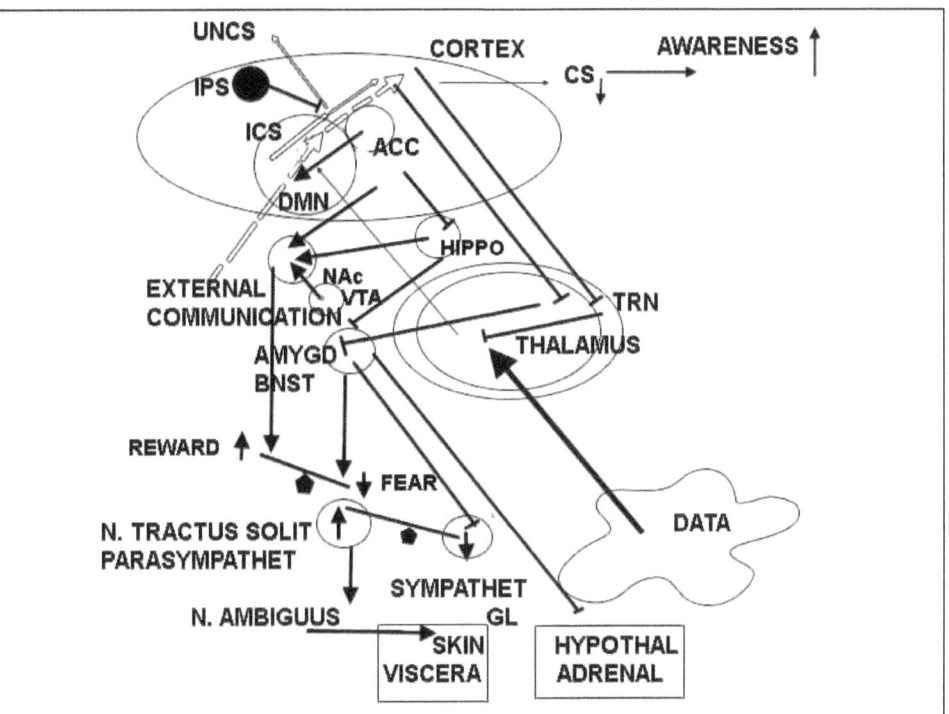

H4.14
UNCS: Vô thức, vỏ não, CS: TR, Awareness Sự biết, , ÍPS: intraparietal sulcus, , ICS: Noij thức, ACC Giải bao trước, SMN: Mạng Mặc Định, TRN: Lưới Dồi não, AMYGD: hạnh nhân, , Thalamú: Đồi não, N. Tractus Solary: Nhân thần kinh số 10 cảm giác, Ambigus Nhân thần kinh số 10 vận động

Sơ đồ: Thiền Định (mũi tên đen đậm) gồm Thông tin ngũ giác, Mũi tên đen ốm kicsch động hay áp chế: Tâm chạy bậy bạ bị chận đứng khi đến DN Vỏ não (cảm giác và TR) Amydala và BNST /Bed Nucleus of Striata Terminalis (Chất kết nối: GABA) (cảm xúc, Sợ),HIPPO (TN) Hypo trục Hypothalamus-Pituitary-Adremal (HPA, làm cảm xúc cơ thể) và hạch Giao cảm/Sympathetic. Hệ Giao cảm bị ức chế làm hệ Đối Giao cảm /Parasympathetic hoạt động tăng lên làm tiết ra nhiều nước bọt ở miệng va toàn có thể nóng lên vì mạch máu ở da giãn nở.
Mũi tên mở hoạt động chỉ được kích hoạt trong Thiền Định làm nên cơ chế thể nghiệm TD: Nội Thức giảm thông tin ngoại biên và TR nên phản ứng lại gởi thông tin ngược về DN rồi đến VN da (trong cơ chế Hồn nhập thân).. vmPFC của MMD có thể nhận thông tin từ Hồn ngoài cơ thể.

Tóm lại DN AMYG và hạch Giao cảm, Hypotham, Pituitary gland, Adrenal Gland bị ức chế hay giảm hoạt động. MMD giảm hoạt động nhưng Nội Thức phản ứng ngược lại vì vậy Nội Thức và Vỏ não tăng hoạt động.

VII. RỬA NGHIỆP (H4.14,15)

Nghiệp vốn là Không, được làm ra nên theo quy luật tự nhiên có thể được gỡ bỏ. Trong kinh Duy Ma Cật, Bồ Tát Duy Ma Cật nói với ngài Ưu Ba Ly:

> *Thưa ngài Ưu Ba Ly, không nên làm tăng thêm sự phạm giới của hai vị Tỳ kheo này. Ngài nên vứt bỏ những điều phạm giới và đừng làm phiền tâm họ. Vì sao? Bản thể của những điều phạm giới kia không ở trong, không ở ngoài, và không ở giữa. Như Đức Phật đã thuyết, khi tâm họ ô uế, các chúng*
>
> *sinh cũng ô uế. Khi tâm họ thanh tịnh, các hữu tình đều thanh tịnh. Tâm ấy cũng như thế không ở trong, không ở ngoài, và không ở giữa. Chỉ là tâm, và chỉ là phạm giới với bất tịnh. Các pháp cũng lại tương tự, chẳng siêu việt khỏi chân như. Như vậy, Ưu Ba Ly, khi một người chứng đắc giải thoát với các tướng trong tâm, đó là ô uế hay không?" Con (Ưu BA Ly) nói (với Đức Phật): "Không." Duy Ma Cật liền bảo: "Các tướng trong tâm của các hữu tình cũng như thế, chẳng hề dơ dáy. Ngài Ưu Ba Ly, tà kiến là ô uế, chẳng có tà kiến là thanh tịnh. Mơ hồ là ô uế, chẳng mơ hồ là thanh tịnh. Bám chấp vào bản Ngã là ô uế, chẳng chấp vào Ngã là thanh tịnh. Ưu Ba Ly, tất cả các pháp sinh và diệt, chẳng có tồn tại. Giống như ảo ảnh hay tia chớp, các pháp chẳng phụ thuộc vào nhau. Chúng không tồn tại kể cả trong một khoảnh khắc. Các pháp đều là tà kiến, như giấc mơ, như ảo hóa, như mặt trăng phản chiếu trong nước, như hình ảnh trong tấm gương – tất cả đều phát khởi từ quan niệm sai lầm. Những người hiểu được điều này được gọi là "Bậc giữ vững Giới luật". Những người hiểu được điều này được xưng là "Khéo thông hiểu"."*

Ý kinh là: Tội lỗi/Nghiệp là ảo ảnh/là của Chân Không, khi hiểu được như vậy là lúc đạt được ngộ, thì Nghiệp tự nó biến mất.

Nghiệp là TN. TN biểu hiện qua TR gọi là Nghiệp thức. Biết rằng Synapses cho kết nối TK có thể bị mất đi nếu không được tái bảo tồn sau khi thu hồi TN (để nhớ lại) (xin xem phần TN)

Cơ Chế rửa Nghiệp trong Thiền định 239

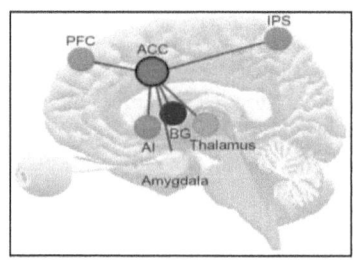

H4.15

Trong thiền định, chú ý vào mục tiêu hạn chế, nên Anterior Cingulate Cortex/ACC không có thông tin để so sánh. ACC đi tìm thông tin trong nội thức. Không được thu hồi nhưng không được Vỏ não Nội đính/ Intra Parietal Sulcus. IPS chú ý vì khác với mục tiêu đã được chọn sẵn nên sẽ bị tiêu huỷ. Sự thu hồi thông tin trong nội thức có thể là không tình cờ ngẫu nhiên hay có thể có sự dẫn dắt do Hồn từ THBN của vị thầy đại khai ngộ.

Sám hối xưng tội hay tự kiểm thảo
Vì vậy sám hối hay xưng tội là cách thu hồi ký ức xấu rồi quên đi tức là không được tái bảo tồn. Cách nầy, tội lỗi được lựa chọn chủ quan nên có tánh cách không toàn thể, bao gồm mọi tội lỗi và gây thêm phiền muộn đau khổ.

Thiền Định
Như sẽ thấy trong phần TD, Nội thức được nhìn vào để thu hồi TN.
Phương pháp nầy là khách quan. TN thu hồi se bị IPS loại bỏ truớc khi biến thành TR vi khong có dự chú tâm. Sự rửa sạch co thể toàn diện hơn và không lam đau đón tinh thần khi nhớ lại

Tha Lực của Minh Sư tại thế và THBN.
THBN có thể nào ảnh hưởng đến sự chọn lọc các Nghiệp chứa trong Nội thức để rửa Nghiệp trong thiền định không? Rất có thể, thí dụ như khi Phật còn tại thế, rất nhiều người được thành A La Hán hơn sau khi Phật diệt độ . Thời mạt pháp người tu thành A La Hán ít hơn rất nhiều.
NGŨ UẨN/ÁM

VI. THUYẾT ĐA HỒN TRONG CÁC BỊNH LÝ CHƯA RÕ CƠ NGUYÊN.

A. Quan niệm Đa Tạng Thức (H4.16,17).

Quan niệm một cá thể có một Tri Thức (TR) / một Tạng Thức (gọi chung là Hồn) có vẻ là chủ quan và độc đoán. Dựa trên nguyên tắc Thái cực, lưỡng nghi, tứ tượng thì chỉ có...

- *Thái cực là có khả năng là duy nhất độc tôn. Thái cực là tương đương với Chân Không, Phật tánh, Thánh Linh Thượng Đế là duy nhất. Ngài Long Thọ liệt kê ba tự tính của Chân Không là: Độc nhất, Thường hằng và Vô ngã. Chỉ có Thái cực, Chân không là có thể có ba tự tánh trên. Cho nên thế giới hiện tại là thế giới **Nhị nguyên**, nghĩa là không còn độc tôn như Thái cực nữa. Vì vậy một cá thể có thể có một, hai hay ba,... Tri Thức /Tạng Thức (gọi chung là Hồn) là tự nhiên và là dễ quan niệm (H4.3). Quan niệm như trên cũng gần giống với quan niệm Pierre Janet với giả thuyết TR có thể có nhiều hơn một đến hai TR...TR thứ hai thấy được khi TR thứ nhất bị chấn thương. Nhưng Janet không cho là TR bị chia cách và cũng không giải thích làm cách* nào để có nhiều TR, vì có lẽ Ông là người thực nghiệm hơn là một lý thuyết gia. Theo Freud với giả thuyết một phần TR bị áp chế khi phần TR đó bị bịnh hoạn, phần còn lại của TR sẽ được biểu hiện dưới hình Thức nhân thể thứ 2, 3... (Hacking 1991).Quan niệm như vậy TR/TạngThức (= Hồn) có biểu hiện trong mọi cá thể từ một đến hai, ba.... TR hay Hồn phụ trội thứ hai, ba bị áp chế ở dạng Tiềm Thức/Vô Thức trong đời sống thường nhật bình thường, nhưng cũng có cơ hội biểu hiện được trong các tình trạng bịnh hoạn Tâm lý của TR/Tạng Thức thứ nhất. Quan niệm như trên có thể so sánh với hiện tượng xã hội ngày nay người ta chỉ có một tình yêu với một vợ hay một chồng như thường thấy. Nhưng thực thể của xã hội là ngoài người hôn phối chính, người ta thường có những mối tình phụ trước và sau khi hôn phối, người ta có thể có hơn một mối tình. Mối tình phụ đó thường nhật bị áp chế.

H4.16 Trái và Phải cho thấy hình tượng trưng cho thể Tiềm Thức và Vô Thức ở dưới mặt nước thêm Hồn thứ 2 và 3 phụ trội

• *Một thí dụ khác về thuyết Nhị nguyên: Thông thường trong Sinh học, Trứng của người mẹ có **n** (=23 ở người) nhiễm thể (Chromosomes) được một tinh trùng cũng có n nhiễm thể của người cha thụ thai. Thai nhi sẽ có 2**n** (=46 ở người) nhiễm thể. Tuy nhiên cũng có trường hợp Trứng được thụ thai bởi hai tinh trùng.(H4.4)*

- *Nếu trứng đã chia đôi thì có hai tế bào trứng, mỗi tế bào có **n** nhiễm thể. Khi sanh ra sẽ có thai nhi song sanh nhưng không đồng dạng. Đó là một trong những cơ chế tạo ra song sinh không đồng dạng.*

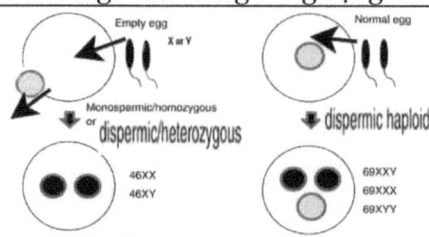

H4.17 Thụ tinh có thể xảy ra với hai tinh trùng, mỗi tinh trùng có **n** nhiễm thể. Khi hai tinh trùng cùng chui vào một trứng lép, sẽ có Thai Trứng toàn phần. Khi hai tinh trùng chui vào trứng có một nhân có **n** nhiễm thể sẽ có thai có 3**n** với Thai Trứng bán phần.

- *Nếu Trứng chưa chia hai, Phôi thai sẽ có 3n nhiễm thể. Thai nhi dị căn sẽ bị sẩy thai hay biến thành Thai Trứng bán phần= Partial Mole có 3n (hơi khác*

với Thai trứng toàn phần Complete Mole vẫn có 2n; Thai trứng bán phần có ít trứng và có lượng Beta-HCG thấp hơn Thai trứng toàn phần),
 - Thai trứng toàn phần thường do hai tinh trùng chui vào một trứng lép.Vấn đề này sẽ được bàn lại trong các bịnh Tâm lý như mất nhân thể, mất thực thể và bịnh chia nhân thể/nhiều nhân thể ở phần cuối của bài viết Tri Thức này.

B. Bịnh Chia cách Nhân thể (DID), Nhiều Nhân thể (MPD) hay Bịnh Căng Thần kinh Quá Độ Vô ký (Disorders of Extreme Stress not otherwise specified (DESNOS).

Gồm có ít nhất hai Nhân thể, một nhân thể nổi bật làm nên cá tính, nhân thể thứ hai là Nhân Thể thay thế (Alters personality) cách biệt với nhau bằng thời kỳ quên Trí Nhớ /Amnesia. Amnesia là quan trọng trong chẩn đoán nhưng có khi khó được ghi nhận. Nhân thể Thay thế có thể vào ra dễ dàng trong bịnh trạng, vì lý do là hai nhân thể có thể chuyển qua lại tự nhiên không cần nguyên nhân rõ ràng.

DID là bịnh biểu hiện bằng sự hư hại Trí Nhớ với khoảng cách thời gian mất Trí Nhớ (Memory gap), TR và Nhân thể (identity).

Atypical DID là những thể của DID bán phần: Bịnh cũng gồm cả chứng DP/DR và Triệu chứng Tách rời Vô ký (Dissociative Disorder Not Otherwise Specified=DDNOS) như Fugue (Trốn nhà) (theo DSM IV). Nhân cách thứ 2 có thể không được thể hiện toàn vẹn cũng được xếp vào DID.

 Trong thời kỳ đầu khoa học nghiên cứu về DID, triệu chứng được định nghĩa rõ ràng: gọi là Monothetic (độc đề) dễ đưa đến sai lầm trong chẩn đoán. PTSD/Post Traumatic Disorder có thể chia ra có và không có DID rõ ràng (Dell 2006).

Phần đọc thêm KHNB về DID

Các triệu chứng DID gồm rối loạn Trí Nhớ mất nhân thể (DP) mất thực thể (DR), thời kỳ mơ màng (Trance), hoán tưởng Thính giác thị giác (kể cả tiếng nói cảm nhận của chính mình) (Hallucinations) của bịnh Schizo thần kinh phân liệt, chuyển hóa (Conversion) (Somatoform), cảm nhận trở lại sự kiện kích động của chấn thương (Flashbacks), lẫn lộn nhân cách (Identity cónfusion)...

Tỉ lệ thịnh hành (Prevalence) DID

Số liệu khoảng 2% người trong xã hội, có thể đến 40% DDNOS là DID
Não Bộ học hầu như không khám phá ra điều gì đáng lưu ý trong bịnh DID. Chất Homovanillic acid HVA phế thải từ chất DOPPAmine trong nước tủy sống CSF tỉ lệ với bịnh trạng và tỉ lệ nghịch với Beta- endorphin (Demitrack 1993 p333). Cortisol thường giảm là tương ứng với DID.
Kỹ thuật chụp hình Não Bộ rất hiếm được tìm thấy, ngoài các trường hợp riêng rẻ, không có khảo cứu với nhiều trường hợp. Thường cho thấy ở DP vùng Não Đỉnh Thái dương, Thái dương dưới và MTL. HIPPO thường nhỏ hơn bình thường.
Chất liên hợp thần kinh như Ketamine chống NMDAR (NMDAR cần để tiếp nhận các hóa chất kết nối thần kinh như Glutamate, Serotonine...) có thể làm nên bịnh Dissociative Disorders (DD).
Serotonin Reuptake Inhibitor (SSRI) như Fuoxetine để trị bịnh Trầm cảm có thể làm giảm DID không đáng kể...

Nhân cách thần kinh Cá Tính giáp Biên (Borderline Personality): Bịnh nhân thường có DL/DP Depersonalization/Derealization/ DR, và 1/3 là có DID /Chia cách Nhân thể.

Cũng như vậy bịnh DID/Dissociative Identity Disorder và các triệu chứng liên hệ rất hiếm cách đây một thế kỷ, thì hiện nay thường dễ gặp hơn khoảng 1-2% trong đại chúng, khi các triệu chứng lâm sàng của bệnh được định nghĩa rõ hơn trong sách về bệnh Tâm thần DSMIII/IV. Trong DSM V (2013) được định nghĩa là:

i. Hai hay Nhiều Nhân Thể: Core Personality (Chính) và Alter Personality/AP (nhân thể thay thế= nhân thể thứ hai=nhân thể hư) như nhân thể giả như bình thường Apparently Normal Personality/ANP) hay nhân thể cảm xúc/Emptional Personality/EP.

ii. Có khoảng cách Trí Nhớ (Mất Trí Nhớ).

iii. Rối loạn Tâm lý tình cảm về giao dịch xã hội.

iv. Rối loạn về vấn đề tôn giáo, xã hội.

v. Không do thuốc.

Vì Alters personality/AP (nhân thể thứ hai) có thể khó nhận diện được nên trong MSD V, tiêu chuẩn để chẩn đoán DID có thể gồm cả sự thay đổi nhân cách đột ngột từ trạng thái này sang trạng thái khác như trong thời trang ăn mặc, tính cách gia trưởng, ý nghĩ.... Alters Personality có thể chỉ đi vào rồi đi ra trong đời sống của Nhân Thể chính một thời gian ngắn. Vì vậy Alters có thể làm cho người ta làm việc, cư xử hay biểu lộ tình cảm Vô Thức một thời gian ngắn không có sự kiểm soát bởi nhân thể chính. Khi Alters ảnh hưởng đến nhân thể cái Tôi, có thể sẽ phát sinh ra DP/DR.

Bịnh DID/Dissociative Identity Disorders, DP/DR thường kết hợp với bịnh lo âu. Bịnh thường bị chẩn đoán lầm là Trầm cảm từ thuở nhỏ trước khi được chẩn đoán là DDD/Depersonalization Derealization Disorders có thể hơn 10 năm sau. Thường có tiền sử Bạo hành thuở nhỏ. Một cách đơn giản người bịnh DP/DR là một người máy không có cảm giác tự nhiên, *Tê cóng (Numbing), Rút về nội Tâm (Absorption= ít được dùng để chẩn đoán) hay có bịnh Agarophobia (lo sợ khi đi ra ngoài) có thể mất Trí Nhớ (Amnesia).*

C. Giả thuyết để giải thích bịnh
DP/DR(Depersonalization/Derealization)

a. **Thuyết Hình Ảnh Cơ thể (Body image)** đó là hình ảnh của cơ thể trong Tâm Thức (Mind) để giải thích bệnh DP/DR. Vì thiếu hình ảnh đó trong Nội Thức nên không nhận ra được hình ảnh của chính thân thể mình. Hình ảnh đó gồm cả luôn cảm nhận tình cảm, luôn luôn được bổ sung trong cuộc sống. Tùy theo độ mất đi trong Nội Thức có khi bịnh nhân thấy hình ảnh của mình mà không nhận ra chính mình hay một phần thân thể của mình như chết đi rồi, hay to hơn bình thường (Cotard syndrome). Thử nghiệm chích Atophanyl (có tác dụng trên Đồi Não Thalamus, có bịnh nhân bị DP cảm thấy không còn là mình nữa như đang nói chuyện từ một thế giới khác (Hoff 1931: Zeitschrift fur die gesamte Neurologie und Psychiatrie 137,722-734). Biết rằng Đồi Não (Thalamus) là một trong những chỗ cư trú cái Tôi trong Nội Thức.

Quan niệm hiện tại DP/DR được xếp loại chung với bệnh Dissociative Identity Disorder (DID=Tách rời Nhân Thể), Bịnh DP/DR hợp với bịnh DID làm thành một hội chứng liên tục, nhưng vẫn là riêng biệt vì DP/DR có kèm theo lo âu (Putman 1996, Ross 1997). Quan niệm này gần giống như quan niệm Nội Thức có cái Tôi bị áp chế.

    b. **Các Thuyết khác như:** (chỉ áp dụng trong một ít trường hợp)

    - Psychodynamic views (Tâm lý Cơ động quan niệm về cái Tôi): Bịnh DP/DR là do thiếu Sự Tích trữ **Sinh Dục tính** (Libodinal Investment) trong tư tưởng làm nên phản ứng tự vệ cho cái Tôi. Vì vậy bịnh có cơ nguyên từ Narcissistic Gratification (khen thưởng vị kỷ) quá đáng lúc nhỏ. Quan niệm này đi sâu vào cơ nguyên sâu xa là do tiền căn tạo nên cái Tôi từ lúc nhỏ.

    - Hư hại Cảm giác (Sensory): bịnh nhân cảm thấy bị bao phủ quanh người bởi chất cách ly, do cảm nhận với giả thuyết Tâm lý (Psychology) là Tâm (Mind) bị bịnh.

    - Giả thuyết Trí Nhớ: Trí Nhớ bị hư làm nên màng phủ chung quanh con người, cảm giác Dejà vue, False memory of double personality, double consciousness.

    - Giả thuyết Cảm tình (Affect): Cảm tình bị bịnh Melancholia Anesthesica, do thiếu cảm nhận tình cảm trong hội nhập, bịnh cảm nhận thiếu sót không hoàn hảo giống như bịnh nhân bị chứng OC/Ám ảnh Thôi thúc.

    - Bịnh Tâm lý Lo âu Sợ sệt Phobic Anxiety.

D. Cơ chế của Chia cách Nhân thể.
Hiện tượng Chia Cách Nhân Thể với Janet và Freud.

    a)**Pierre Janet**: Con người có thể có nhiều Thức/TR. Mỗi Thức là một thực thể riêng biệt nhưng có thể cùng chia chung toàn phần hay một phần TR, có Trí Nhớ riêng biệt. Một Thức là chính và Thức kia là thứ cấp. Hai Thức có thể:

    i. Mỗi Thức có cái Tôi riêng. Có Trí Nhớ riêng biệt nên không trao đổi nhau, như vậy sự mất Trí Nhớ của người bịnh là do sự không thông thương của hai Trí Nhớ: đó là Luật Janet thứ nhất.

    ii. Mỗi Thức không được tạo ra do sự chia cách của TR hay đè áp một phần của TR: đó là Luật Janet thứ 2. Khi nói như vậy Janet đã làm nhiều người thời đó rất ngạc nhiên.

    iii. Có thể cùng thể hiện một lần, Thức thứ hai làm nên sự tự động.

iv. Thức (Hồn) thứ hai có thể hoàn toàn thay thế Thức thứ nhất: đó l[à] trường hợp thay đổi nhân thể.

v. Hai nhân thể thay đổi không theo ý chỉ của nhân thể đang tại v[ị]. Người bịnh có thể có cảm giác có hai hay ba.. ..trong đầu (tự gọi là chúng tôi), hay bị kiểm soát bởi người khác, nói giọng khác, chữ viết thay đổi. Trả lời s[a] câu hỏi Ganser's syndrome (non-sensical answers).

vi. Trí Nhớ bị mất thời gian từ phút- năm, ở thời kỳ của biến cố: T[rí] Nhớ cụ thể và nghĩa bị mất, *rất ít khi mất Trí Nhớ về thủ thuật (van der Ha[rt] 2001)* tên- địa chỉ- sự kiện,...**trốn khỏi nhà** dissociative fugue, phải man[g] kính đen, thay áo quần, mất Trí Nhớ thu gọn vấn đề nhỏ (localize[d] amnesia/mất TN).

vii. Người có biểu hiện Chia cách là:
  - Dễ cảm ứng (Susceptibility),
  - Dễ thu về Nội Tâm (Absorption=Absent mindedness)
  - Dễ Thay đổi qua lại (Alternation)

viii. Pierre Janet không chỉ rõ tại sao có hai Thức và có thay đổi qu[a] lại giữa hai Thức. Lý do là Janet chỉ là nhà thực nghiệm và không duy lý đ[ể] đề bạt một triết lý như Freud.

ix. Triệu chứng có thể điều trị bằng Thôi Miên, như là làm nhớ l[ại] trong Thôi Miên.

x. Có ý kiến là sự mất Trí Nhớ liên hệ đến PFC (vmPFC)/   Tiể[n] Trán (Spiegel 2013, van de Hart 2001, Dell 2005)

b) Freud: Dùng quan niệm Áp chế (Repression): áp chế cái Thức xấu[,] cái không ưa thích là làm nổi bật ra Thức thích hợp: đó là nguyên tắc củ[a] Tâm lý con người. Freud cho là Amnesia là cơ chế của đề kháng của T[r] Thức để loại bỏ Thức không thích hợp nên Ông gọi Áp chế có nghĩa l[à] chia cách một cách cố ý. Nhưng nhắc lại, theo Janet không có Amesi[a] trong Bịnh Chia cách.

c)   Quan niệm phổ thông và đề nghị

Hội chứng Hậu chấn thương/ PTSD, có tiền căn từ thuở nhỏ như bị Ấ[u] hành. Cơ chế NB học hoàn toàn không được hiểu bởi Bác sĩ Tâm lý Thầ[n] kinh. Psychotherapy, thuốc điều trị gần như không giúp đỡ gì. Sự kiệ[n] chứng tỏ quan niệm Tâm lý học và NB học về cơ bản của bịnh cũng nh[ư] các phương pháp khảo cứu kể cả các phương pháp chụp hình NB hoà[n] toàn mất định hướng. Sự kiện trên là bằng chứng gián tiếp nói lên sự rố[i] loạn của Hồn. Hai hay nhiều Hồn trong cùng một thân thể có thể là c[ơ] nguyên. Hiện tượng một thân thể có thể có nhiều Hồn là chưa từng đượ[c] quan niệm hay chưa được nghiên cứu trong lâm sàng. Quan niệm nầy dự[a] trên một nguyên lý phổ cập: trong thế giới Nhị nguyên/Đa nguyên, trứng có thể được thụ thai với 2 tinh trùng làm ra thai trứng toàn phần hay bá[n] phần. Vì vậy thai nhi cũng có thể nhận nhiều hơn một Hồn là khả dĩ. Ngoài hiện tượng nhiều nhân thể, tình trạng Du miên hay Mộng Du cũng là thí dụ nhiều Hồn trong một cơ thể thấy được trong giấc Ngủ.

Hiện tượng nhiều Hồn trong DID cũng không loại trừ trường hợp người một Hồn nhưng có hiện tượng như Atypical DID là những thể của DID bán phần. Trong những trường hợp sau này có thể một phần của Hồn bị đè ép có dịp thức dậy trong lúc bị chấn thương tâm thần.

Biện luận: Từ quan niệm của Janet, có thể tin là có ít nhất một số những Thức khác nhau được hiểu là những Hồn khác nhau đã nhập vào bào thai nhưng ở dạng ẩn tàng, trừ một Hồn được hiển hiện để tiếp nhận TR mới của Thai nhi. Tất cả Hồn đều có cùng chung Hồn Phật tánh để tạo ra cái Tôi xã hội.

Trong bịnh DID, Hồn thứ nhất bị áp chế nhường chỗ cho Hồn thứ hai làm việc, nên Amnesia/mất TN chỉ là biểu hiện lâm sàng.

Trong bịnh DP DR, có thể không có nhiều Hồn nhập vào, Hồn chính bị áp chế làm hư hại cái Tôi Nghiệp vì vậy cái Tôi Nghiệp và cái Tôi bình đẳng không thể hiện được.

Hai tình trạng: a) Có nhiều Hồn và b) Áp chế Hồn/ nhân thể; a,b không loại trừ lẫn nhau.

Amnesia/mất TN trong DID: Vấn đề Trí Nhớ trong bệnh Chia Nhân Thể DID: Bịnh DID được biết vì Trí Nhớ ký sự và xã hội của mỗi nhân thể không được chia sẻ giữa hai hay nhiều Hồn với nhau. Cho nên quan niệm về vấn đề Mất Trí Nhớ/ Amnesia là không chính xác. Tuy nhiên Hồn thứ nhất và Hồn thứ hai (và ba..) chia sẻ nhau một số thói quen, thủ thuật như đi đứng ăn uống, một số động tác về nghề nghiệp như lái xe, bản đồ đường phố, mặt người..... Điều đó giúp cho Hồn thứ hai có thể thích ứng với xã hội mà trước đó Hồn thứ nhất đã quen thuộc. Những Trí Nhớ đó (tương ứng với Tri Thức) là Trí Nhớ ẩn ngầm (ý nghĩa và thủ thuật). Những Trí Nhớ loại này ít cần sự bảo tồn và thường lưu trữ ở Tiểu Não Basal ganglions và Thùy Thái Dương.

• Từ nhận xét trên, loại Trí nhớ Thời điểm, Ký sự là loại Trí Nhớ cần được bảo tồn, thu hồi lại và củng cố qua cơ chế thu hồi Trí Nhớ ở PFC dùng vết Trí Nhớ còn lại ở HIPPO. Có lẽ sự khác biệt về cách thu hồi của loại Trí Nhớ trên và TN Ẩn ngầm là:

- TN Hiển hiện là TN liên hệ đặc thù với mỗi loại Hồn.
- TN Ẩn ngầm là TN chung không đặc thù.

Nói một cách khác Hồn là cần thiết cho thu hồi Trí Nhớ Hiển hiện và Đặc thù và cần thiết cho sự hội nhập Trí nhớ và Tri thức.. Trái lại Hồn không không đặc thù nhưng vẫn cần thiết cho sự thu hồi Trí Nhớ Ẩn ngầm.

E. Mộng du (MD) hay là Miên du

Thí dụ về MD: Đêm 23 tháng 5 1987 tại Ontario Canada, ông KP thức dậy, đi quanh nhà, rồi lái xe tới thành phố cách xa 20 km để đến nhà bà mẹ kế và cha kế, dùng thanh sắt giết mẹ kế và thương tích cha kế. Sau đó ông đến trạm cảnh sát và khai hình như ông vừa giết người và lẩm bẩm là lỗi tại ông. Ra tòa sau đó với tội giết người nhưng luật sư biện hộ cho là trường hợp MD nên được tha bổng (Parks 1992).

MD là sự thức dậy giữa giấc Ngủ và có hoạt động gồm đi đứng, ăn uống lái xe, bạo động tình dục trong thời kỳ Ngủ say NREM 3 hay 4. Vì vậy Mộng du xảy ra phần lớn trong đêm, phần đông người tuổi từ 7-14, kéo dài từ phút đến giờ, một lần mỗi tháng đến nhiều lần trong tuần. MD có thể gây ra vấn đề pháp lý quan trọng.

Người MD không có cảm nhận, với mặt ngó lên và hành động không được ghi vào Trí Nhớ. Hoạt động là "Vô Thức" và theo "thói quen". Không thể đánh thức và có thể dẫn đến hành động bạo lực khi đánh thức người đang MD gây nên tâm loạn xạ trong một thời gian.

Cơ chế (Popat 2015)

- Độ phân cách các vùng Não Bộ về Tri Thức/TR. Những hành vi của người MD cho thấy sự mất đi phần tư tưởng về xã hội đạo đức, gợi ý sự mất liên lạc với vùng Não vmPFC vì là đang Ngủ (Kruger 2019).

- Vì vậy có quan niệm Ngủ và Thức không loại trừ lẫn nhau mà lại có thể kết hợp xen vào lẫn nhau như trong Ngủ REM sleep Behavior Disorder (RBD)

- Các cơ chế điều hành từ vùng Não dorsolateral PFC tạm thời điều hành cục bộ Não Bộ nhưng không toàn diện vì vậy việc làm chỉ thích hợp cho một số phân bộ của Não Bộ và không có sự điều hợp của toàn Não Bộ. Cho nên việc làm thường thiếu giá trị văn hóa Đạo đức xã hội, và thường không được ghi lại trong Trí Nhớ.

- Theo quan niệm Cận đại, vùng cuống Não phát sóng PGO làm nên Mộng mị (và ảo tưởng) do tổn thương làm mất quân bình của luồng kích thích Acetylcholinernic/Serotoninergic tới Forebrain (Serotonin thấp khi ở giấc Ngủ REM và Acetylcholine cao như khi Thức và Ngủ REM).

- (Có thể tương tự như cơ chế của hội chứng Charles Bonnet thường xảy ở những em bé hoạt động mạnh ban ngày. Kích thích vùng Vỏ Não tương ứng với hội chứng Charles Bonnet làm thành "Epileptic Hallucinosis").

MD khác với REM sleep Behavior Disorder (RBD) xảy ra trong thời kỳ REM nên cơ bắp bị nhũn (Atonia) từng lúc (Intermittently) trong thời kỳ cho nên RBD có thể cử động tay chân (làm tổn thương người Ngủ bên cạnh) nói năng thiếu ý thức như: la lối, nhảy, chụp, đánh... nhưng cũng có thể có Trí Nhớ chút ít. Khi đánh thức không bị Tâm thần rối loạn. Sự kiện không nhũn cơ trong REM là do sự rối loạn cơ chế làm nhũn cơ trong REM ở người già và người bị bịnh thần kinh thoái hóa.

Có quan niệm MD là ảo giác về Thị giác do sự tổn hại về thông tin Thị giác và sự chú ý. Sự kiện như vậy tạo ra sự méo mó trong tiếp thu thông tin. Trong giấc Ngủ NREM, Lưới kích thượng kích thích Thị giác khi người MD có vấn đề về sự chú ý, cho nên hình ảnh có thể hòa hợp với giấc mộng hiện đang có và có thể điều khiển những cảnh trí kế tiếp trong giấc mộng. Vì Mộng Mị không cần dùng đến Trí Nhớ Hiện hành (Working memory), những cảnh Trí có thể được điều khiển bởi Hệ Vành với cơ chế từ trên đi xuống, nên cảnh Trí cũng có thể hòa hợp ngay cả khi giấc mộng bị ngưng trước đó vì Thức dậy (Collerton 2005).

Biện luận:
Sự kiện MD (Miên Du= Somnambulism) là mộng và vì mộng xảy ra trong Ngủ REM có nhiều điểm bất hợp lý:
    i. Ngủ REM là thời kỳ Ngủ trong đó các cơ bắp bị nhũn (Thiên nhiên cấu tạo như vậy để không cho người đang mộng, hành động do ảo tưởng của mộng, làm tổn hại chính mình hay người khác). Vì vậy giả thuyết trên phải kèm theo hai điều kiện là người Ngủ REM có xen kẻ với Ngủ NREM (cơ bắp không bị nhũn). Trong NREM thì không có Tri Thức (TR). Vì vậy, theo giả thuyết này người trong MD khó có TR thì không thể cử động, và khi cử động được thì không có TR.

    ii. Ảo giác trong MD cần có nhiều điểm điều hợp trong tiếp nối của các diễn tiến để làm ảo giác trở nên hợp lý hơn khi so sánh với những giấc mộng thường gặp: điều đó thật khó xảy ra.

    iii. Năm 1889, Janet bảo vệ luận án Tiến sĩ với nhan đề: L'automatisme psychologique (Tự động Sinh lý). Janet nghiên cứu về Hysteria đã đưa ra lý thuyết để giải thích hiện tượng chia cách TR trong Tâm lý bình thường (như việc làm tự động trong công việc có tính cách thói quen) và trong bịnh Chia cách Nhân thể (Dissociative disorders of Identity). Quan niệm bắt đầu với Charles Richet là nhà Sinh lý học, giải Nobel 1905, với công trình nghiên cứu với gần 2000 bài viết về khoa học đặc biệt là về Thôi Miên, trong đó có bài "Du somnambulisme provoqué". Một cách khái lược, ngoài con người với Hồn bình thường, người ta còn có một (hay nhiều) Hồn trong người để làm những công việc tự động. Hồn thứ hai này không hay ít có liên hệ với Trí Nhớ của Hồn chính. Hồn thứ hai có TR riêng, thường bị áp chế nằm trong Tiềm Thức, nên không được biểu hiện tuy nó có thể dùng một số Tri Thức (TR) hiện đời của Hồn thứ nhất để làm công việc tự động theo thói quen của Hồn chính như nói, ăn, đi làm công việc cơ bản. TR mà Hồn thứ hai dùng chỉ là TR liên hệ đến Trí nhớ về Thủ thuật /Hành động và Trí Nhớ Ẩn ngầm, đó là loại Trí Nhớ không cần bảo tồn và chứa trong Tiểu Não và Basal Ganglia. Trong Thôi Miên, Hồn thứ hai được thể hiện và Hồn chính bị áp chế. Trong Mộng du, hay có thể gọi là **Miên Du** *(tương tự như Thôi Miên, Miên=Ngủ), mảnh Hồn thứ hai trỗi dậy trong giấc Ngủ và xử dụng một số Tri Thức thường nhật nên có thể đi, nói, vui chơi hay bạo hành. Trí Nhớ được giữ ở một chỗ riêng không chia sẻ với Hồn chính vì vậy Hồn chính không biết chớ không phải là mất Trí Nhớ như người ta thường nói về Amnesia/mất TN trong Somnambulism. Vì vậy MD không phải là mộng mà là đời sống của mảnh Hồn thứ hai. MD đã được kích động làm ra bằng cách Thôi Miên gọi là Artificial Somnambulism (MD nhân tạo) bởi Mesner trên bịnh nhân tên là Victor.*

Vấn đề TR thứ hai(Alter personality) đã được đề cập trước đây trong Chương Tri Thức ở phần Mở đầu và phần Phân cách Nhân thể: Bào thai trong thời kỳ Hồn nhập xác có thể có một hay nhiều Hồn nhập vào xác. Nhưng chỉ có một Hồn được phát triển để làm thành con người sau này. Các Hồn khác phát triển ít hơn và bị áp chế. Khi Hồn chính bị bịnh Tâm thần các Hồn khác có thể có cơ hội biểu hiện trong Du Miên, trong bịnh chia cách Nhân thể.

IV. Hồn của phần thân thể không TK (Hồn nhập thân)
1. Quan niệm về sự hiện hữu của Hồn nhập Thân (Hồn không TK)

Hồn NB là Hồn làm nên Tri Thức (TR) vì một trong chức vụ quan trọng của Hồn NB là TR, từ đó có thể suy luận ra chức vụ của HNT là sức mạnh vì tay chân thường kết hợp với sức mạnh. Nếu quan niệm như vậy thì HNT có thể biểu hiện dưới hình thức Khí lực/Khí công hay Qi, của người luyện cơ bắp gân cốt.

Trong thí dụ về người luyện khí công có thể dùng bàn tay đập bể nhiều viên gạch mà không hề gây thương tổn cho da cơ xương của chính mình. Lực làm bể viên gạch $F_{viên\ gạch}$ và phản lực $F_{phản\ lực}$ ngược lại đến da cơ xương và lực tác động F_0 có phương trình sau:

$F_0 = F_{làm\ bể\ viên\ gạch} + F_{phản\ lực}$, trong đó $F_{phản\ lực} > 0$

Điều đó chứng tỏ giữa viên gạch và da cơ xương còn có một lực thứ ba để triệt tiêu lực phản hồi trên da cơ xương. Lực thứ ba đó thường được gọi là Khí công theo quan niệm phổ thông. Trong bài viết nầy Lực thứ ba đó nghi ngờ là Hồn Nhập Thân. (HNT)

Có thể trong Diệt Tận Định, Hồn không não bộ góp phần giữ thân thể trong trạng thái ở độ dinh dưỡng tối thiểu.

Cũng như vậy, trong thuật Châm cứu, vị Y sĩ châm cứu dùng kim châm cứu vào các huyệt để điều hòa /điều chỉnh Khí (hay Chi/Qi) chạy trong kinh mạch hoặc kết tụ tại các Huyệt.

Kết nối Hồn không TK và Thân thể không NB.
Trong Khí công cũng như trong Châm cứu, Khí lực được quan niệm tụ ở các huyệt. Trên bề mặt cơ thể có hơn 300 Huyệt. Khí công hay châm cứu thì nhắm vào các Huyệt để kiểm soát sự vận hành của Khí. Khi Khí tụ lại phần cơ thể có thể làm sưng phù tại chỗ, nhưng thường thường là kết hợp với đau nhức. Trong Châm cứu "tả" là làm Khí tán ra khỏi Huyệt, "bổ" là đem khí vào Huyệt. Lại nữa, theo quan niệm Đông phương, Khí bổ vào huyệt có thể đến từ người làm châm cứu khi thiếu Khí. Khí ở Huyệt lưu thông theo đường Kinh chạy từ đầu xuống tay chân. Như vậy trong Châm cứu, HNT/Hồn Nhập Thân kết nối với cơ thể không NB ở các Huyệt và các đường Kinh.

Các đường Kinh nằm dưới da khoảng trên dưới 1cm. Nhiều đường Kinh gần dây TK hay mạch máu nhưng đường Kinh luôn luôn khác biệt với đường dây TK và mạch máu. Ngoài Hệ thống Kinh Huyệt trên, còn có các hệ thống Kinh Huyệt ở các phần khác nhau của cơ thể thí dụ ở Mặt, Tai, Lòng bàn Tay, Lòng bàn Chân...thể hiện tính chất đồng dạng của toàn cơ thể trong mọi phần của cơ thể. Hiện tượng tương tự như hiện tượng Tiểu Vũ trụ đồng dạng với Đại Vũ trụ trong Ấn Độ giáo (H5.2):
Tiểu Ngã (Atman) là một phần của Đại Ngã
(Brahman), con người là hình ảnh của Thượng Đế,
của Vũ Trụ."
Trong kinh Hoa Nghiêm cũng thường đề cập đến nguyên lý đồng dạng *"một hạt bụi cũng thể hiện cả đại thiên thế giới".*

Hiện tượng trên cũng chỉ ra rằng vật thể dù lớn hay nhỏ đều có cấu tạo như nhau.
Homeopathy là khoa trị bịnh dùng những dung dịch của các chất liệu với liều lượng rất nhỏ. Nhỏ hơn là một phân tử của chất liệu ấy. Nhưng khó có thể giải thích được với Y khoa hay Khoa học vật lý là: *dung dịch càng pha loãng thì lực điều trị càng mạnh.* Phải chăng Thể siêu hình là cơ chế của pháp trị liệu Homeopathy!

2. Giả thuyết về Hồn của Sinh vật đẳng cấp thấp
Dựa theo quan niệm vật chất có phần Hồn và Xác, Hồn từ chất vô cơ, hữu cơ, siêu vi có sự thăng tiến về cấp bậc. Từ đó đưa đến quan niệm Hồn của vật chất vô cơ, hữu cơ , sinh vật nhỏ, Thực vật, Động vật lớn có sự thay đổi tăng cấp bậc và tính chất để phù hợp với tính chất hay hoạt động của vật chất và sinh vật. Nói một cách khác, Hồn của sinh vật một Tế bào, Hồn thực vật, Hồn động vật có sự thăng cấp khi tiến từ đẳng cấp thấp lên cấp cao

và ngược lại. Giáng cấp từ Hồn Người xuống động vật, thực vật phải có sự giảm cấp bậc tương ứng. Vì vậy Hồn thực vật hay động vật có thể khác Hồn người ít nhiều. Sự khác biệt có thể biểu hiện bằng sự yếu kém trong khả năng giao tiếp, nhất là khả năng thực vật và súc vật giao tiếp với nhau hay với động vật có đẳng cấp cao hơn. Thí dụ Hồn thực vật có thể hiểu ít nhiều ý chỉ của con người nhưng không thể nhập Hồn ở người để diễn tả. Tương tự như vậy động vật gần người có thể hiểu tiếng người, có thể diễn tả với một ít ngôn ngữ như con Vẹt, hay cử chỉ của thân thể, đuôi, chân như chó mèo.... Hồn Súc vật cũng có thể nhập Hồn vào người để báo tin cần thiết.
Thí dụ: chuyện kể từ một người bạn kể lại cho Tác giả, đang Ngủ và nằm mộng thấy một con vật bị giết chết ngoài sân sau nhà. Người đó thức dậy và thấy một con hưu bị cắn chết (có lẽ do chó Sói).

3. Hồn của Thực vật, Sinh vật một tế bào và Vật chất không tế bào
Như trên đã trình bày nếu quan sát mọi sự vật, thì mọi sự vật đều có phần Không thấy được (=Hồn) và Xác thân thấy được. Hồn của sinh vật ở đẳng cấp thấp ít được nghiên cứu, vì vậy trong bài viết này trước khi đề cập đến các sinh vật và vật đẳng cấp thấp, xem xét lại sự phát sinh của vật chất và các chủng loại là cần thiết.

4. Hồn Sông Núi, Xã hội, Quốc Gia.
Trong Thăng Long Hoài cổ, Bà Huyện Thanh Quan viết:
Lối xưa xe ngựa HỒN thu thảo,
Nền cũ lâu đài bóng tịch dương,
Cũng như Hồn của Sinh vật, Hồn Sông Núi, Xã hội, Quốc Gia là tổng hợp thành phần của các phần tử cấu tạo nên Sông Núi, Xã hội, Quốc Gia. Sông Núi, Xã hội, Quốc gia có thể mất danh tính, nhưng Hồn vẫn có thể không thay đổi và có thể tiếp tục ảnh hưởng đến sinh vật của Sông Núi, Xã hội, Quốc gia mới trên mảnh đất cũ trong một thời gian. Bà Huyện viết tiếp
Đá vẫn trơ gan cùng tuế nguyệt,
Nước còn cau mặt với tang thương.
Ngàn năm gương cũ soi kim cổ.
Cảnh đấy người đây luống đoạn trường

- **Vai trò của Nội Thức.**

Trong thí nghiệm c) của Gazzaniga, Ông đã dùng cơ chế Cross-cueing (gợi ý chéo) để giải thích hiện tượng bán cầu bên Phải điều khiển tay Trái theo yêu cầu. Hiện tượng gợi ý có tính cách trừu tượng như sự gợi ý Hồn. Nếu dùng quan niệm Nội Chuẩn Thức thì sự giải thích dễ hiểu hơn. Nội Chuẩn Thức không phân biệt Trái Phải, nhất là Đồi Não Trái Phải có liên lạc với nhau. Lại nữa chỗ ở của Hồn và Nội Chuẩn Thức cùng chia sẻ chung vùng Mạng Mặc Định và Đồi Não.

Lại nữa, sự thu hồi dữ kiện từ Hồn về Não thực tại tiến lên từ dễ đến khó, nếu đi từ Thức thứ 6 đến Thức thứ 8 hay từ Trí Nhớ từ gần đến xa và rất xa. *Vì Hồn có sự hiện hữu lâu dài nhiều kiếp người, nên ký ức của nhiều tiền kiếp cũng được lưu giữ.* Nói một cách đơn giản, tiền kiếp của nhiều kiếp trước có thể thấy được với công phu và đẳng cấp cao. Cũng như vậy có những người không công phu tập luyện nhưng cũng có khả năng thu hồi Tri Thức như trường hợp người có bẩm sinh giác quan thứ 6 hay khả năng cao hơn nữa, có lẽ vì cấu tạo hay thay đổi đặc biệt ở vùng vmPFC. Cần biết thêm nữa, có thể có trường hợp Hồn có thể được chắp nối với Hồn của người thứ 2,3...ở một ít người có khả năng Bói toán.

- **Vai trò của Hồn trong sự thu hồi Trí Nhớ.**

Trong Bịnh nhiều nhân thể, và theo quan niệm của Pierre Janet cũng như trong bài viết này, người có nhiều nhân thể có thể có nhiều hơn một Hồn. Sự khác biệt giữa quan niệm trên với quan niệm của Freud là ở chỗ Amnesia/mất Trí Nhớ giữa hai nhân thể của Freud. Janet thì cho là không có Amnesia/mất TN mà mỗi Hồn có Trí Nhớ /TR riêng biệt. Vì mỗi người có thể có hơn một Hồn trong một số trường hợp, nên quan niệm của Janet là khả dĩ. Chấp nhận như vậy thì Hồn còn có vai trò thu hồi TN vì TN lúc nào cũng hiện diện trong Não Bộ bất kỳ là với Hồn chính hay phụ. Nói một cách khác Hồn là cần thiết, *và đặc thù cho mỗi nhân thể*, để thu hồi TN Hiển Hiện gần xa. Trái lại đối với TN Ẩn ngầm như tiếng nói, sinh hoạt hàng ngày thì sự thu hồi TN có thể cũng cần yếu tố Hồn nhưng Hồn cần cho công việc này là phần Hồn không đặc thù.

Nhắc lại Hồn được đề nghị giữ vai trò quan trọng trong kết nối thần kinh làm ra TN, vì vậy khi thu hồi trí nhớ để tái tạo Tri thức, vai trò của Hồn cũng cần được lưu tâm.

V. Hiện Tượng Xuất Hồn và Siêu nhiên về Hồn
1. CẬN TỬ (H4.18)

Hiện Tượng Cận tử đã được biết và ghi lại từ rất lâu kể cả bởi Plato Ai cập, Mật tông Tây tạng, dân bản địa Bắc Mỹ, Nam Thái bình Dương. Gần hơn nữa chuyện kể cũng đã được nhận thấy trong một số sách vở in ở Bắc Mỹ, Âu châu. Từ khi phương pháp hồi sinh tim mạch được phát triển nhiều, số người được cứu sống tăng lên hiện tượng Cận tử trở thành nổi bật với cuốn sách của một sinh viên Y khoa "Life after Life" (by Raymond Moody) mô tả về hiện tượng Cận tử với 13 triệu ấn phẩm và dịch ra 26 ngôn ngữ khác nhau. Sau khi cuốn sách được phát hành, hiện tượng Cậ tử được sự chú ý của các nhà nghiên cứu từ BS Thần kinh, chuyên viên Tâm lý, BS Tim mạch như B. Greyson, M Holden, Parnia. Sau đó hội Quốc tế nghiên cứu hiện tượng Cận tử (International Association of Near Death Studies) được thành lập với một tập san khoa học tam cá nguyệt "Journal of Near Death Studies".

Khó để xác nhận tỉ lệ xảy ra hiện tượng Cận tử vì còn lệ thuộc về Tâm lý, Phong tục xã hội, Tín ngưỡng. Nguyên nhân đưa đến Cận tử, thí dụ ngừng tim có tỉ lệ hiện tượng Cận tử 6-23%, tự tử 15-47%, tai nạn 23 bệnh 60%, sanh đẻ 7%. Nhân tính của người trước khi Cận tử cũng có nhiều ảnh hưởng đến tỉ lệ có hiện tượng Cận tử: những người **có nhiều Mộng Mị giao cảm, có Trí Nhớ về tiền kiếp, Thiền Định** thường có tỉ lệ cao.

Những hiện tượng Cận tử chính là:

i. **Xuất Hồn**, Hồn được nâng lên trên thượng đỉnh đầu, và ra khỏi cơ thể với tình trạng được mô tả bằng một cảm giác vui sướng như được rời bỏ sự ràng buộc để có một tình trạng tự do hơn. Có cảm giác an lành bình yên. Âm thanh êm dịu lạ tai.

ii. Xuất Hồn có thể kèm theo sự nhìn lại thân xác vừa mới thoát ra (Autoscopy).

iii. Di chuyển (có thể bằng vận tốc rất nhanh trong luồng ánh sáng).

iv. Gặp các Thiên thần, hay các đấng Tôn giáo tối cao.

v. Mắt nhìn sự vật một cách rõ ràng hơn lúc còn sống.

vi. Ngược chiều nhìn lại quãng đời đã qua nhất là những người gốc Á châu nhưng rất ít ở Mỹ, Úc châu.

vii. Gặp người thân đã chết.

viii. Gặp người không quen biết trước, nhắn tin cho người đang còn sống.

ix. Quay về lại thân xác do tự nguyện, hay bị gởi về, hay không biết vì sao trở về.

2. XUẤT HỒN.

Tương tự hiện tượng Cận tử, hiện tượng Xuất Hồn cũng được tìm thấy trong động kinh và kích thích Não Bộ vùng Thái dương và Thiền Định. Xuất Hồn cũng xảy ra với Bướu Não vùng Thái dương, PFC và tự nhiên không liên hệ đến bệnh lý tim thấy. Xuất Hồn thường đi liền với Autoscopy (tự nhìn lại nơi vừa Xuất Hồn).

3. SỰ TỰ THẤY (AUTOSCOPY =AS, HEAUTOSCOPY =HAS), XUẤT HỒN (OUT OF BODY EXPERIENCE= OBE) HIỆN TƯỢNG TÂM LINH HAY RỐI LOẠN TRI THỨC.

Xuất Hồn hay OBE là hiện tượng càng ngày càng được phổ thông qua trung gian hiện tượng Cận tử và các hiện tượng Tâm linh khác nhất là hiện tượng một ít người thể nghiệm trong Thiền Định. Hiện tượng khác với

Depersonalization/DP và Derealization/DR trong đó người bịnh mất cái Tôi trong Nội tri Thức nên không có cảm nhận về chính mình, về quyền sở hữu cũng như lạnh cảm với thế giới bên ngoài..

Có thể chia các hiện tượng trên ở ba dạng:

- Tự thấy thân thể (Autoscopy=AS) thường chỉ thấy phần đầu mình và tay ở vị thế đứng ngồi. Thân thể hiện ra trước mặt và cảm nhận mình còn ở trong cơ thể chính.
- Xuất Hồn(Out of body Experience=OBE) thấy mình xuất ra khỏi thân thể và nhìn lại được thân thể mình *kể cả vật dụng và người ở trong phòng*. Xảy ra khi đang nằm và thân thể Xuất Hồn ở vị thế ngang.
  - Lơ lửng trong phòng dưới trần nhà.
  - Bay ở ngoài trời cao độ và thấy phong cảnh tương tự như nhìn trong Google Map.
- Heautoscopy: tình trạng trung gian giữa hai tình trạng trên: Tự thấy hình thân thể hay thấy chính mình. Xảy ra khi đứng hay ngồi và chỉ thấy phần trên cơ thể. Không bay lơ lửng trên không.

Trong các trường hợp trên có thể nghe âm thanh tiếng nói.

4. Hiện tượng Cận tử không phải là hiện tượng Siêu nhieen? (Mobbs, D. and Watt, C. 2011)

Có thể là biểu hiện Tâm lý chống lại sự sợ chết ? Thấy luồng ánh sáng thường được kể lại nhiều hay ít tùy theo văn hóa. Tuy nhiên hiện tượng Cận tử trước hay sau khi Raymond Moody vẫn không thay đổi. Như vậy văn hóa không là yếu tố quan trọng.

- Tâm lý Depersonalization (Tách rời mất nhân cách: tách rời khỏi thân xác) vì sợ chết. Tuy nhiên trong Depersonalization vì thần kinh sợ sệt người ta cảm thấy mình khác lạ và xa rời thực tế và có cảm giác bực dọc khó chịu trong khi Cận tử /NDE, cảm giác lìa thân xác là rõ ràng, dễ chịu và vui vẻ.
- Người có hiện tượng Cận tử thường là những người có lịch sử nhiều về mộng mơ, viễn vông/fantasy, khuynh hướng thu hồi về nội Tâm, nhiều hoán tưởng. Tuy nhiên hiện tượng Cận tử là thể hiện rõ ràng được kể lại không như Mộng Mị hay hoán tưởng (thường có tính cách thiếu rõ ràng và không kết nối hợp lý).
- Thay đổi vật lý của cơ thể khi sắp chết.
- Thay đổi phân lượng Oxy và CO_2 trong máu khi sắp chết làm Thị trường mắt của người sắp chết hẹp lại, tạo nên một cảm giác về luồng ánh sáng. Phi công máy bay phản lực khi bị tình trạng giảm áp lực không khí, thường có cảm giác mất Tri Thức một thời gian ngắn với cảm giác luồng ánh sáng, vui tươi, hình ảnh lắp ghép khác nhau, có khi có cảm nhận thoát Hồn khỏi thân xác. Tuy nhiên mất Tri Thức, Rối loạn định hướng (Disorientation), Tê liệt thường đi kèm theo, lại không có ở người có hiện tượng Cận tử. Ngoài ra gặp người thân, thiên thần Chúa Phật với liên hệ hòa hợp không có ở người thiếu Oxy hay dư CO_2.

• Tăng sản xuất chất nội tiết như Endorphin, Thụ quan NMDA có thể cho cảm giác vui sướng ảo giác, thường là cảm giác lâu dài và không dứt khoát như trong hiện tượng Cận tử.

• Chất Ketamine/fentanyl trong gây mê thường làm ảo giác và sợ sệt do cơ chế tạo hình trong khoa học Não Bộ (Imagery in Neuroscience) giống với hiện tượng Cận tử.

• Vùng giao tiếp Vỏ Não Đỉnh / Thái dương (Temporo - Parietal junction=TPJ) là vùng Não cao cấp để hội nhập giao lưu của hệ thống thần kinh Thị giác, hệ thống về định hướng không gian từ Tiểu Não Vestibular (Tiền phòng cân bằng), âm thanh và xúc giác.

Trong trạng thái tập luyện thể thao hội hoạ hay âm nhạc, vùng này thường tạo ra trong đầu của lực sĩ hay nghệ sĩ mẫu hình ảnh âm thanh mà người lực sĩ hay nghệ sĩ dự định thực hiện. Ngoài ra vùng Vỏ Não Trán bên là trung tâm điều hành Trí Nhớ Hiện hành. Trí Nhớ Hiện hành tổng hợp được Trí Nhớ Gần Xa để tạo thành tiền đề cần thiết cho diễn giả luyện tập trong đầu óc trước khi nói chuyện, diễn thuyết hay thực hành động tác chuyên môn.

Lúc sắp chết, vì rối loạn tuần hoàn máu trong cơ thể có nhiều hóa chất kết nối thần kinh, Monoamine (DOPA, nor einephrine...), Serotonin (Morse 1986) tiết ra có thể kích động những vùng Não trên làm nên hình ảnh, âm thanh, cảm giác và cả tình cảm. Giả thuyết này được sự hỗ trợ bởi những sự kiện sau:

• Bịnh nhân bị động kinh vùng Thái dương Trái hay Phải và kích thích Vỏ Não Temporal trong lúc làm 'Stereotactic biopsies (Sinh thiết định vị Não) có thể thấy được hay tạo ra mọi hiện tượng Cận tử (Penfield 1963). Hiện tượng Xuất Hồn được kể ra nhiều khi bị động kinh Vỏ Não Thái dương. Cũng như vậy kích thích vùng Não Thái dương trong lúc giải phẫu Não chỉ dùng thuốc tê, tạo ra ảo giác, cảm giác Xuất Hồn, cảm giác tự nhìn cục diện/ Autoscopy (Persinger 1989, Huot 1989, Derr 1989, Ruttan 1989). Những thể nghiệm trên được các tác giả mô tả là không khác gì với hiện tượng Cận tử. U bướu ở vùng IntraParietal Sulcus /IPS và vùng vmPFC có khi cũng cho hiện tượng Xuất Hồn và đôi khi cho cả hiện tượng về tôn giáo như gặp các đấng tối cao. Còn nữa hiện tượng Xuất Hồn còn có thể được mô tả ở một ít trường hợp, nhưng người bình thường và người có hiện tượng trên coi là tự nhiên.

fMRI ở người có Xuất Hồn theo ý muốn cho thấy kích động vùng Supplementary Motor Cortex (phần giữa của Premotor Cortex: chuyên về hoạch định sự vận động) Não Trái Đỉnh Thái dương Tiểu Não Inferior Temporal gyrus, Middle and Superior OrbitoFrontal gyri là những vùng của Nội Thức(Smith 2014).

Tuy nhiên theo Greyson, những mô tả của tác giả trên không mang đặc tính toàn diện của hiện tượng Xuất Hồn. Xuất Hồn có tính cách móc nối liên lạc hợp lý và không có tính cách giai đoạn như trong động kinh hay kích thích. Người Hành Thiền có được thể nghiệm

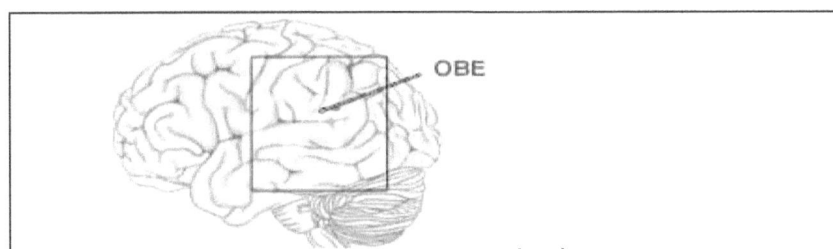

H4.18 Kim điện ở IPS: OBE gây ra Xuất Hồn, những vùng khác cho các cảm giác khác nhau của đời sống (Tong 2003)

Xuất Hồn, cảm nhận thấy được giải phóng khỏi ngục tù thân xác, Hồn đi xa đến cõi xa lạ, một thế giới mới, gặp các bậc lãnh Đạo tinh thần...Lại nữa những hiện tượng như gặp người trong hiện tượng Cận tử gởi lời nhắn lại với người thân là hoàn toàn không thể giải thích được trong hiện tượng động kinh hay kích thích Não Bộ (Smith 2014, Carmona-Bayonas 2016, Bos 2016 Greyson 2012, 2014, van Lommel2014, 2002, Blanke 2005).

Penfield khi mổ để điều trị bịnh nhân bị động kinh dùng phương pháp gây tê nên bịnh nhân còn tỉnh để dễ dàng xác định phần Não với các chức phận riêng biệt. Vùng Não Thái dương dưới và Middle temporal lobe (MTL) có thể gợi nên những ký ức với hình ảnh rõ ràng hơn trong mộng và có âm thanh, y như mỗi chỗ của Inferior Temporal Lobe là ký ức của một Video về một quảng đời (Penfield 1958) (H4.19).

5. HIỆN TƯỢNG CẬN TỬ VÀ THUỐC GÂY HOÁN TƯỞNG (PSYCHEDELIC).

Những thuốc như Fentanyl, Ketamine, Psilocybin, DMT, MDA, LSD (chích hay uống) được mô tả gây nên hiện tượng cận tử NDE/ Near Death Experience nhất là với Fentanyl Khi Xuất hồn gặp các nhân thể bên ngoài như trong NDE. Các thuốc trên có đặc tính chung là bám vào các thụ quan ở các synapses về TN (Ketamine: thụ quan NMDA cho Glutamate/thuộc về TN, LSD, DMT: thụ quan cho Serotonin 5HT, MDA: thụ quan cho Serotonin 5HT, norepinephrin, dopamine. Sự bám vào các thụ quan trên có thể làm Hồn không còn bị cột vào kết nối thần kinh, cho nên Hồn có thể phát huy tánh kết nối cùng khắp/non-loca. Hiện tượng đồng nghĩa với xuất hồn, nghe thấy không qua ngũ quan và TR. Biết rằng, theo đề nghị cơ cấu của Hồn, Hồn trong NB được gắn thêm electron (-). Dưới ảnh hưởng của thuốc trên màng tế bào mất điện thế (+) trở nên (-) nên Hồn không bám vào được. Sự kiện Hồn có thể tách ra khỏi NB là tương tự như khi chết. Trong

Thiền định, kết nối TK bị tiêu huỷ do khi thu hồi TN mà không được bảo tồn

Phần đọc thêm KHNB

H4.19 Mặt ngoài Temporal lobe đánh dấu trên mỗi bịnh nhân khi dùng kim điện kích thích Vỏ Não.

26 nữ, Temporal Trái: ở nhiều điểm: bịnh nhân thấy mình đang sanh em bé gái. Nhiều năm trước và em bé nay đã lớn.

14 tuổi, nữ, bị động kinh, bắt đầu bằng hoán tưởng từ thời còn nhỏ, xảy ra từ chuyện thật là cô đang đi trước người đàn ông nói rằng ông có con rắn trong bịch mang theo. Cô bé bỏ chạy. Sau đó cô cũng có mộng mị như vậy nhiều lần.

Khi mổ Penfield tìm được chỗ kích thích gây ra hoán tưởng kể cả nghe tiếng la của người thân và tỏ vẻ sợ sệt.

26 năm bị động kinh do đó vết thương vùng temporal bị nghẹt thở khi được sinh ra. Vị trí 22:ở giữa vị trí 21-23 bịnh nhân la lên: chỗ đó (Khi bịnh nhân cảm nhận trước khi động kinh=aura).

Vị trí 23: tiếng nhạc từ một giàn nhạc và bài hát không phải là bài hát cô ưa thích. Cô không biết tại sao cô nghe. Sau đó cô nầy lại có được bài nhạc đó để cô chơi nhạc.

Ở một bịnh nhân khác, nghe nhạc và thấy người chơi nhạc cùng với giàn nhạc.

Một bịnh nhân nữa cũng vậy, từ kinh nghiệm quá khứ.

Một nữ bịnh nhân khác thấy Mộng Mị về một người đàn ông ; kích thích gần đó cô thấy mẹ cô; kích thích thêm cô lại thấy chuyện khác nữa, nhưng là chuyện thật, còn nữa thì cô nghe nhạc.

Để kết luận Penfield nghi là dòng Tri Thức trong Não như dòng nước chảy mang đến rồi đi ký ức liên tục của cuộc đời vì khi kích thích cùng một điểm nhưng ở thời điểm khác nhau thì có ký ức khác nhau.

.
Nghi lễ dùng thuốc và dược chất gây hoán tưởng có thể được sáng tỏ hơn khi hiểu được cơ chế hoán tưởng của các dược chất này. Chuyện cổ Hy Lạp từ 4000 TTL được đề cập nhiều về Nữ thần Demeter về canh nông, cứu con gái là Perephone ở Euleusis cách Athene 18 km.. Lễ hội hàng năm đi bộ 18km, nhịn đói 3 ngày để đến đền thờ Nữ thần hớp ly nhỏ thuốc Kykeon để thấy hoan tưởng đời sống kiếp sau. Con gái Nữ thần bị vua Địa ngục (understate) bắt, nên Nữ thần làm hạn hán 3 năm ép các vị thần khác giúp sức. Cuối cùng con của Nữ thần được giải thoát có điều kiện. Kykeon có chứa hoạt chất của loài nấm có hoạt chất giống như LSD làm xuất Hồn và thể nghiệm sau khi chết như đã đề cập trên.

6. KINH PHẬT và HIỆN TƯỢNG THẤY CẢNH GIỚI /XUẤT HỒN.

Trong kinh Lăng Nghiêm/quyển 9, Đức Phật chỉ rõ rằng người tu Thiền, bỗng có Vọng tưởng, thấy cảnh vật, sông núi phố xá, người vật. Hình tượng là ảo giác do vọng tưởng. Phật dạy rằng người tu thiền không cho hiện tượng trên là siêu nhiên /siêu phàm của Thánh nhân.

Đức Phật nói trong Kinh Lăng Nghiêm :

" *- A Nan! Ngươi há chẳng biết hiện trong hội này, A Na Luật Đà chẳng mắt mà thấy; rồng Bạt Nan Đà chẳng tai mà nghe; thần nữ Căng Già chẳng mũi mà ngửi hương; Kiều Phạm Bát Đề lưỡi trâu mà biết vị; thần Thuấn Nhã Đa bản chất là gió, vốn chẳng tự thể, do ánh sáng tự tánh, tạm hiện hình bóng, nên chẳng có thân mà biết xúc; các hàng Thanh văn được Diệt Tận Định trong hội này như Ma Ha Ca Diếp, ý căn đã diệt từ lâu mà vẫn rõ biết khắp nơi, chẳng do tâm niệm".*

Hơn thế nữa các thông tin trong NB thường thông thương với nhau. Khi nghe, sờ mó thì cảm giác thấy cũng được kích động để thấy:

"*- A Nan! Như người thế gian cho sự thấy do con mắt, nếu bỗng nhắm mắt lại thì tướng tối hiện ra, lục căn mịt mù, đầu và chân giống nhau. Người ấy dùng tay rờ thân người khác, mắt dù chẳng thấy, nhưng vẫn phân biệt được đầu và chân, vậy sáng tối dù khác, tánh biết vẫn đồng. Nếu duyên sáng mới có thấy thì khi tối thành chẳng thấy, nếu chẳng duyên sáng mà phát ra tánh thấy, thì các tướng tối chẳng thể làm mờ được. Căn trần đã tiêu, thì tánh giác minh đâu thể chẳng thành diệu viên?"*

Cho nên sự thấy, nghe không là do mắt tai mà là từ Nội Thức và Phật tánh, như đã bàn luận trong Chương 4 về TR.

7. Cơ chế đề nghị dựa trên Khoa học, Thiền định và các hiện tượng tâm linh.

Dựa trên khảo cứu bằng kích thích với kim điện và u bướu, vùng Não giáp nối Đính Thái dương (Parietal Temporal Junction=TPJ = Angular,+Marginal gyrus) làm nên AS/Autoscopy/Tự thấy thân thể và OBE là vùng Não giáp nối của ba thùy Đính chuyên về Xúc giác,Thái dương về Thính giác tình cảm, nơi chốn, mặt người, hình dáng và Não Chẩm về Thị giác. Sự giáp nối trên còn được kết nối với Tiền phòng cân bằng /Vestibular từ Tiểu Não (Cerebellum). AS thường liên hệ đến thương tổn TPJ Trái và OBE liên hệ đến thương tổn TPJ bên Phải (Blanke 2005).

Nhận thức (Perception) và Tri Thức các giác quan (= Exterioproceptive + Interioproceptive) cũng như Tri Thức tổng quát (TR) trong sự hình thành do các thông tin được chuyển đến nhiều vùng Vỏ Não để cuối cùng hội nhập lại để thành TR trước khi chuyển về Nội Chuẩn Thức. Thông tin Nghe, Thấy, Xúc giác và Vị trí /Vestibular trong không gian hội nhập nhau để cho TR biết được vị trí, hình dạng của cơ thể. Thêm nữa PFC cũng góp phần điều hợp. Nếu có rối loạn trong sự hội nhập thì sẽ có sự định vị sai lầm trong TR về thân thể. Trong AS (Tự thấy thân thể) phần định vị kiểm soát bởi Tiểu Não (Vestibular) ít bị rối loạn. Trong Out of Body Experience/OBE thì sự rối loạn về định vị lên cao độ nhất (Ridder 2007, Greyson 2008, Blanke 2005,2004,2002, Tong 2003, Sang 2006). Rối loạn hội nhập từ PFC, Não Thái dương cũng được tìm thấy ở người bị OBE (Easton 2008, Braithwaite 2010). Vỏ Não Chẩm và Tiểu Não cũng giữ vai trò trong OBE (Terhune 2009). Gần đây có khuynh hướng kết hợp hiện tượng Xuất Hồn Cận tử với hiện tượng Hoán tưởng Mộng Mị trong REM Intrusion khi cận tử. Vì trong REM thì có Mộng Mị và có Tri Thức. REM có thể thấy lúc còn thức trước khi chết (Nelson 2006 Mobbs 2011, Greyson 2012.).

Biện Luận
Giả thuyết trên có nhiều hợp lý vì sự trùng hợp vùng TPJ/Temporo Parietal Function với hầu hết bịnh nhân biểu hiện AS/Autoscopy hay OBE/Out of Body Experience có động kinh hay thương tích. Lại nữa Vùng tiếp giáp Thái dương Đính (TPJ) tiếp cận với Posterior Cingulate gyrus (Giải Bao Sau/PCC) được coi là vùng liên hệ về Trí Nhớ Tự ký/Autobiography và thuộc về Mạng Mặc Định (MMD) và Nội Chuẩn Thức. Chích thuốc làm hoán tưởng ở PCC cũng có thể làm nên OBE. Thân thể cũng có hiện tượng bay xa và cao ra khỏi phòng của người trong khảo cứu.

Tuy nhiên có nhiều điểm bất hợp lý như sau:
- *Nếu AS và OBE được tạo ra do sự rối loạn và vết thương ở TPJ, thì không tương ứng với sự kết hợp và hài hòa trong AS và OBE gợi ý một tình trạng bình thường hơn trong Não Bộ, không giống nhiều trong Mộng Mị thường biểu hiệu sự chắp nối và bất hợp lý,. Mặt người, cảnh trí không cho thấy có sự thay đổi lệch lạc do vết thương gây ra ở vùng hội nhập Tri giác.*
- *Người AS, OBE không có hay có trong một số trường hợp biểu hiện rối loạn về hệ thống cân bằng Vestibular.*
- *Một số hình ảnh và âm thanh gợi ý là Mộng Mị hơn là AS: nghe tiếng người, thấy mình trẻ hơn, đi trên mặt đất.*
- *Những phong cảnh mô tả có tính cách nhân thế hiện tại, thiếu tính cách siêu nhiên thường hay được kể lại khi người Xuất Hồn trong Thiền Định hay Cận tử.*
- *Bay nhanh và xa hơn.*
- *Không có mẩu chuyện gặp người quá vãng trong quá khứ nhắn tin về người hiện thế.*
- *Vết thương ở vùng Prefrontal Cortex/PFC đôi khi cũng gây nên hiện tượng Tôn giáo.*

Vì vậy Giả thuyết Não Bộ học có thể tương ứng với một số hiện tượng đơn giản về AS và có thể cả OBE, nhưng không đủ để giải thích toàn vẹn hiện tượng AS và OBE trong các hiện tượng Tâm linh.

Có thể là sự Xuất Hồn trong Thiền định và cảm nhận Xuất Hồn trong bịnh lý dùng chung một cơ chế Não Bộ: Hồn ngoài cơ thể và cảm nhận Hồn thoát ra khỏi cơ thể là từ vùng TPJ/ Giải Bao Sau/PCC tương ứng với cảm nhận Hồn thoát ra khỏi đầu từ vùng Đính ở Thiền nhân. Vùng nầy trùng hợp với sự kích thích vùng TPJ nhân tạo, bịnh lý hay Thiền Định có thể gây nên OBE, tuy nhiên Thiền Định có thể kết hợp với nhiều hiện tượng siêu nhiên khác.

Cần ghi thêm Hồn là thể gần với Chân Không, cho nên có đặc tính của Chân Không là kết nối cùng khắp/non-local, vì vậy sự kiện Hồn xuất ra khỏi NB hay bay xa là tương đối vì tánh không tại chỗ.non-local của Hồn.

Bình thường Hồn bị gắn chặc nào các kết nối Synapses, nên không thể rời NB được. Lý do là Hồn nhập NB có diện tích Âm (-) vì electrons dính vào Neutrino của Hồn, kết hợp với điện tích Dương (+) của Synapses. Khi dùng thuốc psychedelics, kích thích kim điện, u bướu, Thiền, cận tử, hay khi cơ thể chết, diện tích (+) của synapses giảm xuống hay bớt đi, kết nối synapses bớt xuống khi bớt Nghiệp. Khi điện tích (+) giảm thì Hồn không còn dính với Synapses nữa nên có thể tự do để có tánh Không Tại chỗ (Non-Locality) đồng nghĩa với sự xuất hồn (xem hình tr 31,32). Hồn xuất ra khỏi thân mang theo tất cả TN (Nghiệp) của đời người và nhiều kiếp. Hơn thế nữa Hồn có khả năng nghe nhìn suy nghĩ...như khi còn dính trong NB. Vì không bị ngăn trở bởi ngũ giác và hệ thống dẫn truyền và điều hành NB nên thông tin là như thị hơn khi còn dính vào NB

ĐP nói khi thiền định, phần Sắc (Não bộ và cơ thể) là phần đầu tiên trở thành trong suốt đối với Hồn (có nghĩa là Hồn tự do xuyên thấu), Hồn tự do xâm phập vào mọi phần cơ thể, hay cảnh vật bên ngoài, thí dụ nhu đoạn kinh sau trong kinh Lăng Nghiêm ở cuối phần nầy:
Vì vậy khi cận tử, Hồn có thể bắt đầu tách ra khỏi não bộ, vì tánh xuyên thấu và cùng khắp, sự tự thấy hay cái thấy trong Xuất Hồn là hiển nhiên. Âm thanh hay Ánh sáng trong Cận tử là gần như trong Thiền định có nguồn gốc từ thông tin từ Nội thức thu hồi về Hồn mà không có sự chú ý nên không có hay ít chi tiết. Nội Thức từ bán cầu Phải có thể cho ra những cảnh giới huyền hoặc hay thần tiên (xin xem phần.

A Nan nên biết, Ngươi tọa Đạo tràng, Vọng Niệm nếu hết thì ngay cái lìa niệm ấy tất cả sáng tỏ, động tịnh chẳng dời, nhớ quên như một, nên trụ nơi này mà nhập chánh định. Như người mắt sáng ở chỗ đen tối, chơn tánh trong sạch, trong tâm chưa phát ánh sáng, đây gọi là phạm vi của SẮC ÂM. Nếu con mắt sáng tỏ, thì mười phương khai mở, chẳng còn đen tối, gọi là Sắc Âm hết, thì

người ấy được siêu việt Kiếp Trược. Nhưng quán xét nguyên nhân là bởi KIÊN CỐ VỌNG TƯỞNG ([1]) làm gốc. l. A Nan, đang trong lúc tham cứu Diệu Minh, quên cả tứ đại, bỗng sắc thân
ra vào các vật chất đều chẳng chướng ngại, ấy gọi là sự sáng tỏ tràn ra trước mắt. Sự việc ấy chỉ là công dụng tạm được như thế, chẳng phải chứng Thánh; chẳng tự cho là Thánh, gọi là cảnh giới tốt, nếu cho là Thánh, liền lọt vào tà ma. 2. Trong lúc tham cứu Diệu Minh, thân như lưu ly, bỗng trong thân lấy ra các loài giun sán mà thân vẫn y nguyên, chẳng bị thương tổn, ấy gọi là sự sang tỏ tràn ra hình thể, đây chỉ là do tu hành tinh tấn tạm được như thế, chẳng phải chứng Thánh; chẳng tự cho là Thánh, gọi là cảnh giới tốt, nếu cho là Thánh, liền lọt vào tà ma. 3. Trong lúc tham cứu Diệu Minh, khi ấy, ngoài sắc thân ra, hồn phách, ý chí, tinh thần dung hòa lẫn nhau, bỗng trong hư không nghe tiếng thuyết pháp, hoặc nghe mười phương chư Phật cùng diễn mật nghĩa, đây gọi là hồn phách, ý
chí thay phiên nhau làm chủ khách, ly hợp lẫn nhau, thành tựu thiện chủng, tạm được như thế, chẳng phải chứng Thánh; chẳng tự cho là Thánh, gọi là cảnh giới tốt, nếu cho là Thánh, liền lọt vào tà ma. 4. Trong lúc tham cứu Diệu Minh, trong tâm sáng tỏ, phát ra ánh sáng, chiếu khắp mười phương thành màu sắc Diêm Phù Đàn, tất cả các loài đều hóa thành Như Lai. Bỗng thấy Phật Tỳ Lô Giá Na ngồi trên đài Thiên Quang, ngàn Phật vây quanh, trăm ức cõi Phật cùng hoa sen đồng thời hiện ra. Ấy gọi là việc sở nhiễm của tâm hồn linh ngộ, ánh sáng của tâm chiếu soi các thế giới, tạm được như vậy, chẳng phải chứng Thánh; chẳng tự cho là Thánh, gọi là cảnh giới tốt, nếu cho là Thánh, liền lọt vào tà ma. 5. Trong lúc tham cứu Diệu Minh, quan sát chẳng ngừng, sức đè nén hang phục quá mức, bỗng trong hư không thành màu sắc bách bảo, xanh vàng đỏ trắng đồng thời cùng khắp mười phương mà chẳng chướng ngại nhau. Ấy gọi là sự dụng công đè nén quá mức tạm được như thế, chẳng phải chứng Thánh; chẳngtự cho là Thánh, gọi là cảnh giới tốt, nếu cho là Thánh, liền lọt vào tà ma. 6. Trong lúc tham cứu Diệu Minh, trong sáng chẳng loạn, bỗng lúc nửa
đêm, ở trong nhà đen tối, thấy rõ các vật chẳng khác ban ngày, ấy gọi là tâm dụng đến chỗ vi tế, cái năng thấy trong như lưu ly, cái sở thấy thấu qua đen tối, tạm được như thế, chẳng phải chứng Thánh; chẳng tự cho là Thánh, gọi là cảnh giới tốt, nếu cho là Thánh, liền lọt vào tà ma. 7. Trong lúc tham cứu Diệu Minh, toàn tâm dung hòa với hư không, bỗng thân thể đồng như cây cỏ, lửa đốt, dao chém chẳng có cảm giác, thiêu chẳng thấy nóng, chém chẳng thấy đau, ấy gọi là tâm và trần dung hợp thành một, tạm được như thế, chẳng phải chứng Thánh; chẳng tự cho là Thánh, gọi là cảnh giới tốt, nếu cho là Thánh, liền lọt vào tà ma. 8. Trong lúc tham cứu Diệu Minh, dụng công đến chỗ thanh tịnh, bỗng thấy núi sông, đất đai mười phương đều thành cõi Phật đầy đủ thất bảo, ánh sang chiếu khắp, lại thấy hằng sa chư Phật, cung điện trang nghiêm, cùng khắp thế giới, thấy khắp thiên đàng địa ngục đều chẳng ngăn ngại, ấy gọi là tập trung tư tưởng ngày càng sâu đậm, lâu ngày hóa thành, chẳng phải chứng Thánh; chẳng tự cho là Thánh, gọi là cảnh giới tốt, nếu cho là Thánh, liền lọt vào tà ma. 9. Trong lúc tham cứu Diệu Minh, đến chỗ sâu xa, bỗng ở nửa đêm, thấy
được các đường phố và bà con phương xa, nghe được tiếng nói của họ, ấy gọi là tâm bức bách quá mức bay ra, nên cái thấy thấu qua vật chất, chẳng phải chứng Thánh; chẳng tự cho là Thánh, gọi là cảnh giới tốt, nếu cho là Thánh, liền lọt vào tà ma. 10. Trong lúc tham cứu Diệu Minh, thấy hình thể của thiện tri thức, trong giây lát hiện ra đủ thứ biến đổi, ấy gọi là tâm tà bị yêu mị, hoặc thiên ma xâm nhập, thình lình thuyết pháp, thông đạt diệu nghĩa, chẳng phải chứng Thánh;chẳng tự cho là Thánh, gọi là cảnh giới tốt, nếu cho là Thánh, liền lọt vào tà ma.

VI. Hồn người, súc vật.

Vấn đề xuất Hồn khi người chết và tiếp tục sống không phải là không phổ biến và phù hợp với tôn giáo ở Âu Mỹ Từ lâu người ta nghĩ Hồn là một chất liệu đặc biệt. Người ta nghĩ chất (cosmic) Ether trong vũ trụ (khác với Ester hóa học) có ảnh hưởng đến trọng lượng và ánh sáng. Khái niệm về Ether bị lãng quên từ khi thuyết Tưởng đối của Einstein ra đời.

Bằng chứng gần phù hợp là DM/Dark Matter có trọng lượng làm cong ánh sáng (Gravitional lensing). Vấn đề Hồn có trọng lượng hay không cũng đã được nghiên cứu bởi Bác Sĩ Duncan MacDougall ở Haverhill, Massachusetts vào năm 1901. Ông đã cân 6 người sắp chết và sau khi chết ở viện dưỡng lão. Ba bịnh nhân trụt cân nhưng sau đó hai người lại trụt cân hơn nữa. Một bịnh nhân trụt 21.3grams. Hai người còn lại có điều kiện không hợp đủ tiêu chuẩn về đo lường. Kiểm chứng tương tự trên 15 con Chó, Ông không thấy có giảm cân và kết luận Hồn con người cân nặng 21.3 grams và Chó không có Hồn người. Thí nghiệm chỉ được công bố trên the Journal of the American Society for Psychical Research April of 2007. Thí nghiệm lặp lại trên cừu, cho thấy trọng lương không giảm nhưng lại tăng lên

Trong một thí nghiệm khác sau đó MacDougall kẻ ra người chết mất 3/4 pound sau khi loại trừ sự mất trọng lượng do bay hơi nước.

Thí nghiệm trên đã bị phê phán nhiều là phản khoa học và dựa trên số ít trường hợp. Một thế kỷ đã trôi qua, thí nghiệm của MacDougall xảy ra trước khi DM được khám phá. Có nhiều câu hỏi về trọng lượng của Hồn cho đến nay cần được xem lại một cách đứng đắn hơn và không thiên vị về định kiến (https://en.wikipedia.org/wiki/21_grams_experiment, Duncan 1907a, b 21-23). Hơn thế nữa, có một ít trường hợp người chết hay thú vật thay đổi cân nặng nhất là khi tăng lên cân nặng, có thể khó hiểu nếu không dùng quan niệm Hồn xuất ra và có thể nhập lại hoặc có một hay nhiều Hồn khác nhập vào thay thế Hồn đã Xuất. *Vì vậy sự thay đổi cân nặng trong điều kiện được kiểm soát, cũng là bằng chứng Hồn là một chất có trọng lượng*

Nói về Thai nhi khi vừa được thụ thai từ trứng của bà Mẹ và tinh trùng của người Bố. Khi Thai nhi tạo thành, đó cũng là bắt đầu một chuỗi của biến hoá tế bào và sinh hóa học có thể được cảm nhận từ bà mẹ. Cùng lúc đó DM hay Thể Tối/Thể trong suốt tương ứng được hình thành từ sự nhập xác của Hồn (Hồn nhập xác). Sự nhập Hồn có thể được coi một cách đơn giản là do sự hấp dẫn của hai trọng lượng của Hồn và của hệ thần kinh của Thai nhi. Dĩ nhiên còn nhiều yếu tố khác kể cả sự chọn lựa trong việc nhập Hồn. Bào thai trước 7 tuần chưa có tế bào thần kinh nên được coi là thực vật và Hồn liên hệ là Hồn chỉ dùng khả năng thực vật. Từ 7 tuần đến 20 tuần, Tế bào thần kinh nhập vào Cortical plate để biến hóa thành Vỏ Não. Khi bị dị dạng không có tế bào thần kinh di chuyển đến Não Bộ hình thành mà không chứa tế bào thần kinh sẽ thành phẳng lì không có cuộn não và khe, bào thai sẽ bị chết như xảy ở các trường hợp sẩy thai tự nhiên. Như vậy Hồn nhập xác có lẽ chỉ có thể xảy ra sau tuần thứ 7 vì trước đó tế bào của bào thai không có đặc tính khác biệt với tế bào không thần kinh của bà mẹ. Dần dần Hồn nhập xác bắt đầu biến từ Hồn với khả năng Thực vật để thành Hồn với khả năng Động vật khi có tế bào thần kinh ở Vỏ Não nhưng chưa tiến hóa cao, và để cuối cùng thành Hồn với khả năng Người có cảm giác rồi từ từ có Tri Thức. Aristotle 300 BC (trước công nguyên) cũng cho là Hồn trong bào thai có 3 giai đoạn: Hồn thực vật, Hồn động vật và Hồn người. Tri Thức của Hồn phần lớn được Não Bộ cung cấp theo nguyên tắc: Bộ phận hoạt động nhiều (Não Bộ của em bé) tàng trữ phần quan trọng nhất là Hồn người.

Đặc tính của Hồn người, Hồn động vật, Hồn thực vật, và Dark Matter có thể dựa trên căn bản: Hồn người với liên hệ đến tế bào thần kinh phát triển cao, Hồn động vật với liên hệ đến tế bào thần kinh phát triển thấp, Hồn thực vật với liên hệ đến tế bào không thần kinh và DM liên hệ đến vật chất không tế bào.

Đó là gì có thể tìm hiểu:
- Vật chất: Baryonic Matter: Chất thấy được và Dark Matter /Chất đen không thấy được.
- Năm lực cơ bản trong vật lý là:

Kiểm soát lại tính chất của 5 lực trên: Lực yếu làm nên sự thoái hóa các hạt nguyên tử. Lực mạnh là lực làm nên bom nguyên tử tạo ra phóng xạ nên không thể là Khí lực được. Lực Trọng lượng hấp dẫn vạn vật thì yếu trong khi đó Hồn người nếu có trọng lượng cũng chỉ cân nặng 21.3 g và không là vật chất thấy được. Lực điện từ có thể giữ vai trò vì Hồn có ít nhiều liên hệ đến Lực điện từ qua giả thuyết Hồn là sự kết hợp của Chất tối và Neutrino,.. Neutrino rất nhẹ và có điện lực rất yếu so với Electron. Các huyệt châm cứu đã được chứng minh có điện thế thấp. Ngoài ra người ta đã chứng minh Khí công có thể tạo nên một dòng điện yếu.... Lực Tối, tuy nghi ngờ là rất mạnh làm bành trướng vũ trụ nhanh hơn là dự đoán bởi thuyết Theory of General Relativity của Einstein. Tuy nhiên thông tin về Lực Tối vẫn còn là một nghi vấn lớn cho các nhà Thiên văn học.

Tóm lại, HNT/ Hồn Nhập Thân cũng như HNB/ Hồn Não Bộ có cơ cấu không rõ ràng nhưng sự xuất hiện của HNB cũng như HNT là gần như khó phủ nhận qua các hiện tượng Tâm linh ở NB và Khí lực của Thân thể qua các bằng chứng về Khí công và Châm cứu. Cấu tạo Hồn sẽ được bàn sau trong phần cuối của chương mục nầy.

Chương 5 THIỀN ĐỊNH.

Tóm Lược

Thiền Định (TD) là con đường quay trở về Bản Tâm phẳng lặng bình đẳng nguyên thủy Bản lai diện mục của khởi nguyên vũ trụ. Đời sống cũng như xã hội hiện tại là đảo điên, vô thường và là ảo giác do vọng tưởng vô minh. Nguyên nhân là sáu Trần (thông tin), sáu Căn (ý và ngũ quan) làm cho sáu Thức (tư tưởng và Thức của ngũ quan) ô nhiễm lầm tưởng Thế giới này là Thực nhưng thực chất là Không, ảo giác do duyên hợp. Vì vậy con đường TD không thể là tự nhiên hay do nhân duyên mà phải là Tự Ý từ Bản Tâm. Cho nên ý chí là động cơ tiên khởi của Thiền Định. Ý chí có cơ sở là Mạng Chính: Insula trước (Thùy Đảo) -(Giải bao trước) ACC. Đức Phật nói với Ngài A Nan trong kinh Lăng Nghiêm: "Nếu là tự nhiên hay nhân duyên thì con đường Giải thoát còn rất lâu".

Để dẹp sáu Trần, TD cần sự phát Tâm Bồ đề với sự kích đông Insula, làm nên Tinh tấn để chú tâm bằng cách dùng mạng quản lý dlPFC-IPS (dorsolateral PreFrontal Cortex-IntraParietal Sulcus). Sự chú tâm cần dùng cơ sở NB: Trên xuống-Dưới lên để điều khiển giác quan (sáu căn) để khóa Tâm không chạy bậy bạ. Phương pháp thường dùng các hệ thống như Niệm Phật A Di Đà, Vipassana (Minh Sát) và Quán Âm. Hệ thống Trên hay Dưới để chú vào một mục đích như hơi Thở trong Vipassana hay Mắt Trí Huệ trong Quán Âm. Chủ đích là Định để Định Tâm/Mindfulness. Hệ thống Dưới hay Trên là vận chuyển cơ bắp bụng hay Tiếng Nội Âm để thực tập, trau dồi Trí Tuệ. Nhưng rốt ráo lại bất cứ phương pháp nào để tu hành, thiền nhân cần phải dùng một trong sáu cửa (ngũ quan và ý). Để cuối cùng dùng cửa Ý (Tri Thức) tập trung vào sự chú Ý, Nội Thức bớt đi sự chú Ý/Tri thức/màng Vô minh. Nhờ vậy Sự Hiểu biết/Phật tánh hiện ra, **nhận biết** Nội tâm một cách như thị hơn: đó là **nguyên tắc Lục mở Nhất tiêu** (mở /phá bỏ sáu căn thì tiêu đi Tri Thức Vô minh) của Đức Phật trong kinh Lăng Nghiêm. Dùng bất cứ căn nào, rốt ráo vẫn dùng Ý căn.

Vì trong TD thông tin ngoại biên bị giảm và chỉ còn đơn thuần thông tin từ hai hệ thống Trên và Dưới nên NB thiếu thông tin. Cho nên Nội Thức bị kích động để bù vào khoảng trống trên. Nội Thức là kho thông tin vô tận nếu gồm cả Tạng Thức. TN/Trí Nhớ từ Nội Thức/NT được thu về hiện tại có thể là đối tượng cho sự huỷ tạo TK. Sự kiện trên là cơ chế của sự chùi bỏ Nghiệp. Nghiệp là TN được tồn trữ trong NB hay đúng hơn trong Nội Thức.Thể nghiệm vì vậy cũng chỉ là Vọng tưởng. Thể nghiện khác với Mộng mị ở chỗ thông tin có trật tự hợp lý trong thể nghiệm và bất hợp lý trong Mộng mị. Trong thể nghiệm TD, hiện tượng thông thường là Ánh sáng Nội Tâm, Nội Âm, các cảnh trí và cảm giác thoải mái toàn cơ thể. Trong Thiền Minh Sát, ngoài Tỉnh tấn (Iusula), Thức tỉnh (cuốn não, lưới kích động) và Chánh Niệm (Mindfulnes/Inner Consciousnes)

Ánh sáng Nội Tâm còn gọi là Ánh sáng khai ngộ có căn gốc là Quang Minh của Phật được đề cập trong Phật giáo như "Hãy thắp đuốc mà đi" cũng như trong Thánh kinh nói về Con mắt thứ ba: "Khi mắt thành một, Mắt là ngọn đèn soi sáng cơ thể". Ánh sáng là thông tin Thị giác trong Nội Thức được kích động phát xuất từ PFC/PreFrontal Cortex chuyển về VN Thị giác. Cũng như vậy Âm thanh từ Nội Thức phát xuất ra được chuyển về VN Vận Động và đi qua PPC (Posterior Parietal Cortex/ Đính sau). Vì vậy Ánh sáng thường được thấy ở vùng Trán và toàn cả đầu, còn Âm thanh nghe từ Đỉnh đầu. Vì thông tin bắt nguồn từ Nội Thức truyền từ PFC/Prefrontal Cortex nên PFC đặc biệt là vmPFC có thể đó là biểu hiện của Huệ nhãn hay Mắt thứ ba. TD kích thích Nội Tâm cũng là Hồn và Hồn nhập thân làm nên cảm giác an lành toàn thể. Cách thứ hai để hiểu câu nói: "Hãy thắp đuốc mà đi" là dùng Trí tuệ hiểu lời Phật dạy để tự soi đường mình đi. Cách hiểu nầy ít tích cực hơn.

Các Hiện tượng trong thể nghiệm TD là Vọng tưởng nhưng cũng ấn chứng cấp bậc thiền của Thiền nhân. Nếu xem những thể nghiệm là thật và lầm tưởng mình là Thánh nhân đạt Đạo thì đó là hiện tượng Ma còn gọi là Ma ngũ Ấm trong TD.

Tóm lại TD làm kích động Nội Thức cho Thiền nhân có dịp nhìn vào Nội Thức, rửa sạch Nghiệp hiện đời và có thể nghiệm TD. Thể nghiệm TD là Vọng tưởng nhưng có ích cho TD khi nhận biết được rõ ràng cơ chế làm ra thể nghiệm.

I. Tổng quát.

Người mới tu học có thể có quan niệm Thiền Định là để thoát vòng sanh tử. Nhưng thật ra, Tu hành hay Thiền Định là không có mục đích gì. Nó là tự nhiên trong cuộc sống, như chính nó, cũng như người đi chơi, đi làm việc, nhưng rồi phải về nhà. Trở về là tìm lại Bản Lai Diện Mục hay Bản Tánh/Tự Tánh/Phật Tánh là phần sâu thẳm của Nội Thức. Vì vậy, Thiền là nhìn lại, bỏ đi Nội Thức để tìm thấy Phật tánh: "Trực chỉ Chơn Tâm. Kiến Tánh thành Phật" (Bồ đề Đạt Ma). *Để thấy Chân Tâm thì phải vén đi màng Vô Minh, tức là bỏ đi Bản Ngã/ thực thi Vô Ngã.*

Trong sách Thiền Luận của DT Suzuki, Thiền là con đường rốt ráo của mọi Tôn giáo Triết học chứ không phải riêng của Tôn giáo nào. Thiền *"Là phép lạ khám phá toàn bộ then máy sinh hoạt của Nội Tâm và mở rộng ra cả một thế giới từ trước chưa hề mơ tưởng đến. Đó có thể là một cuộc phục sinh. Dầu rằng chủ trương đối lập với Tri Thức luận giải. Thiền lại có khuynh hướng đề cao yếu tố Trí giải lên trên tất cả trong toàn bộ then máy cách mạng Tâm linh..."*.

Không sai khi Ông Suzuki nói Thiền là cách mạng Tâm linh, như trên đã nói Thiền là con đường đi ngược lại dòng đời. Hơn thế nữa, cần đi xa hơn nữa, Thiền không phải là để khám phá bộ máy Nội Tâm (hay Nội Thức) mà là để nhìn về Phật Tánh. Nội Tâm là rác rưởi của đời sống điên đảo cần chùi bỏ, phế thải; là căn nguyên của Ma chướng trong Thiền Định mà Đức Phật gọi là Ma Ngũ Ấm trong kinh Lăng nghiêm.

Như trên đã nói, Bản lai Diện mục là Bạn Tâm tự tánh/Chân không. Sự nhiễu loạn của Bản tâm là thấp nhất (=zero) có thể diễn tả bằng độ nhiễu loạn nội tại (Entropy của Luật thứ hai của Nhiệt Động học. Theo luật trên, Entropy chỉ có thể thêm nhưng không thể giảm vì đặc tính nội tại đượcđược làm ra như thế. Cho nên với đời sống trong xã hội này (tương ứng với Entropy cao), việc đi về Cbân Tâm/Chân Không là rất khó khi nói về thế giới vật chất của Vật lý, Nhưng đứng trên phương diện Tâm linh thì khác, con đường về nhà của Tâm linh là tự nhiên. Điều đó phản ánh sự trái ngược rất căn bản giữa thế giới Tâm linh và thế giới vật lý!

II. Ý chí trong Thiền Định là rất quan trọng
Vì Vọng Niệm nên mới có thế giới này, vì Vô minh nên lạc vào biển Mê như trẻ thơ đi lạc xa Gia đình. Đi trở về để tìm lại Bản Lai Diện Mục là một quyết định hợp lý. Đức Phật nói quyết định trên không phải là tự nhiên và cũng không phải là nhân duyên, mà là sự quyết tâm. **Sự quyết tâm là tánh của Chân Không**. Đức Phật nói với Ngài A Nan:
" - Nếu có sự chẳng sanh, chẳng diệt gọi là tự nhiên, thì tâm tự nhiên này là do sanh diệt đã sanh mà hiện, ấy cũng là pháp sanh diệt, chẳng phải Bồ Đề. Cái lý chẳng sanh diệt kia gọi là tự nhiên, cũng như các tướng lẫn lộn thành một thể của thế gian, gọi là tánh hòa hợp; cái chẳng hòa hợp thì gọi là tự nhiên. Tự nhiên chẳng phải tự nhiên, hòa hợp chẳng phải hòa hợp, tự nhiên và hòa hợp đều lìa, có lìa có hợp đều sai, đến chỗ này mới được gọi là pháp chẳng lý luận.
Nếu dựa vào chỗ này để thủ chứng Vô Thượng Bồ Đề và Niết Bàn thì quả Phật vẫn còn cách xa lắm. *Tại sao? Vì chấp do dụng công tu chứng mà có*

sở đắc vậy. Kỳ thật, Bồ Đề Niết Bàn vốn sẵn đầy đủ, chỉ có thể sát na ngộ nhập, chẳng do nhiều kiếp siêng năng tu chứng mà được, dẫu cho nhớ hết diệu lý thanh tịnh như cát sông Hằng trong mười hai bộ Kinh của mười phương Như Lai, chỉ càng thêm hý luận"(ý nói sự Tự nhiên mà đại chúng nói không phải là Vô Sanh Vô Diệt. Cho nên Tu hành không thể phát xuất từ sự tự nhiên).

Krishnamurti nói:
"Cuộc khủng hoảng hiện nay của nhân loại là vô tiền khoáng hậu, cần phải cấp tốc cứu chữa như cứu chữa một ngôi nhà đang cháy."
(Câu nói trên tương tự như trong kinh Diệu Pháp Liên Hoa khi Đức Phật đưa ra thí dụ một ông phú hộ muốn cứu con đang vui chơi ra khỏi nhà đang cháy bằng cách hứa hẹn cho xe quý để chơi ở ngoài nhà cháy).

Tu hành và Thiền Định là con đường đi ngược lại dòng đời, nên cũng phải là tự ý. Đức Phật hay dùng từ "Phát Tâm "chẳng hạn như:

*Lúc bấy giờ, Thế Tôn thương xót hàng Thanh Văn, Duyên Giác trong hội chưa được **tự tại nơi tâm Bồ Đề**, và những chúng sanh **phát tâm Bồ Đề trong đời mạt pháp**, khai thị pháp tu nhiệm mầu của Vô Thượng Thừa, bảo A Nan và đại chúng rằng:*
*- Các Ngươi quyết định **phát tâm Bồ Đề**, đối với pháp Tam Ma Đề (=Thiền Định) nhiệm mầu của chư Phật, chẳng sanh mỏi mệt, trước hết nên biết hai nghĩa quyết định trong lúc **mới phát tâm**.*
- Thế nào là hai nghĩa quyết định lúc mới phát tâm?
*(1) A Nan! Nghĩa **thứ nhất**: Nếu các Ngươi muốn lìa bỏ Thanh Văn, tu Bồ Tát Thừa, nhập Tri Kiến Phật, thì nên xét kỹ chỗ phát tâm của nhân địa, với chỗ giác ngộ của quả địa là đồng hay là khác? A Nan, nếu ở nơi nhân địa, dùng tâm sanh diệt làm cái nhân tu hành, để cầu cho được quả chẳng sanh diệt của Phật thừa thì chẳng đúng.* (ghi chú: ý nói cầu giải thoát mà dùng hành động Vô thường là không được= ý nói ý chí là tự ý không do ai xúi dục).úi
(2) Do nghĩa này, Ngươi nên xét kỹ vạn vật trên thế gian, các pháp có thể tạo ra đều phải biến diệt. A Nan, ngươi hãy xem các pháp có thể tạo ra, có cái nào chẳng hoại chăng? Nhưng chẳng bao giờ nghe nói hư không biến hoại. Tại sao? Vì hư không chẳng phải là vật sở tạo, cho nên chẳng thể biến hoại. (Kinh Lăng Nghiêm) (ý nói nếu phát tâm do xúi dục thì khi người xúi dục biến đi thì sẽ hết ý chí).

(Kinh Lăng Nghiêm)
(Ý nói: Duyên hay tự nhiên là vô thường không bền vững nên không dựa vào đó Phát Tâm Bồ đề Vô thượng, chỉ là trò đùa).

Thí dụ điển hình nhất là trường hợp Tổ Huệ Khả khi cầu Bồ Đề Đạt Ma, Ngài chặt nguyên cánh tay để bày tỏ ý chí An Tâm của Ngài.

Trong Lục độ Ba La Mật (Bố thí, Trì giới, Nhẫn nhục, Tinh tấn, Thiền Định, Trí huệ Ba-la-mật), Tinh tấn đi trước TD/Thiền Định. Tinh tấn gồm Ý chí là thành phần cốt lõi. Ý chí phải được biểu lộ bằng thể hiện. Tuy TD là tự nhiên nhưng vì con người đã qua nhiều vô số kiếp sống trong Thất điên bát đảo nên đã quen với điên đảo hơn là tự nhiên. Cho nên bước đầu của TD bị xem như bị ràng buộc chứ không tự nhiên. Giống như đứa trẻ quen vui chơi, xem việc học hành không là tự nhiên và đặc quyền phước báu. Em bé con nhà nghèo ham học xem việc đi học là một ân huệ.

Thể hiện Ý chỉ trong Thiền Định qua tư thế ngồi: Ngồi kiết già = ý chí cao nhất, hay bán kiết già hay xếp bằng không tréo chân.. Ngồi trên ghế, đi bộ, vừa đi vừa thiền là xem như thiếu ý chí và khó có thể nghiệm tâm linh, và có thể làm mất đi ý nghĩa ngồi thiền. Lại nữa ngồi chắp tay trước bụng , thẳng lưng thẳng cổ cũng cần ý chí. Chú tâm vào hơi thở hay mắt Trí huệ là tối cần thiết là cần Ý chí. Ngủ hay mê mang khi ngồi là vì thiếu Ngủ và thiếu Ý chí. Ngồi thẳng chân, chờ hết giờ thiền là thiếu ý chí. Kinh nghiệm của người tu thiền là: Ý chí sẽ làm mất đi sự mỏi mệt của chân. Cơ sở TK là Mạng Chính: Thùy Đảo/Insula- Giải Bao trước/ACC (Angular Cingulate Cortex). Insula là VN có nhiệm vụ suy tư. ACC có nhiệm vụ so sánh, đánh giá cái mới.

Vùng NB phụ trách Ý chí là mạng Chính Insula-ACC. Insula /Vỏ Não Đảo chuyên về suy nghĩ sâu và ACC/Giải Bao trước khám phá sại biệt Thông tin mới và thông tin trong Nội Thức có kết nối với vmPFC phần NB về Đạo đức.

Trong kinh Hoa Nghiêm , khi nói về Bồ Tát Sơ phát tâm Công Đức, Pháp Huệ Bồ tát thừa thần lực của Phật nói:

Thưa Phật tử! Bồ Tát Sơ phát bồ đề tâm được bao nhiêu công đức?
Pháp Huệ Bồ Tát nói:
Nghĩa đó rất sâu, khó nói, khó biết, khó phân biệt, khó tin hiểu, khó chứng, khó làm, khó thông đạt, khó tư duy, khó đạt lượng, khó thu nhập.
Tuy nhiên, thừa oai thần của Đức Phật, tôi sẽ nói cho ông.
Này Phật tử! Giả sử có người đem tất cả đồ sở thích cúng dường chúng sanh trong vô số thế giới ở mười phương trọn một kiếp; rồi sau đó dạy họ thọ trì ngũ giới thanh tịnh. Cứ theo ý ông, công đức của người này nhiều chăng?
Thiên Đế thưa: "Công đức của người này, trừ Phật ra, không ai có thể lường được."
Pháp Huệ Bồ Tát nói: "Này Phật tử! Công đức của người này đem so với công đức với sự phát tâm của Bồ Tát chẳng bằng một phần trăm, một phần ngàn, một phần trăm ngàn, một phần ức, một phần trăm ngàn na dô thức, một

phần số, một phần ca la, một phần toán, một phần dụ, <u>*nhẫn đến chẳng bằng*</u>
<u>*một phần ưu ba ni sa đà.*</u>

III. SỰ CHÚ TÂM/ Ý VÀ SỰ THỨC TỈNH
A. Tổng quát và sự thức tỉnh

Sự chú tâm là bước khởi đầu cho Thiền Định (TD) và tu hành. Trong tất cả phương pháp thiền kể trên, cách Thiền kết hợp với thể thao, Yoga, đều có thành phần chú tâm. Thí dụ trong Asana Yoga Thiền về Thân thể như tập thể thao, hành giả phải chú ý vào các cử động và thế thăng bằng của cơ thể. Sự chú ý đó đồng nghĩa với sự chú ý trong TD. Học hành, đọc sách cũng cần sự chú ý tương đương như trong Thiền Định. Sự khác biệt của chú ý trong Thiền Định là sự hạn chế tối đa (nhưng chưa thể cắt đứt hoàn toàn) thông tin từ 6 căn (ngũ quan và TR).

Trước khi có Chú Ý là sự thức tỉnh. Sự thức tỉnh được dựng nên do lưới Kích Thượng ở Cuốn Não kich động Vỏ Não biểu hiện sóng gamma, ức chế trung tân Ngủ với Orexin và tiết ra các chất liên kết thần kinh/Neuro transmitters như Glutamine và Acetylcholine (cũng do Basal Forebrain). Không thức tỉnh Thiền là gần như sự nghĩ ngơi không có ý thức và sự ngủ, Nhất là trong thiền Minh sát, sự khác nhau cua thiền và không thiên là Thỉnh thưc, Chú ý để có Chanh Niệm

B. Tại sao cần Chú Tâm Ý trong TD?

Tu hành là dứt đi Lục Nhập, Thập nhị Xứ và Thập bát Giới là căn nguyên tạo ra màng Vô minh.

NB được trang bị hệ thống rà tìm thông tin trong Nội thức để so sánh với thông tin mới nhận được từ ngoại biên qua đồi não. Đó là ACC, nó luôn luôn hoạt đông trừ khi ngủ. Thông tin từ Nội thức do ACC lấy ra và thông tin ngoại biên cần được loại bỏ bằng cách chú tâm vào mục tiêu đơn giản. Sự loại bỏ này được thực hiên bởi mạng quản lý dlPFC-IPS. dlPFC nhận chỉ thị từ mạng trung ương Insula-ACC: Isula làm sự quyết tâm và ACC thực thi. Quyết tâm chuyển đến dlPFC. dlPFC chỉ thị để IPS chú tâm vào mục tiêu định sẵn và gạt bỏ đi thông tin khác.

Nội thức có cơ sở là Mạng Mặc Định MMD, Trong suy nghĩ , MMD hoạt động mạnh để thu hồi kinh nghiệm quá khứ (TN). Trong TD, TN bị gạt bỏ nên MMD yên nghỉ.

C. Trong thiền định270
C. Trong thiền định (H5.1)

Sự chú tâm vào mục tiêu hạn chế sẽ kích hoạt ACC nhìn vào nội thức kéo ra thông tin nội thức là các Nghiệp.Như đã nói trên thông tin này khác vớ mục tiêu chú ý đã được định sẵn nên không được lưu tâm vì vậy không được tái bảo tồn nên sẽ bị huỷ hoại.

là supramarginal gyrus giữ vai trò về tình cảm và tiếng nói . Angular gyrus có vai trò về các con số, ngôn ngữ, không gian, chú tâm và thu hồi TN, đoán tâm người khác. Ngoài ra còn giữ nhiệm vụ ước lượng chiều sâu không gian để làm thành hình 3-chiều. IPS là trung tâm hành động của mạng quản lý dlPFC-IPS cho chú ý thị giác. *Vì vậy IPS là trung tâm chọn lọc mục tiêu chú tâm, và nói rộng hơn là trung tâm làm nên **tâm chạy lăng xăng.***

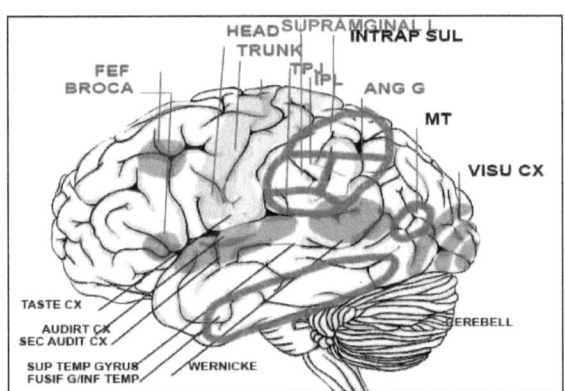

H5.1

Trong Thiền định: Đường dẫn truyền trên- *Thức tỉnh/Chủ Tâm (Mindfullness) V1> SPL (Superior Parietal Lobe) > hMT>PPC>VN Vận động>Frontal Eye Field:* chuyên về vận động /hành động để chủ về phương cách - không có Tri Thức nếu không có đường dẫn truyền dưới.

    i. Hệ thống Trên hay Trên xuống khi chú ý vào mục tiêu như con mồi, thú vật cũng cần phải quan sát lướt qua môi trường xung quanh. Hệ thống trên xuống là để quan sát. Mindfulness/ Chủ quan, chuyên Tâm/Tri thức, cần dùng Phật Tánh luowst qua xung quanh mục tiêu.

    ii. Hệ thống Dưới lên là hệ thống rất cần thiết cho mọi sinh vật để trường tồn vì nó cho sự Hiểu Biết tổng quát/Awareness một cách khách quan. Hệ thống Hiểu biết nầy cần dùng Phật Tánh toàn diện để có sự hiểu biết như thị.

    Cho nên khi chú ý nhiều vào mục tiêu, người ta có thể giảm mất Phật Tánh, nhưng khi nhìn vấn đề một cách tổng thể luôn luôn có Phật Tánh kèm theo. Sự chú ý vì vậy có thể đưa đến sai lầm trong Tri thức do thiếu yếu tố khách quan và Phật Tánh. Vì vậy nhiều khi người quan sát cần ngưng chú ý để có cái nhìn tổng thể. Hiện tượng trên có thể là cơ nguyên khi nhà quan sát Vật lý học cố gắng xác định hiện tượng Hạt và Sóng trong ánh sáng. Khi quá chú ý đến Hạt thì người ta chỉ thấy ánh sáng ở dạng Sóng và ngược lại.

Nhắc lại, Tri thức, Trí Tuệ và sự hiểu biết đều cần phải có Phật Tánh tham dự vào tiến trình. Không có Phật Tánh như trong Cotard's syndrome thì không có Tri thức và hiểu biết.

Trong Thiền Định, hai hệ thống Lưng và Bụng tương đương như trên cũng được xử dụng tùy theo phương pháp chú ý.
Tùy theo sự chú ý: Thị giác, thính giác, suy nghĩ... Vùng Não Bộ (NB) dùng cho sự chú tâm thay đổi theo nguồn cung cấp và đối tượng.
Nguồn cung cấp:
- **Thị giác**:

Vùng NB dùng là PFC : dorsolateral PFC (dlPFC), Frontal Eye Field (FEF), Parietal Cortex (PPC/Posterior Parietal Cortex gồm IPS và TPJ), kết nối với VN Thị giác. Từ đó có hai luồng :

-**Luồng Dưới**/ Hệ thống dưới lên, đi trước và có thể kéo dài lâu hơn hệ thống đi từ V1 đến VN thái dương dưới để có cái nhìn tổng thể tình cảm dùng để thu thập thông tin một cách tổng quan trước khi nhắm vào mục tiêu.

Thông tin từ thế giới bên ngoài (Trần) nhập vào Căn tương ứng gọi là Nhập (Perception như trong "Lục Nhập"). Vì vậy cường độ thông tin bên ngoài càng lớn thì Nhập càng lớn và kết quả là sự chú tâm bị lôi kéo về đó. Vì vậy trong sự chú ý, những kích thích không cần thiết cần phải bị làm mờ nhạt đi bởi Lưới Đồi Não bao quanh Đồi Não.

- **Luồng Trên** đi đến VN Premotor và đến Frontal Eye Field để chú ý vào mục tiêu: bắt đầu sau 120 msec và có thể kéo dài 300 :
- **Xúc giác tương** tự như trên: **Thở, Thiền Vipassana** hệ thống trên là Ý căn, và dưới về Tự cảm thở (vùng Não Đính sau giữa (Delhaye 2018))

Đường trên kết nối với VN Premotor/Motor.
Đường Dưới Kết nối với VN Thái dương để có Tình cảm và Tri Thức (Zanesco 2013, Raffone 2010, Tăng 2015, Bernajee 2019
Khi chú ý Superior Colliculus, Thalamus, Basal Ganglia, Mesolimbic (VTA, Subthalam Rauss 2013, Long 2018).

Khi chú tâm NB dùng hai hệ thống chú Ý Trên Xuống và Dưới Lên. Trong Thiền Tứ Niệm Xứ, Hệ thống Trên dùng để chú ý vào nhịp thở vào ra, Hệ thống Dưới dùng cho cảm nhận Bụng phình ra hay xẹp xuống hay các cảm nhận khác của cơ thể. Sự chú ý vì vậy được cột chặt.
Vì hệ thống trên và dưới không mang thêm thông tin mới nên Nội Thức bị tự kích động. Đặc tính của Nội Thức trong trường hợp này là "Tiên

đoán xem cái gì sắp xảy ra". Không có thông tin mới, Nội Thức đi tìm thông tin có sẵn nhưng sâu xa hơn để làm việc.

Để chống lại hệ thống Dưới lên, phương pháp Thiền Định chỉ dẫn người hành thiền xử dụng cả hai hệ thống Trên xuống và Dưới lên cùng một lúc.

Mỗi lần chú ý, người ta dùng một trong ba Căn thông dụng là hệ thống Thị, Thính và Thở (xúc giác Tự cảm). Mỗi hệ thống đều có luồng dẫn truyền Trên và Dưới.

Hai luồng dẫn truyền nầy hoạt động song song nhau và ức chế điều hợp lẫn nhau. Khi dùng hệ thống luồng Dưới lên thì hệ thống Trên xuống sẽ giảm hay ngừng hoạt động. Luồng dẫn truyền Trên và Dưới có thể thuộc hai hệ thống khác nhau như Luồng Trên về Thị giác, Luồng dưới về Thính giác. Hiện tượng được xử dụng rất hiệu nghiệm với những người móc túi ngoài đường: một kẻ gian làm đãng trí người bị móc túi bằng các thủ thuật khác nhau để kẻ gian thứ hai thực hiện chủ đích móc túi.

v. Các phần bộ hỗ trợ:
TPJ, FEF, Superior Colliculus điều khiển đầu mắt cho sự chú ý
Đồi Não thanh lọc thông tin tránh nhiễu loạn
vmPFC, PCC HIPPO Trí nhớ để lựa chọn mục tiêu.

D) Các Hệ thống Chú Ý của NB.

Vận hành bằng sự điều khiển của Mạng quản lý dlPFC-IPS

1. Vai trò của AcetylCholine từ PPT LDT/Lưới Đồi Não và Basal Forebrain (BF) trong sự Chú Tâm.

PPT LDT và BF là một trung tâm cho sự chú ý (và còn có các chức năng Ngủ) . Vì BF phát triển cao chỉ ở người và không có hay ít ở động vật thấp cho nên Acetylcholine từ các nhân nầy chỉ có nhiệm vụ thúc cho TR và trong mộng trong ngủ REM. Acetylcholine từ nhân BF giữ vai trò quan trọng trong sự hiểu biết (TR+sự hiểu) và khai ngộ.

*Chú ý lâu làm giảm Thức tỉnh và làm nên mê man vì **cắt mất nhiều liên lạc trong Não Bộ**, vì chú ý lâu làm công việc chú ý trở thành tự động, nên kết nối trong Não Bộ giảm đi và làm Ngủ gục trong Thiền Định. Áp dụng thực tiễn nhất trong sự Chú ý là cơ thể dùng chú ý vừa phải khi đang nằm để ru vào giấc Ngủ trong bịnh Thiếu ngủ.*

2. Đồi Não và Lưới Đồi Não/LDN (H5.2A,B)

a. **Đồi Não (DN)** là trạm tiếp liên chính của thông tin từ ngoại biên (4 ngũ quan loại trừ Khứu giác dùng hệ thống riêng). DN lưng (dorsal) chuyển cảm giác lên Vỏ Não: trên ngoài về thể chất (hệ thống lưng) và cảm giác liên hệ đến tinh thần vùng giữa. Vùng Vỏ Não giữa nầy liên hệ với hệ thống Vành trước gây nên cảm giác mạnh.

b. Hệ thống LDN

DN được bao bọc bởi một hệ thống chất xám làm thành một mạng lưới mỏng, chia ra từng vùng có chức vụ riêng cho mỗi loại cảm giác. Lưới Đồi Não có nhiệm vụ ức chế qua chất GABA. Vì vậy cảm giác mạnh không thích hợp sẽ bị loại bỏ.

Các vùng LDN là vùng áp sát với nhân DN cho mỗi loại cảm giác. LDN gạt bỏ những thông tin không thích hợp. Vì NB là hộp tiên đoán và trông chờ thông tin thích hợp. Cơ chế tương tự như hệ thống lọc âm thanh trong Head phone có chức vụ giảm âm rối loạn (Noise reduction).

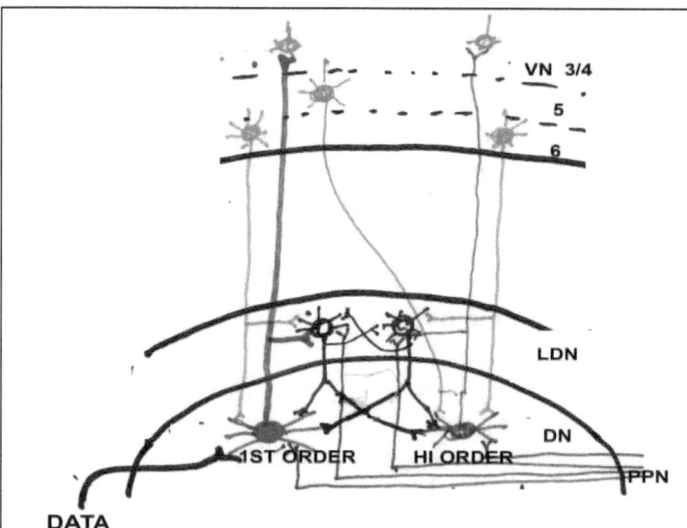

Hình 5.2 Lưới Đồi Não, làm màng lọc trong kết nối Đồi Não Vỏ Não CN (Sherman 2016). Pedunculopontine nucleus (PPN)
Thông tin đến Đồi Não (DN), Tế bào TK 1st order và High Order chuyển lên VN tầng 3 và 4. Tế bào TK VN tầng 5,6 chuyển chỉ thị đến Lưới DN và DN để kiểm soát làm công việc LỌC ÂM THANH với sự giúp của tế bào PPN.

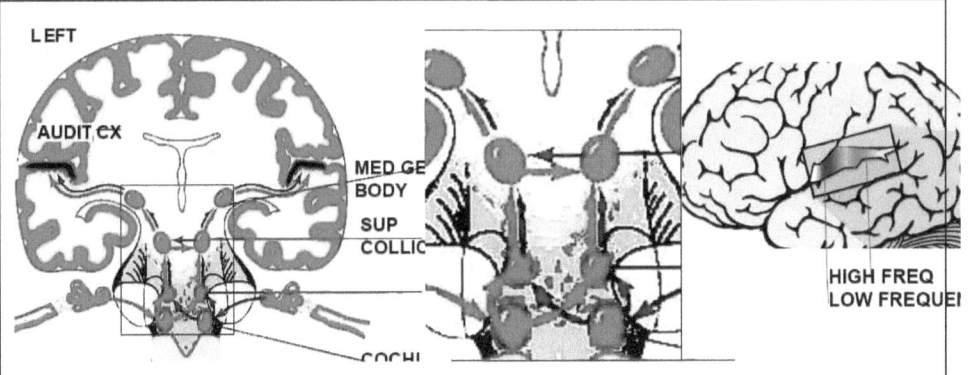

H5.4 Đường dẫn truyền thần kinh thính giác đến nhân Cochlear N. chia ra đi lên cùng bên và chéo đến Olivary N. đến Superior Colloiculus chia ra đi lên thẳng hay đi chéo lần thứ hai rồi đến VN thính giác. Đường dây Thính giác bên Phải đến VN phía sâu hơn bên Trái. Âm thanh bên Tai Phải luôn luôn mạnh hơn bên Trái.

HI: High Order chức vụ cao lọc (**ức chế**) âm thanh.

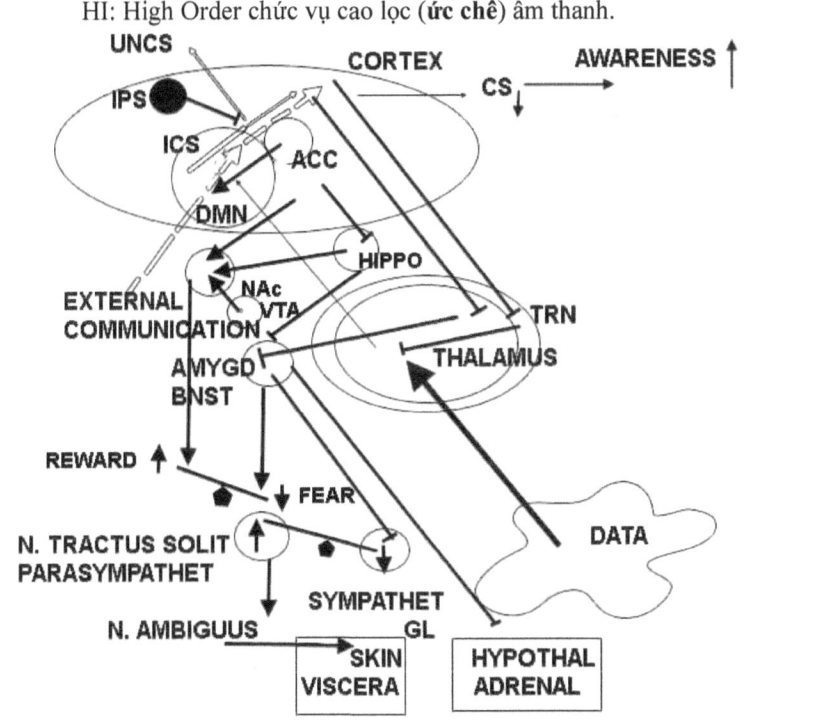

H5.1B: Sơ đồ: Thiền Định (mũi tên đen) gồm Thông tin, TR ngũ giác và Tâm chạy bậy bạ bị giảm hay chận lại khi đến DN và chỉ có một phần thông rin đến Vỏ não (cảm giác và TR). VN gởi thông điệp ức chế DN Amydala, BNST /Bed Nucleus of Striata Terminalis (Chất kết nối: GABA) (cảm xúc, Sợ), HIPPO (TN) Hypotha trục Hypothalamus-Pituitary-Adremal (HPA, làm cảm xúc lo âu) và hạch Giao cảm/Sympathetic. Hệ Giao cảm bị ức chế làm hệ Đối Giao cảm /Parasympathetic hoạt

động tăng lên (Sherman 2016) Mũi tên mở hoạt động chỉ được kích hoạt trong Thi Định: Nội Thức bị giảm thông tin ngoại biên *và Tri Thức/TR* nên phản ứng lại, gởi thôn tin ngược về DN rồi đến VN da (trong cơ chế Hồn nhập thân).. vmPFC của MMD có t nhận thông tin từ Hồn ngoài cơ thể.(chú ý: trong trường hợp KHÔNG thiền, thông t ngoại biên luôn luôn cần được so sánh bởi thông tin trong Nội Thức để làm ra TR).
Tóm lại DN Amyd và hạch Giao cảm, Hypotham, Pituitary gland, Adrenal Gland bị ức c hay giảm hoạt động. MMD giảm hoạt động nhưng Nội Thức phản ứng ngược lại vì v Nội Thức và Vỏ não tăng hoạt động.

i Thức phản ứng ngược lại vì vậy Nội Thức và Vỏ não tăng hoạt động.

Sau đó Nội Thức được kích động được thu hồi về hiện tại sẽ được rửa sạch bằng cơ chế Hủy tạo TK như đã trình bày trong phần TN.

3. VỎ NÃO dorsolateralPFC/lPFC-IntraParietal Sulcus/IPS và HỆ THỐNG TRÊN XUỐNG DƯỚI LÊN.

dlPFC-IPS là mạng quản lý dưới sự điều khiển của Mạng Chính Insula/-ACC. Mạng chính ra quyết định . Mạng quản lý liên hệ đến các phần NB khác nhau tùy theo mạng Chính lựa chọn giác quan hay cơ quan nào.

IV. Thiền Định.
A. Pháp Thiền Định (H5.2).
Phương pháp tu phổ thông nhất hiện nay là Tịnh Độ và Thiền Vipassana/Minh Sát. Sau 25 vị Bồ tác và A La Hán, Bồ tác Quán Âm trình bày sau chót về pháp môn Quán âm: "Chú tâm nghe theo dòng Âm thanh không phải tự Tại mà từ cõi Siêu Thế gian để Định Tuệ. Ngài Văn thù sư Lợi được Đức Phật mời đã nói đó là Pháp của Ngài, của Phật A Di Đà và vô số Phật Bồ tác tu để thành Chánh quả là pháp Quán Âm. Cuối hội Đức Phật Thích ca kết luận là Ngài A Nan và người tu đời Mạt pháp nên dùng phương pháp này để tu (dù trước đây Đức Phật nói pháp Tứ Niệm Xứ là con đường duy nhất để tu. Ngài A Nan là người đã khai ngộ, giống như người đã được cho một lâu đài có nhiều cửa. Nhưng Ngài không biết phải đi vào bằng cửa nào và không có chìa khóa để mở cửa. Khi Đức Phật nhập Niết bàn Ngài A Nan chưa được kết tập vào các vị A La Hán để đọc lại Kinh mà Đức Phật đã giảng. *Chỉ 7 ngày sau đó mới chứng A La Hán.*
Phương pháp Tịnh độ thường được xem là Tiệm tu, mong được vãng sanh ở Cõi Tây phương để tiếp tục Tu nữa. Phương pháp Vipassana được Đức Phật chỉ ra trong Kinh Tứ niệm xứ. Người tu có thể chứng quả A la Hán trong một tuần, tháng,... hay năm. Theo kinh Đức Thế tôn nói một con đường duy nhất để thanh lọc bản thân, bớt phiền não, tiêu trừ đau khổ để đạt chánh Đạo, nhập Niết bàn, đó là phương pháp Tứ Niệm Xứ. Ở Miến điện ngày nay, những khóa học thiền Vipassana được rao giảng là Thiền Vipassana là

phương pháp chính của Phật giáo. Nhưng đó cũng là tùy cách hiểu và suy nghĩ.

Kinh Lăng Nghiêm kể lại trong giáo hội với Đức Phật, hai mươi lăm vị Bồ tác trình bày phương pháp tu của mình để được khai ngộ. Ngài Quán thế Âm được nhập Hội. Nhưng nếu Đức Phật Mâu Ni tu Tứ niệm xứ thành công thì tại sao Đức Phật lại khuyên người đệ tử thân cận nhất của Ngài tu Pháp môn khác. Nếu đó là sự thật, cũng có nhiều lẽ để giải thích như tùy duyên, tùy tâm tính hay tùy hoàn cảnh. Nhưng những lý do vừa kể có thể nào vượt qua được oai thần của Đức Phật, nhất là khi kinh nói pháp môn Quán Âm tốt cho đời mạt pháp. Bồ tác Văn Thù Sư Lợi kệ rằng:

Kệ:	Dịch:
Lục dụng giai bất thành.	*Lục dụng đều chẳng thành.*
Trần cấu ứng niệm tiêu,	*Trần cấu ngay đó tiêu,*
Thành viên minh tịnh diệu.	*Thành sáng tỏ trong sạch.*
Dư trần thượng chư học,	*Ngôi học còn dính bụi,*
Minh cực tức Như Lai.	*Cực sáng tức Như Lai.*
- Đại chúng cập A Nan,	*- **Đại chúng và A Nan**,*
Triền nhữ đảo văn cơ.	*Xoay cái văn điên đảo.*
Phản văn văn tự tánh,	*Phản văn bản tánh văn,*
Tánh thành vô thượng Đạo,	*Mới thành vô thượng Đạo,*
Viên thông thật như thị.	*Viên thông thật như thế.*
- Thử thị vi trần Phật,	*- Đây là vô số Phật,*
Nhất lộ Niết Bàn môn.	***Một cửa vào Niết Bàn.***
Quá khứ chư Như Lai,	***Quá khứ chư Như Lai**,*
Tư môn dĩ thành tựu,	*Do cửa này thành tựu,*
Hiện tại chư Bồ Tát.	*Hiện tại chư Bồ Tát.*
Kim các nhập viên minh,	*Mỗi mỗi vào diệu minh,*
Vị lai tu học nhân,	*Người tu học vị lai,*
Đương y như thị pháp.	*Nên y theo pháp này.*
Ngã diệc tùng trung chứng,	*Chẳng những Quán Thế Âm,*
Phi duy Quán Thế Âm,	***Ta chứng cũng cửa này**,*
- Thành như Phật Thế Tôn,	*- Đúng như lời Thế Tôn,*
Tuân Ngã chư phương tiện,	*Hỏi về các phương tiện,*
Dĩ cứu chư mạt kiếp,	*Để cứu độ mạt kiếp,*
Cầu xuất thế gian nhân,	*Người cầu pháp xuất thế*

Lại nữa, pháp QA là cửa chung cuối cùng để chứng ngộ của Chư Phật trong khi pháp Minh sát là pháp môn để tu chứng đến A La Hán. Một điều gần hiển nhiên là pháp môn Quán Âm khó có thể thực hành khi chỉ dựa vào kinh sách (vì hiện nay ít có vị Thầy nào truyền dạy pháp môn này, khi đem so sánh với pháp môn Vipassana). Thiền sư Thích Thanh Từ giải thích là pháp QA chỉ để truyền cho người có căn cơ (nghe được nội âm) và khai ngộ. Có lẽ Thiền sư đã không sai, rằng người tu pháp môn QA dễ đi vào đường mê và hành động sai lầm. Điều đó cũng tương ứng với kinh sách: Trong Kinh Lăng Nghiêm sau khi giảng pháp QA, kinh đã giảng giải rõ ràng về các bệnh Ma chướng mà người tu gặp và dễ bị lầm tưởng rằng mình đã là Thánh nhân khi chưa đạt được đẳng cấp, dù đã có nhiều thể nghiệm tu chứng và đạt nhiều viên thông. Trái lại khi giảng giải về pháp tu Tứ Niệm Xứ , Đức Phật đã không dài dòng nhiều về Ma Chướng. Để làm sáng tỏ vấn đề hơn, bài viết là tra cứu lại hai phương pháp Vipassana và QA qua sự hiểu biết hiện thời qua Khoa học NB.

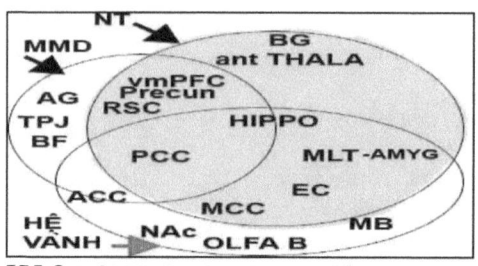

H5.2 **Nội Thức, MMĐ và Hệ Vành**

C. Lục Căn (gồm Ngũ Căn và Ý Căn): *Lục mở Nhất tiêu.*

Vốn là Vô Ngã, bình đẳng không thiên vị, nhưng vì ô nhiễm Trược nên trở thành vô minh, đảo điên, tương ứng với Nội Thức ô nhiễm vô minh với Y tha Sở tánh (quan niệm phổ thông được xem là ý kiến phổ thông và vô minh trong Duy Thức Học Phật giáo) và Biến sở chấp (Thiên kiến). Đức Phật ví sáu Trược trên như sáu lần thắt gút trên tấm khăn. Muốn trở về trạng thái nguyên thủy của khăn hay cội nguồn của con người thì mở gút ra/hay chùi bỏ vô minh. Khi mở gút thắt phải nhắm vào cái gút thắt chứ không phải mở từ hai đầu của cái khăn. Khi mở được một lần thắt gút thì cũng mở được các thắt gút còn lại (lục mở), thì cái khăn thông suốt hết gút mắc (nhất thông).

Về Não bộ học cũng vậy. Thí dụ người mù bẩm sinh hay một thời gian ngắn sau khi sanh, xem như không thấy cảnh vật thế giới. Trong Não Thái dương (dưới/ Inferior Temporal Lobe) có vùng não Visual Word Form Area (VWFA; Striem-Amit 2012, Cohen2000; Dehaene and Cohen, 2011; Schlaggar and McCandliss, 2007) còn gọi là Ventral occipito-temporal córtex Trái (vOT; Price, 2012; Price and Devlin, 2011; Wandell, 2011) được kích động khi đọc chữ, cơ chế gần giống như khi đánh note nhạc, nhạc sĩ hình dung ra ngay note nhạc viết trong bản nhạc. Ngược lại khi thấy note nhạc, nhạc sĩ nghe được âm thanh trong đầu. Cũng như vậy, ở người mù cảm giác từ các giác quan khác cũng được phục hồi ít nhiều qua cơ chế tương tự. Vì vậy Đức Phật giải thích là khi gỡ bỏ hết một trong lục căn thì các căn kia cũng sẽ được tháo gỡ tương tự, thì Trí tuệ sẽ viên thông (=nhất tiêu cái nghẽn của Trí tuệ).Để tìm ra phương cách cởi mở cái gút thắt của lục căn Đức Phật

mời 25 vị Bồ Tác và A La Hán nói về pháp tu của mình (Quyển 5, kinh Lăng nghiêm): Mười Vị đã dùng một trong bốn giác quan (ba Vị : Âm thanh, ba Vị hơi thở (Nội giác=Proprioceptive), hai Vị: Xúc giác, hai Vị mỗi Vị dùng Hương, Vị), 15 Vị còn lại: dung cửa Ý (TR). Cửa Ý, được dùng bởi mọi phương pháp để cuối cùng vào Nội Thức và Phật Tánh. Thị giác luôn luôn được dùng trong mọi pháp, pháp nào cũng thấy ánh sáng và cảnh giới.
1. Kiều Trần Nhdư (Lời giảng kinh Phật),
2. Ưu Ba Ni Sa Đà (**TR Thị Giác**),
3. Hương Nghiêm Đồng Tử (**HƯƠNG TRẦN**),
4. Pháp Vương Tử Dược Vương và Dược Thượng (**VỊ GIÁC**),
5. Bạt Đà Bà La cùng các bạn mười sáu Đại Sĩ (**XÚC GIÁC**),
6. Ma Ha Ca Diếp và Tử Kim Quang (PHÁP KHÔNG/**TR**),
7. A Na Luật Đà (XOAY CÁI THẤY TRỞ VỀ BẢN TÁNH/**TR**),
8. Châu Lợi Bàn Đặc Ca (**XOAY HƠI THỞ** TRỞ VỀ TÁNH KHÔNG/**TR**)
9. Kiều Phạm Bạt Đề (**XOAY HƠI THỞ TRỞ** VỀ TÁNH KHÔNG/**TR**),
10. Tất Lăng Già Bà Ta (Quên Thân Thuần Giác/**XÚC GIÁC**),
11. Tu Bồ Đề (Pháp Về Tánh Không/**TR**),
12. Xá Lợi Phất (Tánh Kiến Của Bản Tâm Sáng Tỏ, Sự Sáng Tỏ Đến Chỗ Cùng Cực, Đồng Tri Kiến Phật /**TR** Tánh Kiến),
13. Phổ Hiền Bồ Tát (Tánh Văn của Bản Tâm Sáng Tỏ, phân biệt Tự Tại/**TR** Tánh văn),
14. Tôn Đà La Nan Đà (**Quán Sở Tức**, Tiêu Diệt Hơi Thở Quán Lâu Phát Minh Sáng Tỏ, Dứt Sạch Phiền Não/**TR** Hơi thở),
15. Phú Lâu Na Di Đa La Ni Tử (Pháp Âm Hàng Phục Tà Ma Ngoại Đạo, Tiêu Diệt Tập Khí Phiền Não/Âm thanh),
16. Ưu Ba Ly (Trì Thân, Thì Thân Được Tự Tại, Lần Đến Trì Tâm, Tâm Được Thông Suốt, Rồi Cả Thân Tâm Đều Thông Triệt /**TR**),
17. Đại Mục Kiền liên (**xoay Ý Thức** lăng xăng, trở về tịch lặng, nên diệu tâm sáng tỏ/**TR**),
18. Ô Xô Sắt Ma (quán hơi ấm nơi thân tâm lưu thông chẳng ngại, phiền não dứt sạch, sanh lửa trí huệ, chứng vô thượng giác/**TR**),
19. Trì Địa Bồ Tát (quán thân thể và thế giới hai thứ vi trần chẳng sai biệt, vốn là như lai tạng, do hư vọng phát sanh ra cảnh trần; trần tiêu thì trí hiện, thành vô thượng Đạo/**TR**),
20. Nguyệt Quang Đồng Tử (QUÁN TÁNH NƯỚC MỘT MỰC LƯU THÔNG, ĐƯỢC VÔ SANH NHẪN, BỒ ĐỀ VIÊN MÃN /**TR**),
21. Lưu Ly Quang Pháp Vương Tử (QUÁN SỨC GIÓ CHẲNG NƠI NƯƠNG TỰA, NGỘ TÂM BỒ ĐỀ, VÀO TAM MA ĐỊA,

KẾT HỢP VỚI DIỆU TÂM CỦA MƯỜI PHƯƠNG PHẬT/**TR**),
22. Hư Không Tạng Bồ Tát (QUÁN HƯ KHÔNG VÔ BIÊN, VÀO TAM MA ĐỊA, DIỆU LỰC/**TR** quán Không),
23. Di Lặc Bồ Tát (QUÁN MƯỜI PHƯƠNG DUY THỨC, TÂM THỨC SÁNG TỎ, CHỨNG NHẬP VIÊN THÀNH THẬT, XA LÌA TÁNH Y THA KHỞI VÀ BIẾN KẾ CHẤP, ĐẮC VÔ SANH NHẪN/**TR**),
24. Đại Thế Chí Pháp Vương Tử (NHIẾP CẢ LỤC CĂN, niệm Phật **TỊNH NIỆM TƯƠNG TỤC** VÀO TAM MA ĐỊA/**TR**)
25. **Pháp Quán Âm** : Quán Thế Âm Bồ Tác, Văn Thù Sư Lợi và A Nan.

Tóm lại 25 vị A La Hán và Bồ Tát dùng nhiều phương pháp khác nhau để đạt đến tánh Không/Bản tâm. Trước đó các vị đã công phu qua nhiều kiếp trước khi chứng ngộ. Như vậy phương pháp và pháp môn không quan trọng bằng quyết tâm/Chánh Tinh tấn hướng tân về ChânKhông/Bản Tâm. Theo kinh Lăng, sự chứng ngộ là theo từng giai đoạn, không tức khắc

    D) /Kinh Lăng Nghiêm: Tu Nhĩ Căn Viên thông/Phản Văn Tự Tính, San Mat, Eckankar (Meditation on Light and Sound) và Pháp tu Quán âm (quán Ánh sáng và Âm thanh) Nguyên tắc tu hành là quán Ánh sáng và Âm thanh với chú ý vào Huệ Nhãn. Quán ánh sáng là để sửa soạn cho pháp quán Âm thanh, Pháp môn được đề cập lần đầu tiên trong kinh Phật Lăng Nghiêm cuốn 6 được xem là cuốn sách căn bản và cốt lõi của kinh Phật.
Hãy nghe Quán Thế Âm Bồ Tát bạch Phật như sau:
(chú ý quyển 7-10, kinh Lăng Nghiêm nói về thực hành và kinh nghiệm thực hành)

    i.   **Sở nghe= tai nghe (nghe bằng Thức của Thính giác***)*.
        Bước đầu trong sự nghe *được nhập lưu* (Nghe trong dòng nội âm)
        Khi chú Tâm vào mắt Trí huệ, hay bất cứ điểm nào trên cơ thể, tiếng âm lưu thuộc về thế giới vật chất thường ngày, cao tầng số như tiếng chim, dế réo rắc. Chỉ nghe âm thanh nầy ở tai Phải. Tại sao vậy ?, vì âm thanh ở mỗi tai đều tách ra làm hai dòng đi qua vỏ não thính giác Trái Phải. Đặc biệt âm thanh tai Phải đi vào phía trong sâu hơn Tai Trái. (H5.4 tr 298). Phần sâu và bên trong có lẽ ít bị ảnh hưởng bởi thế giới bên ngoài.

    ii.   **Năng nghe:** (Tri Thức/Thức thứ 6=Vỏ NÃO *Sở nhập* (nhập lưu) *đã tịch* (hết) *, thì hai tướng động và tịnh chẳng sanh, như thế dần dần thêm (***năng nghe***) (Tri Thức/Thức thứ 6=Vỏ NÃO) thì* **năng nghe và sở nghe** *đều hết* [KHÔNG cần dùng đến tai hay Vỏ Não mà vẫn nghe (**nghe bằng TÂM bị nhiễm VÔ MINH=HỒN=Thức thứ 8**];

Khi tiếp tục chú tâm dòng Âm lưu của Sở nghe, thì có nhận biết có dòng Âm lưu thứ hai, trầm hơn và có tánh lan tỏa rộng lớn làm cho thiền nhân như nghe HẢI TRIỀU ÂM. Âm thanh nầy dần dần sẽ rỏ to hơn và cảm nhận đến từ giữa đỉnh đầu. Một bằng chứng dòng âm lưu là NĂNG nghe (Vỏ Não) là như sau.

- Khi nghe Âm thanh nầy thường cảm nhận có điện tích khích động ở đỉnh đầu.Sở dĩ có cảm nhận nầy vì Mạng mặc định (vỏ não PCC, xem himh H4.4 tr 195)) là nơi lưu trữ Trí nhớ cho Nội thực. Thiền trong giai đoạn này là nhìn vào Nội thức. Khi trí nhớ Nội thứ bị kích động, các synapse /giao tiếp thần kinh từ trạng thái yên nghỉ, thành có diên thế (xem hình cấu tao Hồn tr 52)

- Âm thanh nầy thường kích động vỏ Não vận động đầu cổ làm thiền nhân lay động đầu cổ gục ngẵng đầu nhịp nhàng. Biết rằng vỏ não vận động đầu cổ là ở phía đỉnh đầu

→*Sự hết năng sở (TR và thính giác) chẳng trụ.* **Còn biết chẳng trụ thì còn năng giác và sở giác** (Tri Thức về tai nghe và hiểu biết nghe*), nên phải KHÔNG cái năng giác sở giác (TR) thì sự Không đó mới cực viên tròn; năng giác sở giác được KHÔNG đến cùng tột, là nhập chỗ KHÔNG*

Dòng Âm thanh tiếp tục thay đổi (đi lên, sau một thời gian từ 5-30phút hay hơn nữa, các hiện tượng cảm nhận ở đỉnh đầu bớt đi hay biết mất , âm thanh trái lại vi diệu thanh tao hơn và có thể đổi âm điệu. Hiện tượng tương ứng với sự chấm dứt <u>Năng</u> *nghe nhưng có thể* <u>Sở</u> *nghe vẫn còn nhưng không gây trở ngại nghe dòng âm lưu vi diệu của xuất thế gian*

iii. *Năng sở của KHÔNG diệt rồi* (**nghe bằng TÁNH**) *thì tất cả sự sanh và diệt đều hết, sanh diệt đã diệt, thì tịch diệt hiện tiền,* **thình lình siêu việt thế gian và xuất thế gian**"...

Kế đến Đức Phật bảo Văn thù Sư Lợi hãy xem 25 vị Đại Bồ tát, A La Hán mỗi vị trình bày pháp thành Đạo lúc ban đầu. Đức Phật muốn Ngài Văn Thù Sư Lợi chọn phương pháp để A Nan tu để khai ngộ. Văn Thù Sư Lợi chọn Pháp môn Quán Âm, nên thưa:

"Người tu học vị lai, nên y theo pháp này, Ta chứng cũng cửa nầy,... ngoài ra phương tiện khác, đều là oai thần Phật (nhờ Phật độ trì), sáu căn tuy có thuyết, khiến xả bỏ trần lao, Chẳng phải lối Tu chánh..."

Tuy Pháp môn được Đức Phật Mâu Ni đặc biệt khen ngợi, nhưng không bao giờ được miêu tả phải tu thế nào. Ai cũng hiểu lờ mờ là quán âm thanh thế thôi hoặc là niệm Quan Âm Bồ Tát để xin cứu khổ nạn. Tại sao? không ai hỏi ra hay không được hỏi ra và dĩ nhiên không ai trả lời. Không có kinh sách Phật chính thức nào ghi chú cách tu QA. Ngoài lời mô tả của Quán Thế Âm Bồ tác. Âm thanh (hay Ánh sáng) có được không phải từ tai mắt mà là từ Nội Thức. Tùy đẳng cấp Thiền, Ánh sáng và Âm thanh càng trở nên vi diệu khi càng lên cao tùy cấp bậc Thiền.

E. Phương pháp Thiền Quán Âm thanh và Ánh sáng: hệ thống trên xuống: nhìn vào mắt Trí huệ (điểm sau Trán, giữa và hơi trên chân mày. Hệ thống dưới lên: lắng nghe nội âm. Làm như vậy là đã dùng đủ hai luồng truyền dẫn của Não Bộ. Hai hệ thống là:

1. Chú Tâm vào mắt Trí huệ hay lắng nghe Nội âm (đường Lưng của đường dẫn truyền ánh sáng hay âm thanh) Hệ thống Trên xuống nầy là của đường dẫn truyền Ánh sáng khi khởi đầu TD. Sau 5-30 phút, âm thanh nghe rõ. Âm thanh nầy là thể hiện của đường dẫn truyền Dưới của TUỆ.

2. Lắng nghe Nội âm, sau 5-30 phút khiân thanh rõ thi chú ú đến âm thanh, như vậy chự động chuyền sư Nghe thanh Chú y, của Đường dẫn truyền Trên. Từ lúc nầy, Anh sáng sẽ thấy rõ hơn từ đuường dẫn truyền Dưới của TUỆ (xem tiếp tr 310-315 về Nội âm và ánh sáng khai ngộ)

Pháp môn Quán âm, chú ý vào ánh sáng âm thanh rung chuyển để từ đó vượt qua sự nhìn thấy tai nghe, nghe thấy bằng Tâm rồi vượt thế gian để trở thành siêu thế gian. Cần ghi chú là hệ thống Âm thanh luôn luôn thiên lệch sang bên Phải. Điều đó cũng dễ hiểu vì bán cầu Phải có chức phận về suy tư, trừu tượng, tổng quát và nghệ thuật.

Dùng hai hệ thống Trên xuống và Dưới lên để cột Tâm khỏi chạy bậy bạ là phương pháp rất hữu hiệu nhưng không tuyệt đối hữu hiệu. Người Thiền dùng hai phương pháp trên vẫn có thể để Tâm chạy cho đến khi **sự chú Tâm đưa đến chút ít chứng nghiệm những gì có thể lôi kéo Tâm dính chặt mạnh hơn là sự lôi kéo bởi sự vật bình thường trong đời sống.** Trong pháp Quán Âm:

- Chú ý vào mắt Tri Huệ là dùng đường dẫn truyền Trên Xuống, chủ về Định.

- Nội âm luôn luôn thay đổi khi càng vào trong định, như Ngài Quan Thế Âm trình với Phật Thích Ca, Âm thanh là từ tai (sở nghe) (âm thanh nầy thương la cao tần so, tiếng cao như dế kêu. Tiếp đến âm thanh thanh dòng âm lưu có tiếng trầm như tiếng sóng biển (hải triều âm) đó là trên Năng Nghe đến từ Nội Thức. Sau đó, âm thanh không lệ thuộc vào nội thức có căn nguyên từ Vô Thủy Chung từ Phật tánh. Âm thanh trở nên bất tận và luôn thay đổi ve am điệu. Lắng nghe Nội Âm là dùng đường dẫn truyền dưới: khách quan và có tuệ, dựa nhiều lên Phật Tánh nên chú về Tuệ.

Pháp Quán Âm Định là khởi đầu Thiền. Sau khi Định rồi thì Tuệ để soi sáng Nội Tâm với thể nghiệm bắt đầu với ánh sáng khai ngộ và dòng Âm lưu. Pháp Quan Âm có tiến trình đi thẳng vào Thiền Định, cột chặt Tâm ý để Trực chỉ Chân Tâm kiến tánh vì trụ Tâm, Tâm sẽ yên lặng bằng phẳng thanh tịnh và trong trẻo. Ánh sáng từ Nội Thức và Nội Âm thể hiện là do thông tin từ Nội thức được thu hồi về hiện tại nhưng không được chú ý nên chỉ thể hiện bằng ánh sáng hay âm thanh đơn thuần. Thay đổi Não Bộ qua hình ảnh fMRI được biểu hiện bằng sự tăng hoạt động các vùng liên hệ đến đương dẫn truyền Trên Xuống và Dưới Lên. Song song với sự tăng hoạt động trên còn có sự giảm thiểu hoạt động Não Bộ ở Mạng Mặc Định, như đã trình bày trước đây. Đồi Não có nhiều kết nối với Mạng Mặc Định Precuneus, mPFC (liên hệ đến TR) và Hippocampus. Vùng Mạng Mặc Định liên hệ đến lưu trữ Trí nhớ. Trong Thiền Định Mạng Mặc Định hoạt động thấp kết hợp với Đồi Não, thanh lọc thông tin bên ngoài đến bên trong Tâm Thức (Cunningham 2017). Sự giảm hoạt động của Mạng Mặc Định trùng hợp với giảm thiểu sự suy nghĩ tức là hoạt động của Thức thứ 7/ Mạc Na Thức. Không suy nghĩ làm giảm thiểu thu hồi Trí nhớ.

Trong pháp quán Âm không có vấn đề quán Sắc Thọ Tâm Pháp. Phép quán nầy là để tu sữa Nội thức trục đi tâm Ác thế vào tâm Thiện và các tâm Niệm chân thật của mọi sự vật thế gian. Sở dĩ không dùng QUÁN tứ Niệm Xứ là vì pháp QA chỉ dùng cho hàng tu sĩ mà Nội tâm đã trong sạch như Ngài A Nan hay các hàng tiên thánh. Vì vậy pháp nầy không thích hợp cho hàng hữu lậu nhiều tâm ác

F. NĂM THIỀN CHỈ / trong Thiền định TẦM SÁT HỶ LẠC /
Giai đoạn đầu tiên là sự Chú ý để dẫn vào Định,. Sự Chú Ý là dùng đường Dẫn truyền Trên gíup Tâm an Định (xem thêm tr 313)
   i. Hệ thống Trên Xuống Chú ý vào hơi thở (Tự cảm /Proprioceptive về Xúc giác): để ý vào nhịp thở vào thở ra ở mũi hay một vùng/điểm của cơ thể--dùng hệ thống Trên Xuống. Dùng để Định/Mindfulness, chú Ý toàn Tâm.
   ii. Hệ thống Dưới Lên: Thân, Thọ (thu nhận sự đau, ngứa...) Tâm (cảm nhận tình cảm) và Pháp (cơ chế).

Phật Giáo Nam Truyền chỉ ra năm giai đoạn \ gọi là **NĂM THIỀN CHI**
- **Tầm**(chú ý vào mục tiêu như hơi thở, mắt Trí huệ),

- *Sát/Tứ* (*Tâm bắt đầu an trụ vào mục tiêu không chạy lang thang*), **hai giai đoạn đầu tiên của năm** *Thiền* **Chỉ.** Trong hai giai đoạn nầy, vai trò của Chánh Niệm là thứ yếu vì thiền là để Định thì sẽ có Tuệ (chánh Niệm). Nhờ Tâm không còn lang thang nên Thiền nhân thấy thoải mái
- *(Phỉ),* kế đến Tâm/Tri thức bắt đầu có thể nhìn vào Nội Thức cảnh giới hình ảnh ánh sáng màu và âm thanh. Tất cả làm thành cảm giác vui
- **Lạc Niền vui kéo dài,**
- cuối cùng là *Trụ/Định/Nhất Tâm*

Khi Nội Tâm được nhìn vô, là thời kỳ Tâm sở được sửa đổi bỏ Tâm bất Thiện tăng Tâm Tịnh Hảo, Vô Lượng Tâm.
(Có quan niệm Tầm để trị Hôn Trầm, Sát trị Nghi ngờ

G. Phương pháp Vipassana/Minh Sát hay Tứ niệm xứ, Tâm nhập vào Thân, Thọ (Cảm giác), Tâm (Tình cảm), Pháp, (H6.8).
Phap Thien duoc DP kham pha ra sau khi tu Chi Dinh voi hai nha Ngoai Đạo Pháp Thiền được ĐP khám phá ra sau khi tu Chỉ Định với hai nhà Ngoại Đạo Alara Kalama đạt đến Không Vô Biên Xứ và Thức Vô Biên Xứ và vì thấy thứ hai Uddaka Ramaputta đạt đến Phi Tưởng Phi Phi Tưởng. Nhưng vì chưa đạt đến toàn giác đế khu rừng Khổ tu với 6 Anh Em Kiều Trần Như trong 6 năm đề cuối cùng tu con đường Trung đạo, Sau 49 ngày tu Ngài được toàn giác qua pháp tu Minh Sát,

Pháp Minh Sát/MS dựa trên căn bản là:
-Quá khứ và tương lai không nắm bắt được
-Nhưng Hiện tại thì có thể nắm bắt được với từng SÁT NA HIỆN TẠI khi *dùng Tinh Tấn, Chánh niệm và Thức tỉnh*. Tam tướng nầy làm cho TUỆ biển hiện ra. Biết rằng TUỆ là đã có sẵn trong Phật Tánh/bản Tâm của mọi người nhưng bị che mờ bởi Vô minh dưới hình thức Phiền não Tà Kiến và Triền cái biểu hiện qua trung gia của Ngũ Uẩn hay Danh Sắc (Sắc: Thân, Danh: Thọ Tưởng Hành Thức). Phương cách lột bỏ Phiền não và các trói buột khác là chú Tâm đến hoạt động của Danh Sắc. Khi Danh Sắc không họat động Phiền não không thể nhìn thấy nên không thể xóa bỏ nó đi được. Danh Sắc là NGHIỆP. Khi hiểu như vậy thì Nghiệp mới có cơ hội được gỡ bỏ để thấy TUỆ

H. CƠ CHẾ CHÁNH NIỆM TRONG PHÁP TU MINH SÁT ĐỂ PHÁT HIỆN TUỆ (H5.3)

Thiền Minh sát, **Thức tỉnh +tinh Tấn + Chánh niệm** cùng với Định, giữ Giới luật là cơ chế gở bỏ Nghiệp. Tu hành tự nó không sanh ra Tuệ vì Tuệ là đã có sẵn ở Phật Tánh, chỉ cần lau chùi bỏ Nghiệp là có Tuệ.

Chánh Niệm ở đây có nghĩa tương đối, vì là hiện tượng xảy là trong thế giới của vọng tưởng, là không thường hằng trong hiện tượng sát na sanh diệt. Chánh Niệm đúng nghĩa chỉ xảy ra trong Sáng thế lần đầu tiên khi Phật Tánh /Chân Không bi Niệm làm ra Thế giới. Vọng Niệm là thế giới Hữu hình và Chánh Niệm làm ra Niết Bàn Siêu hình

Trong quan niệm sanh diệt của Danh Sắc, Tinh tấn, Thức Tỉnh và Chánh Niệm đến sự Thở, đi, cảm nhận, suy nghĩ và suy xét cơ chế. Tao nên Danh Sắc.. làm nên sự gở bỏ Nghiệp. Từ đó suy ra Niệm Phật hay Quán Âm thanh cũng dùng cơ chế tương tự, vấn đề là cần Tinh tấn, Thức Tỉnh và Chánh Niệm đến hiện tượng hiện tại

Pháp tu chú trọng đến TUỆ qua sự Quán
• Thân (cho người nhiều Ái dục/ dùng 24 đề mục về thân (Thanissaro) như thở, đi đưng nằnco tay chân, thi thể, 32 tướng như lông tóc...),
• Thọ (cho người có Trí và Tham/ dùng 9 đề mục như vui khổ va không vui khổ),
• Tâm (người Tà kiến,, Ngã mạn / dùng 16 đề mục, trạng thái Tâm hồn như tham sân si, định tán loan hữu hạn..),
• Pháp (người có Trí nhớ mạnh mẽ/ dùng 5 đề mục Pháp:
1)NỘI tâm sanh Than San Si, Hoai nghi, bấn loạn)
2) vận hành Ngũ Uẩn trong tâm, 3)Sáu ngoai trần
4) Vận hành của thất giác chi, 5) vận hành cua Tứ niệm xứ

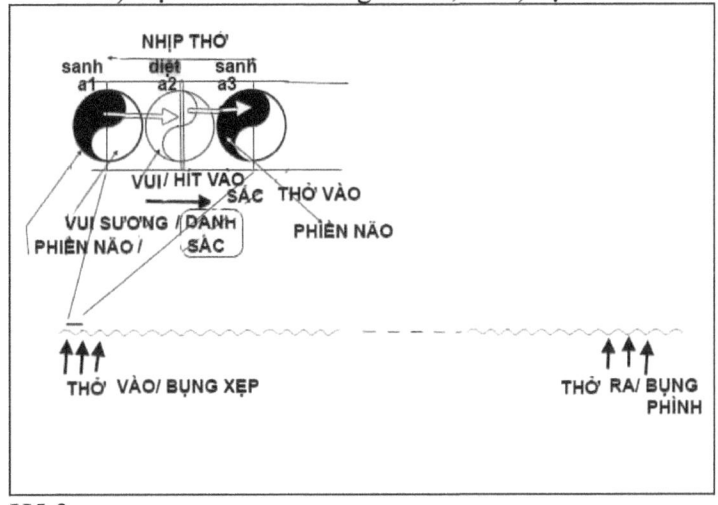

H5.3

Giả thuyết về hiện tượng DANH SẮC sanh diệt của sanh vật và sự lập thành CHÁNH NIỆM trong Thiền Minh Sát. Mỗi lần hít vào (a1) và thở ra (a2) rồi hít vào (a3) là hai lần sanh diệt. Đời sống có trùng trùng Sát Na sinh diệt của DANH SẮC với rất nhiều lần Phiền Não và Vui sướng xảy ra, nhưng con người không thể biết được. Chỉ khi nào con người, nhờ **Tinh tấn +Tỉnh thức +Chánh Niệm** hiện tượng Thở ra/Bụng Phình và các hiện tượng thayđổi khác , cảm nhận hiện tượng thì hiện tượng bung Phình (và vui sướng sanh ra) mới được ghi nhận như hiện tượng bụng Phình (Nghiệp tan biến) là CHÁNH NIỆM và niềm vui được ghi nhân tronh nội thưc.

Chú Ý: Sắc là Nghiệp và là Phiền Não,. Khi hết Phiền não tức là Vui sướng và Hạnh phúc hiện ra. Lại nữa,khi Sắc thay đổi tương ứng với vận động, như thường biết vận động giúp làm vui vẻ

Phiên não là Quả của : 1) Sanh (của 5 uẩn) 2) Già (của 5 uẩn) 3) Chết (của 5 uẩn) Khổ với phiền não: 4) Sầu 5) Bi 6) Khổ 7) Ưu 8) Não 9) Gần người không thích 10) Xa cách người thương mến 11) Mong cầu mà không được

MƯỜI SÁU TUỆ MINH SÁT THỂ HIỆN VỚI QUÁN

TUỆ gồm ba loại: Sở Tri (do QUÁN), Suy đạt (suy luận) và từ Bỏ (bỏ quan niệm sai): nhận biết các sự vật Quán là vô thường Vô Ngã và Khổ hay không

1) Phân biệt Danh Sắc (Sắc: Thân, vật dụng ngũ quan biết được, Danh phần không biết được/Hồn/Thọ Tưởng Hành Thức)
2) Tuệ nắm bắt Duyên khởi: nhận biết căn nguyên nhờ tâm phân biệtn để chỉ nhân biết
3) Tuệ Thẩm sát Tam Tướng/Vô thường ,Vô ngã/Khổ

Tuệ Họai Diệt/Tiến trìnhtrung gian giữa Sanh Diệt. Hoại thường theo sau bởi sư tu bỏ sửa chữa

4-11) Tuệ về Sợ Biết Nguy hiểm, trầm cảm, ý muốn thoát ly, giải thoát, xả

12) Tuệ Thuận Thứ: quy thuận theo luat tư nhiên cua Đạo
13) Chuyển Tộc sang Đạo
14) Tuệ Đạo
15) Tuệ Quả; cam thấy an lạc, hết phiền não
16) Phản khán Tuệ: trở lại tâm hợp thế

NÃO BỘ HỌC: Nhận biết sự kiện trên trong Tứ Niệm xứ trên trong Thiền Định là công việc QUÁN của đường dẫn truyền Não Bộ Dưới, có mục đích trong thiền QUÁN dùng để thanh lọc nội TÂM. Khi Nội tâm trong sạch, tức là màng vô minh đã được rữa bỏ đi, thì sẽ có Tuệ. Khác với các lối tu khác như Pháp Quan Âm, trong Minh Sát, sự chú y là quan trọng khi Quán và Chánh Niệm. Nhưng vì Chú Ý làm giảm đi TUỆ, cho nên chú ý và Định nên cần được quân bình với Quán trong Minh Sát. Đối với Quán Âm hay Niệm Phật thì càng Chú Ý (dùng đường Dẫn Truyền Trên/Dorsal) thì TUỆ (đường dẫn Truyền dưới) càng có nhiều.

Trong tu Chỉ, thì chỉ cần sự chú tâm và dùng đường dẫn truyền Não Bộ Trên. Đường dẫn truyền Dưới trong tu Chị gần như bị loại bỏ. Chỉ dùng tiến trình Sắc Thọ Tưởng. Hành Thức gần như bị loại bỏ nên không thấy TUỆ. Thông tin đường dẫn truyền Dưới này bị vỏ não IPS (Rãnh Nội Đính) ép và gạt ra để trở thành vô thức hay bị tiêu huỷ vì không có sự chú ý. Trong pháp nầy sự chú ý là cao độ nên ít khi bị hôn trầm. Tuy nhiên hiệu quả không mong muốn là thiền nhân có thể đạt thiền bậc 4 hay cao hơn như Phi Tưởng Phi Phi Tưởng và Diệt Tận Định mà không khai ngộ và chứng ngộ. Lý do là:
- Sự rửa sạch Nghiệp trong Nội thức là còn bất cập: thông tin trong nội thức lấy ra bởi ACC có tánh cách tình cờ, hỗn độn nên không toàn vẹn.
- Thiếu yếu tố chủ quan của thiền Quán hay sám hối, xưng tội, Nghiệp xấu được thu hồi một cách chủ quan có sắp đặt.
- Thiếu sự thấu triệt về Phật tánh, chưa thấu triệt hết Vô Minh, Ba Pháp Ấn, nhất là Vô Ngã.

-Trong Thiền Quan Sắc Thọ, Tâm và Pháp. Thông tin là gồm sự HIỂU và BIẾT để từ đó phát triển Chánh Niệm

Vỏ não IPS trong trường hợp này không ép bỏ thông tin của đường dẫn truyền dưới này mà trái lại chuyển một phần lớn chú ý đến thông tin này. Kết quả của tiến trình này là thiền nhân mất nhiều đi sự định Tâm làm cho Tâm tràn đầy thông tin. Nhưng vì còn Định nên thông tin tình cảm trong sáng hơn để có thể chuyển tâm Ác thành Tâm thiện. Thí dụ : tôi biết tôi sân hận (trong lúc thở vô hay thở ra), nên chuyển thành Tâm thiện: Tôi buông thả trở bề yên bình..

PHƯƠNG PHÁP DÙNG Ý THỨC ĐỂ THANH LỌC TÂM TRONG THIỀN ĐỊNH.

Trong Thiền Quán khi quán TÂM và PHÁP, thấy được Tâm Thiện và Tâm Ác, đang có hay sắp nổi lên.. Thiền nhân có thể diệt Tâm Ác bằng hai cách sau được Đức Phật giảng trong hai kinh An trú Tâm và La Hầu La trong kinh Trung Bộ sau:

20. KINH AN TRÚ TÂM

(Vtakkasanthàna Sutta)
Như vầy tôi nghe.
Một thời, Thế Tôn trú ở Savatthi (Xá-vệ), tại Jetavana (Kỳ-đà Lâm), vườn ông Anathapindika (Cấp Cô Độc). Tại đây, Thế Tôn gọi các Tỷ-kheo: "Chư Tỷ-kheo". -- "Thưa vâng, bạch Thế Tôn", các Tỷ-kheo ấy vâng đáp Thế Tôn. Thế Tôn thuyết giảng như sau:
-- Chư Tỷ-kheo, Tỷ-kheo muốn thực tu tăng thượng tâm cần phải thường thường tác ý năm tướng. Thế nào là năm?
Ở đây, Tỷ-kheo y cứ tướng nào, tác ý tướng nào, các ác bất thiện tầm liên hệ đến dục, liên hệ đến sân, liên hệ đến si sanh khởi, thời này các Tỷ-kheo, Tỷ-kheo ấy cần phải tác ý một tướng khác liên hệ đến thiện không phải tướng kia. Nhờ tác ý một tướng khác liên hệ đến thiện, không phải tướng kia, các ác bất thiện tầm liên hệ đến dục, liên hệ đến sân, liên hệ đến si được trừ diệt, đi đến diệt vong. Chính nhờ diệt trừ chúng, nội tâm được an trú, an tịnh, nhất tâm, định tĩnh. Chư Tỷ-kheo, ví như một người thợ mộc thiện xảo hay đệ tử một người thợ mộc, dùng một cái nêm nhỏ đánh bật ra, đánh tung ra, đánh văng ra một cái nêm khác; chư Tỷ-kheo, cũng vậy, khi một Tỷ-kheo y cứ một tướng nào, tác ý một tướng nào, các ác bất thiện tầm liên hệ đến dục, liên hệ đến sân, liên hệ đến si sanh khởi, thời này chư Tỷ-kheo, Tỷ-kheo ấy cần phải tác ý một tướng khác liên hệ đến thiện, không phải tướng kia. Nhờ tác ý một tướng
khác liên hệ đến thiện, khác với tướng kia, các ác bất thiện tầm liên hệ đến dục, liên hệ đến sân, liên hệ đến si được trừ diệt, đi đến diệt vong. Chính nhờ diệt trừ chúng, nội tâm được an trú, an tịnh, nhất tâm, định tĩnh. Chư Tỷ-kheo, nếu Tỷ-kheo ấy khi tác ý một tướng khác với tướng kia, liên hệ đến thiện, các ác bất thiện tầm liên hệ đến dục, liên hệ đến sân, liên hệ đến si vẫn khởi lên, thời này chư Tỷ-kheo, Tỷ-kheo ấy cần phải quán sát các nguy hiểm của những tầm ấy: "Đây là những tầm bất thiện, đây là những tầm có tội,
đây là những tầm có khổ báo". Nhờ quán sát các nguy hiểm của những tầm ấy, các bất thiện tầm liên hệ đến dục, liên hệ đến sân, liên hệ đến si được trừ diệt, đi đến diệt vong. Chính nhờ diệt trừ chúng, nội tâm được an trú, an tịnh, nhất tâm, định tĩnh. Chư Tỷ-kheo, ví như một người đàn bà hay người đàn ông ở trẻ tuổi, trong tuổi thanh xuân, tánh ưa trang sức nếu một xác rắn, hay xác chó, hay xác người được quàng vào cổ, người ấy phải lo âu, xấu hổ, ghê tởm. Chư Tỷ-kheo, cũng vậy, nếu Tỷ-kheo ấy nhờ quán sát... nội tâm được an trú, an tịnh, nhất tâm, định tĩnh. Chư Tỷ-kheo, nếu Tỷ-kheo ấy trong khi quán sát các nguy hiểm của những tầm ấy, các ác bất thiện tầm liên hệ đến dục, liên hệ đến sân, liên hệ đến si vẫn khởi lên, thời này chư Tỷ-kheo, Tỷ-kheo ấy cần phải không ức niệm, không tác ý những tầm ấy. Nhờ không ức niệm, không tác ý các tầm ấy, các ác bất thiện tầm liên hệ đến dục, liên hệ đến sân, liên hệ đến si được trừ diệt, đi đến diệt vong. Chính nhờ diệt trừ chúng, nội tâm được an trú, an tịnh, nhất tâm, định tĩnh. Chư Tỷ-kheo, ví như một người có mắt, không muốn thấy các sắc pháp nằm trong tầm mắt của mình, người ấy nhắm mắt lại hay ngó qua một bên. Chư Tỷ-kheo, cũng vậy, nếu Tỷ-kheo ấy, trong khi không ức niệm, không tác ý... được an trú, an tịnh, nhất tâm, định tĩnh. Chư Tỷ-kheo, nếu Tỷ-kheo ấy trong khi không ức niệm, không tác ý các tầm ấy, các ác bất thiện tầm liên hệ đến dục, liên hệ đến sân, liên hệ đến si vẫn khởi lên. Chư Tỷ-kheo, vị Tỷ-kheo ấy cần phải tác ý đến hành tướng các tầm và sự an trú các tầm ấy. Nhờ tác ý hành tướng các tầm và sự an trú các tầm ấy, các ác, bất thiện tầm liên hệ đến dục... được an trú, an tịnh, nhất tâm, định tĩnh. Ví như một người đang đi mau, suy nghĩ: "Tại sao ta lại đi mau? Ta hãy đi chậm lại". Trong khi đi chậm, người ấy suy nghĩ: "Tại sao ta lại đi chậm? Ta hãy dừng lại". Trong khi dừng lại, người ấy suy nghĩ: "Tại sao Ta lại dừng lại? Ta hãy ngồi xuống". Trong khi ngồi, người ấy suy nghĩ: "Tại sao ta lại ngồi? Ta hãy nằm xuống". Chư Tỷ-kheo, như vậy người ấy bỏ dần các cử chỉ thô cứng nhất và làm theo các cử chỉ tế nhị nhất. Chư Tỷ-kheo, cũng vậy, nếu Tỷ-kheo ấy tác ý... (như trên)... được an trú, an tịnh, nhất tâm, định tĩnh. Chư Tỷ-kheo, nếu Tỷ-kheo ấy trong khi tác ý đến hành tướng các tầm và sự an trú các tầm, các ác, bất thiện tầm liên hệ... đến si vẫn khởi lên, thời chư Tỷ-kheo, Tỷ-kheo ấy phải nghiến răng, dán chặt lưỡi lên nóc họng, lấy tâm chế ngự tâm, nhiếp phục tâm, đánh bại tâm. Nhờ nghiến răng, dán chặt lưỡi lên nóc họng, lấy tâm chế ngự tâm, nhiếp phục tâm, đánh bại tâm, các ác bất thiện tầm liên hệ đến dục... liên hệ đến si được trừ diệt, đi đến diệt vong... được an trú, an tịnh nhất tâm, định tĩnh. Ví như một người lực sĩ nắm lấy đầu một người ốm yếu, hay nắm lấy vai, có thể chế ngự, nhiếp phục, và đánh bại. Chư Tỷ-kheo, cũng vậy, nếu Tỷ-kheo ấy trong khi tác ý hành tướng các tầm và sự an trú các tầm ấy, các ác bất thiện tầm liên hệ đến dục, liên hệ đến sân, liên hệ đến si vẫn khởi lên, thời chư Tỷ-kheo, Tỷ-kheo ấy
phải nghiến răng, dán chặt lưỡi lên nóc họng, lấy tâm chế ngự tâm, nhiếp phục tâm, đánh bại tâm. Nhờ nghiến răng, dán chặt lưỡi lên nóc họng, lấy tâm chế ngự tâm, nhiếp phục tâm, đánh bại tâm, các ác bất thiện tầm liên hệ đến dục, liên hệ đến sân, liên hệ đến si được trừ diệt, đi đến diệt vong. Chính nhờ trừ diệt chúng, nội tâm được an trú, an tịnh, nhất tâm, định tĩnh. Chư Tỷ-kheo, nếu Tỷ-kheo, trong khi y cứ tướng nào, tác ý tướng nào, các ác bất thiện tầm liên hệ đến dục, liên hệ đến sân, liên hệ đến si sanh khởi. Tỷ-kheo ấy tác ý một tướng khác, liên hệ đến thiện, khác với tướng kia, các ác bất thiện tầm liên hệ đến dục, liên hệ đến sân, liên hệ đến si được diệt trừ, đi đến diệt vong. Chính nhờ diệt trừ chúng, nội tâm được an trú, an tịnh, nhất tâm, định tĩnh. Tỷ-kheo ấy, nhờ quán sát sự nguy hiểm các tầm ấy, các ác, bất thiện tầm liên hệ đến dục, liên hệ đến sân, liên hệ đến si được trừ diệt, đi đến diệt vong. Chính nhờ diệt trừ chúng, nội tâm được an trú, an tịnh, nhất tâm, định tĩnh. Tỷ-kheo ấy, nhờ không ức niệm, không tác ý các tầm ấy, các ác, bất thiện tầm liên hệ đến dục, liên hệ đến sân, liên hệ đến si được trừ diệt, đi đến diệt vong. Chính nhờ diệt trừ chúng, nội tâm được an trú, an tịnh, nhất tâm, định tĩnh. Tỷ-kheo ấy tác ý hành tướng các tầm và an trú các tầm ấy, các ác, bất thiện tầm liên hệ đến dục, liên hệ đến sân, liên hệ đến si được trừ diệt, đi đến diệt vong. Chính nhờ diệt trừ chúng, nội tâm được an trú, an tịnh, nhất tâm, định tĩnh. Tỷ-kheo ấy nghiến răng, dán chặt lưỡi lên nóc họng, lấy tâm chế ngự tâm, nhiếp phục tâm, đánh bại tâm, các ác, bất thiện tầm liên hệ đến dục, liên hệ đến sân, liên hệ đến si được trừ diệt, đi đến diệt vong. Chính nhờ diệt trừ chúng, nội tâm được an trú, an tịnh, nhất tâm, định tĩnh. Chư Tỷ-kheo, Tỷ-kheo ấy được gọi là đã an trú trong đạo tầm pháp môn. Vị ấy có thể tác ý đến tầm nào vị ấy muốn, có thể không tác ý đến tầm nào vị ấy không muốn; vị ấy đã đoạn trừ khát ái, đã giải thoát các kiết sử, khéo chinh phục kiêu mạn, đã chấm dứt khổ đau. Thế Tôn thuyết giảng như vậy. Các Tỷ-kheo ấy hoan hỷ, tín thọ lời Thế Tôn dạy.

Phương pháp là không nghĩ đến tâm Ác, mà chỉ nghĩ đến tâm Thiện để đè ép tâm Ác. Trong khoa học NB, sự đè ép như vậy sẽ làm Tâm bị đè ép đi vào tiềm thức và khó thu hồi trở lại. Không những thế sẽ đè ép làm cho sự thu hồi các tâm tương tự khó khăn hơn.

61. KINH GIÁO GIỚI LA-HẦU-LA Ở RỪNG AMBALA
Kinh nói về loại trừ Nghiệp do Thân Khẩu Ý.
(Ambalatthikà Ràhulovàda Sutta) 62. **ĐẠI KINH GIÁO GIỚI LA-HẦU-LA**
(Mahà Ràhulovàda Sutta) Tôn, sau khi đưa mắt ngó xung quanh, bảo Tôn giả -- Này Rahula, bất cứ sắc pháp nào, quá khứ, vị lai, hiện tại, nội hay ngoại, thô hay tế, liệt hay thắng, xa

Và này Rahula, thế nào là phong giới. Có nội phong giới, có ngoại phong giới. Và này Rahula, thế nào là nội phong giới? Cái gì thuộc về nội thân, thuộc cá nhân, thuộc gió, thuộc tánh động, bị chấp thủ, như gió thổi lên, gió thổi xuống, gió trong ruột, gió trong bụng dưới, gió thổi ngang các đốt, các khớp, hơi thở vô, hơi thở ra, và bất cứ vật gì khác thuộc nội thân, thuộc cá nhân, thuộc gió, thuộc tánh động, bị chấp thủ; này Rahula, như vậy được gọi là nội phong giới. Những gì thuộc nội phong giới và những gì thuộc ngoại phong giới đều thuộc về phong giới. Phong giới ấy phải được quán sát như thật với chánh trí tuệ như sau: "Cái này không phải của ta, cái này không phải là ta, cái này không phải tự Ngã của ta". Sau khi như thật quán sát phong giới với chánh trí tuệ như vậy, vị ấy sanh yểm ly đối với phong giới, tâm từ bỏ phong giới.

Và này Rahula, thế nào là hư không giới? Có nội hư không giới, có ngoại hư không giới. Và này Rahula, thế nào là nội hư không giới? Cái gì thuộc về nội thân, thuộc cá nhân, thuộc hư không, thuộc hư không tánh, bị chấp thủ, như lỗ tai, lỗ mũi, cửa miệng, do cái gì người ta nuốt, những gì được nhai, được uống, được ăn và được nếm, và tại chỗ mà những gì được nhai, được uống, được ăn và được uống được giữ lại, và ngang qua chỗ mà những gì được nhai, được uống, được ăn và được uống được tống xuất xuống phần dưới để ra ngoài, và bất cứ vật gì khác thuộc nội thân, thuộc cá nhân, thuộc hư không, thuộc hư không tánh, bị chấp thủ; này Rahula, như vậy được gọi là nội hư không giới. Những gì thuộc nội hư không giới và những gì thuộc ngoại hư không giới đều thuộc về hư không giới. Hư không giới ấy phải được quán sát như thật với chánh trí tuệ như sau: "Cái này không phải của ta, cái này không phải là ta, cái này không phải tự Ngã của ta," Sau khi như thật quán sát hư không giới với chánh trí tuệ như vậy, vị ấy sanh yểm ly đối với hư không giới, tâm từ bỏ hư không giới. **Này Rahula, hãy tu tập sự tu tập như đất**. Này Rahula, do tu tập sự **tu tập như đất**, các xúc khả ái,

khả ái được khởi lên, không có nắm giữ tâm, không có tồn tại. Này Rahula, ví như trên đất người ta quăng đồ tịnh, quăng đồ không tịnh, quăng phân uế, quăng nước tiểu, nhổ nước miếng, quăng mủ và quăng máu; tuy vậy đất không lo âu, không dao động, hay không nhàm chán; cũng vậy, này Rahula, hãy tu tập sự tu tập như đất. Này Rahula, do tu tập sự tu tập như đất, các xúc khả ái, không khả ái được khởi lên, không có nắm giữ tâm, không có tồn tại. Này Rahula, hãy tu tập sự tu tập như nước. Này Rahula, do tu tập sự tu tập như nước, các xúc khả ái, không khả ái được khởi lên, không có nắm giữ tâm, không có tồn tại. Này Rahula, ví như trong nước người ta rửa đồ tịnh, rửa đồ không tịnh, rửa sạch phân uế, rửa sạch nước tiểu, rửa sạch nước miếng, rửa sạch mủ, rửa sạch máu; tuy vậy nước không lo âu, không dao động, không nhàm chán; cũng vậy, này Rahula, hãy tu tập sự tu tập như nước, các xúc khả ái, không khả ái được khởi lên, không có nắm giữ tâm, không có tồn tại.
Này Rahula, hãy tu tập sự tu tập như lửa. Này Rahula, do tu tập sự tu tập như lửa, các xúc khả ái, không khả ái được khởi lên, không có nắm giữ tâm, không có tồn tại. Này Rahula, ví như lửa đốt các đồ tịnh, đốt các đồ không tịnh, đốt phân uế, đốt nước tiểu, đốt nước miếng, đốt mủ, đốt máu; tuy vậy lửa không lo âu, không dao động, không nhàm chán; cũng vậy, này Rahula, hãy tu tập sự tu tập như lửa, các xúc khả ái, không khả ái được khởi lên, không có nắm giữ tâm, không có tồn tại. **Này Rahula, hãy tu tập sự tu tập như gió**. Này Rahula, do tu tập sự tu tập như gió, các xúc khả ái, không khả ái được khởi lên, không có nắm giữ tâm, không có tồn tại. Này Rahula, như gió thổi các đồ tịnh, thổi các đồ không tịnh, thổi phân uế, thổi nước tiểu, thổi nước miếng, thổi mủ, thổi máu, tuy vậy gió không lo âu, không dao động, không nhàm chán; cũng vậy, này Rahula, hãy tu tập sự tu tập như gió, các xúc khả ái, không khả ái được khởi lên, không có nắm giữ tâm, không có tồn tại. **Này Rahula, hãy tu tập sự tu tập như hư không**. Này Rahula, do tu tập sự tu tập như hư không, các xúc khả ái, không khả ái được khởi lên, không có nắm giữ tâm, không có tồn tại. Này Rahula, ví như hư không không bị trú tại một chỗ nào; cũng vậy, này Rahula, hãy tu tập sự tu tập như hư không. Này Rahula, do tu tập sự tu tập như hư không, các xúc khả ái, không khả ái được khởi lên, không có nắm giữ tâm, không có tồn tại. Này Rahula, hãy tu tập sự tu tập về lòng từ. Này Rahula, do tu tập sự tu tập về lòng từ, cái gì thuộc sân tâm sẽ được trừ diệt. Này Rahula, hãy tu tập sự tu tập về lòng bi. Này Rahula, do tu tập sự tu tập về lòng bi, cái gì thuộc hại tâm sẽ được trừ diệt. Này Rahula, hãy tu tập sự tu tập về hỷ. Này Rahula, do tu tập sự tu tập về hỷ, cái gì thuộc bất lạc sẽ được trừ diệt. Này Rahula, hãy tu tập sự tu tập về xả. Này Rahula, do tu tập sự tu tập về xả, cái gì thuộc hận tâm sẽ được trừ diệt. Này Rahula, hãy tu tập sự tu tập về bất tịnh. Này Rahula, do tu tập sự tu tập về bất tịnh, cái gì thuộc tham ái được trừ diệt. Này Rahula, hãy tu tập sự tu tập về vô thường, cái gì thuộc Ngã mạn được trừ diệt. Này Rahula, hãy tu tập sự tu tập về niệm hơi thở vô hơi thở ra. Này Rahula, do tu tập niệm hơi thở vô
hơi thở ra, làm cho sung mãn, nên được quả lớn, được lợi ích lớn. Và này Rahula, thế nào là tu tập niệm hơi thở vô hơi thở ra, làm cho sung mãn nên được quả lớn, được lợi ích lớn? Ở đây, này Rahula, vị Tỷ-kheo đi đến khu rừng, đi đến gốc cây, hay đi đến ngôi nhà trống, và ngồi kiết già, lưng thẳng và an trú chánh niệm trước mặt. Tĩnh giác, vị ấy thở vô; tĩnh giác, vị ấy thở ra. Hay thở vô dài, vị ấy biết: "Tôi thở vô dài"; hay thở ra dài, vị ấy biết "Tôi thở ra dài"; hay thở vô ngắn, vị ấy biết: "Tôi thở vô ngắn"; hay thở ra ngắn, vị ấy biết: "Tôi thở ra ngắn". "Cảm giác toàn thân, tôi sẽ thở vô", vị ấy tập. "Cảm giác toàn thân, tôi sẽ thở ra", "An tịnh thân hành, tôi sẽ thở vô", vị ấy tập. "An tịnh thân hành, tôi sẽ thở ra", vị ấy tập. "Cảm giác hỷ thọ, tôi sẽ thở vô", vị ấy tập. "Cảm giác hỷ thọ, tôi sẽ thở ra", vị ấy tập. "Cảm giác lạc thọ, tôi sẽ thở vô", vị ấy tập. "Cảm giác tâm hành (Cittasankhara), tôi sẽ thở vô", vị ấy tập. "Cảm giác tâm hành, tôi sẽ thở ra", vị ấy tập. "An tịnh tâm hành, tôi sẽ thở vô", vị ấy tập. "An tịnh tâm hành, tôi sẽ thở ra", vị ấy tập. "Cảm giác về tâm, tôi sẽ thở vô", vị ấy tập. "Cảm giác về tâm, tôi sẽ thở ra", vị ấy tập. "Với tâm hân hoan, tôi sẽ thở vô", vị ấy tập. "Với tâm hân hoan, tôi sẽ thở ra", vị ấy tập. "Với tâm định tĩnh, tôi sẽ thở vô", vị ấy tập. "Với tâm định tĩnh, tôi sẽ thở ra", vị ấy tập. "Với tâm giải thoát, tôi sẽ thở vô", vị ấy tập. "Với tâm giải thoát, tôi sẽ thở ra", vị ấy tập. "Quán vô thường, tôi sẽ thở vô", vị ấy tập. "Quán vô thường, tôi sẽ thở ra", vị ấy tập. "Quán ly tham, tôi sẽ thở vô", vị ấy tập. "Quán ly tham, tôi sẽ thở ra", vị ấy tập. "Quán đoạn diệt, tôi sẽ thở vô", vị ấy tập. "Quán đoạn diệt, tôi sẽ thở ra", vị ấy tập "Quán từ bỏ, tôi sẽ thở vô", vị ấy tập. "Quán từ bỏ, tôi sẽ thở ra", vị ấy tập. Tu tập niệm hơi thở vô hơi thở ra như vậy, này Rahula, làm cho sung mãn như vậy, có quả lớn, có lợi ích lớn. Này Rahula, tu tập niệm hơi thở vô hơi thở ra như vậy, làm cho sung mãn như vậy, thời khi những hơi thở vô, hơi thở ra tối hậu chấm dứt, chứng được giác tri, không phải không được giác tri. Thế Tôn thuyết giảng như vậy. Tôn giả Rahula hoan hỷ tín thọ lời Thế Tôn dạy

Ý Kinh: Hãy cẩn thận không gây nghiệp Thân Khẩu Ý.
Khi tâm Ác nổi lên hãy tu tập như đất, nước, gió, lửa hư không, không chấp giữ đồ ô uế vì đó không là của ta (Ta là Tự Ngã tức là có ngọn gốc Phật Tánh Chân Không).

Trong quan niệm Tri Thức Nhập thân/Embodied.
Consciousness, động tác thở không những ảnh hưởng đến NB qua

TK và Não Thính giác, mà còn qua những thần kinh ngoại biên. Tất cả cử động ảnh hưởng đến NB, kích động NB làm hòa nhịp hoạt động NB với hơi thở, như đã trình bày ở trên, tương tự như diễn giả hay ca sĩ dùng bộ điệu gương mặt, tay chân trong phát âm. Sóng Gamma (tương ứng với chú ý) và sóng Theta (tương ứng với thư giản) trong EEG cũng có những biểu hiện tương ứng đồng bộ của NB.

- Ý nghĩa và mục đích khác là phụ với hệ thống Trên-Xuống của Chú Tâm để cột chặc Tâm. Dùng hai hệ thống Trên Xuống và Dưới Lên để cột Tâm khỏi chạy bậy bạ là phương pháp rất hữu hiệu nhưng không tuyệt đối hữu hiệu. Người Thiền dùng hai phương pháp trên vẫn có thể để Tâm chạy cho đến khi *sự Chú Tâm đưa đến chút ít chứng nghiệm những gì có thể lôi kéo Tâm dính chặt mạnh hơn là sự lôi kéo bởi sự vật bình thường trong đời sống. Trong các pháp TD, khi càng vào trong định, người Thiền cảm thấy dễ chịu toàn thân có nhiều hứng thú hơn nên không còn ham muốn chạy theo các hiện tượng của thế sự. Lại nữa thói quen do kết nối thần kinh nên đường dẫn truyền Dưới Lên bớt hay ngừng hoạt động, chỉ còn đường Trên Xuống hoạt động.*

G. Nội Âm và Ánh sáng Khai ngộ. (H7.5,6)

Chú tâm vào một điểm hay một sự kiện (như Mắt Trí huệ /Thiên nhãn) và có thể lắng nghe nội âm để kìm hãm tâm ý chạy loạn. Tín ngưỡng liên hệ Huệ Nhãn với Ánh sáng khai ngộ, Thánh linh hay Đấng tối cao. Có thể chia ra những tiến trình củaThiền Định:

- Chú tâm và nhận thức việc đang làm là ngồi thiền (chú tâm vào Ý Thức của chính mình),
- Kiểm soát tình cảm (gạt bỏ sự lo âu sợ sệt ngoài đời),
- Tập trung tâm ý vào một chỗ nhất định như Huệ Nhãn, nội âm hay dòng tư tưởng.
- Sau khi đã đạt được sự chú ý mong muốn, thì điều chỉnh Tâm ý (từ từ buông thả để Tâm ý tự nhiên hơn về một chỗ đã quy định như Huệ Nhãn) và cuối cùng không cần chú tâm mà Tâm ý vẫn bám trụ tự nhiên. Vì vậy Thiền trở nên thoải mái và thích thú, không còn là sự ràng buộc như bị hành hạ để điều khiển Tâm ý (tương ứng với trình độ Thiền cao hơn Sơ Thiền).

Như sẽ thấy ở phần tiếp sau, chú tâm vào luồng Ánh sáng và Nội Âm được xem là cửa ngõ cuối cùng để bước vào giai đoạn hoàn toàn khai ngộ.

1. Ánh sáng Khai ngộ:

Khi TD và nhắm mắt, nhất là khi vùng vmPFC được chú tâm, người ta có thể thấy ánh sáng mờ hay rõ và chói lọi. Cơ chế là Nội Thức bị kích động (do thiếu thông tin cần cho Vỏ Não làm việc), thông tin về ánh sáng từ Nội Thức thị giác, nhưng đi ngược chiều kích động vùng thị giác phát xuất từ PFC/Pre Frontal Cortex như trong cơ chế nhìn hình tưởng tượng. Trong cơ chế trên, thông tin từ PFC chuyển về V1 qua hai đường dẫn truyền Trên qua PPC/ vùng Precuneus. Đường dẫn truyền Dưới qua VN Thái Dương. Vì vậy Ánh sáng Nội âm sẽ thấy được ở vmPFC/PreFrontal Cortex. Vì đường dẫn truyền Trên qua Precuneus nên Ánh sáng Nội Tâm có thể lan tỏa khắp NB, khắp cơ thể, và nhất là vùng Đỉnh đầu. Đường dẫn truyền Dưới đi qua VN Thái Dương liên kết với tình cảm để làm thành TR/Tri Thức.

Ánh sáng khai ngộ hay ánh sáng thấy được khi Thiền nhất là khi nhắm mắt hay trong đêm tối không những thấy được với pháp thiền Quán Ánh Sáng và Âm thanh mà còn thấy được trong pháp Vipassana hay các pháp Thiền khác. Ánh sáng (và Âm thanh) nầy là Quang Minh (và Phật Âm), soi sáng, khác với cảnh giới (và tiếng nói) là từ Nội thức Có thể xem đó là thể nghiệm sơ đẳng. Hãy xem trong Thánh kinh"***Khi mắt thành một, mắt là ngọn đèn soi sáng cơ thể***" Matthew 6:22 – 24 (có bản viết "Nếu mắt ngươi sáng sủa thì cả thân thể ngươi sẽ đầy ánh sáng", có lẽ để dễ hiểu, nhưng không nói lên sự mầu nhiệm của pháp Thiền).

2. Nội Âm H5.3

Khi TD hay tịnh tâm, người TD Quán Âm có thể nghe được âm thanh từ tai được đề cập trong quyển số 6 kinh Lăng Nghiêm. Nội âm có cường độ to hay nhỏ tùy theo tình trạng tịnh tâm nhưng thường có tần số cao tựa như tiếng dế kêu. Âm thanh này khác với âm thanh từ bên ngoài hay từ ống tai ngoài (phía ngoài màng nhĩ-external ear canal). Nếu dùng headphones có thêm chức phận giảm trừ tiếng ồn (noise-cancelling), Nội âm vẫn không thay đổi. Cơ chế tạo nên Nội âm này là:

Nội âm từ VN Thính giác qua đường dẫn truyền Trên qua PPC/Postcrior Parietal Cortex, tương ứng với VN Vận động và Precuneus, và đường Dưới qua VN Thái Dương . Nội âm vì vậy được nghe như từ VN Precuneus.

Dây thần kinh số 8 (phần âm thanh-cochlear) khi chạy vào cuống não chia ra 2 nhóm dây, nhóm lớn đi chéo sang bên đối nghịch (thí dụ dây thần kinh 8 bên Trái thì nhóm dây chính chạy qua bên Phải để đến vùng thính giác ở Temporal cortex Phải. Còn nhóm nhỏ hơn thì chạy đến vùng thính giác ở Temporal cortex Trái). Cấu tạo trên làm cho người ta có cảm giác nghe âm thanh từ hai tai nhưng nhiều nhất từ tai Phải (tương ứng với não thính giác Trái). Thêm nữa âm thanh có cùng loại tần số (thí dụ cao hay thấp) thì cùng nhau đi về một chỗ bên Trái và Phải. Âm thanh từ tai Trái (tần số cao hay thấp) luôn luôn đến phần não phía trong (gần insula) và Âm thanh có tần số cao đến phần não về phía trước. Như vậy âm thanh có tần số thấp và từ tai Trái đi về phần não gần bề mặt ngoài và ở phía sau.

Trong khi chú tâm đến vùng não vmPFC (ventral medial prefrontal cortex) trong TD, người ta có thể nghe âm thanh mà không nghe từ âm thanh bên ngoài, đó là Nội âm. Khác với âm thanh từ tai, Nội âm về thính giác, (cũng như hình tưởng tượng từ Nội Thức trong thị giác), âm thanh từ Nội Thức cũng dùng một đường dẫn truyền như từ tai. Khi đi vào Định, âm thanh dường như đến từ đỉnh đầu. Cơ nguyên tại sao âm thanh nghe từ đỉnh đầu không thể giải thích được với đường TK thính giác (Imig 1977, Rhawn. http://brainmind.com/PrimaryAuditoryArea.html, Feng 2017, Bajo 2005 Berlot 2018, Folland NA 2014, Wang 2013, Wenstrup 1999, Esser 1999, Hall 2009 50a-k), Nhưng cơ chế là hiển nhiên nếu dùng cơ chế Nội Thức vì vùng não Đính Precuneus có liên hệ đến Nội Thức/Nội Tâm.

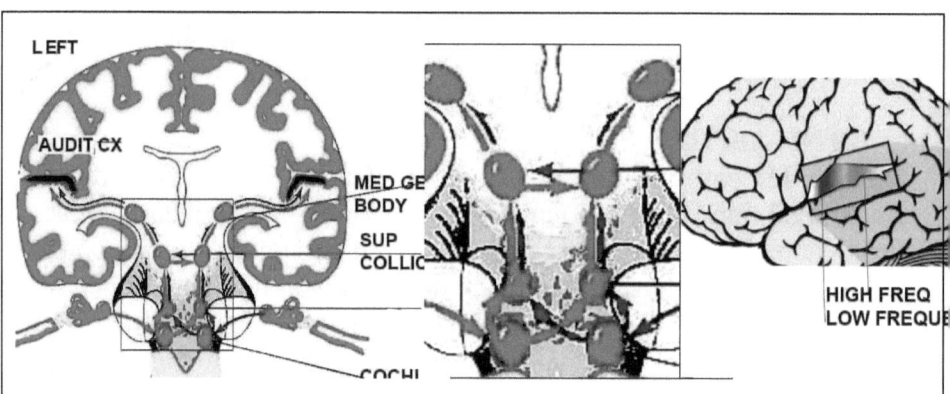

H5.4 Đường dẫn truyền thần kinh thính giác đến nhân Cochlear N. chia ra đi lên cùng bên và chéo đến Olivary N. đến Superior Colloiculus chia ra đi lên thẳng hay đi chéo lần thứ hai rồi đến VN thính giác. Đường dây Thính giác bên Phải đến VN phía sâu hơn bên Trái. Âm thanh bên Tai Phải luôn luôn mạnh hơn bên Trái.

Phật nói trong kinh Lăng Nghiêm/quyển 3 /Lục Nhập:
A Nan! Ví như có người lấy hai ngón tay bịt chặt hai lỗ tai, do lỗ tai mỏi mệt, trong đầu hóa ra có tiếng; <u>tai nghe cái mỏi mệt đó</u>, đều là tướng ngó lâu mỏi mệt của tánh Bồ Đề. Do hai thứ vọng trần Động và Tịnh hiện ra cái nghe, thu nạp cảnh trần, gọi là tánh

nghe; tánh nghe này lìa Động và Tịnh, vốn chẳng có tự thể (chú ý: Sách dịch Thich Duy Lực: nghe cả <u>hai Tai</u>. Sách dịch của Lê Đình Thám: nghe trong Đầu)
- A Nan nên biết! Cái nghe này chẳng từ động tịnh ra, chẳng từ tai ra, cũng chẳng từ hư không ra. Tại sao? Nếu cái nghe từ chỗ tịnh ra, thì khi động, cái nghe đã theo tịnh diệt, lẽ ra chẳng thể nghe động; nếu từ chỗ động ra, thì khi tịnh, cái nghe đã theo động diệt, lẽ ra chẳng biết được tịnh. Nếu từ lỗ tai ra thì chẳng có động tịnh, vậy biết cái nghe vốn chẳng có tự tánh. Nếu từ hư không ra, hư không đã thành tánh nghe thì chẳng phải hư không; lại hư không tự nghe, có liên quan gì chỗ nhập của Ngươi? Vậy biết Nhĩ Nhập hư vọng, vốn chẳng phải tánh nhân duyên, cũng chẳng phải tánh tự nhiên (từ Nội thức)

Thông tin về thính giác, thị giác khi trở thành Tri thức thì thông thương với nhau (xem Tr 231), vì vậy khi quán Âm, ánh sáng hay thể nghiệm thị giác cũng hiện ra. Ngược lại khi quán ánh sáng, âm thanh cũng vang lên. Lại nữa, do hiện tượng nghịch lý tương tự như trong Cơ lượng tử; trong khi định; lúc chú ý đến âm thanh thì ánh sáng hay thể nghiệm thị giác hiện ra rõ ràng hơn là khi quán ánh sáng. **Sự kiện trên là thể hiện sự đồng dạng của Tri Thức và "hạt" Lượng tử.** Trong Cơ Lượng Tử, khi sắp đặt để ghi nhận hạt photon thì chỉ thấy sóng, và ngược lại. *Khi hệ thống chú ý của NB chú ý vào Âm thanh thì Thiền nhân thấy Ánh sáng nhiều hơn Âm thanh. Ngược lại khi chú ý đến hệ thống thị giác/ánh sáng để mong cầu thấy các đẳng trên cao hiện về thì thiền nhân thấy tối thui, chỉ còn lại Âm thanh to rõ hơn.* Cho nên kinh nghiệm của Thiền nhân là khi vô tư tự tại bình đẳng thì có nhiều thể nghiệm Thiền. Cơ chế của sự nghich lý trên có thể được giải thích như sau: Khi Định là dùng nhiều Chú ý tức là dùng đường dẫn truyền Lưng, và TR kết hợp với Mạc Na thức. **TR luôn luôn che mờ Phật tánh nên chỉ có Định mà ít Tuệ**. Đường dưới là để hiểu biết/awareness để tạo ra Tri thức nhưng **ít dùng Tri thức sẵn có nên Phật tánh sáng tỏ hơn.** Vì vậy dùng đường dẫn truyền Trên để chú ý và Định vào mục tiêu, mục tiêu không phát ra Âm thanh và Ánh sáng được, vì Phật tánh bị quá nhiều Tri thức che mờ. Trái lại Ánh sáng và Âm thanh xuất hiện khi dùng đường dẫn truyền Dưới.

<u>*Hiện tượng trên là phổ cập ở người thiền: Thiền nhân thường biết rằng càng mong cầu thể nghiệm, thì thể nghiêm sẽ không đến và ngược lại có thể nghiệm khi không mong cầu (giảm Tri thức).*</u> Cho nên trong phép QA, quán Âm là tăng thể nghiệm về Ánh sáng. Sau đó quán Quang làm tăng thể nghiệm Âm thanh, tiến trình tiếp nối lần lượt như trên. Cũng như vậy khoe khoang thể nghiệm thường làm tạm thời mất đi thể nghiệm trong những lần thiền định về sau, vì vậy khoe khoang thể nghiệm không được khuyến khích.

Nội âm được nhắc đến trong Phật giáo, San Mat, ECK, QA và Thiên Chúa giáo. Trong Phật giáo nghe Nội âm là phải bỏ Sở nghe (Tai) bỏ luôn

Tri giác (Giác nghe), như vậy khá rõ ràng là không dùng tai để nghe. Hãy xem đoạn văn sau đây từ Kinh thánh nói về những người được tái sanh (rửa tội) : " *Chớ lấy làm lạ vì cớ ta nói với các ngươi: Các ngươi cần phải tái sanh. Gió muốn thổi đâu thì thổi, ngươi nghe tiếng nó, nhưng không biết nó đến từ đâu và đi đâu. Hễ người nào sanh bởi Thánh linh thì cũng như vậy"*. Tiếng gió đó là Nội âm nghe bởi người Thiền Định QA (Kinh thánh, Jean: 3: 7,8). Trái lại phái Vô Vi, chỉ nói đến Ánh sáng nhưng không đề cập đến Âm thanh. Đạo Cao đài cũng không nói về Nội âm, và như vậy không theo pháp của Quán Thế Âm Bồ Tát.

Nhận xét.

Trong phương pháp thiền Minh Sát/Vipassana, để ý vào nhịp thở là cửa Ý nên liên quan đến chú tâm/mindfulness. Để ý đến sự vận hành của thân thể cũng liên hệ đến Nội thức khi Hồn đã nhập thân, tiến trình Hồn nhập thân chỉ xảy ra sau một thời gian Thiền. Trong pháp Quán Âm, Ánh sáng và Âm thanh lúc khởi đầu luôn luôn là từ Nội thức. Vì vậy nhìn vào Ánh sáng, nghe Âm thanh là đã nhìn vào Nội thức. Cho nên pháp Quán Âm hay Minh sát đều có tiến trình như nhau. Tuy nhiên có sự khác biệt vì trong pháp QA, Ánh sáng và Âm thanh là thể nghiệm mà thiền nhân thường gặp khi so sánh với cảm giác vận hành của thân thể.

Âm thanh và Ánh Sáng khác với cảnh trí, tiếng nói, chứng nghiệm ở chỗ Âm thanh và Ánh sáng chỉ thay đổi về cường độ còn cảnh trí thì có nhiều chi tiết về nhân vật, phong cảnh.... Cảnh trí, tiếng nói đều là phản ảnh từ Nội thức lúc khởi đầu của mỗi lần thiền. Nội thức là màng Vô minh dày đặc che mờ Phật tánh. Khi Nội thức mỏng đi hay thu nhỏ (xem sau) do tu hành/Thiền định, thì ánh sáng và cảnh sắc rõ hơn và có thể do Hồn được giải thoát khỏi sự ràng buộc của não bộ nên thấy được cảnh giới bên ngoài và cõi trên như thị hơn.

Cơ chế tạo ra Âm thanh/tiếng nói và Ánh Sáng/hình ảnh.

Có hai cơ chế:

- Từ Nội thức thông tin được thu hồi, nhưng không được sự chú ý thích đáng nên chỉ có thể thấy, nghe qua ánh sáng âm thanh mà không có chi tiết. Chi tiết về ánh sáng và âm thanh cần phải có sự chú ý. Sự Chú ý có nhiệm vụ mang thông tin về với Phật tành THBN. Sự Chú ý phát xuất túu Tinh Tấn Phát Tâm Bồ đề bắt đầu từ vỏ não Ínula. Với tiến trình

Insula→ACC→dlPFC→IPS→ Nội Thức

Trong Thiền định, khi chú tâm vào mắt Trí Huệ hay. Thông tin từ Nội thực bị kéo về hiện tại do ACC đi tìm nguồn thông tin. Thông tin nầy không do chú ý của Insula nên coi như không có sự Chú Ý. Chủ tâm /chú Ý mang theo Hồn và THBN. Không có Hồn và THBN nên thông tin từ Nội thức trong Thiền định không thể thành TR nên người ta chỉ có thể nghe luồn Âm thanh hay Ánh sáng nhưng không có tiếng nói và hình ảnh.

Khi mới bắt đầu Thiền định hay thỉnh thoảng trong Thiền định có hình ảnh . Sự kiện chứng tỏ chưa có định mà chỉ có sự chú ý nên thông tin Nội thức có thể thấy được với hình ảnh thường thường không rõ rệt

Khi có sự chú ý, có thể có hình ảnh mù mờ hay âm thanh như tiếng gió thổi, sóng biển, hay âm thanh thanh nhã. Khác với hình ảnh hay âm thanh khi xuất hồn, hình ảnh âm thanh rõ nét hơn khi thỉnh thức thường nhật. Vì trong thiền định, sự chú ý hướng vào mục tiêu đơn giản đã được định sẵn như nhịp thở hay mắt trí huệ. Nên thông tin từ nội thức ít được chú ý nên không có chi tiết. nhưng khi chú ý vào nội thức thì trở thành sự suy nghĩ không còn là thiền định nữa

-Từ Bản tâm Phật tánh, đó mới là thực sự âm thanh, ánh sáng chân như.

Từ sự kiện trên, cũng như đã biện luận trước đây khi Đức Phật mời 25 vị A La Hán Bồ Tát trình bày các pháp môn để chứng ngộ, , Rốt ráo các pháp môn đều cùng là phương tiện để đạt đến Chân Không. Cũng vậy trong thiền QA (hay Vipasana) ánh sáng, âm thanh hay xúc giác (proprioceptive) đều được quy nạp về Chân không. Bởi vì tất cả lục quan đều biểu hiện sự phân chia tạm thời. Thông tin nguyên thể là một gói (package) toàn thể duy nhất phát xuất từ Chân Không

Nội Tâm .
Là phần của Nội thức chuyên về Tình cảm về Tham Sân Si. Theo Barrett (Barrett 2017), tình cảm là do kiến tạo từ môi trường sống. Sự thể hiện tình cảm của mỗi cá nhân là tùy thuộc vào Nội tâm , cũng giống như sự lập thành TR là do đã có mẫu nội TR. Vì vậy trong thiền QUÁN, quán Thọ Tâm Pháp là hình thức thu hồi Nội Tâm để thanh lọc Nội Tâm.

Nội Tâm đã được Đức Phật giảng rõ trong Vi Diệu Pháp (xem Chương 4 về TR) được chia ra:
    i. Tâm (Hiện tượng Tâm) có 121 loại Thiện và Bất thiện.
    ii. Sở Hữu Tâm là phần Nội Tâm chia ra:
        -Sở Tuệ Tâm là phần điều hành.
        -Sở Hữu Tâm Thiện và Bất thiện dùng làm nền tảng để thể hiện Tâm thành hiện tượng nhờ sự điều hành của Sở tuệ Tâm.

CÁC YẾU TỐ ẢNH HƯỞNG THIỀN ĐỊNH
Vì TD là tiến hành của Tâm, nên ngoài phương pháp TD (sách nầy chú trọng vào Thiền Minh Sát và Quan Âm), yếu tố nội tâm, quyết tâm Bồ

đề, ngoại cảnh, chỗ ngồi TD giữ vai trò rất quan trọng. Thiếu và sai lầm có thể làm mất thì giờ và phụng phí công lao Thiền.

Đời sống Đạo đức
Nếu mục đích TD là để chửa trị bịnh, sự tin tưởng vào TD để an Tâm làm thay đổi phản ứng của cơ thể là quan trọng và cũng cần kèm theo giữ giới luật tu hành. Nếu TD có mục đích diệt khổ, dứt vòng luân hồi, thì giới luật là rất quan trọng. Niết bàn hiển nhiên không là chỗ đón tiếp người có nhiều công lao TD nhưng thiếu Đạo đức và nhất là không hiểu biết gì về Phật pháp như sự bình đẳng, hữu ngã, hằng thường độc nhất, toàn năng toàn giác của ĐST /CK.. Đạo đức của con người là biết mình Vô Ngã Vô thường. Kèm theo là chánh Mạng (Đời sống) là thực hiện Vô Ngã, nên không ngã mạng, ganh tỵ, bon chen, chánh ngữ chánh nghiệp, tránh nghĩ đến điều ác và không làm điều ác, Từ Bi Hỷ Xã. Trong Từ Bi Hỷ Xã ngoài yêu thương, giữ tâm hồn luôn luôn vui vẽ với mọi người, thực tại, sẵn sàng buôn bỏ mọi ràng buộc, Đời sống Xã hội Gia đình là trở ngại lớn cho TD vì biết rằng con người sống trong thế giới nầy là để tụ tập, sửa sai, chứ không phải để hưởng thụ. Hưởng thụ vừa đủ để hổ trợ cho học tập.
Phiền não phải được coi là sự nhắc nhỡ đến tu tập giải thoát. Không coi phiền não là chướng ngại để tuyệt vọng thối chí.

Chánh Niệm là ghi nhận TN về Đạo đức nào Nội thức . Nhờ Chánh niệm thiền nhân có thể có Chánh Tư Duy (suy nghĩ và Chánh Kiến (quan niệm về cuộc sống)
Tu học kinh sách để hiểu rõ Niết bàn Chân không và Phập pháp. Niệm là cao độ và tuyệt đôi khi hiểu được ý nghĩa của lời dạy của ĐP. Hiểu Pháp là một yếu tố quan trọng để thiền Quán hiệu quả Quán cao độ nhất, nhất là Quan Tâm Pháp

Đức tin vào Phật pháp, quyết tâm Bồ đề sự quyết là cần thiếc và liên tục trong đời sống với cao độ trong lúc TD. Phát tâm Bồ đề /Tinh tấn cần nhiều năng lực tinh thần nên cũng cần Xã, để tâm lấy lại năng lượng để tiếp tục Tinh tấn . Nhờ Tinh tấn Tâm luôn luôn ở trạng thái Thức tỉnh. Ngủ, mộng mị và hôn trầm trong TD là làm mất thì giờ và công sức của TD

Đề mục Quán : cần phải phù hợp với ba hạnh người Tham Sân Si (xem tr 289)

Nghiệp căn va Căn tánh nhanh hay chậm : Nghiệp nặng va tánh chậm làm cho chậ sự tu hành

Phần cơ thể không thần kinh: có nhiều tác dụng trên TD. Th ngồi kiết già và bán kiết già, bàn tay co vào nhau, lưng thẳng là yếu tố để duy trì sư quyết tâm tinh tấn. Ngồi trên ghế khi TD cần nhều yếu tố tinh thần để buf vào sự thoải mái của có thể.

Khi Định, cung với sự thở và sự bất động của cơ thể, là một cảm giác toàn thân được bao phủ bị môi trường tịnh gồm thành Hồn Thần Kinh và không Thân Kinh (Khi công)

H. Tỉnh Thức và Tỉnh Giác trong Thiền Định.
   -**Tỉnh**=Awakefullness.
Unresponsive wakefulness syndrome (UWS), thường được dùng để thay thế Vital signs (VS) vì VS không tương ứng hoàn toàn với dự hậu của bịnh nhân: mở mắt được, có ít phản xạ như ngáp. EEG có biểu đồ gần giống Thức Ngủ, nhưng không tiêu biểu cho tình trạng Thức Ngủ bình thường.

   -**Thức tối thiểu**: Minimally conscious state (MCS), được xem như có biểu hiện sự Thức tỉnh hay TR ,như ánh mắt theo dõi, nói những lời khó hiểu và phản ứng trả lại khi ra lệnh.

   - **Giác trong Tỉnh Giác**: hiểu biết thấu triệt, Tuệ Giác (Awareness).

   - **TD khác với Ngủ** ở các cảm giác ngoại biên bị cắt đứt. Hệ thống Lưới Kích Thượng /ARAS bị giảm tiếp nhận kích thích từ ngoại biên, nên ARAS cũng giảm kích thích Vỏ Não.

   -**Thêm nữa, khi Ngủ NREM** các nhân liên hệ đến Thức tỉnh như Orexin, Nor-epinephrine, Histamine, DOPA và Acetylcholine đều ngừng hoạt động, do GABA từ vlPO ức chế.

   - **Trong Ngủ REM**, không Tỉnh nhưng lại có TR: các nhân của Thức tỉnh đều bị ức chế trừ nhân BF/Basal Forebrain LDT/ Laterodorsal Tegmental Nucleus dùng chất acetylcholine thì vẫn hoạt động (Vì vậy người ta thấy có mộng mị). Khi Thức Tỉnh ,các nhân Tỉnh hoạt động và ức chế nhân Ngủ vlPO'ventrolateral PreOptic Nucleus. Con người có Thức tỉnh, phản ứng (Nor-epinephrine), TR (Acetylcholine), biết Đau ngứa (Histamine), Vui sướng (Serotonin) và bị thúc đẩy cố gắng phù hợp với đời sống (DOPA).

   - **Khi Thiền Định** các cảm giác ngoại biên được chủ động cắt giảm (nhắm mắt, tìm chỗ thanh tịnh, dùng TRN/LDN/Lưới Đồi Não hạn chế cảm giác và LKT/Lưới Kích Thượng giảm hoạt động), Nhưng Nội Thức (NT) phản ứng lại làm thông tin từ NT tăng lên, nên Thiền nhân vẫn Thức tỉnh và vẫn còn TR. TR trong Thiền Định là Vô Minh hay Hữu Ngã/có Trí Tuệ là tùy theo đẳng cấp Thiền, và là hiện tượng cần có để đưa đến Trí

Huệ Bát Nhã. Thông tin là từ NT nên ít lệ thuộc vào thế giới bên ngoài. Do Nội Thức làm chủ trong NB khi Thiền Định nên Nội Thức dễ được rửa sạch hơn và càng ngày càng trong sáng, bỏ bớt Vô minh. Vì Thiền Định là Thức tỉnh (cũng tương ứng với VN dày hơn ở người Thiền Định), nên thông tin bên ngoài dù vẫn được tiếp nhận nhưng với một trạng thái của NB tự tại, vì không bị ảnh hưởng xúc động của nhân như AMYGD (lo âu, Amygdala/Hạnh Nhân: dùng nhiều hóa chất dẫn truyền: Glutamine, GABA,DOPA, Serotonine cho các chức vụ TN và nhiều loại tình cảm), nhân Nucleus Accumbens/NAc (vui sướng hãnh diện) và nhân Locus Ceruleus /Nor-epinephrine phản ứng nhanh. Trong pháp tu Diệt Tận Định người tu thiền cắt đứt, bỏ hoàn toàn thông tin đến VN, kể luôn cả thông tin từ Nội Thức.

I. Chỉ- Định - Quán/Tuệ.

a)Thiền Chỉ (Samatha) là dừng lại Tâm Thức hay đúng hơn là Mạc Na Thức và cả TR. Tâm trong Chú Tâm là Tâm trong Tâm viên Ý mã.

Thông tin dừng ở giai đoạn Tưởng (Feeling), tương ứng với đường Dẫn Truyền Trên. Đường Dẫn Truyền Dưới bị chận lại nên không có Trí thức hay Tuệ. Khi gạt bỏ đường dẫn truyền trên, con người mất đi phản xạ vô diei kiện, thân thể thành trơ như gỗ đá. Thiền Chỉ là có mục đích ngăn chặn Thông tin để giảm phản ứng của cơ thể với thông tin làm cho cơ thể bớt hay triệt tiêu phản ứng vô điều kiện với môi trường bên ngoài. Thí dụ như khi vật lạ bay vào mặt thì mắt nhắm lại, đầu né tránh, nhưng không biết vật ấy là gì. Thiền chỉ làm cho có thể trở thành vô cảm với môi trường: nước lửa đá, vách tường.... đều như nhau. Cũng như vậy, không gian trở nên dần dần vô cảm với Thiên nhân để lần lược Thiền nhân đạt các trạng thái Tứ Thiền Vô Sắc

Chỉ trong Thiền Chỉ/Vắng lặng ít có sự thử hỏi TN/Nghiệp về hiện tại nên có ít Tuệ. Lý do là ACC-IPS ít bị kích động, giống như NB trong lúc Ngủ

Từ nguyên tắc trên Thiên Chỉ có thể giúp đạt đến bốn tầng thiện VÔ SẮC sau

TỨ THIỀN VÔ SẮC

- Không Vô Biên xứ : thấy không gian trước mặt rộng vô biên. Thực hiện Thiền để làm cho mất cảm nhận phân biệt về không gian đó
- Thức Vô Biên Xứ: Thiền loại nầy sẽ mất Thức về không gian đang phân biệt, vì trong Không Vô Biên Xứ không vẫn còn Thức phân biệt được. Vị thầy thứ nhất của ĐP đạt được bật thiền này.
- Vô Sở hữu Xứ: trong Thức Vô biên Xứ, Cái không vẫn còn biết được nên vẫn còn giới hạn. Khi diệt bỏ Thức thì cũng không có Hành, khong còn TR về Không gian

- Phi Tưởng Phi Phi Tưởng hoàn toàn vượt qua Thức Tưởng để phản xạ nhưng TR vẫn chưa được loại bỏ. TR càn phải bị loại bỏ

- **b) Định gần đồng nghĩa với Chỉ**
  - i. **CHỈ/Samatha**: chi để ý đến sư thở vào ra, hay chi để ý đến mắt Trí Huệ để chi thấy Ánh Sáng, nhưng <u>không</u> để ý đến Âm thanh đang vang lên ở đường Dưới
  - ii. **ĐỊNH/Samadhi**:

Trong Vipasâna, ĐỊNH là để ý sự Thở vơi Tâm buông xã, làm như vậy sự chú ý ở đường dẫn truyên Trên giảm, nên Đương dẫn truyền Dưới có sự có chú Ý làm nên Chánh Niêm/Mindfulnes. Khi Định thì Thiền nhân có thể thấy ánh Sáng hay nghe được Âm thanh nhu trong phép quán Âm. Nhưng sư nghe và thấy trên ít được ghi nhận có lẽ la hiếm xảy ra. Ngược lại, TUỆ trong Quán Âm có thể it cho những người không đa văn như Ngài A Nan. Cho nên, khi nhưng người có Định nhiều anh em Kiều Trần Như chi cần nghe Tứ Diêu đes là đạt quả A La Hán. Trong khi đó Ânn là đa văn nen chi cần một tuần lễ quán Am là đạt quá A La Hán.

Trong phép QA, ĐỊNH là để ý đến Âm thanh vang lên ở đường dẫn truyền Dưới va Trên cũng làm nên Chánh Niêm/Mindfulness và Tuệ.

Định (Samadhi/Mindfulnes) (*sama*: equal *dh:* "consciousness) Định là khi có sự tham dư cua đương dẫn truyền Dưới nên có cái Biết. Định là tương ứng với quá trình Mindfulness/Tâm Niệm, nhìn thấy, cảm nhấn sự vật như là. Tri nhớ được ghi vào Nội thức trục bỏ đi những Nội Tâm xáu tương đồng. Chánh Niêm thường được dùng để trị liệu chứng lo âu thần kinh vì làm đình chỉ Mạc na thức/suy nghĩ, an bình MMĐ.

Tuệ/Quán (Vipassana/ Vi=Variations, passana=Awareness, Knowing) là tiến trình có Trí Tuệ/Awareness là thành quả của sự giảm bớt hay gột rửa hết sự Vô minh. Sự loại bỏ Tri thức do định Tâm/Samadhi để có cái nhìn như thị là Chánh Niêm/Mindfulnes là tương đương với sự làm mỏng đi và vén sang một bên màng Vô Minh để lộ ra cái BIẾT vốn là thể gần nhất của Trí Huệ Bát Nhã. Phương pháp là định tâm cần có Ý chí giữ tâm không lang thang. Giống như ly nước đục không bị khuấy động thì chất bụi bặm cặn bã lắng xuống còn lại là phần nước trong. Sự BIẾT không được phát triển bằng Ý chí. Ý chí chỉ dùng để giữ tâm không chạy lang thang. Vì sự BIẾT/TUỆ tự nó đã có sẵn không cần cố gắng BIẾT. Cố gắng Tri thức chỉ làm cho con người đần ra như một cái máy tính của Tri thức nhân tạo. Hoặc là làm cơ thể chai cứng tê dại như trong người luyện khí công tương đương với trạng thái Tri thức (khí công) nhập thân. Cho nên trong Tuệ/Quán /Minh Sát (Vipassana/ Vi=Variations, passana=Awareness, Knowing) cái BIẾT là tự nhiên (như khi BiẾT bụng phình xẹp không cố gắng tìm hiểu. Trong thiền Quán Âm, ánh sáng tự nhiên đến, mong cầu cũng không được

iii. QUÁN: khi giam Định để Quán Thân Thọ Tâm Pháp

Thông thường khi được Định thì Tuệ tự động hiện ra, nhưng có thể TUỆ không đủ cho sự rữa sạch Nghiệp. Vì khi Định, Nội Thức bị mất thông tin Ngoại biên và TR, sẽ kích động. Nội Thức khi ấy sẽ được rửa sạch thông tin sai lầm. Cho nên, khi hết bóng tối, hay vén đi màn cửa thì ánh sáng đổ vào, ấn chứng sơ đẳng nhất là thấy ánh sáng như ngọn đèn từ mắt thứ ba Huệ Nhãn. Nhưng khi Định, không có nghĩa là Vô minh sẽ được thanh lọc tương ứng, cho nên Định không luôn luôn kết hợp với Tuệ tương ứng. Định và Tuệ vì vậy có khi không đi đồng hành trong phép Tu. Lý do là TUỆ cần Quán trong khi Định. Nhưng Định nhiều thì Quán lại trở thành TR, Đinh, ít Định thì Quán trơ rthành sự học tâp không còn là thiền. Như vậy, Định chỉ vừa đủ mới là hiệu quả nhất. Quan niệm như vậy thì có vấn đề Tâm Quán Tuệ hay Tuệ Quán lại Tâm mà Đại Sư Trí Khải ở đất Đô Hạ cho là pháp tu Hoàn (Nhìn lại Nội Thúc). (Thích Thanh Từ dịch trong Lục Diệu Pháp Môn: Sổ Tức quán (đếm hơi thở), Tùy Tức quán (theo hơi thở), Chỉ, Tuệ, Hoàn và Tịnh).

Chú Tâm vào Sự Thở (hệ thống trên xuống) và quan sát biến chuyển của Sự Thở (hệ thống dưới lên) để dần dần nâng cao khả năng chú Tâm và củng cố TR cho thành Chánh niệm. Trong 25 Vị được Đức Phật mời để trình bày pháp tu để chứng đắc, hai Vị dùng phương pháp Quán hơi thở (Châu Lợi Bàn Đặc Ca,Tôn Đà La Nan Đà). Sự chú tâm dùng hơi thở để đi vào cửa Ý để đi vào Bản tâm /Chân Không. Riêng Tôn Đà Là Nan Đà còn mô tả Ánh sáng thấy được khi thực hành Sở Tức Quán , chứng tỏ ngài đã đi vào Định để thấy ánh sáng từ Nội tâm (cũng gọi là Phật quang). Khi Định, Nội thức dần dần được thanh lọc với thời gian thì Tuệ do Phật Tánh sẽ hiện ra và Chánh Niệm mới có thể có được. Khi chưa Định mà thực hành Chánh Niệm là khó khăn và bất cập. Tri thức là màng vô minh, Chánh niệm tăng lên với Định và giảm đi khi không Định.

Không có Phật tánh thì <u>tuyệt đối</u> không thể có Tri thức và Chánh Niệm. Kinh Trung bộ/Quán Niệm hơi thở viết lời Đức Phật:

"Vị ấy an trú với chánh niệm như vậy, suy tư, tư duy, thẩm sát pháp ấy với trí tuệ. Này các Tỷ-kheo, trong khi trú với chánh niệm như vậy, Tỷ-kheo với trí tuệ suy tư, tư duy, thẩm sát pháp ấy, trong khi ấy trạch pháp giác chi được bắt đầu khởi lên, với Tỷ-kheo,

> *Trong khi ấy, Tỷ-kheo tu tập trạch pháp giác chi. Trong khi ấy trạch pháp giác chi được Tỷ-kheo tu tập đi đến viên mãn".*

Đoạn kinh nói lên khi (Tâm) an trú, suy tư khởi lên, nhờ định tâm, có thể phân biệt ĐÚNG SAI khi quán xét Phật pháp trong tu tập để thành viên mãn.

Khi chú ý vào hơi thở Tâm thường vẫn có thể chạy bậy bạ do tác động của Thọ, Tâm, Pháp nên thiền nhân ngăn chặn sự chạy bậy bạ bằng cách dùng đường dẫn truyền Dưới để IPS kéo Tâm về Hệ thống Chú Ý Trên-Xuống như đã nói ở trên.

Phương pháp cần sự luyện tập để hai hệ thống Trên Xuống và Dưới Lên làm việc thành thói quen. Sự làm quen đó chẳng qua là hình thức để diễn tả sự kết nối tế bào thần kinh của mỗi hệ thống nói trên với mục tiêu định sẵn. Với sự luyện tập mỗi ngày sự kết nối sẽ ngày càng bền chặt rồi dần dần trở thành tự động (bỏ cái Tôi trong Tâm của sự chú ý).

Hai hệ thống trên có thể kết nối, kìm chế lẫn nhau. Hệ thống lưng là chủ động ức chế hệ thống bụng trong Định và ngược lại trong Quán. Sự ức chế lẫn nhau tạo nên một thể cân bằng làm mất đi tính cách chủ quan của hệ thống lưng. Hệ thống bụng có ý nghĩa sâu xa là làm mất đi cái "Tôi" chủ quan của chủ thể.

iv. QUÁN khác với TUỆ. Quán dùng ý chỉ của TÂM THIÊN nhận rõ chân như của sự kiện. Thường ngày chúng ta làm công việc một cách Vô Thức không dùng đến sự chú Tâm và thường bị lệch lạc vì định kiến. Như vậy ý nghĩa là làm mới lại và làm Thức tỉnh, cũng như gạt bỏ định kiến sai lầm trong quá khứ.

Đó là xây dựng Chánh Niệm gồm bốn loại như trên đã nói. Niệm (là ghi nhớ) TÂM và PHÁP thiện như *KHÔNG Tham Sân Si, An khang, Hỉ lạc, Từ Bi Xã, Nhẫn nhục,* hinh anh tốt đẹp của Phật Bồ Tác Thánh thiện. Dùng những Tâm Pháp nầy để đục bỏ tâm pháp Ác ra khỏi Nội thức trong lúc Định. Vi chỉ khi Định, Nội thức mới được phơi bày ra. Những lúc khác muốn thay thế tâm thiện, đục bỏ tâm Ác là rất khó khăn.

TUỆ là sự kết nối thông tin TN ghi trong MMD/NT với THBN, thường có được khi ở trong Định.

Trong kinh Lăng Nghiêm, khi chứng ngộ có đuoc Trí Huệ không đến trực tiếp từ Quán mà là do kết quả trực tiếp từ sự rửa sạch Nghiệp:

> *A Nan nên biết, Người tọa Đạo tràng, Vọng Niệm (TR) nếu hết thì ngay cái lìa niệm ấy, tất cả sáng tỏ, động tịnh chẳng dời, nhớ quên như một, nên trụ nơi này mà nhập chánh định. Như người*

> *mắt sáng ở chỗ đen tối, chơn tánh trong sạch, trong tâm chưa phát ánh sáng, đây gọi là phạm vi của SẮC ẤM. Nếu con mắt sáng tỏ, thì mười phương khai mở, chẳng còn đen tối, gọi là Sắc Ấm hết, thì*
>
> *người ấy được siêu việt Kiếp Trược. Nhưng quán xét nguyên nhân là bởi KIÊN CỐ VỌNG TƯỞNG làm gốc.*
>
> *A Nan, đang trong lúc tham cứu Diệu Minh, quên cả tứ đại, bỗng sắc thân ra vào các vật chất đều chẳng chướng ngại, ấy gọi là sự sáng tỏ tràn ra trước mắt. Sự việc ấy chỉ là công dụng tạm được như thế, chẳng phải chứng Thánh; chẳng tự cho là Thánh, gọi là cảnh giới tốt, nếu cho là Thánh, liền lọt vào tà ma.*

cũng như vậy khi vô minh che mờ Thọ, Tưởng Hành Thức được gỡ bỏ nhờ TD, DP thành người toàn giác

Như vậy vai trò của Quán là gì: Quán cần chú ý nên cũng giúp đỡ cho Chỉ và Định. Quán sự việc trong thân thể và đời sống tinh thần giúp cho NB thu hồi TN/Nghiệp để rửa sạch Nghiệp xấu. Cơ chế giống như khi ăn ăn sám hối và xưng tội. Tuy nhiên trong TD sự thu hồi Nghiệp về hiện tại có thể sâu rộng hơn nhiều. Như vậy có thể nói Quán Âm hay Quan trong Minh sát là không khác biệt về cơ chế để có Tuệ.

Biến Sở Chấp do những lệch lạc sai lầm từ Nhận Thức trong quá khứ ghi trong Nội Thức cần được tu chỉnh lại. Nói một cách khác gạt bỏ cái Tôi hay xây dựng chánh niệm có một cơ chế chung là bỏ đi, rửa đi Nội thức/màng Vô minh.

Ngoài ra Ito, Heck đã chỉ ra là thở làm nên sóng delta thường thấy trong Thiền định và sóng gamma (30-100Hz) thường liên hệ đến hoạt động của Tri thức, chú ý, vận động tình cảm, cảm nhận đau... Vì vậy sự thở gip về tỉnh thức trong Thiền định, nhưng tác động trên tình cảm, thì lại chưa được chú ý đến.

Trong Thiền Yêu thương Tử tế (Loving kindness mindfulness meditation) sự tập tành cho tạm bỏ đi tật xấu để hướng thiện cũng là một hình thức của Thiền Tứ niệm xứ.

- ***Nhận xét Thiền Quán Âm và Minh sát khác nhau về cách chủ tâm nhưng đều kinh qua năm thiền chỉ Tầm Sát để cùng nhìn vào Nội Tâm để có Phỉ Lạc Trụ.***

Sự chứng Ngộ (Rửa sạch nhiều Màng Vô minh) xảy ra mau hay lâu là tùy theo phương pháp Tu (Tịnh độ, Tứ niệm Xứ...), cách tu và sự rửa nghiệp nhiều hay ít. Nghiệp hiện đời chỉ có thể rửa sạch bằng chính mình do sự Tu hành với Công phu. Đức Phật trước khi tu là một vị Hoàng tử nên đã tu hơn 4 năm để chứng quả vị Phật. Đức Chúa Jesus có 16 năm không được ghi chú trong Thánh kinh (?). Nhắc lại, khi Tu Thiền không đúng phương pháp, có thể có Định nhiều hơn Tuệ hay ngược lại. Đức Phật đã Tu Ngoại đạo lên đến cấp Thiền 8, nhưng thiếu Tuệ nên Ngài phải bỏ lối Thiền nầy. Vấn đề sẽ được đề cập sau.

> A Nan nên biết, Ngươi tọa Đạo tràng, Vọng Niệm nếu hết thì ngay cái lìa niệm ấy tất cả sáng tỏ, động tịnh chẳng dời, nhớ quên như một, nên trụ nơi này mà nhập chánh định. Như người mắt sáng ở chỗ đen tối, chơn tánh trong sạch, trong tâm chưa phát ánh sáng, đây gọi là phạm vi của SẮC ẤM. Nếu con mắt sáng tỏ, thì mười phương khai mở, chẳng còn đen tối, gọi là Sắc Ấm hết, thì người ấy được siêu việt Kiếp Trược....
>
> l. A Nan, đang trong lúc tham cứu Diệu Minh, quên cả tứ đại, bỗng sắc thân ra vào các vật chất đều chẳng chướng ngại, ấy gọi là sự sáng tỏ tràn ra trước mắt. Sự việc ấy chỉ là công dụng tạm được như thế,;.....
>
> 2. Trong lúc tham cứu Diệu Minh, thân như lưu ly, bỗng trong thân lấy ra các loài giun sán mà thân vẫn y nguyên, chẳng bị thương tổn, ấy gọi là sự sáng tỏ tràn ra hình thể, đây chỉ là do tu hành tinh tấn tạm được như thế,.....
>
> 3. Trong lúc tham cứu Diệu Minh, khi ấy, ngoài sắc thân ra, hồn phách, ý chí, tinh thần dung hòa lẫn nhau, bỗng trong hư không nghe tiếng thuyết pháp, hoặc nghe mười phương chư Phật cùng diễn mật nghĩa, đây gọi là hồn phách, ý chí thay phiên nhau làm chủ khách, ly hợp lẫn nhau, thành tựu thiện chủng, tạm được như thế,....
>
> 4. Trong lúc tham cứu Diệu Minh, trong tâm sáng tỏ, phát ra ánh sáng, chiếu khắp mười phương thành màu sắc Diêm Phù Đàn, tất cả các loài đều hóa thành Như Lai. Bỗng thấy Phật Tỳ Lô Giá Na ngồi trên đài Thiên Quang, ngàn Phật vây quanh, trăm ức cõi Phật cùng hoa sen đồng thời hiện ra. Ấy gọi là việc sở nhiễm của tâm hồn linh ngộ, ánh sáng của tâm chiếu soi các thế giới, tạm được như vậy,....
>
> 5. Trong lúc tham cứu Diệu Minh, quan sát chẳng ngừng, sức đè nén hàng phục quá mức, bỗng trong hư không thành màu sắc bách bảo, xanh vàng đỏ trắng đồng thời cùng khắp mười phương mà chẳng chướng ngại nhau. Ấy gọi là sự dụng công đè nén quá mức tạm được như thế, ...
>
> 6. Trong lúc tham cứu Diệu Minh, trong sáng chẳng loạn, bỗng lúc nửa đêm, ở trong nhà đen tối, thấy rõ các vật chẳng khác ban ngày, ấy gọi là tâm dụng đến chỗ vi tế, cái năng thấy trong như lưu ly, cái sở thấy thấu qua đen tối, tạm được như thế,.....
>
> 7. Trong lúc tham cứu Diệu Minh, toàn tâm dung hòa với hư không, bỗng thân thể đồng như cây cỏ, lửa đốt, dao chém chẳng có cảm giác, thiêu chẳng thấy nóng, chém chẳng thấy đau, ấy gọi là tâm và trần dung hợp thành một, tạm được như thế, chẳng phải chứng Thánh; chẳng tự cho là Thánh, gọi là cảnh giới tốt, nếu cho là Thánh, liền lọt vào tà ma.
>
> 8. Trong lúc tham cứu Diệu Minh, dụng công đến chỗ thanh tịnh, bỗng thấy núi sông, đất đai mười phương đều thành cõi Phật đầy đủ thất bảo, ánh sáng chiếu khắp, lại thấy hằng sa chư Phật, cung điện trang nghiêm, cùng khắp thế giới, thấy khắp thiên đàng địa ngục đều chẳng ngăn ngại, ấy gọi là tập trung tư tưởng ngày càng sâu đậm, lâu ngày hóa thành, ...
>
> 9. Trong lúc tham cứu Diệu Minh, đến chỗ sâu xa, bỗng ở nửa đêm, thấy được các đường phố và bà con phương xa, nghe được tiếng nói của họ, ấy gọi là tâm bức bách quá mức bay ra, nên cái thấy thấu qua vật chất.... 10. Trong lúc tham cứu Diệu Minh, thấy hình thể của thiện tri thức, trong giây lát hiện ra đủ thứ biến đổi, ấy gọi là tâm tà bị yêu mị, hoặc thiên ma xâm nhập, thình lình thuyết pháp, thông đạt diệu nghĩa

Diễn nghĩa:

Trong khi thiền (lúc nữa đêm), không quên không nhớ khi định, thân xác (Sắc ấm=phần hình thuộc về Tri thức) tan biến (hay mờ nhạt, nhỏ lại) thì Tâm BIẾT hiện, nên có sự SÁNG TỎ xuyên thấu sự vật, tuần tự : 1) ánh sáng, 2) thấy nội tạng của chính mình, 3) nghe âm thanh có tiếng thuyết pháp, 4)Thấy Phật thuyết pháp, 5) cảnh sắc khắp mười phương, 6) thấy cảnh vật bên ngoài, 7) thân thể chai cứng như đá, 8) thấy cảnh giới Phật, 9) xuất hồn thấy cảnh vật và người, 10) thấy Ma hiện thành thiện tri thức.

KHÁC BIỆT GIỮA PHÁP QUÁN VÀ TNX/VP.

CHỈ* Samatha	QUÁN MINH SÁT*	QUÁN ÂM
Chỉ Nhiều	Định: Ít-Trung bình	Định Nhiều
Chánh Niệm: Ít	Chánh Niệm: Trung bình-nhiều	Chánh Niêm: Nhiều
TUỆ: Ít	TUỆ Nhiều	TUỆ. Trung bình- Nhiều
Rữa Nhgiệp ít	Rữa Nghiep ít-Trung bình	Rũa Nghiệp : Nhiều
Định Tâm nên An Lạc nhất Tâm để ý vào mục tiêu	Chánh Niệm/Mindfulness nên Phát hiện ra TUỆ nhờ Quán Thần Thơ Tâm Pháp Định Yếu	Chánh Niệm nên Phát hiện TUỆ nhờ Quán Âm, TUỆ đã có trước khi ĐỊNH Định nhiều hơn MS
Vô minh ít bị loại trừ	Vô minh loại trừ tận gốc	Vô minh loại trừ tùy theo TUỆ Hải Đường Dẫn Truyền N
Đường Dẫn Truyền NÊ Trên Không giải thoát vị thiếu TUỆ, chỉ có thể tái sánh thành Phạm Thiên	Hai Đường Dẫn Truyền Trên và Dưới. Đường Trên để chú ý định Tâm, Đường dưới để phát hiện TUỆ Dứt Luân hồi.	Trên và Dưới .Đường trên ch ý định Tam, Đường dưới đ phát hiện TUE Dứt Luân hồi tùy theo TUỆ

- Lục diệu pháp môn kết hợp CHỈ-QUÁN tăng Định nên cần nhiều thì giờ hơn
- Chỉ/Samatha và Định/Samadhi có nhiều điểm tương đồng là cắt đứt thông tin ngoạ biên, vi vậyk thông tin nội thức được kéo về hiện tai và nội thúc được sạch Nghiệp Tuy nhien Trong Thiền Chỉ, cơ thể trở thành vô cảm với mọi thông tin và ngoại cảnh Vì Thiền Chỉ chỉ dùng đường dẫn truyền trên va tiến trình Ngũ Uẩn dừng ở Tưởng. Ch bỏ Nội thức có thể it hơn khi so sánh với Định.
- Định. Dùng cả hai đường Trên va Dưới, nên Nội thức được rữa sạch nhiều. Vì vậy c thể phát hiện được Tuệ
- Định va Định+Chánh niệm/Mindfulnes (nhiều TUỆ hơn)
- Cơ chế rữa nghiệp tuy thuoc vao Định/Chánh Niệm va TUỆ

Tiến trình của Định- Quán -Tuệ. LỤC DIỆU PHÁP MÔN

Trong pháp tu Tứ Niệm Xứ ,Định Tuệ có thể xen kẽ lẫn nhau nhất là trong Lục Diệu pháp Môn.

Định thường đi trước Tuệ như trong trường hợp sáu người đệ tử của Phật tu khổ hạnh cùng với Phật, được khai ngộ tức khắc khi Phật giảng về Tứ Diệu Đế và Thập Nhị Nhân Duyên. Chính Đức Phật cũng chỉ cần 49 ngày để phát huy Tuệ khi Ngài đã đạt được Định khi tu trước đó.

Vấn đề là Tuệ có thể đi trước Định. Biết rằng Tuệ là khác với TR hay là màng Vô minh. Được có Tuệ có thể tự Định để đạt được Chứng Ngộ. Đó là các trường hợp Thiền sinh đã có công phu Định, khi Tu Công án hay khi bị Sư Tổ đánh hét liền chứng ngộ.

Hơn thế nữa, trong khi Định sự phát triển, Tuệ là cực điểm, thiền nhân có thể dùng Tuệ có được sau khi Định, để Quán những vấn nạn mà khi bận rộn trong đời sống không giải quyết. Cho nên, thành quả của sự Quán trong Định là một ưu điểm của TNX. Trong Thiền Định, Chánh Kiến Chánh Niệm và Tư Duy có được là không phải là do Tâm chạy lang thang nhưng phải được coi là thể nghiệm của Thiền Định. Trong Thiền Định, Đức Phật nhận ra được sự phát triển của các loài vật hữu tình khác nhau cũng cùng chung một gốc (DST).

LỤC DIỆU PHÁP MÔN
Gồm sáu tiến trình
1. **Sổ tức a)** đếm hơi thở
2. **Tùy Tức** theo hơi thở
3. **Thiền Chỉ: tâm** a) xã lỏng, Tâm lặng yên, b) Định
4. **Quán,** a) Tứ niệm xứ, b) chưng thể nghiêm
5. **Hoàn: Nhìn vào Nội** Tâm (Nội thức: vậy thi khi xã Tâm thi mất đi) hay từ Bản tâm (xã Tâm vẫn còn chưng nghiệm, và được như vậy thi chuyển đến Tịnh).
6. **Tịnh a)** dứt vọng tưởng, canh giới ứng với năm Uẩn để tu Tinh/sau khi Xã, b)) Được Tam muội

J. TỈNH THỨC, CHÚ TÂM. VÀ HIỂU BIẾT (H5.4).
Đó là ba tiến trình trong đời sống thường nhật. Tuy nhiên trong thiền định, sự chú tâm bị thu hẹp vào một mục tiêu cố định vì vậy các thông tin ngoại biên ít nhận được sự chú tâm nên có thể đi vào tiềm thức.

Chú Ý là điều kiện cần phải có để có TR. Thu hồi Trí nhớ tự Nội thức nếu không có sự chú tâm (như trong Thiền Định, sự chú tâm chỉ chuyên về mục tiêu như Âm thanh, hơi thở, Ánh sáng..) thì không có TR, TN thu hồi chỉ được biết qua dữ kiện thô sơ như Âm thanh ánh sáng mà không có chi tiết. *Vậy thì sự Thức tỉnh là sự sẵn sàng để hướng Chú ý đến mục tiêu đang có sẵn hay sẽ xảy ra*

Trong thiền định của bậc khai ngộ như Ngài Kalama hay của Phật, sự chú tâm là tuyệt đối vào mục tiêu định sẵn, nên thông tin ngoài không có sự chú tâm không thành Tri thức hay sự biết. Thông tin ngoại biên bị chận lại trong não bộ không đến được Trí huệ Bát nhã, khác với trường hợp Diệt Tận Định, như trong đoạn kinh Trường bộ Đại Bát Niết Bàn sau:

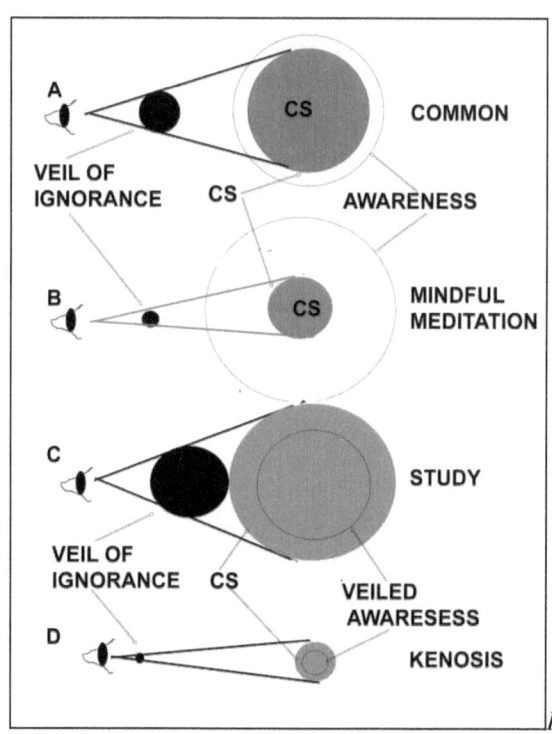

H5.4

Vòng tròn trắng: Sự Biết. Vòng tròn Đen: TR, Vòng tròn xám : Sự Hiểu
A: thông thường
B: Thiền định : thu nhỏ dần TR, Tăng sự Biết.
C: Học hỏi: Tăng sự Hiểu, xóa mờ đi sự Biết thành ra người máy, độc đoán, khuôn mẫu táo bạo, bận rộn , nhiều ngôn từ. Màng Vô Minh dày và rộng mênh mông.
Krishnamurti : Meditation is not a practice; it is not the cultivation of habit; meditation i heightened awareness. (Thiền không là thực tập. Cũng không là tập thói quen mà là đi làm tăng lên sự BIẾT).

Lúc ấy có khoảng năm trăm cỗ xe đi ngang qua gần ngài Alara Kalama. Bạch Thế Tôn, có một người đi theo sau lưng đoàn xe ấy,đến chỗ ngài Alara Kalama và nói với ngài: "Tôn giả có thấy khoảng năm trăm cỗ xe vừa đi qua không?" - "Này Hiền giả, ta không thấy". - "Tôn giả có nghe tiếng không?" - "Này Hiền giả, ta không nghe tiếng". - "Có phải Tôn giả đang ngủ không?" - "Này Hiền giả, không phải ta đang ngủ". - "Vậy có phải Tôn giả đang thức tỉnh?" - "Này Hiền giả, ta đang thức tỉnh". - "Tôn giả

> *đang thức tỉnh nhưng không thấy khoảng năm trăm cỗ xe vừa đi ngang qua gần một bên, cũng không nghe thấy tiếng..............*
> *Này Hiền giả, Ta không nghe tiếng gì?" - "Bạch Thế Tôn, có phải Ngài đang ngủ, phải không?" - "Này Hiền giả, không phải ta đang ngủ". - "Bạch Thế Tôn, có phải Ngài đang tỉnh thức phải không?" - "Này Hiền giả, phải". - "Bạch Thế Tôn, Ngài đang tỉnh thức, nhưng trong khi trời mưa, mưa tầm tã ào ào, điện quang chớp lòa, sấm sét vang động, có hai anh em nông phu và bốn con bò đực bị sét đánh chết, nhưng Ngài không thấy, cũng không nghe gì".*

a) Liên hệ giữa Thức /Tỉnh Tuệ và Định 293

Thức (do chức năng Acetylcholine), Tỉnh (Nor-epinephrine), Định (Chú Ý với hai hệ thống chú Ý Trên) và Tuệ đường dẫn truyền Dưới) là bốn trạng thái khác nhau nhưng kết hợp lại trong Thiền:

Định thì cần Tỉnh.
Tuệ là kết quả của Thức tỉnh và Quán..

TR và Nhận biết là đối nghịch nhau. TR là sản phẩm của vô minh, sau sáng thế, đối nghịch với Đạo, bậc vô học. Nhận biết là gần với Đạo, thường bị che mờ bởi TR, học vấn của hàng hữu học.

b) Thiền Đốn ngộ và Tiệm Tu. 293

Cần phân biệt khai ngộ va chứng ngộ. Khai ngộ la biết mình có Tánh va con đường để đạt được Đạo. Chứng ngộ là đạt được thể nghiệm Biết để có thể nghiệm đẳng cấp gần hơn trên con đường tìm về Phật Tánh/Bản Tâm. Vậy đốn ngộ gồm ba giai đoạn: Khai ngộ, Chứng ngộ và Giác ngộ (Tam minh Lục thông) va cuối là Toàn Giác của Đức Phật.

Thiền đốn ngộ được nói nhiều nhất thời Thiền tông sau khi Đạt ma đến Trung Hoa. Đốn ngộ để chỉ ra đối cực là Tiệm tu của Thiền Tông phía Bắc Trung Hoa khởi lên bởi Ngài Thần Tú và phía Nam Trung Hoa bởi ngài Huệ Năng. Ngài Thần Tú chủ trương Tâm như tấm gương cần lau chùi bằng Tu Thiền định.

Thân như cây bồ-đề, Tâm như đài gương sáng.
Luôn luôn phải lau chùi,Chớ để dính bụi nhơ.

Ngược lại Huệ năng chủ trương đốn ngộ vì:
Bồ-đề vốn không cây, Gương sáng cũng chẳng đài.
Xưa nay không một vật, Chỗ nào dính bụi nhơ?

Sự khác biệt giữa hai Ngài Thần Tú và Huệ Năng là quan niệm về Tâm. Cùng một chữ Tâm, nhưng Tâm mà ngài Thần Tù nói đến là Tâm Hồn của phàm phu của người chưa đạt Đạo cần rửa sạch Nghiệp. Tâm mà ngài Huệ Năng đề cập là Tâm người đạt Đạo không còn Nghiệp nên không còn Tâm

Hồn, chỉ còn là Bản Tâm nên Vô tướng làm gì còn Nghiệp. Bài kệ chỉ nói lên sự hiểu biết của hai Ngài hơn là Tâm của hai Ngài.

Như vậy Đốn Ngộ hay Tiệm tu không tuỳ thuộc về quan niệm về đạt Đạo mà lệ thuộc vào trình độ của Tâm còn xa hay gần với bản Tâm.. Khi còn xa với Đạo/Bản Tâm thì rất khó để có thể đốn ngộ. Nghiệp/bụi trần quá dày thì làm sao nhận ra Bản Tâm, nên cần thời gian rửa sạch. Dù có phương pháp để dẹp nghiệp sang một bên cũng là rất khó khăn để tìm thấy một chút ánh sánh của Phật tánh.

Ngược lại khi Nghiệp mỏng, Tâm Hồn gần Bản tâm thì phương pháp thiền đúng đắn có thể rửa sạch hay vén màng vô minh.

Tha lực cũng có thể giúp đỡ phần nào như khi Đức phật còn tái thế hay trong pháp tu Tịnh Độ Phật A di Đà. Tuy nhiên rõ ràng là tha lực chỉ có hiệu quả tương đối vì nếu không đã không khai ngộ trong suốt thời hoẳng pháp của Đức Phật, dù trước đó ngài An Nan Đa nhớ thần lực của Phật được đưa lên dạo chơi hay dự lễ hội với các bật Phật Bồ tác.

c) Đi Đứng, Nằm, Làm việc và Thiền 294

Tuy Thiền là dùng Tâm ý, để chú ý và ngăn cản lục Nhập từ sáu căn làm căn bản. Các tư thế không phải ngồi Thiền dễ làm trở ngại Thiền Định. Đi bộ là để thư giãn nhưng để Thiền thì có hiệu quả nhưng giảm hiệu quả. Vì vậy tập trung Chú tâm và ngồi Thiền tốt hơn phân tán mỏng năng lực và ý chí chú tâm trong các việc khác hơn ngồi Thiền. Các tư thế không ngồi thiền nên được dùng để thư giãn và để làm các công việc cần thiết có thể là phương pháp dùng thời gian hiệu quả hơn. Thí dụ vừa ca hát và vừa mổ xẻ là điều không bao giờ nên thực hiện. Cũng như vậy, chú ý đọc sách, chú ý nấu ăn là không phải Thiền, vì tâm trí bị thu hút vào nhiều vấn đề. Nằm là thư giãn quá đáng đối với Thiền. Làm giảm sự chú ý nên Thiền nằm thiếu hiệu quả hay dễ đi vào giấc Ngủ. Đức Phật ngồi khóa tréo chân là hạ quyết tâm rất cao. Ngài và nhiều thiền nhân thệ nguyện ngồi thiền và chỉ đứng dậy khi đạt được kết quả thiền cho thấy không ai đứng đắn hạ quyết tâm vừa thiền vừa đi thư giản!

d) Liên hệ giữa sự Chứng ngộ và Công phu 294

tu hành có nhiều ẩn số:"Oai thần của Đức Phật", Nghiệp/Màng Vô minh, Công phu Định -Tuệ, Tinh tấn Ba La Mật là những yếu tố chính. Lấy ví dụ:
    Độ thành A La Hán.

-Anh em Kiều Trần Như sau	5 ngày được Phật hóa độ
- Kiều Mục Liên sau	5 ngày sau quy y.
- Xá lợi Phất	15 ngày

- Yasa con trưởng giả Gia Na   7 ngày
- Diệu Hương   7 ngày
- Ta ma ni   8 ngày
   - Thiện sinh nữ   tức khắc
- Đạt ba vì là 16 tuổi thành A La Hán
-Bật đa là rất trẻ, thành A La Hán không bao lâu sau..
- Ca tích đã thành A La Hán khi cạo đầu.
   - Ngài A Nan 25 năm theo Phật được Phật được Oai thần Đức Phật cho thấy cảnh Phật. Sau Phật diệt độ, chỉ thành A La Hán 7 ngày sau và một ngày trước ngày Kết tập lần I, sau một đêm buồn tủi thẹn vì chưa là A La Hán để dự kết tập thứ nhất.
   - Tỳ khưu ni Siha bị tình dục bức bách uổng công 7 năm trời nên muốn treo cổ tự vẫn thì tức khắc thành A La Hán.

e) Khả năng Tâm linh.295

Có nhiều trường hợp người không tu hành giữ giới luật, tự nhiên hay sau cơn bịnh có một số khả năng tâm linh nhất là Thiên nhãn thông để thấy người, cảnh người còn sống hay đã chết và các khả năng Tâm linh khác.

   Điều đó chứng tỏ khả năng siêu hình có thể là một phần của thể nghiệm tâm linh. Sự khác nhau ở chỗ khả năng Thiền Định là nhìn vào Nội Thức, còn khả năng tâm linh là phần NT kết nối với Hồn tha nhân hay các Đấng Tôn giáo. Tuy vậy cơ chế có thể giống nhau thí dụ như Ngài A Nan có thể thấy cảnh giới tâm linh khi Phật còn tại thế mà không cần Thiền Định. Hiện tượng chứng tỏ thần quyền và tha lực ảnh hưởng đến sự khai ngộ và chứng ngộ.

   Như thấy trong phần trên, các trường hợp sự chứng ngộ đến thình lình không tiệm tiến. Điều đó chứng tỏ có yếu tố đột phá tương tự như nhát búa khẽ nhẹ lên tấm kính đã được rạch trước bởi dao cắt kiếng: dao không xuyên thủng kính nhưng kính tự bể ra với một tác động nhẹ khi vết rạch rõ nét của dao. Biết rằng Thiền chia ra từng cấp bậc (4 cấp), sự Chứng ngộ cũng thường theo từng cấp bậc một. Sự kiện trên gợi ý Ân điển đặc biệt của Đấng quyền năng hay toàn giác. Trong phản ứng khoa học, **men** xúc tác giúp hoàn thành phản ứng hóa học, nếu không có men, phản ứng hóa học không thể hay khó có thể hoàn thành dù đủ điều kiện về các hợp chất và vật lý. Đó là ý nghĩa của Đấng Đại Đạo Sư trong con đường tu học Tâm linh.

   Đạo Sư Vivekananda (1863 – 1902), một đệ tử nổi tiếng của Tôn Sư Maharishi Ramana. Phóng viên Paul Brunton trong cuốn The Secret India, cho biết khi đứng gần Tôn Sư Maharishi Ramana (1879 – 1950), Đạo sư thấy một trạng thái phúc lạc tuyệt vời. Cũng như vậy, người gần thánh Ramakrishna tiếp nhận một nguồn an lạc vô biên khi ông chạm chân vào đệ tử.

f) Định thiếuTuệ295

Có thể có trường hợp có Chỉ mà không có Tuệ. Vì Thiền có cơ hội nhìn vào Nội Thức để có Tưởng Thức và Thể nghiệm.Tuệ là tương ứng với Thể nghiệm: Không Tuệ là trường hợp người Người tu thiền không có cái thấu suốt vào Nội Thức và Tâm Hồn, chú ý nhiều đến thân thể hay tình cảm tha nhân. Cũng có thể do không Tỉnh Thức hay thiếu Tỉnh Thức chẳng khác nào những môn phái tu hành ép mình chỉ có sự sống cơ bản, sức khỏe hay cử bắp thịt, mà NB thiếu hay không có TUỆ phản ảnh từ Viên thành thật. Cho nên uổng công phu. Thí dụ: người Tu thiền có công phu ở bậc thiền Chỉ Vô Sắc thứ 1,2, 3 hay 4 có thể nhập định 7 ngày hay lâu hơn nữa kể cả có thể đi vào Diệt Tận Định. Thức trong trường hợp nầy bị suy giảm và che lấp Phật tánh: Người trở thành thân cây khô không có TR. Thí dụ trường hợp kể ra bởi Thương Tọa Thích Thiện Minh trong bản đồ Tu Phật như sau:
Vào những thế kỷ 13 và 14, ở Nhật các Thiền sư sau nhiều năm tham thiền nhập định đã có kết quả, quyết tâm giữ lại cái thân cho được nguyên vẹn, mãi mãi như khi còn sống. Họ tập ăn rất ít và tránh ăn các món có chất dầu mỡ. Dần dần họ chỉ ăn một ít ngũ cốc và hoa quả. Mỡ thịt trong người họ tiêu dần, chỉ còn da và xương. Vào khoảng vài năm cuối cùng, họ chỉ uống nước, để rửa cho sạch ruột gan. Và họ ngồi tham thiền mãi như thế cho đến khi trút hơi thở cuối cùng. Các đệ tử của họ tắm rửa sạch sẽ thân thể của Thiền giả, rồi đem đến một nơi chuyên về kỹ thuật ướp xác, để giữ cho thân thể của Thiền giả được tồn tại mãi. Sau đó, các đệ tử đặt Thiền giả lên bàn thờ.
Theo nhà bác học nói trên, thì lối ướp xác nầy hơn hẳn lối ướp xác của người Ai Cập, vì người Ai Cập khi ướp xác, phải mổ xác người chết, lấy ruột gan ra để khỏi sinh thúi, rồi mới tẩm thấy vào các chất hóa học, để giữ cho thấy đừng tan rã. Còn lối ướp của người Nhật thì không cần phải mổ bụng, lấy ruột gan ra, vì Thiền giả trong lúc sinh thời đã tự làm cho các bộ phận trong người sạch sẽ và teo dần. Và vì không mổ bụng, toàn thân được nguyên vẹn như khi sống, cho nên linh khí trong người Thiền giả không mất. Hơn nữa, Thiền giả trước khi trút hơi thở cuối cùng, vẫn sáng suốt và làm chủ được thân xác mình, chứ không phải bị thân xác chi phối. Và do đó, có thể nói rằng Thiền giả vẫn còn ở trong Thiền Định. (Có thể đó là những vị A La Hán, nhưng có lẽ là chưa đạt đến đẳng cấp trên, còn quyến luyến đến thân xác. Trong trường hợp này Tuệ chưa tương xứng với Định).

Quan niệm về Tam minh của A La Hán (thần thông thấy được quá khứ của chính mình, của chúng sinh và vũ trụ) phù hợp quan niệm phổ thông về Tam minh(Biết chính mình quá khứ vị lai + sinh tử của các chúng sanh + cách đoạn trừ các tật xấu) của Duy Thức học. *"Thân ngũ uẩn hoại diệt còn có Phật tánh, thần thức".*

• **Thiếu nhìn vào Nội Tâm.** TD với chánh Niệm, Chánh Tư duy, chánh Nghiệp để phát triển lòng yêu thương, thích ứng với cuộc sống để bỏ đi lo âu. Phương pháp TD có khuynh hướng thiên về xã hội của Bắc Tông ngược lại Nam Tông chuyên lo giải quyết vấn đề giải thoát vòng Luân hồi cá nhân. Vì vậy hướng nhiều vào đời sống bên ngoài, *có thể thiếu phát Tâm bồ đề để về trở về Nguồn và nhìn vào Nội Tâm, để rửa sạch Nghiệp, cắt đứt luân hồi.*

- **Ngược lại Tu hành không Định mà chỉ cần Tuệ**.
Thì Huệ là có thể quan niệm nhưng rất khó viên mãn. Trường hợp đã xảy ra cho các đệ tử Phật đã Thiền Định mà tức khắc thành A La Hán khi gặp Phật. Có trường hợp đơn giản hơn, có "Tuệ bán phần", chẳng hạn như người có khả năng sau khi bị bịnh hay tự nhiên xuất hồn (Smith 2014), hay làm công việc Ngoại cảm tìm mộ phần người chết. Mặt khác, nói về Quán trong Tứ Niệm Xứ, hành giả Quán hơi thở. Đó là bước đầu của Quán. Cũng như trong pháp Quán âm là Quán Âm thanh. Âm thanh hay hơi thở hay thân thể không là chủ đích của Quán hay Tuệ. Vấn đề là Quán được Tâm (cũng gọi là Ý) để cuối cùng thấy được Phật Tâm. Âm thanh hay hơi thở là biểu hiện một thành phần của Nội Thức, Nội Thức là gồm Phật Tâm (làm nên Viên Thành Thật), Y tha sở tánh và Biến sở chướng. Cái Thở hay Âm thanh cảm nhận được bởi Thiền nhân thay đổi tùy theo cấp bậc thiền (Sơ thiền, Nhị thiền....) Thấy được Phật Tâm là phải vượt qua khỏi Y tha sở Tánh và Biến sở Chướng. Đó cũng là quan niệm tu hành là phải đi qua cửa Ý sau khi vượt qua khỏi Ngũ căn (Tai Mắt Mũi Họng Da). Con đường vẽ ra đây thì ngắn nhưng thực hành thì dài vì cần công phu rửa sạch màng Vô minh /Nghiệp.

- **Không Định thì không thể rửa sạch hết Nghiệp**; Nhờ Định, Nghiệp (TN xấu) bị kéo về hiện tại khi TĐ, nên Nghiệp mới được rửa sạch hết. Trong kinh Lăng Nghiêm, quyển 9-10 về phần thể nghiệm TĐ và Ma Ngũ Ấm, ĐP nói: "người tu Thiền, khi dứt được Thọ ấm, dù chưa dứt hết TẬP KHÍ, nhưng Tâm đã có thể tách rời thân thể.....", cũng cho thấy Tập khi là ngăn trở cho sự tiến bộ và cũng cho thấy Tập khi được rửa đi trong khi Định
-**Bậc A La Hán** cũng chia ra:
- **A LA Hán Tuệ thoát PAññãnimutti Tuệ giải thoát** không cần Định mà cũng thấy được Phật Tánh nên đắc Đạo. Sau đó nhờ Tuệ nên có Định.
- **A La Hán Cetomutti Tâm giải thoát vừa Định Tuệ**. Có Định trước rồi Tuệ theo sau.
Thành tựu A La Hán có thể xảy ra trong cõi người hay cõi trên.

Chỉ Định Quán được đi trước bốn cấp
- **Chỉ Định Quán được đi trước bởi Tầm Sát để đạt Hỷ Lạc trong Chỉ /Định:**

- Trước khi đến bậc Sơ Thiền có năm cấp bậc : Tầm (tìm đối tượng Chú Ý), Tứ (hay Sát: tiếp xúc và nắm giữ đối tượng), Hỷ (vui như bắt giữ được vật yêu thích) Lạc (vui lâu dài nà Nhất Tâm hay Định

- Trước khi đạt Định còn co hai giai đoạn:
. Sơ Định (thấy rõ sự vật do **không bị chia tâm**)
. Cận Định/sắp vào Sơ thiền (Hình ảnh thấy được là tương tự nhưng rõ ràng=**TR rõ ràng**)

-<u>Sơ Thiền</u>, Toàn Định (có được Tầm/nhìn/ hướng tâm đến cảnh; đưa đến và quy tụ trên đối tượng. Có tác dụng diệt trừ hôn trầm, Sát/Quan sát/ Tứ (Vicāra): là sự quan sát, dán áp tâm lên đối tượng. Tâm này diệt trừ và đè nén được hoài nghi (Vicikicchā) là một trạng thái lưỡng lự phân vân, Phi/thỏa mãn, / phỉ lạc là trạng thái no vui với đối tượng, hoan hỷ, sung sướng, giống như sự vui mừng của một người đang khát mà gặp được nước, Lạc/Vui/ là trạng thái sung sướng do hưởng cảnh, như một người khát khi uống được hớp nước đầu tiên. Tâm này trừ diệt trạng thái phóng dật (Uddhacca) một trạng thái tán loạn, lao chao Định (Năm Thiền Chi: (Tầm-Sát [Tứ]-Phỉ-Lạc Định [Nhất Tâm]).Tìm, kiếm, thỏa mãn,vui và định để điều trị Năm Thiền Cái: Dục Vọng, Ác Tâm,Hôn Trầm,Trạo cử/Vọng niệm, Nghi ngờ).

-<u>Nhị Thiền</u> có được Phỉ Lạc Định.
- <u>Tam Thiền</u> Lạc Định.
- và <u>A La Hán</u> được Định.

i) Quân bình ngũ Quyền/Lực (TIN-TẤN-NIỆM-ĐỊNH-TUỆ)
Tu hành cần sự quân bình thiên lệch nhiều Định ít Tuệ dễ đi đến Diệt Tân Định. Đức Phật đạt đến bậc Thiền thứ 8 nhưng rồi phải bỏ vì ít Tuệ. Nhiều Tin ít Tuệ là có thể tin mù quán, nhiều Tấn ít Định dễ đi đến hôn trầm.... **(xin xem thêm** Chỉ/Định và Quán/Tuệ/ Huệ)

j) Đức Phật tu pháp môn gì?: Phần đông người tu tin là Đức Phật tu pháp Niệm hơi thở căn cứ trên Kinh Trung Bộ quyển 1 nói rằng Tứ Niệm Xứ là pháp duy nhất để tu (Kinh Trung Bộ/kinh Quán Niệm hơi thở và kinh Trường Bộ/Kinh Đại Niệm Xứ). Tuy vậy Kinh sách ghi là pháp tu Vipassana là duy nhất e rằng chưa phản ảnh đúng ý chí của Đức Phật. Pháp Tú Niệm xư là khám phá cua DP sau khi DP từ bỏ tu với ngoại đạo với phép quán hơi thở. Quán hơi thở chỉ là một thành phần của pháp môn Thiền để

Chỉ và Định. Tứ Niệm Xứ /TNX là pháp quán để Tưởng, Hành và Thức không phải là của Ngoại đạo. TNX giúp thiền nhân không bị lạc vào Diệt Tận Định (DTĐ.) Kinh là lời nói nhớ lại và không nói là pháp tu của Đức Phật, mà chỉ nói :"Ta (Phật) thỏa mãn với đạo lộ nầy". Ngài An Nan nói ghi trong Tiểu bộ kinh: nghe 84.000 pháp môn từ Phật, còn lại 2.000 pháp là từ các Môn Sư. Cũng có thể đó là 84.000 đoạn kinh. Nhớ rằng năm anh em Kiều trần Như bạn tu của Đức Phật nói rằng nhờ nghe Phật giảng mà chứng quả, không nói gì về pháp TNX. Trái lại Đức Phật gần như hiển nhiên gợi ý Ngài A Nan tu pháp Quan Âm là pháp được ca tụng. Với sự kiện trên, người tu pháp quán hơi thở thường không nhắc đến cho dù đã đọc kinh Lăng Nghiêm. Kinh Lăng Nghiêm không thể là kinh do Tổ chế ra được. Vì lẽ sự vi diệu khai giảng cơ chế tạo nên Tri thức từ Phật Tánh mà Phật giảng trong Kinh Lăng Nghiêm là vô tiền khoáng hậu. Vì vậy sự kiện Ngài A Nan tu pháp Quán Âm là khó có thể chối bỏ. Tóm lại Chỉ và Đinh là không đủ trong trong Thiền đinh mà cần phải Quán, Quán TNX hay Quán âm thanh đều được cả. Nhưng pháp QA tốt cho người đã có Tuệ của hàng Vô học từ Thanh văn Bồ Tác hay hàng Đa Văn như Ngài A Nan. QA còn thích hợp cho chúng sanh vô sắc (thiên nhân) và có lẽ không thích hợp cho ngươi mới học tu, vi chưa đũ Tuệ, dễ bị Ma chướng.

Tuy nhiên, khi nghe lại 25 vị Bồ Tác/A La Hán nói về pháp chứng ngộ của mình, phương pháp dùng một trong năm giác quan không quan trọng bằng cửa Ý, cửa rốt ráo để đi vào Nội Thức và THBN là cửa Ý để gạt đi thông tin từ ngũ quan, làm sáng tỏ sự BIẾT, đến gần tới THBN. Vì vậy pháp tu thiền không quan trọng bằng ý chí tu thiền. Nói một cách khác, hơi thở, ánh sáng âm thanh....tự nó không làm nên chứng ngộ vì đó là sản phẩm của vô minh.

Tuy có chung một mục đích là Định và Tuệ nhưng trong QA, thiền Quán không là then chốt. Quán Âm thanh để tâm bình lặng làm ánh sáng hiện ra và ngược lại, trong QA không có vấn đề quán bốn món Thân Thọ Tâm Pháp để làm cho Chánh kiến Chánh Tư duy và Chánh niệm làm cho bát chánh Đạo được sung mảng. Đức Phật dạy con Ngài là La Hầu La tu pháp TNX trong khi đó đồng ý với Ngài Văn Thù Sự Lợi rằng ngài A Nan là em Phật lại tu pháp QA. Trong kinh Nikaya, không thấy ngài A Nan minh giải pháp TNX (biết rằng phật giáo nguyên thủy không đề cập đến pháp QA). Đó là sự kiện đáng lưu tâm. Hãy gạt bỏ đi thuyết cho rằng kinh Lăng Nghiêm không phải là do Phật thuyết giảng.

Vấn nạn có thể là rất đơn giản . Pháp QA là pháp thích hợp cho người đã được khai ngộ, đã hiểu tánh không và vô minh, và thế nào là Vô Ngã là vô thường của Ba Pháp Ấn và 37 phẩm trợ đạo trong đó có TNX và Bát Chánh Đạo. Pháp TNX là cho người cần thực tập dễ hiểu ba Pháp Ấn cho nên dành thì giờ trong thiền định là trau dồi chánh kiến chánh niệm và tư duy. Làm như vậy là làm chậm đi tiến trình Định Tuệ/Huệ. Nhưng sự chậm ấy là rất cần thiết. Ngược lại gần đây một số người chưa có hay có ít kiến thức về tâm linh, đã nhảy vọt tu pháp QA, hiện tượng không khác gì học y khoa Bác sĩ mà chưa xong bậc tiểu hay trung học. Trên lý thuyết pháp QA vì đi thẳng vào Định Huệ nên nhanh hơn nhưng nguy hiểm dễ đi vào ngoại đạo và khó có thể chứng nghiệm Đạo để gần đến THBN. Trừ những trường hợp hi hữu đặc biệt, giải pháp cho những thiền nhân trực khởi QA là họ phải quay lại học Phật pháp về tánh Không, Ba pháp Ấn và 37 phẩm trợ đạo để dẹp đi Ngã mạn thường được khéo léo che lấp.

Tóm lại pháp TNX dành cho phần đông đại chúng chưa hay ít hiểu về Phật Pháp. Pháp QA chỉ nên thực hành bởi hàng Vô học hay những người am hiểu tận tường Phật pháp nhất là tánh không và Vô Ngã. Vì vậy ngai La Hầu La khi còntre được Đức Phap dạy pháp TNX. Ngài A Nan theo Phật nghe thuyết pháp rất nhiều và đa văn thì thích hợp với pháp QA.

K. DIỆT TẬN ĐỊNH (DTD) (H5.5,6).
Diệt Tận Định hay Diệt Thọ Tưởng .

Trong phép tu Thiền DTD của người chưa đạt đẳng cấp A La Hán kể trên, tế bào cơ thể của Thiền nhân giống như tế bào gốc của mỗi cơ quan của cơ thể có biến dưỡng rất thấp. Hiện tượng còn đi quá xa hơn là giấc Ngủ vì trong giấc Ngủ, con người còn thức tỉnh trong Ngủ REM để có Mộng mị. Trạng thái trên giống như sự chết giả vì không còn TR. Con người là sự tập hợp Ngũ Ấm theo tuần tự Sắc Thọ Tưởng Hành Thức. Nếu diệt gần hết Thọ, chỉ còn lại Sắc. Trong cơ chế Thiền, Sắc diệt xong thì Thọ rồi Tưởng mới bị diệt. Như vậy trong DTD, Sắc cũng bị diệt vì vậy thân thể mất đi cảm giác. Hành và Thức là hai tiến trình cũng bị ảnh hưởng. Những người DTD/ Diệt Tận Định hay Diệt Thọ tưởng, không được mở rộng Trí Tuệ, vì khi Thiền bị Hôn trầm. Vì vậy TR vẫn còn, và màng vô minh vẫn còn nên không thể đạt đẳng cấp A La Hán. Người DTD đạt đến bậc Thiền Phi Tưởng Phi Phi Tưởng là khi Tưởng đã được diệt và Hành cũng bị diệt luôn nên gọi là Phi Phi Tưởng. Khi Hành đã giảm mất, TR cũng giảm đi nhưng vẫn còn và không có Trí Tuệ hay Tri Huệ vì vẫn bị TR còn lại che mờ do Hôn trầm.

Sự chết giả là trạng thái của côn trùng phản ứng lại kích động mạnh làm hệ Đối Giao cảm hoạt động (thở nhẹ, tim đập chậm biến dưỡng thấp), đóng khóa NB bằng cách dùng LDN /Lưới Đồi Não chận đứng thông tin ngoại biên và Nội Thức. Cho nên Diệt Tận Định dĩ nhiên không là lối tu Thiền cho người của thế gian. Diệt Tận Định có thể là bằng chứng, chứng tỏ khả năng của NB có thể kiểm soát hoạt động của toàn cơ thể. Sự kiểm soát trên có thể được quan niệm vì các trung tâm khác nhau của Hypothalamus, Cuốn

Não , Cầu Não và Hành tủy (Medulla) có khả năng điều khiển cơ thể tim phổi, nhiệt độ điều hòa cân bằng các trạng thái dinh dưỡng. Vấn đề là bằng cách nào các trung tâm của Hypothalamus điều hành các hoạt động toàn bộ tế bào của cơ thể có thể từ từ đi vào cơ chế trên.

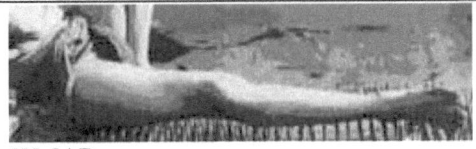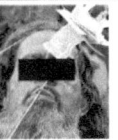

H5.5AB
Herbert Ponting's 1907 photograph of "a fakir in Benares" (Varanasi), India
God Speaks, Meher Baba, Dodd Meade, 1955, 2nd Ed. p. 305
https://simple.wikipedia.org/wiki/Fakir.
A) Da trở nên cứng có thể nằm ngồi trên đinh sát.
B) Phần lưỡi có mạch máu đông cứng không chảy máu khi bị đâm xuyên thủng.

Phật Tánh trong DTD dĩ nhiên vẫn còn, cho nên Thức còn lại sau DTD vẫn còn bám vào Phật Tánh. Người Thiền Phi Tưởng Phi Phi Tưởng không là A La Hán.

Người Fakir ép xác xuất phát (từ Đạo Hồi hệ phái Sufism nhưng cũng thấy ở Đạo Ấn Hinduism). Họ có thể sống và không cần hay rất ít cần trao đổi với môi trường xung quanh vì Sắc đã bị diệt rồi, và chỉ cần ân Huệ từ Đấng Tối cao Allah. Người Fakir tu khổ hạnh có thể gần trần truồng, đi chân đất, nằm Ngủ trên đinh nhọn, không cần ăn uống. Thường đi xin ăn ngoài phố, ca hát về Đấng Tối cao. Sắc trở thành không bị tổn thương vì phần Hồn nhập thân (Sắc) đã bị biến đổi nên trở thành Hồn thực vật.

Nhắc lại Đức Phật đã tu ngoại Đạo đến cấp Phi Tưởng Phi Phi Tưởng nhưng Ngài bỏ vì không đủ Tuệ.

Hình ép xác, nghi là của Lục Tổ Huệ Năng đượcMatteo Ricci kể lại tại Nanhua Temple in Shaoguan (Bắc Quảng Đông).

Trong DTĐ/Diệt Thọ Tưởng, thông tin dần dần giảm bớt đến Vỏ Não nên không còn gây nên cảm giác (không còn kích động đường dẫn truyền trên và dưới, nên không có phản xạ)> cũng vì vậy Tri thức và tình cảm không thể xãy ra được. Tiến trình trên cuối cùng làm chậm lại biến dưỡng tế bào. Sự chậm lại và cuối cùng là hoàn toàn ngưng hoạt động não bộ kế đến là tế bào của toàn cơ thể, máu huyết ngưng động.

Như vậy Quán trong TĐ là cần thiết, giup vỏ não tiếp tục làm việc, thức tỉnh không bi ngưng hoạt động như trong DTD. Hiện tượng khó xác trong DTD chưa được khoa học nghiên cứu. Tuy vậy không lạ kỳ bí mật và không tưởng vì hiện tượng là tương tự như nhánh đây lìa khỏi cảnh. Nếu ở chỗ khô ráo thì cành cây khô lại và giữ nguyên hình hài như DTD. Về Sinh học tế bào thực vật và động vật có nhiều điểm tương đồng. Khi biến dưỡng của tế bào động vật từ từ bị chậm lại như trong DTĐ, mọi biến dưỡng chậm lại rồi ngưng hẳn nên sự hư rửa cũng là một hiện tượng biến dưỡng sẽ không xãy ra. Một cách khoa học hơn, sự biến rữa do vi trùng và các men làm thúi rửa chứa trong có bong bóng nhỏ (vesicles) trong tế bào không bị bể, nên vị trùng và các men không hoạt động.

MẬT TÔNG, KIM CANG THỪA

Hiện tượng DTD với thân xác không bị hư rữa thoái hóa với thời gian còn thấy thường xuyên hơn với người từ Mật tông Kim cang thừa của các vị Đạt Ma Tây Tạng. Các vị Đạt Ma sau khi chết tái sanh ở người khác mà không lên cõi Sắc giới để nhập Niết Bàn. Kim Cang thừa kết hợp Tiểu Thừa (với pháp tu Tứ Niệm Xứ, kinh Nykaya, Nhất thiếc Hữu bộ) và Đại Thừa, với nhiều ảnh hưởng của Trung Quán Luận của Ngài Long Thọ Pháp Xứng. Đức Đạt La Lạt Ma vla giáo chu vừa la lảnh tụ chánh tri Tây tạng là hiện thân của Quan thế Âm Bồ Tác và Ban Thiên vị trí thứ hai trong Kim Càng Thừa là hiện thân cảu Phật A Đi đà. Tuy vậy Pháp môn tu quán Ấm của Quan Âm Bồ Tác không là pháp môn tu của Mật Tông. Sự tu chứng của Mật Tông rất nghiêm ngặc thường gồm 3 năm ẩn tu liên tục khổ tu chịu đông lạnh của mùa đông không được sưởi ấm. Sự chặc chẽ trong tu hành và huấn luyện kinh sách có thể làm nên tánh Kim Cảng của Kim Cang Thừa. Kinh Kim Cang của Đại thừa chủ về Tánh Không Bát Nhã tuyệt đối bất tư nghị diễn tả, không dung chứa tánh hiện thực của Pháp trong Nhất Thiếc Hữu Bộ của phật giáo Tiểu thừa. Tánh không tuyệt đối này có thể chưa thấy thể hiện trong Mật Tông. Có thể ở Tây Tạng, Phật giáo còn bị ảnh hưởng ít nhiều của Bổn giáo (tôn giáo củ của Tây Tạng tước thế kỷ thứ VI khi Đạo Phật bắt đầu được truyền dạy. Giới sát sanh không được thực thi triệt để có thể vì xứ Tây Tạng ít có thực phẩm chay và cũng vì quan niệm về giới sát sanh khác biệt với Phật giáo Đại thừa. Nghiệp sát sanh có thể là một yếu tố làm vị Lạt Ma còn trong vòng Luân hồi. Đức Lai Lạt Ma thứ 5 xây cung điện Potala ở Lhasa nam 1645 phá bỏ lâu đài củ màu Trắng Đỏ xảy bởi Đức Đạt Lai Lạt Ma xây năm 637, phù hợp với khuynh hướng xây đền đài của Phật giáo Đại thừa và Tiểu thừa sau này, khác với thời Đức Phật ở trong rừng cây không ở cung điện vua cha Tịnh Phạn.

L. Tri Thức Nhập Thân Và Tri Thức (Tâm Hồn) Nối Dài /Embodied Consciousness & Extented Mind.

Lý thuyết về TR Nhập thân (Embodied Consciousness và Extended Mind) được xây dựng bởi các nhà Triết học trong hơn một thập niên qua, và ít được chú ý bởi các khoa học gia về NB.

H5.6 Hai vị Tu Sĩ Miền Bắc Việt Nam Tọa thiền Nhập Định ở thể ngồi kiết già, Diệt Tân Định ở Chùa Đậu cách đây 300 năm (Thời vua Lê Huy Tông). Một vị bị lụt cuốn trôi đi hơn 30 km nhưng vẫn còn nguyên vẹn. Não Bộ được mở ra xem còn nguyên vẹn (Video Thượng Tọa Thích Thanh Từ, Giải nghĩa về Nhân quả phút 1:52:40/1:58:27,www.youtube.cóm/watch?v=24cYdTqzIhw.

Như đã trình bày ở các phần trên, quan niệm cận đại của khoa học NB là TR nằm trong NB hay dựa trên NB. TR Nhập thân của triết học hiện đại có nhiều điểm tương đồng với Nội TR của Phật giáo và là cơ sở cho lý thuyết "TR là tiên đoán". Trong lý thuyết đó các nhà Triết lý xem NB như một hộp để tiên đoán. Khi nhận được thông tin sơ khởi từ bên ngoài, NB dùng cơ chế Trên-Xuống từ ACC /Angular Cingulate Cortex chuyển về ngoại biên để tham vấn. Ngoại biên gởi thông tin chi tiết đến PFC, nhất là vùng pgACC (vmPFC), từ đó tiên đoán được sửa lại hoàn chỉnh hơn để chuyển thông tin mới đến VN liên hệ.

Nói rộng phạm vi TR từ NB ra, các nhà triết học nhận thấy cơ thể cũng làm công việc gần như NB,. Thí dụ như:
a) Thở Hô hấp và NB.
i. Thở Hô hấp để cung cấp O2 và thải CO2,. Thở vào ra làm ảnh hưởng nhịp tim, huyết áp và như vậy ảnh hưởng đến NB. Nhưng hơn thế nữa nhịp thở có bóp bắp thịt lồng ngực tiến hành đồng điệu với sự co bóp các bắp thịt khác của toàn cơ thể. Bằng chứng là khi bạn bóp nắm tay lại sẽ mạnh hơn khi thở ra tương ứng với sự có bắp thịt ngực và cơ hoành (Li &Laskin 2006). Cũng như vậy cử động mí mắt, ngón tay cũng theo nhịp thở (phase-locked to respiration) (Rittweger & Popel, 1998), Rassler & Raabe, 2003). Động tác ngón tay (cầm viết) sẽ nhịp nhàng hơn khi bắt đầu với hít vào hơn là khi thở ra (Rassler, 2000). Người chơi đàn piano cũng hòa hợp Vô Thức với nhịp thở. Khi cần sự bình tĩnh, và chú tâm, hít sâu khí vào ngực sẽ tăng lên sự chú tâm và bớt đi sự lo âu (Ebert, Hefter, Binkofski, & Freund, 2002).

ii. Kích thích VN vận động vùng ngón tay với TMS (Transcranial Magnetic Stimulation), ngón tay cử động mạnh hơn khi hít thở mạnh (Li &

Rymer, 2011). Cũng như vậy kích thích cảm giác sẽ nhạy bén hơn trong khi thở ra (Flexman, Demaree, & Simpson, 1974). Lại nữa phản ứng lại các kích thích không thay đổi với nhịp thở, nhưng sẽ nhanh hơn khi thở ra theo chú ý. Cảm nhận đau ít hơn khi thở ra hay thở chậm lại.

    iii. TR/Tri Thức: thở chậm kiểm soát được tình cảm, được dùng trong quân đội cảm tử. Thu hồi ký ức khi thở vào bằng đường mũi. Khi thở mạnh và sâu bằng đường Mũi, khí thở kích động dây TK khứu giác. Từ đó kích động chuyển lên Bầu não khứu giác Ofactory Bulb, chạy thẳng đến Entorhinal Cortex (EC) (không qua trung gian của Đồi não như các loại cảm giác khác). EC có kết nối với nhiều vùng não để tạo ra các kích động khác nhau. Ở loài vật loại cảm giác này quan trọng cho sinh tồn. Thiền Vipassana, hít thở mạnh kích thích EC. EC kết nối với MMD đặc biệt là với vmPFC, hiện tượng tương tự như thiền Quán Âm chú tâm vào mắt Trí huệ vmPFC.

    iv. Sóng Gamma (30-200Hz) trong EEG là liên hệ đến sự chú ý, nhận cảm giác và quyết Định. Sóng Delta (0.5-4Hz) kết hợp với hơi thở và Gamma (30-80Hz) theo nhịp thở ở Chuột (Ito, 2014), đó là thời kỳ râu mép của Chuột nhạy bén hơn qua phần Não Thính giác. Ito chứng minh là sóng Gamma ở Não Thính giác Chuột là tùy theo nhịp thở, hơn nữa các phần VN khác cũng biểu hiện như vậy (Heck et al., 2016; Liu et al., 2015). Thở qua mũi kích động dây thần kinh khứu giác sẽ làm kích động VN khứu giác, nhân Amygda, HIPPO (Zelano 2016). Sóng Gamma cũng được kích động ở người nhờ hơi thở (Heck et al., 2017; Heck et al., 2016). Ở Chuột sóng SWR/Sharp Wave Ripples (cần thiết cho HIPPO chuyển thông tin về TN lên VN để lưu giữ) từ HIPPO ở Chuột là liên hệ đến hơi thở. Ở Chuột khi cắt VN khứu giác, hệ quả của VN như trên vẫn còn lại nhưng giảm đi, chứng tỏ ngoài thần kinh khứu giác, các thần kinh cảm giác khác, và thần kinh cảm nhận nội cơ thể (Proprioceptive) như cơ khí, nhịp bụng ngực...cũng góp phần vào (Ito et al., 2014, Feldman & Del Negro, 2006).

  Ở Chuột cắt bỏ TK khứu giác làm Chuột trầm cảm, nhưng hư hại khứu giác ở người ít cho kết quả tương tự vì khứu giác của người ít quan trọng (Kohli 2016).

  Tóm lại nhịp hơi Thở không phải chỉ hạn chế trong trao đổi dưỡng khí, mà còn kết hợp với sóng điện. Sóng Gamma (sóng thấp và nhanh kết hợp điện thế của các Neurons liên kết nhau ở sáu tầng Vỏ não liên hệ đến hoạt động của TR) khóa chặt với hơi thở, với chuyển biến ở dạng chu kỳ lan rộng khắp NB. Sóng Gamma và chu kỳ NB liên hệ đến TR (Heck 2017) qua kết nối cảm giác. Sóng Não hợp thành Spikes/sóng cao do nhiều tế bào TK hợp lại là biểu hiện của TR trong NB (Vaadia et al., 1995 Komiyama et al., 2010). Những thay đổi trên không lệ thuộc vào O2/CO2 nhưng lại lệ thuộc nhiều vào sự di chuyển khí qua mũi, chứng minh bởi Zelano (Zelano 2016).

b) **Thần kinh ngoại biên khác,** không kể thở và thần kinh khứu giác kích thích VN, Thần kinh ngoại biên khác cũng có những hiệu quả tương tự trên NB và đó là cơ chế cho thuyết TR Nhập thân (Embodied Consciousness). Thí dụ liếc mắt qua lại (Eye saccades) cũng tăng điện VN thị giác kể cả sóng Gamma. Như vậy cử động tay của diễn giả, ca sĩ, kịch sĩ có thể làm điều hợp sóng NB hơn.

Thở cũng tác động lên Trí Nhớ. Thở sâu tương ứng với TN nhiều hơn. Có thể thở có hiệu quả tổng quát trên Tri Thức hơn là không đặc thù cho một chức năng nào.

c) **Khí hay Hồn Nhập Thân ngoài NB trong TD.**
Khi TD tréo hai chân lại và giữ đầu cổ thân ngay ngắn, tay trước bụng thường gây ra sự khó chịu của cơ thể nhất là tay chân (tê, đau mỏi). Hiện tượng thường xẩy ra nhiều nhất ở người mới tập tọa thiền và nhất là lúc mới bắt đầu tọa thiền. Người tọa thiền lâu năm và khi nhập định, hiện tượng trên giảm dần và mất hẳn khiến Thiền nhân có thể TD lâu dài nhiều giờ. Sự tan biến của sự tê mỏi và kể cả sự đau khi thiền lâu, nhập định không phải do thói quen hay cơ thể tự động thích ứng với cách ngồi lâu. Nếu sự tê, mỏi là do sự đè nén dây thần kinh hay hệ thống huyết quản, thì triệu chứng sẽ tăng lên với thời gian TD. Triệu chứng không thể tự động bớt đi khi ngồi lâu hơn, nhất là khi Thiền nhân nhập định. Vì vậy Khí (hay Hồn nhập thân= Khí trong khí công hay Khí trong châm cứu bị nghẽn là cơ nguyên của các triệu chứng trên). Khi bắt đầu nhập định là lúc các triệu chứng trên thường bắt đầu thuyên giảm tương ứng với trạng thái dễ chịu của toàn thân thể. Vai trò của TD giảm bớt hay cắt đứt thông tin ngoại biên cũng góp phần vào hiện tượng trên.

M. THIỀN CÔNG ÁN.

Công Án là vấn nạn đặt ra từ Đạo/Chân Không Diệu Hữu, nên câu trả lời cũng phải từ thể gốc rễ ấy. Vì Đạo không thể diễn đạt bằng lời nên câu trả lời là biểu tượng cũng như Đức là thể tượng của Đạo. Thiền Công Án/Koan/ Kung An là phương pháp Thiền nhìn vào Nội tâm. Công án chỉ đặt ra khi Thiền nhân đã vào trạng thái Định. Vì *vậy Công Án là dụng cụ cao cấp mà thiền sư Viện chủ Genki gọi là mở nắp lon hay gõ cửa để đi vào Tâm (Nội Tâm)* (tương ứng với sự thu hẹp Tri Thức trong thiền định), từ đó để đi về Bả tâm/CK . Công án dùng trước khi Định chỉ làm xáo trộn Tâm làm Tâm chạy bậy bạ. Vì mục đích không là để trả lời công án mà là dùng như một nhịp cầu ép đi vào Nội Tâm nên không cần câu trả lời. Có thể xếp thành 5 loại:

i. Buông bỏ hàng rào /TR giữa bạn và thiên nhiên:
Tự tánh của đóa hoa hay Mang cho tôi tiếng mưa

Ngọn núi treo trên một sợi dây thừng,
ii. Các rào cản khái niệm và giả tạo đang dựng lên giữa chính bạn và Phật.
Ý nghĩa việc làm của Thiền Sư, hay Tự tánh của pho tượng, hay Người cắng vào cành cây giữa bờ vực mà tay chân đều không bám vào đâu.
iii. Đòi hỏi hành giả mở hết các cửa về đời người.
Tự tánh của lão già: Tự tánh là Bản tâm.
iv. Đòi hỏi hành giả hiển lộ Đạo trong tự thân.
Ý nghĩa của Vô hay Cội nguồn của đất, nước, gió, lửa.
v. Hành vi bình thường cũng la do Bản tâm.
Ngươi sẽ làm gì khi đỉnh cột cao trăm trượng.

(THIỀN CÔNG ÁN, Thiền sư Genjo Marinello, Cư sĩ Nguyên Giác dịch, Thư Viện Hoa Sen)
Thiền Công Án chỉ áp dụng cho người đã sạch nghiệp hay người tu công phu nhưng chưa chứng ngộ ,bị rào cản TR. Đức Phật nói trong king Lăng già với Bồ tát Đại Huệ là chứng ngộ với người tu thiền là từ từ, con chứng ngộ của Phật la tức khắc

vi. Cũng vậy khi DP đưa một hoa hồng lên cho 1250 đệ tử xem, không ai hiểu gì chir Ngại Ca diép mỉm cười được DP cười lại , và giao truyền chánh Pháp. Ý nghĩa là Ngài Ca Diếp đã có giây phút Chánh Niệm thực tại như là

N. Pháp môn Niệm Phật, Tịnh độ tông.
Câu **Nam Mô A Di Đà Phật** là tiếng dùng đầu tiên trong giao tiếp ở phần lớn chùa Đại Thừa ở VN. Niệm NMADDP là pháp tu đơn giản để tu hành nhất và rất phổ thông.
Cõi Tịnh độ là an lạc , sống lâu, người có thân tướng đẹp, đạo đức, *tâm kiên cố*, *có Tâm Bồ đề*, sanh đẻ bằng hóa sanh không do thụ thai giữa Nam Nữ, không luân hồi, có sáu món thần thông, chánh kiến,.. Xứ Tịnh độ đất bằng vàng châu ngọc cây cỏ tươi mát, không chiến tranh...
Người niệm với tâm bất loạn tin tưởng là có thể giải thoát luân hồi sanh tử, vãng sanh lên cõi Tây Phương cực lạc của Phật A Di Đà. Được sanh lên ở các cõi khác nhau tùy theo Phẩm Nghiệp lúc sống: chia ra Thượng, Trung, Hạ. Mỗi phẩm lại chia ra ba bậc Thượng Trung Hạ. Cao nhất là Thượng Thượng. Thấp nhất là Hạ Hạ. Người với phẩm Hạ Ha làm nhiều tội lỗi (nhưng không phi báng Phật) nhờ Thiện tri thức giảng nên phát tâm niệm 10 lần thì được Quan thế Âm/Đại Thế Chí Bồ Tác rước. Nhưng phải sống trong đóa sen 10 đại kiếp.

Phần đọc thêm
Phật A Di Đà là giáo chủ cõi cực lạc Tây phương: hằng hà kiếp trước, ở đại kiếp Thiên trị, vua Chuyển Luân Thánh Vương tên là Vô Tránh Nhiệm có vị Đại thần tên Bảo Hải dòng Phạm Chí.

> Con ông Bảo Hải là Bảo Tánh có 32 tướng tốt. Lớn lên Ông Bảo Tánh thấy đời là bể khổ nên xuất gia đi tu thành Phật là Bảo Tạng Như Lai. Vua Vô Tránh Nhiệm nghe tin, xin đến nghe Đức Phật Bảo Tạng thuyết pháp, bèn đem lòng nguyện, muốn quy y đặng chứng Đạo Bồ đề, mong cầu một thế giới như sau thì mới chịu thành Phật: Thế giới ấy phải có đủ sự vui đẹp, không bệnh tật, không phiền muộn sống lâu thanh tịnh trang nghiêm, chúng sanh cõi ấy toàn sắc vàng, đủ phép thần thông không có Địa ngục Ngạ quỉ Súc sanh. Chúng sanh cõi ấy có tâm Đạo Bồ đề. Chúng sanh cõi ấy có thần thức đầu thai trong bông sen. Ông còn nguyện chúng sanh cõi khác đã có tu tập thiện căn, hễ nghe danh Ông thì khi lâm chung sẽ được đệ tử của Ông giất sanh về cõi ấy. .Trừ những người ngỗ nghịch chê bai pháp Đại thừa phá hư chánh pháp. Cõi ấy cũng không có chúng sanh ít căn cơ tu hành và không ai là nữ nhân. Đất cõi ấy bằng phẳng đầy châu ngọc, phong cảnh cây hoa xinh đẹp, âm nhạc nhiệm màu vang lên khi muốn nghe ... Cõi ấy có thể gọi là Bất khả Tư nghì Tịnh Độ. Bảo Tạng Như lai bèn chỉ ra ở Phương Tây, cách đây trăm ngàn muôn ức cõi Phật có thế giới như vậy tên là Tôn Thiên. Đức Phật Bảo tàng ban tên cho nhà vua về sau có danh hiệu là Vô Lượng Thanh Tịnh. Sau rất nhiều trung kiếp cõi Thiên tôn đổi tên thành Di Lâu Quang Minh, sau đó đổi thành An Lạc. Đến thời kỳ Vô lượng Thanh Tịnh chứng quả về cõi đó mà thành Phật hiệu là A Di Đà Như Lai.
> Phật Quán Âm, Quán Thế Âm Bồ Tác, Đại Thế Chí Bồ tác đều có liên hệ đến Phật A Di Đà. Đức Phật Mâu ni trong tiền kiếp cũng tu với Tiền kiếp của Phật A Di Đà.

Phật quang hay vô lượng quang không thể tả bằng ngôn ngữ nhưng có thể so sánh là gấp bội phần ánh sáng của chư thiên và nhiều hơn ánh sáng với photons như trong đoạn kinh từ kinh Đại Bản (NiKaya):

> Một hào quang vô lượng thần diệu, thắng xa oai lực của chư Thiên hiện ra cùng khắp thế giới, gồm có các thế giới trên chư Thiên, thế giới của các Ma vương và Phạm thiên, và thế giới ở dưới gồm các vị Sa-môn, Bà-la-môn, các vị hoàng tử và dân chúng. Cho đến các cảnh giới ở giữa các thế giới, không có nền tảng, tối tăm, u ám, những cảnh giới mà mặt trăng, mặt trời với đại thần lực, đại oai đức như vậy cũng không thể chiếu thấu, trong những cảnh giới ấy,

*(Đoạn kinh trên làm cho người nghĩ là còn có **vật chất và năng lượng làm nên ánh sáng** khác hơn là từ photon có thể rọi sáng chất đen??)*

1. Nguyên tắc gồm:
a) Phát Tâm Bồ đề,
b) Giải thoát sanh tử trong một đời dù là thời mạc pháp (thời Đức Phật Mâu ni còn tại thế, đệ tử của Ngài cũng tu hành một đời giải thoát), chín đời thân thuộc được nhờ phước theo như 48 lời nguyện của Phật A Di Đà ,
c) Cầu khẩn (với Niềm Tin, phá bỏ hoài nghi, buông bỏ Tham Sân Si) được vãng sanh lên cõi Cực lạc bằng cách niệm bốn chữ ADDP với phương pháp:
Ngồi và khi sắp lâm chung (tuy đi đứng cũng có thể niệm), niệm không hở môi. Theo Hòa thượng Tịnh Không niệm khoảng 500 lần mỗi ngày.

2. Cơ chế Não Bộ niệm ADDP:
Dùng hệ thống NB Trên Xuống là Ý căn dlPDC/dorsolateral PreFrontal Cortex-IntraParietal Sulcus/IPS. Hệ thống Dưới Lên là tay lần tràng hạt để đếm hay quỳ lạy (Tự cảm/Proprioceptive). Hai hệ thống trên giúp định Tâm ý.

3. Quan niệm trái chiều.

Vì pháp môn đơn giản, dễ hiểu, ít ràng buột vào kinh điển, kể cả giới luật, nên được phát triển rộng rãi và nhanh chóng trong các nước với Phật giáo Bắc truyền và Đông truyền (Việt nam, Trung Hòa Đại Hàn và Nhật Bản). Các pháp môn về Thiền đốn Ngộ và Công Án, Mật Tông Quán âm ít được phổ biến hơn. Gần đây quan niệm trái chiều khởi lên đặt nghi vấn về sự hiện thực của pháp môn Niệm Phật có được Đức Phật Mâu ni thuyết giảng không? Luận cứ là:

- Pháp môn giải thoát quá hấp dẫn với giải thoát trong một đời vượt qua chướng ngại về Nghiệp và công phu rửa Nghiệp. Lại nữa có thể đưa đến vấn nạn là không thể có hai Giáo chủ cùng một lúc. Pháp môn làm người tu phủ định cơ chế Nghiệp trong Phật pháp.

Không biết từ bao giờ và từ đâu khởi lên vấn nạn có hay không sự giả tạo, không chân chính, và không từ Đức Phật ?. Tuy vấn nạn khởi lên ảnh hưởng hơn 50% người theo Đạo Phật Bắc truyền, vấn nạn đã không được soi sáng dù được quan tâm. Quan niệm trái chiều thường dùng văn tự khẳng định là Phật tử bị lừa dối . Luận cứ là dựa hoàn toàn trên kinh điển Phật Giáo Nguyên Thủy/PGNT. Luận Sư của Đại thừa có thẩm quyền luận giải trong Google/Thư viện Hoa Sen cũng chỉ có lời khuyên là chỉ nên chú ý đến triết lý về công đức tu hành.

- Kinh Quán vô lượng cũng như pháp môn không được ghi trong Tam Tạng Kinh (Kinh, Giới và Luận) của Đức Phật lưu giữ bởi Phật Giáo Nguyên Thủy. Trong lần huân tập thứ ba khoảng 200 năm sau Phật diệt độ hơn 500 vị Thánh Tu Sĩ (nhưng chưa đạt cấp A La Hán) cũng không nhắc đến Phật A Di Đà).

- Tuy nhiên kinh sách Đường Tam Tạng thì có kinh Vô Lượng Thọ, cho nên **Kinh không phải của người Trung Hoa tạo** ra. Từ đó suy diễn là Kinh sách của pháp môn Niệm Phật chỉ được giảng bởi các Tổ thời Bồ Tác Long Thọ khoảng gần 600 năm sau khi Phật Diệt độ. (Nhưng Đức Phật có nói về Phật A Di Đà trong kinh Pháp Hoa : xem sau).

Những quan niệm trên đã không được giải tỏa về sự nghi ngờ tính cách kinh điển của pháp môn trong Google.

4. Quan niệm <u>Phản lại</u> Quan niệm Trái chiều.

a) **Kinh Phật nguyên thủy** cũng như lần Huân Tập thứ 3 cũng chỉ là truyền khẩu, chưa được ghi chép nên có thể thiếu sót. Hơn thế nữa, Kinh Phật cũng không ghi tất cả mọi buổi giảng và tất cả lời giảng. Thí dụ trong kinh Hữu học (thuộc kinh Trung Hàm), sau một buổi giảng kinh, Đức Phật đau lưng nên Ngài A Nan thay thế giảng. Kinh chỉ ghi lời giảng của Ngài A Nan.

Tuy Kinh PGNT không hề nhắc đến Phật A Di Đà nhưng cảnh giới tương tự như cõi cực lạc được mô tả ở thị trấn Kusanvati trong Kinh Trường Bộ Đại Niết Bàn. Cảnh giới Tây phương cực lạc là tương tự với cảnh giới xứ Kusanvati nơi mà Đức Phật đã nhập diệt tất cả 8 lần kể cả lần sau cùng. Đức Phật nói trong **Trường Bộ kinh** như sau:

Phần đọc thêm
Tuy nhiên, trong khi Thế Tôn sắp nhập Niết bàn tại Kusanvati thuộc dòng họ Mallà. A Nan đã xin ngài đừng nhập diệt nơi này, vì nơi này hoang vu, nhỏ bé Đức Phật đã dạy rằng:
Này Ananda, kinh đô Kusàvati có bảy bức thành bao bọc, một loại bằng vàng, một loại bằng bạc, một loại bằng lưu ly, một loài bằng thủy tinh, một loại bằng san hô, một loại bằng xa cừ, một loại bằng mọi thứ báu. Này Ananda, kinh đô Kusàvati có bốn loại cửa: một loại bằng vàng, một loại bằng bạc, một loại bằng lưu ly, một loại bằng thủy tinh. Tại mỗi cửa, có dựng bảy cột trụ, bề cao khoảng ba hay bốn lần thân người. Một cột trụ bằng vàng, một cột trụ bằng bạc, một cột trụ bằng lưu ly, một cột trụ bằng thủy tinh, một cột trụ bằng san hô, một cột trụ bằng xa cừ, một cột trụ bằng mọi thứ báu....

---

b) **Tây phương cực lạc hay Thiên đường** chắc hẳn cũng có đẳng cấp cực lạc tạo cơ hội cho người tiếp tục tu cũng như trong Thiên đường phải có khoảng cách xa gần với Thiên Chúa. Người tội lỗi cũng đâu có được lên cõi Tịnh độ trừ khi là những người có duyên với Phật. Tây Phương cực lạc và Thiên đường có nhiều điểm tượng tự như khả năng một đời giải thoát, cần Đức tin, có địa ngục. Sự kiện trên cho thấy có nhiều điểm tương tự giữa Thiên Chúa Giáo và Phật Giáo. Vấn đề Nghiệp sẽ được bàn luận sau.

c) **Niệm ADDP cũng giống như niệm Quan Thế Âm Bồ Tác** đều có sự cứu rỗi như nhau. Sự dễ dàng trong cách cứu rỗi có thể chỉ là cách trình bày pháp môn hơn là hiện thực.
Đức Phật thỉnh thoảng đề cập những công dụng của pháp cầu nguyện trong các kinh Phật Giáo Nguyên Thủy nhưng đề cập nhiều hơn và tán thán các câu Chú trong các kinh Đại thừa. Từ đó có thể suy ra là Đức Phật khuyến khích đệ tử cần tự tu tập hơn là nhờ Tha lực. Vì kinh PGNT chú trọng nhiều về thực hành để xây dựng tự lực trước khi nhờ đến Tha lực (xem bài thí dụ sau).

d) **Kinh Phật A Di Đà là một kinh lớn**, phù hợp với các Kinh Phật khác. Người Tu Tịnh độ cũng có thể nghiệm về Thiền từ cảnh giới trong Nội Tâm hay ngoại cảnh của cõi Trên. Vì vậy nếu bỏ đi quan niệm hấp dẫn giải thoát trong hiện đời thì pháp tu trên có giá trị nhất định. Tu một đời giải thoát có nhiều tương tự với Thiên Chúa Giáo.
Đức Phật giới thiệu Phật A Di Đà, ca tụng thế giới Tịnh Độ. Không có vấn đề hai Giáo chủ vì chỉ có Phật Thích Ca thuyết giảng. Như đã biết có 84.000 pháp môn, ai hợp với Phật A Di Đà thì đi về đó, cũng như Bác Sĩ chuyển bịnh nhân đến BS khác để điều trị.

e) **Các kinh khác của Đại thừa như Hoa Nghiêm, Lăng Già, Pháp hoa Kim Cang và Duy Ma Cật** cũng có đề cập đến Cõi Tịnh Độ Vô Lượng quang và Phật A di Đà. Thí dụ :

- **Kinh Hoa Nghiêm, phẩm Phổ hiền hạnh nguyện**

Phổ hiền Bồ tác bảo Thiện Tài đồng tử
   Nếu ai muốn trọn nên công đức của Phật, thời phải tu mười điều hạnh nguyện rộng lớn. Những gì là mười điều?
Một là kính lễ các Đức Phật.   *Hai là khen ngợi Đức Như Lai.*
Ba là rộng sắm đồ cúng dường.   *Bốn là sám hối các nghiệp chướng*
Năm là tùy hỉ các công đức.   *Sáu là thỉnh Đức Phật thuyết pháp*
Bảy là thỉnh Đức Phật ở lại đời.   *Tám là thường học tập theo Phật.*
Chín là hằng thuận lợi chúng sanh.   *Mười là hồi hướng khắp tất cả.*
Thì có lợi ích như:
   -Công đức rất lớn,
   - Có thể dứt trừ được năm nghiệp vô gián, cả thảy thân bệnh, tâm bệnh, khổ não trong thế gian, cho đến tất cả các ác nghiệp nhiều như số cực vì trong cõi Phật đều được tiêu trừ.
   - Lúc lâm chung: Trong tất cả thời gian nó thường ở trước dẫn đường, trong khoảnh khắc liền sanh về cõi Cực Lạc. Đến Cực Lạc rồi liền thấy đức A Di Đà Phật cùng các ngài Văn Thù Sư Lợi Bồ Tát, Phổ Hiền Bồ Tát, Quán Tự Tại Bồ Tát, Di Lặc Bồ Tát, v.v...

- **Kinh Pháp Hoa** Thích Trí Tịnh dịch

Phần đọc thêm
Các Tỳ-kheo! Ta nói với các ông mười sáu vị Sa-di đệ tử của đức Phật kia nay đều chứng được Đạo vô-thượng chánh đẳng chánh-giác, hiện đang nói pháp trong cõi nước ở mười phương có vô lượng trăm nghìn muôn ức Bồ-Tát Thanh-văn để làm quyến thuộc.
Hai vị Sa-di làm Phật ở phương Đông: Vị thứ nhất tên là A-Súc ở nước Hoa-Hỷ, vị thứ hai tên là Tu-Di-Đỉnh. Hai vị làm Phật ở phương Đông-Nam: Vị thứ nhứt tên là Sư-Tử-Âm, vị thứ hai tên là Sư-Tử-Tướng.
Hai vị làm Phật ở phương Nam: Vị thứ nhứt tên là Hư-Không-Trụ, vị thứ hai tên là Thường-Diệt .
Hai vị làm Phật ở phương Tây-Nam: Vị thứ nhứt tên là Đế-Tướng, vị thứ hai tên là Phạm-Tướng.
Hai vị làm Phật ở phương Tây: **Vị thứ nhứt tên là A-Di-Đà**, *vị thứ hai tên là Độ-Nhứt-Thiết Thế-Gian Khổ. Hai vị làm Phật ở phương Tây-Bắc: Vị thứ nhứt tên là Đa-Ma-La-Bạt Chiên Đàn-Hương Thần Thông, vị thứ hai tên là Tu-Di-Tướng. Hai vị làm Phật ở phương Bắc: Vị thứ nhứt tên là Vân-Tự-Tại, vị thứ hai tên là Vân-Tự-Tại-Vương.*
Một vị làm Phật ở phương Đông-Bắc hiệu Hoại-Nhứt-Thiết Thế-Gian Bố-Úy. Vị thứ mười sáu, chính là Thích-Ca Mâu-Ni Phật ở cõi nước Ta-bà thành
(Ý kinh: Phật Thích Ca nói về mười phương chư Phật:... Tây Phương: là A Di Đà, Ta bà là Ta).

- **Phẩm Dược Vương**
Tú-Vương-Hoa! Nếu có người nghe phẩm "Dược-Vương Bồ-Tát Bổn-Sư" này cũng được vô lượng vô biên công đức .Nếu có người nữ nghe phẩm "Dược-Vương Bồ-Tát Bổn-Sự" này mà có thể thọ trì, thời sau khi dứt báo thân đàn bà đó không còn thọ lại nữa. Sau khi Như-Lai diệt độ, năm trăm năm sau, nếu có người nữ nghe kinh điển này, đúng như lời mà tu hành, thời khi ở đây chết liền qua cõi An-Lạc, chỗ trụ xứ của ***đức A-Di-Đà-Phật*** *cùng chúng đại Bồ-Tát vậy quanh, mà sanh trên tòa báu trong hoa sen.*
Chẳng còn bị lòng tham dục làm khổ cũng lại chẳng bị lòng giận dỗi, ngu si làm khổ, cũng lại chẳng bị lòng kiêu mạn ghen ghét các tánh nhơ làm khổ, được thần thông vô-sanh pháp-nhẫn của Bồ-Tát, được pháp-nhẫn đó thọ nhãn căn thanh tịnh. Do nhãn căn thanh tịnh đó thấy bảy trăm muôn hai nghìn ức na do tha hằng-hà-sa các đức Phật Như-Lai.

(Ý kinh: Công đức của phẩm Dược Vương: Nhờ nghe phẩm nầy có thể văng sanh ở cõi A Di Đà...)

- *Kinh Lăng Già*

CHƯƠNG X
KỆ TỤNG - PHẦN THỨ NHẤT
Phần đọc thêm
Bấy giờ Thế Tôn muốn nói lại các nghĩa rộng trong **tu đa la** *(kinh) này*
nên nói bài kệ:
Bao nhiêu pháp, Báo Phật, Hóa thân cùng biến hóa, Đều từ cực lạc giới của **Di đà** *mà ra.*

- **Kinh Duy Ma Cật/Phẩm Chúng Sinh (Đoàn Trung Còn dịch)**
"Tại thất nầy, Phật Thích-ca Mâu-ni, Phật A-Di Đà, Phật A-súc, Phật Bảo Đức, Phật Bảo Viêm, Phật Bảo Nguyệt, Phật Bảo Nghiêm, Phật Nan Thắng, Phật Sư Tử Hưởng, Phật Nhất Thiết Lợi Thành...vô lượng chư Phật mười phương như vậy đều hiện đến khi vị thượng nhân đây niệm tưởng các ngài. Các ngài thuyết rộng pháp tạng bí yếu của chư Phật.
Thuyết xong, bèn trở về. Đó là pháp thứ bảy chưa từng có và khó được."

(Ý Kinh : trong phẩm nầy Bồ Tác Văn Thù Sư Lợi hỏi Ngài Duy Ma Cật Bồ Tác quán Chúng sinh như thế nào, Ngài Duy Ma Cật trả lời là có các Đức Phật kể cả Phật A Di Đà. Trên đây là thí dụ thứ bảy).

- **Kinh Lăng Nghiêm noi về phá tu Tịnh Độ: Bồ tat Đại thế Chí Bồ Tát cung 52 Bồ Tát Tu pháp Tịnh đô Niệm Phật**
Đại Thế Chí Pháp Vương Tử cùng với 52 vị Bồ Tát đồng tu, liền đứng dậy, đánh lễ bạch Phật:

- Con nhớ hằng sa kiếp trước, có Phật Vô Lượng Quang ra đời, thuở đó, mười hai vị Như Lai kế nhau thành Phật trong một kiếp. Vị Phật sau cùng hiệu là Siêu Nhựt Nguyệt Quang, dạy con tu "Niệm Phật Tam Muội", ví như có người thì chuyên nhớ, người thì chuyên quên, nếu hai người ấy nhớ nhau, không kể gặp hay chẳng gặp, thấy mặt hay chẳng thấy; cứ nhớ mãi sâu vào tâm niệm, cho đến đời này, đời khác, thì như hình với bóng, chẳng cách xa nhau.
- Mười phương Như Lai tưởng nhớ chúng sanh như mẹ nhớ con, nếu con trốn tránh thì dù nhớ cũng chẳng làm gì được; nếu con nhớ mẹ như mẹ nhớ con, thì đời đời mẹ con chẳng xa cách. Nếu tâm chúng sanh nhớ Phật, niệm Phật, thì hiện nay hay về sau nhất định thấy Phật, cách Phật không xa, chẳng nhờ phương tiện, tâm tự khai ngộ, như người ướp hương thì thân có mùi thơm, ấy gọi là Hương Quang Trang Nghiêm. Bản nhân của con là dùng tâm niệm Phật, đắc vô sanh nhẫn, nay ở cõi này tiếp dẫn người niệm Phật về cõi Tịnh Độ. Phật hỏi con về viên thông, con do **NHIẾP CẢ LỤC CĂN, TỊNH NIỆM TƯƠNG TỤC VÀO TAM MA ĐỊA** là hơn cả.

- **Kinh Trung Bộ//Kinh Hành Sanh** có đề cập đến Cảnh giới Tịnh Thiên, Vô lượng Tịnh Thiên, Biến Tịnh Thiên Thọ mạng lâu dài, giống như trong kinh Vô Lượng Thọ. Trong kinh Hành Sanh người tu du hành khi mong về cõi Cảnh giới Vô Lượng Tịnh Thiên đó, Phật nói người xứng đáng và ước mong sẽ được về cõi ấy.

- Tây phương cực lạc hay Thiên đường chắc hẳn cũng có đẳng cấp cực lạc tạo cơ hội cho người tiếp tục tu cũng như trong Thiên đường phải có khoảng cách xa gần với Thiên Chúa. Người tội lỗi cũng đâu có được lên cõi Tịnh độ và phải xuống cõi Dưới.

- **Bồ Tác Long Thọ trong bộ Đại Tạng Luận** đã hơn một lần nhắc đến Phật A Di Đà. Một lần nữa xác nhận Phật A Di Đà là hiện hữu trong kinh Phật Đại thừa. *Sự trái ngược của thế giới Tịnh Độ và Thế giới đảo* điên Ta bà là một hình ảnh trung thực nhất của sự Nhị nguyên trong vũ trụ : có Tịnh có Bất Tịnh có quy cũ thì cũng có nơi điên đảo. Cũng dễ hiểu khi người sống ở cõi đảo điên khó có thể tưởng tượng có thế giới Tịnh độ. Trong Trung Quán Luận của Ngài Long Thọ bàn về Tánh không, nên tuyệt nhiên không nhắc đến Phật A Di Đà.

Trái lại trong **Trung Quán Luận**, không có ghi chú về Phật A Di Đà. Đó là vì Trung Quán luận là bài viết của ngài Long thọ để giải thích nghĩa Trung Chánh của các vấn đề khó hiểu của Kinh Phật như Tánh Không, Nghiệp, Duyên, Ngũ Ấm, Tứ đế... Cõi Tịnh Độ đã không đặt ra vấn đề nào cho đến thời nay.

- **Trung Hoa hóa Phật A Di Đà**. Không sai, vị trí Phật A Di Đà là quan trọng và bao trùm ở Viễn Đông. Đó là sự biến hóa tự nhiên tùy theo phong tục và sở thích của các Tổ, Đệ tử và Đại chúng. Nhưng nguyên lý về cứu rỗi là bình đẳng cho mọi Tông phái, và không thể vi phạm Luật Nhân quả của Nghiệp.

- Đây là vấn đề thuộc phạm trù ảnh hưởng của Đại thừa và Phật Giáo Nguyên Thủy. Vẫn còn nhiều nghi vấn về nguồn gốc Kinh Vô Lượng Thọ. Hoài nghi là chướng ngại cho Tu hành. Niệm ADDP cũng là pháp tu Thiền định Tâm và cũng có thể nghiệm như những pháp tu khác như Minh Sát, Quán Âm. Người tu Tịnh độ được đưa lên cõi Tịnh độ để tiếp tục tu cũng như Thiên nhân từ Minh sát, Quán âm đi lên Sáu Cõi Trời hay cao hơn nữa. Khác nhau ở chỗ người lên Cõi tịnh độ phải là người **bất thối chuyển** nên tu hành tinh tấn.

- Có nhiều người cho rằng thời Đức Phật còn tại thế, giới luật là đủ để chứng ngộ, càng về sau thiền định là cần thiết, thời Đạt Ma thì dựa vào thiền tông. Thời mạt pháp hiện nay thì cần tha lực, nên Tịnh độ là cần thiết. Tuy vậy có lẽ đây là suy luận, vì thời mạt pháp, Phật xa rời cõi Ta bà, thần quyền cũng bớt đi.

5. Hiện tượng Chư Phật.

Có một số ít người nghĩ là Đức Phật Thích Ca Mâu Ni là độc tôn, duy nhất trong vũ trụ, nên không thể có Phật thứ hai như Phật A Di Đà. Đó là một quan niệm sai lầm và khiếm khuyết trầm trọng. Không kể kinh điển Đại Thừa nói về Vô số hằng hà các Đức Phật mà ngay cả trong Kinh điển Phật Giáo Nguyên Thủy/PGNT, Đức Phật Mâu Ni nhiều lần nhắc đến Chư Phật trong mọi kinh điển PGNT, thí dụ như :

Kinh Trường Bộ Page 78 of 466
..... Cũng như tấm vải thuần bạch, được gột rửa các vết đen sẽ rất dễ thấm màu nhuộm, cũng vậy chính chỗ ngồi này pháp nhãn xa trần ly cấu khởi lên trong tâm Bà-la-môn Kùtadanta: "Phàm pháp gì được tập khởi lên đều bị tiêu diệt".
13. Thế Tôn đi ra chẳng bao lâu cuộc đàm thoại sau đây khởi lên giữa những Tỳ-kheo ấy:
- Này các Hiền giả, thật hy hữu thay! Này các hiền giả, thật kỳ diệu thay, đại thần lực, đại oai lực của Như Lai! *Như Lai nhớ được chư Phật quá khứ, những vị này đã nhập Niết bàn, đã đoạn*

các chướng ngại, đã đoạn các chướng Đạo, đã chấm dứt sự luân hồi, đã thoát ly mọi đau khổ. Như Lai cũng nhớ đến chủng tánh của những vị này, cũng nhớ đến danh tánh, cũng nhớ đến tộc tánh, cũng nhớ đến tuổi thọ, cũng nhớ đến hai vị đệ tử, cũng nhớ đến các Tăng hội như....

6. Phật tánh là độc tôn.

Pháp thân là thể tính thật sự của Phật, đồng nghĩa với Chân như chỉ có một. Mười phương chư Phật là thể hiện của Pháp thân tùy theo căn cơ của thế giới, địa phương và mỗi người. Cho nên có hằng hà sa số Phật. Chúng sinh khác nhau, một vị Phật cho toàn cõi người là không hợp lý cho chúng sanh khác nhau. Cho nên có Chúa có Phật **A Di Đà**.

6a. Tự lực và Tha Lực.

Đức Phật dạy: " Hãy tự thắp đuốc lên mà đi.... dựa trên chánh pháp. ...Mặt khác kinh sách cũng ghi lại là Tha lực phù trợ cho con người. Đoạn kinh về Tha lực có thể được tìm thấy rải rác trong các kinh sách Phật Giáo Nguyên Thủy.

Thí dụ 1. như đoạn kinh sau trong Kinh Trường bộ/Kinh Đại Niết bàn.

Phần đọc thêm
28. Này Ananda, thật giống như đã hỏi ý kiến các vị thiên thần ở cõi trời Ba mươi ba, các đại thần ở Magadha, Sunidha và Vassakara đang xây thành trì ở Pataligama để ngăn chặn dân Vajjì. Này Ananda ở đây với thiên nhãn, thanh tịnh, siêu nhân Ta thấy hàng ngàn thiên thần tụ họp tại các trú địa ở Pataligama. Chỗ nào có thiên thần có đại oai lực tụ họp, các vị ấy **khiến tâm** *các vua chúa, các đại thần có đại oai lực, hướng đến sự xây dựng các trú xá. Chỗ nào các thiên thần bậc trung tụ họp, các vị ấy khiến tâm các vua chúa, các đại thần bậc trung hướng đến sự xây dựng các trú xá. Chỗ nào các thiên thần bậc hạ đẳng tụ họp, các vị này khiến tâm các vua chúa, các đại thần bậc hạ đẳng hướng đến sự xây dựng các trú xá. Này Ananda, chỗ nào các vị Ariyans an trú, chỗ nào các nhà thương mãi qua lại, chỗ ấy sẽ thiết lập một thành thị bậc nhất tên gọi là Pàtaliputta, một trung tâm thương mãi. Nhưng này Ananda, Pàtaliputta sẽ bị ba hiểm nạn về lửa, về nước hay chia rẽ bất hòa, ý kinh nói: Phật bảo Ngài A Nan là ở xứ Magada khi xây thành lớn nhỏ đều có các Thần linh đẳng cấp cao thấp tương ứng, tụ họp lại để phù trợ. Đức Phật cũng tiên đoán hiểm nạn của Thành này trong tương lai).*
29. Sunidha và Vassakara, hai vị đại thần nước Magadha, đến tại chỗ Thế Tôn ở, khi đến xong liền nói những lời chào đón hỏi thăm xã giao rồi đứng một bên. Sau khi đứng một bên, vị đại thần xứ Magadha, Sunidha và Vassakara bạch Thế Tôn: "Mong Thế Tôn nhận lời mời dùng cơm tại nhà chúng con hôm nay cùng với đại chúng Tỳ-kheo". Thế Tôn im lặng nhận lời.

30. Hai vị đại thần xứ Magadha, Sunidha và Vassakara sau khi biết Thế Tôn đã nhận lời liền đi về nhà ở, cho soạn tại nhà của mình các món ăn thượng vị, loại cứng và loại mềm, rồi cử người đến tin Thế Tôn:"Tôn giả Gotama, giờ đã đến, cơm đã sẵn sàng".
Rồi Thế Tôn buổi sáng đắp y, mang theo y bát cùng với đại chúng Tỳ-kheo đi đến trú sở của hai vị đại thần xứ Magadha, Sunidha và Vassakara, sau khi đi đến liền ngồi trên chỗ đã soạn sẵn. Rồi hai vị thần xứ Magadha, Sunidha và Vassakara tự tay mời chúng Tỳ-kheo với Thế Tôn là thượng thủ, các món ăn thượng vị, loại cứng và loại mềm. Sau khi Thế Tôn dùng cơm xong và cất tay khỏi bình bát, Sunidha và Vassakara, hai vị đại thần xứ Magadha liền lấy chiếc ghế thấp khác và ngồi xuống một bên.
31. Sau khi Sunidha và Vassakara, hai vị đại thần Magadha đã ngồi xuống một bên, Thế Tôn đọc bài kệ cảm tạ:
Tại chỗ nào người sáng suốt lấy làm chỗ trú xứ. Hãy nuôi dưỡng người giữ giới và người phạm hạnh.Và san sẽ công đức với Chư Thiên trú tại chỗ ấy.Được tôn kính, chúng sẽ tôn kính lại.

Được trọng vọng, chúng sẽ trọng vọng lại.Chúng sẽ mến thương người ấy như người mẹ thương mến con.Và những ai được thiên thần thân mến luôn luôn được thấy may mắn.

(Ý của đoạn kinh 29,30,31: Vị đại thần mời Phật đến dinh dùng cơm, Đức Phật nhận lời mời, rồi nói bài kệ khuyên đối xữ cung kính với Thần linh thì họ sẽ giúp đỡ.

Lời bình : thế mới hay là nhờ Phật người ta mới hiểu sâu sắc chúng sanh nào cũng trân quý ĐỨC LỄ NGHĨA TÔN KÍNH BỀ TRÊN)

Thí dụ 2:

(Kinh Tăng Chi Bộ) về **Tế Đàn Udayi**

Phần đọc thêm

1. Rồi Bà-la-môn Udàyi đi đến Thế Tôn; sau khi đến... Ngồi xuống một bên, Bà-la-môn Udàyi bạch Thế Tôn:
- Có phải Tôn giả Gotama không tán thán tế đàn?
2. - Này Bà-la-môn, Ta không tán thán tất cả tế đàn. Nhưng này Bà-la-môn, Ta không phải không tán thán tất cả loại tế đàn. Trong loại tế đàn nào, này Bà-la-môn, bò bị giết, dê cừu bị giết, gà heo bị giết, các loài sinh vật khác đi đến bị giết hại, loại tế đàn ấy, này Bà-la-môn, liên hệ đế sát sanh; Ta không tán thán loại tế đàn ấy. Vì cớ sao? Tế đàn có sát sanh như vậy, này Bà-la-môn, các A-la-hán, và những ai đã đi trên con đường hướng đến A-la-hán không có đi đến. Tại tế đàn nào, này Bà-la-môn, trong ấy không có bò bị giết, không có dê cừu bị giết, không có gia cầm, heo bị giết, không có các sinh vật khác bị giết, này Bà-la-môn, Ta tán thán tế đàn không có sát sanh như vậy, tức là bố thí thường làm từ lâu, tế đàn cầu hạnh phúc cho gia đình. vì cớ sao? Tế đàn không có sát sanh như vậy, này Bà-la-môn các A-la-hán và những ai đã đi trên con đường hướng đến A-la-hán có đi đến.
3. Kệ:
Tế đàn không sát sanh, Làm đúng thời thích hợp,
Tế đàn vậy, các bậc, Phạm hạnh khéo chế ngự,
Đã vén rộng bức màn, Khi còn ở trên đời,
Các bậc vượt thời gian, Đi đến tế đàn ấy.
Bậc Giác ngộ thiện xảo, Tán thán tế đàn ấy,
Hoặc tại lễ tế đàn, Hoặc tín thí vong linh,
Tế vật cúng xứng đáng, Tế lễ tâm hoan hỷ, Hướng đến ruộng phước lành,
Đối các vị Phạm hạnh, Khéo cúng, khéo tế lễ,
Khéo dâng bậc đáng cúng, Tế đàn vậy rộng lớn,
Chư Thiên đều tán thán, Bậc Trí sau khi lễ,
Tín thành tâm giải thoát.

(Ý kinh nói: Đức Phật tán thán Tế đàn CHAY vì không sát Sinh, Chư Thiên tán thán, Tín Nam Nữ có được Tâm giải thoát, có thể đạt quả A La Hán) Điều nầy chứng tỏ Nghi Lễ PGDT như Tế Thánh Thần là không đi ngược lại giáo huấn Phật.

Tha lực là một hiện tượng hiện hữu trong lời giảng trong kinh Phật trong PGNT/ Phật Giáo Nguyên Thuỷ và Phật Giáo Đại Thừa/PGDT. Tuy nhiên sự nhờ vào Tha lực là dễ hơn là phát triển Tự lực. Nên Phật luôn luôn dạy bảo phát triển Tự lực nhiều hơn là Tha lực để chủ động mọi hành vi Đạo đức.

Ngày nay nhờ truyền thông không thiếu gì hiện tượng Siêu nhiên được kể lại như: Xuất hồn trong hiện tượng cận tử, Nhập hồn trong hiện tượng tìm mộ người chết có khi cả ngàn năm trước.....Đạo Cao Đài cầu cơ cũng là một hình thức nhập Hồn của các đấng Thiêng liêng..... Cho nên Tha lực là một hiện tượng khó chối bỏ. **Tuy vậy Tha lực cũng phải theo quy luật bình đẳng chi phối bởi Nghiệp, không có ngoại lệ như bè phái, phe đảng, hối lộ**... Nhưng một chút ân huệ cho người thành tâm ăn năn hối lỗi là sự thông thường trong cõi Ta Bà.

Đọc và hiểu hết một cách chân như kinh điển, chánh pháp của Đức Phật là công đức rất lớn. Kinh sách đúng đắn nhất cũng chỉ như ngón tay chỉ mặt trăng. Phật Pháp bất ly Thế gian Pháp . Cho nên, hoằng pháp gần 50 năm gom thành kinh điển đồ sộ, nhưng Đức Phật nói Ta chẳng nói gì. Còn nữa Phật nói Ta chỉ nói cái mà các Ngươi có thể hiểu được và không nói gì mà các Ngươi không hiểu (để dễ bị hiểu là Phật nói láo). Nên Phật pháp như lá trong rừng, lời giảng trong kinh sách chỉ như nắm lá trong bàn tay. Vì vậy ý nghĩa của kinh sách của pháp môn là quan trọng. Kinh sách mới phù hợp với cốt lõi của Đạo Phật là tiến trình của nhân loại, soi sáng Phật pháp/Thế gian pháp. Vì vậy cần được nghiên cứu để hiểu rõ. Pháp Vô Vi của Niết Bàn cũng phải bỏ huống chi là Pháp Hữu Vi là Vô thường. Vì Pháp Hữu Vi như bè qua sông. Qua sông rồi thì mang theo bè làm gì. Kinh PGNT/ Phật giáo Nguyên Thuỷ và DT/ Đại Thừa chỉ là Thế gian pháp. Khác biệt thì cần tìm hiểu kỹ lưỡng gọt rữa cái dư thừa và không Đạo đức. Kinh hợp với Đạo đức của PGNT và DT cũng chỉ là Thế gian pháp và đều là nằm trong hay bao trùm bởi Phật Tánh/Phật pháp.

Thí dụ 3 Kinh: Kinh Hành Sanh *(Sankhàrupapatti Sutta,*Trung Bộ)

Phần đọc thêm
Thế Tôn nói như sau: "Này các Tỷ-kheo, Ta sẽ giảng cho các Ông sự tái sanh do hành đưa lại. Hãy nghe và suy nghiệm kỹ. Ta sẽ giảng".
..... Lại nữa, này các Tỷ-kheo, Tỷ-kheo đầy đủ tín, đầy đủ giới, đầy đủ văn, đầy đủ thí, đầy đủ trí tuệ. Vị ấy được nghe: "Trăm ngàn Phạm thiên có thọ mạng lâu dài, có mỹ tướng, có nhiều lạc thọ". Này các Tỷ- kheo, trăm ngàn Phạm thiên, sống thấm nhuần, biến mãn trăm ngàn thế giới... Vị ấy cũng thấm nhuần, biến mãn các chúng sanh được sanh lên các thế giới ấy. Ví như một đồ trang sức làm bằng vàng ròng (jambonada), được khéo tôi luyện trong lò của một thợ vàng thiện xảo, nếu được đặt trên một tấm màn màu lạt sẽ chiếu sáng, rực sáng, chói sáng; cũng vậy này các Tỷ-kheo, trăm ngàn Phạm thiên an trú thấm nhuần biến mãn trăm ngàn thế giới... Vị ấy nghĩ: "Mong rằng sau khi thân hoại mạng chung, ta được sanh cọng trú với trăm ngàn Phạm thiên!" Vị ấy chuyên định tâm ấy... đưa đến tái sanh tại chỗ ấy.
Lại nữa, này các Tỷ-kheo, Tỷ-kheo đầy đủ tín, đầy đủ giới, đầy đủ văn, đầy đủ thí, đầy đủ trí tuệ. Vị ấy được nghe: "Chư Quang thiên... Thiểu Quang thiên, Vô Lượng Quang thiên... Quang Âm thiên có thọ mạng lâu dài, có mỹ tướng, có nhiều lạc thọ". Vị ấy nghĩ: "Mong rằng ... "... đưa đến tái sanh tại chỗ ấy.

(ý kinh: Tỳ kheo làm tốt đủ hạnh và hành nghĩ đến và ước muốn sau khi chết tái sanh cõi Phạm thiên, cõi Trời Vô Lượng Quang... người ấy sẽ sanh đến chỗ ấy.

7. Ý nghĩa của sự Cầu Nguyện

Cõi Phật là Bình Đẳng và Phật Tánh là Tự tại/cùng khắp và Không Tại chỗ vậy tại sao phải cầu nguyện?

-Đúng là cõi Phật bình đẳng và cùng khắp. Nhưng thế giới là do Vọng Niệm. Vì là do Vọng niệm nên không còn tuyệt đối bình đẳng vì vậy cầu nguyện là <u>đệ nhị nghĩa</u> (thứ cấp) còn Vọng Niêm là đệ nhất nghĩa (nguyên khởi). Sự cầu nguyện Tha lực vì vậy là khác với Tự lực. Nhưng Tự lực tốn kém nhiều công phu và thời gian, để thoá/ Đại Thừat luân hồi, nhưng để thăng cấp lên ở cõi trên thì phải như nhau để phù hợp với luật của Nghiệp. Phải biết rằng cõi Tịnh độ không phải là Niết Bàn, vẫn còn sanh tử nhưng không có sáu nẻo Luân hồi.

8. Thí dụ về Tha lực: Di dân từ nước kém mở mang đến các nước tiên tiến như USA ,Germany được giúp đỡ giai đoạn đầu về nhu cầu căn bản cho sinh sống. Nhưng Di dân đó có thăng tiến trong sự sanh sống là tuỳ thuộc vào chính họ. Cho nên có nhiều trường hợp họ trở về lại quê cũ hay những người không di cư lại có đời sống tốt hơn người di cư. Cõi Tịnh Độ chỉ là một trong những giải pháp cho sự diệt khổ nhưng không có giá trị tuyệt đối. Dựa vào chính mình như Đức Phật chỉ dẫn mới là phương pháp chắc chắn cho sự thành công.

9. Kinh Phật là gồm kinh PGNT (Phật Giáo Nguyên thủy) và PGDT (Đại Thừa) Kinh Lăng Già, Bát Nhã Ba La Mật,Tánh Không
Kinh sách hai Đại Tông cần bổ khuyết cho nhau để giúp người học Phật có kiến thức toàn diện. Những từ ngữ như NGU SI, LỪA DỐI.... là bạo hành tâm lý cần phải xoá bỏ trong các bài viết và bình luận, dù là trích dẫn lời Phật, vì Phật là bề trên có quyền trách mắng, nhưng đệ tử Phật với nhau không thể lặp lại lời Phật quở.

i. **Kinh Vi diệu Pháp (PGNT).**
Kinh được Đức Phật giảng cho Mẹ Đức Phật trên Trời Đâu Xuất. Kinh rất là vi diệu và siêu việt. Vì là không cần máy móc kỹ thuật hiện đại chụp hình MRI, EEG, fMRI, mổ xẻ sinh vật trong phòng thí nghiệm và khảo cứu trên hàng trăm hay ngàn người. Chỉ với Trí Huệ Bát Nhã/Phật tánh, Phật đã chỉ ra cho chúng ta cấu tạo của Tâm, cơ chế biến thông tin ngoại biên thành Tri thức.

ii. **Kinh Lăng Nghiêm.**
Là Kinh không được Ngài Đường Huyền Tông đem về Trung Hoa. Đức Phật chỉ ra Tri Thức/TR có được không phải từ Não bộ/ NB. NB làm một công đoạn trong tiến trình làm nên TR. Không có Phật tánh, TR không thể có được. Trái lại Tri thức vẫn có được mà không cần NB! Hơn thế nữa, NB cản trở, khúc xạ, sai lạc Tri thức.

iii. Tánh Không

Kinh sách PGDT chú trọng đến Tánh KHÔNG, phát triển ra và để dễ hiểu gọi là CHÂN KHÔNG DIỆU HỮU. Cái tuyệt vời của Tánh Không là không đòi hỏi cái sanh ra nó. Tự nó sanh ra cái Có nên mới dùng từ DIỆU (DIỆU=vi diệu, màu nhiệm). Lão Tử cũng nói về Tánh Không như sau:

"Có" ấy Hỗn Độn, Sanh trước Trời Đất
Yên lặng Trống Không. Dùng riêng mà Không đổi,
hay
Vạn vật dưới Trời, sanh nơi "Có", "Có" sanh nơi "Không"
(Ý nói: KHÔNG là cùng cực, không được sanh ra từ cái gì khác ngoại trừ bởi từ chính nó sanh ra. KHÔNG sanh ra cái CÓ, sanh hoài mà không cạn hết, rồi mọi vật trở về cái KHÔNG nguyên thủy).

Đến chỗ cùng cực Hư Không, Là giữ được trong cái Tịnh. Vạn vật cũng đều sanh ra, Đều trở về cội rễ của nó. Sự phát sanh ra vũ trụ Từ Chân Không Diệu Hữu là đỉnh cao của khám phá bởi Trí huệ Bát Nhã. Cơ chế là vượt lên trên Big Bang một bậc. Vì lẽ Big Bang là vụ nổ từ một điểm nhỏ. Vọng Niệm cũng tương tự và gần giống như Big Bang nhưng xuất phát từ thể Không. Thể Không = Phật Tánh nghĩa là không có cái gì và Tự Sanh ra, tức là Vô Sanh nên Vô Diệt. Trái lại Big Bang phát xuất từ một điểm tức là từ cái "Có", cái "Có" ấy phải được sanh ra từ cái gì đó ".
Thinker Tank " chắc phải quờ quạng để giải thích cái gì sanh ra điểm nhỏ đó. Từ sự khởi động của Vọng Niệm giống như Big Bang Vũ trụ sanh ra,..Hơn thế nữa Đức phật trong kinh Lăng Nghiêm nói: Muôn loài (hữu tình) cùng sanh ra từ một điểm. Có nghĩa không loài nào sanh ra loài nào.. Cụ thể hơn con người không sanh ra từ con Khỉ. Coi lại Phôi thai học cũng cho thấy như vậy: con Khỉ chỉ ấp ủ trứng sanh ra Người nhưng không làm ra trứng Người như thuyết tiến hóa của C. Darwin. Kinh siêu việt như thế là khôn cùng. Tuyệt đối Trí tuệ Bá Nhã của Phật mới có thể nghĩ và thấy đến đó được.

Tánh KHÔNG với Bản Tánh Không thì không được đề cập một cách sâu sắc để chỉ ra "ĐỨC" sanh ra cái "CÓ" trong các Kinh Bộ Nam Truyền (Trường, Trung Tương Ứng kể cả kinh Tiểu Không và Đại Không, Tăng Chi ,Tiểu Bộ).

Tại sao vậy? Từ xưa nay không có câu trả lời chính xác. Kẻ thì nói Tánh KHÔNG do Tổ CHẾ ra. Cũng có thể đúng, nhưng Tổ siêu việt như vậy thì cũng phải nghe theo và tôn kính. Cũng có thể là khi chuyển kinh về

Nam truyền, phần tinh túy đã bị quên mất hay bị dấu kín bởi ai đó mà ngày sau PGDT được hưởng. Tục ngữ Việt có câu: "một lần dọn nhà bằng ba lần nhà cháy" (nghĩa là không thể nào dọn đi hết đồ đạc trong nhà). Tuy nhiên Đức Phật không thể nào không giảng phần CHÂN KHÔNG này vì nó là gốc rễ của Sáng Thế, căn cơ của Vũ trụ, là Đạo. Cho đến nay những vấn đề căn bản gốc rễ của sự sống đều được Đức Phật khai giảng.

Nói như vậy để thấy kinh Vi Diệu Pháp, nhất là kinh Lăng Nghiêm và kinh Bá Nhã Ba La Mật siêu việt ra sao, và không thể ai khác Phật sáng CHẾ ra. Từ đó có thể gợi ý Bồ Tác Văn thù Sư Lợi, Quan Âm Bồ Tác trong kinh Lăng Nghiêm và các kinh Đại thừa khác là KHÔNG do Tổ "CHẾ " ra!

Tóm lược và Nhận xét.
Phật A di Đà được Đức Phật Thích Ca Mâu Ni giới thiệu và các Kinh A Di Đà , Vô lượng Thọ là những kinh Phật có lẽ có từ thời Đức Phật hoằng pháp. Kinh A Dì Đà có nội dung cứu độ dựa nhiều trên Tha lực nhưng chỉ áp dụng cho người có lòng cầu Phật và phát tâm Bồ đề. Khi pháp môn Tịnh độ Bắc truyền được Trung Hoa hóa và thịnh hành ở Cực Đông. PGNT/ Phật Giáo Nam Tông không có bộ kinh A Di Đà cũng như một số kinh khác như Hoa Nghiêm , Lăng Già, Lăng Nghiêm, Pháp Hoa...chứng tỏ sự phân chia Phật giáo làm mất đi sự toàn vẹn quý giá của lời Phật dạy. Sự kiện đưa đến sự nghi ngờ về sự chế tạo kinh, tông phái sau khi Phật diệt độ. Kinh Bộ, Vi Diệu Pháp, Bát Nhã Ba La Mật, Lăng Nghiêm là những kinh siêu việt vượt lên trên trí tuệ của con người. Người học Phật không thể thiếu. Không hiểu biết Sự Sáng thế, Tánh Không, cơ chế làm ra Tri thức có thể đưa đến những ngộ nhận trong tu hành, hiểu bất cập sự hoành tráng vĩ đại, viên dung vô ngại, thấu suốt vạn pháp của Phật Bồ Tác. Sự thiếu hiểu biết còn nguy hiểm hơn nữa, là đưa đến sự xúc phạm không cần thiết Phật Bồ Tác và Đạo sự tôn kính.

Thế giới Tịnh Độ và Thế giới Ta Bà là hai thái cực của Nhị Nguyên: Tịnh và Bất Tịnh, Không Đảo điên và Đảo điên, Thường và Vô Thường, Lạc và Khổ. Biết như vậy để thấy sự dấn thân của Đức Phật Thích Ca hay Chúa Giê Su cứu độ chúng sanh. Trong thế giới Ta bà có vui và khổ. Trong Thiên Chúa Giáo có Thiên Đàng Địa ngục phân hai cực. Ngược lại trong thế giới Tây phương không có cái khổ hay địa ngục, như vậy trong Tịnh Độ cực đối nghịch của cõi vui sướng chính là cõi Tinh độ do lâu dài trong gốc sen, có thể rất lâu, lâu hơn là ở Địa ngục Ngạ qũy

N. Tọa Thiền bao lâu?
Thời gian Tọa Thiền là có thể vô hạn như trong trường hợp Diệt Tận Định. Tuy nhiên người mới học Tọa Thiền, sự ràng buột Não Bộ và cơ thể là có giới hạn. Giới hạn thời gian cho cơ thể có thể là thói quen. Sau một thời gian, tình trạng Hồn nhập thân làm cơ thể bớt đau mỏi. Sự Chú Tâm là việc

làm của NB. NB cũng bị giới hạn, thí dụ như đọc sách, xem giải trí hay giấc Ngủ. *Thời gian của một giấc Ngủ gồm NREM+REM là từ 1-2 giờ. Vì vậy Tọa thiền khởi đầu không nên quá 2 giờ mỗi lần với người chưa bước vào thời kỳ Sơ Thiền.*

Quan niệm chụng là cần ngồi để Thiền. Đi xa hơn nữa, ngồi xếp bằng, bán kiết già hay kiết già. Thế ngồi kiết già là không tự nhiên theo sinh lý của bắp thịt và khớp xương chút nào và cần sự cố gắng/ý chí. Thế ngồi trên gợi lại những tư thế khác của người thiền Yoga.. Những tư thế trên không thay đổi cả ngàn năm. Vậy ý nghĩa của các thể Thiền Định đó là gì?.

-Những thế đặc biệt trên kể cả ngồi kiết già làm người Thiền tăng lên sự cố gắng và chú ý. Hệ thống DOPAergic với các nhân của Basal Ganglia cần làm việc tích cực. Lại nữa ngồi kiết già /bán kiết già hay ít nhất ngồi xếp bằng tạo toàn thân người Thiền thành một khối vững chắc. Toàn thân dựa đều trên mông và hai chân. Nếu ngồi trên ghế, sức nặng của thân chỉ dựa trên hai mông làm đau mông sau khi ngồi trên 1-2 giờ. Ngồi trên ghế khó có thể ngồi lâu hơn 1 giờ vì mông sẽ bị đau. Sự đau khó được khắc phục với Ý chí.

V. HIỆU QUẢ CỦA CHÚ TÂM TRÊN MMD (H6,12).

MẠNG MẶC ĐỊNH (MMD) gồm vmPFC, Giải Bao Sau/PCC, dmPFC Precuneus, Retrosplenial Cortex, Posterior inferior Parietal Lobe, Entorhinal Cortex/ Vỏ Não Nội khứu, cả HIPPO và Giải Bao Trước /ACC + Subcortical BF, Đồi Não/Thalamus Ant MedDorsal.

Sự Chú tâm cũng cần thiết cho TR. Ý nghĩa của sự giảm hoạt động của MMD khi chú ý vào hơi thở hay một điểm nào đó là vì: MMD là nơi tồn trữ Trí nhớ. Trong sự chú ý của Thiền Định, không có tiến trình thu hồi Trí nhớ, vì vậy MMD yên nghỉ. TN từ Nội Thức cần thiết để ACC so sánh với thông tin mới nhận được.

Trong các phương pháp Thiền, sự chú ý là quan trọng. Ngoài Mạng Mạc Định, những phần cơ thể không thần kinh như ngực tay chân đầu cổ là chỗ cư trú của "TR không thần kinh" trong quan niệm của triết học về TR Nhập thân, có thể cũng chịu sự ảnh hưởng. Sự chú Tâm vào Mắt Trí Huệ, Âm thanh trong pháp Quán âm hay hơi thở ngực bụng hay các phần khác của cơ thể trong pháp môn Vipassana hay các pháp môn khác cũng có thể nghiệm chú Tâm vào TR của các phần cơ thể (Hồn nhập thân). Cho nên, Hồn nhập thân tạo thành vùng đệm quanh cơ thể giúp thiền nhân ngồi lâu dài, hay người Diệt Tận Định có thể nằm trên đinh nhọn... Người làm việc lao động tay chân quen thuộc như một cái máy thường ít cảm thấy mệt mỏi hơn là khi làm việc với sự chú tâm.

Cần ghi chú là Mạng Mặc Định ít bị làm bình yên bằng Thể thao nhưng có biểu hiện thay đổi do Châm cứu (Fan 2019).

VI. MẮT TRÍ HUỆ/HUỆ NHÃN/HN.

Mắt Trí huệ thường được đề cập trong nhiều tôn giáo với Thiền Định. Có nhiều tên khác như Huệ Nhãn (HN), mắt thứ 3 trùng hợp với Chakra 6. Chakra là chỗ tàng trữ nguồn năng lượng tinh thần Kundalini. Kundalini là quan niệm của người Ấn độ, bắt nguồn từ chỗ tận cùng của xương sống xem như gốc rễ của sự cấu tạo phần rường cột của con người. Nguồn Kundalini càng đưa lên thì càng tinh khiết cho đến Chakra 9 là đỉnh đầu thì xem như là phần linh hồn theo người Ấn. Kundalini khác với "Chi" (Qi) hay Khí được quan niệm bởi người Trung hoa là nguyên khí sinh sống và bắt nguồn từ Thận thuộc về thủy. Về phương diện phát triển thai nhi, thận là một trong những cơ quan đầu tiên tượng hình và từ đó nhận sinh khí của Mẹ hay Trời đất. Tuy Chi và Kundalini có cùng chung một quan niệm về nguyên khí của sự sống, nhưng Kundalini chủ nhiều về tinh thần và khai ngộ trong khi Chi chủ về năng lượng nuôi dưỡng thể xác và bệnh lý. Điều đó cũng cùng với quan niệm thông thường của các Tôn giáo chia ra phần Hồn (liên hệ đến Kundalini) và phần Xác (liên hệ đến Chi). Chakra 6 (Ajna) là chỗ Kundalini đã biến thành Trí huệ viên mãn và không tương ứng với huyệt nào trong hệ thống kinh huyệt của Đông Y. Huệ Nhãn cũng là biểu tượng cho sự khai ngộ trong các tôn giáo, là giác quan thứ 6 (TriThức) của các nhà tiên tri. Có người cho đó là chỗ ở của trực giác. Ajna trong tiếng Sankrit để chỉ sự cảm nhận và điều khiển.

Có quan niệm HN là biểu hiện của Pineal gland/Tuyến Tùng quả. Tuyến nằm phía dưới não và trên phần sau cùng của Corpus callosum. Pineal gland tiết ra Melatonin đem giấc Ngủ đến, ngày và đêm khi được kích động bởi ánh sáng tiếp nhận qua Hypothalmus. Có người còn tin là Pineal gland tạo ra chất N. N-dimethyltryptamine là một chất liên hệ đến Thiền Định, có kích thích ảo giác, được một ít người xem là Spirit molecule. Nhưng David E Nichols (Chair in Pharmacology at <u>Purdue University</u>) chứng minh điều đó là vô lý. Ngoài ra Pineal gland còn hoạt động với Hypothamus. Ở nhiều động vật Pineal gland có cảm nhận với từ trường, nhưng tất cả đều không liên hệ gì đến trí huệ hay Tri Thức tổng quát cả. Lại nữa, ở Ấn độ và các vùng lân cận, có phong tục ghi dấu vị trí HN bằng một nốt đỏ gọi là Bindi phát nguồn từ tiếng Sanscrit: Bindu = HN. Màu đỏ biểu tượng màu dâng hiến cho Thượng đế. Bindi có thể thay bằng hạt trang sức. Ở xã hội Ấn độ Bindi cũng là biểu tượng của phụ nữ có gia đình. Phụ nữ Ấn độ mất chồng thì không còn mang Bindi. Ngoài nhiều người không phải Ấn độ cũng mang Bindi, đó là hoàn toàn có tính cách trang sức hơn là gia phong hay tôn giáo.

Trong Ấn độ giáo, HN biểu hiện bằng con mắt của thần Shiva ở giữa trán. Mắt biểu hiệu Tri Thức tuyệt vời hay sự tinh khôn lúc nào cũng nhắm, khi mắt mở ra là lúc tỏa ra ánh sáng có thể hủy diệt vật gì ở trong vùng toả sáng. Đã nhiều lần Thần Shiva mở mắt rọi sáng thế giới khi ông giận dữ. Khi nhắm mắt thì thế giới này tối tăm (theo nghĩa bóng).

Trong Hồi giáo Muslim, HN không được chú ý vì không muốn vay mượn quan niệm của Ấn độ giáo, Jainism, Phật giáo Sikhism. Tuy nhiên HN cũng có một chỗ đứng trong Hồi giáo và có tên gọi là "Khafi" nằm trong vùng thánh linh của cơ thể "Maqam as-Sirr" đó là phần gần tột cùng của tiến trình Tâm linh. Trên tận cùng là ""Nur Muhammadi", ánh sáng của Giáo chủ, tương đương với Thánh linh hay Phật tánh.

Trong Thiên Chúa giáo, câu nói điển hình nhất là: "Khi mắt thành một, mắt là ngọn đèn soi sáng cơ thể". Không sai chút nào đối với người Thiền có chút ít công phu, Ánh sáng từ giữa trán sáng ngời chỉ được cảm nhận bởi người Thiền, khi nhập định dầu là nhập định chút ít. Phái Vô Vi của Thầy Tám ở Montreal(Canada) cũng mô tả ánh sáng khai ngộ từ giữa trán. Đạo Cao Đài cũng có biểu hiện con mắt thứ ba ở giữa trán, đó là con mắt khai ngộ. Phật giáo cũng đề cập rất nhiều lần đến HN: Đức Phật thường phóng hào quang từ giữa trán như mô tả trong kinh Pháp hoa. Đặc biệt Đức Phật nói: "Hãy tự mình thắp đuốc mà đi, đốt lên bằng pháp của ta không của ai khác". Rõ ràng ngọn đuốc đó không thể hiểu theo nghĩa bóng là lời giảng dạy của Ngài, vì Phật pháp là pháp mình học theo Phật chớ đâu phải tự mình làm ra. Hiểu theo nghĩa đen ngọn đuốc đó là HN, HN là ngọn đuốc sáng mà chỉ mình ta có thể tự đốt lên thôi! Tuy Thiên Chúa giáo, Phật giáo đều đề cập đến HN nhưng tuyệt nhiên không có lời chỉ dẫn trong kinh sách,và ghi chú phương cách tu hành liên hệ đến HN, rõ ràng phương pháp tu là bí mật và hạn chế, chỉ truyền cho người có duyên Phật.

Mạng Mặc Định (gồm Huệ nhãn= vmPFC) bị rối loạn và kích động trong các bịnh về Tri Thức (Xu 2016, Poerlo 2017, Linder 2007), Động kinh, Trầm cảm, Lo âu và Hyperactivity tăng hoạt động (Hyperconnectivity) trong trầm cảm lo âu. Hoạt động bất thường với sự mất kết nối Mạng Mặc Định với các phần Não khác trong Schizophrenia, và sự mất Tri Thức tăng lên hay giảm xuống hay không thay đổi hoạt động (Broyd 2009, Khadka 2013, Chang 2014, Repovs 2010). Mạng Mặc Định nhất là vùng Não Ventromedial PFC không ảnh hưởng đến hệ số thông minh IQ. Kết nối giữa các Vỏ Não của Mạng Mặc Định (vmPFC, Giải Bao Sau/PCC, Precuneus, Lateral Parietal and Temporal cortices, Hippocampus, and ParaHippocampal gyrus) giảm xuống hay tăng lên (Zhang

2014, Du 2016,Pankow 2015). Tuy nhiên rối loạn về kết nối của Đồi Não với vmPFC đã được nhiều chú ý.

Trong bịnh Post Traumatic Stress Disorder (PTSD) vùng nầy giảm nối kết, kéo theo giảm NPY, thường thấy trong PTSD(Schreiber 2016).

Vùng Trán trước Vỏ Não phía giữa và phía trên (dorsal medial PFC) chủ về thực thi quyết định đưa ra từ vùng vm PFC. vmPFC là vùng Não quan trọng của Mạng Mặc Định. Vùng Posterior Cingulate chủ về Trí nhớ Tự ký. Vùng nầy thay đổi nhiều vào buổi chiều và không thay đổi vào buổi sáng sau giấc Ngủ, vì vai trò Tự ký sự việc xảy ra trong ngày. So sánh với *Thiền Tâm tự*, các thể loại Thiền khác làm Mạng Mặc Định ít bị giảm kích động (Brewer 2011, Weng 2013, Hölzel 2011, Harenski 2006, Beauregard 2001, Schaefer 2002, Creswell 2007, Raichle 2015, Lee 2018). Trong lo sợ với trạng thái đi từ cao xuống thấp thì Mạng Mặc Định đi lại từ tình trạng "*không bị kích động*" đến trạng thái "*kích động*" nhiều hơn. Trong bịnh Hội chứng Stress Hậu Chấn thương (Post Traumatic Stress Disorder -PTSD) vùng nầy giảm nối kết kéo theo giảm Neuropeptides NPY, thường thấy trong PTSD (Schreiber 2016) 72). Nói một cách tổng quát hơn, Mạng Mặc Định là hệ thống vùng Não "*Bình yên*" trong khi các phần khác hoạt động tích cực.

Vì được nghiên cứu rất nhiều, chức năng của Mạng Mặc Định đã được hiểu biết. Mạng Mặc Định là vùng Não bình yên (nhưng không ngừng hoạt động) để tiếp nhận thông tin để biến thành Trí nhớ trong Não Bộ. Khi chú Tâm suy nghĩ để làm việc cần thu hồi TN thì trái lại MMĐ bị kích động. MMĐ yên bình khi người ta chú Tâm hay đi vào Thiền Định vì trong TĐ, Thiền nhân không suy nghĩ nên không có tiến trình thu hồi Trí Nhớ. Đối với người Thiền Thấu niệm/Mindfulness, nhất là người Thiền chú Tâm vào Mắt Trí Huệ (tức là vmPFC của Mạng Mặc Định) Mạng Mặc Định giảm hoạt động và đưa đến giảm kết nối và hoạt động vùng Não liên hệ nhất là hệ Vành/Limbic sẽ làm bớt cảm xúc, bình yên Tâm Hồn.

Vì Trí Nhớ là kết nối thần kinh có thể thay đổi hay chùi bỏ do học tập và Thiền Định. Nghiệp là Trí Nhớ hiện đời và tiền kiếp tồn trữ ở dạng A Lại Đa Thức sau khi chết. Hồn giữ vai trò lưu giữ Trí Nhớ để truyền từ kiếp này sang kiếp khác. Cho nên sự chùi bỏ Nghiệp là một trong những hệ luận của Thiền Định nhờ mối liên hệ giữa Thiền định nhìn vào Nội Thức với Trí Nhớ ở dạng hiện đời và Nghiệp.

vmPFC là Huệ nhãn có thể là nơi KẾT NỐI HỒN NGƯỜI VÀ NÃO BỘ**,** vì vị trí phía trước và vì vmPFC là nơi kết nối giữa HIPPO và PCC trong sự bảo tồn trí nhớ.

Trong các loại Thiền với Chú Tâm có biểu hiện làm bình yên vmPFC. Những phương pháp khác như Open Monitoring Meditation có hiệu lực ít hơn trên vmPFC (Hölzel 2011, Weng 2013, Brewer 2011, Scheibner 2017, Schaefer 2002 Creswell 2007, Raichle 2015 Fan 2019). Trong các loại Thiền, Thiền Tâm tụ Mindfulness/focused meditation (Minh Sát/Vipassana, Quán Âm) là có biểu hiện nhiều làm bình yên vmPFC nhất. Những phương pháp khác như Open Mind Meditation (Thiền quán mở rộng khác với Thiền quán Chú Tâm/ Focused attention) có hiệu lực ít hơn trên vmPFC (Scheibner 2017, Brewer 2011).

Trong bình luận trong kinh Hoa Nghiêm:
« *Thiên nhãn thông phi ngại, Nhục nhãn ngại phi thông*
Pháp nhãn duy quán tục,
Phật nhãn như thiên nhựt, Chiếu dị thể hoàn đồng
Viên minh pháp giới cảnh, Vô xứ bất hàm dung ».
(Thiên nhãn Huệ nhãn, Phật nhãn là xuyên thấu, bình đẳng, bao trùm tất cả).

Tóm lại Ánh sáng và Nội âm (bên trong) là Vọng tưởng, nhưng cũng là thể hiện đẳng cấp về Tâm linh của người TD. Như Chúa Jesus nói (St John 9:5):" *Khi còn ở thế gian, Ta là ánh sáng*". Cho nên nghe được Âm thanh và thấy Ánh sáng từ mắt Trí huệ là thể hiện một bước tiến bộ ban đầu khai ngộ và đáng kể của TD. Con đường không phải là đại lộ thênh thang. Đó là bước đi qua ngõ hẹp như Thánh Mathew nói (Mathew 7:13-14): "*Hãy qua ngõ hẹp sẽ đưa đến đời sống, vì con đường rộng nhiều người đi là đi vào chỗ hủy hoại*".

Hiện tượng chứng các thể nghiệm trong thiền định gồm ba cơ chế:

a) Nhìn vào Nội thức do thiếu thông tin ngoại biên.
b) Thu hẹp Tri thức để lộ ra TUỆ hay SỰ BIẾT bước gần đến Phật tánh.
c) Tha lực thí dụ như khi Phật còn tại thế, nếu người được chứng ngộ.

Chương 8: THỂ NGHIỆM THIỀN TRONG THIỀN ĐỊNH VÀ NGOẠI ĐẠO.

(Chú ý: Chương nầy bổ khuyết thiếu sót và thay đổi một it nhận định bất cập trong Chương Thiền định đã xuất bản trước đây)

Thiền Định có vai trò trong điều trị bệnh tâm lý về lo âu, kích động thần kinh, cải thiện Tri Thức/TR, làm dày VN.... Nhưng rốt ráo là thoát vòng sinh tử luân hồi nhờ sự thanh lọc Hồn. Trên đường tu hành, hành giả đi qua nhiều cấp bậc, cảnh giới : tăng tiến về Đạo đức, Đồng cảm, yêu thương, giảm Tham Sân Si, ... để dần dần tiến lên cảnh giới từ Sơ Thiền, ...đến Tứ Thiền đạt quả vị A la Hán (Thánh nhân) và tiến xa hơn nữa.

Trong Thiền Định, kinh nghiệm của Thiền nhân cũng như trong kinh sách của các Đại tôn giáo đều ghi nhận thể nghiệm về Ánh sáng và nhất là Âm thanh (dưới trạng thái Âm thanh "từ Thiên đường", biểu hiện qua tiếng chuông, nhạc, mõ. Thí dụ như :

Trong Phật giáo, pháp Quán âm của Bồ Tát Quán Thế Âm là lắng nghe Nội Âm.

Trong Thiên Chúa Giáo cũng ghi nhận Âm thanh như gió thổi, hay tiếng Đàn Đại Hồ Cầm (Revelation14:2, Ephesians 6:17, St John:3,3,5-8.....)

Ấn Độ giáo, Sikhism, Zoroism, Do thái giáo Bhai, Sufism Janism... đều ghi nhận Âm thanh từ cõi Trên.

Ánh sáng cũng thường được nhắc đến. Biểu tượng thông thường nhất là Ánh sáng ở dạng hào quang quanh các vị Giáo chủ, Đại Sư. Con mắt thứ 3 soi sáng cả thân thể (chỉ cảm nhận) trong Thiên chúa giáo hay Cao Đài và Ngọn Đuốc trong câu nói Phật giáo: hãy tự Đốt Đuốc Mà Đi cùng ý nghĩa với Ánh sáng trong Nội tâm. Các hình ảnh của thế gian cũng có thể thấy được ...

Thể nghiệm khác cũng thường được nhắc đến là mùi Hương thơm khi Thiền Định đôi khi cảm nhận bởi Thiền nhân, nhất là người thiền quán hơi thở với luồng hơi thở rất gần với Võ não, Khứu giác. Lại nữa Thiền nhân thường cảm nhận cảm giác ngứa, nhột ở mặt có nhiều cảm nhận từ da, nhất là quanh miệng, mũi, mắt và tai (mà lại ít khi thấy ở các phần khác của cơ thể ngay cả bịnh nhân bịnh da ngứa). Về Vị giác, cảm nhận khó phân biệt nên ít được lưu tâm. Giống như trong cơ chế rửa sạch Nghiệp, trong thể nghiệm của Thiền Định, Nội Thức bị kích động cho ra thông tin để thay thế thông tin bị ức chế.

Tất cả những biểu hiện trên đều xuất phát từ Phật tánh từ lâu bị màng Vô minh che mờ.

I. CƠ CHẾ CỦA THỂ NGHIỆM TRONG THIỀN ĐỊNH (H8.1,2)

Não Bộ chứa một kho thông tin đồ sộ. Thông tin là Trí nhớ được củng cố trong các cở sở về TN, là:
MMD gồm vmPFC/ventromedial PreFrontal Cortex, MTL/Medial Temporal Lobe, Giải Bao Sau/PCC/Posterior Angular Cortex, Precuneus và RSC/Retrosplenial Cortex.
TN dưới dạng Tạng Thức được in lại trong NB và gìn giữ ở phần NB chưa được xác định rõ, nhưng có lẽ là RSC/Retro Splenial Cortex.

Phần quan trọng trong kho Thông tin đó là Nội Thức hay Nội Tâm/NT. NT là cuốn tự điển riêng cho mọi cá nhân dùng để truy cứu và so sánh với Thông tin mới đến để xác nhận và biến thành TR/Tri thức. Giải Bao Trước /ACC/Angular Cingulate Cortex là phần NB đảm trách chức vụ so sánh tra cứu đó. Tóm lại phần lớn NB giữ vai trò tiên đoán Thông tin, rồi so sánh và chẩn đoán thông tin để làm ra TR. Tuy nhiên, cấu tạo NB không cho con người tự và trực tiếp nhìn vào Nội Thức.

Trong TD, thông tin ngoại biên cần được giảm bớt như nhắm mắt, bịt mắt, đóng cửa phòng giảm âm thanh bên ngoài và có thể mang Headphone với chức năng giảm tiếng ồn, loại bỏ ngứa da, trị ho cảm, đau (tuy Thiền làm giảm ngứa, đau ho, bịt cánh mũi khi bị ngứa mũi làm nhảy mũi), ăn uống vừa phải. Thông tin đến Đồi não còn bị chận lại ở LDN/Lưới Đồi Não, cho nên NB thiếu thông tin để làm việc. Để bù đắp vào sự thiếu hụt thông tin trong TD, Nội Thức bị hệ thống rà tìm sự sai sót của cơ chế dự đoán ACC kích động để đem thông tin từ NT ra hiện tại. Nói một cách khác, mỗi khi không nhận thông tin ngoại biên, con người mới có dịp nhìn vào Nội Thức. Chú tâm hay Định là phương pháp thường dùng nhất để hạn chế thông tin ngoại biên (chú ý vào mục tiêu đơn giản) để ACC nhìn vào NT.

Vì vậy thể nghiệm trong TD là từ thông tin từ NT thường được Đức Phật gọi là Vọng tưởng. Phần nhiều Hình ảnh, Âm thanh, Tư tưởng không đến từ bên ngoài NB, trong trường hợp Thiền nhân còn ở tình trạng chưa chứng A La Hán. Khởi đầu của tất cả các hiện tượng trên là sự kích động của Nội Thức, kho lưu trữ thông tin của ngũ quan được kích động khi Thiền Định. Cơ chế từ Nội Thức làm nên hiện tượng cảm giác của ngũ quan cho người Thiền Định. Cảm giác ở ngũ quan là hình thức cơ bản nhất của thể nghiệm Thiền Định và bắt nguồn cho hiện tượng Siêu nhiên, làm nên thể nghiệm xuất thế gian. Vì vậy cảm nhận đúng đắn từ Cõi trên thấy, nhận được bởi Thiền nhân có thể xem như phần nối dài của hiện tượng do Nội Thức (Jerath 2012, 2015, 2016, 2019). Những thông tin từ Nội Thức khi được kéo về hiện tại trong TD đều ít được chú ý (vì chú ý đã dành cho mục tiêu đã định sẵn nên bị IPS tự động gạt ra ngoài), nên không là sự hiểu biết, nhưng lại là sự nhìn vào Nội Tâm/Nội Thức là cái nhìn như thị hơn của cái BIẾT. Như đã trình bày trên, cái BIẾT đến trực tiếp hơn từ Phật tánh (ít bị rào cản của Vô minh). Cho *nên cái nhìn nầy gần như như thị và thể hiện qua áng sáng và nội âm: đó là thể hiện đầu tiên khi nghe nội âm và thấy ánh sáng.* Cần lưu ý là tánh chất thể nghiệm không lệ thuộc vào phương pháp thiền, mà là do công phu để nhìn vào Nội Thức.

1. THIỀN ĐỊNH KHÔNG TƯỚNG.
Thiền Định là nhìn vào Nội Tâm. Muốn vậy Thiền nhân Chú ý nào đường dẫn truyền Trên như hơi thở và Đường dẫn truyền Dưới có tánh cách Tri thức như "Tôi biết tôi thở ra....." Chú ý là để ý vào Hình sắc Tướng Tâm ...tức là hữu tướng. Nhưng vì Hình tướng trên là đơn giản và nhàm chán nên chú ý trở thành thói quen, do sự kết nối thần kinh đã được lặp lại nhiều lần: Chú ý mà giống như KHÔNG chú ý. Vì vậy, tính cách của Não bộ là hộp tiên đoán, luôn luôn tìm cái mới, đi tìm thông tin mới. Thông tin mới chỉ có trong Nội Thức khi thiền định. Vậy Thiền Định Không Tướng chẳng qua chỉ là một thuật ngữ để chỉ cơ chế Thiền định nhìn vào Nội Tâm.

2.TRẠO CỬ HAY VỌNG NIỆM Với ý nghĩ chạy lung tung
Đây lả vấn đề then chốt nhất của thiền định. Mục tiêu của TD là an tâm. Khi đóng chặc ngũ quan thì tâm càng chạy lung tung, vì lúc ấy ACC của hệ vành không có nguồn thông tin ngoại biên nên đi tìm thông tin trong Nội Thức bằng cách dùng đường dẫn truyền Dưới. Cho nên tâm chạy lang thang vì có nhiều thông tin trong Nội Thức được lẩy ra. NB có cơ chế chú tâm dùng IPS để gạt ra các thông tin không được lựa chọn để chú ý. Vậy thì tâm chạy lang thang vì chưa tập trung ý chí chú ý. Khi chú ý đúng mức, thông tin từ Nội thức mang ra sẽ biến thành Vô thức và Nội Âm hay Ánh sáng

CƠ CHẾ NÃO BỘ CỦA CHÚ Ý VA THIỀN (H5.2,3,4)
Kinh sách Phật giáo rất đồ sộ và chính xác về ý nghĩa và cốt lõi của Đạo và Thiền. Nhưng khi ĐP nói ra là ở thời gian Khoa học chưa được phát triển. Cơ chế NB học không thể hiểu được bởi con người thời ĐP, vì vậy DP không thể thuyết giảng. Cho nên khi thuyết giảng về Bản Tâm là cần thiếc để hiểu sự lập thành Tri thức trong kinh Lăng Nghiêm và Vi Diệu Pháp cần thiếc cho người tu thiền hiểu cơ chế của tâm/tình cảm Thiện Ác, tâm biểu hiện bên ngoài (tâm Vương) và nội Tâm. Tuy nhiên dù được nghiên cứu và phân tích, sự thiếu hiểu biết về KHNB cũng làm cho sự phân tách khó hiểu không tường tận và có thể đưa đến sai lầm.

TĐ gồm hai cơ chế quan trọng là Chú Y (thức tỉnh) và Định/ Chỉ.

> *Đầu)*
> *- A Nan nên biết! Cái nghe này chẳng từ động tịnh ra, chẳng từ tai ra, cũng chẳng từ hư không ra. Tại sao? Nếu cái nghe từ chỗ tịnh ra, thì khi động, cái nghe đã theo tịnh diệt, lẽ ra chẳng thể nghe động; nếu từ chỗ động ra, thì khi tịnh, cái nghe đã theo động diệt, lẽ ra chẳng biết được tịnh. Nếu từ lỗ tai ra thì chẳng có động tịnh, vậy biết cái nghe vốn chẳng có tự tánh. Nếu từ hư không ra, hư không đã thành tánh nghe thì chẳng phải hư không; lại hư không tự nghe, có liên quan gì chỗ nhập của Ngươi? Vậy biết Nhĩ Nhập hư vọng, vốn chẳng phải tánh nhân duyên, cũng chẳng phải tánh tự nhiên (từ Nội thức)*

1. **Trong sự Chú Ý** thông tin đến DN được thanh lọc bởi hệ thống LDN để gạn lọc thông tin không cần thiếc làm nhiễu loạn. Nhiệm vụ thanh lọc được thực hiện bởi TB LDN, TN từ tầng 5 của VN được kích động bởi thông tin đến từ TB primary order (Thông tin nguyên thủy chưa được thanh lọc) và TB Pedunculopontine nucleus (PPN) từ cuốn não. Sau cùng TB cao cấp HI/high order gởi đến VN thông tin thanh khiết hơn. Như vậy dù TD hay không, thông tin là không còn nguyên thủy của sự vật

2. **Ánh Sáng Âm thanh trong TD:** thông tin từ ngũ giác bị cố ý ngăn trở do phát tâm bồ đề để Thiền. ACC là phần não tìm kiếm thông tin. Vì thiếu thông tin ngoại biên nên ACC, qua trung gian của IPS tìm kiếm thông tin trong Nội Thức/NT (chủ yếu là mạng Mặc Định /MMD. IPS cũng là VN giúp tìm mục tiêu cho sự chú ý trong giai đoạn Tầm và Tứ. Kết quả là trong TD, TN trong NT được kéo về hiện tại. TN từ NT loại này không có được sự chú tâm (biết rằng trong TD chú tâm được dùng để chú ý đến mục tiêu như hơi thở, mắt trí huệ, cơ bắp hô hấp...). Vì sinh vật thông thường không thể chú tâm đến hai mục tiêu cùng một lúc, nên thông tin từ NT trong TD là không thể có TR được. Bởi vậy thông tin từ NT trong TD chỉ được biết qua âm thanh hay ánh sáng. Đó là có chế nghe Âm thanh và thấy Ánh Sáng trong TD

-khi bắt đầu TD. Đôi khi có thật nhiều cảnh trí. Cảnh trí ấy đến từ NT (bên Trái thì cảnh trí có tính cách quen thuộc và NT bên phải cho ra cảnh trí có tính cách hoán tưởng như trong trí tưởng tượng của người bình thường). Cường độ sáng của anh sáng tăng lên với chiều sâu của Định. Sơ Định ít thấy sáng hơn Cận Định

- Âm thanh : Thông tin nghe được không có TR mà chỉ là tiếng kêu không ngôn ngữ. Phần VN thính giác ở sâu và phía sau trong rãnh Rolando (tương ứng với VN của tai Phải và tần số cao) dễ được thu hồi, ngay cả khi khi không có sự chú ý. Trong TD, thông tin của phần cạn (tai Trái) và sâu (tai Phải), phần trước (tần số âm thanh thấp/trầm) và sau (tần số cao/ như tiếng dế kêu) đều được thu hồi nên trong TD, âm thanh được nghe tổng hợp lại trên đỉnh đầu với âm điệu cao va trầm. Càng chú tâm nhiều và càng Định thị phần trước của VN tương ứng với an thành trầm hay thanh tao như thiến sáo âm nhạc được nghe nhiều hơn khi so với lúc không TD hay chưa Định.

- Chú ý rằng cảnh trí và âm thanh ngôn ngữ tron bật Sơ Thiên, Thiề 2,3 có cơ chế hoàn toàn khác nhau. Trong các trường hợp Thiền 3, NT c tương đối được rữa sạch, Thức /Hồn xuất thân, không bị bó buột trong NB MMD nên Hồn có thể nghe thấy cảnh trí âm thanh không qua trung gian củ ngũ quan/NB, nên có tánh như thị nhiều hơn

- Trọng hiện tượng Nhập Đồng , Hồn ngoài nhân nập vào MMD cũn cho ra cảnh trí/hình ảnh và âm thanh/tiếng nói

2. CÁC HIỆN TƯỢNG TỰ ĐỘNG TRONG TD

a) Tự động cử động đầu cổ khi nghe âm thanh ở đỉnh đầu: Trong QA â thanh của đường dẫn truyện Trên của thính giác có vị trí gần với VN kiể soát cử động đầu cổ, có thể kịch động VN vận động đầu cổ cử động nh nhàng

b) ACC trong TD kích động Hypothalamus, trung tâm tự động kiểm so hệ nội tiết như Cortisol, lượng Đường trong máu, trung tâm bài tiết ru bàng quang.làm thay đổi nội tiết. Kích thích Hypothalmú và cuốn NB kích động hệ Đối Giao cản/Parasympathetic và ức chế hệ Giao cảm gâ nên ngứa đầu mặt mắt. ở các lỗ khiếu, nhảy mũi, chảy nước bot, chảy nướ mắt.

c) cảm giác Hý Lạc: (trong tiến trình Tầm Tư Hý Lạc) do sự kích độn nhân Nac gây nên sự vui vẻ. Như vậy sự vui vẻ thường có trong TD v kéo dài sau một ít lâu sau TD.

d) Ức chế nhân AMYGD làm bớt lo sợ

e) Giăm TR, làm tăng lên Tuệ, Trí sáng tạo và tưởng tượng

II. SAU KHI CẢM NHẬN ÁNH SÁNG ÂM THANH, THỂ NGHIỆM THƯỜNG KHÔNG ĐẾN TỪ NỘI THỨC.

Trong giai đoạn này, thể nghiệm là tiếp nối với thế nghiệm ánh sáng và âm thanh và cũng không lệ thuộc với phương pháp thiền nào miễn thiền nhân có được sự chú tâm /mindfulnes cao để rửa Nghiệp trong màng Vô minh.

Khi Màng Vô mình bớt dần Nghiệp, và do chú tâm, Hồn (Tâm Hồn) dần dần tách ra khỏi chỗ kết nối TK (qua sự dính electron của Hồn với ion (+) của mạng tế bào ở synapse). Hiện tượng tương đương với sự kiện thiền nhân trở thành dần dần "TRONG SUỐT". Biết rằng màng Vô minh có năm lớp Uẩn Sắc Thọ Tưởng Hành Thức. Và biết rằng Hồn có khả năng xuyên thấu vật chất, nhưng vì ràng buộc với thể thần kinh nên mất đi khả năng này.

Thiền nhân trở nên "TRONG SUỐT" đối với Hồn, lần lược chuyển biến theo quy trình "TRONG SUỐT" hóa theo lớp lang SẮC THỌ TƯỞNG HÀNH THỨC.

Sự chọn lựa cảnh giới trong Thiền Định tùy thuộc ít nhiều vào ước nguyện của hành giả Thiền, lệ thuộc nhiều theo công phu/đẳng cấp Thiền, Nghiệp và Ân điển và không phải là sự tình cờ như trong Mộng mị.

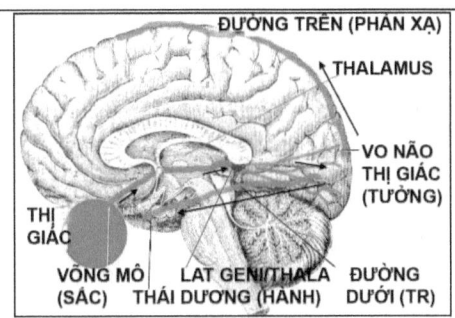

Đường dẫn thị giác: Võng mạc→Thakamus → Vỏ não thị giác :
→Phản xạ không điều kiện lưng
→Đường dẫn bụng; (Hành) Hình thành TR

Cơ chế thanh lọc Nghiệp và trải nghiệm thiền định dựa trên khái niệm về sự gắn kết của Hồn với các kết nốiTK và đầu sợi thần kinh cảm gíc, và theo thứ tự năm Uẩn liên tiếp:

Sắc: Thị giác và thính giác, Võng mạc hoặc cơ quan ốc tai tương ứng Xúc giác: da, ở lớp hạ bì, Nhãn thứcThính giác

Thọ: Đồi não

Tưởng: Vỏ não cảm giác chính

Hành Vỏ não cảm giác thứ cấp

Thức: Nội thức- THBN

Trong Thiền định, có những thay đổi về điện thế tại các KN kinh hoặc đầu dây thần kinh, dẫn đến sự tách rờ Hồn khỏi phần cơ thể. Sự tách rời của Hồn khỏi sự ràng buộc của dây thần kinh dẫn đến kiện Hồn trở về thể tự do trước khi nhập Hôn vao cơ thể. Điều đó làm nên trải triển của thể nghiệm Thiền định và thanh lọc Nghiệp. Do đó, thanh lọc Nghiệp và trải nghiệm thiền định diễn ra theo thứ tự liên tiếp Sắc Thọ Tương Hành Thức

Trong Kinh Lăng Nghiêm được Đức Phật giảng rất rõ ràng với Ngài A Nan về thể nghiệm Thiền và khả năng Vọng tưởng trở thành Ma chướng. Khi Thiền Định thiền nhân thấy được thể nghiệm.

Tương ứng với mỗi loại Ấm thì có Thể nghiệm riêng

về **Sắc, Thọ, Tưởng, Hành, Thức** như đã trình bày trên.

A. Hiện tượng Thể Nghiệm, và Ma Ngũ Ấm trong Thiền Định.

Trong kinh Lăng Nghiêm, sau khi Đức Phật chỉ rõ cách tu để thành A la Hán cho Ngài A Nan, Đức Phật đã chỉ ra Ma chướng khi tu Thiền. *Ma chướng cũng chính là thể nghiệm của người tu khi ở vào tình trạng Định, và là bắt đầu của thể nghiệm cao hơn.* Thể nghiệm là sự tự thấy tự nghe và các cảm giác sắc trần khác với Nội Thức.

Tùy theo loại cảnh giới có 5 loại Ma Ấm (kinh Lăng Nghiêm, quyển số 9,10) (Ấm: trong Phật giáo, tiếng để gọi thế giới hiện tại vận hành). Có thể nghiệm trong Thiền Định là tốt, nhưng vẫn là Vọng tưởng, không tự cho mình là Thánh nhân, nếu sanh ngã mạn thì gọi là Ma chướng vì khi tu chưa tới mà tưởng mình đã tới đích.

Khi Nghiệp đã bắt đầu được rửa đi, có nghĩa là TN của Nghiệp được gỡ bỏ đáng kể thì Thiền nhân có cá thể nghiệm. Cơ chế là như sau
Hồn gồm Chất Đen và có Neutrino. Trong sinh vật, Neutrino được gắn thêm electrons (có điện tích (-)), nhờ vậy Hồn dính với KN TN synapses có điện tích (+), Khi KN TK mới vừa được tháo gỡ KN vì vừa mất TN do Thiền Định (rữa) Nghiệp, sự thay đổi điện thế giúp cho Hồn tách rời khỏi synapses.
Theo nguyên tắc thứ tự Sắc Thọ Tưởng Hành thức:
 - Phần Sắc tương ứng với synappses ở Võng mô, Tai trong....của ngũ quan được gò bó trước. Khi dHon dính với phần này được tự do (không còn dính vap Synapses, thì Hồn, do nguyên tắc không tại chỗ, nên có thể tiếp xúc với thế giới bên ngoài cá phấn khác ở bên trong có thể, biểu hiện qua sự thay cảnh vật Phập Bồ tác, Nghe âm thanh của Phật Bồ Tác thuyết pháp .....
 - Kế đến phần Thọ tương ứng với thể nghiện của Phần Sắc Thọ , KNTK ở Mát Tai trong và Đồi Náo đã được gỡ bỏ, nên thể nghiệm vi diệu và cản xúc hơn như thương xót dũng mãnh, có huệ mạnh hơn định, lo âu, vui mừng, phát sanh ngã mạng, khinh an, bát bỏ nhân quả chê bai, yêu nồng nhiệt
 - Kế đến Tưởng ấm, Phần Sắc Thọ Tưởng , KNTK ở Mát Tai trong và Đồi Náo va VN sơ cấp (primay) đã được gỡ bỏ, nên vi diệu hơn nữa, tưởng mình là Phật, Đế Thiên, Chúa Phật ra đời ưa du lịch thuyết pháp dâm dục, được Tam minh, thuyết giảng người nghe sẽ chứng Niết bàn tức khắc, thu nhận đệ tử , nhận cúng dường, nói về kiếp trước, phỉ báng chưởi mắng đệ tử, ăn uống ít mà vẫn béo mập, làm phép thần thông như đi trên nước, phủ nhận luân hồi (không Tuệ), mong muốn sống lâu

Kể đến Hành ấm, Phần Sắc Thọ, KNTK ở Mát Tai trong và Đồi Náo va VN Thái duong đã được gỡ bỏ dứt được công đức Ngũ căn (như 800 công đức Nhãn căn), nhưng chưa đạt được Thức, vì vậy sự hiểu biết chưa rốt ráo. Thể nghiệm vi diệu và có tánh cách vê TR, Thấy đời sống là vô Nhân do lầm tánh BỔ đê (Người sanh Người không phải ĐST sanh người, thú vật....). Cũng như vậy hiểu lan gốc cửa vạn vật, không thấy Vô thường, con người không sanh diệt (Viên thường Luận), chấp Ngã: Ta sanh ra tất cả, phạm vào tà kiến (Hữu Biên Luận), cái Thây và Tâm của người này là điên đảo cuồng lọan, hiểu lầm Nhân Quả, Có -Không, mê lầm dục giới là Vô vị...
(Tâm Điện Đảo Luận)

Kể đến Thức ấm, lúc ấy mới có thể thay chân như khi sach Thức ấm, sanh vật cùng chung một gốc

Biện Luận **Hiện tượng Ma, Mộng mị và Thể nghiệm Thiền Định có những dị đồng cần được làm sáng tỏ.**

Phân biệt
- *Mộng Mị.*

Xảy ra trong giấc Ngủ REM (có **Tri Thức**/TR nhờ có Acetycholine, nhưng bắp thịt cơ thể-trừ bắp thịt mắt-không cử động được). Luồng kích thích PGO khởi từ Cầu Cuống Não đi lên vùng DN ở Lateral Geniculate body (tương ứng với vùng Não Nội Thức), Kích động:

- **BF và Hypo làm ra Acetylcholine để có Thức tỉnh.**
- Hệ vành Trước: **Giải Bao Trước** /ACC AMYGD HIPPO, Para HIPPO làm ra tình cảm, lo sợ trong Mộng mị - Basal Ganglia Tiểu Não (cảm giác thúc đẩy và vận động).

Luồng kích thích cuối cùng đi về PFC VN Chẩm để thấy, VN Cảm giác và Vận động nhưng không kích động được, vì VN bị ức chế bởi GABA: nên cho ra ảo giác về cảm giác và vận động.

- *Hiện Tượng Ma* :

Do Hồn nhập vào NB trong lúc VN vẫn Thức Tỉnh và có TR.

- *Hiện tượng Thiền Định*:

Do công phu rửa được Nghiệp và Chú tâm đang lúc TD, thiền nhân trở thành trong suốt, Hồn được giải phóng, nên thấy xa mà có thể nghiệm.

- *Tóm lại* HT Ma là HT Tâm linh và có nhiều tính chất của Mộng Mị. Trong Thiền Định, Thể nghiệm bị gọi là Ma chướng khi Thiền nhân xử dụng cảnh giới cho mục đích vật chất, tư lợi thay vì dùng nó để làm ấn chứng cho sự tiến bộ của Tu hành. HT Ma cũng nói lên sự kiện là con người đang sống trong một thế giới chứa đựng nhiều dạng thể khác nhau của thể khẳng định. Tuy Hồn là thể vô thường nhưng hiện hữu rất lâu dài so với Ảo giác. Những hiện tượng Ảo giác, nhất là những hoài nghi về vấn đề Siêu hình và dối gạt do sự thiếu thông tin và tìm hiểu các cơ chế đã được khám phá trong Não Bộ học.

C. PHÂN BIỆT PHẬT VÀ MA hay CHÂN /GIẢ.

Phật là Đấng Toàn Giác có Trí Tuệ Bát Nhã cho nên <u>không bao giờ sai lầm</u>, nhưng Phật không thể nói hết tất cả cái gì Phật biết vì chúng sanh ngu mê nên khi nói ra hết có thể nghĩ là Phật nói láo. Ma chỉ ở đẳng cấp từ Sắc giới trở xuống (từ Tâm Thiên trở xuống), cho nên có sai lầm khi tiên đoán. Đối với phàm phu là rất khó nhận biết khi so sánh Phật và Ma dựa trên sự kiện hiện tiền. Tuy nhiên Sai lầm về tiên tri của vị Thầy không phải là Chân sư sẽ hiện rõ với thời gian là sai vì không có sự Toàn Giác và Trí tuệ Siêu Việt Bát nhã của Phật.

C. Cảnh giới trong kinh Phật

Phật có 32 tướng tốt, 80 vẻ đẹp là Đấng toàn giác, không gì là không biết. Nhưng Đức Phật chỉ nói ra những gì chúng sanh có thể hiểu được và không nói những gì chúng sanh không thể hiểu thời Đức Phật còn tại thế (chứ không phải Phật không nói vì không liên quan đến vấn đề Tu hành Sanh Tử. Chú ý: Mọi vấn đề của cuộc sống đều liên quan đến Sanh Tử). Cảnh giới Phật và quyền năng là bất khả tư nghì. Hai kinh Hoa Nghiêm và Kinh Diệu Pháp Liên Hoa được xem là hai kinh lớn nhất của Đức Phật nói thời kỳ đầu Hoằng Pháp và thời kỳ gần cuối Hoằng Pháp. Khi nói Kinh Diệu Pháp Liên hoa , Đức Phật phóng hào quang khắp vũ trụ làm kinh ngạc chúng Thiền Bồ tác. Đức Phật không muốn nói ra sợ làm gây động lòng ngờ vực của các đệ tử, có thể gây nghiệp cho họ. Nên sau ba lần Ngài Xá Lợi Phất nài nỉ Đức Phật mới chịu nói sau khi gần nửa hội chúng bỏ ra về vì không thể tin Đức Phật có gì để nói sau hơn 40 năm, Cũng vậy khi nói Kinh Hoa Nghiêm hàng nhiều ngày, Kinh đã không được lan truyền. Ngài Long Vương đem cất để hàng ngày trì tụng dưới Thủy cung. Bồ Tác Long thọ rạch biển xuống Long cung học rồi về để ghi lại. Cả hai kinh nói về công đức và cảnh giới Phật và Bồ tác mà phàm phu và kể cả hàng Đại Bồ tác cũng khó tin nổi.

Trong kinh Phật, mặt trời ở ngang lưng chừng núi Tu di. Núi Tu di xuất hiện trong cõi Dục giới từ trời Tứ Thiên vương (tầng trời trên thế giới Ta bà và trên cả cõi A tu La). Núi Tu di còn có thể thấy ở cõi Dục giới ở tầng trời Dục giới, ở cõi Sắc giới Vô Sắc Giới và đến cõi Phạn Thiên Bồ đề. Cảnh giới đó không thuộc về phần Khoa học có thể kiểm nhận được (=Non Baryonic matter) , cho nên Núi Tu Di là cảnh giới của Thiền Định không thể kiểm nhận bằng phương tiện đo lường quan sát hiện nay. Vũ trụ của chúng ta gồm thế giới có vật chất thấy được (Baryonic Matter) chỉ chiếm 5% vũ trụ . (95% là không thấy được gồm Dark Matter 25% và DarkForce 70% (?=nghi ngờ về sự hiện hữu, nhưng có nhiều bằng chứng về sự hiện hữu).

Mặt trời là trung tâm của Thái Dương hệ. Thái Dương hệ xoay quanh trung tâm của Ngân Hà 300 triệu năm một lần.

Cũng như vậy, Thế giới quan của Phật rất rộng lớn, gồm nhiều vũ trụ và hằng hà vô số Phật. Cho nên TR con người chưa đạt được 5% Vũ trụ nầy tức là không đáng kể khi nói đến muôn ngàn Vũ trụ của thế giới quanh Phật. Lại nữa Thế giới của Phật gồm các thế giới không thấy nghe được của Chất Đen, Lực đen. Thí dụ Kinh Lăng Già hay Kinh Hoa Nghiêm nói về núi Lăng già ngoài biển khơi và Thủy cung (mà Ngài Long Thọ để thỉnh kinh Hoa Nghiêm) cần được hiểu trong quan niệm thế giới của Phật không phải thế giới của phàm phu.

Có người vì thiên kiến hiểu lầm hay chưa thông suốt kinh Phật đã thừa nhận là Vũ trụ quan của Phật giáo là không hấp dẫn bằng Khoa học thực nghiệm. (Khoa học đã có những thành quả to lớn về Thiên văn học, Lượng tử, Nguyên tử học và Sinh Vật học. Những thành quả to lớn trên thì ra quá nhỏ bé với Vũ trụ bao la và không vượt qua 5% Vũ trụ và chưa tới đâu khi đi sâu vào vị thế sự vật như Tâm hồn). Cho nên họ khuyên Phật giáo "phải từ bỏ khía cạnh Vũ trụ học". Dĩ nhiên có những nhà Phật học sai lầm khi diễn tả Lục địa của Trái đất phía Nam Ấn Độ hay gán cho núi Tu Di chính là dãy núi Pamir, ở tây bắc Kashmir hay Tu Di được bao quanh bởi núi Mandrachala ở phía đông, núi Supasarva ở phía tây, núi Kumuda ở phía bắc và núi Kailasha ở phía nam. Theo A-tỳ-đạt-ma-câu-xá luận (Abhidharmakośabhāṣyam) của Thế Thân (em của ngài VôTrước/Duy Thức Luận), núi Tu Di cao 80.000 tuần. Đó là điều đáng tiếc cho một số Phật tử nổi tiếng nhưng không hiểu Phật (tức phỉ báng Phật).

III. HIỆN TƯỢNG MA.

Trong kinh Hoa Nghiêm, Phẩm Hiền Thủ nói đến Tứ Ma, gồm:
i. Thiên Ma. (thí dụ: Ma Ba tuần)
ii. Tử Ma /đang tu hành bị chết,
iii. Ngũ Ấm Ma và
iv. Phiền não Ma.

Trừ ra Tử Ma và Phiền Não Ma, Hiện tượng Ma (HT Ma cần loại trừ sự nhầm lẫn biểu hiện của Ma với những hiện tượng có thật như tiếng động do đồ đạc hay sinh vật có thật nhưng biến mất đi lúc kiểm chứng). Nói một cách khác Ma là hiện tượng thường chỉ xảy ra với Thính giác và Thị giác đôi khi là Xúc giác. Khứu giác và Vị giác thì khó xác nhận nên ít được nói đến.

Những hiện tượng trên có thể xảy ra thường là riêng rẽ, Thị giác hay Thính giác; nhưng cũng có thể và rất ít xảy ra kết hợp Thính & Thị và dĩ nhiên có thể cả Xúc giác. Hiện tượng không khác gì là Hoán tưởng (Hallucination). Vì vậy hiện tượng Ma chỉ khác với Hoán tưởng ở chỗ người gặp Ma là có tâm lý và Não Bộ bình thường. Và người bị Hallucination là Tâm lý bất bình thường hay Não Bộ bất bình thường, hay do thuốc. Kinh nghiệm HT Ma không có thể chia sẻ bằng thực nghiệm với người thứ hai.

A. Cơ chế của Hiện tượng/HT Ma (Hallucination) (H7,2).

Con người (có thể súc vật cao) ai cũng có Hồn người. Như đã viết trong sách Hồn không là vô sanh vô diệt mà là có sanh diệt. Hồn Xác là một thể toàn vẹn mà không người bình thường nào có thể mô tả hay tìm hiểu thực chất; cũng như Thái cực hay Đạo là không thể mô tả bằng lời.

Trở lại quan niệm Hồn: Khi chết (phần xác triệt tiêu), Hồn vẫn còn nguyên vẹn. Tùy theo độ trong sạch /dơ bẩn của Hồn, Hồn sẽ được lên cõi Trên gần, xa với Chúa Phật, hay đợi ở dưới chờ phán xử (49 ngày), hay ở lâu dài ở cõi Sáu Nẻo Luân Hồi trong cõi Vía cũng gọi là cõi Trung giới (xin xem bảng 1 trang 226). Một số Hồn nầy có khả năng kết nối với người đang sống qua Não Bộ có lẽ ở vùng não vmPFC của Não Mặc Định (Default Mode Network) / Não Bộ Nội Thức và điều khiển trung tâm nghe /nhìn. Vì vậy người gặp HT Ma chỉ họ biết thôi. Hồn là trong cõi Trung giới/Vía không thể nào có thân xác làm bằng Tứ Đại (Đất, Nước, Gió, Lửa) được hay tạo ra ánh sáng nên không thể thấy bằng mắt trần được, và không thể gây nên Lực xô đẩy rung chuyển, gây tiếng động, nói năng để có thể nghe bằng tai hoặc làm hại con người được.

B. HT Ma khác hoán tưởng trong bịnh tật hay do thuốc.

Vì hoán tưởng do Nội Thức bị kích động, do thương tích não bộ về thể chất hay về dinh dưỡng, thuốc men nhưng cùng dùng chung đường dây dẫn truyền về Thị giác hay Thính giác để thấy và nghe. HT Ma có nhiều điểm tương tự với HT Lên đồng và HT thường gọi là Giác quan thứ 6. Hồn trong trường hợp này là Hồn ở cõi trên, hay Hồn cần được sự giúp đỡ. Hồn hay quấy nhiễu, thường là Hồn từ cõi thấp trong Sáu Nẻo luân hồi.

IV. BỊNH TRONG THIỀN ĐỊNH : HÔN TRẦM và các Bịnh khác.

Khi TD ngắn dưới 15-30 phút các vấn đề như Hôn trầm, Vọng tưởng ít khi xảy ra. Sau 30 phút , Thiền nhân bắt đầu có sự an tâm, đó là lúc có nhiều vấn đề, vì Thiền Định thường kết hợp các triệu chứng sau làm trở ngại kết quả của việc tọa Thiền.

i. - Bịnh tật hay chuyện bất thường xảy ra.
    - Thoái chí.
    - Đau Mỏi Tê chân, lưng.
ii. Hôn Trầm.

A. Bệnh Tật thông thường.

Đây là bịnh có nguyên nhân dễ thấy và có phương cách hợp lý để sửa chữa điều chỉnh. Nhiều người nghĩ rằng Nghiệp là nguyên nhân sâu xa. Vì người muốn TD đều có Nghiệp, nên cơ nguyên gây ra các trở ngại về thiền là không có tính cách đặc thù thiếu thực tế, nếu không muốn nói là vì có Nghiệp để đổ lỗi cho trở ngại TD.

1, Bịnh và chuyện bất thường trong đời sống cần được giải quyết thỏa đáng hợp lý trước khi tọa thiền.

2, Thoái chí: TD là quyết định có lựa chọn giữa Vô minh và Diệu Minh, không tự nhiên, không do nhân duyên. Không tự nhiên vì TD là đi ngược lại cuộc sống đảo điên. Mà Đảo Điên là do Vô minh chứ không phải tự nhiên sanh ra vì vậy quyết định TD là không tự nhiên và không do nhân duyên mà là do Tự Ý của Ý chí. Vì vậy Thoái chí cũng là quyết định riêng không có nguyên nhân nào.

3. Cảm giác Đau, Mỏi Tê chân, lưng.(H5.6)

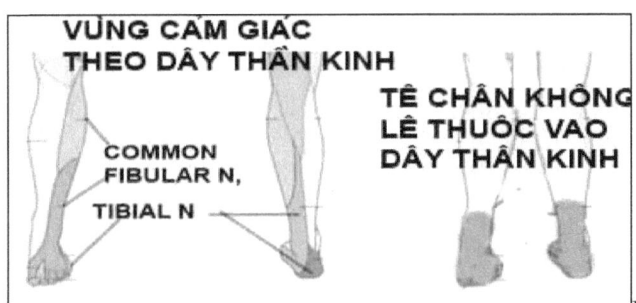
H5.6

Nếu loại đi các bịnh về thể xác cơ bắp gân xương khớp thì nguyên nhân của Cảm giác Mỏi là vì thiếu thói quen, ngồi thiền sai vị thế.

Hồn nhập thân tương đương với khí lực của người tập Khí công. Sự Tê Mỏi là do Khí ứ tụ (làm tê, đau) hay thiếu Khí (gây nên cảm giác Mỏi).

a. *Thói quen*: có thể khắc phục với thời gian, kiên nhẫn/ý chí.
Khi TD có chút công phu, Thông tin ngoại biên sẽ bị chận và giảm bớt ở DN/Đồi Não nên cảm giác Đau Tê sẽ giảm.

b. *Hồn Nhập thân*. Cũng như vậy khi TD có chút công phu, toàn cơ thể, nhất là tay chân, được bao phủ bởi nguồn khí lực tạm gọi là Hồn. *Thiền nhân có thể cảm nhận cảm giác tê, hay như điện kích thích nhẹ lên toàn cơ thể nhiều nhất ở đỉnh đầu*. Cảm giác Đau Tê thường không phải do máu và dây thần kinh bị nghẽn (thí dụ như tê Chân Không theo vùng của dây thần kinh). Có thể do khí lực /HỒN vận chuyển bị nghẽn. TD giúp khí lực/HỒN lưu chuyển điều hòa hơn, cho nên tê đau tự bớt, nhất là sau khi thay đổi vị trí ngồi, vị trí chân một chút, không đủ gây tiếng động cho người ngồi kế bên. Hòa Thượng Thích Thanh Từ, đã không sai, khi nói trong một video của Ngài, rằng đau tê thường xảy ra khi ngồi thiền từ 1-2 giờ, nhưng tiếp tục ngồi thì hiện tượng trên tự nhiên bớt. Nhất là khi quyết tâm tập trung ý chí không bị xao lãng bởi vọng niệm, thì mỏi, tê, đau tự động biến mất. Thay vào đó, toàn thân được bao phủ bởi Hồn nhập thân. Điều đó phù hợp với sự đau tê *không* do mạch máu hay dây thần kinh bị đè ép.

Vị thế Thiền thường là ngồi xếp bằng là tốt nhất và tỏ ra hiệu quả vì có thể ngồi nhiều giờ mà không mỏi (bởi đa số người ngồi thiền). Ngồi trên ghế có lẽ không có hiệu quả cao. Nằm thiền dễ đi vào giấc ngủ và thường không giúp tăng lên sự chú tâm vì thế nằm quá thoải mái.

Ngồi tréo chân lại, bán kiết già hay kiết già là thế làm ràng buộc cỏ căng gân bắp và dĩ nhiên là không tự nhiên thư giãn gân bắp thịt. Vị thế trên có phần nào tương tự các thế đặc biệt của người thực hành Yoga. Mục đích là tăng lên cơ chế chú ý của toàn cơ thể trong đó có NB va tăng lên ý chí tu hành. Nor-epinephrine và nhất là DOPA tăng lên với thế ngồi trên, làm tăng sự Thức tỉnh. Vì vậy TD khi nằm thường dễ đi vào Hôn trầm/Trạo cử vì DOPA và nor-epin thấp.

Tương tự như trên Thiền nhắm mắt là thoải mái nhưng dễ đi vào Hôn trầm. Trái lại Thiền với mắt mở lim dim thì ít thoải mái nhưng giúp nâng cao sự Thức tỉnh, cho nên bịt mắt mà mắt vẫn mở là tối ưu. Thức tỉnh là tình trạng song hành với Định /Chỉ làm nên Trí Tuệ trong Thiền Định. Thiền Định thiếu Trí tuệ dễ đi đến Diệt Tận Định của Thiền nhân chưa đạt được đẳng cấp A La Hán, thiền nhân có thể trở thành như vô tri, gỗ đá.

c. Gối thiền không nên cao quá hay thấp quá, là thế để đầu gối có vị trí ngang với bắp đùi.

d. Mỏi chân có thể xem như tình trạng nhẹ của hội chứng Chân Không Yên Nghỉ/Restless Leg Syndrome/RLS. RLS có cơ chế ít nhiều di truyền và do rối loạn hệ thống DOPA thuộc hệ thống vòng Cortico-Striatal-Thalamic-Cortical/VN-Thể vân-Đồi não-VN. RLS cũng xảy ra khi chất sắt/Iron thấp trong NB/Não bộ làm DOPA và Glutamine tăng lên (để phụ giúp NB khi thiếu chất sắt) và hạ thấp Adenosines (làm buồn ngủ). Thiếu chất sắt trong NB xảy ra trước khi thiếu máu (Lanza G, The neurophysiology of hyperarousal in restless legs syndrome: Hints for a role of glutamate/GABA. Adv Pharmacol. 2019;84:101-119 PMID: 31229167).

e. Lưng cổ thẳng để tránh buồn Ngủ và các bệnh tật lưng cổ khi TD lâu dài.

B. Hôn Trầm.
Là buồn Ngủ trong khi Thiền
a) TD khác với Ngủ ở chỗ Thúc/Wakefullness và Tĩn /Consciousness.
-Tỉnh là do hệ thống LKT/Lưới Kích Thượng bị kích động bởi thông tin ngoại biên, rồi LKT kích động VN, DN và LDN cũng góp phần vào sự Tỉnh. Trong TD, LDN và DN được cố tình làm giảm hoạt động nhưng LKT

thì chỉ bị giảm vì khi TD người TD tìm chỗ vắng vẻ, không tiếng ồn và nhắm mắt.

Tỉnh là do Sự Chú ý làm cho LC/Locus Ceruleus tiết ra nhiều Nor-epinephrine.

- Thức là có hệ thống Thức của NB hoạt động cần Acetylcholine từ Basal Forebrain (khi tỉnh), LDT PPT **(khi ngủ và tỉnh).** Thức trong TD là toàn vẹn hơn hay tăng lên.

b. Hôn Trầm hay buồn Ngủ là do các nhân Thức không hoạt động, vì:
DOPA Serotonin giảm vì ngồi yên, không có gì vui thích hào hứng.
Nor-Epinep có thể cũng bị giảm vì mất đi hay quên sự chú ý. Và vì thiếu hoạt động. *Cho nên để chống Hôn trầm thiền nhân cần quyết tâm chú ý để tăng lượng Nor-epinephrine.*

Nhắm mắt có thể ảnh hưởng đến nhân Suprachiasmatic N./SCN, rồi ức chế nhân DorsoMedial Hypo/DMH, làm giảm chất Orexin . (Orexin tác động lên nhân Thức).

Thiếu Ngủ, chất Adenosine là sản phẩm dư thừa sau khi phân tử năng lượng ATP bị biến thành cAMP + Adenosine. cAMP cần thiết cho các tiến trình biến hóa trong tế bào. Đây có lẽ là nguyên nhân quan trọng bậc nhất mà các Thiền sư huấn luyện TD ít để ý đến. Adenosine kích động sự Ngủ. Bịnh tật, mỏi mệt cũng góp phần vào.

Trong các nguyên nhân trên Thiếu Ngủ là dễ sửa đổi và có hiệu quả hơn hết. Người ta cần ít nhất 5 giờ để Ngủ. Người làm việc lao động bắp thịt nhiều có thể cần hơn 5 giờ để Ngủ. Người già thì 5 giờ là đủ, người trẻ thì cần 7 giờ. Nếu trước khi TD , mà thấy buồn Ngủ thì tốt nhất là đi Ngủ rồi mới TD, vì Ngủ trong khi Thiền thì thua lỗ quá nhiều.

Quá mỏi mệt do làm việc hay bệnh tật cũng làm Hôn trầm.

Hôn trầm trong Thiền, thường biểu hiện bằng ngủ có thể qua các giai đoạn ngủ NREM và REM kéo dài một chu kỳ dài đến một giờ, Ngủ REM trong Thiền là ngủ thường gục đầu xuống do nhũn cơ. Khi mới ngủ NREM giai đoạn I (Ngủ giai đoạn đầu tiên), thì có cảm giác giảm TR Hôn trầm tưởng như chưa ngủ. Khi ngủ NREM 2-4,, người thiền có thể ngáy và đến giai đoạn ngủ REM thì có thể thấy Mộng mị, cơ nhũn nên đầu thường gục xuống.

Giãi quyết vấn đề ngủ khi Thiền, không thể bằng cách dùng gậy đánh vào bả vai và cũng không thể dùng ý chỉ qua cách ngồi kiết già lưng thẳng, tay gìm lai. Bởi vì ngủ là cơ chế tự động. Cho nên cách tốt nhất là ngủ đủ giấc trước khi Thiền. Vì là khi Thiền tuy không ngủ nhưng *không hoàn toàn tỉnh thức* cũng gần như không Thiền.

b) MỘNG MỊ TRONG THIỀN ĐỊNH

Hôn trầm và Ngủ là hiện tượng phổ thông ở người thiền lâu dài (hơn một giờ mỗi lần thiền, khi mệt mỏi hay thiếu ngủ), nhưng mộng mị ít được đề cập đến tuy mộng mị cũng là ká phổ thông. Khi Thiền, Norepinephrin và Acetylcholine không suy giảm đáng kể. Ngủ NREM trong Thiền tương ứng với sự giảm của cả Norpinephrine và Acetylcholine, Ngủ REM Thiền nhân không thức nhưng tĩnh nên có mộng mị. Cảnh giới trong mộng mị này không phải là thể nghiệm thiền định. Lucid Dream/MM như tỉnh có thể hay xãy ra trong Thiền định

C. Trạo cử hay Vọng Niệm.
Có thể rất vi tế, giải quyết bằng sự Chú Tâm. Vọng Niệm sẽ ngày càng bớt đi khi TD thành thói quen, có thể nghiệm với Tâm Thân An lạc. Sự thoải mái vui thích trong TD là yếu tố quan trọng để giảm bớt Vọng niệm.

Vọng niệm không là thể nghiệm TD.
Như đã trình bày trước đây, khi nguồn thông tin ngoại biên từ sáu Trần bị cắt giảm, thông tin từ Nội Thức bị kích động để bù vào chỗ thiếu hụt thông tin mà Võ Não cần có. Vì VN là hộp tiên đoán, nó cần thông tin để làm việc. Vì vậy Thông tin Nội Thức được lấy ra. Thông thường những thông tin mới, thông tin thuộc TN/Trí Nhớ Hiển hiện rồi TN Ý nghĩa được đem ra trước, sau đó lần lượt đến TN Ẩn ngầm, thông tin từ Tiềm Thức và Vô Thức. Vì vậy các cảnh giới xa gần hiện ra chạy lăng xăng. Dầu cảnh giới xa hay gần thì đó cũng chỉ là Trạo cử/Vọng tưởng. Sở dĩ cảnh giới trong Nội thức hiện ra và nhận thấy được là vì còn sự chú tâm vào Nội thức thay vì chú tâm vào mục tiêu định sẵn là hơi thở hay mắt trí huệ.... trong Thiền định Tâm (không áp dụng trong Thiền Quán).

Khi chú tâm hoàn toàn vào mục tiêu định sẵn thì thông tin Nội thức mất đi chi tiết nên trở thành ánh sáng hay Nội âm. Cường độ ánh sáng và âm thanh tăng lên, khi chú tâm tăng lên vào mục tiêu được định sẵn để chấm dứt tâm lăng xăng. Bằng chứng là khi thiền (bất cứ pháp thiền nào), khi âm thanh và ánh sáng chan hòa là lúc đã định, tâm được an, hết lăng xăng.
Khi vào Định cũng có thể là lúc có Hôn trầm /Ngủ và có thể Ngủ REM. Trong Ngủ REM thì có thể có Mộng mị . Mộng mị và Vọng tưởng khác nhau và cần được phân biệt.
Mộng mị: các hiện tượng xảy ra bất hợp lý vì không có sự tham dự của mạng quản lý Trung ương.
Vọng tưởng: sự kiện hợp lý hơn.
Vọng tưởng cũng có thể kết hợp với Hôn trầm và Mộng mị. Tạo ra Lucid Dream (LD) trong khi Thiền. LD là Mộng xảy ra trong Ngủ REM trong đó người Mộng biết mình đang Mộng và có thể điều khiển giấc Mộng theo ý muốn. Thường xảy ra ở người có Tri Thức cao về Metacognition/TR tự

kiểm biết, tự kiểm tra phản hồi, tự ký. Có thể dùng LD để thêm ý kiến sáng tạo và điều trị bịnh Ác mộng.

D.   Bản Ngã trong Thiền Định.

Tu hành là thực hành Vô Ngã. Trong Thiền định nếu được Vô Ngã thì không còn Tâm viên ý mã, tê mỏi tay chân và Vọng Niệm hôn trầm. Bản Ngã là dễ nhận biết bởi chính mình nếu tự nhìn và suy nghĩ, vì suy nghĩ chính là Bản Ngã. Cho nên phát tâm Vô Ngã và tâm niệm Vô Ngã trong Thiền định là sự nhắc nhở hữu hiệu nhất để đi đến Định và Tuệ.

E.   MA Thiền định

Dục giới với sáu nẻo luân hồi, là môi trường để học tập cải tạo với nhiều thử thách. Thiền nhân trong TD khi dần dần rửa sạch Nghiệp, Hồn có thể lẫn lược tách ra khỏi ngũ Ấm, bắt đầu là Sắc Thọ Tưởng.... Đây là ba giai đoạn thiền nhân dễ bị các ảo tưởng tự chính mình gây ra, tự khuấy nhiễu. Nhân cơ hội nầy Ma , những Hồn khác thường thâm nhập vào để thử thách, và cũng là phản ung tự nhiên của Dục giới cố giữ con người trong neo luân hồi, nên khuyến dụ tâng bốc thiền nhân là Đấng Vô Thượng để mê lầm ở mãi trong cõi Dục, và sa đọa/.Kinh Lăng Nghiêm cuốn 9 viết:

- *Các Ngươi tu thiền đến nơi chánh định, cũng như mười phương Bồ Tát và Đại A La Hán, chơn tâm dung thông, ngay đó trạm nhiên. Khi ấy, tất cả ma vương và quỷ thần, thấy cung điện của mình khi không sụp đổ, đều cảm thấy kinh khủng, họ đều được năm thứ thần thông (chỉ trừ ra Lậu Tận Thông), ham thích trần lao, **đâu thể để cho người tu Chánh pháp làm sụp đổ xứ sở của họ**, cho nên đang lúc người tu được chánh định, những thiên ma, yêu tinh, quỷ thần đều tụ lại để quấy phá, nhưng họ ở trong trần lao, người tu ở trong Diệu Giác, dù họ hung dữ cách mấy cũng hại chẳng được; ví như gió thổi ánh sáng, hoặc dùng dao cắt nước, chẳng ăn nhằm gì. Họ như băng đá, người tu như nước nóng, nước nóng làm tan rã băng đá. Họ ỷ lại sức thần thông, nhưng chỉ là khách, người tu là chủ, nếu chủ mê thì khách được thành tựu sự quấy phá của họ, nếu người tu ngay đó giác ngộ chẳng mê, thì ma sự của họ chẳng làm gì được mình.*

....

A Nan! Trong lúc thiền định, thọ ấm hư minh, chẳng lọt tà tưởng, bỗng trong tâm ham đắm sự hư minh, tham cầu sự khéo léo, khi ấy thiên ma được dịp nhập vào thân người khác để thuyết pháp; người đó chẳng biết đã bị ma nhập, tự nói đã được Vô Thượng Niết Bàn, đến nơi người cầu khéo léo, thuyết pháp cho họ, hoặc hiện thân Tỳ Kheo, hoặc Đế Thích, hoặc phụ nữ, hoặc Tỳ Kheo Ni, hoặc trong phòng tối thân phát ánh sáng, người ấy ngu mê chẳng biết cho là Bồ Tát, tin theo lời dạy của họ, tín tâm lay chuyển, phá hoại giới luật, lén làm việc tham dục.

Tóm lại:
Thiền đáng lẽ là việc làm tự nhiên, nhưng vì con người quen với đảo điên nên Thiền trở thành công việc cần sự Quyết tâm, Chú ý, Cố gắng, ràng buộc và luyện tập thành thói quen. Sự Chú tâm / Tỉnh Thức và Vô Ngã là ba yếu tố quyết định.

Vì thế, ở thế giới đảo điên, Thiền là không tự nhiên, cần sự cố gắng để chú ý, để tránh thối chí buồn Ngủ và tâm lang thang.

CHƯƠNG 6: GIÁC NGỦ VÀ MỘNG MỊ

*Ngủ say và thiền có cái
gì đó tương tự và cái gì đó khác biệt.
Một điều là tương tự - trong cả hai, suy nghĩ biến mất.
Một điều là khác biệt -
trong Ngủ say, nhận biết cũng biến mất,
nhưng trong thiền nó còn lại*
Osho trong Awareness/Nhận biết.

TÓM LƯỢC.
Nhập đề.

Giấc Ngủ chiếm gần 30% của đời sống ở người trưởng thành và thường được tin tưởng là cần thiết cho đời sống, vì thiếu Ngủ thì cơ thể mệt mỏi và Ngủ được đủ thời gian thì thấy khỏe với tinh thần minh mẫn và Trí Nhớ được rõ ràng hơn. Loài vật cũng Ngủ, giấc Ngủ thay đổi theo môi trường sống của từng loài động vật. Mục đích của bài này là trình bày sự Ngủ qua cơ chế điều hành của đồng hồ trong NB, các nhân chất xám của Não Bộ kiểm soát các giai đoạn Thức Ngủ, mô tả vai trò của Đồi Não/DN/Thalamus và LKT/Lưới Kích Thượng, biến đổi EEG (điện Não đồ), một phương tiện nghiên cứu giấc Ngủ quan trọng và các rối loạn gây nên do bịnh thiếu Ngủ.

Kết quả và nhận xét.

EEG và EOG (ElectroOculogram) giúp chia giấc Ngủ làm 5 thời kỳ từ 1-4 là Ngủ NREM và thời kỳ 5 là Ngủ REM. Ngủ NREM (thời kỳ 1,2,3,4) đi từ ngủ nhẹ đến ngủ sâu, không có TR hay mộng mị. Đó là thời gian Trí nhớ ý nghĩa được HIPPO chuyển lên vmPFC để được bảo tồn. REM là thời kỳ ngủ có TR nhờ có Acetylcholine dâng lên cao nhưng không tỉnh vì Noepinephrine, Histamine, Serotonin và DOPA thấp.

Nhân SCN/SupraChiasmatic Nucleus được xem là đồng hồ chính của cơ thể có chu kỳ 24 giờ 11 phút độc lập với ánh sáng và mùa màng. Đồng hồ này được điều chỉnh giờ theo ngày bởi nhân SCN/Supra chiasmatic Nucleus và theo mùa bởi Tuyến Tùng. Nhân SCN nhận dây thần kinh Thị giác và có nhiều loại tế bào nhạy cảm với ánh sáng, với chu kỳ ngày khác nhau để thích ứng với thời gian ánh sáng. Để thích ứng với chu kỳ thay đổi, tế bào của SCN dùng Genes để thích nghi với ánh sáng để làm thành chu kỳ. Nhân kết nối với Dorsal Medial Hypothalmic Area /DMH và làm thay đổi chu kỳ. Thần kinh Thị giác cũng kết nối với Tuyến Tùng/Pineal Gland qua kết nối trung gian của Cervical Ganglion/Hạch TK cổ và Tuyến Tùng cũng nhạy cảm với ánh sáng điều chỉnh giờ theo mùa màng.

Hypothalamus là phần NB quan trọng chuyên về điều hòa các chức phận thuộc về cơ thể và ít liên hệ đến TR/Tri thức.

Orexin là một hormone mới tìm ra có nhiều ở khắp Não Bộ nhưng nhiều nhất ở LHA/Lateral Hypothalamic Area bị kích thích bởi SCN.. Thiếu Orexin gây ra bịnh Ngủ kích phát (có thể Ngủ nhiều ngày) với nhũn cơ hay Ngủ nhiều mà không bị giãn cơ. Orexin kích thích các nhân làm Thức và tăng lên sự ăn uống.

Trong tình trạng Thức, LHA dùngg Orexin kích động các nhân Thức. Hệ Đồi Não và Lưới kích thượng, gồm các nhân Thức (ở phía sau của Hypothalmus) như LDT, PPT với Acetylcholine, DR/MRN với Serotonin, LC với Norepinephrine, TMN với Histamine và vlPAG/VTA với DOPA. Những nhân này không những kích thích Vỏ Não mà còn kích thích Đồi Não và HIPPO để làm ra các Neuro hormones cần thiết cho các nội tạng và toàn cơ thể.

Thức lâu sẽ tăng chất Adenosine trong Não Bộ và kích thích Basal Forebrain/BF (acetylcholine) rồi kích thích trung tâm Ngủ (ở phía trước của Hypothal) là vlPO /MnPO và ức chế các nhân làm Thức kể cả Orexin, MDH với MCH làm nên giấc Ngủ NREM.

Tiếp đến, nhân MDH/MedioDorsal Hypothalamus với chất MCH/Melanin Concentrating Hormone được kích động để ức chế các nhân Thức, và cũng ức chế nhân Ngủ vlPO/ventrolateral PreOptic và MnPO/MedianPO, nhưng kích động BF, LDT và PPT làm ra Acetylcholine (chuyển thành giấc Ngủ REM). Nhân MDH kích thích SLD/PC (sublaterodorsal nucleus and precoeruleus) với GABA được nghi ngờ làm thư giãn bắp thịt trong REM, tuy nhiên cơ chế còn cần được nghiên cứu thêm. SLD/PC cũng kích thích Basal Forebrain BF làm tăng Acetylcholine nhiều hơn khi thức, BF có hai loại tế bào tiết ra Acetylcholine và loại kia làm thức và Ngủ REM vì Acetylcholine có thể làm ra REM hay thức. Mộng Mị có thể xảy ra trong bất cứ thời gian Ngủ nhưng nhiều nhất ở thời kỳ REM với sóng PGO, với nhũn cơ nên người nằm mộng không có phản ứng bắp thịt có thể làm nguy hại cho bản thân và người chung quanh.

I. Tổng quát.

Ngủ là phần quan trọng của đời sống, và ảnh hưởng đến đời sống vật chất và tinh thần của mọi động vật. Hypnos là thần Ngủ trong hang động của sông Lethe chạy qua đảo Lemo. Dòng Lethe chỉ có trong thần thoại Hy Lạp, Linh Hồn uống nước sông này sẽ quên hết chuyện quá khứ để được nhập vào xác tái sinh. Câu chuyện cũng tương tự như truyền thuyết bình dân Việt nam rằng Linh Hồn trước khi đầu thai phải đi qua cầu Nại Hà có một quán ăn bán cháo Lú, ăn cháo Lú làm Linh Hồn quên đi tiền kiếp. Hypnos là anh em song sanh với thần Thanatos. Người xưa kể cả Aristotle quan niệm Ngủ là gần với chết. Tùy theo môi trường và nhu cầu sống, sinh vật Ngủ khác nhau, Dơi, Chipmunk, Mèo Ngủ hơn 12 giờ mỗi ngày, Hươu chỉ Ngủ 2-3 giờ mỗi ngày. Thủy vật chỉ Ngủ mỗi lần ½ giờ vì do nhu cầu để sinh vật có thể bơi lên mặt nước tìm dưỡng khí. Thai nhi và Em bé thì Ngủ rất nhiều. Trong giấc Ngủ Thần kinh tự động vẫn hoạt động nhưng có thể chậm lại, Thần kinh cảm giác và TR giảm sút tùy theo tình trạng Ngủ. Tâm ý và Tạng Thức cũng suy giảm nhưng Tâm linh thì không bị ảnh hưởng. Nếu Thức tỉnh là cần thiết cho sự sinh tồn sinh lý, kiếm thức ăn và bảo vệ an ninh thì giấc Ngủ cũng cần để phục hồi các chức năng sinh lý nhất là bảo tồn Trí Nhớ khi thông tin được ghi nhận.

Ngủ là một phần quan trọng và thiết yếu của đời sống vì vai trò bảo tồn năng lượng để có thể phục hồi cơ thể bù lại năng lượng đã dùng. Não Bộ làm việc không ngừng nhưng giảm hoạt động khi Ngủ để phục hồi các chất quan trọng như Glutamate mà NB không thể hấp thụ được từ ngoài NB. Glutamate không xuyên qua được rào cản Máu-NB nên Glutamate được sản xuất bởi Glial cells dùng chất Glucose. Cũng vì NB làm việc không nghỉ, nên kết nối thần kinh chỉ có thể được hủy khi phần NB giảm hoạt động để thay thế bằng kết nối cần thiết.

Theo Dallenbach (1924), Trí nhớ có liên hệ đến giấc Ngủ vì Ngủ sau khi học thì nhớ nhiều hơn để Trí nhớ từ HIPPO chuyển lên Vỏ Não làm Trí Nhớ bền vững, chắc chắn (Rasch and Born, 2013). TN là phần hoạt động quan trọng cần cho Tri Thức/TR. Khi Ngủ thì thông tin đến HIPPO được lưu giữ một thời gian ngắn. Trong giấc Ngủ NREM sau đó, khi TR không hoạt động TN mới được chuyển lên VN vmPFC để bảo tồn và lưu giữ ở VN khác nhau lâu dài hơn. Sự làm cho Trí Nhớ được bền chặt sẽ được bàn đến sau đây. Trí nhớ khởi nguồn từ thông tin ngoại biên đến NB, nhất là đến HIPPO với sóng Delta, nên khi sóng Delta bị cản lại (dùng virus để tăng GABA- là chất chuyên làm ức chế- cản trở sự dẫn truyền thần kinh trong HIPPO trong thí nghiệm ở Chuột) thì Trí nhớ giảm đi. Trí nhớ ghi lại được trên Vỏ Não nhờ khả năng Neuroplasticity cùng với khả năng tạo ra Protein cần thiết cho sự ghi lại Trí nhớ. Những khả năng trên làm kết nối thần kinh được bền chặt, vì Trí Nhớ được biểu hiện bằng sự kết nối thần kinh.

Ở mọi sinh vật, Ngủ có thể chỉ xảy ra ở một vùng hay 1/2 NB, nhiều nhất ở động vật thấp nhưng Ngủ từng vùng cũng xảy ra ở người, được thấy khi giải phẫu NB (Vyazovskiy2011, Nir 2011).

Đề cập đến Ngủ thì không thể không nhắc đến khám phá quan trọng về sự Ngủ. Đó là EEG và Lưới kích thượng/LKT (ARAS= Ascending Reticular Activating System) ở Cuống Não, thêm vào đó là đại dịch viêm Não Encephalitis Lethargica hay là bịnh Ngủ Von Economo's ở Âu châu và Bắc Mỹ làm bịnh nhân Ngủ suốt ngày (hư Hypo Posterior thuộc Lưới kích thượng) hay không Ngủ được (hư Anterior Hypo). Nhưng trước khi trình bày về cơ chế của giấc Ngủ, hãy nói về đồng hồ chu kỳ ngày đêm.

Ấu trùng Jellyfish có hệ thần kinh rất sơ bộ nhưng có biểu hiện của chu kỳ thay đổi Ngủ Thức, và được chứng tỏ là Não Bộ có vai trò quan trọng trong sự điều hành giấc Ngủ (Nath 2017).

II. Đặc Tính của Giấc Ngủ.
A. EEG là điện đồ NB.

Ở các vùng NB khác nhau ghi nhận các sóng khác nhau tùy theo tình trạng Ngủ.
Sóng nhanh và thấp khi thức.
-Sóng chậm và cao khi ngủ, nghỉ và thiền định.
-Delta(<4 Hz),
-Theta(4–7Hz),
-Apha (8–12 Hz),
-Beta (13–25Hz
–Gamma 25Hz–200 Hz có thể cao hơn.
Trong Thiền định sóng Delta thư giãn, Theta là chú tâm.

EOG là điện đồ ghi điện thế cử động của các cơ bắp mắt.
Gồm REM (rapid eye movement) tròng mắt quay động nhanh và NREM (Non rapid eye movement) tròng mắt đứng yên.

B. Năm giai đoạn Ngủ của một chu kỳ Ngủ (H6.1)

Apha Sleepiness, REM sleep	8-12 Hz	Most common. Seen in Occipital cortex, not seen when openning the eyes. **Apha wave in REM seen in Frontal cortex semiarousal sleep.** Alpha wave intrusion seen with Delta in NREM in Fibromyalgia.
Beta Wakeful state	>13	Low amplitude, regular in the Anterior part of the Brain. When opening the eyes alpha waves chang to Beta

Wave	Freq	Description
Theta, Cx HIPPO CA1 Denta, Attention	3.5-7.5	High amplitude in HIPPO, Lower in the córtex. In mice, seen with deep breathing during the attentionn focused on prey. In REM sleep. HIPPO Theta related to MM uploading to vmPFC for MM cónsolidation. Theta cao nhất ở giữa. Theta in the córtes are not related to Theta wave from HIPPO.
Delta,SWS deep sleep NREM 34,	<3	due GABA from Thalamus, ARAS Occasionally associated with K complex. when Theta waves are present (córtex inhibited by GABA), Delta waves are seen, cónsistent with MM cónsolidation in vmPFC. Decrease with aging, insomnia, increase in Parkinson.
Gamma -In thinking -In deep meditaytion	>25	Faster tha Beta waves, from Thalamus and ARAS (Urbano 2012)sent to all córtex. Disappear inThalamic lesions, Depression, decreased in schizophrenia, late appearance with high amplitude in Alzheimer), seen in Dream REM. Related to thinking (more frequently seen in Temporal Lobe), dreaming
K cómplex	Often<1	100 microV, (-) then (+) trong 0.5-1 sec, NREM stage 2 of sleep, From Frontal Lobe sent to Thalamus .tooppose the inhibition, in thinking/MM retrieval.
Mu	7.5-12.5	Related to eye movement
Sigma Or Sleep spindle Necessary for MM		Associated with extensive areas of cortex in the consolidation of declarative (Holz,2012). In addition, sigma waves are also related to sensory input in sleep. Female displays Spindle waves more than Male 1.16 times due to Estrogen cóntributing to the enhancement of MM, particularly in menstruation (high level of estrogen increase CS (Dzaja 2005, Genzel, 2012, Manber 1999. Created from the Thalamic Reticular and Thalamic nuclei Network during NREM2 sleep), spindles are sent to the córtex (GABAergic and NMDA receptor Glutaminergic) SWS present in 80-85% of sleep. Slow waves (0.5-2Hz, lower amplitude than Alpha waves) in a deep sleep NREM ở giai đoạn 3 và 4 (with Delta waves). (De Gennaro 2008). The córtex is inhibited by GABA in sleep.
PGO waves or P waves	Pontogen iculo Occipital	From Peduncle →LGN→ Occipital córtex in REM, Modulatory involving Aminergic (Serotonin, dopamine and Norepinephrine), cholinergic nitroxergic và GABAergic neurons. PGO also involve vestibular, Amygdala suprachiasmatic (regulating REM sleep), auditory and Basal ganglion. In REM sleep PGO represents Dreaming state. Nhiều PGO (Gott 2017, Hutchindon 2015)

Giấc Ngủ gồm từ 1-5 chu kỳ, mỗi chu kỳ gồm 5 giai đoạn

H6.1

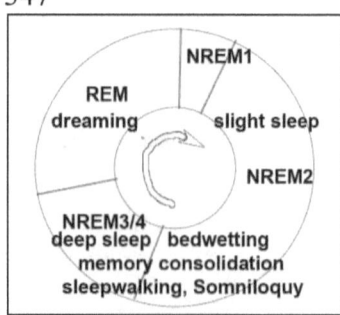

Năm giai đoạn trong giấc Ngủ.

Nghiên cứu về REM với Electroocculogram=EOG có thể dùng để đo REM và EEG, người ta chia Giấc Ngủ làm 5 giai đoạn, cho mỗi chu kỳ khoảng 90-12 phút, mỗi đêm 2-5 chu kỳ.

    1. NREM 5-10 phút giấc Ngủ (Non- Rapid Eye Movement), chuyển tiếp giữa Thức và Ngủ EEG, sóng Apha giảm bớt tần số (số lần trong mỗi giây) + sóng Theta. *Khi bị đánh thức, có cảm giác chưa Ngủ.*

    2. NREM, 10-20 phút giấc Ngủ nhẹ,

    3. NREM, 5% giấc Ngủ thời kỳ Ngủ say, sóng Delta chậm (0.5-4/sec) và cao nhưng sóng Theta thấp hơn sóng K, bắp thịt thư giản hơn. Ngủ NREM 3-4. là thời kỳ có thể phục hồi các chức năng của cơ thể. *Đái dầm, Mộng du. Nói mớ (có thể do REM intrusion). EEG ghi sóng chùm thoi spindle phù hợp với Trí nhớ được củng cố.*

    4 hay 3b giống như #3 nhưng sâu hơn Giấc ngủ trở lại NREM 3-2 .

    NREM làm Ngủ say hơn (Buxton 2010, Knutson 2007, Laposky 2008, Tasaki 2008). Đánh thức ở giấc Ngủ 3,4 thì mệt mỏi cảm thấy Ngủ chưa đủ.

    5. REM sau cùng chu kỳ kết thúc với REM, tim phổi chậm lại, được gọi là thời kỳ Slow Wave Sleep.

REM:chuyển động mắt nhanh hơn vì không còn kìm chế bởi Vỏ Não, được khám phá chỉ mới từ năm 1953: thư giản bắp thịt hoàn toàn . Vì có TR nên REM còn gọi là Paradoxical sleep hay là Ngủ hoạt động (Active sleep).

Chuyển đổi giai đoạn Ngủ là khoảng 90 phút-110 phút. REM xảy ra sau 60 - 90 phút. Ngủ REM càng về sau càng dài ra, và giai đoạn Ngủ NREM 3,4 ngắn đi.

Ngủ được xem là giai đoạn cần thiết cho sự bồi dưỡng cơ thể sau ngày làm việc và Trí nhớ, nhất là Trí nhớ Hiển hiện (Declarative Memory). Cùng lúc đó Growth hormone và chất đường Glucose rất cần thiết trong giai đoạn phục hồi của Não Bộ. Bắp thịt thư giản hơn, tim phổi chậm lại, và cơ quan sinh dục không căng cường, có hay không Mộng Mị và giảm Hệ Sympathetic và tăng Hệ thần kinh Parasympathetic.

C. Cơ Chế Ngủ và Tỉnh.

Cơ chế ngủ và tỉnh là tự nhiên của hai thái cực Âm Dương trong đời sống Nhị nguyên. Cho nên không cần đặt ra câu hỏi tại sao sinh vật phải ngủ. **Tuy Ngủ cần cho Tri thức/TR nhưng cơ chế tạo ra giấc Ngủ là gần như hoàn toàn tự động ngoài tầm kiểm soát của TR. Điều đó có nghĩa là các trung tâm kiểm soát giấc Ngủ Thức không ở trên VN hay là phần trung tâm của NB như TR hay TN, mà nằm ở vùng Hypothalamus, vùng NB tự động kiểm soát hoạt động của nội tạng và các cơ chế tự động khác.**

1. Đồng hồ chu kỳ ngày đêm khởi động chu kỳ thức ngủ.
Nhân SCN: Đồng hồ chính/Master Clock (H8.2).

Sinh vật kể cả một số vi trùng (bacteria), cây cối động vật

Lannaeus lập một đồng hồ gồm các loại bông hoa nở khác nhau theo giờ

có chu kỳ biến đổi ngày đêm như: Thức Ngủ, nhiệt độ, chất nội tiết, hệ miễn nhiễm. Năm 1751 Lannaeus lập một đồng hồ gồm các loại bông hoa khác nhau theo giờ của ngày (Xem hình). Điển hình nhất là lá cây Mimosa đóng mở theo giờ. Tuy nhiên nghiên cứu trên cây, lá, hoa, động vật và người bị phê bình là chu kỳ còn bị ảnh hưởng bởi lực hấp dẫn trọng lượng địa cầu quay vòng 24 giờ. Điều đó chỉ được chứng minh là không đúng khi ở trên phi thuyền không gian tạo trọng lượng zero, chu kỳ 24 giờ vẫn được thể hiện. Kế đến khảo cứu trên động vật trong phòng thí nghiệm mới tìm ra đồng hồ chính là nhân Supra-Chiasmatic Nucleus (SCN) nằm ngay trên Optic Chiasma là chỗ thần kinh mắt Trái Phải gặp nhau chuyển thị trường Trái Phải. Khảo cứu tiếp trên Ruồi đã khám phá ra gene PER là khởi điểm của chu kỳ. Khám phá đã giúp cho ba khoa học gia Jeffrey C. Hall, Michael Rosbash and Michael W. Young được giải thưởng Nobel 2017.

Vì sự thay đổi ngày đêm dài ngắn dần theo mùa nên đồng hồ chính là nhân SCN/SupraChiasmatic Nucleus (điều chỉnh theo từng ngày). SCN dùng nhân Dorsal Medial HIPPO (DMH) để điều chỉnh giờ ăn uống và dùng các đồng hồ ngoại biên cho mỗi cơ quan, theo ngày và Tuyến Tùng điều chỉnh theo từng mùa. Ngoài ánh sáng ban ngày, những liên hệ đến Giấc Ngủ, ăn uống và những hoạt động khác cũng góp phần điều chỉnh đồng hồ ngoại biên.

Nhân SCN được xem là Đồng hồ chính (Master clock) ngay cả khi tối thuộc về vùng HypoThalamus và nằm trên Optic Chiasma. Có nhiệm vụ điều khiển chu kỳ ngày đêm. Cả hai nhân Trái Phải có khoảng 20,000 tế bào thần kinh. Mỗi nhân gồm hai phần: Core (Lõi) và Shell (Vỏ). Tế bào SCN riêng rẽ cảm ứng với nhiệt độ, ngoài ra còn có bằng chứng SCN nhạy cảm với thay đổi các hoạt động thể chất, ăn uống, tình cảm, thuốc men và các hóa chất.

Nhưng nổi bật nhất là tế bào trong SCN chịu sự chi phối của ánh sáng để điều chỉnh đồng hồ. SCN gồm từng nhóm tế bào với chu kỳ khác nhau để thích ứng với chu kỳ của môi trường trong thiên nhiên. Khi cho ánh sáng đến, một số tế bào với điện thế cao nhất liên kết với nhau. Khi chu kỳ của môi trường thay đổi thì chu kỳ của SCN cũng thay đổi theo để thích nghi với hoàn cảnh mới. (Hafner 2012).

Khi có ánh sáng nhân SCN là đồng hồ báo Thức được kích động, SCN kích động DMH/Dorsal Medial Hypo,

- ***DMH kích động LHA/Lateral Anterior Hypo làm tăng Melanocortical H./MCH và Orexin.***

-MCH tăng Melanin sắc tố đen da, báo hiệu có ánh sáng làm Tuyến Tùng quả ngưng sản xuất ra Melatonin (điều chỉnh đồng hồ theo mùa). DMH kích hoạt PVH/Parvetricular HYPO. Rồi kích động Superior cervical Ganglion để kích động Tuyến Tùng làm ra Melatonin, MT cũng ức chế SCN (FiH6.2).

-Orexin có chức vụ làm thứ kích thích ăn uống.

Furtherreading

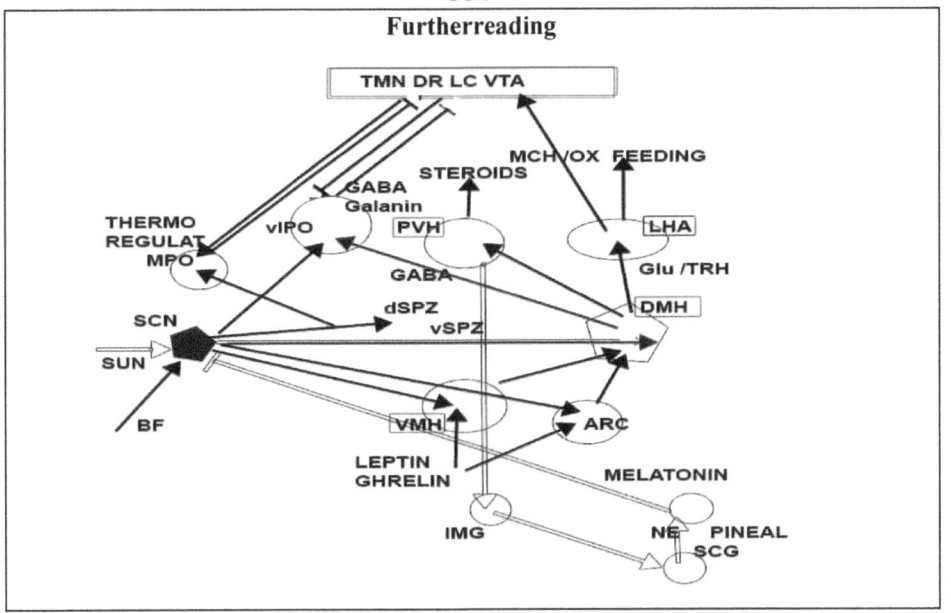

H6.2A: The diagram showing: Upon receiving the light when SCN stimulates center of wakefulness and eating and inhibit center of sleep. Basal Forebrain and Tegmentum (Acetylcholine) also stumulate SCN Hypo control the eating blood pressure and sleep.

BF and Tegmen (Acetylchol) (Saper2005, Hut and Van Der Zee 2011 **O'Leary** 2014 Oakman 1995).
VMH: The ventromedial hypothalamus (VMH) fear, hunger, sexual activity , overeating causing obesity.
MnPO median preoptic nucleus :Homeostasis /sleep, temperature osmoregulation, regulation of other serum component.
DMH: Dorsomedial hypothalamic NPY (NPY mostly inARc) Energy and Glucose regulation
PVH: paraventricular nucleus (PVN, PVA, or PVH) eating regulated by the light , because of Orexin from LHA.
LHA/ Lateral Hypothalamuc Area :Orexin and MCH
Tegmentum: lower part of midbrain comprises of: Red nucleus SN PAG VTA and the upper part ofARN/Ascending Reticular Network
7. (dSPZ/temperature regulation., vSPZ: dorsal/wakefulness and sleep/ventral SubParaventricular Zone of Paraventricular, anterior Hypothamus in combination with SCN for regulation of Circadian cycle/ SCN associated with dorsal /ventral SubParaventricular Zone)\

Further reading

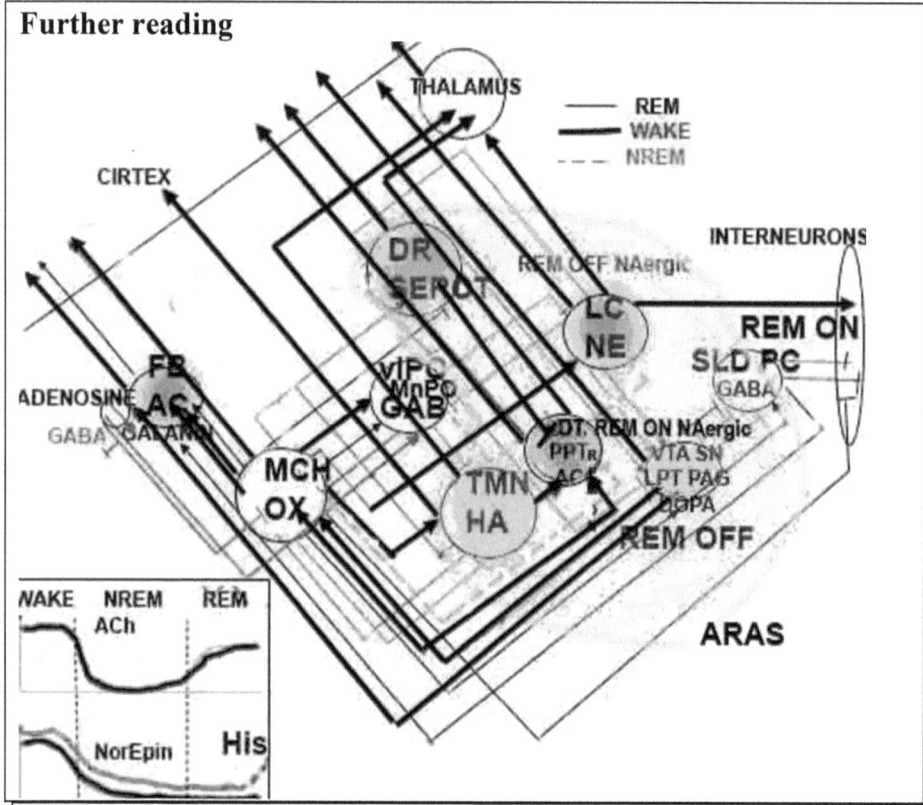

Fig 6.2B Diagram showing nuclei forming centers controlling the wakefulness and NREM/ REM sleep. Inset: Level

5. Melatonin (MT) 8.2).

Melatonin là hormone từ Tuyến Tùng quả về ban đêm để điều chỉnh giấc Ngủ theo mùa và thường được dùng làm thuốc làm đi vào giấc Ngủ khi đổi mùa hay đổi giờ nhưng ít làm kéo dài giấc Ngủ. Melatonin có thể gây ra các phản ứng phụ nhẹ như nhức đầu khó chịu, khô miệng. (Hafner 2012).
Melatonin/MT tác dụng lên MT receptors có ở SN,CA2,3,4 của Hippocampus, Supra Optic nucleus/ SCN, LC, DR. So với Placebo dụng làm buồn ngủ để đi vào giấc Ngủ nhưng không tăng lên giấc Ngủ. Dùng để đưa vào giấc Ngủ do Jet lag (đi phi cơ làm sai giờ Ngủ), người mù, người bị rối loạn về chu kỳ Ngủ Thức. Thuốc được chấp nhận bởi FDA nhưng bán không cần đơn thuốc của Bác sĩ /OTC (Atkin 2018).

Ánh sáng từ Mắt kích động SCN/SupraCheasmatic Nucleus, chuyển xuống hạch cổ/Superior Cervical Ganglion (dùng Norepin) rồi mới chuyển lên Tuyến Tùng,.

MT giảm trong tuổi già và tiết ra từ Tuyến Tùng chậm hơn người trẻ tuổi và trong các bịnh Thần kinh thoái hóa, tim mạch, thần kinh căng thẳng (Hardeland, 2012,2018, 2022). Ban đêm, ánh sáng làm giảm Melatonin, như thường thấy ở người làm việc ban đêm. Lượng sản xuất Melatonin bị chậm lại khi lớn tuổi, thường khiến người già Ngủ trễ hơn về đêm. Sự kiện trên cũng tương ứng với Tuyến Tùng quả bị teo lại và hóa vôi khi về già. Vì vậy Melatonin có thể giúp người già và người bịnh thoái hóa tế bào thần kinh dễ Ngủ hơn và do đó giúp ích trong điều trị bệnh Thiếu Ngủ. Tuy vậy quan niệm như trên chưa được nghiên cứu đầy đủ. *Cơ chế Melatonin cho Ngủ vẫn chưa được các nhà NB học hiểu. Có lẽ vì Melatonin không tác dụng lên trung tâm Thức Ngủ nào. Chắc chắn Melatonin không đơn giản là phát súng hiệu lệnh cho NB để ngủ như có người lầm tưởng. Nhưng Melatonin làm giảm biến dưỡng cơ bản và hoạt động tổng quát của cơ thể (như hạ nhiệt, huyếp áp mạch, nhịp thở, lượng đường máu tạo nên cảm giác "buồn Ngủ") tạo điều kiện tốt cho trung tâm Ngủ tác dụng lên NB. Vì Ngủ là kết hợp với sự giảm Biến dưỡng đến 15% năng lượng, Tác dụng của Melatonin trên biến dưỡng có thể là tác dụng quan trọng trong cơ thể tạo nên sự buồn Ngủ. MT ức chế Thyrotrophin Release Hormone (Tiết ra từ LHA để kích thích làm ra TSH/Thyroid Stimulating Hormone từ Tuyến Yên). Nhưng MT lại làm tăng T3/T4 và thể tích tuyến Giáp* (Pohanka 2012, Gordon 1980). Cho nên khi dùng Melatonin, không nên có hoạt động gì làm mất đi sự buồn ngủ như xem truyền hình, đọc thư, suy nghĩ, thể dục...
Ngoài ra MT còn hiệu quả trong bịnh Trầm cảm, đau kinh niên, lú lẫn, cao huyết áp, ngừa bịnh Migraine làm tăng platelet.

Ngoài ra Melatonin có tính chất Antioxidant và chất bảo quản NB nên có chút ít tác dụng trên bịnh Alzheimer. Melatonin giảm nhẹ áp huyết trong bịnh áp huyết cao, liên hệ đến hệ miễn nhiễm, giảm nhẹ bịnh Autism, bịnh Tiền liệt tuyến làm đái đêm, bịnh vui buồn lưỡng cực, giảm nhẹ khó thở trong COPD (hư nang phổi), bệnh tiểu đường...Gần đây Melatonin có thể có tác dụng phụ để điều trị bịnh viêm phổi do Covid 19, do làm giảm viêm sưng (Hooper2021).

Thuốc tác dụng lên thực quản.
MT1: ở SCN, võng mô, vú, buồng trứng, dịch hoàn, mạch máu lớn, thận, da....
MT2: ở NB, phổi, tim....
Melatonin ức chế men làm giảm cAMP dùng trong tế bào TK cho TN.

1. Lưới Kích Thượng 364-7
Là gồm các nhân thức đã liệt kê dưới đây và hệ thống neurons làm thành mạng lưới quanh ống tủy và não thất. Lần đầu tiên được mô tả riêng rẽ bởi

Cajal và Delters vào cuối thế kỷ 19 và xem là phần không được phân hóa và lộn xộn khó tìm hiểu. Kandel về sau này cho là Mạng Lưới là chỉnh đốn liên kết với chất xám của Tủy sống (Spinal cord). Lưới kích thượng được khám phá bởi Frederic Bremer vào năm 1937 ở Brussels khi ông cắt ngang Cuống Não của Mèo và thấy Mèo rơi vào trạng thái Ngủ tương ứng với Ngủ trên EEG. Cho đến năm 1949 Moruzzi và Magoun mới khám phá ra ARAS (Magoun 1952).

Lưới Kích Thượng là một mạng gồm những vùng chất xám tập hợp tế bào thần kinh có nhân (có khoảng 100 nhân = nuclei) chạy dài từ Hành tủy (Medulla), Cầu Cuống Não (Pons) Cuống Não (Peduncles) còn gọi là Não giữa (Midbrain hay Mesencephalon) và phần phía giữa (Intralaminar Nuclei) của Đồi Não (Đồi Não/Thalamus). Phần lớn Lưới Kích Thượng chiếm phần Não quanh ống tủy (Aqueduc), Não thất 3 và 4 và quanh các nhân phát xuất ra các dây thần kinh đầu và một số các nhân lớn khác. Vì phần lớn tế bào thần kinh trong Lưới Kích Thượng không có đuôi (axons) dài lắm, nên râu thần kinh tạo nên mạng Lưới.

Chất kết nối thần kinh khác nhau tùy theo loại nhân (với nhiệm vụ khác nhau) và gồm: (Bảng 6.1)

    -Monoamine (chỉ có một vòng lục giác carbon thơm = aromatic ring): Norepinephrine, Epinephrine, Serotonin, Histamine, DOPAmine và Melatonin.

-Acetylcholine, Glutamine, GABA, Orexin....

Vì là một cơ quan không có giới hạn nhất định, Lưới kích thượng khó xác định bằng quan sát những mẫu cắt ngang Cuống Não. Nhưng Lưới kích thượng, tương đối dễ nhận qua phương pháp chụp hình Diffusion tensor imaging (DTI). Đó là phương pháp giúp đánh giá chất trắng, vì có thể nhận ra chất nước thẩm thấu trong mạng Lưới tế bào thần kinh giữa các thân tế bào thần kinh tạo nên Anisotropy (tính Không đẳng hướng = khác biệt trong môi trường nhìn thấy được). Cho nên DTI có thể cho thấy được chùm giấy chất trắng.

Các nhân của Hệ ARAS tác dụng đến sóng điện EEG nhất là sóng Theta (sóng 3.5-7.5Hz dễ thấy ở HIPPO: liên hệ đến Trí Nhớ và di hành), và kiểm soát giấc Ngủ Thức NREM REM.

2. Trung tâm làm Tỉnh kích động VN để làm Thức và giúp sinh ra TR (H6.5) Thuộc LKT,
    SCN kích hoạt Orexin từ LHA> kích động các nhân Thức
        i. Nhân *Locus Ceruleus*--> **Nor Epinephrine** (Tỉnh, lo âu, phản ứng mạnh, nhanh, kích động căng cương cơ quan sinh dục, và dục tính) ít

trong NREM và không tiết ra trong REM. Khi Epin thấp làm mỏi mệt buồn Ngủ và mất TR.

Basal Forebrain-- Acetylcholine (Thức tỉnh, phản chậm, mộng mị)

    ii. Nhân ***TuberoMammillary Nucleus /TMN*-- Histamine** (Tỉnh. Ngứa, nở mạch máu, đặc biệt mạch máu cơ quan sinh dục nam nữ, nhưng trong NB Histamine điều hoà tính Sinh dục)

    iii. Nhân ***Dorsal Raphe/DR*-- Serotonin** (Tỉnh, vui vẻ nở mạch máu). *Tăng Serotonin làm Ngủ NREM bị cắt ra từng đoạn*, nhưng bớt tính sinh dục. **DR ức chế Bulboreticular Facilitory Area (làm Ngủ)** của Lưới Kích Thượng/ RAS (Murray 2015)

    iv Nhân ***PAG*** *PeriAqueductal Gray /DOPA/, cử động, căng bắp thịt)*

    v. Nhân LateroDorsal Tegmental/ ***LDT*** *(Thức/Acetylcholine)*

Chú ý: Phần lớn các nhân Tỉnh đều nằm phía sau của Hypothalamus và nhân Ngủ nằm phía trước. Bịnh Ngủ suốt ngày trong Von Economo's Encephalitis Lethargica được chẩn đoán từ năm 1917 do vùng phía sau Hypothamus bị phá hủy do virus làm cho khoảng 1/2 triệu người chết. Tuy nhiên mới đây, có một nhân nhỏ vùng Preoptic có gồm Neurons Glutaminergic làm nên Thức (Reitz 2021, Mondino 2021, Reitz 2021, Vincenzi 2020, Van Dort 2016)

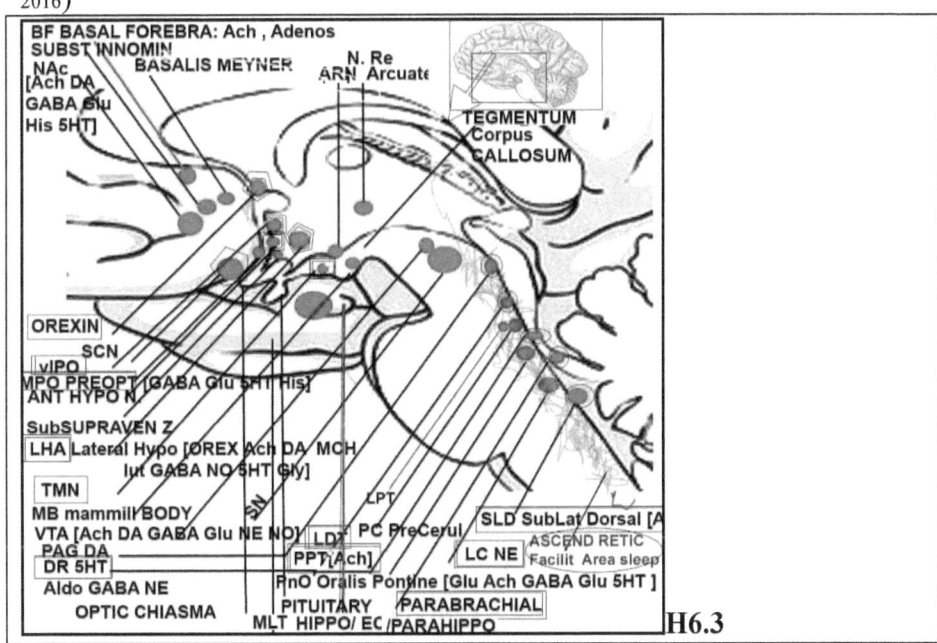

H6.3

3. Trung Tâm Ngủ NREM (Slow wave EEG).
vlPO và MnPO cũng tiết ra nhiều GABA (80 percent trong NB) để ức chế các nhân Thức như Lưới kích thượng LHA/Orexin, TMN/ Histamine và LDT-PPT/Acetylcholine)

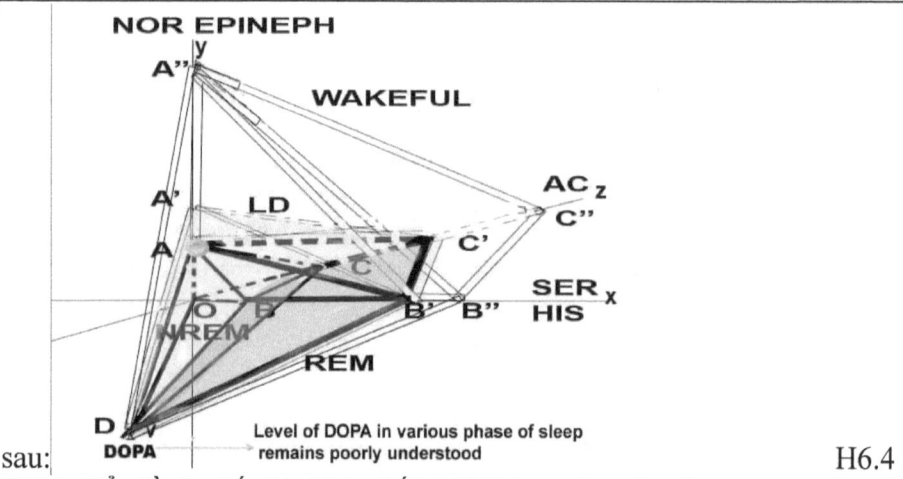

sau: H6.4

H11.1: Biểu đồ cho thấy liên hệ ức chế Ngủ REM và mộng như Thức GABA, Histamin Acetylcholine, Serotonin và Norepinep.
Hình tháp, đường gạch trong, dày, AA"B'B"C'C", Thức
Hình tháp gạch đen mỏng OABCD Ngủ NREM,
Hình tháp đường gạch đen đậm ABB'CC'D Ngủ REM nhũn cơ
Hình tháp , đường gạcch trong mỏng AA'B'C': Lucid dream

Trục ov là GABA, Histamin, Oz là Acetylcholine, Ox là Serotonin/histamine và Oy Norepinephrine (Arrigoni 2016, Scammel 2019, Thakkar, 2011 Yokikawa 2016)
Khung trong: Trên: Biểu đồ Acetylchol và Norepin:REM có Acetylcho cao và Norepi thấp
Dưới: Tượng hình thái cực sanh lưỡng nghi Thái Âm/Đêm -TháiDương/Ngày. > Trong Thái Dương tượng hình Thiếu âm/tương ứng với buồn Ngủ ban ngày và Thái âm sanh Thiếu âm/tượng hình Ngủ REM=Ngủ nghịch lý=paradoxal sleep
NREM Ngủ
Wakeful Thức

Khi Thức Não Bộ cần Lưới Kích Thượng kích động Đồi Não để Đồi Não kích động Vỏ Não. Đồi Não và Lưới Kích Thượng nhận thông tin ngoại biên Tri Thức/ TR và Thức thứ 7 làm cơ sở thông tin. Chu kỳ Thức Ngủ bắt đầu với nhân SCN.

4. Trung tâm Ngủ REM (Theta wave-No Slow wave) làm ra TR, TN và chú ý.
MCH / Melanin-Concentrating Hormone (Posterior Hypoth, ZI(?) bị kích động trong NREM, nhất là trong REM .
- Ức chế nhân thức như LC, BF, DR, PnO /Nucleus Pontis Oralis (Weber) (changing to and from REM sleep).

PnO/Pontine Reticular Formation/Lưới Cầu Cuống Não *dùng GABA nhưng làm nên Tỉnh (Watson 2007.*
- Kích động BF, LDT-PPT--> Acetylcholine (giúp có TR trong Mộng mị trong giấc Ngủ). *(Mesopontine Tegmentum /MPT gồm PPT và LDT) (Maskos 2008)*
- *Kích động S***LD-PC(SubLateral Dorsal)-->GABA--> Nhũn cơ**.

LHA-->MCH giúp NREM thành REM (MCH tăng lên trong REM) (Ponomarenko 2017).
- Medullary Reticular Formation (ở gần nhân của dây TK VII) làm ra NREM và REM với nhũn cơ (Vanini 2021) và cảm giác đau (Gray 2013).

GABA (khoảng 30% tế bào thần kinh) cũng liên hệ đến reward cognition vì kết nối với PFC, (Watson 2010)

5. Các Cơ chế khác ảnh hưởng Ngủ Thức (H10.4,5,6,7,8).

-Adenosine ở BF (là chất cấu tạo nên AMP ,ADP,ATP) tích tụ khi Thức, để lượng cao trong NB làm buồn Ngủ.

-Basal Ganglion (BG) và Nhân Nucleus Accumbens/NAc (chủ về vui chơi đã được làm sáng tỏ trong giấc Ngủ. BG/kỹ thuật tay chân, kết nối với Đồi Não , VN và nhân DOPAergic của Cuống Não. Cơ chế giải thích vui chơi và kỹ thuật tay chân làm nên Thức.

IV. Các hiện tượng trong khi Ngủ.

1. Nhũn cơ là một trạng thái rất đặc biệt trong Ngủ REM. Vì trong Ngủ REM thường có Mộng mị, vì vậy thiên nhiên sắp xếp như vậy để tránh bạo lực khi Ngủ REM.

Phần đọc thêm KHNB
Cơ chế nhũn cơ trong Ngủ REM-NREM:
GABA ức chế giữa tế bào REM-off của vlPAG và tế bào REM-on của **LC/PreLC và SLD/Sublaterodorsal**. SLD ức chế bởi LC để làm ra REM và **SLD cũng ức chế Interneuron ở hành tủy nghi ngờ để làm nhũn cơ**. Tuy nhiên cơ chế nhũn cơ cho tới nay cũng còn là một bí ẩn. Trong thập niên đầu thế kỷ 21 người ta nghĩ là tác dụng của TB TK Glycinergic là cơ chế, nhưng khảo cứu đã cho thấy cơ chế còn rắc rối hơn nhiều và có thể là cùng cơ chế với Sleep apnea (Berger 2008, Arrigoni 2016)

---

2. REM Intrusions tương ứng với Ngủ gục.

Ngủ REM là tình trạng Ngủ đặc biệt với nhũn cơ và Mộng mị. Ngủ REM có Tri Thức vì Acetylcholine cao trong REM, nhưng Serotonine Histamine và Norepinephrine thấp, REM Intrusions là Ngủ REM trong khi Thức. Được chú ý gần đây vì REM Intrusions có thể giải thích được tình trạng Xuất Hồn OBE khi Cận tử (NDE) theo một số nhà nghiên cứu. Có bằng chứng cho thấy REM Intrusions xảy ra nhiều hơn là trước đây như người ta nghĩ. Nhưng ở những người càng đi sâu vào cái chết thì REM Intrusions lại ít xảy ra. Hơn nữa, giả thuyết Mộng Mị trong REM, trong NDE/Near Death

Experience làm ra OBE/Out of Body Experience khó có thể so sánh bằng trình độ hoàn hảo của thể nghiệm OBE trong NDE (Mobbs 2011). Vì vậy giả thuyết REM intrusions làm ra OBE không có nhiều cơ sở.

3. RBD= REM Sleep Behavior Disorder.

Là tình trạng Ngủ REM nhưng có thể cử động được. Cho nên khi người bị RBD khi thấy Mộng có thể làm cử động mạnh nguy hại đến chính mình hay người thân Ngủ bên cạnh. Thường xảy ra ở người nam giới trên 50 tuổi, có bịnh Narcolepsy dùng thuốc trầm cảm, đang cai rượu, thuốc và có bịnh về suy hoại thần kinh (Neurological degenerative disorder). Kết hợp với bịnh và tuổi cao có thể giải thích là cơ chế thần kinh nhũn cơ bị hư hại là nguyên nhân làm cho Ngủ REM không bị nhũn cơ kết nối.

Phần đọc thêm KHNB
4. Thiếu Ngủ REM (REMSD=REMS deprivation)
5. Ngủ cục bộ Não Bộ (Local sleep)
Một trong các cơ chế được đề nghị để giải thích hiện tượng Mộng Du (MD) là một phần Não Bộ đang Ngủ trong khi các phần khác làm việc.
Não Bộ được cấu tạo bằng nhiều phân bộ liên lạc chặt chẽ với nhau để thi hành các chức phận khác nhau, cho nên quan niệm một phân bộ Ngủ trong khi các phân bộ khác làm việc là có thể xảy ra. Điều nầy trái ngược lại với quan niệm thông thường là Ngủ là hiện tượng toàn bộ của Não Bộ.
Khởi đầu đó là quan niệm Ngủ NREM thời kỳ Ngủ 3 hay 4 là hệ thống cục bộ. Slow Waves có thể thấy ở từng cục bộ của Não Bộ trong khi máu vẫn lưu chuyển. Ở động vật như cá Dolphins và một số cá có thể Ngủ NREMS một bên Não Bộ. Cũng như vậy có loại cá và chim Ngủ một bên bán cầu Não Bộ (Mukhametov 1984, Oleksenko1992, Rattenborg 2017, Mascetti 2013) để thích ứng với đời sống trong môi trường đặc biệt.
Ngủ cục bộ cũng là hiện tượng chung của cấu tạo Não Bộ Neuroplasticity để giúp tế bào kết nối sửa chữa qua cơ chế viêm sưng dùng các nguyên tử Interleukin 1, 6 và TNF để Não Bộ tu sửa và trưởng hành (Kruger 2019, Mark 1995)

5b. BUỒN NGỦ.

Là tình trạng chuyển tiếp từ Thức sang Ngủ. Tình trạng hầu như không được nghiên cứu về cơ chế và thể trạng tâm lý có thể và thời gian kéo dài. Thông thường Buồn ngủ kéo dài từ vài phút đến hàng giờ. Buồn ngủ ngắn ở những người dễ Ngủ và dài ở những người mất Ngủ.
Yếu tố làm buồn Ngủ gồm thuốc an thần, Adenosines, Melatonin, mệt mỏi do hoạt động cơ thể và tình trạng buồn tẻ khi chú tâm (như trong Thiền Định), suy thoái thể chất tinh thần, làm giảm sức lực nhất là các bịnh và các thể trạng cấp tính. Ngược lại thể trạng suy thoái kinh niên có thể làm buồn Ngủ nhẹ nhưng không đưa đến giấc Ngủ.

Thay đổi cơ thể là: Giảm biến dưỡng cơ bản /Basal Metabolism với hạ nhiệt độ, hạ huyết áp, hạ mạch tim, thở, giảm đường huyết, cơ bắp giảm độ căng cương, kể cả nhu động ruột. Cảm giác tinh thần là mệt mỏi, giảm sự Thức tỉnh và Tri Thức.

Những triệu chứng trên tương ứng với giảm TSH, Thyroxin, Cortisol, Adrenaline, Acetylcholine và các chất dẫn truyền thần kinh khác. Sự giảm các yếu tố và lượng chất trên là nhẹ và có tính cách giai đoạn. Tuy nhiên vì chưa được nghiên cứu nên sự liên hệ giữa các yêu tố trên là chưa được hiểu rõ ràng. Thyroxin và Cortisol có thể là quan trọng. Những thay đổi trên là tổng hợp của nhiều nguyên nhân nhưng quan trọng hơn hết là ảnh hưởng do Metalonin tăng lên do nhân ParaVentricula Hypothalamus PVH bị kích động trong khi Thức. PVH ức chế SCG là hạch thần kinh Giao cảm Sympathetic, ức chế giúp cho Melatonin được tiết ra. Vì vậy kích động hệ Giao cảm làm Melatonin giảm không làm cho buồn Ngủ.

5c. Ngủ Gục (Dozing).

Là tình trạng Ngủ khi ngồi hay đứng của người đang muốn Thức. Theo tiến trình, người Ngủ đi qua giai đoạn buồn Ngủ rồi vào Giấc Ngủ NREM 1-4, rồi chuyển sang Ngủ REM. Khi đến Ngủ REM, cơ bắp bị mất lực (atonia) nên gục đầu. Vì Ý chí muốn Thức vẫn còn có trong Ngủ REM, nên Giấc Ngủ đi ngược lại NREM 3-4, đủ để người Ngủ lấy lại lực cơ bắp nhưng lại mất Thức tỉnh trong NREM.

Cần phân biệt với bệnh

Ngủ bị Bóng đè (Sleep Paralysis).

Trong Ngủ REM, bắp thịt nhũn cơ + Mộng Mị cho nên người Ngủ REM khi thức dậy chưa hồi phục lại cơ bắp đang bị atonia và còn đang cơn Mộng Mị (ác mộng) nên hoảng sợ. Hiện tượng ngắn trong 1-3 phút, thường gặp khoảng 8% trong dân số suốt đời người, nhiều nhất ở em bé với Ngũ Ngưng thở.

Ngủ rũ (Narcolepsy) và Đột Ngủ (Cataplexy) mất căng cơ bắp liên hệ đến thiếu Orexin.

6. Thiếu Ngủ.

Giấc Ngủ là rất quan trọng cho cơ thể và Não Bộ. Trung bình Ngủ 7-8 giờ mỗi ngày, nhiều hơn ở em bé, Người già Ngủ từ 5-9 giờ mỗi ngày. Não Bộ kiểm soát cân nặng cơ thể/giấc Ngủ dùng cùng một hệ thống kết nối thần kinh gọi là Dorsal vagal complex (DVC) (Bariohay 2011)

Thiếu Ngủ do Khó ngủ thường kèm theo giấc **ngủ bị phân đoạn/fragmentation**, nhất là phần đầu giấc ngủ, mỗi đoạn kéo dài 1-2 giờ.

Chu kỳ rối loạn do làm việc ca đêm đưa đến mất Ngủ ảnh hưởng đến TR, bệnh tim mạch, ung thư vú, tiểu đường, béo phì vì chất TNF/Tumor Necrotic Factor và Interleukin, giảm Melatonin và Cortisol (Jehann2017). Phải kể đến các bịnh viêm loét bao tử ruột (IBD) và miệng.

Biến dưỡng cơ bản của cơ thể (basal Metabolism) giảm 15% trong khi Ngủ , Phần còn lại khó có thể giảm vì cần cho sự sinh sống Tế bào và hoạt động các cơ quan.

a) Nguyên Nhân.

Trước đây người ta lầm tưởng là giảm mất cảm giác ngoại biên đến Vỏ Não làm nên giấc Ngủ. Morruzzi thí nghiệm trên Mèo mới khám phá là Lưới kích thượng là then chốt kiểm soát Thức Ngủ. Từ đó người khám phá thêm vai trò của Đồi Não-Vỏ Não. Chất kết nối thần kinh: Glu, ACh, NA, Ser, Hist, DA, và Orx được xử dụng để làm Vỏ Não Thức. Quan trọng nhất là vùng Basal Forebrain và Lateral HypoThalamus area (LHA). Thêm vào đó để làm Thức là Orexinergic (vai trò hướng dẫn) và Histaminergic (vai trò điều hợp).

i. Melatonin (xem ở trên)

ii. Suy kém động cơ làm nên giấc Ngủ: GABA không đủ để ức chế nhân vlPO va MnPO.

iii. Quá tải động cơ làm Thức:

- Epinephrine cao về đêm do Locus ceruleus tăng hoạt động vì các lý do khác nhau, như phì đại Locus Ceruleus, thiếu hoạt động ban ngày nên có thể không tiêu dùng hết Epinephrine . Kích động thần kinh nhiều quá, suy nghĩ quá độ hay chú ý sẽ làm mất Ngủ (Yu 2018, Thakkar 2011, Arnali 2014, Vu 2009 Yoshikawa 2021). Vai trò nổi bật nhất là Locus Ceruleus sản xuất ra Nor-epinephrine.

- Đau Ngứa (LHA, LC, DR, TMN PAG,...). (Moses 2003).. Histamine thấp trong Ngủ NREM và Ngủ REM, nhưng có thể tăng vì dị ứng và khi gần Thức thì Histamine tăng lên trước khi Nor-epinephrine tăng dần để làm nên sự Thức tỉnh - Serotonin vì kích động vui vẻ trước khi Ngủ.

- DOPA tăng lên về đêm do kích động tâm lý thôi thúc, luyện tập kỹ thuật tay chân và các bịnh suy thoái thần kinh. DOPA cao làm chân mỏi mệt, Restless Leg Syndrome và ngứa.

- vlPO làm tăng lên lượng GABA ức chế Orexin. Mất Orexin trong NB là tiến trình làm nên mất đi sự Thức tỉnh như trong Narcolesy (Ngủ suốt ngày quá nhiều -Ngủ REM nhiều hơn NREM làm nên Mộng mị gây nên sợ hãi và có thể có nhũn cơ thình lình cataplexy khi đang Thức tỉnh). Vì vậy suy yếu vlPO và MnPO với GABA đưa đến giảm ức chế các nhân Thức có thể là nguyên nhân quan trọng. Ở người già, Tuyến Tùng bị vôi hóa và teo lại, nên Melatonin bị giảm và sản xuất chậm trễ. Cho nên dùng thêm Melatonin là hợp lý để dẫn đầu giấc Ngủ.

- Cà phê, kích động lo âu, thao thức, đau, rát ngứa, quá nhiều ánh sáng (tăng Orexin) và thiếu hoạt động là những nguyên nhân của Thiếu Ngủ ở người không có bệnh lý. Các bịnh thoái hóa thần kinh như Alzheimer, các loại Dementia và thiếu TN khác và Parkinnson disease là những bệnh lý cũng làm mất Ngủ. (Gong 2021).

Kích động ngoại biên: như bịnh nghẹt/ngưng thở khi ngủ/Sleep Apnea, ngứa đau, lo âu, ngáy, môi trường ồn ào....

iv. Rối loạn chu kỳ Ngủ Thức.

Khi đêm tối đến, nhân SCN kích động vlPO, tăng GABA, Galanin, Adenosine Receptors và ức chế DMH-LHA để giảm Orexin và để ức chế các nhân Thức khác. Đồng thời làm tăng Melatonin để giảm biến dưỡng cơ thể. Mất Ngủ có thể do cơ chế ức chế của GABA trên nhân Thức không hoạt động vì sự kích động thần kinh ngay trước khi Ngủ. Cơ chế Ngủ có thể được tiến hành khi ngồi dậy làm việc không áp lực thần kinh khoảng 30 phút rồi đi Ngủ trở lại. Hiện tượng tương tự như làm RESET cơ chế NGỦ THỨC.

v. Bịnh TK thóai hóa ảnh hưởng hư hại đến trung tâm Thức Ngủ.

b) Rối loạn gây ra do Thiếu Ngủ.
i. Làm giảm đi sự chú ý.
ii. . Khô Miệng do giảm bài tiết nước miếng. Khi thiếu ngủ va không thiếu ngủ

Khi Ngũ hệ thống đối giao cảm/parasympathetic và Acetylcholine giãm trong khi hệ giao cảm Nor- epinephrine không giảm tương ứng khi đi ngủ làm thiếu ngủ,làm giảm nước miếng. Khi Nor-epinephrine giãm và Acetylcholine giãm xuông cũng làm khô miệng. Thường thấy ở người già.

Lại nữa, người già có lượng nước trong người giảm biểu hiện qua triệu chứng da nhăn và khô. Theo quan niệm Đông Y đó cũng là triệu chứng suy thận. Tuy vậy thí nghiệm cận lâm sàng vẫn bình thường. Có lẽ chỉ số cận lâm sàng không đủ nhạy cảm về chức năng suy thận nhẹ. Cơ chế của Đông Y dựa trên căn bản Thận chủ về Thủy kiểm soát lượng nước.

Bệnh khô miệng có thể kiểm soát được bằng cách uống nước suốt trong ngày cho đủ lượng nước trong cơ thể. Tránh ăn mặn và thức ăn khô, cháy. Nếu chỉ uống nước trước khi đi ngủ là không đủ và làm đi tiểu nhiều về ban đêm. Khi nước vào đường ruột kích động chất VIP/ vasoactive intestinal peptide rồi kích động dây thần kinh đối cảm vùng Gan Tĩnh mạch Cửa (HepatoPortal Area) . Từ đó luồng dẫn truyền đi lên trung tâm Khát nước ở Hypothalamus. Vì vậy trước khi đi ngủ không nên uống nước lạt mà uống nước ngọt hay mặn vừa đủ nồng độ thì sẽ không đi tiểu đêm (Ichiki 2022).

iii. Bịnh Thiếu Ngủ : Rối loạn Nội tiết và Viêm trong NB.
a) Ảnh hưởng đến biến dưỡng chất đường, giảm ức chế Glucose tolerance, tăng nguy cơ Tiểu đường và Béo phì. Mất Ngủ làm phản ứng tăng Peroxisome proliferator-activated receptors (PPARs) và

Ketone (Acetoacetate=AcAc and b-hydroxybutyrate, BHB), AcAc làm tăng slow waves Sleep (SWS), là quan trọng trong giấc Ngủ có ảnh hưởng đến biến dưỡng chất đường và steroids. Thiếu Ngủ làm tăng kích thích tố nội tiết như Growth Hormone , Polactin, Testosterone catecholamine, ăn nhiều. Ketones là chất rất cần cho tế bào thần kinh, tăng Orexin, giảm Leptin (từ Adipocytes tác dụng lên tế bào thần kinh Neuropeptide Y trong Arcuate Nucleus để điều chỉnh độ béo phì) (Kohno 2003). Ghrelin (từ bao tử và Arcuate nucleus in Hypo) giảm độ nhạy cảm với Insulin (trong các thí nghiệm 4 giờ trong giường trong 3 đêm). Arcuate nucleus có Ghrelin và Leptin receptors. Thí nghiệm ở Chuột, hư hại Gene thì béo mập, tiểu đường và insulin trong máu cao. Khi chích Leptin vào Arcuate nucleus thì trở lại bình thường (Coppari 2005).

Ghrelin được tiết ra từ bao tử và Arcuate nucleus. Ghrelin kích thích tế bào thần kinh Neuroptide Y của Arcuate nucleus làm tăng GH và ăn nhiều (Kohno 2003).

b) Lại nữa mất Ngủ tăng độ tiêu dùng năng lượng. Ngoài sự giảm thời gian và thể chất của giấc Ngủ, rối loạn thời biểu Ngủ cũng ảnh hưởng đến đồng hồ chu kỳ Ngủ, cũng làm giảm Glucose tolerance cho dù tăng Insulin, giảm Leptin và Ghrelin (Nedeltcheva 2014), bệnh tim mạch với cao huyết áp (Javahari 2017). Thiếu Ngủ cũng làm giảm TR, giảm chú Tâm, giảm học hỏi, tăng bệnh "giảm TR nhẹ"/ Mild Cognitive Impairment, bệnh lú lẫn, tăng nguy cơ bệnh dây thần kinh trong tiểu đường.

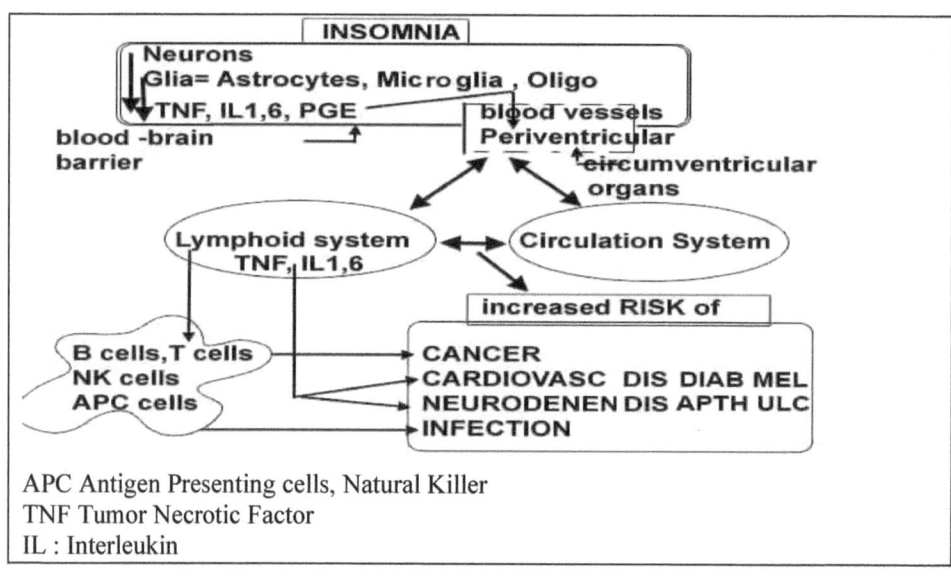

c) Obstructive Sleep Apnea (OSA) làm thiếu Ngủ giảm Oxy trong Não Bộ, nên cũng gây ra các chứng tương tự như Tiểu đường và Béo phì (Hollingue 2018).

Chất độc phế thải từ biến dưỡng trong Não Bộ được xử lý bởi thực bào, hệ tĩnh mạch máu và nước tủy sống. Nghiên cứu nước tủy sống trong giấc Ngủ với kỹ thuật "two photon imaging" cho thấy khoảng trống mô liên kết tăng lên giúp chất phế thải chuyển vào nước tủy sống (Xie 2013).

d) Thiếu Ngủ và <u>Tumor Necrotic Factor</u> (TNF Apha/ cachexin), Interleukin-1 và 6.

e) TNF là chất làm ra từ Microglia, trong Não Bộ và Macrophages /Monocytes và các tế bào liên hệ đến viêm sưng như T Lymphocyts, Neutrophils mast cells eosinophils (là các tế bào bạch cầu máu). Microglial-like cells, Glial-like cells tế bào thần kinh cũng làm ra TNF (Gahring 1996). Interleukin cũng có thể tìm thấy trong Epithelial cells.

f) TNF liên hệ đến viêm sưng, bịnh sưng loét ruột (IBD), loét bao tử (Peptic ulcer) loét miệng (Aphtous stomatitis), Alzheimer, trầm cảm và hủy hoại ung thư/chống u bướu và giúp kéo dài NREM trong giấc Ngủ. Thiếu Ngủ làm tăng TNF, khi tiêm TNF vào Hypo làm bớt bệnh mất Ngủ. Vai trò của TNF trong thiếu Ngủ và các bịnh đường tiêu hóa chưa được nghiên cứu là nguyên nhân hay hệ quả của các bệnh về đường ruột. Tuy nhiên trong một nghiên cứu cho thấy sinh viên thiếu Ngủ có bệnh Aphtous ulcer/lở miệng nhiều hơn là sinh viên Ngủ đủ. Tương tự như vậy, trong bệnh IBD mất Ngủ là thường hay gặp. Từ những nhận định trên thiếu Ngủ có thể là một nguyên nhân quan trọng trong các bệnh viêm loét miệng, dạ dày, ruột non và ruột già.

Tuy nhiên, cho đến nay mất Ngủ vẫn chưa được xem là nguyên nhân mà là chỉ được xem là hậu quả của các căn bệnh trên hay là sự tình cờ kết hợp (Fang 2019, Marinelli 2020, Swanson 2020, 2011, Habibi 2019, Edgar 2017, Chaudhuri 2018, Hegde 2018, Rockstrom 2017, Ma2014). Cần ghi nhận là Aphtous stomatitis, Gastroduodenal ulcers, Crohn's disease và Ulcerative colitis thường kết hợp với lượng máu cao về TNF, IL-1 và 6 (Wu2018, Kruger 2008, 2013 Rockstrom 2017, Izakovicóka Holla 2017, Karakus 2014, Liu 2018, Vgontzas 1999,2002)

g) Ngược lại với bệnh IBD, bịnh IBS (bịnh Đường ruột bị kích động = Irritable bowel syndrome không bị ảnh hưởng bởi trục HPA: HypoThalamus-Pituitary-Adrenal) vì lượng Cortisol và Cytokinine trong nội bì ruột không thay đổi đáng kể trong bịnh IBS (Chang 2009).

Thiếu Ngủ ở người già có thể do hệ thống Nor-epinephrine đã không giảm khi muốn Ngủ vào ban đêm, do lượng Norepin trong NB đã không được dùng hết ban ngày khi Thức vì thiếu hoạt động (Berridge 2015).

h) Ngoài ra bịnh thiếu Ngủ làm tăng lên sự viêm sưng với các chất như IL6,1beta TNF-alpha . C-Reactive Protein cao (Fernandez-Mendoza 2016) Inflammasome (multiprotein oligomers của hệ miễn nhiễm làm kích động phản ứng viêm sưng gồm Caspase Activation and Recruitment domain (CARD) or Pyrin domain (PYD), và Receprors : NLRs -Nucleotide-binding oligomerization domain and Leucine-rich repeat-containing Receptors là một cơ chế quan trọng trong bịnh tim mạch, tiểu đường, béo phì và suy thoái TK. NLRP tăng lên trong bịnh thiếu Ngủ (Wang 2020).

i) Trong đường ruột giảm lượng vi trùng, mất vi trùng ky khí/Anaerobes, và Short-chain fatty acid (SCFA)-producing vi trùng/bacteria. Giảm vi trùng Lachnospira and Bacteroides là loại vi trùng thiếu Ngủ cấp tính, Faecalibacterium và Blautia trong thiếu Ngủ kinh niên (Li 2020).

j) Brain Derived Neurotrophic Factor (BDNF) là chất của NB giúp cơ chế hủy tạo cần thiết cho sinh sản râu và biến hóa TK cần cho học hỏi TN. Chất này bị giảm khi viêm sưng do thiếu Ngủ. Bịnh Alzheimer , điên loạn BDNF giảm (Miranda 2019, zielinsky 2014).

k) Trong khi Ngủ thời kỳ REM, EEG với cọc điện hai bên Medial Temporal Lobe có thể thấy làn sóng ghi từ vùng PGO (Pontogeniculooccpital) của Mèo có lẽ **tương đương với sóng từ PPT (Pedunculopontine nucleus)** ở người, tương tự như khi có Saccades của mắt (để rà tìm) lúc Thức (Hobson 2000). Mộng Mị với nhiều tư tưởng hơn hình ảnh (MM như đang Thức, giảm sóng Theta, Delta , tăng sóng Alpha) (Benz 2020). Tình trạng trên tương tự Lucid Dream. Trong một khảo cứu, người Thiếu ngủ huấn luyện để có Lucid Dream cảm thấy không có các triệu chứng Thiếu Ngủ (Sellman 2021, https://insomnia.sleep-disorders.net/living/lucid-dreaming, Ellis 2020, Carr: https://www.psychologytoday.cóm/ca/blog/dream-factory/202003/lucid-dreaming-treatment-insomnia). *Nếu Lucid Dream bị điều khiển bởi người Ngủ, thì giấc Ngủ có thể bị giảm hiệu quả.*

j) Mất Ngủ áp chế hệ miễn nhiễm qua các chất cytokinins như IL1,6 , interferons làm nên dễ bị nhiễm trùng, giảm đề kháng ung thư (Garbarino 2021).

k) Restless legs syndrome cảm giác buồn buồn mỏi mệt ở chân thường ở người già (tr 361 và 383).

l) Co rút bắp thịt/Chuột rút (Muscle Cramps) thường làm rất đau.

Bệnh rất thông thường ở lực sĩ vận động nhiều hai chân, cơ bắp vận động quá tải nên thiếu hụt chất dinh dưỡng. Ở người già khi ngủ hay khi thức dậy, máu luân chuyển đến bắp thịt chậm lại trong khi ngủ, nên biến dưỡng thấp xuống làm thiếu hụt hoạt chất cho sự co giãn bắp thịt. Chất Calciun và Magnesium là cần thiết cho luồn dẫn truyền thần kinh và thần kinh→ bắp thịt (xin xem tr. 188). Thiếu Calcium (hypocalcemia) gây nên chứng co rút toàn thân. Cũng như vậy, ở những người quá xúc cảm, thở nhiều làm máu có phản ứng kiềm, pH thiếu acid, Ca++ bị kết tụ lại không còn đủ lưu chuyển trong máu nên toàn cơ thể thiếu Calcium. Tuy nhiên trong bịnh co rút bắp thịt chân, hiện tượng là cục bộ khác với chứng hypocalcemia. Vì vậy uống thêm Calcium hay Magnesium không cho kết quả mong đợi.

Hiểu biết cơ chế trên, cách ngăn ngừa co rút là:

-Thoa bóp (chứ không vận động tích cực) bắp thịt chân, trước khi ngủ, làm máu đến bắp thịt cung cấp chất co giãn.

-Khi thức dậy sau khi ngủ, cử động từ từ và nhẹ nhàn để máu có thì giờ đến bắp thịt cung ứng đủ chất biến dưỡng trong đó có Ca và Mg.

- Điều trị: trong trường hợp co rút bắp thịt chân làm bàn chân co về một phía: co lên , duỗi xuống, quẹo vào trong hay quẹo ra ngoài. Để ý sẽ thấy trong ống chân có một (có thể hai) bắp thịt co cứng làm căng gân có thể nhìn thấy ở cổ chân. Đó là bắp thịt đang thiếu chất dinh dưỡng. Vì vậy không nên cố tình chống lại mà trái lại dùng tay bẻ bàn chân theo hướng co rút của bắp thịt, sau 3-5 giây bắp thịt sẽ hết co rút vì được sự giúp đỡ thích ứng. Nếu dùng tay chống lại ý hướng của bắp thịt, đau sẽ tăng lên gấp bội.

iv. Bịnh Thiếu Ngủ và Bịnh Suy thoái Thần kinh.

a. Bịnh Parkinson (Chahine 2017 Gros 2020, Bollu 2017

RBD/REM sleep Behavior Disorder,

Thiếu Ngủ, Tiểu tiện ban đêm.

Ngủ ngày do rối loạn chu kỳ ngày đêm (Melatonin) và có thể do thiếu Orexin (Arnulf 2008). Bịnh nhân với Parkinson Ngủ ngày quá đáng (excessive daytime sleepiness) và Thiếu Ngủ ban đêm có hai cơ chế khác nhau nên không bù trừ nhau (Ligouri 2019).

Restless legs syndrome , Periodic limb movements/ tay chân cử động, Ngủ nghẹt Thở /Obstructive sleep apnea (OSA), Central Sleep apnea, Sleep related Hypoventilation and Sleep related Hypoxemia

Nhiều Mộng Mị, Ác mộng.

Nhiều mồ hôi.

b. Bịnh Progressive Supranuclear Palsy/PSP.

40% Ngủ đứt đoạn 50% dậy sớm, ác mộng có thể xảy ra trước khi có triệu chứng vận động. Một phần do tuổi già.

c. Bịnh Alzheimer.

25% trong AD nhẹ và 50% AD nặng: không buồn Ngủ, dậy sớm, Ngủ nghẹt thở OSA/Obstructive Sleep Apnea, có thể do mệt, mất trí hay thay đổi SCN/SupraChiasmatic N.

7. Bipolar disorder (Vui buồn Lưỡng Cực),

Bịnh là một nguyên nhân làm mất khả năng cho nhiều người nhưng có cơ chế gây bịnh cho đến gần đây vẫn còn khó hiểu vì vậy sự điều trị chưa được cải thiện đáng kể.

Bịnh có nguyên nhân liên hệ đến di truyền, kết nối TK, hệ thống Oxit hóa, Mitochondria viêm sưng, Chu kỳ ngày đêm (bịnh nặng về buổi chiều do rối loạn chu kỳ ngày đêm (Melo 2016) và Chất liên kết TK DOPA (Scaini 2020).

Về di truyền, genes CACNA1C và ANK3 liên hệ đến cửa khẩu cho Ca++ di chuyển qua lại màng tế bào. Lưu chuyển Ca ++ kiểm soát bởi VGCC (=voltage-gated calcium channel) protein và genes liên hệ được biết ảnh hưởng đến bịnh (Harrison 2018).

Thay đổi chất xám/trắng của các vùng Não là liên hệ đến triệu chứng bịnh nhưng không cho thấy cơ chế gây ra bịnh. fMRI cho thấy giảm tính bất đẳng hướng cách phân (Fractional anisotropy) của chất trắng và giảm chất xám tương ứng với rối loạn vòng kết nối vPFC Trái Phải -HIPPO AMYGD về tình cảm và vòng kết nối vPFC - Striatal Trái về hưng phấn và OFC về khen thưởng (Phillips 2014). Thay đổi khác về chụp hình chất trắng: Giải Bao Sau/PCC Trái và Genu của Corpus Callosum (Wise 2015). Tóm lại các vùng mỏng chất xám là PFC, Thái dương Đính, với nhiều nhất là Opercularis Trái, Fusiform Trái, PFC Trước. Sự giảm chất xám tỉ lệ với độ thần kinh phân liệt (Hibar 2018).

Tế bào Microglial giữ vai trò về miễn nhiễm viêm sưng bị kích động và liên hệ đến Trục Hypo Pituit Adren trong phản ứng viêm (Maletic 2014).

Lưới Kích Thượng giữ vai trò làm bịnh nhân Thức lâu dài là cần cho sự sinh tồn, tuy nhiên vai trò trong bịnh không được hiểu rõ ràng, dầu rằng có vai trò hiển nhiên. Nhân PPN của LKT phát sóng Gamma lên Vỏ Não, bị ức chế bởi NCS-1. Lithium thì lại ức chế NSC-1 giúp cải thiện bịnh (Garcia-Rill 20190. Có bằng chứng gợi ý PPN bị ức chế trong bịnh Vui buồn lưỡng cực. (Moruzzi 1974 Garcia- Rill 2019 Nir 2011).

Phần đọc thêm KHNB
VII. Bịnh Thần Kinh Thoái hóa /NeuroDegenerative
Parkinson's Disease, Parkisonism Alzheimers, PSP, Pick's disease, CBD...
Mất đi những nhóm TB TK hoạt động chọn lọc và khác với Thoái hóa do biến dưỡng hay chất độc hại, không theo chức năng của TBTK,

Phân loại
   A. Amyloidosis : Protein bị thoái hóa thành chất bột với kết hợp đặc biệt (beta pleated) đóng thành từng mảng nhỏ trong mô NB.

1. Creutzfeldt–Jacób disease (di truyền, nhiễm trùng truyền nhiễm, thuốc men) (PrP), Striatum, DN, TN NB biến thoái thành thể xốp (Spongiform).
2. Gerstmann–stra¨ussler–scheinker disease (PrP) VN Trí Nhớ (TN), biến thoái thành thể xốp : VNTN.
3. Familial British Dementia (ABRI), mạch máu/mô NB: VNTN.

B. Taupathies.
Protein Tau (gene MAPT) làm bền vững Microtubules trong TB TK (Microtubles ít hơn trong Glial cells), và dùng để chuyên chở và làm sườn nâng đỡ của TB . Khi có nhiều Phosphorylation thi xoắn lại nên không hoạt động tạo nên Tangles Tau protein có 6 isoforms 3 loại 3R và 3 loại là 4R có chức phận TN lâu dài, thói quen không cần học hỏi vì vậy bệnh làm hư TR về các thói quen (Vaquer-alicea 2021, Gao 2018). Có thể có 25 loại Tauopathies khác nhau.
 1. Alzheimer Disease: Bịnh do Amyloid beta đóng thành từng mảng nhỏ làm hư protein Tau 3R và 4R quấn lại thành Neurofibrillary Tangles NFTs, Neutropil Threads. Amyloidosis làm ra amyloid angiopathy: Neocortex and Limbic regions.
 2. Pick's disease: Tau 3R, Pick bodies, Pick's cell phình ra (ballooned): Frontal, temporal, and parietal lobes.
 3. Progressive supranuclear palsy/PSP: Tau 4R, NFT thành từng cục trong Neurons, Neuropil threads nghẹt dây Astro và thể xoắn trong Oligo: Subthalamic nucleus, superior cerebellar peduncle và hilum của cerebellar dentate nucleus.
 4. Corticóbasal degeneration (CBD): Tau 4R, PreTangles, Neuropil threads, Neuron phình ra (ballooned): Frontoparietal cortex, Neostriatum, Substantia nigra.
 5. Argyrophilic grain disease; bịnh nặng hay nhẹ, có thể kết hợp với các bịnh Neurodegenerative khác như PSP, CBD. Tau 4R, Hạt nhuộm đen với silver stain, thể xoắn, TB phình, Astrocytes nhiều nhánh: Amygdala/Hạnh Nhân, limbic cortex, medial temporal lobe, và temporal neocortex Yokota, 2018).
 6. Chronic traumatic encephalopathy: Tau 3R, 4R, Neuropil threads, NFT, Tanges trong Astrocytes: Frontal, temporal, and parietal lobes, quanh mạch máu, khe não.
 7. Primary age-related tauopathy Tau 3R, 4R, NFT: Basal forebrain, Brainstem, Medial temporal lobe, Olfactory bulb.
 8. Aging-related Tau astrogliopathy Tau 4R, Astro hình gai, hạt đen trong Astrocytes: Subpial and perivascular spaces, Mediobasal forebrain, Amygdala/Hạnh Nhân.
 9. FTDP-17 Tau 3R:4R (more 4R) là bệnh thoái hóa TK / neurodegenerative với biến loạn TR và tình cảm , Có đến 50 loại khác nhau tùy theo biến đổi genes.
 Taupathies trong các bịnh Progressive Supranuclear Palsy (Tau trong Neuron và Glial/Astro và Oligo), Corticobasal degeneration, Guam Parkinson Dementia complex, chronic traumatic encephalopathy.

C. Synucleinopathies, bịnh Parkinson's disease PD.
Nhân chất xám bị bịnh: Substantia Nigra (compacta)+Putamen+ Caudate N.= DOPA Pathway.
 Lewy 's Inclusion Bodies (LB) thường kết hợp với Demenia. Vì vậy PD và Dementia with Lewy Bodies (DLB) có điểm chung. DLD có nhiều LB và PD có ít LB. Bịnh Alzheimer có khi cũng có LB. Bịnh PD thời kỳ cuối, và trong thể di truyền, các nhân khác bị bệnh là Median Raphe, Locus Ceruleus, tế bào Acetylcholine trong basalis N. và có thể cả hệ Vành và VN (làm nên Dementia, Trầm cảm). Alpha-2 Synuclein trong tế bào TK lập thành 3 hay 4 dây. Nhờ Lipid có điện tích (-) như Phopholipids (của màng tế bào) thì Synuclein uốn quanh lại ở dạng Alpha , nên rời rạc không dính chùm (aggregation) nên hoạt động bình thường. Khi không quấn ở dạng Alpha thì Synuclein dính chùm lại, nên không hoạt động được và có thể gây ra bịnh. Dạng Synuclein độc hại là Oligomeric sau đó biến thành to hơn và làm lan truyền trong NB (các dạng trong PD là β-sheet-rich amyloid-like (non-A component of amyloid or Nucleus Accumbens/NAc), Trong Lewis Body : 5–10 nm filaments dài do Serine 129 phosphorylation, ubiquitination, và C-terminal truncation).

> Synuclein tụ lại trong Lewy Bodies và Lewy Neurites (Lewy-related pathologies) làm nên Multiple System Atrophy (MSA) kể luôn Tiểu Não . Synucleins inclusion còn thấy trong oligo cells.

Kết luận.

Não Bộ kiểm soát Thức Ngủ bằng một cơ chế rất phức tạp và cho đến nay vẫn chưa được hiểu biết hết. Điều đó có nghĩa việc điều trị bệnh thiếu Ngủ còn lệ thuộc vào thuốc an thần. Thuốc làm Ngủ gây nhiều hệ lụy như: quen thuốc, làm mất Trí Nhớ và các phản ứng phụ khác như say, chóng mặt...

Sở dĩ Não Bộ phải dùng đến nhiều trung tâm liên hệ đến nhiều hóa chất dẫn truyền khác nhau vì giấc Ngủ có nhiều liên quan đến sự vận hành của nhiều cơ quan để thích ứng sự vận hành ngày đêm và bốn mùa, chưa kể ảnh hưởng trực tiếp đến Não Bộ quan trọng nhất là Tri Thức/TR và Trí nhớ.

Nor-epinephrine cao trong giấc Ngủ làm táo bón và khô miệng, nhất là ở người già, ít uống nước, ăn mặn và thức ăn khô, cháy. Hoạt động bắp thịt ban ngày nhất là trước khi Ngủ làm tiêu hết Norepinephrine trong Não làm dễ Ngủ ban đêm và buồn Ngủ ban ngày. Ở người già ít hoạt động, lượng Nor-epinephrine trong NB đã không được dùng hết khi Thức (Berridge 2015). Sự chú ý trước khi Ngủ làm tăng Epinep làm mất Ngủ. Vì vậy tập thể dục với sự chú ý trước khi Ngủ không giúp cho giấc Ngủ. Sau REM, lúc tỉnh, Histamine, bị ức chế trong REM, cao lên làm căng cương cơ quan nam nữ và tăng ngứa khi Thức dậy.

Khảo cứu về Thiếu Ngủ cũng như các bài viết ôn lại bịnh thiếu Ngủ không thiếu trong sách vở y khoa (Xie 2017, Patel 2018, Riemann 2019, Burman 2017, Brewster 2017, Yang 2012 Levenson 2015, Sutton2014 Feinsilver 2017,). *Nhìn chung các bài khảo cứu nghiên về lâm sàng, các triệu chứng Tâm lý thần kinh về thư giản và các dược phẩm. Các khảo cứu Polysomnography thường không cho được những thông tin đáng kể về bịnh Thiếu Ngủ. Cognitive Behavioral Therapy thường có kết quả hạn chế. Vận động thể dục tương đối có nhiều kết quả* (Reid 2010), *nhưng khi kết hợp với Yoga thì không cho kết quả gì* (Elavsky 2007).

Trong bịnh Thiếu Ngủ, Antihistamine có hiệu quả yếu chứng tỏ Histamine có vai trò ít quan trọng trong mất Ngủ. DOPA thì thiếu trong bịnh Parkison nhưng bịnh nhân Parkinson disease chỉ Ngủ nhiều ban ngày. Bịnh **Restless Legss syndrome/Chân Không yên nghỉ** do thiếu chất Sắt và có thể thiếu DOPA tác dụng trong Não Bộ. Tuy nhiên lượng DOPA trong NB cao trong các khảo cứu, có thể do DOPA receptor không làm việc. Nghiên cứu về sự liên hệ giữa thiếu chất Sắt và Genes về DOPA Receptors/Thụ quan và chưa *cho ra ánh sáng về bịnh nầy. Nhưng DOPA chỉ có tác dụng nhiều trên BG và ít trên VN. Orexin thì phải thấp xuống lúc ban đêm kể cả NREM và REM.*

Vì vậy Nor-epinephrin tăng cao có lẽ là một nguyên nhân của thiếu Ngủ. **Thể dục, tiêu dùng hết năng lương dự trữ làm cơ thể mỏi mệt và không tăng sự chú tâm,** *căng thẳng có thể làm dễ Ngủ. Người thiếu Ngủ thường chỉ Ngủ rất trễ về gần sáng và giấc Ngủ thường đứt đoạn, mỗi đoạn từ 1-2 giờ. Thiền, thư giản trước khi Ngủ đã cho thấy không đem kết quả mong muốn và có khi cho kết quả trái ngược. Người thiền thường Ngủ ít vì không phải thiền là một hình thức Ngủ mà trái lại thiền là một hình thức Thức tỉnh của Tri Thức cao do sự chú Tâm và dùng không hết lượng Nor-epinephrine trong NB. Đó là những bằng chứng cho cơ chế Orexin trong bịnh thiếu Ngủ. Lại nữa bịnh Aphtous Stomatitis/Loét Miệng bớt đi khi Ngủ đủ giờ, nhưng không bớt sau khi Thiền, dù là Thiền nhiều giờ, vì Thiền cần sự chú tâm tương ứng với Nor-epinephrine cao.*
Thuốc Benzodiazepines (Benzos) giúp Ngủ nhưng gây nhiều phản ứng phụ, đặc biệt làm mất đi TN gần.

Dùng Melatonin có thể hợp lý cho người già vì lượng Melatonin giảm sản xuất ở người già. Tuy cơ chế của Melatonin có lẽ do tác dụng giảm Biến dưỡng cơ bản của cơ thể có thể là cơ chế quan trọng để cơ thể đi vào giấc Ngủ, vì Melatonin làm cho buồn ngủ. Vì vậy sau khi dùng Melatonin tránh những hoạt động tri thức và bắp thịt làm tăng lượng Nor-epinephrine.

Chương 7: MỘNG MỊ

*Có lần Trang Chu nằm mộng thấy mình hóa bướm
vui vẻ bay lượn, mà không biết mình là Chu nữa,
rồi bỗng tỉnh dậy, ngạc nhiên thấy mình là Chu.
Không biết phải mình là Chu nằm mộng thấy hóa bướm
hay là bướm mộng thấy hóa Chu.* <u>Trang tử</u>

*Mộng là thực khi còn mộng
Con người không sống trong mộng sao?
Dreams are true while they last,
and do we not live in dreams?'-*<u>Alfred Tennyson, Poet</u>

I. TỔNG QUÁT

Mộng Mị là hiện tượng cảm nhận thấy và có thể ghi nhớ tự nhiên trong giấc Ngủ, thường nhất trong REM, nhưng có thể xảy ra bất cứ thời kỳ nào kể cả các thời kỳ của NREM. Mộng Mị có thể kéo dài đến 30 phút và có thể có đến 5 lần mỗi đêm và càng dài hơn về cuối giấc Ngủ. Trong Mộng Mị ngoài hình ảnh còn có âm thanh mùi vị và cảm giác. Cho đến nay ý nghĩa của Mộng Mị không được hiểu rõ. Khoa đoán mộng gọi là Oneirology. Súc vật cũng có Mộng mị. Ngày xưa thường được coi là lời nhắn nhủ chỉ dẫn của bề trên siêu hình. Người Assyrians sống từ thế kỷ 25-6 trước Công nguyên, xây đền Mamu là thần của Mộng mị. Người Hy lạp và Cổ Ai cập tin là thần Morpheus đến trong giấc Ngủ. Theo Hippocrates thông điệp được gởi tới Hồn lúc ban ngày để ban đêm thành ra mộng. Người Trung đông hay người Công giáo, Á Rập thuở xưa cũng tin Mộng mị là thông điệp của Đấng Thiêng Liêng.

Mộng Mị cũng có thể là phản ảnh hoạt động tình cờ của Não Bộ nên thường phi lý và không phản ảnh đúng sự thật lúc tỉnh. Mộng Mị thường xảy ra nhiều hơn khi bị áp lực khi so sánh với những kinh nghiệm vui vẻ (Malinowski 2019). Đối với phần đông các Tôn giáo tin vào sự hiện hữu của Hồn thì Mộng Mị có thể là biểu hiện sự kiện xảy ra hay là sự nhắn nhủ của người đã khuất hay Đấng Thiêng Liêng. Tuy vậy phản ứng tình cảm với sự kiện xảy ra trong Mộng Mị thường lại được cảm nhận khi Thức dậy. Mộng mị đẹp như thần tiên có thể đem niềm vui trong nhiều ngày. Nói một cách khác có thể không có sự liên tục trong các sự kiện trong Mộng Mị và đời sống sau mộng mị, nhưng lại có thể có hay không sự liên tục tình cảm khi mộng và tỉnh (Kahn 2019).

Freud cho Mộng Mị là từ Tiềm Thức gây nên do Tâm thần âu lo, bắt nguồn từ thời thơ ấu do kích động Tâm lý. Theo Freud ý nghĩa sâu xa của Mộng Mị có giá trị liên hệ đến Tiềm Thức. Freud chỉ ra rằng phần siêu hình ID/bản năng thể hiện bản năng duy trì nòi giống sinh lý nam nữ và vui chơi không được kiểm soát. EGO là bản ngã có trật tự và kiểm soát bởi TR nhưng có thể không có TR (Vô Thức), và SuperEGO liên hệ đến giá trị cao trong xã hội và là Lương tâm. Freud nói: Mộng Mị là hoàng Đạo đi vào Tiềm Thức (Dreams are the royal road to the Unconsciousness) Khi Ngủ thì phần superEGO ít làm việc tương ứng với vùng Não Trán. Mộng đẹp liên hệ đến những ước vọng, ác mộng cho những vấn đề khó chưa được giải quyết. Cho đến cuối thập niên 1960, người ta không cho đó là lý thuyết hàng đầu để điều trị bệnh Tâm lý.

Carl Jung tuy là bạn của Freud nhưng bài bác về quan niệm Mộng Mị là những gì bị đè ép bởi lề luật xã hội về vấn đề liên hệ nam nữ. Ông tiến xa hơn và khuyên người Mộng Mị để ý đến ý nghĩa của Mộng Mị, (thí dụ: đang đi trên đường cắt đứt bởi dòng sông là biểu hiện của sự cản trở) nhất là sự Mộng Mị được lập lại nhiều lần. Jung cói Mộng Mị là một phần của toàn thể con người "Individuation/Mộng Mị cá nhân hóa, vì vậy là bắt nguồn từ mọi phần của cơ thể diễn biến theo tiến trình riêng, trong toàn cơ thể. Cho nên ác mộng biểu hiện sự mất quân bình trong cơ thể nói chung, "tinh thần và thể xác". Có khi là thể hiện trái ngược lại với hiện đời. Nhân vật trong mộng có thể biểu hiện một hạng người trong xã hội (Tranference).

Theo**Fritz Perl**, nhân vật trong Mộng Mị là để phản ảnh một phần của chính người Mộng Mị vì lý do rất đơn giản : sự kiện bên ngoài là phản ảnh tư tưởng bên trong (Nội Thức).

II. CƠ CHẾ

Nghiên cứu với EEG trong lúc Mộng Mị cho thấy Vỏ Não Đỉnh Chẩm là vùng biểu hiện có sự thay đổi EEG (Siclari 2017). Đặc biệt bề mặt PFC/PreFrontal Cortex thì kém hoạt động và là đặc thù cho giai đoạn Ngủ REM (giai đoạn có nhiều Mộng mị) khi so sánh với trạng thái Thức.

Sóng PGO làm ra Mộng Mị: (H7.1)
Theo Hobson (Hobson 1977, 2000) hệ thống Lưới kích thượng vùng Cuống Não kích động vùng Não Forebrain (nơi sản xuất ra Acetylcholine nhiều nhất). Sóng phát xuất từ PGO/Pontine GeniculoOccipital ở súc vật và có ở người (những nhân PPT/PedunculoPontineTegmental Nucleus) trong thời gian Ngủ REM làm ra Mộng mị. Sóng điện từ các nhân trên kích thích xuyên qua Geniculate bodies-Đồi Não đến Vỏ Não Chẩm. PGO có thể được tạo ra bằng cách kích thích Brainstem (vùng Caudolateral peribrachial area ở Pons) với Acetylcholine

PGO là sóng đi trước Mộng Mị một thời gian ngắn. Như vậy Mộng Mị tạo ra là do sóng PGO từ Midbrain phát ra và kết nối Vỏ Não Trán-Đỉnh. Khi Thức dorsolateral FPC là trung tâm điều hành quản lý mọi vận động cơ bắp, cảm giác (kể luôn Thị giác) và tư tưởng theo thứ lớp. Thương tích dorsolateral PFC không ảnh hưởng Mộng Mị chứng tỏ dorsolateral PFC không làm ra Mộng mị. Khi Ngủ Slow wave Sleep (SWS) (NREM3, không có mộng), hình ảnh được điều hành bởi HIPPO (để bảo tồn Trí Nhớ xa). Nhưng khi Ngủ REM là lúc có thể có mộng, Vỏ Não PFC và HIPPO bị cách ly vì lượng cao Acetylcholine. Vì vậy PGO là dòng điện để kết nối DLPC

HIPPO để tạo ra hình ảnh theo quan niệm của Hobson., Hobson cho thấy Mộng Mị có được ở trạng thái Ngủ REM, low Serotonin và khi Não Bộ bị kích động PGO).

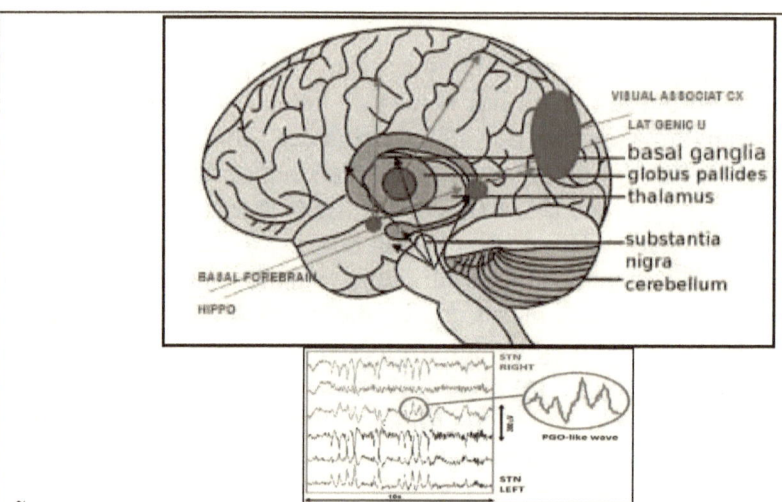

H̃7.1 (Gott 2017, Hobson 2012) Trái: Sóng PGO từ MidBrain chuyển lên geniculate body và Vỏ Não Thị giác gây ra Mộng mị
Phải: Sóng PGO kích động Hệ Vành, Đồi Não, Vỏ Não Thị giác Đính, DLPFC. Serotonin giam trong giấc Ngủ trong khi Acetyl cao trong REM

Trong một nghiên cứu mới, trong một ít trường hợp Mộng Mị không phát xuất từ Midbrain mà từ Forebrain khi nghiên cứu bịnh nhân có tổn thương Não Bộ. Bịnh nhân có vết thương vùng Vỏ Não Đính thì ngừng không còn có Mộng Mị (như Hobson đã tìm thấy) và bịnh nhân bị thương ở Midbrain nhưng vẫn có thể tạo ra sóng PGO (như thí nghiệm ở Mèo) không bị mất Mộng Mị.

Có người cho là quan niệm hiện đại là trái ngược với Freud vì Freud cho rằng Mộng Mị là hình ảnh của Tiềm Thức (Datta 200, Smith 2000). Đó là sự khác biệt lớn: Mộng Mị như một hình thức xáo trộn của Não Bộ, hay Mộng Mị như cửa ngõ để đi vào Tiềm Thức (kể cả A Lại Đa Thức) (Paulson 2017).

III. VÙNG NÃO
Tuy những thay đổi về Não Bộ trên có vẻ đối nghịch nhau, và quan niệm về Mộng Mị trước và nay có nhiều khác biệt, nhưng nếu quan niệm TR có được là do Nội Thức là nơi ghi lại TR trong quá khứ thì có thể được quan niệm như những cảm giác khác trong Mộng Mị là xuất phát từ Nội Thức. Người Mộng Mị nhận thông tin từ ngũ giác và TR từ Nội Thức mà không qua ngũ quan và đi thẳng vào Tri Thức/TR. Sóng PGO từ Midbrain

hay kích thích từ Forebrain có nhiệm vụ kích thích để thu hồi thông tin từ Nội Chuẩn Thức. Vì không được sự điều hành của Vỏ Não vùng điều hành DLFFC cho nên thông tin thu hồi từ Nội Chuẩn Thức không theo thứ tự và hợp lý. Vì thông tin trong Mộng Mị không đến từ ngũ quan, mà đến từ Nội Chuẩn Thức đến Vỏ Não nên chỉ người Mộng Mị cảm nhận.

Quan niệm trên phù hợp với sự kiện là khi Ngủ thì Vỏ Não giảm hoạt động trong khi các vùng dưới Vỏ Não tăng hoạt động như Cầu Não, Midbrain, Đồi Não, Basal Ganglion và Ventral Striatum.

A. Vùng Vỏ Não tăng hoạt động để làm ra Mộng Mị gồm:
    1. Hệ Vành limbic Trước (Vành ACC) và Paralimbic (piriform Cortex, entorhinal Cortex, the ParaHippocampal Cortex) còn gọi là vùng *Anterior Paralimbic REM Activation Area* (APRA) Anterior Cingulate Cortex
    2. Anterior Insula,
    3. Temporal pole caudalParaHippo,
    4. Amygdala/Hạnh Nhân HypoThalamus và
    5. Vỏ Não Thị giác high -order. Những thay đổi trên tương ứng với cảm xúc có được trong và sau khi Mộng Mị. (Mutz 2017)

B. Kết nối Vỏ Não hoạt động từng phần và yếu: *(H7.2)*
Sự thiếu mạch lạc và không hợp lý trong sự kết nối của các thông tin trong Mộng Mị chứng tỏ sự thiếu điều hợp. Lý do là trong Mộng Mị chỉ một phần của Vỏ Não hoạt động thôi và có thể phần Não điều hành dlPFC và dmPFC ít có dịp tham dự vào tiến trình.

Lại nữa trong giấc Ngủ sự xâm nhập Hồn từ bên ngoài là khả thi, cho nên khía cạnh Tiên tri hay khuấy nhiễu của Mộng Mị cũng cần được nghiên cứu một cách khoa học.

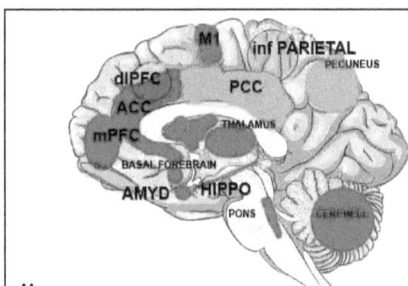

H7.2 Sơ đồ cho thấy vùng kém hoạt động gồm PCC (ký ức), Precuneus (Tiền tiểu thuỳ nem chuyên về Trí Nhớ thời điểm) vmPFC, dlPFC (điều hành), Inferior Parietal lobe (cảm giác), làm cho Mộng Mị có sự kiện rời rạc bất hợp lý.

C. Vỏ Não kém hoạt động là: Vỏ Não Frontal giữa và dưới, Đỉnh dưới và TemporoParietal junction (H11.2) và MMD

Mạng Mặc Định (MMD/DMN) và Mộng Mị.
Năm 1997, Shulman và cộng sự đã khám phá ra một hệ thống vùng Não có biểu hiện ngược chiều với các vùng Não còn lại. Khi người ta thực hiện một động tác nào, thí dụ như chú ý, thì Mạng Mặc Định luôn luôn giảm hoạt động vì đó là vùng lưu giữ TN, nên khi chú trong thiền định thi khong dùng đến TN. Trong MM cũng it dùng đến TN

    i. vm PFC liên hệ đến cảm tình, thẩm định giá trị,
    ii. Dorsal medial PFC, thẩm định người khác- (Theory of mind) và
    iii Vỏ Não liên hệ đến thu hồi Trí Nhớ ký sự (Posteromedial Parietal region/PPC
    iv. Posterior Cingulate/ Giải Bao Sau/PCC, Precuneus, và Retrosplenial córtices/RSC), và Lateral-inferior-Parietal/superior-Temporal region, và Temporo Parietal Cortex/TPJ (gần vùng Não Broadmann 39 tương ứng với Angular gyrus/AG liên hệ đến Aphasia).

Trong MM, thu hồi TN không đáng kể khi so với suy nghĩ nên MMD giảm hoạt động.

D. Thông tin trong MM.
Khi ngủ thông tin bên ngoài bị cắt đứt. Cho nên thông tin trong MM phải đến từ nội thức, Sóng PGO trong ngủ REM từ lâu được coi là một trong những cơ chế kích động NT. Sóng có thể đến từ cầu cuống não Trái hay Phải và thường từ một bên hơn là hai bên cùng một lúc. Nghiên cứu từ bịnh nhân bị vết thương ở mỗi bán cầu và bịnh nhân bị NB chia đôi cho thấy mộng mị có thể đến từ NB Trái hay Phải. Nhưng nhiều nhất là từ bán cầu NB bên Phải. Lại nữa trong MM thông tin bên Phải được dễ dàng chuyển qua bên kia hơn là từ bên Trái. Biết rằng thông tin được ghi trong NB qua TN. Khác với các cơ quan cặp đôi như Phổi, Thận, tuyến thượng thận thuỳ Trái Phải của Gan, giáp trạng, vì các cơ quan Trái Phải này làm cùng một công việc để có thể thay thế lẫn nhau. Hai bán cầu NB làm việc khác nhau để bù vào thêm chức phận của bên kia. Vì không có sự điều hợp của mạng quản lý nên tình tiết bị cắt đoạn và không hợp lý. Vì vậy

Bán cầu Trái ghi TN như hiện thực,
Bán cầu bên Phải thay đổi TN muộn và chiều làm thay đổi về hình ảnh, màu sắc, số lượng tình cảm.

Vì vậy MM có nội dung từ bên Trái thường đơn giản và buồn tẻ.
MM từ bên Phải cho ra cảnh tượng kỳ lạ, hoành tráng kèm theo tình cảm lo sợ dọa nạt... vi trí nhớ tồn trữ bên Phải thường được thay đổi về số liệu, hình dáng, màu sắc, độ huy hoàng và nhân lên với cấp số nhân hay lũy thừa.

E. Sự chú ý và Acetylcholine trong MM.

Vai trò IPS là trung tâm điều hành sự chú ý và Acetylcholine là thiết yếu để có tri thức trong MM. Trong Thiền định, vì không có chú ý vào nội thức (chú ý đang dồn cho mục tiêu như hơi thở hay mắt trí huệ), nên chỉ thấy ánh sáng hay âm thanh không có chi tiết. Trong LD/mộng như tỉnh, ngoài IPS và Acetylcholine, Norepinephrine giúp cho LD có đặc tính như tỉnh. LD có thể xảy ra ở đầu hay cuối giấc ngủ.

IV. Phân loại

A) Mộng Mị và Mộng Tưởng (Mind wandering).

Mộng tưởng trong bài viết này là chỉ định tình trạng người trong trạng thái Thức tỉnh nhưng có ý nghĩ đang sống trong mơ ước hay mộng tưởng vì vậy khác với Mộng mị. Mộng tưởng khác với Mộng du (Sleep walking) ám chỉ người Ngủ nhưng đứng lên và đi trong lúc Ngủ. Cũng cần phân biệt với Mộng như tỉnh (Lucid dream), mộng trong Ngủ REM với tình trạng Thức Tỉnh cao. Mộng tưởng kết hợp với Thính Thị (Âm thanh và Thị giác), tình cảm có tính cách nhiều tưởng tượng kết hợp với những Trí Nhớ xa xưa gồm những giao tiếp xã hội có ích lợi để nghĩ đến các kế hoạch.

Vùng Não thay đổi là mPFC MLT (Thái Dương Giữa), Giải Bao Sau/PCC. Nghiên cứu cho thấy: Mộng mị- Mộng tưởng và suy tư có nhiều điểm chung (Fox 2013)

B) Mộng Mị và các hóa chất dẫn truyền thần kinh.

1. Acetylcholine: Cao trong Ngủ REM và Thức, thấp trong Ngủ NREM Thức nhưng yên lặng (quiet).

Acetylcholine (ACh) là một hoá chất kết nối quan trọng trong Não Bộ và có nhiệm vụ làm Thức tỉnh hay trong Ngủ REM và nhất là liên hệ đến Mộng mị

2. Serotonin: thuốc làm ức chế Reuptake hay

Serotoninergic gây nên Mộng Mị vì làm kéo dài thời gian tác dụng của Serotonin làm tăng lên Glutamine của tế bào thần kinh Glutaminergic.

C) Mộng du (MD) hay là Miên du và Nói Mớ

1. Nói Mớ/Sleeptalking (Somniloquy)

Triệu chứng ít được nghiên cứu thường xảy ra ở tuổi 30-70 khi Ngủ REM thường ở người có triệu chứng REM Behavial Disorder/RBD và với chứng MD, nhưng Nói Mớ xảy ra hơi nhiều hơn khi Ngủ NREM. Lời nói thường ngắn, có văn phạm, thường nói "không", giọng điệu khác nhau như nói thầm hay là to và có khi nói tục (khoảng 10% trong tất cả trường hợp). Lời nói thường không hiểu được vì có lẽ hệ thống phát thanh không được điều hợp. Khi nói ra hiểu được là lúc hệ thống phát thanh trở lại làm việc (Cơ chế chưa được nghiên cứu). Nhưng nếu xảy ra trong NREM, thì REM Intrusions có thể đóng vai trò vì cần có TR. Xảy ra trong REM thì RBD đóng vai trò để bắp thịt có thể không bị nhũn nên nói được. Nếu không có TR trong NREM thì người Nói Mớ không biết mình nói gì.

2. Mộng du (MD) hay là Miên du

Thí dụ về MD: Đêm 23 tháng 5 1987 tại Ontario Canada, ông KP thức dậy, đi quanh nhà, rồi lái xe tới thành phố cách xa 20 km để đến nhà bà mẹ kế và cha kế, dùng thanh sắt giết mẹ kế và thương tích cha kế. Sau đó ông đến trạm cảnh sát và khai hình như ông vừa giết người và lầm bầm là lỗi tại ông. Ra tòa sau đó với tội giết người nhưng luật sư biện hộ cho là trường hợp MD nên được tha bổng (Parks 1992).

MD là sự thức dậy giữa giấc Ngủ và có hoạt động gồm đi đứng, ăn uống lái xe, bạo động tình dục trong thời kỳ Ngủ say NREM 3 hay 4. Vì vậy Mộng du xảy ra phần lớn trong đêm, phần đông người tuổi từ 7-14, kéo dài từ phút đến giờ, một lần mỗi tháng đến nhiều lần trong tuần. MD có thể gây ra vấn đề pháp lý quan trọng.

Người MD không có cảm nhận, với mặt ngó lên và hành động không được ghi vào Trí Nhớ. Hoạt động là "Vô Thức" và theo "thói quen". Không thể đánh thức và có thể dẫn đến hành động bạo lực khi đánh thức người đang MD gây nên tâm loạn xạ trong một thời gian.

Nhiều Cơ chế được đề nghị nhưng không thể giải thich cc sự kiên trong MD

- Độ phân cách các vùng Não Bộ về Tri Thức/TR. Những hành vi của người MD cho thấy sự mất đi phần tư tưởng về xã hội Đạo đức, gợi ý sự mất liên lạc với vùng Não vmPFC vì là đang Ngủ (Kruger 2019)

- Vì vậy có quan niệm Ngủ và Thức không loại trừ lẫn nhau mà lại có thể kết hợp xen vào lẫn nhau như trong Ngủ REM sleep Behavior Disorder (RBD)

- Các cơ chế điều hành từ vùng Não dorsolateral PFC tạm thời điều hành cục bộ Não Bộ nhưng không toàn diện vì vậy việc làm chỉ thích hợp cho một số phân bộ của Não Bộ và không có sự điều hợp của toàn Não Bộ. Cho nên việc làm thường thiếu giá trị văn hóa Đạo đức xã hội, và thường không được ghi lại trong Trí Nhớ.

- Vùng cuống Não phát sóng PGO làm nên Mộng mị (và ảo tưởng) do tổn thương làm mất quân bình của luồng kích thích Acetylcholinernic/Serotoninergic tới Forebrain (Serotonin thấp khi ở giấc Ngủ REM và Acetylcholine cao như khi Thức và Ngủ REM).

- (Có thể tương tự như cơ chế của hội chứng Charles Bonnet thường xảy ở những em bé hoạt động mạnh ban ngày. Kích thích vùng Vỏ Não tương ứng với hội chứng Charles Bonnet làm thành "Epileptic Hallucinosis")

MD khác với REM sleep Behavior Disorder (RBD) xảy ra trong thời kỳ REM nên cơ bắp bị nhũn (Atonia) từng lúc (Intermittently) trong thời kỳ cho nên RBD có thể cử động tay chân (làm tổn thương người Ngủ bên cạnh) nói năng thiếu ý thức như: la lối, nhảy, chụp, đánh... nhưng cũng có thể có Trí Nhớ chút ít. Khi đánh thức không bị Tâm thần rối loạn. Sự kiện không nhũn cơ trong REM là do sự rối loạn cơ chế làm nhũn cơ trong REM ở người già và người bị bịnh thần kinh thoái hóa.

Có quan niệm MD là ảo giác về Thị giác do sự tổn hại về thông tin Thị giác và sự chú ý. Sự kiện như vậy tạo ra sự méo mó trong tiếp thu thông tin. Trong giấc Ngủ NREM, Lưới kích thượng kích thích Thị giác khi người MD có vấn đề về sự chú ý, cho nên hình ảnh có thể hòa hợp với giấc mộng hiện đang có và có thể điều khiển những cảnh trí kế tiếp trong giấc mộng. Vì Mộng Mị không cần dùng đến Trí Nhớ Hiện hành (Working memory), những cảnh Trí có thể được điều khiển bởi Hệ Vành với cơ chế từ trên đi xuống, nên cảnh Trí cũng có thể hòa hợp ngay cả khi giấc mộng bị ngưng trước đó vì Thức dậy (Collerton 2005)

Biện luận:
Nếu MD (Miên Du= Somnambulism) là mộng và vì mộng xảy ra trong Ngủ REM có nhiều điểm bất hợp lý:

    i. Ngủ REM là thời kỳ Ngủ trong đó các cơ bắp bị nhũn (Thiên nhiên cấu tạo như vậy để không cho người đang mộng, hành động do ảo tưởng của mộng, làm tổn hại chính mình hay người khác). Vì vậy giả thuyết trên phải kèm theo hai điều kiện là người Ngủ REM có xen kẽ với Ngủ NREM (cơ bắp không bị nhũn). Trong NREM thì không có Tri Thức (TR). Vì vậy, theo giả thuyết nầy người trong MD khó có TR thì không thể cử động, và khi cử động được thì không có TR.

    ii. Ảo giác trong MD cần có nhiều điểm điều hợp trong tiếp nối của các diễn tiến để làm ảo giác trở nên hợp lý: điều đó thật khó xảy ra.

    iii. Năm 1889, Janet bảo vệ luận án Tiến sĩ với nhan đề: L'automatisme psychologique (Tự động Sinh lý). Janet nghiên cứu về Hysteria đã đưa ra lý thuyết để giải thích hiện tượng chia cách TR trong Tâm lý bình thường (như việc làm tự động trong công việc có tính cách thói quen) và trong bịnh Chia cách Nhân thể (Dissociative disorders of Identity). Quan niệm bắt đầu với Charles Richet là nhà Sinh lý học, giải Nobel 1905, với công trình nghiên cứu với gần 2000 bài viết về khoa học đặc biệt là về Thôi Miên, trong đó có bài "Du somnambulisme provoqué". Một cách khái lược, ngoài con người với Hồn bình thường, người ta còn có một (hay nhiều) Hồn trong người để làm những công việc tự động. Hồn thứ hai nầy không hay ít có liên hệ với Trí Nhớ của Hồn chính. Hồn thứ hai có TR riêng, thường bị áp chế nằm trong Tiềm Thức, nên không được biểu hiện tuy nó có thể dùng một số Tri Thức (TR) hiện đời của Hồn thứ nhất để làm công việc tự động theo thói quen của Hồn chính như nói, ăn, đi làm công việc cơ bản. TR mà Hồn thứ hai dùng chỉ là TR liên hệ đến Trí nhớ về Thủ thuật /Hành động và Trí Nhớ Ẩn ngầm, đó là loại Trí Nhớ không cần bảo tồn và chứa trong Tiểu Não và Basal Ganglia. Trong Thôi Miên, Hồn thứ hai được thể hiện và Hồn chính bị áp chế. Trong Mộng du, hay có thể gọi là **Miên Du** (tương tự như Thôi Miên, Miên=Ngủ), mảnh Hồn thứ hai trỗi dậy trong giấc Ngủ và xử dụng một số Tri Thức thường nhật nên có thể đi, nói, vui chơi hay bạo hành. Trí Nhớ được giữ ở một chỗ riêng không chia sẻ với Hồn chính vì vậy Hồn chính không biết chớ không phải là mất Trí Nhớ như người ta thường nói về Amnesia/mất TN trong Somnambulism. Vì vậy MD không phải là mộng mà là đời sống của mảnh Hồn thứ hai. MD đã được kích động làm ra bằng cách Thôi Miên gọi là Artificial Somnambulism (MD nhân tạo) bởi Mesner trên bịnh nhân tên là Victor.

Vấn đề TR thứ hai(Alter personality) đã được đề cập trước đây trong Chương Tri Thức ở phần Mở đầu và phần Phân cách Nhân thể: Bào thai trong thời kỳ Hồn nhập xác có thể có một hay nhiều Hồn nhập vào xác. Nhưng chỉ có một Hồn được phát triển để làm thành con người sau này. Các Hồn khác phát triển ít hơn và bị áp chế. Khi Hồn chính bị bịnh Tâm thần các Hồn khác có thể có cơ hội biểu hiện trong Du Miên, trong bịnh chia cách Nhân thể.

D) Hội chứng Peduncular Hallucinosis (Cuống Não gây Ảo Thị) H7.3

Bịnh nhân thấy khi nhắm mắt: hoạt cảnh người vật và cảnh trí dị dạng, "rất nhỏ"/Lilliputian nhưng rõ ràng. Nhận biết là không thật, xảy ra ban đêm hay ban ngày khi buồn Ngủ trong trạng thái REM, kéo dài phút -1/2 giờ. Có khi bịnh nhân lo sợ và tưởng là thật. Khác với hoán tưởng vì bịnh nhân không điên loạn (Trí Nhớ, Chú ý và Tri Thức bình thường), Nội Thức thường không bị tổn thương,

Bịnh PD, Lewy Body Dementia (lú lẫn) và Động kinh Temporal Lobe u bướu, mạch máu thường hay bị chứng nầy (Penney 2014, Spiegel 2020 Tegos 2015). Vì xảy ra khi có giấc Ngủ REM nên căn bịnh được nghĩ là phát xuất từ Vết thương ở vùng cuống Não xáo trộn LKT/Lưới Kích

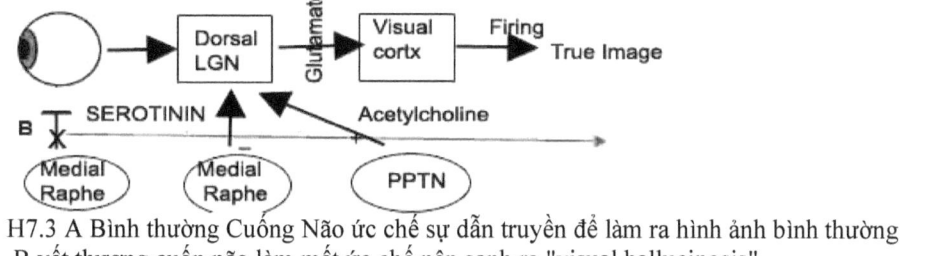

H7.3 A Bình thường Cuống Não ức chế sự dẫn truyền để làm ra hình ảnh bình thường
B vết thương cuốn não làm mất ức chế nên sanh ra "visual hallucinosis"
Đường dẫn truyền Thị giác đến LGN ức chế bởi Median Raphe và kích thích bởi PPT>
V1 Đường làm ra Hallucinosis: Serotonin bị hư nên khônguứ chế được LGN làm ra hình dị dạng

Thượng hay Đồi Não làm LKT với sóng PGO, Hệ thống Acetylcóline, Norepi kích thích. Hệ thống Serotonin (DR) để ức chế bị hư nên không ức chế /Lateral Geniculus Nucleus/LGN. Kết quả là LGN hoạt động quá mạnh. Hệ thống Thị giác từ Võng Mô, hay từ MTL gởi thông tin đến LGN có thể ảnh hưởng nhưng không là nguyên nhân của bịnh. Nguyên nhân là ở đường dây Bụng phía sau của Thị giác bị rối loạn gồm LGN và Pulvinar. Cũng có thể nguyên nhân là từ đường dẫn truyền Inferior Temporal Lobe-SN-Globus Pallidus/SubSN, trong đó hệ thống ức chế từ SN/SubSN không ức chế được Lưới Đồi não/LDN, Đồi Não.

E) Bịnh Cuống Não Điên Loạn
Bịnh có triệu chứng của Peduncular Hallucinosis + Thần kinh phân liệt vì bị ảnh hưởng của LKT tác động lên LDN và DN (Spiegel 2020)

F) Hội chứng Charles Bonnet
Thí dụ: Bịnh nhân 38 tuổi bị sưng màng óc với bọc mủ ở Vỏ Não Chẩm làm mù cả hai mắt, sau đó Thị giác trở lại một ít. Đến năm 75 tuổi Thị giác kém đi nhiều chỉ thấy mờ mờ ở khoảng cách 30 cm. Sau đó bịnh nhân thấy hoán tưởng Thị giác với màu sắc, các em bé đi lên xuống cầu thang hay cây cối, kéo dài hàng giờ. Hoán tưởng mất đi khi nhắm mắt hay khi trả lời với các em bé dù bịnh nhân biết đó là hoán tưởng. MRI, EEG không phát hiện gì ngoài sẹo vùng Vỏ Não Chẩm. Bịnh bớt đi khi dùng thuốc chống động kinh Phenytoin (Duggal 2002).

Hội chứng là ảo giác Thị giác do mất Thị giác vì mắt, dây thần kinh hay hư hại Vỏ Não Thị giác hay Cuống Não. Cơ chế chưa hiểu rõ, có lẽ là khả năng phản ứng của Vỏ Não Thị giác tự tạo ra hình ảnh tưu nội thức, đt biệt là nội thức phải (tương ứng với hình ảnh được biến đổi), để khỏa lấp chức năng Vỏ Não bị mất tiếp nhận thông tin ngoại biên trên căn bản là hiện tượng thường xảy ra ở người lớn tuổi có nhiều yếu tố như mạch máu thị giác nghẽn hẹp, ít tiếp xúc với xã hội (Manford 1998).

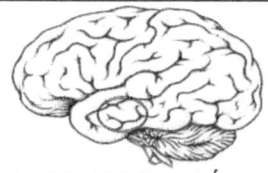

H7.4 Kích thích ở vị trí 19 bịnh nhân NC làm thấy mộng đang ôm cuốn sách và nói chuyện với một người đàn ông. Kích thích ở 1 cm trước điểm 19: Mẹ tôi đang nói chuyện với tôi. 15 phút sau, cũng cùng một điểm: bịnh nhân cười to và nói:" câu chuyện dài, và cô sẽ kể sau..." (Penfield 1958)

Biện luận
Xét hội chứng Bonnet trong khuôn khổ khám phá của Penfield khi ông kích thích Vỏ Não vùng Thái dương. Ở một vài bịnh nhân Penfield khám phá ra vùng Vỏ Não có chứa một Video nhỏ ghi lại phần quá khứ của bịnh nhân. Rất có thể vết thương Vỏ Não Chẩm là nguồn kích thích phần Trí Nhớ còn tàng trữ trong Não Bộ (H.7.4). Lại nữa mất nguồn thông tin cũng góp phần vào cơ chế tạo ra ảo giác vì Não Bộ là hộp "dự đoán ".

G) Cảm thấy Tê Liệt trong Mộng Mị (Miên Liệt=Sleep Paralysis)
Không cử động các bắp thịt được khi Mộng mị. Thường có đến 8-50 lần/đời người bị khi đang Mộng mị. Cơ chế là do giấc Ngủ chuyển từ NREM thường kéo dài 60 phút rồi chuyển sang REM kéo dài 30 phút. Trong REM bắp thịt bị nhũn nên không thể cử động. Hiện tượng làm người ta lo sợ nghĩ đến trạng thái bất thường siêu nhiên như ma quỷ ám ảnh. Lý do gây nên là: giấc Ngủ bị xáo trộn, bịnh lưỡng cực vui buồn, thuốc giãn cơ, kích thích thần kinh cho ADHD và các thuốc ghiền.
Bại liệt có thể kéo dài một chút sau khi tỉnh dậy vì nhũn cơ được kiểm soát bởi một trung tâm khác với NgủThức.

H) Lucid dream (LD) (Mộng Mị như Tỉnh) H7.5,6)
- Biết là đang Mộng Mị (Awareness of the dream state (orientation)
- Biết là có khả năng quyết định (Awareness of the capacity to make decisions)

- Biết là có khả năng ghi nhớ (Awareness of memory functions).
- Biết là chính mình (Awareness of self).
- Biết xung quanh (Awareness of the dream environment).
- Biết ý nghĩa của cơn mộng (Awareness of the meaning of the dream).
- Biết là có khả năng chú ý (Awareness of concentration and focus (the subjective clarity of that state)
Năm 1992, by <u>Deirdre Barrett</u> đưa thêm tiêu chuẩn:
- Biết là đang Mộng Mị (The dreamer is aware that he is dreaming).

- Vật mất đi sau Mộng Mị (Objects disappear after waking).
- Không cần quy luật vật lý trong Mộng Mị (Physical laws need not apply in the dream).
- Có Trí Nhớ khi tỉnh (The dreamer has a clear memory of the waking world).
- LD xảy ra khi đang Mộng mị.

LD khi đang Thức nên không mất Tri Thức/TR.

LD thường bắt đầu từ tuổi 20, kéo dài khoảng 14 phút, 55% trong dân số có thể có LD, 23% có nhiều lần trong đời. Người có nhân cách cởi mở thường có LD Mộng Mị lúc mới Ngủ nhưng còn biết là đang Mộng Mị và có thể hay không kiểm soát ít nhiều giấc mộng về tính chất, đối thoại, hoàn cảnh và liên kết đến REM (Green 1968). Lần đầu tiên được phát hiện do Bác sĩ thần kinh Frederik van Eeden vào năm 1913 trong khảo cứu A Study of Dreams. Ông phân biệt 7 loại Mộng mị: Initial dreams (Mộng Khởi đầu), Pathological (Bịnh lý), Ordinary dreaming (Mộng Thường), Vivid dreaming (Mộng Sống động), Demoniacal (Ác quỉ), General dream-sensations (Mộng Cảm xúc), and Lucid dreaming (Mộng Như tỉnh).

A B C D

H7.5 A: Trang Tử (Chuang Zhou) (Mộng hồ điệp): Có lần Trang Chu nằm mộng thấy mình hóa bướm vui vẻ bay lượn, mà không biết mình là Chu nữa, rồi bỗng tỉnh dậy, ngạc nhiên thấy mình là Chu. Không biết phải mình là Chu nằm mộng thấy hóa bướm hay là bướm mộng thấy hóa Chu. Trang tử (Ứng Đế Vương, phần F), câu nói trong tranh: *"Bậc Thánh nhân có Tâm như gương soi, không theo ai, không nhận lấy, ứng xử nhưng không chấp chứa"* B: Frederik van Eeden (1913), C: Marquis d'Hervey de Saint Denys, D: John Allan Hobson.

thời gian trong Lucid dream dài bằng thời gian ngoài đời (Laberge 1980).

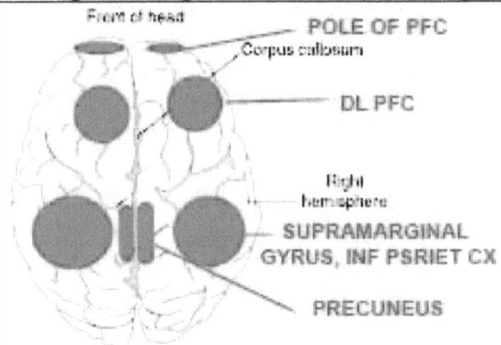

H7.6 fMRI Vỏ Não chóp Trán hoạt động mạnh tương ứng với vai trò điều hành của Vỏ Não Trán và bilateral Precuneus and inferior Parietal lobules (angular and supramarginal gyri) A: lucid dreamer b) trạng thái nghỉ ngơi hay có lucid dream. Baird 2019, Christoff et al., 2003; McCaig et al., 2011, Dresler 2012)).

Gần đây nhiều tác giả đã dùng LD/ Lucid Dream để điều trị bịnh ác mộng và vẽ ra một viễn tượng sống thực sự trong mộng theo ý thích của riêng cá nhân. Tuy nhiên muốn có LD không phải là dễ cũng như không buồn Ngủ mà muốn Ngủ vậy. Một cách để đưa đến LD là dùng Thiền Định để chú Tâm và rồi thu về nội Tâm trong khi vẫn tỉnh táo để thấy LD và hướng dẫn LD theo ý muốn.

Vì LD dùng nhiều sự chú Tâm, gạt bỏ nhiều những thông tin không liên hệ nên tư tưởng dễ hướng dẫn LD trong sáng hơn trong công việc sắp đến như hoạch định một đề án về thủ thuật, viết sách, nói chuyện, ngay cả để điều trị bệnh Tâm lý thần kinh căng thẳng sau tai nạn /PTSD. Có thể nào người làm LD bị dính luôn vào dòng đời ảo trong mộng không?, Điều đó đã được bàn đến nhưng chưa có trường hợp nào như vậy.

Laberge cũng xác nhận là LD bắt đầu với REM cũng vì sóng Beta-1 (13-19Hz) ở Vỏ Não Đỉnh, gợi ý LD được đi vào TR khi đang mộng. Hobson tìm ra cơ sở Não Bộ của LD liên hệ đến Cầu Não, Vỏ Não Đỉnh -Chẩm bị kích động, Amygdala/Hạnh Nhân HIPPO ít kích động hơn, dorsolateral PFC (vùng Vỏ Não liên hệ đến Trí Nhớ hiện hành) giảm kích động. Tholey là giáo sư và nghiên cứu Tâm lý học hướng dẫn người thí nghiệm tiếp tục bền bỉ tin rằng đời sống là mộng cho đến khi nào đến LD và có nhiều người làm được như vậy để có LD. Thuốc Galantamine cũng có khả năng làm người ta có LD. Laberge nghĩ rằng LD gồm tình trạng Microawakening vì tình trạng REM chứng tỏ người ta còn Thức. Hobson cho là LD là có hai tình trạng Thức Ngủ. Sóng Gamma (40Hz) tăng lên ở vùng Trán Đỉnh khi so sánh với non-LD REM trong 3 bịnh nhân. Sóng Delta giảm xuống với điện cọc ở vùng Trán, (khi so với sóng Delta ở vùng Vỏ Não Chẩm trong khi Ngủ NREM và REM và không Mộng Mị (Siclari et al., 2017) phù hợp với quan niệm LD thường có khi Vỏ Não tăng hoạt động. Sóng Delta (0.5-4Hz) tương ứng với thời gian tế bào thần kinh nghỉ ngơi và phục hồi.

Vết thương của Vỏ Não vùng liên hệ trên cũng có thể gây nên LD (Sagnier 2015). Ngược lại thương tích Đồi Não không gây nên LD. Mặt khác, Intralaminar nuclei trong Đồi Não thuộc về Hệ Lưới kích thượng giúp Não BộThức tỉnh cho nên thương tích các nhân này cũng có thể gây nên LD với nhiều âu lo xúc cảm. Những vùng Vỏ Não trên thường tương ứng với vùng Vỏ Não về công việc hình tượng khi người muốn vẽ ra trong đầu óc một hình nào đó, thí dụ họa sĩ vẽ tranh hay lực sĩ nhảy cao.

LD thường gặp ở người tin hay có thể nghiệm về siêu nhiên (thí dụ như thấy người chết). Nhưng người có thể nghiệm siêu nhiên tương ứng nhiều với LD hơn là tin tưởng về siêu nhiên. Vì kinh nghiệm là tương ứng với cơ sở vật chất giữa thể nghiệm siêu nhiên và LD.

LD có thể dùng để đều trị bịnh thiếu Ngủ

Dược phẩm và hóa chất liên hệ đến LD(Lucid Dream)
Acetylcholine có vai trò quan trọng trong giấc Ngủ REM. Aricept và Galantamine là chất ức chế Acetylcholinesterase làm tăng LD.
LD có thể được dùng để trị bịnh có ác mộng để bịnh nhân tin ác mộng là Mộng Mị hay để tăng khả năng sáng tạo.
Giảm Delta độ cao ở Vỏ Não sau khi Mộng Mị khi so với Ngủ REM và NREM .

Ngược lại LD có thể làm người ta sống thiếu thực tế, cách biệt, tê liệt khi Ngủ (sleep paralysis)=tình trạng giữa Mộng Mị và Ngủ (Drinkwater 2020) .

I) Ác mộng

6. làm người ta thức dậy với run sợ, mộng xấu xảy ra trong ngủ REM, thường gặp ở trẻ em bị áp lực và người lớn bị căng thẳng thần kinh PTSD, sốt cao, Ngủ với vị thế không thoải mái, thuốc trị bịnh thần kinh, cao máu....
Hình ảnh thấy được có thể giải thích qua cơ chế tự thấy Imagery. Cơ chế này đã bàn trong phần TriThức , bắt đầu từ PFC/NB Trán là nơi quản lý tổng quát, kích động hình ảnh trong NộiThức rồi chuyển về VN Chẩm V1 Thị giác. Hành trình là ngược chiều với hành trình thấy hiện thực khi tỉnh. Có khuynh hướng phân biệt Ác Mộng (Nightmares, làm thức dậy) với Mộng Xấu (Bad Dream, người mộng không thức dậy). Ác Mộng có thể làm mất ngủ, liên hệ đến Ngủ ngưng thở. Freud liên hệ Ác Mộng đến tinh thần trong quá khứ. Trong PTSD ác mộng có thể được điều trị khi bịnh nhân tự thu hồi trí nhớ và ghi lại hình ảnh thường thấy lặp lại nhiều lần

7. Phân biệt với **Hoảng sợ trong giấc Ngủ (Night Terror)** xảy ra khi Ngũ NREM chuyển sang REM nên không phải là Mộng Mị và không ghi lại trong Trí Nhớ. Thường xảy ra nơi em bé, thức dậy hoảng sợ , tung mền gối. Vì vậy đây là phản ứng của người chưa tỉnh Thức nhưng có trong ký ức kinh nghiệm xấu xảy ra trong giai đoạn chưa bị nhũn cơ

J) Các hiện tượng khác về mộng

a) Mộng nghe được âm thanh.
b) Đồng mộng: hai người khác nhau cùng thấy một giấc mộng.
c) Thiên thông mộng: Đồng mộng khi hai người cách xa nhau.
d) Báo mộng,
- Thấy người thân.
- Tín hiệu như:
Té: báo trước một vấn để lớn sắp xảy ra.

Gãy răng: báo hiệu sự gãy đổ lớn vì răng biểu hiện sự cứng bền chắc.

Trần truồng: tiên đoán giai đoạn mới trong cuộc đời.

Thi cử: thường có ở người còn đi học.

Bị rượt đuổi: mộng tốt cho sự kiện sắp xảy ra.

K) Hồn báo mộng

Hiện tượng thường được kể lại trong đại chúng cũng như trong báo chí: (https://en.wikipedia.org/wiki/Greenbrier_Ghost
https://www.youtube.cóm/watch?v=44UosbwFRMs)

Hiện tượng khác với các giấc mộng thông thường ở chỗ thông tin không liên hệ nhiều đến Trí Nhớ và Tiềm Thức. Vì vậy sóng PGO hay những cơ chế khác của Não Bộ không có thể liên hệ được với Não Bộ nếu không dùng đến quan niệm về Hồn nhập vào TR. Hồn nhập vào hệ thống TR cũng như khi Lên đồng rồi xử dụng hệ điều hành như dlPFC để làm việc như tạo ra hình ảnh hay tiếng nói...

L) Hồn nhập vào người đangThức

Câu chuyện được kể bởi CNN vào tháng 3 năm 2015: Buổi tối thứ 6 tuần qua, bà mẹ trẻ GLJ 25 tuổi, lái xe trên đường lộ dọc theo bờ sông Spanish Fork River bang Utah, chở con gái L 18 tháng tuổi ngồi băng sau trong chiếc ghế an toàn. Chẳng may cô bị lạc tay lái, đụng vào thành cầu làm chiếc xe bị lộn ngược và đâm xuống sông. Chiếc xe chìm xuống, nước sông lạnh như đá ngập kín chiếc xe, chỉ còn 2 bánh sau ló lên trời, lại bị che khuất sau đám lau sậy nên từ đường lộ không ai nhìn thấy. Mãi đến sáng hôm sau, 1 người dân địa phương ra sông câu cá mới phát hiện, ông lội lại gần xem nhưng không thể làm gì được nên vội gọi cứu hộ đến.

Khi 4 nhân viên cứu hộ đầu tiên đến hiện trường thì đã sau 12 tiếng kể từ khi chiếc xe bị nạn. Nhìn tình hình xe ngập sâu dưới nước với độ lạnh cắt da, họ đoán là không còn ai sống sót nổi nên định quay đi lên để gọi xe cần cẩu đến câu xe, thì đột nhiên họ nghe tiếng phụ nữ kêu cứu vọng ra từ trong chiếc xe " Cứu tôi với ! "

Cả 4 nhân viên cứu hộ đều nghe rõ ràng, họ sửng sốt nhìn nhau rồi lật đật quay lại, liều ngâm mình dưới nước lạnh để đập kính xe cứu người bên trong. (Nước lạnh đến nỗi sau đó cả 4 người phải nhập viện chữa trị vì bị hạ thân nhiệt quá thấp). Khi họ đập được kính xe thì kỳ diệu thay, tuy bà mẹ GLk đã chết, nhưng bé gái L, bị đeo dính trong ghế an toàn vẫn còn sống, mặc dù bị treo ngược đầu, bị hôn mê bất tỉnh và đã phải chịu cái lạnh gần 0 độ suốt 12 tiếng. Một điều kỳ diệu nữa là mặc dù toàn bộ chiếc xe ngập trong nước, và nước tràn theo khe cửa kính vào bên trong, nhưng chỉ vừa ngập sát đến đầu bé Lily là ngừng lại. Bé Lily được cứu và sau khi nằm viện vài ngày, đã trở về nhà và nay được dì của bé nuôi nấng. Người dì cho biết bé hoàn toàn khỏe mạnh, không bị di chứng gì cả.

Còn 4 người cứu hộ vẫn thắc mắc không nguôi vì những điều chính mắt họ thấy, chính tai họ nghe nhưng không thể lý giải. Theo lý bình thường thì nước ngập vào 1 chiếc xe lật ngược như vậy không thể chỉ ngập 1/2 rồi ngừng, 1 em bé chưa đầy 2 tuổi bị treo ngược trong cái lạnh cắt da suốt 12 tiếng đồng hồ mà vẫn còn sống, và *nhất là họ không thể giải thích tiếng người phụ nữ kêu cứu vọng ra từ trong xe mà cả 4 người đều nghe rõ mồn một* ("The four of us heard a distinct voice cóming from the car," Warner told CNN. "To me, it didn't sound like a child's voice." The voice gave the rescuers a surge of Adrenaline needed to push the vehicle upright, he said).

Baby who survived car crash into Utah river gets better | CNN

Câu chuyện chỉ có thể giải thích bởi Hồn người mẹ đã nhập vào Hồn/ TR của cả 4 nhân viên cấp cứu để phát ra Nội âm. Nội âm ấy chỉ bốn nhân viên nghe thôi.

M) Quan Niệm phổ thông và cận đại về Hiện tượng Hồn, Siêu nhiên, Mộng Mị như tỉnh Ác Mộng, cảm thấy Tê Liệt khi Mộng Mị

Những HT như Mộng Mị như tỉnh Ác Mộng, cảm thấy Bại Liệt khi Mộng Mị thườ22ng được giải thích qua các cơ chế REM (nhũn cơ) NREM trong giấc Ngủ. Những quan niệm khác về Hồn, các hiện tượng siêu nhiên như gặp người chết, "Giác quan thứ sáu/ Clairvoyance, ESP/Extrasensorial perception, Tha Tâm thông."..càng ngày càng được tin là một hiện tượng có thật. Khảo sát cho thấy số người tin thay đổi từ 10% ở Tô cách Lan đến tới 97% ở Bắc Mỹ, thường thường ở khoảng 20-30 % ở Âu châu và 25-50% ở Mỹ châu. Song song với sự tin tưởng, người có thực sự thể nghiệm từ 10 đến 50% nhiều nhất là người Á châu. Ở Canada, USA có đến 2/3 người khảo sát có thể nghiệm Extrasensorial perception/ESP. Đặc biệt là có sự liên hệ về Mộng Mị như tỉnh và HT siêu nhiên mật thiết hơn là Mộng Mị như tỉnh và niềm tin ở HT siêu nhiên (Drinkwater 2020, Wahbeb 2020, 2019, 2017).

N) Tóm lại

- *Mộng Mị là những mảnh hình ảnh nội tại và dĩ nhiên là ở trong Nội Thức gồm thông tin bên ngoài, tình cảm yêu thương ghen ghét giận hờn lo lắng sợ sệt hoảng hốt, âm mưu dự tính. Nội thức là TN, không thể được giữ cùng lúc ở hai bán cầu. Bán cầu Trái chuyên về lý luận duy lý thiên về thực tại. Bán cầu bên Phải chuyên về nghệ thuật trừ tượng. Tưởng tượng, sáng kiến thường đến từ bán cầu Phải Cho nên nội dung của MM có thể từ Nội thức Trái hay Phải. Ngoài sự kiện với nội dung MM thường không hợp lý, cách đoạn, chắp nối vì thiếu sự tham gia của mạng quản lý dlPFC-TPJ, nội dung của MM từ bán cầu Phải là cơ sở cho những sự kiện hình ảnh ảo tưởng kỳ dị như trong suy tưởng và tưởng tượng, chưa hề xẩy ra trong quá khứ người MM*
- *Hình ảnh được kích động và thu về hiện tại do sóng kích động đại diện là sóng PGO. Nhưng vì thiếu sự điều hợp của vmPFC, DLPFC và IPS nên những mảnh thông tin được đưa lên Tri Thức một cách lộn xộn không lớp lang và thiếu ý nghĩa.*
- *Lại nữa nhiều thông tin về hình ảnh không có trong TR. Điều đó cũng không loại trừ được là các thông tin đó là từ Tạng Thức/Tiềm Thức hay là những thông tin mới có được từ hiện tượng thiêng liêng.*
- *Lucid dream là hiện tượng của Mộng Mị tương đối có sự điều hợp của PFC và IPS qua sự kiện thấy được là hiện tượng Mộng Mị với sự tham dự nhiều của TR trong Mộng mị.*

- *Ngược lại có Mộng Mị không được ghi vào TR và không nhớ được khi thức dậy là trường hợp Mộng Mị không có sự tham gia của TR.*
- *Mộng du hay đúng hơn là Miên Du là một hiện tượng rối loạn trong giấc Ngủ và thường bị nhầm lẫn bởi hầu hết đại chúng và các nhà khoa học là rối loạn về Mộng mị. Thực chất Miên Du là hiện tượng gần tương đồng với hiện tượng chia cách nhân thể hay Đa nhân thể nhưng xảy ra trong giấc Ngủ.*

Cho nên Mộng Mị là một hiện tượng tự ôn lại những việc làm trong quá khứ, có thể của cả tiền kiếp và có thể là cơ hội để thấy được tương lai gần xa.

CHƯƠNG 8 : SỰ SÁNG TẠO VÀ TUỔI GIÀ

Là khả năng TR thuộc về cảm giác và ý nghĩ tự tạo ra trong NB, do kích động tâm lý/cảm hứng hay tự nhiên và áp chế,. Những khảo sát gần đây cho thấy mất nhiều thì giờ với suy nghĩ để nhớ hay tưởng tượng cho tương lai (Killingworth 2010). Sự sáng tạo làm ra cái mới và có giá trị tương đối với cá nhân hay tập thể. Sáng tạo có thể ở mọi lãnh vực của đời sống như nghệ thuật, âm nhạc, ca hát, nhảy múa; thủ công như đan thêu, may vá, nấu nướng; vui chơi giải trí, làm thơ nhạc, viết truyện, lịch sử khảo cứu, diễn thuyết, làm vườn, thể thao yoga, đọc sách, mộng mơ. Ngay cả các việc thông thường như đi bộ, chạy, bơi lội, cũng có thể có sáng tạo. Đối với người già, sáng tạo làm nên sự thoả mãn, thoải mái, nâng cao sự tự tin, giao tiếp xã hội tăng lên sự khéo léo kỹ thuật, giảm bớt cô đơn trầm cảm, tăng tính hài hước và ngay cả thu nhập kinh tế. Nói chung là nâng cao ý nghĩa của đời sống.

Một khảo cứu nhỏ ở Montreal, Canada gồm 24 người từ 18 đến 75 tuổi do Moncho Ouri (2011), cho thấy người già cũng hoạt động như người trẻ về sáng tạo. Hơn thế nữa, có tin giả nói rằng tạp chí NEJM có khảo cứu nói rằng người già 60-70 tuổi là sáng tạo nhiều nhất. Kế đến lớp tuổi 70-80 hạng nhì và lớp tuổi 50-60 hạng ba!

Những khảo cứu trên không hề được đăng tải trên tạp chí Y khoa làm nghi ngờ giá trị khoa học của nó. Tìm kiếm trong báo chí Y Khoa cũng không tìm ra các báo cáo tương tự nào để xác nhận kết quả tương tự. Các nhà khoa học gia được giải Nobel thường ở tuổi 40 hay trẻ hơn. Tuy nhiên càng về sau nầy, tuổi có khuynh hướng tăng lên đến tuổi 70. Biết rằng hồi đầu thế kỷ 20, có nhiều khám phá khoa học đồ sộ để lấp vào khoảng trống trí tuệ mở ra do sự khám phá về sự cấu tạo vi mô của nguyên tử và vĩ mô của vũ trụ. Vì vậy lúc ấy sự sáng tạo về khoa học mở cửa cho ai có tính tò mò khoa học và trí tưởng tượng hơn là kinh nghiệm. Từ sau thế chiến thứ II, kinh nghiệm liên hệ đến quá trình học hỏi về khoa học giữ vai trò quan trọng hơn, Cho nên tuổi của khoa học gia được giải thưởng tăng lên.

Quan sát cũng cho thấy người già vẫn còn duy trì được sự sáng tạo, dù rằng não bộ ngày càng mất đi tế bào thần kinh do thoái hóa, làm cho giảm đi Tri thức, nghe nhìn và cử động di chuyển.

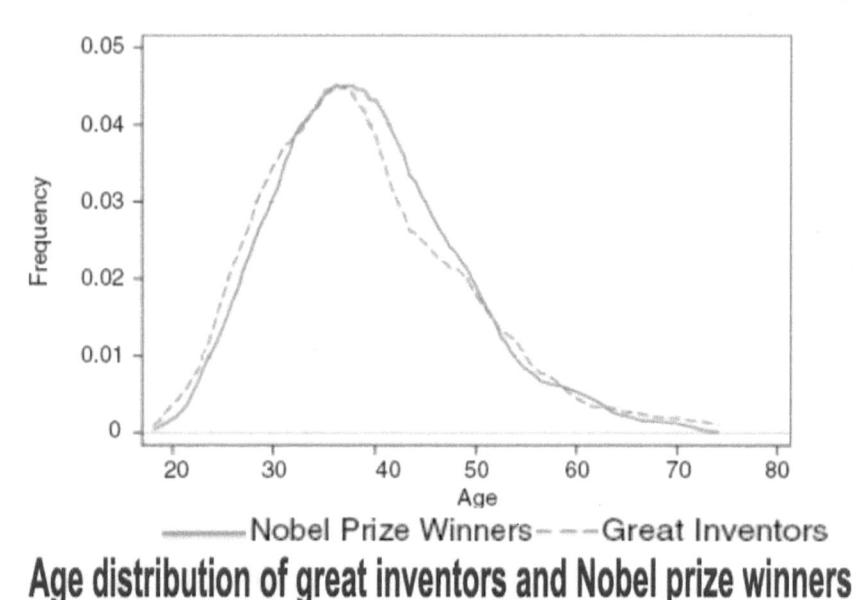

Age distribution of great inventors and Nobel prize winners

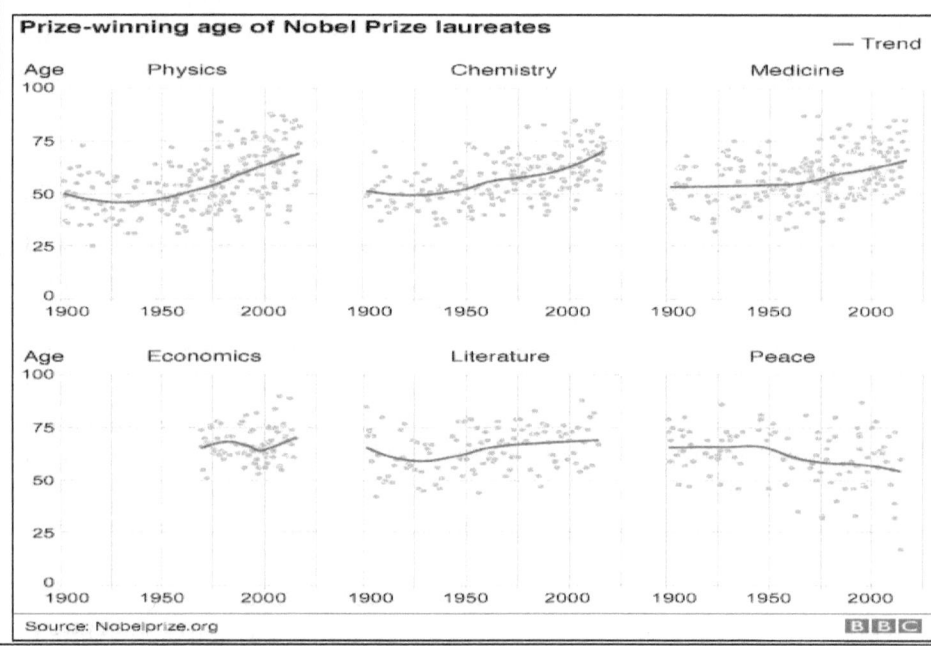

H8.1AB
Để nhìn vào vấn đề trên sâu sắc hơn sau đây là xem lại cơ chế não bộ về tính hiếu kỳ, tưởng tượng và sự sáng tạo.

Tính Hiếu kỳ

Tính Hiếu kỳ là Khả năng tự động căn bản và thông thường của sinh vật để sinh tồn, thường trực tiếp kèm theo sự khen thưởng tránh nguy hiểm và vui chơi. Tính Hiếu kỳ cũng là một tính cơ bản và tự động của sinh vật thu hút bởi những mới lạ, một trong những cơ cấu căn bản của sinh vật để sinh tồn: kiếm ăn, tránh nguy hiểm, phát triển và vui chơi. Sự Hiếu kỳ trái ngược với bản năng trên, thường có kết quả, bất định và tốn kém hay nguy hiểm như trong thành ngữ "Curiosity killed the Cat " (Con Mèo chết vì tò mò). Nhưng có khi đưa đến kết quả bất ngờ bổ ích với khám phá nhảy vọt phá hủy thành kiến lạc hậu. Sự hiếu kỳ và bản năng sinh tồn thường thấy trong đời sống vì vậy song hành nhau trong đời sống. Tính hiếu kỳ giảm đi với người nhiều kinh nghiện, vì vậy người già ít hiếu kỳ.

Trí Tưởng tượng
Là khả năng TR thuộc về cảm giác và ý nghĩ tự tạo ra trong NB, do kích động tâm lý/cảm hứng hay áp chế và tự nhiên,. Những khảo sát gần đây cho thấy mất nhiều thì giờ với suy nghĩ để nhớ hay tưởng tượng cho tương lai (Killingworth 2010).

Có thể phát xuất từ TR và ngũ quan với sự góp phần của TN gần xa được thu hồi về hiện tại, từ Mộng mị Tiềm Thức, Vô Thức và từ Tính hiếu kỳ. Thiền Định có thể giúp khơi lại thông tin từ Vô Thức và Tiềm Thức. Khi Trí tưởng tượng là tự nhiên, thì không cần tác động của cảm giác ngũ quan. Khác với Trí nhớ (TN), hay Hiếu kỳ, Trí tưởng tượng không có giới hạn về không gian, thời gian và tính chất vì vậy có thể rất phong phú vô hạn. Vì là sản phẩm của Tri Thức/ TR, nên Trí Tưởng Tượng là gần với cuộc sống con người và thường có thể thực hiện được. Những câu chuyện Thần tiên hay tiểu thuyết Giả tưởng như của Jules Verne (1828-1924) dần dần trở thành hiện thực với tiến bộ khoa học trong thời gian và trong hoàn cảnh thích hợp.

Thơ Cao Bá Quát, nhà thơ "vô Tiền Hán" trong áp lực về thân phận đã nói ra được quan niệm trên như sau:

"Vắt tay nằm nghĩ chuyện đâu đâu,
Đem mộng sự đọ với chân thân thì cũng hệt
...
Cho nên, con người có thể đã phung phí không dùng hết khả năng trên để sống trọn vẹn hơn kiếp người, khi nhà thơ chỉ ra rằng:

Kho trời chung, mà vô tận của mình riêng"
(trong Uống rượu tiêu sầu)

Sở dĩ Trí tưởng tượng vượt lên trên thực tế hiện tại vì Trí nhớ được tồn trữ trong Não bộ(NB). Hai bán cầu NB làm việc khác nhau, nhưng bổ khuyết cho nhau hơn là hòa điệu nhau trong Tri thức. Thí dụ sau để minh chứng:

i. Khi di hành, bản đồ đường di hành tồn trữ ở HIPPO bên trái. Nhưng bản đồ toàn vùng của di hành thì ghi ở NB Phải.

ii. Khi sáng tác nhạc , nhạc sĩ trẻ mới làm nhạc cần nhiều tưởng tượng, nên dùng NB Phải. Nhạc sĩ lão thành, đặt nhạc nhanh hơn và có kinh nghiện, thì dùng nhiều NB bên Trái.

iii. Khi tôi gặp vợ tôi lần đầu tiên :
Chỗ X, thời điểm T được lưu trữ ở NB Trái.
Kỷ niệm về lãng mạng, ước vọng tương lai thì lưu giữ ở NB Phải.

Đó là vì NB Trái Phải khác với các cơ quan cặp đôi: Thận, tuyến Thượng Thận, Phổi, hai Thuỳ Gan, Giáp trạng, bên Trái Phải hỗ trợ thay thế cho nhau và điều hòa kết hợp. NB Trái Phải không thay thế nhau mà bù đắp sự khiếm khuyết chức phận của bên kia. Vì vậy NB Trái Phải có chức phận riêng biệt gần như không thể thay thế bởi bên kia. Đó là sự kiện và không là huyền thoại như ở một số bài viết trong Google:

NB Trái: Ghi sự kiện như thị, khả năng nói, hiểu, tính toán, viết .
Mộng có nguồn gốc bên Trái là hình ảnh thực nhưng đơn giản buồn tẻ và bị cắt đoạn.

NB Phải: Trí tưởng tượng, sáng tạo di hành không gian, nghệ thuật , lãng mạng, âm nhạc.
Mộng có nguồn gốc NB bên phải cho ra hình ảnh quái lạ cầu kỳ, hoành tráng, hoa lệ, huy hoàng, có kịch tính xúc cảm sâu đậm.

Sự kiện trên chứng tỏ NB Phải ghi hình ảnh cùng lúc với bên Trái nhưng thay đổi hình ảnh thành đa chiều về kích thước, hình dáng, màu sắc, độ huy hoàng theo cấp số nhân và cấp số lũy thừa. Thí dụ như khi máy móc được đưa lên cung trăng, người ta có thể tưởng tượng các biến cố có thể xảy ra như: đưa con người, lên cung trăng hay đi xa tới các tinh cầu vũ trụ xa hơn được ghi lên NB. Câu chuyện của Jules Verne là kiểu mẫu cho hiện tượng trên. Cũng vì vậy trong mộng mị nhiều cảnh tượng và hình ảnh rất lạ chưa từng thấy trước đây bởi người mộng mị. Vì cảnh trí đó đã được biến đổi nhân cấp số lên bởi NB bên Phải. Cơ chế này là cần được nghiên cứu thêm, và có thể giải thích cảnh trí mộng mị từ trong Nội thức. Khi ngủ REM (nhãn cầu quay nhanh), sóng PGO (Ponto-Geniculo-Occipital) khởi đi từ cầu cuốn não kích động NB làm nên mộng. Cho nên Cao Ba Quát đã không sai chút nào để nói rằng *vô tận của mình riêng"*.

Sự thu hồi TN trong NB nhất là NB Phải cần sự chú tâm và hơn nữa thiền định Mindfulnes. Vì vậy xa rời chỗ bận rộn, hưu trí, thiền định giúp cho phát triển sự tưởng tượng.

Sự Sáng tạo, như đã trình bày. Sự sáng tạo cần thu hồi TN từ NB nhất là NB Phải vì Sáng tạo là hệ luận của Trí tưởng tượng. Kế đến là tiến trình biến sự tưởng tượng thành khả dĩ hiện thực. Vì vậy kinh nghiệm là yếu tố quan trọng.

Cơ chế NB

Mạng Chính NB Insula-AC gồm Insula là nơi bắt đầu cho ý chí và ý muốn, chuyển đến Anterior Cingulate Cortex, ACC kích động mạng quản lý NB, dLPFC-IPS (dorsolateral prefrontal cortex- intraparietal sulcus). IPS kích động vỏ não Trí nhớ của Nội thức, nhất là Nội thức của NB bên Phải để thu hồi TN.

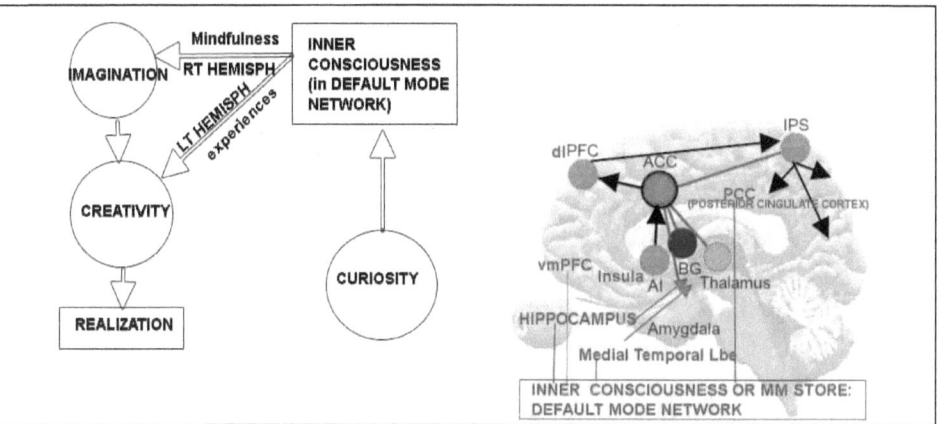

H8.2AB
Sáng Tạo trong tuổi già.
Về già ngày càng nhiều tế bào thần kinh thoái hóa, vỏ NB mỏng đi làm mất TN. Kinh nghiệm còn lại ở người già từ NB Trái lại là kho tàng quý giá để làm cho sự sáng tạo thành thực dụng .

Kết luận
Sáng tạo ở người già là có thật, được hỗ trợ bởi kinh nghiệm suốt đời người nhưng bị hạn chế bởi TN, tính hiếu kỳ và tưởng tượng ngày càng giảm sút do NB thoái hóa. Sáng tạo ở người già với Trí tuệ bị giảm nhẹ vẫn giúp ích nhiều để cải thiện đời sống.

Chương 9: TỰ DO HÀNH ĐỘNG VÀ NGHIỆP

I. Quan niệm về Tự do Hành Động và Thí nghiệm Libet

1. Đã từ lâu con người thường tự hỏi có quyền tự do hành động theo ý muốn không? Người Đông phương với ảnh hưởng của Ấn Độ giáo và Phật giáo có quan niệm về Nghiệp và Luân hồi. Quan niệm về Luân hồi khó được kiểm chứng bằng khoa học nhưng lại có thể giải thích những hiện tượng bất cân bằng trên bình diện khoa học: sự kiện xảy ra trong đời sống hiện tại có thể là kết quả của việc làm ở nhiều kiếp trước. Vì vậy sự Tự do hành động hiện tại bị chi phối và hạn chế rất nhiều bởi việc làm trong quá khứ. Trong khuôn khổ văn hóa Đông phương, không ai nói là quyền Tự do hành động và Không hành động chiếm một tỉ lệ nào trong đời sống. Tự do HD có thể là 5% đến 30% hay ít hơn nữa và có lẽ tùy thuộc vào Nghiệp tốt hay xấu của mỗi cá nhân.

Trạng Trình Nguyễn Bỉnh Khiêm (1491- 1585) nói:
"Thế nhân thập nguyện, cửu thường vi"
(Trong mười điều mong cầu, thì chín điều là không đạt).
Hay: Milarepea Đạo sư Tây Tạng (1055-1135):
"Hoạch định kế hoạch cho tương lai giống như
việc câu cá trên cạn, sẽ không bao giờ bắt được cá".

Đó là lý thuyết Định mệnh: con người (hay động vật khác) gần y như nghệ sĩ trên sân khấu, sống, hành động, suy nghĩ theo kịch bản đã được viết trước.

Người Tây phương với chủ nghĩa Nhân bản và Hiện sinh ít có quan niệm về Linh Hồn và ít tin vào Luân hồi và Tái sanh, suy giảm niềm tin nơi Thần quyền (nhưng tôn trọng quyền tin vào Thần quyền của kẻ khác trên căn bản quyền làm người) thường tin nơi quyền tuyệt đối của mỗi cá nhân. Tuy vậy vấn nạn về quyền Tự do hành động và Không hành động đã có từ lâu trong văn hoá Tây phương. Làn sóng xâm nhập của văn hóa Đông phương vào các nước tiên tiến về kỹ nghệ đã thay đổi rất nhiều cảm nhận sống trong xã hội được kỹ nghệ hóa.

Vào năm 1983, Libet đã làm thí nghiệm nổi tiếng như sau (H18.1): Người thử nghiệm được yêu cầu làm một cử động cùng với ghi chú bằng EEG để khám phá thay đổi Não Bộ, ghi thời gian W (Will) lúc quyết định làm cử động, ghi thời gian M (Movement) là lúc thực hiện cử động và ghi RP (Readiness Potential) là thời gian chuẩn bị. Thời gian từ W-M=300ms, RP trước khi M =1sec, RP-W=700ms.

Tóm lại thay đổi trong Não Bộ để dự định thực hiện ý muốn (RP) đi trước ý muốn cử động (W) và đi trước lâu hơn nữa thời điểm làm cử động (M).

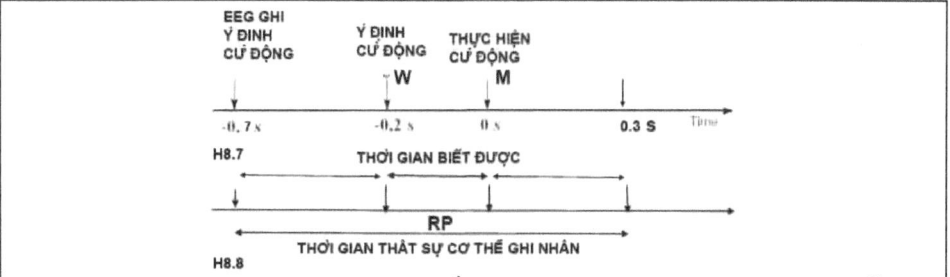

H9.1 Thí nghiệm Libet: EEG đi trước quyết định và hành động. Ferstein là giải phẫu gia Não cho phép bạn là Benhjamin Libet làm thí nghiệm trên Não bịnh nhân.

Kết luận là ý muốn và việc làm là đã được định sẵn. Vì vậy khoa học gia Não Bộ gọi "Free Will" là ảo giác vì người ta suy nghĩ hay hành động có cảm giác như mình được tự do làm mà không biết là đã làm theo một mệnh lệnh trước đó.

Khoa học Não Bộ cũng cho thấy cơ cấu Não Bộ cho Free Will gồm cả Vỏ Não và phần chất xám dưới Vỏ Não và cuống Não có cấu tạo thành những bộ phận chuyên môn liên lạc chặt chẽ với nhau:

- Insula khởi đầu cho ý chí)- Giải Bao Trước /ACC : Mạng chính gồm Insula về yêu thích ham muốn và Giải Bao Trước /ACC về phân tích sự sai biệt. Mạng dựa trên kinh nghiệm HIPPO, MTL và Giải Bao Sau/PCC (chuyên về TN Ý nghĩa và TN Tự ký)
- dlPFC-TPJ : Mạng quản lý trung ương của NB quản lý các trung tâm hành động gồm VN Vận động, tình cảm đã được cài lắp sẵn từ trước, gồm:
  - OPFC và vmPFC trung tâm xã hội /Luân lý và Đạo đức do giáo dục và môi trường.
  - Basal ganglia gồm: Dorsal Striatun, Dorsal Pallidus, Ventral Striatum= NAc và Ventral Pallidus và VTA

2. **Không Tự do Hành động/No Free Will** Khởi đầu Thế giới được tạo ra không phải tự nhiên cũng không phải nhân duyên mà tự ý của Đấng Tạo hoá Tối cao hay Lý Duyên khởi. Cho nên Đấng Tạo hoá Tối cao là chủ thể có quyền hành tối thượng. Con người được làm ra bởi Đấng Tạo hoá Tối cao. là con cái, nô lệ của Ngài nên làm việc và hành động theo luật của Ngài đặt ra, luật đó là Nghiệp. Tương tự như con cái trong nhà khi còn nhỏ: vâng lời Cha Mẹ. Con người không sở hữu gì hết trong thiên nhiên. Nhưng vì là con cái của Đấng Tạo hoá Tối cao nên có quyền hưởng thụ theo nhu

cầu và tương xứng với công sức của việc làm. Hưởng nhiều hơn là tạo nghiệp.

Lại nữa vì là con caí của Đấng Tạo hoá Tối cao thừa hưởng được đức tánh của Đấng Tạo hoá Tối cao này nên có quyền hành đông Đạo Đức (Vô Ngã và Từ Bi Hỷ Xã). Thí dụ khi Đức Phật nói về quyết định Tu hành của con người, Phật nói đó là quyết định do ý chí đạo đức, không do nhân duyên hay tự nhiên.

Nói một cách khác, theo Trung Quán Luận của Bồ Tát Long Thọ/Tổ thứ 14 Phật Giáo, cái gì không có tự Tánh thì hành đông không đạo đức của nó là tạo Nghiêp. Vì không Tự Tánh thì không Thường hằng là hư ảo. Hành động bởi Tác nhân không tự Tánh là thuộc về thế giơi đảo điên.

Tương tự như vậy, theo quan niệm thông thường: Người chủ là có quyền tối hậu trong một công ty. Ngược lại nhân viên là người chấp hành mệnh lệnh. Con người nói chung là nhân viên nên là Vô Ngã (không được có Cái Tôi, theo Triết lý Đạo Phật), nên chỉ làm theo chỉ dẫn của ông chủ Nghiệp. Chỉ khi nào nhận ra Phật Tánh hay làm theo Phật Tánh (Đạo Đức) thì có Free Will/quyền hành động (đạo đức)

Không ít người có đời sống tâm linh lý luận rằng Thượng đế tạo ra còn người và cho con người quên tự do hành động. Lý luận này có thể coi là nguy biện vì Thượng để tạo ra con người với hình ảng của Ngài trong đó có Đạo đức. Vậy con người tự do hành động trong Đạo Đức. Kinh Phật nói rõ hơn. Chánh niệm là làm theo Đạo đức nên là Sáng thế làm nên Niết bàn, đẳng hướng không đảo điên. Vọng niệm là do chúng sanh hiểu lầm rằng mọi sự vật từ Chân Không khởi ra làm nên Nhị nguyên (của Sáng thế) là luôn luôn đúng, nhưng thực ra Chân Không là không đúng không sai nên Nhị Nguyên có cái Đúng và có cái Sai (cái này đúng cái kia sai). Vì lầm tưởng cái gì cũng đúng nên nhầm lẫn Sai là Đúng (như Ông Ba Adam Eve lầm tưởng trái cấm là ăn được), phạm lỗi, tức là Vọng niệm. Vọng Niệm sanh ra thế giới đảo điên này.Trong thế giới đảo điên nầy, con người phải cảnh giác chỉ làm những gì có đạo đức và tránh xa vô đạo đức. Làm ngược lại là phạm thêm tội lỗi. Nói một cách khác thế giới này khác với Niết bàn ở cho có đúng có sai trong khi đó Niết bàn mọi sự đều đúng. Vì vậy không ngạc nhiên khi Đức Muhamad nói rằng đối với người có đức tin vào Allah, thế giới này là nhà tù để học tập sửa sai, người không có đức tin thế giới này là thiên đường để vui chơi hưởng thụ.

c) Con người có thể được xem tương tự như một người Robot. Hơn thế nữa nếu người ta có thể điều chỉnh hệ thống kết nối mạch điện trong Robot thì con người cũng có thể thay đổi mạng kết nối giữa các tế bào thần kinh giữa các vùng Não Bộ (Modules) qua sự luyện tập, học hỏi, hay phương pháp Tâm lý trị liệu. Hành động dù có tự ý cũng phải theo quy luật đã có sẵn. Minh chứng cho sự thay đổi kết nối trong Não Bộ làm thay đổi quan niệm sống là trường hợp bệnh PTSD/Rối loạn TK hậu Chấn Thương có thể được trị liệu với nhiều kết quả Thiền Định Mindfulness.

Để minh chứng thêm cho quan niệm NO Free Will, sau đây là ví dụ thường được nói đến: Phineas Gage (1821-1960) là một nhân viên gương mẫu có trách nhiệm và nhiều tình cảm. Sau khi bị thương Não vmPFC thì trở thành một nhân viên vô trách nhiệm và chống lại mọi người (thay đổi Đạo đức). Sự thay đổi đó là Vô Thức vì Ông Gage không hề biết và không muốn (Soon 2008, wegner 2002 Heisenberg 1984)

Mặt khác nghiên cứu fMRI trên những bịnh nhân mất ý chí (Volition) về hành động và ngôn từ (Akinetic mutism) nhận thấy bịnh nhân biểu hiện hư hại nhiều vùng Não Bộ tạo nên hệ thống vết thương có điểm chung là Anterior Cingulate Cortex (liên hệ đến bịnh Akinetic mutism) và Precuneus (liên hệ đến bịnh Alien limb = Chi Ngoại lai) (Darby 2018, Panikkath 2014). Ngược lại là những người có Bản ngã lớn hay có tính hay kiểm soát người chung quanh hay tính "Gia trưởng" (sense of Agency=SoA) và Sở hữu chủ (sense of Ownership=SoO) (xin xem sau đây).

    d) Chỉ số Somatic Markers (SM): là phản ứng tình cảm của mỗi người qua nhịp tim hơi thở, vui buồn giận.. được ghi lại trên vmPFC là tiêu chuẩn cho tình cảm làm nên quyết định trong hành động. Làm theo chỉ số trên con người thấy vui và khi ngược lại thấy buồn để báo động người hành động. Tình cảm trong SM thường vượt qua lý trí nhưng không nhất thiết đối chọi nhau.. Nhưng chỉ số này chẳng qua cũng chỉ là hệ số của Nghiệp/nhân duyên. Vì vậy khi hành động thấy vui không có nghĩa là Đạo đức

3. No Free will và Hình Sự
Hệ thống Tư pháp tòa án không đồng tình với Khoa học NB về Không có quyền tự ý hành động và tội phạm. Dù cho Thẩm phán am hiểu về hiện tượng Không Tự do Hành động, quyết định về phạm tội dựa trên sự kiện mà không dựa trên NB học hay Nghiệp.

4. Vật lý: Cơ Lượng Tử và Free Will: EPR nghịch lý (EINSTEIN PODOLSKY ROSEN PARADOX) gợi ý sự tương đồng của hai thể khác biệt trong cùng một hệ thống.

Hiện tượng "EPR nghịch lý" (Einstein, Podolsky, Rosen paradox) trong Quantum Mechanic được Einstein nghĩ ra để chứng minh sự suy diễn của trường phái Copenhague (Bi) của Bohr về Cơ Lượng Tử/Quantum

Mechanic là không toàn vẹn. Hiện tượng được tạo ra từ sự tưởng tượng của ba khoa học gia trên trong thập niên 1930 để phản biện về quan niệm của trường phái Copenhagen về Cơ cấu lượng tử (Quantum mechanic) là không hoàn chỉnh:

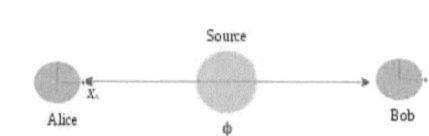

Thí nghiệm tưởng tượng EPR nghịch lý , khoảng 50 năm sau Alain Aspect làm thí nghiệm thực sự.

Hai electrons hay photons trong một hệ thống được bắn ra từ hai phía khác nhau theo hình trên. Mỗi Photon được quan sát chiều xoay (spin) cùng chiều hay nghịch chiều bởi hai quan sát viên Alice (Trái) quan sát Photon thứ nhất và Bob (Phải) quan sát Photon thứ hai. Kết quả là Electron thứ nhất (Alice) và thứ hai (Bob) lúc nào cũng cùng một chiều trên trục z (chú ý: vì Alice và Bob ở hai chiều đối nghịch nên chiều quay thành đối nghịch). Kết luận là hạt đi về phía Alice và hạt kia đi về phía Bob luôn luôn liên lạc với nhau. Từ đó Einstein kết luận là:

- Đặc tính của Photon hay electron có thể quan sát được (hướng quay spin, tương đương với sự kiện là Photon thứ hai có trị số nhất định trước khi đo) mà không bị ảnh hưởng bởi người đo và

- Chứng tỏ Quantum Mechanic còn có ẩn số (ám chỉ ẩn số làm hai Photon dầu chúng đã tách rời ra vẫn liên lạc nhau).

- Ẩn số "local **hidden**-variables" để giải thích Nghịch lý EPR được Einstein đặt ra thành vấn nạn vì Einstein tin tưởng ở thế giới là khẳng định/ Deterministic/God Doesn't Play Dice.

Cho nên Hạt không có Free Will phải xoay theo chỉ định sẵn có trước đó đã được lập ra. Einstein chủ trương Hạt trong Quantum Mechanic có trị số nhất định bởi quan niệm của thuyết định mệnh:" Thượng đế không chấp nhận may rủi". Nhưng Nielson Bohr bảo vệ quan điểm trường phái Copenhagen với thuyết nghi ngờ của Heisenberg. Theo quan điểm đó là vị trí và vận tốc không thể có được số đo cùng một lúc vì bị ảnh hưởng bởi người thí nghiệm. Thực tại không được biết trước khi quan sát. Trái với Enstein 's Moon: Mặt Trăng lúc nào cũng có dù có quan sát hay không.

Bohr cho là thí nghiệm trên không thực sự chứng minh hoàn toàn là có sự độc lập của Photon được quan sát bởi người làm thí nghiệm. Hai nhà khoa học hàng đầu tiếp tục biện luận nhưng hình như họ không lắng nghe người kia nói gì. Einstein sau đó cũng không thể tìm được thí nghiệm nào hoàn chỉnh hơn để chống đỡ thêm.

Hiện tượng EPR sau đó được chứng minh bằng thí nghiệm thực sự bởi Vật lý gia Alain Aspect năm 1982 (Giải Nobel Vật lý 2022) và Nicólas Nisin năm 1998. Einstein's Moon là có thật !. Thực chất của nghịch lý EPR là chứng minh Lượng tử cũng có tính chất **Non-Locality (Không Tại chỗ/Không Cục bộ) và Interconnectedness (Kết nối cùng khắp) như của Chân Không trong Phật giáo.**

Đi xa hơn nữa là định lý Bell (Bell's Theorem) trong đó hai hạt photons không cho đi trên đường thẳng và đối chiếu nhưng đi trên hai đường có góc độ θ thí dụ 90^0 thì độ đồng điệu là 0%, ở độ 60^0 chỉ còn 50% theo phương trình : C=cosθ. Định lý nầy chỉ là để làm rõ hơn nghịch lý EPR

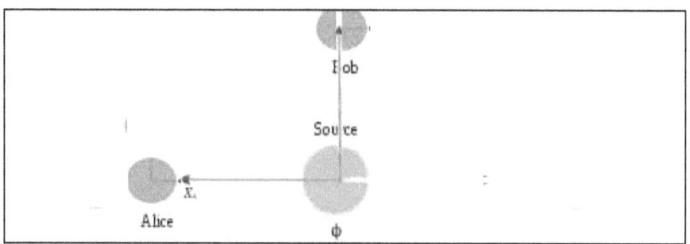

Khi nghịch lý EPR và định lý Bell được xác nhận bởi Alain Aspect thì rõ ràng thiên nhiên ở dạng vi mô kết nối cùng khắp và không tại chỗ. Vậy thực tại, tại chỗ, của Einstein chính là cơ chế **Non-Locality (Không Tại chỗ/Không Cục bộ) và Interconnectedness (Kết nối cùng khắp) của Chân Không**. Nhà Vật lý hiện nay sẽ không trả lời được nếu không nhờ đến Tôn giáo giải thích bằng Chân Không là Bản tâm không phân biệt và đồng dạng dù nhìn từ muôn chiều hay như khi với quan điểm Vô Ngã.

Như vậy theo EPR nghịch lý, *trước khi rời xa nhau theo đường thẳng, Hạt đã được chỉ định chiều quay rồi, và tùy theo điều kiện của thí nghiêm. Điều kiện thí nghiệm ở đây là tương đương với Nghiệp*. Trước đó, Hạt chưa được chỉ định chiều quay. Giống như con người phải chấp hành Nghiệp. Nhưng con người được tự do làm việc Đạo đức. Và chỉ có tự do ấy thôi.

Định lý Free Will theorem của John H. Conway và Simon B. Kochenla: *If we have a certain amount of free will, then, subject to certain assumptions, so must some elementary particles/Nếu chúng ta có chút tự do theo Mặc định nào đó, thì Hạt cũng phải có*. Vậy thì Hạt có tự do là làm theo chỉ thị của Chân Không là Bình Đẳng/Đồng dạng và Kết nối cùng khắp. *Có lẽ đó là Ẩn số cho vấn nạn của Einstein.*

Trở lại nghịch lý EPR, thí nghiệm trên chứng tỏ hai Photons/hay Electrons riêng rẽ nhưng cùng một hệ thống vẫn ràng buộc với nhau (Entanglement) vì là cùng chia xẻ một điều kiện Thí nghiệm/Nghiệp. Vì vậy Hạt Lượng tử cũng có Nghiệp của nó và tuân theo Nghiệp (và sẽ không cải lộn với Vật lý gia rằng "tôi" có tự do muốn quay chiều nào tùy tiện). Nếu Einstein không nghĩ ra EPR nghịch lý nầy, thì có thể cho đến ngày nay, người ta vẫn nghĩ photon có tự do quay spin theo ý của nó.

Nghiệp (xấu) là khi làm ngược lại ý chỉ của Đấng Sáng Thế/ cũng là Luật của Chân Không. Nghiệp xấu là VỊ NGÃ và Không TỨ VÔ LƯỢNG TÂM (TỪ BI HỶ XẢ) tức Tham Sân Si. Một tánh của Chân không là: không phân biệt, đồng dạng, tất cả là một, một là tất cả nên tuy ở nhiều chỗ khác nhau nhưng cũng như nhau. Nhưng thật là không đúng nếu nghĩ là hai photons chỉ là một: cái nầy là hình ảnh của cái kia hay như hai mặt của đồng xu.

Tóm lại NO Free Will là định luật phổ cập của Vũ Trụ. Có người sẽ phản đối vì quan niệm là "vi phạm nhân quyền!". Nhưng Nghiệp thì không có thể trốn lên trời, dưới biển hay trong hang động được như Đức Phật từng nói

II. NGHIỆP

Theo lý nhị nguyên: Trong "No Free Will"/Định Mệnh có "Free Will/Tự ý ". Trong " Free Will/Tự ý " có No Free Will. Trích dẫn:
    Trong truyện Kiều Thi hào Nguyễn Du bắt đầu bằng hai câu thơ sau;
Trăm năm trong cõi người ta,
Chữ Tài chữ Mệnh khéo là ghét nhau
Chử Tài ở đây là Ý muốn để thể hiện Tài năng và Mệnh là do Nghiệp. Câu thơ trên có thể tóm lược ý nghĩa thông thường là hành động con người là biểu hiện tương quan của Nghiệp (Mệnh) và Ý muốn   Nghiệp là: *Bắt phong trần phải phong trần*
Cho thanh cao mới được phần thanh cao
Người là Phật sẽ thành nên Ý muốn cương quyết như **vàng đá** có thể thấy qua câu thơ:
(Thúc Sinh) *Sinh rằng: "Giải cấu là duyên,*
Xưa nay nhân định thắng thiên cũng nhiều.
Tuy vậy, Ý chí là Tự ý cần đặt trong khuôn mẫu Đạo đức phản ảnh qua văn thơ:
    - Khi Ý chí Tài năng xử dụng không đúng chỗ như:
Có Tài mà cậy chi Tài
Chữ Tài liền với chữ Tai một vần
    - Và khi dùng với căn bản Đạo đức:
Thiện căn ở tại lòng ta
Chữ Tâm kia mới bằng ba chữ Tài

Vì Tâm là do Nghiệp tu muôn kiếp còn tài có thể chỉ là kiếp nầy

- Kant cũng đã nói: Tự do hành động là quyền Đạo đức chứ không Vị kỷ (free will as moral, not selfish: Kant's Third Antinomy' in *Critique of Pure Reason* (1781) sees us on the **one hand determined by natural law and on the other free because of our capacity to obey moral law**. Ngược lại là không Đạo đức.

- Vì vậy trong con đường tu học, có hai quyền tự do:
 i. Quyền tự do Phát tâm Bồ đề để quay lại Bản Lai diện mục,
 ii. Quyền tự do thực hành Bát chánh Đạo/hay Sống và Hành động tốt theo Tứ Vô Lượng Tâm. Nghệ thuật sống là hoàn thành sứ mệnh, sáng tạo và vươn lên tầm mức Đạo đức.

Ngoài ra các hành động khác gọi là Tự do Hành động điều khiển bởi Nghiệp cho nên phải được gọi là "Không Tự do hành động".

Cần biết rằng sống và làm theo Nghiệp mà không theo Tứ Vô lượng Tâm Bát Chánh đạo là càng tạo thêm Nghiệp làm nên sự chống chất Nghiệp, giữ mãi vòng luân hồi.

Thí dụ: *Thái tử Lưu Ly con Vua Ba Tư Nặc (đệ tử của Phật) bị vô tình làm nhục vì là con cua người hầu nô bộc với vua Tịnh Phạn, thề sẽ tiêu diệt giòng họ Thích khi lên ngôi. Quả nhiên khi làm vua, đã ba lần đem quân để báo thù nhưng cả ba lần đề bị Đức Phật đón đường ngăn cản. Lần thứ tư vua Lưu Ly lại khởi quân, Đức Phật liền coi lại tiền kiếp biết được là đó Nghiệp khi họi Thích đã diệt hết cá trong ao làng để ăn. Cá ấy sau này là giòng họ vua Lưu Ly. Vì vậy Đức Phật biết là không thể ngăn cản mãi được. Đức Phật không thê cuú liên tục được. Vua Cha nghe lơi Đức Phật không có quân đội tự vệ. Xong trận tàn sát toàn giòng họ Thích Vua Lưu Ly kéo quân về, trên đường nghĩ quân ở giòng sông cạn. Ban đên trận mưa và nước lũ giết sạch cả Vua và quân.*

III. CÂM BẤT ĐỘNG AKINETIC MUTISM Locked-in) (Arnt 2020)
Bịnh mất ý chí và khởi động ngôn ngữ, cử động mặt/tay chân va tình cảm, không thể biểu lộ tình cảm/apathetic va kông cảm thay đau, đói..... .
Cơ chế Bịnh Lý: (H9. 2,3)
Một cách tổng quát Câm bất động là do sự hư hại của sự giao hợp của Tâm và Lực (Tâm Lực bất giao hợp). Khác với Locked in syndrome (Thân bị khóa chặt do vết thương vùng Cầu não/Pons làm liệt thân thể tay chân ngoại trừ cử động mắt)

Giải Bao Trước /ACC /Anterior Cingulate Cortex
Có kết nói với Premotor, PFC, DN, PAG/PeriAqueductql Gray (*chuyên về diễn tả cử động cho tình cảm và thần kinh X đối giao cảm*)> ACC có vai trò

kích động nguồn năng lực của ý chí. Nghẹt mạch máu Não trước (Anterior Cerebral arteries), cắt bỏ ACC có thể làm ra AM tạm thời nhưng bịnh nhân lần lần phục hồi được. Lại nữa cắt bỏ ACC hai bên lại không làm ra AM chứng tỏ có nhiều bộ phận khác bị hư hại trong AM. Vì vị trí trung gian giữa VN Premotor, PFC va PCC và Hệ Vành, nên ACC làm trung gian cho cơ chế làm quyết định về yình cam như là đông cơ thúc đẩy tình cảm và vận động.

- **Striatum** (caudate nucleus and putamen (dorsal striatum, and nucleus accumbens (ventral striatum,) Nucleus Accumbens/NAc làm vui vẻ trong ý chí. Bed Nucleus of Stria Terminalis) kết nối với PFC và ACC là động cơ chính cho mọi hành động (có Tri Thức/TR) Dorsal Striatum liên hệ nhiều đến Ý chí với ý chí hoạch định. H[Caudate N./Dorsal Striatum làm nên lạnh cảm/apathy, Ventral Striatum đến ước muốn. Hư Ventral Striatumlam mất hứng thú (anhedonia)
- **Hệ Vui Khen Thưởng Hạ Vành MesoLimbic and NigroStriatal DOPAergic pathway** (VTA, SN/Substantia Nigra +**Nucleus Accumbens/NAc+ Amyd+ HIPPO+ PFC**)

Điều hợp động cơ thúc đẩy Ý chí=**Vui Chơi, Khen thưởng**
Dopa=Mesolimbic Pathway

Biên luận: NB là hộp tiên đoán cho TR, vai trò chủ chốt cho tiên đoán là ACC để nhận diện thông tin ngoại biên /Nội tạng bằng cách so sánh với Nội Thức và Tình cảm Nhập Thân (Embodies Emotion). Vì vậy hư hại ACC làm mất khả năng nội tại liên quan đến TR mới Tình cảm mới có được từ thông tin mới nhưng không mất TR đã sẵn có Ventral anterior (VA), midline/intralaminar and mediodorsal thalamus có nhiệm vụ về hướng đến mục tiêu (Tekin and Cummings, 2002)

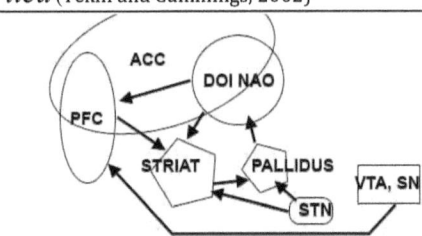

H9.2 ACC; Anterior Cingulate Cortex (*chức vụ khám phá sai biệt thông tin ngoại biên với Nội tâm để khơi lên ý chí cho ý tưởng mới*), BG: Basal Ganglia== Stratum+Pallidus, VTA:Ventral Tegmental Area, STN: SubThalamic N, dùng DOPA để làm công việc thôi thúc cho hành động, ý chí và vui chơi). **Đồi Não /DN** Kích động bởi Ventral Pallidus và Globua Pallidium, rồi lại kích động PFC và Dorsal và Ventral Striatum

Điều hợp động cơ thúc đẩy Ý chí (Arnt 2020)
Tình trạng của một chi (tay, chân) cử động ngoài ý muốn hay ngược lại, cử động có thể phức tạp.

III. CHI NGOẠI LAI/ ALIEN LIMB (H9.4)

Thí dụ khi hành động qua thị giác, luồng dẫn truyền Trên không được điều hợp và ức chế từ Basal Ganglia và PFC nên kết quả là không kiểm soát , chỉ làm như theo ý riêng của ai khác làm cho bịnh nhân hoảng sợ, như hình (Wolpe 2019, Panikhath 2014, Graff-Radford 2013 Darby 2018,) (H18.4)

IV. Bản Ngã Cao: Tính Gia Trưởng và Sở hữu chủ (H18.5)>>>

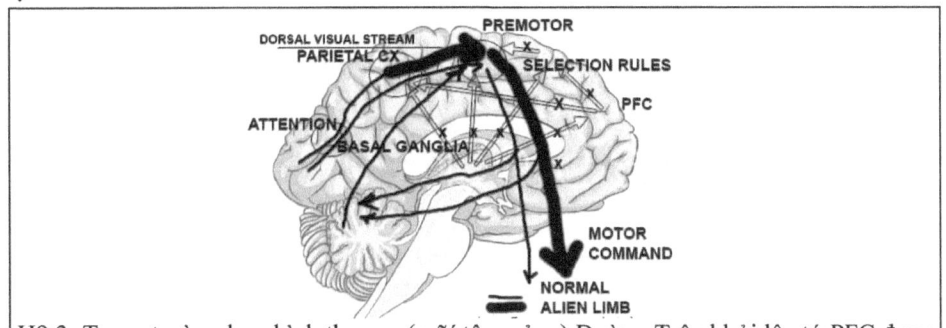

H9.3: Trong trường hợp bình thương (mũi tên mỏng) Đường Trên khởi lên từ PFC được ức chế bởi Basal Ganglia (mũi tên trống) là điều hợp động tác   Trong AM: không được ức chế nên hành động quá trớn

Chủ trương Tự do Hành động, Ngã mạn

Tính Gia trưởng (sense of agency=SoA) và Sở hữu chủ (sense of ownership=SoO) fMRI cho thấy vai trò vùng Não Bộ Angular gyrus (AG) IntraParietal Sulcus/IPS (Rao 2017, Braun 2018). Thùy Đảo/Insula Vùng Não Bộ nầy kết nối với Giải Bao Trước /ACC để kiểm soát hoạt động của dorsolateral PFC (Chambon 2013), VN Nội Thức gồm Giải Bao Sau/PCC. vmPFC , Tiểu Não và Tiền Vận động (David 2009). Đặc tính quan trọng của tính Gia trưởng là tính Vị Ngã/Hữu Ngã trầm trọng

SoA/Sense of Agency và SoO/Sense of Ownership cũng bao gồm cả sở hữu cơ thể và liên hệ đến Free will. Thí nghiệm: Rubber hand illusion/Ảo giác tay nhựa (Braun 2018), (RHI) được thực hiện với bàn tay thật dấu dưới bàn và bàn tay giả bằng nhựa để trên mặt bàn ngay trên bàn tay thật. Bàn tay giả được nhìn bởi người được thí nghiệm và được kích thích cùng lúc với bàn tay thật dấu dưới bàn. Xúc giác và thị giác chuyển lên Vỏ Não làm người ta có cảm giác từ tay giả tạo nên SoO. SoO sẽ dễ có được nếu tay thật và giả giống nhau, đặt gần nhau và cũng được kích thích giống nhau. SoO có thể được gây ra cảm giác như vậy mà không cần bàn tay giả hay với bộ phận cơ thể khác với bàn tay, có thể áp dụng cho toàn cơ thể. Cơ chế tạo nên cảm giác được đề nghị theo cơ chế Neurocognitive model (*Mẫu Trí Thức Não Bộ*): cảm giác được đưa đến Não Bộ và được so sánh với hình mẫu đã có sẵn trong Não Bộ như đã đề cập trong phần Nội Thức. Nếu cảm giác tạo nên hình ảnh phù hợp với hình ảnh trong Não Bộ thì SoO được tạo thành.

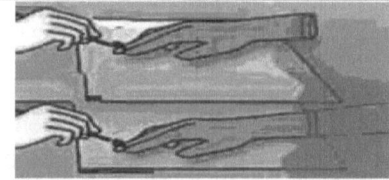

H9.4 Rubber hand illusion (RHI):: Tay giả và tay thật cũng bị kích thích, sau 1, 2 phút có cảm giác tay giả là tay thật (Braun 2018).

Rối loạn SoO cũng được dùng để giải thích các hiện tượng như: Không nhận ra phần cơ thể, Phantom limb, Ảo giác có thêm tay chân, Ghét tay chân,...Cảm nhận có người thân bên cạnh, Xuất Hồn, Autoscópy, Heautoscópy (*tự thấy*). Nặng hơn nữa là Delusion (hoán tưởng), Depersonalization, Dissociation (*nhiều nhân thể*), Cotard's syndrome (*hoán tưởng rằng mình đã chết*) (Debruyne 2011).

Chương 10: ĐỒNG CẢM/EMPATHY VÀ VỊ THA, TỪ BI HỶ XÃ , THAM SÂN SI, VỊ KỶ

Đồng Cảm/Thấu Cảm/Empathy và Vị Tha

Tóm lược

Tình yêu thương đồng loại thể hiện dưới Đồng Cảm/Thấu Cảm/Empathy và Vị Tha là phần biểu hiện tình cảm sâu đậm giữa Sinh vật hay người với nhau. Tình cảm trên có phần tự nhiên do cấu tạo NB gồm các nhân chất xám như Amygdala (phản xạ có điều kiện), Nucleus Accumbens/NAc, VTA (vui, khen thưởng) và Basal Ganglia (học hỏi) với các chất thần kinh dẫn truyền về yêu thương Oytocin Vasopressin (yêu thương ràng buộc) và DOPA (thôi thúc) đều có ở Sinh vật và Người. PeriAqueductal Gray kết nối với nhân thần kinh X (Porges' Polyvagal)thêm vào các Hormones trên làm ra biểu lộ tình cảm ngoại biên. Tiến lên cao trong phát triển chủng loại, Khi Vỏ não Insula (tình cảm sâu đậm), Giải Bao Trước /ACC (phân tích, so đo)và PreFrontal Cortex (giao tế xã hội),dlPFC/ dorsolateral PreFrontal Cortex (quản lý trung ương) lập thành, thì tình cảm càng sâu đậm hơn nhưng thêm vào đó là Lý trí suy tính và lợi dụng. Từ căn bản NB trên, Tình yêu thương đồng loại chia ra nhiều trạng thái khác nhau và phản ứng tình cảm hành động có thể cá biệt. Sự hiểu thấu cơ chế phát triển tình cảm đồng loại có thể góp phần hiểu tình cảm của loài vật nhất là thú yêu . Hơn thế nữa Tình yêu đồng loại có thể tăng lên do giáo dục học đường xã hội, để hợp với Thiên nhiên trong khuynh hướng bảo tồn giống nòi.

1. Đồng cảm được ghi nhận trong lịch sử Tâm lý học 414414 (H10.1) chỉ cách đây khoảng nửa thế kỷ cho các tình cảm liên hệ về vấn đề trên. Trong đồng cảm, Tri Thức ngũ quan và TR nói chung (Thức thứ 6), không những thấy ở người mà còn ở súc vật. Có thể chia ra hai loại: Đồng cảm do cảm động và do hiểu biết (MacLean 1967 Marsh 2018).

Đồng cảm là sự hiểu biết, nhạy cảm trong tình cảm để biểu lộ với người đang có một hay nhiều hiện trạng. Thí dụ người Đồng cảm đã có kinh nghiệm về hiện trạng, nhưng người được đồng cảm thiếu cách để diễn tả tâm trạng . Sự đồng cảm có thể có những đặc tánh tương đồng với kết nội giữa vạn vật, điển hình nhất là hiện tượng các hạt lượng tử gắn bó với nhau dù xa nhau ngàn dặm.

Có thể gây nên kích động hậu chấn thương/ PTSD, Tâm lý lo âu (Burn out) cho người đồng cảm.
Biểu lộ Sự Đồng cảm thường lây lan đến người thứ ba do:
    - Bắt chước nhau (mimicry) vì sự diễn tả tâm trạng bằng ngôn ngữ, nét mặt, điệu bộ tay chân... (dùng Tế bào gương /Mirror cells ở PFC là

nhóm tế bào ở PreFrontal cortex nằm trước Premotor Cortex) giúp sinh vật bắt chước nhau. Nghiên cứu ở loài chim Sơn ca, chim con nhìn chim mẹ đang hát để tập hát.

- Tình cảm lây lan, có thể do Đồng cảm hay không: Thí dụ như trẻ em khóc theo lẫn nhau.

Tuy vậy trạng thái tình cảm người thứ ba không hoàn toàn phù hợp với định nghĩa Đồng cảm vì nhiều khi thiếu kinh nghiệm về thực trạng.

-Đồng cảm cũng là một quá trình kinh nghiệm, Tri Thức/TR và học hỏi. Người có kinh nghiệm dễ có Đồng cảm.

Phân loại chính :
Đồng Cảm về : Thu nhận vật cho.
- - Hiểu biết (chia sẻ hiểu biết).
- - Phản ứng trở lại, trả lời câu hỏi.
- - Hòa đồng với người khác trong nhóm.
- - Trong Y khoa, giữa Bịnh nhân và Y sĩ.

Vô Ngã và Bản Nga 421

2. Vùng kích động là gồm nhiều phần khác nhau của NB tùy theo loại tình cảm : (H10.2)

a) Đồng cảm do tự nhiên tình cảm (Cognitive) làm kết nối qua lại các nhân sau: **Anterior Insula** (Đồng cảm về sự Đau và Ghê tởm, Suy nghĩ sâu đậm= cảm giác mạnh), Giải Bao Trước /**ACC** (điều chỉnh hay kiểm tra lại...), mPFC (giao tế xã hội tình cảm), Amygdala (lo sợ, đường phản xạ Pavlov đến Amygdala/Hạnh Nhân để tạo ra vòng cung phản xạ), Ventral Striatum/Nucleus Accumbens/NAc về khen thưởng, subgenual ACC Giải Bao Trước / phân biệt sai trái, TPJ: điều hành.

b) Đồng cảm do TR (Mentalizing) thêm các vùng về liên lạc Xã hội như: mPFC, Posterior và Superior Temporal cortex, học hỏi và thường có ở người lớn.

c) Kích động PAG/PeriAqueductal Gray -Hệ thống Polyvagal (Porges) cũng có thể bị kích động (cảm giác tê người, ngất xỉu, khóc, cười...)

3. Phân biệt với:

a) *Thấu cảm* cũng là Đồng cảm nhưng tình cảm thường đi sâu hơn vô tâm hồn người đang có hiện trạng: Insula bị kích động mạnh hơn. Cho nên Đồng cảm và Thấu cảm là hiểu người khác rồi từ đó kích động hệ thống NB và tình cảm.

b) *Thiện cảm*: Gần với Đồng cảm nhưng Đồng cảm là quan niệm mới hơn và người Thiện cảm có thể không có kinh nghiệm về tình cảm về vấn đề đang gặp. Vùng mPFC cần được kích động.

c) *Đoán tâm lý người khác* (Theory of mind) Khả năng hiểu tâm lý người khác và gắn nhãn hiệu tâm lý đó lên nhân vật ấy. Đó là khả năng cần thiết để giao dịch. Khả năng nầy kém ở người bị bịnh Tự kỷ/Autism, ADHD, nghiện rượu, thuốc, điên loạn.

d) **Lòng Trắc Ẩn, Từ bi, Bố thí**: Tình cảm ít hơn Đồng cảm nhưng nặng về ý nghĩa chia sẻ để cho nhẹ đi gánh nặng của hiện trạng (thí dụ như đau) của tha nhân. Đó cũng là lòng nhân hậu. Lão Tử nói:
Ngã hữu tam bảo: Nhất viết từ, nhị viết kiệm, tam viết bất cảm vi thiên hạ tiên"
(Ta có ba của báu, một là lòng nhân hậu, hai là đức giản dị, ba là hạnh không tranh hơn với ai).

Lòng trắc ẩn cần sự tham dự của hệ điều hành trung ương (dlPFC-IPS) để vạch ra kế hoạch giúp đỡ có tính toán mà không cần có nhiều biểu lộ tình cảm như trong Đồng cảm.

Lòng trắc ẩn kích động hệ khen thưởng: bố thí.

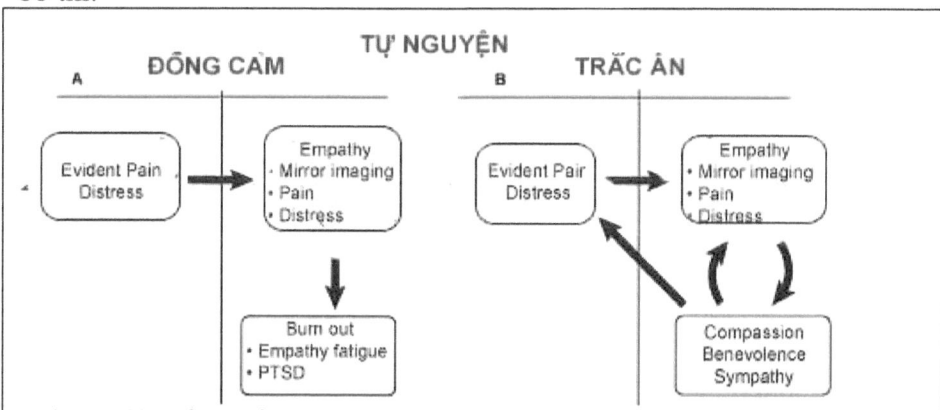

H10.1 A: Cảm nhận tình trạng người khác làm mình xúc cảm mạnh
B: Cảm nhận tình trạng người khác làm mình hành đông có tình cảm

-Ventral Striatum Nucleus Accumbens/NAc, VTA, vmPFC OPFC (chuyên về Đạo đức) (Klimecki, 2014) Tusche 2016)   .
- Có thể đưa đến sự Đồng cảm, lo âu mệt mỏi gây nên lòng trắc ẩn mới và **e) Bố thí**:
Có nhiều ích lợi vì làm vui người nhận người cho, bớt tính tham diệt Ngã. Vì quan niệm của cải là phục vụ cho thân thể mà thân thể là tạm bợ, nhưng phước bố thí là trường tồn. Con người không sử hữu gì trong thiên nhiên, nhưng được phép xữ dụng tài sản theo nhu cầu, theo công sức và Nghiệp phước. Bố thí đi những gì dư dùng

Phân biệt hai loại Bố thí:

- Bố thí vì đồng cảm : tương ứng với Bố Thí Tịnh/Vô Tướng, (Độ chúng sanh mà không thấy chúng sanh nào được độ/Không trụ nơi Tướng) xuất thế gian, không cầu phước, không Ta , không người nhận, không có vật bố thí vì vật bố thí vốn là vay mượn, tức là Tâm không điên đảo.

Bố thí Thanh Văn là Bố thí vì sợ sanh lão Bệnh tử. Bố thí Phật là cho toàn chúng sanh. Pháp thí thì trọng hơn là Tài thí.

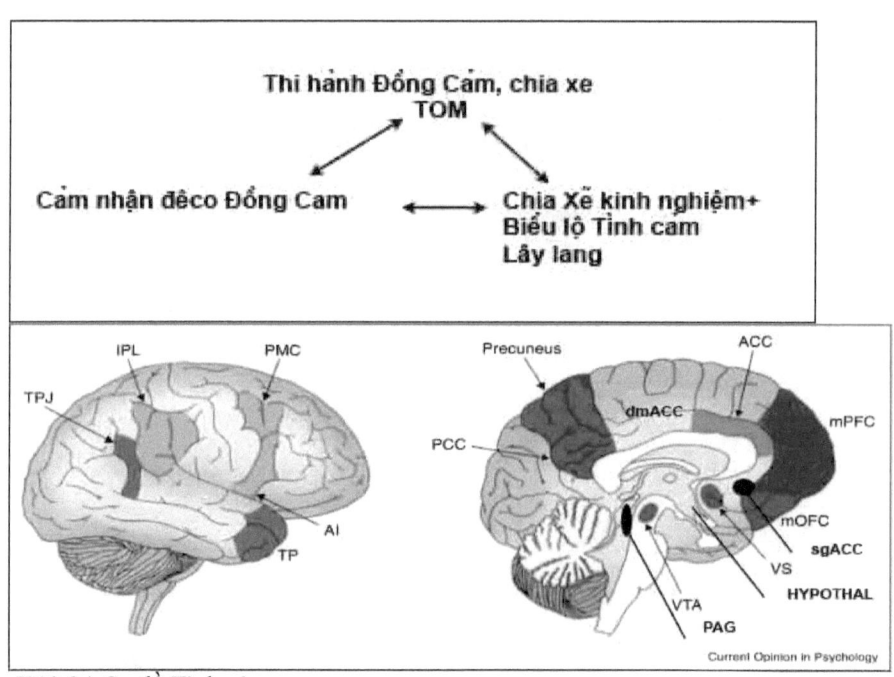

H10,2A Sơ đồ Tình cảm
A: Liên hệ giữa TOM, Cảm nhan va Chia sẻ Đồng cảm
B: Khởi đầu từ AI, tùy theo loại tình cảm các vùng trên kết nối với nhau .
VS: ventralstriatum, AI /Anterior Insula, TOM: Theory of Mind/Đoán tâm lý người khác
IPL, PMC+ Giải Bao Trước /ACC : chia sẻ, TPJ+ Temporal Pole+ MPFC+ Giải Bao Sau/PCC+Precuneus: Trí nhớ, so sánh (Giải Bao Trước /ACC) tình cảm bị kích động, OPFC+ VTA (DOPA)+ Ventral Striatum: Đồng cảm (Zaki 2012). TOM: Theory of Mind

Vùng NB: VN anterior insula (AI) và anterior mid cingulate cortex (aMCC) (Singer and Lamm 2009) cũng được kích động trong Đồng cảm. Đó là tình cảm vô vị lợi vì lòng quảng đại. AI-aMCC là vòng dẫn truyền chia sẻ bởi người đang đau và người đồng cảm.

• Bố thí có dự kiến tính toán/perspective taking hay Bố thí có Tri Thức/Cognitive empathetic giving : tương ứng với Bố thí Bất Tịnh như vì mê si, sợ sệt hiểm khích, khoe khoang, kiêu mạng.
TPJ/ Temporoparietal và Superior Temporal Sulcus tương ứng với Vỏ não liên hệ đến hoạch định và quan điểm/Perspective taking (Tusche et al., 2016,Singer, 2006, 2012; Kanske et al., 2015a)).

f) Ngã, Nhân, Chúng sanh và Thọ giả. Phát xuất từ quan niệm Chân không diệu hữu : Ngã (cái Tôi) Nhơn (người khác) Chúng (các chúng sanh) Thọ giả (người vật thọ hưởng) có bản chất là không. Vô ngã là Tâm trong trẻo bằng phẳng và không phân biệt. Tâm không phân biệt cũng đã được thể hiện trong Thiên chúa giáo: Theo Cựu ước, Vì suy tư/Tâm phân biệt làm Tâm Hồn nặng nề bởi chồng chất những tư tưởng thiên về thực nghiệm và làm triệt tiêu (hay che phủ) Tâm linh/Phật tánh.

4. Vị tha (Altruism) - H10.3A,B

Vị kỷ ((Selfishness). Vị tha /Altruism là tiếng, từ gần hai thế kỷ trước, được nhà Tâm lý học Auguste Comte đặt ra từ tiếng Latin Alteri (tha nhân) để chỉ ra tinh thần Đạo đức đặt nhu cầu thiết yếu của người khác lên trên nhu cầu cá nhân. Từ đó có nhiều quan điểm trái chiều:

a) Con người có căn bản là vị kỷ, để tự bảo tồn (Dawkins, 1976).

b) Ngược lại là quan điểm của con người là Vị tha (Davidson 2015) dựa trên căn bản và xã hội (Sonne 2018) để sinh tồn giúp đỡ lẫn nhau.

c) Lý do có lòng Vị tha
Thường liên hệ đến người thân, quen biết hay đồng chủng/giống nòi.

i. Khảo cứu về sự tiến hóa giống nòi đã đặt ra vấn đề di truyền nòi giống sống còn dựa trên lý thuyết ưa thích lựa chọn không khách quan người thân thuộc của con người (Simon et al., 2013; Gardner,2015). Sự thân thuộc được thể hiện trên tính cách sinh tồn của Genes giống nhau hơn là sinh tồn của cá thể. Lý thuyết được hỗ trợ bởi khảo cứu khoa học (Madsen 2007). Sự kiện trên có thể liên hệ đến sự gần gũi nhau hơn là trên tính cách di truyền của genes (Stewart-Williams 2008).

ii. Có nhà nghiên cứu thì cho rằng cá nhân thích hợp nhau là yếu tố nổi bật (Zhang et al., 2014; Kennedy et al., 2018) phù hợp với thuyết tiến hoá dựa trên căn bản văn hóa và ngoại hình. Bản năng nuôi dưỡng con cháu là một yếu tố quan trọng. Ngoài ra vì bản năng sinh tồn sinh vật có thể hi sinh lợi ích cá nhân cho lợi ích chung cho tập thể. Tóm lại tình cha mẹ, gia đình, di truyền là những thông số.

    iii. **Yếu tố văn hóa xã hội** cũng quan trọng. Nghiên cứu cho thấy trẻ em 3-10 ở USA ít vị tha hơn ở Phi châu Kenya. Khi AMYGD (dùng chất DOPA) bị kích động (dùng phương pháp chụp hình fMRI) con người hướng nhiều về vị kỷ (Rule et al., 2010). Schreiber et al. (2013). Đảng viên phái Bảo thủ Republican ở Mỹ thấy tăng kích động ở AMYGD Phải (phản xạ có điều kiện), trong khi đảng viên Dân chủ có kích động Anterior Insular (tình cảm) (Kanai et al. 2011). Người có khuynh hướng Vị tha có Giải Bao Trước /ACC (khuynh hướng chọn khen thưởng, sửa sai lầm) to và dày hơn. VN fusiform Trái (của Temporal Lobe) và AMYGD Trái thường được kích động ở người bố thí tiền bạc cho người nghèo.

  d) Hóa chất kết nối:

   -Oxytocin (Paraventricular Nucleus) là kích thích tố về cho con bú sữa cũng liên hệ về yêu thương thường tăng lên và liên hệ đến sự thân mật giữa người và người (dễ tin và lòng quảng đại). Oxytocin giảm sự sợ hãi, kỳ thị chủng tộc, tăng sự đồng cảm, *Oxytocin cũng làm tăng lành vết thương da thịt.*

   -Vasopressin là Hormone về Antidiuretic, làm tăng tình thương người, kết nối người với nhau trong xã hội.

Người bịnh Nhân cách (Psychopath) là người thiếu tình cảm, thiếu đồng cảm, phạm luật, thiếu thành thật, hay gây gổ. PFC, AMYGD và Hypo kém hoạt động nhất là vùng vmPFC có vai trò về Đồng cảm. Amyd kết nối nhiều với Hypo là vùng sản xuất ra Oxytocin và Vasopressin AMYGD kém hoạt động ở trẻ em lì lợm không biết sợ và thường không chịu học hỏi. Sự gan dạ tỉ lệ với thể tích của Basal ganglia. Ventral Striatum, VTA làm ra DOPA, kích động Nucleus Accumbens/NAc làm nên gan dạ (vì được vui thích ở Nucleus Accumbens/NAc).

  e) Vị tha thái quá (Zealous Altruism, Good Samaritans) (Sonne 2018)
H15.4 Vùng chất xam
Ở trẻ em từ 4-7 tháng đường dẫn truyền kết nối về đọc tâm ý người được lập thành (vmPFC) giúp trẻ em nhận diện người thân. Từ đó gia đình xã hội và văn hoá giúp hệ thống trên phát triển để nhận ra người giúp đỡ chúng hay người có thể hại chúng. Đến 1-2 tuổi chúng biết giúp đỡ người khác. Trẻ em ở Viện mồ côi ít có tình cảm xã hội do hệ thống Dopamine trong khen thưởng của Striatum, như NA, VTA và Substantia Nigra là nơi có Receptor của Occytocin thấp.

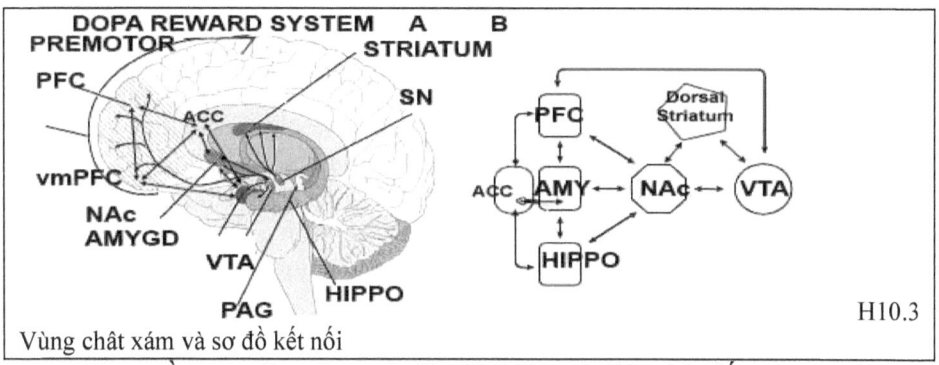

H10.3
Vùng chất xám và sơ đồ kết nối

Di truyền của Psychopath là 40-70% và liên hệ đến Oxytocin và Vasopressin receptor genes có thể tìm thấy bị hư hại ở Psychopath.

Một số người sẵn sàng hi sinh mạng sống để cứu người khác là do Tự tánh (Instinctive) và Hiểu biết (Cognitive). Darwin cho đó là đức tính của con người trong tiến hoá. Ngoài ra còn có yếu tố khác : đó là con người được trang bị phần NB đoán biết tâm lý người khác để đồng cảm cũng là yếu tố quan trọng trong tiến hoá. Yếu tố ấy chưa được biết ở thời điểm của Darwin

f) **Thiền Yêu thương và Tử tế** (Loving Kindness Meditation, tiếng Pali=Metta)
Là pháp Thiền để phát triển tình cảm tốt đẹp và dứt bỏ tình cảm xấu như giận ghét, lạnh lùng ích kỷ, trù ếm, buồn bực...

Nhắc lại Thiền dùng hai đường Chú Ý trên xuống và dưới lên trong NB. Đường Chú Ý trên là thở vô ra như trong phép Thiền Vipassana /Tứ Niệm Xứ, Đường Chú Ý Dưới lên là nghĩ đến sự Yêu thương Tử tế. (Trong Thiền Vipassana: đường dưới lên dùng để chú ý đến hoạt động cơ bắp/thân thể). Sau đó hồi hướng về người mình yêu thương và giữ trạng thái tinh thần trong khoảng không gian tình cảm đang có.

Cũng như các phương pháp Thiền khác, pháp Thiền này cũng làm giảm đau, nhất là khi bịnh nhân có yếu tố tức giận (td: đau lưng). Telomeres dài ra tương ứng với sự sống lâu (Hoge et al 2013). Ngoài ra, pháp Thiền giúp phát triển tình yêu thương biểu hiện tình đồng cảm (Goleman and Davidson (2017) Mascaro2015 Lee et al 2012 . Các vùng NB liên hệ như Perceptual/motor Amygdala/Hạnh Nhân Cảm nhận về lo sợ, InferiorfrontalgyrusAnteriorinsula Anterior cingulate cortex (tình cảm) DorsomedialPFC, dlPFC Temporoparietal (quản lý về bố thí) hệ Polyvagal được kích động (biểu lộ tình cảm).

Tuy nhiên cách Thiền như trên hướng về đời sống hiện tại và ít chú trọng đến Nội Thức nên phần Tuệ của Thiền Định ít được phát triển.

Tóm lại
Tình yêu Đồng loại bàn ở trên vừa có tính chất tự nhiên và vừa có tính cách hấp thụ từ sự trưởng thành trong môi trường gia đình, học đường và Xã hội. Sự kiện trên tạo nên nhân cách đặc biệt của mỗi người trong Xã hội. Tình yêu đồng loại vừa thể hiện sự ràng buộc không được tự do hành động (hành động theo bản năng) và Tự do hành động theo ý muốn. Đó cũng là cơ cấu tạo nên Nghiệp của mọi người.

5. BẢN NGÃ, THAM SÂN SI, Mạn, Nghi và TỪ BI HỶ XÃ
Tham Sân Si (TSS) thường được gọi là Tam Độc thường đi đôi với Mạn (ngã mạn) Nghi (ngờ) và là nhân cho các Tâm bất thiện. Trái lại Tâm Thiện là Tâm không có nhân TSS hay có nhân không TSS. TâmTSS là ở trong sáu nẻo luân hồi, với Dục giới, giảm bớt ở cõi Sơ thiền và còn chút ít ở Nhị Thiền. Ở bậc Tam thiền và Vô sắc giới thì TSS bị triệt tiêu.
Tham còn bao gồm Được/Thua,Khen/Chê/Vinh/Nhục Vui /Buồn
Hành vi Đạo đức thể hiện bằng Bố Thí, Đồng cảm, Trắc ẩn nếu
do TSS thì Nghiệp tốt bớt đi rất nhiều.

TSS xuất phát từ Vô Minh tạo nên Bản Ngã/Cái Tôi Xã hội, có Nhân là Nghiệp, sống trong môi trường gồm: bạn bè, người thân xấu, thiếu tiếp xúc với thầy tốt, không học hỏi được điều tốt . Thêm nữa là thiếu quyết tâm tu hành, thiếu suy nghĩ (hay có Tà kiến, suy nghĩ không sâu sắc, ít học) ít làm việc Đạo đức.
Quả của TSS là Nghiệp ác để tái sanh trong tầng dưới của sáu nẻo Luân hồi.

a) Vo Ngà và Bản Nga hay cai Nga gia hiệu. Moi sanh vật duoc tao ra tu sang the (Chan Khong do tu tanh nen co Vo Niem sanh ra Vu tru). Vi vay chi co Chan Khong hay Phat Tanh Tanh Linh/Ban Tam la co tu tanh nen co Chan Nga. Ngoai ra cac phap/sanh vat va vu tru khong co Chan nga nen goi la Vo Nga. Sanh vat duoc tao duoc gan len nghiep cua kiep tuoc va lien tuc tao them Nghiep khi song. Tat ca Nghiep duoc luu tru o Mang Mac Dinh (noi luu giu moi Tri Nho). TN hien doi va tien kiep la bieu hien dac sac nhat cua tanh cach moi sanh vat na goi la Ban Nga va tam so huu phi phap. Phi phap vi moi vat the /Phap cua the gian la cua Dang Sang the , chu khong cua rieng ai (Vo so huu). Ban nga la goc re lam nen tinh cam, hanh dong tao nen Tham San Si. Nguoc lai khi Vo Nga, co che yeu thuong voi tam Vo so huu lam nen Tu Bi Hy Xa b). **Tham Sân Si : Lậu hoặc gồm trần sa (Tham sân si), Kiến hoặc (mê về lý) và Tư hoặc (mê về sự vật)**

    i. **Tham** là sự dính chặt vào ngoài đối tượng (Trần), kết hợp với sự đam mê, ham muốn và chiếm giữ DANH và SẮC gồm SÁT ĐẠO (ăn cắp) DÂM. Tham thường đi đôi với Lo sợ mất đi đối tượng Tham. Thí dụ nhà đầu tư luôn luôn lo sợ mất đi của cải. Tham cũng có thể kèm theo sự liều lĩnh và phán đoán làm hại người khác.

    ii. **SÂN**: nóng giận, thô bạo, gây thiệt hại, ghen ghét, thù hận có nguyên nhân hay không nguyên nhân.

    iii.. **SI**: u mê, Vô Minh, Nghi ngờ chánh pháp gây ra do màng Vô Minh. Vô minh là gốc rễ của Tham, Vì Tham nên dễ Sân hận.

Tham lam, Dục vọng Sự Lo âu và Sợ sệt, https://alo.mit.edu/wp-content/uploads/2015/12/lo.pdf)

Sợ sệt được kiểm soát bởi hệ thống vùng Não Bộ gồm Amygdala/Hạnh Nhân, PFC (vmPFC, medial PFC), HIPPO và Hypothalmus. Amygdala/Hạnh Nhân kết nối với HypoThalamus và Periaqueducal để tạo ra các hormones cho sự sợ sệt. Kết nối liên hệ đến sợ sệt là: Nucleus Reuniens/nhân Đoàn tụ (NRe) điều hợp giữa HIPPO -medial PFC, là vùng chủ yếu cho TN sợ hãi về nơi chốn và xúc cảm.

Chú Ý: Nhân Amygdala là trung tâm cho phản xạ có điều kiện (Pavlov). "Điều kiện" vì nhân cần kết nối với HIPPO, vmPFC (thể hiiện kinh nghiệm + suy tư trong quá khứ) để có phản xạ hợp lý (H4.6)

Phần đọc thêm KHNB
Ức chế NRe/Nucleus Reuniens bằng dược chất có thể kiểm soát được sợ sệt và TN. Vai trò của NRe được công nhận là quan trọng trong nhiều khảo cứu (Ramanathan 2018). RE cũng là chốt quan trọng trong TN Hiện hành cùng với PFC (Engle, Kane, & Tuholski, 1999; Engle, Tuholski, Laughlin, & Conway, 1999)
Sau khi TN được bảo tồn, cũng như các loại TN khác TN sợ sệt cũng có thể được lấy ra được và sau đó sẽ được bảo tồn trở lại. Chích Anisomycin, hay ức chế NMDAR bằng D,left-2-amino-5- phosphonovaleric acid vào vmPFC sau khi huấn luyện làm mất TN xa LTM (24 giờ) nhưng không làm mất TN gần /STM /Short Term Memory (3 giờ). Điều đó chứng tỏ Thụ quan NMDAR là cần thiết cho bảo trì TN ở vmPFC (Akrirav 2006)
Thêm nữa đã có nhiều khảo cứu về vai trò quan trọng của giấc Ngủ trong sự bảo toàn cho TN, kể cả TN về sợ sệt hay xúc cảm vui buồn, phấn khởi cũng như trầm cảm. Hệ luận của giấc Ngủ là sự thay đổi Tâm tư tình cảm và hạnh kiểm vì TN lo sợ được duy trì trong Não Bộ. Lại nữa theo quan niệm chung là giấc Ngủ đầy đủ sẽ bồi dưỡng Não Bộ và điều hòa tình cảm. Mặt khác sự sợ sệt lo âu cũng là bản năng sinh tồn của mọi loài vật kể cả con người, và cũng có thể coi là một phản xạ có điều kiện. Phản xạ có điều kiện trên có thể không cần dùng nhiều đến Tri Thức. Sự đối nghịch trên được điều khiển bởi một vùng ở Cầu Não là Dorsal subceruleus nucleus (SubCL). Sinh vật vẫn giữ được khả năng bảo tồn TN sợ hãi sau khi được huấn luyện làm cho sợ hãi nếu SubCL không bị hư hại, và ngược lại khi SubCL bị hư hại thì mất khả năng bảo tồn tế bào sợ hãi. SubCL cũng là nơi Cầu Não làm nên sóng P trong EEG (Siwek 2014)

Cơ sở KHNB của TSS và TBHX là: (Li 2019)
Sợ sệt là sự lo âu không chính đáng. Làm tăng Adrenaline và Cortisol và tăng huyết áp và mạch do kích động hệ thống Sympathetic và cũng liên hệ đến di truyền hay thói quen do học tập hay môi trường xã hội. Lo âu cần cho

sự sống nhưng sợ sệt có thể giúp đỡ hay làm hại. Loài vật bị cắt Vỏ Não thái dương mất Amygdala/Hạnh Nhân trở nên không còn sợ sệt. Trong phản xạ của Pavlov, luồn thần kinh thính giác của tiếng chuông đi đến Amygdala/Hạnh Nhân. Amygdala còn được kiểm soat từ đó tiết ra chất Glutamine gây nên tác động của phản xạ có điều kiện Pavlov.

Tham lam và Dục vọng là đặc tính sinh tồn của loài vật, thường bị ức chế bởi Đạo đức. Đạo đức có trung tâm ở vmPFC thường đối chọi lại với tham lam dục vọng. Sự tham lam là phản ứng tự nhiên của sự sợ sệt. Trong khủng hoảng kinh tế, nhà đầu tư có thể rút tiền đầu tư để mua công khố phiếu có tiền lời cố định, phản ứng lại sự sợ sệt bị mất tiền nhiều hơn nữa và thấy vui hơn. Nhà đầu tư kinh nghiệm thường đặt ra quy luật "Double coincidence of wants" (đổi chát hàng không dùng tiền) để ức chế bớt phản ứng lại dục vọng kích động bởi một trung tâm kiểm soát sự ưa thích (bởi thức ăn, âm nhạc, sắc đẹp, yêu đương, sex). Homo Economicus có thể được coi là khuôn mẫu kinh tế học thường dùng như đạo đức và là thành phần của Nội Chuẩn Thức. Có quan niệm Tham thường thấy ở người Nam , các nhà độc tài. Testosterone có thể làm tăng DOPA. Quyền lực làm tăng Tánh Tham bằng chứng là người phạm luật giao thông có khi là người có quyền thế am hiểu luật lệ. Nhân cách Tham /Greed personality và nhân cách liều lĩnh có thể song hành nhau (Seuntjens et al., 2015Mussel and Hewig, 2016; Mussel et al., 2015),. nhưng có khảo cứu cho thấy không có sự liên hệ đáng kể (Mussel et al., 2015; Seuntjens et al., 2015).

Nhân chất Xám Amygdala , NAc VTA, Striatum cho TSS . Chất DOPA làm việc gây thôi thúc cho người Tham. Mất tế bào Thần Kinh ở mOPFC làm tăng tánh Tham kích động bởi nhân chủ về vui thích như NAc /Ventral Striatum (Seuntjens et al., 2015, Baumann and Odum, 2012; Lejuez et al., 2003; Pack et al., 2001; Zaleskiewicz, 2001(Barkley-Levenson et al., 2013; Kahneman and Tversky, 1979; Ko¨bberling and Wakker, 2005; Tversky and Kahneman, 1992).

Trung Tâm Não là Nucleus Accumbens/NAc dùng DOPAmine và thuộc về hệ thống khen thưởng (Reward system) còn gồm cả Hypothamus, VTA và Amygdala/Hạnh Nhân. Cocaine, Amphetamine cũng tác dụng qua sau biến dưỡng để trở thành DOPAmine. Mê cờ bạc (Gambling) cũng vận hành dưới sự kiểm soát của Nucleus Accumbens/NAc. Tóm lại nghiện thuốc phiện, mê cờ bạc, tham tiền bạc kinh doanh là biểu hiện khác nhau của lòng Tham. Lại nữa lòng Tham thường kéo theo sự mạo hiểm, cho nên chịu đựng sự mạo hiểm cũng từ Nucleus Accumbens/NAc mà khởi ra. Kết quả với fMRI về mạo hiểm xác nhận điều này (Kuhnen and Knutson (2005). Wicker et al. (2003), Wright et al. (2004).

Oxytocin là chất nội tiết từ HYPO sau/Nhân ParaVentricular (Buồng Trứng Dịch hoàn cũng tiết ra), chuyển xuống tuyến Yên/Pituitary Gland giúp sản phụ lúc sanh con, và để Yêu thương (NAc/vui thích). ***Oxytocin làm bớt Tham, bớt lo âu sợ sệt (AMYG/sợ sệt), nhưng không ngăn được tính Tham (De Dreu 2015).***

Sự thực hiện hành động Tham là tùy thuộc vào nhiều yếu tố: DOPA, Oxytocin, mPFC, tình cảm lo sợ mất của cải, lo âu từ Amydala. Tuy nhiên sự liên hệ giữa Nac, AMYG và dlPFC không được xác nhận. Điều đó chứng tỏ Tham là tình trạng Tình cảm không được quản lý dựa trên lý luận hợp lý và gần với quan niệm chung của đại chúng là Tham nghiên nhiều về tình cảm (DOPA, NAc) và thiếu về lý trí (giảm mOPFC và dlPFC). Khảo cứu cho thấy nhân cách Tham có vai trò quan trọng. Người Tham ít nhạy cảm với DOPA khiến cho có nhiều DOPA trong NB hơn, làm kích động Tham muốn nhiều hơn,. dlPFC hoạt động thấp.

Sự quyết định được đặt trên cơ sở NB: Anterior Insula có vai trò chính suy nghĩ sâu xa . dlPFC: làm quyết định, Lateral OPFC sợ bị phạt, NAc vui thích khi làm ra quyết định, AMYD: lo sợ rủi ro, bớt đi khi có Oxytocin. Quả của TSS là Nghiệp ác để tái sanh trong tầng dưới của sáu nẻo Luân hồi.

Giận dữ.
Tình cảm quá đáng bị gây ra do tác động của Adrenaline và nor Adrenaline làm tim đập nhanh, huyết áp tăng lên, thay đổi các bắp thịt mắt, tiếng nói. Giận dữ có thể là cần thiết để thay đổi sai lầm nhưng phần nhiều là gây hậu quả trầm trọng. Giận dữ có thể thụ động, bạo động hay khẳng định (phạm lỗi).

Nhân cách Tình cảm để Xử lý với xã hội được kiểm soát bởi hệ thống trên xuống từ Vỏ Não đến Amygdala/Hạnh Nhân + hệ thống vành. Vỏ Não trong hệ thống nầy gồm vmPFC OFC (Đạo đức), Anterior Cingulate Cortex (phát hiện sai lầm) đi theo Stria terminalis đến Hypothal và Fronto-ThalamoStriatal (Blair 2013). Nhân Mediobasal HypoThalamus có thể là khởi điểm kích động hệ thống Dorsal periaqueductal làm nên Giận dữ. Lateral Hypothal thì làm nên phản ứng mạnh hơn có tính cách gây hấn. Hóa chất tiết ra gồm Serotonin, Catecholamin, Testosterone, Glutamate/GABA (Jager 2017).

Khảo cứu trên bịnh nhân có nhân cách Tâm thần Cá Tính giáp Biên (Borderline Personality), tình cảm không được ức chế bởi PFC (dorsolateral PFC, PFC trước, dorsal Mạng Mặc Định) làm cảm xúc ở Hệ Vành đặc biệt là Amygdala/Hạnh Nhân tăng lên quá mức. Giảm kết nối giữa PFC và Amygdala/Hạnh Nhân đã được chứng minh (Volman 2016, Bertsch 2018). Ventral Mạng Mặc Định kết nối với Medial Temporal Lobe và Posterior Cingulate Cortex liên hệ đến Trí Nhớ Tự kỷ (Sethi 2018, Kiehl, 2001; Maddock et al., 2003), social (Buckner, 2008; Vollm et al., 2006) và tinh thần (Greene et al.,

2001; Harrison et al., 2008, Birstch 2018, Chen 2018)

b) TỪ BI HỶ XÃ (TBHX)

Thường gọi là Tứ Vô Lượng Tâm (là đối nghịch với TSS), phát xuất từ Tâm Vô Ngã, Mang Mặc Định sạch Nghiệp xấu hay không bị Nghiệp xấu nhiễu loạn, môi trường tốt, được học hỏi đạo đức và lòng Phát Tâm Bồ đề. Quả là Nghiệp tốt giúp tái sanh lên tầng trên của sáu nẻo luân Hồi hay cõi Vô sắc. TBHX thực hiện với khuynh hướng Vô Ngã thì Nghiệp tốt tăng lên gấp bội vì hành động là Vô Tác (không dụng ý) của bậc Bồ Tát /A La Hán và hiểu lẽ Vô Thường. Ngược lại TBHX phát xuất từ Tâm Hữu Ngã, Vị kỷ hay làm theo sự gợi ý thì không tốt bằng TBHX với Vô Tác/không chủ ý.

1. TỪ: lòng Thương yêu.
2. BI: lòng Đồng cảm đau buồn cho tha nhân trong lẽ Vô Thường.
3. HỶ: Chia vui với người khác.
4. XÃ: Buông bỏ để Hòa đồng và Đồng cảm. (xem tiếp sau)

6. BUÔNG BỎ

Buông bỏ là không dính vướng và rồi bỏ đi những gì làm chướng ngại cho mục đích của đời sống. ***Buông bỏ phải được coi là lẽ tất yếu vi mọi sự vật, sanh vật và pháp là con đẻ cua thượng đế chứ chẳn phải của riêng ai. Không được nhận lầm của riêng mình.*** Đời là biển Khổ, Khổ gây ra do Vô minh. Vì Si Mê nên dính mắc vào ham muốn, cạnh tranh sanh ra Tham lam và Sân giận. tạo nên Tham Sân Si . Vì Vô minh, nên lầm tưởng về Vô thường, không biết đơi la bể Khổ. Đó là chân lý của Tứ Diệu Đế.

Trong Kinh Lăng Nghiêm: trong Thiền định Đức Phật phát hiện ra sự Sáng thế là từ thể "Không" tạm gọi là Chân Không Diệu Hữu. Từ "Chân Không" bỗng nhiên khởi nên Vọng Niệm. Vọng Niệm là thuộc về thế giới của Nhị Nguyên .Vũ trụ này là do Chân không Tạo ra, Chân Không là chủ thể duy nhất, nên mọi sinh vật trong Vũ trụ không có quyền làm chủ và không có quyền tự do hành động. Thí dụ như trong một gia đình chỉ có người

Cha (hay Mẹ) là có quyền, con cái lúc nhỏ làm theo sự chỉ dẫn của Cha Mẹ. Cũng như vậy, diễn viên trên sân khấu là được tạo dựng ra do Đạo diễn viết nên kịch bản. Diễn viên hành động theo kịch bản. Chỉ có Đạo diễn mới có quyền sửa kịch bản.

Con người (và mọi sinh động vật khác) hành động theo kịch bản. Kịch bản được viết ra bởi Đấng sáng thế (hay Đạo) và Đạo lập nên quy luật Nghiệp: Làm trái với Đạo là tạo Nghiệp. Việc làm theo Đạo luôn luôn là Đạo Đức (Đức là thể hiện của Đạo). Tóm lại Vô minh thường hành động Vô Đạo đức.

Cho nên khi biết mình không là chủ, sở hữu bất cứ gì trên thế gian này, và hơn nữa biết mọi sự việc đều là Vô thường, thì mọi hành động tất sẽ là Đạo Đức).

Nội thức là m nên Bản Ngã làm cho con người có cái nhìn thiên lệch. Cho nên cùng một sự việc mà mỗi người nhìn thấy khác nhau . Đó là cái nhìn cái biết (gọi là Tri Thức) không Như Thị. Nội Thức che mờ Phật Tánh . Vì vậy Diệt Bản Ngã để thực hiện Vô Ngã là rốt ráo để thực hiện Buông bỏ. Còn Ngã thì không thể nào buông bỏ toàn vẹn được. Có thể nói Bản Ngã cao mà thực hiện buông bỏ là Buông bỏ giả hiệu hay tạm bợ thường xảy ra ở người có Tri thức cao, nhưng yếu về Đạo đức , hay cố tình làm Đạo đức giả để giả vờ Buông bỏ nâng cao Bản Ngã giả hiệu. Có thể đó là một cách để hiểu " Buông bỏ cái Buông bỏ" tức là buông bỏ Đạo Đức Giả hiệu, cái Tôi giả hiệu.

Đạo Đức: biểu hiện cho Đạo Đức là Tứ Vô lượng Tâm: Từ Bi Hỷ Xả, thực hiện với Tâm Vô Ngã. Từ là thương yêu, Bi là chia sẻ ưu phiền, Hỷ chia sẻ vui vẻ, Xã là buông bỏ.
Vật chất, Kỹ thuật kể cả Y học là sản phẩm trực tiếp của Vô minh và là Vô thường. Vật chất Kỹ thuật có bản chất là Tịnh, không quấy nhiễu phiền hà , có sở Hữu chủ là Chúa Phật chứ không phải của riêng ai. Con người làm nên vật chất và kỹ thuật, nhưng làm ra là nhờ vào Vũ trụ/đấng Sáng thế. Cũng như nhân viên lãnh lương Công ty làm ra sản phẩm thì sản phẩm thuộc về sở hữu của Công ty. Nhận lầm sở hữu chủ của sản phẩm là tạo Nghiệp. Vì là sản phẩm của Tạo hóa như đất nước không khí, con người có thể dùng nó nhưng không được lạm dụng. Cũng như con cái trong nhà có thể tiêu dùng của cải của Bố Mẹ khi còn nhỏ. Xử dụng vừa đủ theo yêu cầu là hợp với Đạo đức. Lạm dụng hay nhận lầm Sở hữu chủ là tạo Nghiệp và có thể tăng thêm Ngã giả hiệu, kích động Tham đưa đến Sân.

Thí dụ 1. Câu chuyện Buông bỏ và Vô Ngã Giả hiệu: Vua Nghiêu là vị Vua Hiền triết tài đức trong lịch sử cổ Trung Hoa. Sau khoảng 100 năm trị vì, nghe tiếng Hứa Do là một ẩn sĩ danh tiếng, không ham danh lợi nên không ra làm quan. Vua Nghiêu đến thuyết phục Hứa Do thay mình trị vì thiên hạ, nhưng Do dứt khoát không chịu nên nhà

Vua ra về. Hứa Do sau đó ra bờ suối rửa tai, ý muốn gạt bỏ đi điều nghe bẩn tai. Sào Phủ giắc trâu để trâu uống nước, hỏi Hứa Do. Sau khi biết sự tình Sào Phủ giắc trâu lên khúc suối trên mới cho trâu uống nước không bị bẩn bởi danh sắc ô trược!

Lời bàn của BS. NKH: Hứa Do từ bỏ danh sắc cuộc đời, nhưng vẫn khoe khoang với Sào Phủ cái Buông bỏ của mình. Hứa Do còn có cái Ngã quá lớn, cho mình trên cả Vua Nghiêu, nhưng làm bộ Vô Ngã và không Tham. Cho nên Buông bỏ cái Buông bỏ mới thực sự thực hành Vô ngã rốt ráo: Đó là Buông Bỏ Vô Ngã. Buông bỏ rốt ráo chi có ở Phật Bồ Tát, khi sạch nết Nghiệp trong MMD

Thí dụ 2. :
Tâm Phật biết mà không lưu giữ những sự việc của cõi Vô Thường . Đó là Tâm Buông Bỏ của Phật Bồ Tác.

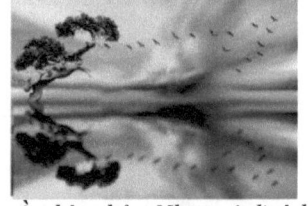

Nhạn quá trường không ảnh trầm hàn thủy, Nhạn vô di tích chi ý, thủy vô lưu ảnh chi tâm (Hương Hải Thiền Sư) (Bóng chim Nhạn in trên dòng nước lạnh, Nhạn không có ý ghi dấu, Nước không có Tâm lưu giữ bóng hình)

7. ĐẠO ĐỨC (H10.4)
a). ĐẠO ĐỨC (MORAL SENSE=CONSCIENCE) chỉ có ở con người

• Đạo đức, Luân lý, Phẩm hạnh= nguyên lý được đặt về Đúng/Sai (=Moral=Ethical, Morality=Ethic) (wikipedia). Khi đứng riêng luôn luôn là tốt : Có thể phân biệt Moral ***thuộc về cá nhân***, Ethical cái gì liên ***hệ đến cộng đồng phán xét: vì vậy Đạo đức tùy thuộc vào quy định đặ ra***

• Triết lý về Đạo đức (Nhận Thức luận) là để phân biệt Trái và Phải qua cảm xúc với sự kiện.

• Lương tri/Lương Tâm (=Conscience: Cảm nhận từ Tâm Hồn để phâb biệt Thiện hay Ác), Tiếng nói từ Tâm để hướng dẫn cho Tốt Xấu, nên có Lương tri tốt hay xấu nhưng khi nói Lương Tri thì có nghĩa là Lương tri tốt.

• Lý thuyết về cảm nhận Đạo đức (Wikipedia) ="Moral sense Theory also known as Moral Sentimentalism) lý thuyết về nhận Thức và tập quán về Đạo đức dựa trên cảm xúc và trải nghiệm."

Đạo đức cũng gần giống Pháp luật, Pháp luật có quy định làm việc tốt, nhưng Đạo đức có tính cách tự nguyện. Pháp luật thì cưỡng ép và có nhiều khe hở chưa được quy định. Người ta thường nói Đức là cái Dụng (tức là biểu hiện) của Đạo. Đạo không thể định nghĩa được như Lão tử đã nói Đạo không thể diễn đạt bằng lời. Đạo mà nói thành lời thì không còn là Đạo nữa.

Người ta chỉ có thể thấy Đạo qua Đức (Lão Tử: *Đạo khả Đạo phi thường Đạo*)

Vì vậy khi đi tìm một thực thể cho Đạo Đức cũng như đi tìm thực thể cho Tâm Hồn là sẽ đi vào ngõ cụt. Cho nên chỉ có thể có hy vọng tìm thực thể cho Đức **những quy ước chọn lọc**. Điều đó được sự hỗ trợ với những bằng chứng ở bịnh nhân thay đổi từ người bình thường sang người có Tâm lý Đạo Đức vượt ngoài khuôn thước bình thường của xã hội.

Những đại Triết gia Tây phương như Plato, Kant, và Hume, đã nêu lên vấn đề này nhưng không làm sáng tỏ. Mạnh tử là Triết gia và kế thừa tư tưởng của Khổng tử có thể coi là Triết gia đầu tiên nêu lên vấn đề Đạo đức: "**Nhân chi sơ tính bổn thiện**". BS Cesare Lombroso năm 1876 mô tả người kiểu mẫu tội phạm có gương mặt của người tiền sử. Nhiều BS Tâm lý học mô tả người tội phạm có nhiều tình cảm bất thường nhưng không mất Trí khôn.

Theo Paget, em bé phát triển đạo đức theo thời gian để thích ứng với quy luật xã hội va gia đình

Skinner dặ nạng vai trò xã hội và môi trường

Nhưng những lý thuyết trên không chống lại voi yư tưởng của Mạntử: Nhan chi Sơ tánh bổn Thiên ở chx môi trương sống của trẻ thơ là đảo điên, nên s quy luật gia đình va xã hội là cần thiết

i. Định nghĩa

- *Moral=Ethical, (Morality=Ethic)* = Đạo đức, Luân lý, Phẩm hạnh=concerned with the principle of Right or Wrong Behavior (wikipedia). Khi đứng riêng luôn luôn là tốt; Có thể phân biệt Moral thuộc về cá nhân, Ethical cái gì liên hệ đến cộng đồng phán xét.
- *Triết lý về Đạo đức (Nhận Thức luận)* là để phân biệt Trái và Phải qua cảm xúc với sự kiện.
- *Conscience: Lương tri/Lương Tâm* (=inner feeling/voice to guide to the wrightness or wrongness. Conscience can be bad or good), Tiếng nói từ Tâm để hướng dẫn cho Tốt Xấu, nên có Lương tri tốt hay xấu. Nhưng khi nói Lương Tri thì có nghĩa là Lương tri tốt.
- Tuy Đạo là một nhưng Đức là thể của đa nguyên thay đổi va thích ứng theo Tôn giáo, triết lý va gia đình/xã hội. Cho nen quy luật Đạo đứcKhac nhau như sau:

-**Tổng quát**: :
  - Có Hiếu với Cha Mẹ
  - Đồng cảm, Thương yêu người, bố thi tha thứ
  - Không Ngã mạn
  - Không ăn cắp, nói dối
  - Không tà dâm

-**Phật giáo**: Năm giới Không: Sát sanh, Ăn cắp, Nói dối, Nghiện ngập, Tà Dâm

-**Công giáo**: 10 điều răng: 10 Khong thờ Chúa nào khác, 2) không thờ thần tượng, 3) Không gọi Chúa tự tiện, 4) Nhớ ngày Chúa Nhật, 5) Có Hiếu không giết người, 6) không ăn cắp, 7) không nói dối, 8) Không tà dâm, 9) không làm chứng gian 10) không tham lam

ii. **Theo thuyết tiến hoá Darwin**,

Con người tiến hóa từ một Tế bào, tiến lên theo chủng loại học phát triển để rồi từ loại Khỉ Vượn tiến lên hình thái người. Nói về hệ thống thần kinh, sự phát triển cũng tuần tự lớp lang như vậy. Khỉ Vượn có thể là coi gần giống nhất với con người nếu so sánh với các động vật thấp hơn. Sự giống nhau về hình thể có thể làm các nhà nhân chủng học và tâm lý gia tìm thấy sự liên hệ về tinh thần giữa người và các loài động vật.

    Darwin đã mô tả tình cảm đồng loại rất tự nhiên ở các loại vật như chim có thể kiếm thức ăn cho con chim mù, ngay cả con bò cũng nhìn con bò sắp chết với cặp mắt đồng cảm. Tuy nhiên có bước nhảy vọt đáng kể về tình cảm giữa con người về mặt tinh thần của người có Tri Thức/TR thấp và con vật cao về chủng loại thí dụ như khỉ không thể làm ra dụng cụ để cải tiến sinh hoạt hằng ngày. So sánh phát triển tình cảm củaTrẻ em từ lúc liên lạc đầu tiên Mẹ Con với các hệ thống về tình yêu giữa Mẹ Con đã đề cập trong phần trước đây. Trẻ Em dưới hai tuổi cũng đã biết làm thế nào để người khác cảm thấy vui. Như đã trình bày trước, có khoảng cách giữa người và Khỉ Chimpanzee. Khoảng cách đó là Đạo đức. Từ Đạo đức mới có sự thông cảm hòa đồng kết nối làm nền văn minh thay đổi cơ thể. Khoảng cách về Tình cảm không quan trọng

    Đi xa hơn nữa Darwin và Lamarck đã đặt vấn đề di truyền về sự học hỏi những thói quen. Những gì các sinh vật học được, sẽ giúp cho thế hệ con cháu của sinh vật học dễ dàng các thói quen hơn khi cha mẹ chúng học trước đó. (Inheritance of acquired habits). Vấn đề đã được bàn cãi rất nhiều vào tiền bán thế kỷ trước. Ngày nay vấn đề này đã được sáng tỏ hơn, đó là di truyền qua hiện tượng Ngoại biểu di truyền (Epigenetic) (Chen 2015, Rodgers 2015, Gapp 2014, Rassoulzadegan 2006, sharma 2015, Han2019 Hans 2019, Liu 2018, Dias2016, Galton 2016, Bernacer2014). Thí nghiệm dùng RNA tiêm vào tinh trùng đã chứng tỏ hiện tượng biểu ngoại di truyền là cơ chế di truyền. Hiện tượng trên là quan trọng, giúp loài vật có thể thích ứng với môi trường, thay vì dùng cơ chế thay đổi hình dáng thân thể có thể mất hàng triệu năm. Khám phá trên cũng loại bỏ cơ chế thích ứng môi trường là do sự học tập và dạy dỗ của cha mẹ của loài vật.

    Xung đột thế giới qua hai cuộc Đại chiến, các cuộc chiến tranh tàn khốc khác và khủng hoảng kinh tế khắp nhiều châu cũng cho thấy Đạo Đức của con người là không tiến lên với sự tiến hoá vật chất, hay nói một cách khác là đi ngược lại sự tiến bộ về khoa học và kỹ thuật. Cũng như vậy khoa học xã hội ngày nay cũng đi ngược lại sự nâng cao Đạo Đức/ĐĐ (Wilson 2010)

Cuối cùng là quan niệm của nhà Triết học và NB học là sao?. Kant có quan niệm là con người có quyền tự do (Free will) để làm tốt (" A free will and a will under moral laws is one and the same"). Ở phương Đông, Lịch sử Triết học đã cho thấy những nhà Triết học như Khổng Tử, Mặc Tử, Mạnh tử tin ở tính thiện là khởi nguồn Đạo đức của con người. Các nhà Triết học sau đó như Tuân Tử, Hàn Phi tử và nhất là Lý Tư thừa tướng của Tần Thủy Hoàng tin tưởng ở một chế độ Pháp trị vì bản chất con người là xấu.

Tổng kết hai khuynh hướng trên: NB của con người phát triển với sự tiến trình chủng loại tạo nên VN PFC to lớn nhất là cơ sở vật chất của tình cảm Đạo đức và khôn ngoan. Theo Darwin Đạo đức/ĐĐ là sản phẩm phụ trội (by-product) của Tiến hoá. Sự khác biệt nằm *trên độ cao của Tâm hồn* nhưng giống nhau ở tính chất (như yêu thương đồng loại). Mặt khác ĐĐ cũng là tiến trình học tập của mỗi cá nhân cùng với sự cộng nghiệp của xã hội. Sự tiến hóa dùng cơ chế học tập, hủy tạo là một quá trình thường có khả năng đi ngược lại ĐĐ. Thêm vào sự tiến hóa, cơ chế di truyền đức tính và thói quen, và cơ chế Hồn tái sinh mang theo hành trang Nghiệp từ kiếp trước /hay tội nguyên thủy. Nói một cách khác, con người có nhiều cơ sở thần kinh hơn để làm tốt hơn hay xấu hơn về ĐĐ. Cơ sở thần kinh chỉ là dụng cụ có thể hướng thiện hay hướng ác.

iii. Vùng Não: vmPFC
Trường hợp của Phineas Gage là thí dụ điển hình: Phineas bị thương vùng vmPFC cho thấy sau khi bị thương vmPFC tính tình của Ông thay đổi, trở nên thiếu thiện cảm, chống xã hội. Nếu so sánh với trước khi bị thương, Phineas đã là một người gương mẫu trong xã hội. Sự kiện nói lên rằng sau khi bị thương Ông đã mất đi mẫu người Đạo đức mà Ông có trước khi bị thương.

Marazzeti trong bài tra cứu dựa trên các bài khảo cứu về tình trạng Đạo đức đăng trong Pubmed trong internet từ năm 1980 đến 2012, đã đưa ra kết luận là hệ thống thần kinh cho Đạo đức có trung tâm nằm tại vmPFC nhất là vmPFC phải (Morazetti 2013). Không những thế vmPFC Phải có khuynh hướng tăng cường Đạo đức (tốt) và có thể làm lu mờ vai trò của dorsolateral PFC trong công tác điều hành tình cảm (Moll 2002).

Có tình trạng ngược lại, người bị hư hại vùng OFC (OrbitoFrontal Cortex =vmPFC) có đặc tính Hypermoral sense (Siêu đạo đức), tính tình cứng rắn với người làm chuyện sai lầm (Mimura 2010).
vmPFC (Xem trường hợp Phineas trang 600).

Insula cũng góp phần vào sự đồng cảm, cảm nhận về cảm giác của cơ thể.
VN Thái dương Trên và sau giúp hiểu chủ ý của người khác.

Marazzeti trong bài tra cứu dựa trên các bài khảo cứu về tình trạng Đạo đức đăng trong Pubmed từ năm 1980 đến 2012, đã đưa ra kết luận là hệ thống thần kinh cho Đạo đức có trung tâm nằm tại vmPFC nhất là vmPFC phải (Morazetti 2013). Không những thế vmPFC Phải có khuynh hướng tăng cường Đạo đức (tốt) và có thể làm lu mờ vai trò của dorsolateral PFC trong công tác điều hành tình cảm (Moll 2002).

Có tình trạng ngược lại, người bị hư hại vùng OFC (OrbitoFrontal Cortex =vmPFC) có đặc tính Hypermoral sense (siêu đạo đức), tính tình cứng rắn với người làm chuyện sai lầm (Mimura 2010).

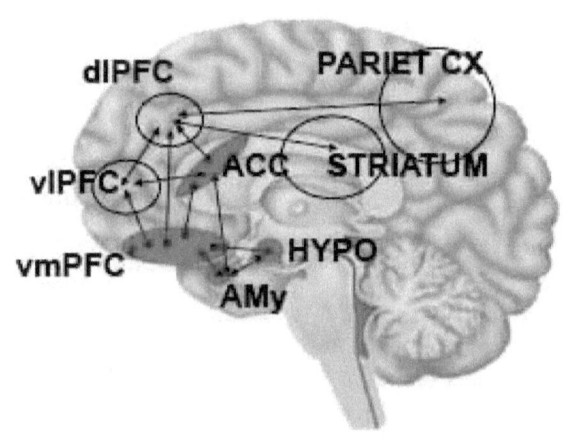

H10.4: kết nối vmPFC với các nhân khác để làm thành tiến trình đạo đứcc (Marazziti 2013)
VLPFC: overide or inhibit motor response, component of motor, language emotion, attention system

d) Chất kết nối thần kinh về ĐĐ:

- Oxytocin: thường gọi là kích thích tố cho tình yêu và ĐĐ, tiết ra từ HYPO/Hypothalamus sau và chuyển đến tuyến Yên (Pituitary gland) để chuyển ra máu giúp co bóp tử cung khi sanh đẻ và co bóp tuyến Vú để nặn ra sữa. Oxytocin làm tăng lòng tin và quảng đại và là kích thích tố cho tình Mẹ Con.
- Prolactin sản xuất từ Mẹ lẫn Cha khi nuôi dưỡng con cái và cho tình yêu nam nữ. Ở người Mẹ là nơi tiết cho ra sữa, nhưng khác với oxytocin Prolactin không ảnh hưởng lên sự sanh đẻ co bóp tử cung

- Serotonin tiết ra từ đường ruột thường gọi là kích thích tố. Nhưng Serotonin không xuyên qua rào cản Mạch máu - NB vì vậy NB phải tự làm ra Serotonin làm cho sự vui vẻ, gây hấn tiết ra nhiều nhất từ Dorsal Raphe Nucleus và có thể từ phần lớn các nhân chất xám khác kể cả Vỏ Não.

e) vmPFC với hoạt động trong Đạo Đức, Triết lý về sự dễ tin và chỉ số phản ứng cơ thể trên Não Bộ.

Thông tin ngoại biên từ thiên nhiên, xã hội, gia đình và chính bản thân đều được đưa về Não Bộ, phần lớn qua Đồi Não để biến thành Trí Nhớ và Tri Thức. Cơ chế ghi lại Trí Nhớ là ở HIPPO và được bảo trì ở những phần Não Bộ như Thái dương, PFC. Đối với đạo đức, Dễ tin và SM/Somatic Marker những thông tin về Trí Nhớ xa là rất cần thiết. Với bằng chứng chứng tỏ vmPFC là nơi làm ra các quyết định về Đạo đức, Dễ tin và SM, vmPFC là nơi lưu trữ hay thu hồi những thông tin đó. Khả năng thu hồi Trí Nhớ xa của vmPFC đã được minh chứng trong nhiều cuộc khảo cứu. Cũng vậy, triết lý SM cũng cùng một quan điểm về vai trò của vmPFC. Còn lại là cơ chế làm thế nào vmPFC có thể đưa vào các dữ kiện quá khứ để cho ra một quyết định phù hợp với câu hỏi đặt ra từ thông tin hiện tại. Câu hỏi cũng tương tự như vấn đề TR. Làm sao khi nhìn trái táo hay người quen, người ta biết đó là trái táo hay người quen vì đã có hình ảnh sẵn trong đầu. Đối với thuyết vùng Não Mặc Định Tri Thức đó là vùng Nội Thức. Duy Thức học của Phật giáo cũng cùng quan niệm trên, Tri Thức chỉ phát sanh ra khi trong ta có Nội Thức về những vật và sự kiện tương tự. Trở lại với vmPFC Đạo đức/Dễ tin/SM chỉ có được khi đã có sẵn khuôn mẫu tương ứng trong vmPFC. Các khuôn mẫu đó tạo ra do truyền thông, học tập, thói quen văn hóa gia đình, xã hội và nhân bản. Cái gì đúng với khuôn mẫu đạo đức do được lắp sẵn thì vmPFC ra quyết định chấp thuận là cái đó có đạo đức tốt. Cũng như vậy cho khuôn mẫu Dễ tin hay SM. Sự kiện vmPFC hoạt động theo cơ chế đề nghị như vậy cũng phù hợp với quan điểm phổ thông như người ta vẫn thường đề cập về khuôn mẫu đạo đức hợp với khuôn mẫu đạo đức của đại chúng. Quan niệm phổ thông là ngoài sự lập thành khuôn mẫu, lập thành được khi con người trưởng thành, khuôn mẫu còn lệ thuộc vào cá tính bẩm sinh của mỗi người. Nói một cách khác khuôn mẫu cũng có phần được định sẵn trước khi trưởng thành, do sự kết nối thần kinh khi tạo nên vmPFC. vmPFC cũng là nơi Hồn kết nối với Não Bộ. Tuy nhiên vì Hồn là một thực thể không thể kiểm chứng vai trò của Hồn trong sự tạo thành, phát triển của vmPFC và Hồn là nơi tàng trữ Trí Nhớ cần được sự lưu Tâm. Những yếu tố khác cũng quan trọng là hệ thần kinh nội tiết kích thích hay ức chế kết nối thần kinh và các tuyến nội tiết ngoài thần kinh như Cortisol...

Tóm lại mỗi người có mỗi khuôn mẫu về những giá trị tinh thần (Nội Chuẩn Thức= mẫu TR). Dĩ nhiên sống trong cùng một xã hội khuôn mẫu của mỗi người có những điểm chung với những người khác và cũng có những điểm riêng. Khuôn mẫu đó được tạo ra do bẩm sinh và học tập trong đời sống hiện đại. Khuôn mẫu bẩm sinh được sao chép từ Hồn từ trong bào thai, vì vậy mang nhiều dấu ấn của Nghiệp. Khuôn mẫu đó học tập được tạo thành từ cơ chế Neuroplasticity/hũy tạo TK với cắt bỏ kết nối thần kinh dư thừa và làm thêm kết nối thần kinh mới. Tất cả khuôn mẫu là thành phần của Nội Chuẩn Thức.

8. FALSE TAGGING THEORY (TRIẾT LÝ VỀ SỰ DỄ TIN

Cơ chế đặt nghi vấn cho những vấn đề về tín ngưỡng tôn giáo, quảng cáo thương mại, tình ái ... là cơ chế sinh tồn cần thiết nếu dùng trong giới hạn bình thường. Người già hay bịnh nhân bị tổn thương ở vmPFC nhất là bên Phải mất đi cơ chế đó (nên dễ tin người, dễ bị lừa gạt) và thường phạm một sai lầm lặp đi lặp lại. Họ chỉ thấy được cái lợi trước mắt và không còn rút được kinh nghiệm quá khứ đau thương về cùng sự kiện xảy ra (Asp 2012a,b). Khảo cứu cho thấy tình trạng của vỏ nao Tiền Trán tương ứng với khả năng nghi ngờ. Người giá suy thoái não Tiền Trán dễ tin người và dễ bị bị dụ dỗ hơn ngươi ở tuổi 50-60 tuổi

9. Vi Kỷ

Người có Bản Ngã lớn, tâm sở hửi lớn chỉ biết riêng mình, có tinh Than Si, va dao đức thấp.

Tương quan giữa MMD va vmPFC làm nên nhân tính Đồng cảm Vi tha khi Bản Ngã thấp (MMD hoạt đông thấp) va Đạo đức cao (vmPFC hoạt đông cao). Vi kỷ là trường hợp ngược lại

10. PHẢN ỨNG VỚI BẠO HÀNH VÔ ĐẠO ĐỨC

Hành động Đạo đức/DD là Từ Bi Hỷ Xã/TBHX, có thể có Bản Ngã hay do Vô Ngã (TBHX có Bản Ngã là không tốt như TBHX Vô Ngã). Trái lại là hành động bạo hành theo nghiệp hay tự ý và vô minh (do Tham Sân

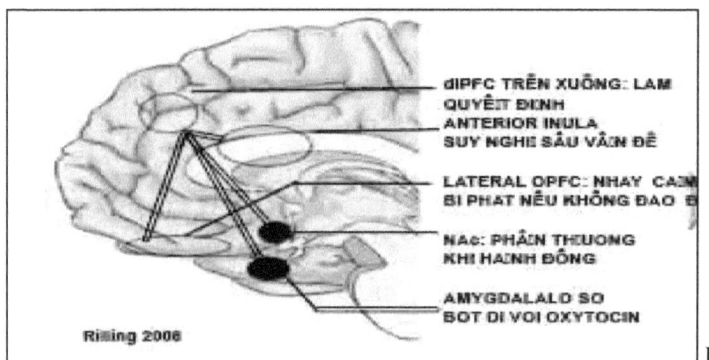

Nữa bán cầu Trước H10.5

VN PFC , đặc biệt vùng đáy (inferior), giữa và trước cho các Tâm Thiện (Xem trang 204)

Si).Tình trạng bạo hành biểu hiện bằng Thân Khẩu Ý (Thân /bạo hành thân thể, trộm cắp cướp giựt, xâm phạm /xâm lăng, Khẩu /lời nói khiêu khích, xúc phạm, xúi dục, và Ý /mưu đồ). Dù là khởi lên từ Nghiệp hay không hành động Vô Đạo đức/VDD là xấu và tạo Nghiệp xấu. Nghiệp mới chồng chất lên Nghiệp cũ làm thế giới càng thêm điên đảo. Tham Sân có gốc là Si. Si là sự mê muội do Vô minh. Vì Vô minh nên Tham lam, vướng dính vào thế giới rồi đi đến ý muốn chiếm hữu và để đi đến Sân hận.

Đại tôn giáo cũng như Đạo học thường có lời giáo huấn là phản ứng với phản xạ thái quá chống lại tình trạng VDD không làm giảm sự VDD mà chỉ tăng lên và kéo dài hơn sự VDD. Ngoài ra còn tạo nên Nghiệp xấu cho chính mình. Phản ứng tự vệ phải là vừa đủ cho sinh tồn. Thế giới hiện tại là bất bình đẳng, bất tịnh, đảo điên vì vậy sự cạnh tranh xâm lăng tranh giành vô đạo đức là phổ cập. Kishnamurti nói:. *Cuộc khủng hoảng hiện nay của nhân loại là vô tiền khoáng hậu, cần phải cấp tốc cứu chữa như cứu chữa một ngôi nhà đang cháy."* Phản ứng tự vệ vì vậy cũng thường kèm theo Tham Sân Si, đưa đến xung đột không cần thiết và tai hại dây chuyền. Vậy làm sao mới là phản ứng tự vệ vừa đủ?.

Vũ trụ kể cả sinh động vật được sanh ra từ Đấng Tạo hóa (đồng nghĩa với Đạo hay Chân Không Diệu Hữu. Đạo hay Chân Không Diệu Hữu bị Vọng Niệm Vô minh khởi lên tạo nên Vũ trụ). Vì vậy Đấng Sáng Thế sở hữu tất cả và là Tự ngã có mọi quyền hành. "Muôn vật đều là từ Ngài, bởi Ngài, và hướng về Ngài" (Romans 11:36). Con người là con cái của Đấng Sáng Thế, không có quyền sở hữu và quyền tự do hành động ngoại trừ hành động Đạo Đức. Đức là thể hiện của Đạo. Như con cái khi còn nhỏ trong nhà, con cái có phúc lợi thừa hưởng của cải theo nhu cầu và theo tình trạng gia đình, con người cũng có cơ hội hưởng phúc lợi của thiên nhiên vừa đủ cho sự sinh tồn và phát triển. Của cải dư thừa quá nhu cầu cần được chia sẻ. Nhu cầu gồm cả vật chất và tâm hồn liên hệ đến phần vật chất ấy. Thí dụ gia đình, nhà cửa quê hương lãnh thổ gắn bó với con người với thời gian tạo nên sự ràng buộc thể hiện qua liên hệ tình cảm. Tình cảm đó cũng là một phần của đời sống. Sự bất bình đẳng trong phúc lợi thiên nhiên cũng là một yếu tố của xung đột. Thí dụ Canada là lãnh thổ của người Inuits. Người da trắng chiếm lãnh thổ của họ. Nhưng ngày nay Chính sách dành nhiều đặc quyền phúc lợi cho người Inuit là một quốc sách. Hy vọng người Chàm và người Miên cũng được hưởng phúc lợi tương tự xứng đáng với di sản Tổ tiên họ để lại nếu họ chưa được hưởng.

Phản ứng là để bảo vệ sự sanh tồn cần phải được biểu hiện một cách Vô ngã, TBHX với người liên hệ trực tiếp hay gián tiếp với sự xung đột và cả với người gây nên xung đột. Phản ứng không thích hợp hay yếu kém và bất cập có thể làm kích động cho người gây nên hành động Vô Đạo Đức/VDD. Cũng như vậy, phản ứng thái quá làm tăng lên cường độ xung đột, có thể gây ra hậu quả xấu cho chính mình và người xung quanh. Thế giới sẽ có trật tự hơn và bớt đi điên đảo khi người gây ra sự kiện VDD bị kiềm chế. Cho nên phản ứng chính xác có trí huệ là then chốt trong sự sanh tồn.

Ví dụ:

- Để bảo vệ, cơ thể con người được xây dựng với hệ thống phản xạ không điều kiện (như phản xạ đơn giản kết nối thần kinh của đầu gối) và hệ thống có điều kiện cần nhiều kết nối như sự học hỏi; phản xạ loại nầy thường kết hợp với Trí Tuệ, thường có kết quả tốt. Phản xạ đơn giản không điều kiện có khi làm hại thí dụ khi ngã té do mất thăng bằng rồi chống tay có thể làm gảy tay. ... Tương tự như vậy, cơ thể phản ứng với thuốc hay thức ăn dị ứng có thể làm tử vong. Nóng sốt cao khi nhiễm trùng có thể làm hại cơ thể vì vậy bịnh nhân nhiễm trùng sốt cao thường được điều trị với thuốc giảm nhiệt hay thuốc giảm phản ứng cơ thể với chất steroids.

- NB phản ứng với kích thích làm đau là một bài học cho cách ứng xử với kích động xấu được thiên nhiên tạo ra trong Não bộ:

Đau là cảm giác làm khó chịu bởi chất DOPA từ các nhân chất xám dưới vỏ não như AMYG, VTA, BG làm thành hệ thống mesolimbic DOPAergic (hệ thống hạ vành) làm nên sự bó buộc và thôi thúc sinh vật phải phản ứng lại. Vì vậy sự thôi thúc và khó chịu góp phần làm nên cảm giác đau. Phản ứng với cảm giác đau gồm: vmPFC (DD, giao tế Xã hội) kích động nhân NAc/Ventral Pallidium tiết ra Endorphins (giống như Morphine) và Norepinephrine làm giảm đau. Sự thôi thúc gây ra bởi DOPA chỉ làm cơ thể quằn quại nhưng không làm giảm đau.

Nạn nhân của bạo hành nhiều khi có thể áp chế người bạo hành. Kiềm chế hành động phản ứng thái quá là rất cần thiết để tránh đưa đến sự kéo dài và chồng chất bạo hành trong tương lai gây thêm Nghiệp xấu cho hai phía bạo hành và bị bạo hành. Nạn nhân của bạo hành khi phản ứng tuyệt đối là để tự vệ. Hành xử không được dùng sự phán đoán và xử phạt (thuộc quyền của tòa án Nghiệp/Đấng Tạo hóa) vì lý do là tâm Tham Sân Si/Hữu Ngã làm thiên lệch hành động và phán đoán.

Trong sự xung đột giữa người gây ra xung đột VDD và người chịu đựng sự VDD thường có thành phần thứ ba làm trung gian giúp đỡ người bị xâm phạm. Thành phần thứ ba nầy hành động do Nghiệp hay tự ý từ tâm TBHX. Hành động với tâm TBHX và vô ngã làm nên môi trường đệm giảm bớt sự xung đột. Ngược lại với Tâm hữu Ngã/Bản Ngã, thiên kiến Tham Sân Si có thể làm tăng lên cường độ xung đột. Thêm nữa, thành phần thứ ba nầy có thể lợi dụng cơ hội để phát triển lợi thế riêng tư mà không phục vụ cho lợi ích hòa giải (Trai Cò đánh nhau, Ngư ông đắc lợi). Sự xung đột được giàn xếp bởi thành phần thứ 3 thường là tạm thời, nguyên nhân sâu xa là từ hai phía xung đột có bớt đi hay không Bản Ngã vị kỷ, Tham Sân Si, để phát triển TBHX và rửa đi Nghiệp. Đức Phật đã cứu dòng họ Thích ba phen khỏi sự tàn sát của Vua Tỳ Lưu Ly ngày trước khi bị họ Thích làm nhục, nhưng sau đó họ Thích vẫn bị tiêu diệt bởi vua Tỳ-Lưu-Ly. Đức Phật không thể rửa Nghiệp cho ai khác mà chỉ tự họ rửa Nghiệp. Bạo hành tạo ra cho chính thân thể mình, chiến tranh dù là với danh nghĩa bảo vệ Tôn giáo, lòng yêu nước vẫn là Nghiệp xấu. Tuy là Nghiệp này sẽ được giảm khinh vì mục đích cao thượng.

Chúa nói: *Anh em đã nghe Luật dạy rằng: Mắt đền mắt, răng đền răng. Còn Thầy, Thầy bảo anh em: đừng chống cự người ác, trái lại, nếu bị ai vả má bên phải, thì hãy giơ cả má bên trái ra nữa. ….. Ai xin, thì hãy cho; ai muốn vay mượn, thì đừng ngoảnh mặt đi.*

Bởi vi công bằng sẽ được phán xét cuối cùng không phai bởi người thế gian mà bởi Đấng có Trí Huệ Siêu thế gian

Trong Kinh Tương Ứng, đoạn kinh Vũ Thế: vua A Xà Thế (Ajātasattu) nước Ma Kiệt Đà (Māgadha) khởi lòng tham, muốn mở mang bờ cõi, đem quân đánh chiếm thành Kusi thuộc nước Kiều Tát La (Kosala) dưới quyền cai trị của vua Ba Tư Nặc (Pasenadi). Vua A Xà Thế sai đại thần Vũ Xá đến thỉnh ý đức Thế Tôn về việc nên hay không nên đánh chiếm. Đức Phật có bài kệ sau
Thắng trận sanh thù oán,
Bại trận nếm khổ đau,
Ai bỏ thắng, bỏ bại,
Tịch tịnh, hưởng an lạc
Cũng như vậy trong bài giảng trên núi (kinh Thánh), Chúa Giê-su nói: "Đừng chống-cự kẻ dữ, trái lại, nếu ai vả má bên hữu ngươi, hãy đưa má bên kia cho họ luôn" (Mathew 5:39). Nên nhớ rằng câu nói : Mạng đền mạng, Mắt đền mắt, răng đền răng, tay đền tay, chân đền chân Exodus 21:24, Leviticus 24:20 là phát xuất từ tâm bình đẳng không phân biệt của Chúa Trời và không là phán quyết của người bị hành hung Romans 12:17-19. Cho nên, trên căn bản, là Đạo thì đều chủ trương bất bạo động để đáp lại với bạo động.

Chương 11: TÌNH YÊU
Tình Yêu và Luyến Ái Lãng Mạn.

> *Socrates comments: "The irrational desire that leads us toward the enjoyment of beauty and overpowers the judgment that directs us toward what is right, and that is victorious in leading us toward physical beauty when it is powerfully strengthened by the desires related to it, takes its name from this very strength and is called love"*
>
> *Tạm dịch (KM)*
> *Socrates nói: Đòi hỏi phi lý đưa ta tìm đến lạc thú vì sắc đẹp và vượt lên trên phán đoán hướng về lẽ phải. Và là thành công huy hoàng khi vì cái đẹp thể chất mà ý muốn ấy lại càng mạnh hơn, thì sức mạnh đó gọi là Tình yêu.*
> *Socrates trong Plato's Phaedrus*

1. Định nghĩa

Tình yêu là cảm tình với xúc cảm gồm mong muốn, ước vọng và thỏa mãn khi được kích động qua lục giác, ràng buộc với người, vật hay ý niệm dựa trên ràng buộc cá nhân, sinh lý, thán phục, quý mến, tin tưởng, nồng nhiệt (yêu thiên nhiên), tâm huyết (yêu thể thao), sùng kính (yêu Chúa).

Khi bàn về KHNB và tình yêu, KHNB đã khám phá ra cơ chế đặc biệt của mẹ khi ấp ủ cho con bú và thương yêu con, giải thích được tại sao tình mẫu tử (mẹ thương con) sâu đậm (hơn tình cha thương con). Cơ chế tình mẹ con có trong não bộ chắc hẳn cũng là ý chỉ của Thượng đế để gìn giữ giống nòi. Theo Darwin, Đạo đức (thí dụ như tình mẹ con) tiến hóa từ động vật lên con người không thay đổi về tính chất mà chỉ có sự tăng trưởng về độ yêu thương, ý nói tình yêu mẹ con ở con người lớn lao hơn. Cho nên không lấy làm lạ khi tình yêu con cái dành cho cha mẹ không so sánh được với tình mẫu tử, tình phụ tử. Đó cũng là nguyên nhân mà sách vở, tôn giáo hay Đạo đức học dặn dò con người phải thương yêu cha mẹ, bù đắp vào sự yếu kém cơ chế não bộ về lòng hiếu thảo của con người. Câu nói trong dân gian: "Nước mắt chảy xuôi/Trên thương xuống" phù hợp với cơ chế não bộ sẵn có, cũng là lời an ủi cho bậc cha mẹ khi con cái thiếu bổn phận.

2. Tình Yêu Nam Nữ và Cơ Chế NB
a) Vấn đề Tình Yêu và Luyến Ái (H11.1,2)

Là rất gần với con người và là chủ đề của các chuyện cổ tích, kịch truyện xã hội và phim ảnh. TANN là hiện tượng phổ thông trong sinh động vật trong chủng loại học, cần thiết cho sự duy trì giống nòi, nhưng thường ít được đề cập đến. Hiện tượng tiến hành song song với sự tiến triển của hệ thần kinh trung ương và ngoại biên. Hiện tượng là thông thường như vui thú và nhu cầu nhưng thường bị ràng buộc bởi đạo đức, phong tục và luật lệ (Calabro 2019).

Nhưng nghiên cứu khoa học thì lại bắt đầu rất trễ chỉ từ hậu bán thế kỷ 20. Trong Khoa Học Não Bộ, Tình Yêu là sự kết hợp hiện tượng về niềm tin, vui thú, khen thưởng trong cơ cấu Não Bộ (NB) gồm: Hệ Vành (Limbic System: tình cảm), Đường Dẫn Truyền Khen Thưởng (Ventral Tegmental Area/VTA, Striatum, Nucleus Accumbens/Nucleus Accumbens/NAc) chứa đầy chất Dopamine và các hóa chất dẫn truyền thần kinh như Oxytocin, Vasopressin, là chất liên hệ đến ràng buộc con người hay sinh vật lại với nhau, hay khi sanh đẻ mang thai và cho con bú sữa.

Đó là chất của ràng buộc luyến ái lãng mạn giữa nam nữ và giữa mẹ con. Chất được tiết ra khi cảm xúc cực mạnh giữa nam nữ hay khi người mẹ cho con bú, hay lúc sanh đẻ. Serotonergic, Endorphin và cơ chế Endogenous Morphinergic + Nitric xide cũng làm vui sướng. Những chất tự nhiên trên của NB thường là không mạnh bằng thuốc làm kích thích vui thú. Tất cả là để giúp đỡ về sinh tồn, ăn uống, vui chơi, sinh sản và trị bịnh. Nghiện Ngập và giảm Tri Thức cũng có thể xảy ra với Tình Yêu hay Thuốc Kích Thích. Trục Hypothalamus Adrenal Axis (HAA) góp phần vào sự kích động tâm lý lo âu với Cortisone và Oxytocin. Serotonin tiết ra từ nhân Dorsal Raphe ở Cuống Não và Tuyến Yên/Pituitary gland cũng cho ra Endorphin góp phần vào vui thú. Nhất là Dopamine tiết ra từ Substantia Nigra và Basal Ganglia (Esch 2014).

-VN Trán dorsolateral Prefrontal cortex (dlPFC) và IntraParietal Sulcus (IP Sulcus) là mạng chuyên về quản lý điều hành theo lý trí, lý luận và nguyên tắc.

- Amygdala/Hạnh Nhân chủ về sợ sệt và gây hấn.
- Middle Temporal Lobe chú về tình cảm nghe nhìn và thơ văn.
- Vùng Não vmPFC chuyên về đoán tâm lý người khác (Theory of mind),
- Orbital PFC về đạo đức gia đình xã hội và
- TemporoParietal Junction/TPJ chuyên về tưởng tượng hình ảnh âm thanh cũng bị giảm hoạt động.

Vì các vùng Vỏ Não (VN) trên giảm hoạt động khi yêu, nên người đang yêu thường thường bị mất lý trí, kém lý luận có khi trở thành mê muội. Vai trò giảm hoạt động những vùng này rất quan trọng làm hai người yêu nhau có thể hòa hợp với nhau, mất đi Tâm Phân Biệt, và có thể đi đến tình trạng yêu đương như điên loạn, mất phán xét đưa đến tự tử và là một yếu tố quan trọng trong tự tử về hôn nhân.

Đó cũng là lý do người ta cảm thấy dễ chịu an toàn và hòa hợp lại thành một thể duy nhất bên cạnh người yêu, bất kể môi trường bên ngoài đầy đe dọa, hay đang ở trong một môi trường có tình trạng đẹp xấu, hay nghệ thuật hay dở. Vì vậy khi yêu nhau vẻ đẹp ngoại hình không còn là yếu tố quan trọng.

c) Ngược lại các vùng được kích động khi yêu nhau là:

-Dorsal Striatum với VN liên hệ, Dorsal Striatum và Basal Ganglia chuyên về vận động để học hỏi thành thói quen (có Trí nhớ không cần bảo tồn) và là vùng liên hệ về tình cảm vui sướng và khen thưởng vì vùng này kết nối với Caudate Nucleus và Ventral Putamen.

- Hippocampus về Trí nhớ liên hệ chuyện "chúng mình".

- Các nhân dưới VN gồm Nucleus Accumbens (Nucleus Accumbens/NAc) (vui vẻ), và VTA/Ventral Tegmental Area (vùng giữa Cuống Não và Hypothalamus) (vui vẻ) kết với Striatum (vui chơi) lập thành đường dây dẫn truyền về khuyến khích khen thưởng vui vẻ.

- Insula là VN nằm sâu dưới Rãnh Sylvian ngăn cách Thùy Trán và Thùy Thái Dương. Vị trí nằm sâu là tương ứng với chức phận Cảm Giác Nội Tạng, Tình Cảm sâu đậm thấm thía, và Đồng Cảm (=Empathy) kết hợp với Tri Thức.

Phần đọc thêm KHNB
Giải Bao Trước /ACC kết nối với Amyd chuyên về sợ sệt làm bớt sợ sệt trong tình yêu , ACC kết nối với Hypothal ảnh hưởng đến nhịp tim thở và huyết áp.

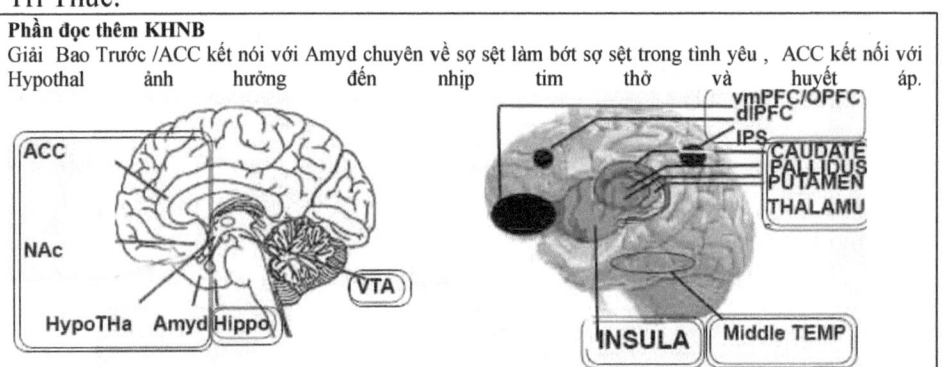

H11.1 Vùng Vỏ Não: vmPFC/OPFC dlPFC IPS: Cao Tri Thức
Phần Não đóng hai khung: Tri Thức thấp
Chú Ý: Parietal Temporo Occipital Junction, Intraparietal Sulcus, Parietal Temporal Junction là những vùng gần nhau

Insula Trước là vùng của xã hội, giao tiếp người với người gây ra cảm giác ê chề ngao ngán về thính và thị giác; nhưng về Sinh lý Nam Nữ thì đó là vùng làm nên cảm xúc mạnh, tạo nên tình cảm và Vui Sướng Tình Dục Cực Điểm (Orgasm=STDCD). Tại sao vậy? Có lẽ là vì STDCD cần phải có cảm giác ê chề ngao ngán để tăng độ STDCD lên cao nhất, tương tự như người ta thêm muối vào chè để làm ngọt hơn. Khảo cứu trên 29 nữ sinh viên ở độ tuổi 20 cho xem hình ảnh bạn trai đáng yêu nhất và làm thuật để có STDCD cho thấy vùng Insula Trước /Giữa bị kích động. STDCD liên hệ nhiều đến liên hệ giới tính thân mật và không liên hệ nhiều đến tình yêu. Tình yêu được liên hệ đến vùng não Angular Gyrus chứng tỏ tình yêu liên hệ nhiều đến VN có Tri Thức/TR cao (Ortigue 2007, Lanciego 2012). Vì vậy Tình yêu và SCDTD không có liên hệ chặt chẽ.

-Anterior Cingulate Cortex (ACC: Giải Bao Trước) có nhiệm vụ về TR để tiên đoán thông tin sơ khởi đến Não bộ trước khi VN nhận thông tin xác thực từ ngũ quan để điều chỉnh tin tức cho xác thực. Còn có chức vụ về tình cảm và cảm xúc.

Tình Yêu và sắc đẹp

Sắc đẹp là yếu tố quan trọng trong tình yêu, vì Sắc đẹp là được ưa chuộng bởi các chúng sanh. Đoạn kinh sau mô tả điều trên

> *(Aggañña Sutta: On Knowledge of Beginning)* ...: 'Này Vàsettha, có một thời đến một giai đoạn nào đó, sau một thời hạn rất lâu, thế giới này chuyển hoại. Trong khi thế giới chuyển hoại, các loại hữu tình phần lớn sanh qua cõi Abhassara (Quang Âm thiên). Ở tại đây, những loại chúng sanh này do ý sanh, nuôi sống bằng hỷ, tự chiếu hào quang, phi hành trên hư không, sống trong sự quang vinh, và sống như vậy một thời gian khá dài. ...
>
> Này Vàsettha, vị này nói theo vị hữu tình kia, đi tìm lúa một lần đủ cho cả hai ngả ăn, lấy nấm đất làm món ăn trong một thời gian khá lâu, nên thân của họ trở thanh cứng rắn hơn và sắc đẹp của chúng lại càng sai biệt. Có hạng hữu tình có sắc đẹp, có hạng hữu tình không có sắc đẹp. Ở đây các hữu tình có sắc đẹp khinh các hữu tình không có sắc đẹp: "Chúng ta có sắc đẹp hơn họ, họ không có sắc đẹp bằng chúng ta". Do họ kiêu mạn và kiêu ngạo về sắc đẹp của họ, nấm đất biến mất. Khi nấm đất biến mất cỏ và cây leo hiện ra. Như loại cây tre, chúng hiện ra như vậy. Loại cây leo này có sắc, có hương, có vị. Mầu sắc của loại cây này giống như đề hồ hay thuần túy như tô. Vị của loại cây leo này
> như mật ong thuần tịnh.

3. Tình yêu Cha Mẹ với Con và Cơ Chế NB
a) Tình Mẹ Con

Tình Yêu Mẹ Con có nhiều điểm trùng hợp với Tình yêu Nam Nữ với sự giảm kích động các vùng Não Trán, Đỉnh và Thái Dương vì cùng chung một mục đích gìn giữ giống nòi và giúp tăng lên sự ràng buộc con cái với Cha Mẹ một thời gian lâu trong đời sống. Vùng khác biệt là vùng Vỏ Não Thái Dương nhận Mặt cần thiết để Cha Mẹ xem xét trạng thái của con mình. Sự giống nhau nhiều nhất là ở đường dây dẫn truyền về khen thưởng thỏa mãn của Nucleus Accumbens/NAc. Sự khác biệt lớn nhất là Hypothal ít bị kích động trong Tình Mẹ Con.

Khảo sát gần đây cũng đặt nặng vùng VN Tam Biên (ParietoTemporal Occipital) và Phía ngoài của PFC (lateral PFC) trong việc đồng cảm giữa người và người, nhất là Mẹ Con qua mắt nhìn, tai nghe và vuốt ve (Schore 2021).

b) Tình Cha Con (Fatherhood)

Tình cha con ít được nghiên cứu hơn cho đến gần đây, và có phần khác với tình Mẹ con vì sự khác biệt về cách nuôi con cái, về cơ quan sanh đẻ và vì phong tục tập quán xã hội. Tuy nhiên theo nhiều nhà khoa học sự khác biệt về cơ cấu sanh đẻ là không đáng kể nếu tìm hiểu các chất nội tiết và cơ cấu Não Bộ thì gần như nhau giữa Cha và Mẹ. Nếu người cha lo công việc nội trợ cho gia đình thì sự dị biệt là gần như không (Feldman 2018).

Dùng phương pháp chụp hình 3 chiều Voxel based Morphometry, chất Xám ở hypothalamus, Amygdala/Hạnh Nhân and striatum và lateral PFC, subungenual ACC Giải Bao Trước / tăng lên trong thời gian cha con tiếp xúc nhau qua mắt nhìn, ngôn ngữ và ve vuốt. Ngược lại vùng ở OrbitaryPFC (chuyên về đạo đức), Insula/tình cảm sâu đậm, chất xám lại giảm đi vì đó là vùng chuyên về lo âu sợ sệt và ít luận lý cùng lúc với sự tăng lên Oxytocin và Vasopressin. Khác với người Mẹ vùng kích động nhiều nhất của người Mẹ là Lateral PFC (Rogers 2014 Musser, Kaiser-Laurent, & Ablow, 2012, Atzil et al., 2012; Kuo et al,. 2012).

Phần đọc thêm KHNB Lộ trình Khen thưởng dưới hệ Vành/MesoLimbic Reward Pathway

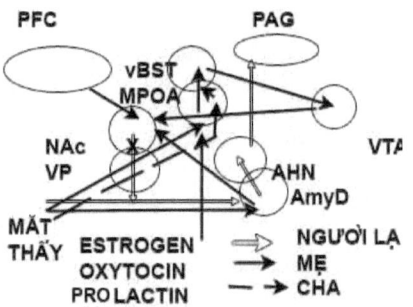

H11,2Mesolimbic Reward Pathway/Hệ Thống Nucleus Accumbens/NAc: Nucleus Accumbens:, VTA: VentralTegmental Area: Vui thích
VP: Ventral Pallidum; Vui thích hành động
MPOA: medial preoptic area, Liên hệ đến Optic nerve
PAG: PeriAqueductal Gray, Hành động, bỏ chạy hay ngó lơ, AHN = anterior hypothalamic nucleus.
vBST: ventral bed nucleus of the stria terminalis, liên hệ đến Amygdala: sợ sệt gây hấn

Chú giải hình cho thấy Bà Mẹ, Cha và người lạ có kích động khác nhau khi nhìn em bé.
- Bà Mẹ: PFC kích động Nucleus Accumbens/NAc và VP (Ventral Pallidum)
    Amyg kích động
    Preoptic Area và vBST/ventral bed nucleus of the stria terminalis= tương tự như Amyg (được kích động bởi Oxytocin, Estrogen Prolactin và thấy Em bé) kích động VTA VTA kích động Nucleus Accumbens/NAc: tình yêu, và vui sướng.
- Người Cha: Không có cơ chế VTA, Nucleus Accumbens/NAc: tình yêu, và vui sướng, có thể ít hơn.
- Người lạ không phải là Mẹ: Amyg kích động, đưa đến kích động AHT anterior Hypo Kích động PAG đưa đến việc ngó lơ không đồng cảm.

Oxytocin và Vasopressin cũng tăng lên khi Cha con giao cảm.
Prolactin ở người cha cũng tăng lên trong thời kỳ người Mẹ có thai.

Testosterone sẽ giảm xuống khi Cha nuôi con.
Hệ thống kết nối Não Bộ của người Cha nuôi con và không nuôi con cho thấy sự khác biệt làm cho tăng lên Tình yêu và sự đồng cảm. Cho nên ngược lại sự giao tiếp Cha Mẹ-Con cái làm Não Bộ của Con Cái tăng lên về tình cảm và cách tìm sự an ủi, Oxytocin tăng lên nơi em bé. H16,2

c) Bịnh Trầm cảm Hậu sản kích động Nucleus Accumbens/NAc và VTA

Bệnh Trầm cảm Hậu sản xảy ra khoảng 10% ở bà Mẹ. Triệu chứng gồm lo âu, ám ảnh thôi thúc và các triệu chứng Trầm cảm khác. Ở súc vật, bịnh đi kèm với sự giảm cơ chế Hủy Tạo ở PFC, HIPPO,Nucleus Accumbens/NAc, Amygdala do giảm sự tái tạo ra râu thần kinh. Các chất kết nối thần kinh là gồm Norepinephrine, Serotonin, and Corticotropin-releasing hormone, GABA và Oxytocin

- Trầm cảm Hậu sản (khác với Trầm cảm không Hậu sản): giảm kích động ở DLPFC và Giải Bao Trước /ACC Amg HIPPO.
- Không Hậu sản: giảm cognitive regions (DLPFC, posterior cingulate, and precuneus/cuneus) và tăng perigenual PFC,ACC, ventromedial PFC, dorso medial, thalamus, pulvinar, ventral pallidum/putamen, ventral tegmental area (VTA), substantia nigra, tectum, and periaqueductal gray) (Alcaro 2010, Northoff 2011)

Bịnh Trầm cảm của bà Vú cũng có thể xảy ra: vùng Giảm hoạt động DLPFC vì vậy ảnh hưởng đến sự săn sóc cho Em bé.

Bịnh Trầm cảm Hậu sản cũng thấy ở người Cha với giảm Orbitofrontal cortex, Posterior cingulate cortex and Insula do giảm râu thần kinh (Giảm cơ chế Hủy Tạo). Khảo cứu rất ít về bịnh này ở người Cha (kim 2014).

Em Bé: phát triển tốt khi có tình thương Bố Mẹ. Sự thay đổi không nhất thời, mà là sự thay đổi Epigenetic/ ngoại biên di truyền trong Não Bộ của Em bé, làm Não Bộ của Em bé phản ứng nhiều với kích thích tố dẫn truyền, về sau khi lớn lên làm Em bé có sự tin tưởng với Bố Mẹ(Felderman 2018).

d) Lòng Hiếu Thảo của Con Cháu và Cơ chế NB

Lòng hiếu thảo là một trong cốt lõi của Đạo Khổng (551-479 BCE). Tiêu biểu cường độ nhất là khi Cha Mẹ chết con dựng lều bên mộ ba năm, tạm ngưng các lễ nghi cưới hỏi trong thời kỳ chịu tang.

Trong quan niệm. Công sanh thành và Dưỡng dục gần như nhau

Hiếu thảo với cha Mẹ nuôi cũng quan trọng tuy ít được Khổng Mạnh bàn luận. Cha mẹ đẻ có công bao bọc che chở trước khi sanh và có thân thể mang hệ di truyền gần nhất với hệ di truyen genes của con cháu.. Cha Mẹ

Nuôi có công Nuôi con có công bao bọc che chở và giáo dục sau khi sanh. Cả hai bậc Cha Mẹ (và cả loài Vượn Khỉ) không hề tạo ra Em bé. Đấng Tạo hóa tạo ra Em bé theo Dòng Tế Bào Mầm Giống. Cha Mẹ đẻ còn được ân huệ từ Đấng tạo hóa cho nuôi dưỡng hướng dẫn và dạy dỗ để thành người Đạo đức.

Trong phần lớn trường hợp, sau khi Trứng thụ thai, một thời gian có thể thay đổi tùy trường hợp, Hồn nhập vào Thai nhi. Sự kết hợp này là sự hòa hợp của ý nguyện của Cha Mẹ Đẻ và Hồn. Tuy nhiên có trường hợp Hồn tự nguyện nhập mà không cần nguyện vọng của Cha Mẹ đẻ như trường hợp cưỡng hiếp, cưỡng hôn hay Cha Mẹ đẻ không có ý nguyện nào.

Tóm lại Công Sanh và Dưỡng nặng nhẹ tùy theo hoàn cảnh: tự ý hay bất đắc dĩ sanh con, tự ý hay bất đắc dĩ không nuôi con đẻ ra, và tự ý hay bất đắc dĩ nuôi con nuôi. Khổng Mạnh đặc quy luật lễ nghĩa: QUÂN SƯ PHỤ. Hiểu rằng Vua thay Trời/Đấng Tạo hóa, Thầy giáo có thiên chức dạy dỗ tinh thần nên đặt trên Cha Mẹ là người có công lao về thể xác. Ở Âu Mỹ ngày nay thì thế giới đảo điên hơn, Xã hội có khi quan niệm CON/VỢ CHỒNG là ưu tiên hơn BỐ MẸ!

Phân tích lòng hiếu thảo bị suy giảm với văn minh kỹ thuật. Các nhà Tâm lý học đưa ra Khuôn Mẫu Hiếu Thảo Lưỡng Nghi/ MHTL (Dual Filial Piety Model/DFPM). Cha Mẹ thương con cái theo nguyên tắc Trên Xuống/Nước Mắt chảy xuôi. Con cái phát triển tình yêu thương là kết quả do Cha Mẹ: đó là Lòng Hiếu Thảo Tương tác/Reciprocal Filial Piety phát triển từ sự Yêu thương của Cha Mẹ lâu dài. Ngược lại là Lòng Hiếu Thảo do Uy lực đặt ra do truyền thống Gia đình (Authiritarian Filial Piety) (Bedford, Yeh2019).

Tương ứng với hai loại Hiếu thảo trên là đến từ khi em bé lớn lên với cách hành xử của Cha Mẹ qua sự Kiểm soát, Che chở Kỷ luật áp chế /cho tự do phát triển và sáng tạo, giúp đỡ yêu thương, hòa hợp và Thông cảm lẫn nhau. Học thức và nếp sống thấp thường có con cái có lòng hiếu thảo cao (Ho and Yu, 1974). Tuy nhiên tình yêu, sự hòa hợp trong gia đình còn ảnh hưởng nhiều (Yang, 1988; Ishii-Kuntz, 1997).

Trong NB học Tình Cha Mẹ Con được vật chất hóa với nhân Ventral Striatum/N. Accumbens kích động do sự cho bú sữa bồng ẵm. Con cái phát triển do sự tạo dựng cơ chế Nội TR trong Trí nhớ đặc biệt với vùng vmPFC về Đạo đức và Đồng cảm để đáp ứng lại khi lớn khôn. Mẫu Hiếu thảo qua hình ảnh Công sanh thành Dưỡng dục trong Nội Thức của con cái lớn mạnh với thời gian ở tuổi trưởng thành, nhất là trước khi con cái có gia đình riêng là hình ảnh chuẩn để Con cái áp dụng trong đời sống khi hành xử với Cha Mẹ. Cơ chế trên cũng là cơ chế TR nhập Thân và tình cảm Nhập thân (Embodied Cognition , Embodied Emotion) chắc chắn là cơ chế NB xử dụng để hành xử Hiếu thảo vì tính cách sẵn sàng của nó, ít cần đến năng lượng/dùng phản xạ tự động (không suy nghĩ). Dĩ nhiên sự hình thành Mẫu TR về Hiếu thảo còn liên hệ đến cấu tạo NB, nhất là vùng vmPFC chuyên về Đạo đức, ngoại biên Di Truyền/epigenetic, xã hội và môi trường sống. VmPFC có vai trò rất quan trọng vì là vùng NB của hành xử Đạo đức nhất là khi con cái đã lập gia đình. Vì tánh cách ít tự nhiên như tình Cha Mẹ thương con Trên Xuống, tình Hiếu thảo Dưới Lên có được qua kinh nghiệm học hỏi và Giáo dục nên Tôn giáo nào cũng nhắc nhở đến như một điều răn.

Một thí dụ về tình Cha Mẹ và lòng hiếu thảo của con cái
Trong thời Đức Phật còn tại thế Hoàng tử Ajatasatru (skt) là con vừa Bimbisara và Hoàng hậu Vì Đề Hi (Vaidehi). Hòng tử nóng lòng muốn làm vua toan tính lật đổ vua cha. Biết vậy vua cha thoái vị nhường ngôi vua cho con. Khi lên làm vua để an toàn, vua cha bị giam vào ngục và bỏ đói cho chết. Hoàng hậu tìm cách cung cấp thức ăn nên cũng bị vua Con giam vào ngục. Bà liền cầu cứu Phật . Phật chỉ bà c ởi Tây Phương cực Lạc bảo bà niên Nam Mô A Di Đà Phật. Sau khi chết nvua cha hiện về bảo con phải sám hối

4. Tình yêu do sắc đẹp là đặc tính tự nhiên của chúng sanh.
Hình ảnh, thân hình, gương mặt là điểm thu hút trong tình yêu và làm giảm hoạt động của đường dây dlPFC-IPS về lý trí. Sắc đẹp là một yếu tố quan trọng trong tình yêu nam nữ trong duy trì giống nòi. Sự yêu chuộng sắc đẹp là rất tự nhiên.. Đoạn kinh sau là dấu ấn cho hiện tượng này:Kinh Trường Bộ **27. KINH KHỞI THẾ NHÂN BỔN,** *(Aggana Sutta)*

11. Này Vàsettha, lúc bấy giờ, vạn vật trở thành một thế giới toàn nước đen sẫm, một màu đen khiến mắt phải mù. Mặt trăng, mặt trời không hiện ra; sao và chòm sao không hiện ra; không có ngày đêm; không có tháng và nửa tháng; không có năm và thời tiết; không có đàn bà đàn ông. Các loài hữu tình chỉ được xem là loài hữu tình mà thôi. Này Vàsettha, đối với các loài hữu tình ấy, sau một thời gian rất lâu, vị đất tan ra trong nước. Như bọt nổi lên trên mặt cháo sữa nóng đang nguội dần, cũng vậy đất hiện ra. Đất này có màu sắc, có hương và có vị. Màu sắc của đất giống như đề hồ hay thuần túy như tô, vị của đất như mật ong thuần tịnh.

12. Này Vàsettha, có loài hữu tình, có tánh tham, nói: "Kìa xem, vật này là gì vậy?", lấy ngón tay nếm vị của đất. Khi lấy ngón tay nếm vị của đất, vị ấy thấm vào thân và tham ái khởi lên. Này Vàsettha, các loài hữu tình khác, theo gương hữu tình kia, lấy ngón tay nếm vị của đất. Khi lấy ngón tay nếm vị của đất, vị ấy thấm vào thân và tham ái khởi lên. Rồi các hữu tình kia bắt đầu thưởng thức vị của đất, bằng cách bẻ từng cục đất với bàn tay nhỏ của họ, thời ánh sáng của họ biến mất. Khi ánh sáng của họ biến mất, mặt trăng mặt trời hiện ra. Khi mặt trăng, mặt trời hiện ra, thì sao và chòm sao hiện ra. Khi sao và chòm sao

hiện ra, ngày và đêm hiện ra, khi ngày và đêm hiện ra, thì nửa tháng và tháng hiện ra. Khi nửa tháng và tháng hiện ra, thời tiết và năm hiện ra. Như vậy, này Vàsettha, thế giới này bắt đầu thành trở lại.

13. Này Vàsettha, những hữu tình ấy, thưởng thức vị của đất, lấy đất làm chất ăn, lấy đất làm món ăn trong một thời gian khá lâu. Này Vàsettha, vì các hữu tình ấy thưởng thức vị của đất, lấy đất làm chất ăn, lấy đất làm món ăn **trong một thời gian khá lâu, thân của họ trở thành cứng rắn, và sắc đẹp của họ trở thành sai biệt.** Có hạng hữu tình có sắc đẹp, có hạng hữu tình không có sắc đẹp. Ở đây các hữu tình có sắc đẹp khinh các hữu tình không có sắc đẹp: "Chúng ta có sắc đẹp hơn họ, họ không có sắc đẹp bằng chúng ta." Do họ kiêu mạn và kiêu ngạo về sắc đẹp của họ, **vị của đất biến mất. Khi vị của đất biến mất,** họ hội họp lại và kêu than: "Ôi vị ngon! Ôi vị ngon!", như ngày nay, khi loài Người có được vị ngon liền nói: "Ôi vị ngon! Ôi vị ngon!" Như vậy họ theo văn tự truyền thống của thời xưa mà không biết ý nghĩa của nó.

(Ý kinh: sau khi thế giới được làm ra trở lại, các loại hữu tình ăn các vị đất trở nên phát triển, có kẻ đẹp người xấu. Người đẹp chê người xấu (tâm phân biệt) . Vì vậy vì đất mất đi …(tương tự như trong kinh Thánh khi Ông Bà Adam Eva có tâm phân biệt, hết thánh thiện, thì bị đuổi ra khỏi vườn Địa Đàng).

5. Tình yêu Nghệ thuật, Thiên nhiên, Thán Phục, Ngưỡng Mộ, Sùng Kính.

Vùng não vmPFC, và có thể dlPFC-IPS được kích động vì đó là những loại tình yêu dùng nhiều tri thức, lý trí hơn là tình yêu đôi lứa.

6. Tình yêu ban đầu.

Từ xưa, tình đầu thường được ghi đậm nét trong tình sử đời người thể hiện qua những cuốn tiểu thuyết với nhiều tình tiết ngang trái và cả trong nhiều ca khúc như ca khúc nổi tiếng của nhạc sĩ Trần Thiện Thanh có tựa đề "Tình đầu tình cuối".

Thí nghiệm: Khảo cứu về âm thanh dùng âm thanh ban đầu rồi tiếp theo sau đó cho nghe âm thanh với tần số khác cho thấy âm thanh ban đầu ảnh hưởng đến âm thanh thu nhận sau đó dù âm thanh ban đầu chỉ kích thích một khoảng thời gian ngắn. Kết luận của thí nghiệm là âm thanh nghe lúc đầu có ảnh hưởng lớn trong não bộ khiến cho các âm thanh sau đó không được nghe nhiều hơn. Lý do là não bộ, như sẽ trình bày trong phần tri thức về tình cảm là một hộp tiên đoán. Những thông tin ban đầu đã được ghi sẵn trong nội thức nên những thông tin sau khó có thể xóa được thông tin ban đầu vì hộp tiên đoán luôn luôn dùng thông tin ban đầu làm chuẩn để so sánh. Cũng như vậy, hình ảnh hay ký ức của người yêu hay tình yêu ban đầu vẫn thường được lưu giữ trong nội thức khiến tình yêu ban đầu được giữ lâu dài trong nội thức để làm chuẩn so sánh với tình yêu đến sau (Kotchoubey, 2014; Todd, 2011).

Bình luận:

Như trong câu nói của Socrates trước phần mở đầu của phần bài viết về não bộ và tình yêu, lý trí và tình yêu thường không đi chung với nhau. Khi người ta yêu, phần chất xám của não bộ và vỏ não Insula (vỏ não nằm sâu trong não) bị kích động tiết ra các chất dẫn truyền kết nối thần kinh làm nên tình cảm, hành động và làm cho hai người yêu nhau hòa hợp lại và mất đi liên hệ với thế giới xung quanh.

Các nhân chất xám dưới vỏ não và vỏ não Insula (xin xem hình tr xv) là kém về tri thức. Ngược lại, khi tình yêu không là cứu cánh mà là phương tiện, thì tình yêu dùng cơ chế vỏ não để có thể kích động tri thức và tri thức sẽ thể hiện qua lý luận, Đạo đức và liên hệ gia đình và xã hội. Loại tình yêu này được các nhà Đạo đức học gọi là tình yêu cao cả như tình yêu với cha mẹ, thiên nhiên, đất nước, nghệ thuật hay Đấng Giáo chủ. Não bộ cấu tạo như vậy cũng nằm trong nguyên lý dục vọng cơ bản sinh tồn của giống nòi đi về thực tế vật chất.

Nguyên lý thứ hai là Đạo đức đi ngược dòng đời để trở về với nguyên thủy của loài người, dùng tri thức để tìm về tâm bình đẳng không phân biệt như đã bàn đến trong những phần trước. Sự xung đột vì tình yêu trong gia đình, xã hội cũng nằm trong hai nguyên lý cơ bản: dục vọng để chiếm hữu hay nguyên lý Đạo đức đại đồng bác ái và bình đẳng.

Cả hai cơ chế đều có sẵn trong não bộ và rất tự nhiên. Vì vậy, khi xử dụng một trong hai cơ chế, con người không cảm thấy bị ràng buộc, và cảm thấy được tự do. Nhưng một cơ chế thì ít dùng đến tri thức có ở người và ở cả các sinh vật bậc thấp. Cơ chế kia thì chỉ có ở người với Đạo đức phát triển lên tầm mức cao. Sử dụng cơ chế nào là phụ thuộc vào sự giáo dục (hay phản xạ có điều kiện của Pavlov) huấn luyện xác định cơ chế chủ và cơ chế phụ.

Tình cha mẹ với con cái cũng có nhiều đặc điểm như với tình yêu nam nữ và gồm cả chất kết nối thần kinh như Oxytocin, DOPA, Vasopressin. Tuy có sự khác biệt trong cơ chế mẹ-con và cha-con, nhưng sự khác biệt là liên hệ đến tình trạng và phong tục, văn hóa - xã hội hơn là cơ chế não bộ. Người cha cũng có bệnh trầm cảm như người mẹ nhưng ít hơn. Bệnh trầm cảm này có cơ chế hơi khác với bệnh trầm cảm không phải do hậu sản. Ngược lại, cơ chế não bộ tình yêu giữa con-cha-mẹ chưa được nghiên cứu nhiều, nhưng quan niệm thông thường là yếu kém về mức độ. Có lẽ đó là do cấu tạo của tạo hóa như vậy để duy trì giống nòi. Quan niệm về luật tự nhiên cấu tạo động vật có cơ chế giữ giống nòi cũng phù hợp với sự kiện về dòng tế bào mầm giống để sinh đẻ duy trì giống nòi.